महाराज

લેખકનાં પુસ્તકો

❖ નવલકથા ❖

મહારાજ
વેરવૈભવ

❖ નિબંધ ❖

પ્રિય જિંદગી
મનની બાયપાસ સર્જરી
કંઈક ખૂટે છે

❖ પ્રેરણાત્મક ચિંતન ❖

સંબંધોનું મૅનેજમેન્ટ
સ્વભાવનું મૅનેજમેન્ટ
લાગણીઓનું મૅનેજમેન્ટ
કુટુંબ-મિત્રોનું મૅનેજમેન્ટ

❖ પત્રકારત્વ ❖

અયોધ્યાથી ગોધરા

❖ નાટક ❖

મહારાજ ('મહારાજ' નવલકથા પર આધારિત)

❖ સંપાદન ❖

સર્જન-વિસર્જન (હરકિસન મહેતાના જીવન-કવન વિશેનો ગ્રંથ)

❖ અનુવાદ ❖

થિન્ક એવરેસ્ટ (એવરેસ્ટ આરોહણની કથા)
જિના ઈસી કા નામ હૈ (પ્રેરણાત્મક સત્ય ઘટનાઓ)
ગૉડફાધર (મારિયો પૂઝોની નવલકથા)

'મહારાજ લાયબલ કેસ' પર આધારિત ખળભળાટ મચાવતી દસ્તાવેજી નવલકથા

મહારાજ

એક પત્રકાર, એક પાવરફૂલ ધર્માચાર્ય અને જંગી રકમનો બદનક્ષીનો દાવો

સૌરભ શાહ

ઉત્તમ
સાહિત્યનું પ્રતીક

1926થી...

આર. આર. શેઠ

ISO 9001:2015 પ્રકાશક

rrsheth.com

MAHARAJ
Docu-Novel
An original Docu-Novel based on 'Maharaj Libel Case'
Written in Gujarati by Saurabh Shah
Published by **R. R. Sheth & Co. Pvt. Ltd.**
Mumbai ☐ Ahmedabad
2022
ISBN : 978-93-5122-126-5

મુદ્રણો
પ્રથમ આવૃત્તિ : ઑક્ટોબર, ૨૦૧૩
પુનર્મુદ્રણ : ઑક્ટોબર, ૨૦૧૬
પુનર્મુદ્રણ : ઑક્ટોબર, ૨૦૨૨

₹ ૪૫૦

R. R. Sheth & Co. Pvt. Ltd.
Publishers, Booksellers & Exporters
'Dwarkesh', Nr. Royal Appartment, Khanpur, Ahmedabad 380 001 Tel. (079) 25506573
7, 'Earthbaug', 116, Princess Street, Mumbai 400 002 Tel. (022) 22013441
Email : sales@rrsheth.com / **Visit us at :** www.rrsheth.com

મુદ્રણ કિન્ની ઑફસેટ, અમદાવાદ ખાતે થયું.

મેઘા

માટે

'મહારાજ' લખવા વાસ્તે સૌરભ શાહને શાબાશી

વીનેશ અંતાણી

ગુજરાતમાં સુધારાવાદી પવન ફૂંકાતો હતો ત્યારે કરસનદાસ મૂળજી નામના નેક પત્રકારે ધર્મને નામે ચાલતી અનૈતિક પ્રવૃત્તિઓની સામે કલમના જોરે રણશિંગું ફૂંક્યું. તે સમયે જડ થઈ ગયેલી સામાજિક ચેતનાના અંધકારની વચ્ચે લોકોના મનમાં સત્યનો પ્રકાશ પ્રગટાવવાનું કામ બહુ જોખમી હતું. વરસોથી રૂઢ થઈ ગયેલી ધાર્મિક માન્યતાઓ, પરંપરાઓ અને અજ્ઞાનને ભેદવાનું સાહસ કોઈ કાળા માથાનો માણસ સામી છાતીએ કરે તે ઘટના કોઈ પણ યુગના લોકોને પ્રેરણા આપે તેવી છે. જદુનાથ મહારાજે કરસનદાસ પર ઈ.સ. ૧૮૬૧માં માંડેલો લાયબલ કેસ ગુજરાતના સામાજિક, ધાર્મિક અને સાંસ્કૃતિક ઇતિહાસની મહત્ત્વની ઘટના છે. એક અત્યંત શક્તિશાળી ધર્માચાર્ય સામે કરસનદાસ જેવા નીડર અને શુભનિષ્ઠાવાળા પત્રકારના જીવન અને સંઘર્ષની કથા કોઈ પણ સર્જકને આકર્ષે. ગુજરાતી પ્રજા માટે મહાનાયક જેવા કરસનદાસ મૂળજીના જીવન, એણે ઉપાડેલા સમાજસુધારણાના ભગીરથ કાર્ય અને તે પાર પાડવા માટે એને સહન કરવી પડેલી પારાવાર મુશ્કેલીઓ વિશે વર્તમાન પેઢીને જાણકારી મળે તેવી નવલકથા રચવાનું બીડું સૌરભ શાહે બીડું ઝડપ્યું. નવલકથાના કેન્દ્રમાં 'મહારાજ લાયબલ કેસ' રહે છે. પરિણામ 'મહારાજ' નવલકથા.

'મહારાજ'ની પ્રથમ આવૃત્તિ ૨૦૧૩માં પ્રગટ થઈ. તે પહેલાં એનાં શરૂઆતનાં થોડાં પ્રકરણ ૧૯૯૭માં 'નેટવર્ક' સાપ્તાહિકમાં અને ત્યાર પછી સમગ્ર નવલકથા 'મુંબઈ સમાચાર'માં ધારાવાહિક સ્વરૂપે પ્રકાશિત થઈ હતી. તે સમયે મળેલા વાચકોના પ્રતિભાવોમાં એક પ્રતિભાવ એવો હતો કે '૧૮૬૧ની ઘટનાને હવે ફરી તાજી કરવાનો શું અર્થ? જે થઈ ગયું તે થઈ ગયું. નવેસરથી જૂનું જૂનું ખોતરીને શું કામ વાતાવરણ બગાડવું?' આવા જ પ્રકારની દલીલ સૌરભના એક-બે ચુસ્ત પુષ્ટિમાર્ગી મિત્રોએ પણ એની સાથે અંગત વાતચીત દરમિયાન કરી હતી. ૧૯૯૭ની સાલમાં સૌરભ સુરતમાં જદુનાથ મહારાજની પાંચમી પેઢીના વંશજ બાલકૃષ્ણલાલજી મહારાજને મળવા ગયો ત્યારે એમનું પણ માનવું હતું કે 'લાયબલ કેસવાળી વાતને હવે ઉખેળીને કશો ફાયદો નથી. જે વીતી ગયું તેને ત્યાં જ રહેવા દઈએ તો સારું.'

૧૯૯૭થી શરૂ થયેલું 'મહારાજ'નું લેખનકાર્ય વચ્ચે થંભીને ૨૦૧૩ સુધી લંબાય છે. આ સમયગાળા દરમિયાન 'મહારાજ' લખવા પાછળના સૌરભના હેતુ કે કમિટમેન્ટમાં વળતો વિચાર આવ્યો નથી. એ આવું અથાક પરિશ્રમ માગી લેતું સર્જનકાર્ય શા માટે કરવા માગે છે તે વિશે શરૂઆતથી સ્પષ્ટ હતો. 'મહારાજ'માં નિરૂપાયેલા લગભગ દોઢસોથી પણ વધારે વરસ પહેલાંના સમયની સરખામણીમાં હવે ઘણું બદલાયું હોવા છતાં આજે પણ ધર્મને નામે અનેક ધતિંગ ચાલતાં જોવા મળે છે, 'ધર્માચાર્યોની લાલસાનો ભોગ બનતી કુમળી કન્યાઓના કિસ્સા' જાણવા મળે છે. એવી પરિસ્થિતિમાં 'શ્રદ્ધાની જ્યોત ડગમગતી હોય ત્યારે એને ફરી ઝગમગતી કરવાની કોશિશ' કોઈ પણ જમાનામાં આવશ્યક બને છે. એ પત્રકારધર્મ છે અને સર્જકધર્મ પણ છે. સૌરભે 'મહારાજ' નિમિત્તે તે કામ કર્યું છે. નવલકથા પૂરી થયા પછી પુસ્તકમાં મૂકેલી 'લેખકની જુબાની'માં એ લખે છે : ''કોઈ પણ ધર્મ કે ધર્મના ફાંટામાં વ્યક્તિના કે વ્યક્તિસમૂહના વેસ્ટેડ ઇન્ટરેસ્ટ ભળે છે ત્યારે ધાર્મિકતા જીવન માટેની એક ઉદાત્ત ભાવના ન રહેતાં ધરમધંધો બની જાય છે અને ધર્મનો ધંધો કરવા માટે જે દેખાડાઓ કરવા પડે છે તેને કારણે બીજાં અનેક દૂષણો અને અનીતિ એમાં ઘૂસી જતાં હોય છે.'' સૌરભ શાહે 'મહારાજ' નવલકથા દ્વારા આપણા સમાજમાં વારંવાર માથું ઊંચકતી – અથવા તો ક્યારેય નાબૂદ ન થતી – આવી બદીઓ તરફ સાંપ્રત સમાજનું ધ્યાન દોરવાનું મહત્ત્વનું કાર્ય કર્યું છે. એ અર્થમાં 'મહારાજ' નવલકથા ગુજરાતી નવલકથા સાહિત્યની વિશિષ્ટ ઘટના છે

•

સૌરભ માત્ર પત્રકાર હોત કે માત્ર નવલકથા લેખક હોત તો 'મહારાજ' જે રીતે લખાઈ તે રીતે લખાઈ ન હોત. 'મહારાજ' નવલકથાને પીઢ-અનુભવી પત્રકાર અને કુશળ સર્જક બંનેનો સાથ મળ્યો છે. કદાચ તો સૌરભમાં રહેલા પત્રકારને જ 'મહારાજ લાયબલ કેસ' અને કરસનદાસ મૂળજીના જીવનમાંથી વિશિષ્ટ પ્રકારની નવલકથાનું વિષયવસ્તુ દેખાયું હશે. આ નવલકથાનું દસ્તાવેજી મૂલ્ય ઘણું છે. એ ટેબલ પર બેસીને જ લખાઈ જાય એવી નવલકથા નથી. એક આખો ભૂતકાળ જીવંત કરવાનો હતો. પૂરી ઑથેન્ટિસિટિ – પ્રમાણભૂતતા – વિના 'મહારાજ'નું સર્જન નિરર્થક બની ગયું હોત. કરસનદાસના જીવનની વિગતો, તે સમયનું મુંબાઈ, વૈષ્ણવ મહારાજોની હવેલીઓ, મહત્ત્વનાં અને ગૌણ પાત્રો, તે સમયનાં અખબારો, લોકોની માનસિકતા, જીવનશૈલી અને લાયબલ કેસની વિગતો વગેરેને ઑથેન્ટિક બનાવવા માટે પરિશ્રમ માગી લાગે તેવા ભરપૂર રિસર્ચની જરૂર પડે તેમ હતું. આ માટે સૌરભની પત્રકારદૃષ્ટિ કામ લાગી છે.

એણે 'મહારાજ લાયબેલ કેસ'ની કાર્યવાહીનો સંપૂર્ણ દસ્તાવેજ મુંબઈની કોર્ટના આર્કાઇવ્ઝમાંથી મેળવ્યો. તે ઉપરાંત કેસના રેકર્ડ માટે પુસ્તકો અને બીજું સાહિત્ય તપાસ્યાં. કરસનદાસ મૂળજીના 'સત્યપ્રકાશ' અને તે સમયે મુંબઈમાંથી નીકળતાં અન્ય

અખબારોના અંકો ઊથલાવ્યા. ગુજરાતી સમાજના ગોકળદાસ તેજપાલ, લખમીદાસ ખીમજી, મથુરાદાસ લવજી, મહીપતરામ રૂપરામ નીલકંઠ, કવિ નર્મદ, ચત્રભુજ મોરારજી, નાનાભાઈ રાણીના વગેરે ઉપરાંત લાયબલ કેસ ચલાવનાર બંને અંગ્રેજ ન્યાયધીશો અને વકીલો જેવી કેટલીય વ્યક્તિઓની વિગતો મેળવી. લાયબલ કેસ જ્યાં ચાલ્યો તે કોર્ટના મકાનની મુલાકાત લીધી. તે સમયના મુંબઈની ભૂગોળનો અભ્યાસ કર્યો. જદુનાથ મહારાજનો પોઇન્ટ ઑફ વ્યૂ સમજવા માટે સુરતની મોટા મંદિર તરીકે ઓળખાતી હવેલીની પણ મુલાકાત લીધી.

આવી અને બીજી વિપુલ સામગ્રી ભેગી કર્યા પછી તેમાંથી નવલકથા માટે ઉપયોગી સામગ્રી તારવવી જરૂરી બને, નહીંતર 'મહારાજ' માત્ર દસ્તાવેજોનો ખડકલો બની ગઈ હોત, નવલકથા બની ન હોત. બૅકગ્રાઉન્ડ મટિરિયલ માટે દળદાર માહિતી એકઠી કરવી એક વાત હોય છે, એને નવલકથાના સ્વરૂપમાં ઢાળવી તે બીજી વાત હોય છે. સર્જક તરીકેનો વિવેક પણ જાળવી રાખવો પડે. કથામાં જદુનાથ મહારાજ અને અન્ય મહારાજોની લીલાઓની વિગતો એવી જગ્યા હતી, જ્યાં બિનજવાબદાર, વિવેકશૂન્ય અને અણસમજુ સર્જક લપસી પડે. અહીં એવું થયું નથી. સૌરભે નોંધ્યું છે : "ઈ.સ. ૧૮૬૦-૬૨ દરમિયાન વિખ્યાત 'મહારાજ લાયબલ કેસ' પર આધારિત 'મહારાજ' નવલકથામાં વૈષ્ણવ મહારાજોનાં કૃત્યો વિશે એ જ વાતો છે, જે આ કોર્ટ કેસની કાર્યવાહીમાં ઉલ્લેખ પામેલી છે. નવલકથામાં મહારાજોનું એક પણ કૃત્ય એવું વાંચવા નહીં મળે જેનો સંદર્ભ અદાલતી કાર્યવાહીના રેકર્ડેડ અહેવાલમાં તમને ના મળે."

•

'મહારાજ' નવલકથાના પ્રથમ પ્રકરણમાં કથાનાયક કરસનદાસ ૨૨મી એપ્રિલ ૧૮૬૨, મંગળવારની મધરાતની સૂમસામ ઘડીઓમાં પોતાના ઘરના ઝરૂખે ઊભો હોય છે. ત્યાંથી એ જુદી જુદી દિશામાં જતી ત્રણ સડક જુએ છે. મુંબઈના માંડવી વિસ્તાર ભણી જતી સડક એના ભૂતકાળનો નિર્દેશ કરે છે. ધોબી તળાવ તરફ જતી સડક એના વર્તમાનનું પ્રતીક છે, જ્યાં નાનાભાઈ રૂસ્તમજી રાણીનાના છાપખાનામાં એનું 'સત્યપ્રકાશ' છાપું છપાતું હતું. એ બે સડક વચ્ચે અંધકાર છે. "અંધકારમાંથી નીકળતી ગોદીના રસ્તે જતી ત્રીજી સડક મુંબઈની સુપ્રીમ કોર્ટ તરફ જતી હતી, જેના નામદાર જજ સાહેબો આજે ચુકાદો આપવાના હતા કે કરસનદાસનાં લખાણોને લીધે મહાપ્રભુ વલ્લભાચાર્યના ચૌદમા વંશજ અને સુરતની મોટી હવેલીના પુષ્ટિ માર્ગીય વૈષ્ણવ મહારાજ જદુનાથ વૃજરત્નની બદનક્ષી થઈ હતી કે કેમ અને કરસનદાસે વળતરપેટે જદુનાથને પચાસ હજાર રૂપિયાની જંગી રકમ ચૂકવવી પડશે કે નહીં. કરસનદાસ વિચાર્યું કે આ સડક પરના અંધારામાંથી પોતાનું ભવિષ્ય પસાર થતું હતું."

ત્રિભેટે ઊભેલા કરસનદાસનું આ દૃશ્ય એના જીવનનો સૌથી વધારે ચિંતાજનક

સમય છે. જો એ દાવો હારી જાય તો આર્થિક રીતે એ પોતે અને એનો પરિવાર પાયમાલ થઈ જાય તેવી પૂરી શક્યતાઓ છે. તે જ વખતે એ પત્ની વિરાજગૌરીનો મૃદુ સ્પર્શ અનુભવે છે. કોઈ પણ પરિસ્થિતિમાં પતિની પડખે ઊભી રહેનાર અર્ધાંગિનીનો ધર્મ બજાવતી વિરાજગૌરી કરસનદાસને ચિંતા ન કરવાનું કહે છે : "તમારો અંતરાત્મા જે કહે છે તે જ તમે કર્યું છે અને ભવિષ્યમાં પણ તમે એ જ કરશો... ચિંતા તમારે કરવાની ના હોય. શું નથી તમારી પાસે. મા સરસ્વતીએ આપેલું વરદાન છે અને દુનિયાદારીથી અભડાયા વિનાનું મન છે. આટલું જેની પાસે હોય એને કે એના કુટુંબને ભગવાન કોઈ દિવસ ભૂખ્યા સૂવડાવે? એટલો તો ભરોસો રાખો ઈશ્વર પર."

પ્રથમ અને અંતિમ પ્રકરણ વચ્ચે ચોવીસ કલાક પણ માંડ વીત્યા છે. તે બેની વચ્ચે સમગ્ર કથા આલેખાઈ છે. સમગ્ર નવલકથાનો કથારસ સાદ્યંત જળવાઈ રહે છે, એટલું જ નહીં, કોર્ટમાં લાયબલ કેસ જેમ જેમ આગળ વધતો જાય છે તેમ તેમ વાચક ઉત્સુકતા અને ઉત્તેજના અનુભવતો રહે છે. આ સર્જકની કથા કહેવાની આવડતનું પરિણામ છે. ભેગી કરેલી અઢળક સામગ્રીમાંથી નવલકથાને ઉપયુક્ત કઈ સામગ્રીનો કેવો-કેટલો ઉપયોગ કરવો એનું પ્રમાણભાન જળવાય તો જ કથારસ જાળવી શકાય. 'મહારાજ'નો સર્જક આ વાત જાણે છે. તે કારણે જ લાયબલ કેસ ચલાવનાર બેઉ ન્યાયમૂર્તિઓનાં, ખાસ કરીને જાસ્ટિસ આર્નોલ્ડના ચુકાદાની અનેક મહત્ત્વની વિગતો તેમ જ કેટલીક જુબાનીઓ ઉપરાંત બીજી ઘણી વાતો છોડી દેવાઈ છે અથવા ટૂંકાવી દીધી છે.

સૌરભ શાહ જાણે છે કે એ કરસનદાસનું જીવનચરિત્ર લખતો નથી, પરંતુ એણે નવલકથાનું સ્વરૂપ પસંદ કર્યું છે. ઘટનાઓને નાટ્યાત્મક બનાવવાથી માંડીને સંઘર્ષની ક્ષણોને વળ ચડાવી, પાત્રોના આંતર્મનમાં પ્રવેશ કરી, બે વિરોધી પરિસ્થિતિ સામસામે મૂકી એણે કથારસ જાળવી રાખ્યો છે. આ નવલકથા પુસ્તકરૂપે પ્રગટ થઈ તે પહેલાં એનું દરેક પ્રકરણ ધારાવાહિકરૂપે પ્રગટ થયું હતું. દર વખતે નવું પ્રકરણ વાંચવા માટે વાચકોનો રસ જળવાઈ રહે તે માટેની પ્રયુક્તિ પણ જાળવી રાખવી જરૂરી બને.

'મહારાજ' આમ તો એક આખા પ્રજાસમૂહની કથા છે, પરંતુ બે મહત્ત્વનાં પાત્રો કરસનદાસ અને જદુનાથ મહારાજ અહીં સામસામેના છેડા પર ઊભાં છે. બંનેની જીવનદૃષ્ટિ અલગ, સાવ વિરોધાભાસી. પોતાને ભગવાનના વારસદાર અને કળિયુગમાં ભગવાન માનનાર અને તે વાત પોતાના વિશાળ ભક્તોસમુદાયનાં મન-મગજ પર ઠસાવનાર જદુનાથ મહારાજની સામે કરસનદાસની ઈશ્વર પરત્વે સાચી ભક્તિ, સત્ય પોતાની સાથે છે તે વિશે છલોછલ આત્મશ્રદ્ધા, અજ્ઞાનના અંધારામાંથી પોતે જ્ઞાનનો પ્રકાશ મેળવી સમાજને સાચી દિશા બતાવવાની ઝંખના, મૂલ્યો માટેનો આગ્રહ અને સાદગી જેવાં કરસનદાસનાં ચારિત્ર્યનાં મહત્ત્વનાં પાસાં ઊભરી આવ્યાં છે. હક્કનું હોય તે કોઈ પણ હિસાબે મેળવવું અને અપાવવું અને જેના પર હક્ક ન હોય તેવું કશું મળે

તો પણ તેને નકારવું એ કરસનદાસનું જીવનમૂલ્ય છે. એ પોતે જેમાં માનતો હોય તેને વળગી રહેવાની દઢતા કરસનદાસનો વિશેષ ગુણ છે. દ્વિધાની ક્ષણોમાં કરસનદાસ અપાર મૂંઝવણ અને મનોમંથનમાંથી પસાર થાય છે. 'ઝંપલાવવાનું નક્કી કરી દીધા પછી ખીણની ઊંડાઈ થોડાક સો માથોડાં ઓછી હોય કે વધુ હોય – શો ફરક પડે છે એવું વિચારવાના મતનો એ હતો.' લંપટ મહારાજોની નઠારી લીલાઓની સામે કરસનદાસનું ઉચ્ચ માનવીયપણું કેટલાય પ્રસંગે ચરિતાર્થ થયું છે. એ ધર્મના નામે ચાલતી અનીતિનો વિરોધી છે, પરંતુ પોતે પૂરેપૂરો ધાર્મિક છે. શ્રીનાથજીબાવા પર એની શ્રદ્ધા અચલ છે.

માત્ર બાહ્ય ઘટનાઓ પર ઝાઝો ઝોક હોય તેવી કથામાં સૌરભે કેટલાંક પાત્રોના મનમાં પણ પ્રવેશ કર્યો છે. કેટલીય પરિસ્થિતિમાં કરસનદાસન સંવેદનશીલતાનો પરિચય મળે છે. વાગ્દત્તા ધનકિશોરી રાજીખુશીથી હવેલીના એક મહારાજના હવસનો શિકાર બને છે ત્યાર પછી કરસનદાસ એની સાથેની સગાઈ તોડી નાખે છે. ધનકિશોરીએ પોતાના વાંકે આપઘાત કર્યો હોવા છતાં કરસનદાસ મનોમન પોતાને કિશોરીના મોતનું કારણ માનવા લાગે છે. લાયબલ કેસ દરમિયાન જુબાની નહીં આપી શકેલા શેઠ ગોકળદાસ તેજપાલનો – ચુકાદો આવ્યા પછી વ્યક્ત થયેલો – પસ્તાવો, અર્ધાંગિની વિરાજગૌરીની પતિ તરફની શ્રદ્ધા અને એના માટેનો પ્રેમ જેવાં કેટલાંય સ્થાનો પાત્રોને ભીતરથી ખોલી આપે છે.

અન્ય પાત્રોના સંદર્ભમાં સૌરભ લખે છે : "વાર્તા પ્રવાહના વેગને પુષ્ટિ આપે એવાં કેટલાંક પાત્રો કલ્પનાથી ઉમેર્યાં છે. એ ગૌણ પાત્રોને હકીકતની જિંદગીથી કોઈ લેવાદેવા નથી. નવલકથામાં આવતાં જે જે નામ ઇતિહાસ સાથે સંકળાયેલાં છે તે તમામ નામ, 'મહારાજ લાયબલ કેસ' સાથે અને એટલે કરસનદાસ મૂળજીના જીવનના એ ગાળા સાથે સંકળાયેલાં હતાં એટલે અહીં ઉલ્લેખ પામ્યાં છે." એવાં પાત્રોની રેખાઓ પણ સ્પષ્ટપણે દોરાઈ છે. એમના વસ્ત્રપરિધાનથી માંડીને એમનું વર્તન, વાતચીતની ભાષા, એમની જીવનશૈલીનું ચિત્રાત્મક આલેખન વીતેલા સમયખંડને તાદશ બનાવવામાં પણ સહાય કરે છે.

'મહારાજ'ને પ્રમાણભૂત બનાવવા માટે તે સમયના અખબારો, સામયિકો (ચોપાનિયાં), હૅન્ડ બિલો, લાયબલ કેસના દસ્તાવેજો વગેરેમાંથી પૂરતા પ્રમાણમાં અવતરણો લેવામાં આવ્યાં છે. સ્વાભાવિક રીતે તે બધાંની ગુજરાતી ભાષા તે સમયે બોલાતી અને લખાતી ગુજરાતી ભાષા હતી. કથાના સમયને ખ્યાલમાં રાખીને સંવાદોની ભાષા પણ એવી ગુજરાતીની નજીકની જ રાખવી પડે. આ પ્રકારની ગુજરાતી ભાષા સાથે નવલકથાના નરેશનની ભાષાનો મેળ પાડવો જરૂરી હતો, નહીંતર જુદા જુદા સમયની એક જ ભાષાનો ખીચડો થયો હોત. અહીં કથનની ભાષા પણ સંવાદોની કે દસ્તાવેજોની જૂની ગુજરાતીથી અતડી પડી જાય નહીં તે રીતે પ્રયોજવાની શક્ય એટલી

સભાનતા જળવાઈ છે. કથનશૈલીનો આ નમૂનો જોઈએ. ‘‘શાળામાં ભણાવવાની જવાબદારી સ્વીકારવા માટે કરસનદાસે કૉલેજમાં ભણવાનો હક્ક જતો કરવો પડ્યો. રોજી મળવાથી નિર્વાહની આપદા મટી એટલે ઉલ્લાસી મનને સ્વદેશ સુધારાના કામ પાછળ લાગવામાં અટકણ રહ્યું નહીં.’’ નર્મદનું આ કથનઃ ‘‘ભ્રમ તૂટયા પછી જે સત્ય લાધે તે વધારે મૂલ્યવાન ભાસતું હોય છે.’’ એ જ રીતે ‘લેખનપીઠ,’ ‘કિત્તો’, ‘બુઝારુ’, ડોયો’, ‘ગ્યાસતેલ’, ‘નાવણિયું’ જેવા શબ્દો પણ વાતાવરણ રચી આપે છે. ભાષાના મુદ્દા પરત્વે લેવાયેલી સાવચેતીને લીધે ‘મહારાજ’માં ખપમાં લેવાયેલી ભાષાનું એકસરખું સ્તર સચવાઈ શકાયું છે.

•

‘મહારાજ’ નવલકથાનો ઉઘાડ આ પંક્તિથી થાય છે : ‘‘કરસનદાસ, ઓ કરસનદાસ!’’ બીજી વાર પણ બૂમ સંભળાય છેઃ ‘‘કરસનદાસ, જાગો છો કે સૂઈ ગયા છો?’’ રાતના અંધારામાં શેરીમાંથી એ બૂમ કોણ પાડે છે એની ખબર પડતી નથી. કદાચ એ બૂમ કરવટ બદલતા રહેતા સમયની છે, જેને કોઈ પણ જમાનામાં સમાજને અંધકારમાંથી અજવાળામાં લાવનાર કરસનદાસની જરૂર પડે છે. એવા કરસનદાસ સૂઈ જાય તે પાલવે તેમ નથી, એમને જાગતા રાખવાથી જ કોઈ પણ યુગનો સમાજ એને ઘેરી વળેલી બદીઓમાંથી જાગ્રત થઈ શકે. એ બૂમની જરૂર જેટલી ઈ.સ. ૧૮૬૦ની આસપાસના સમયમાં હતી એટલી જ વર્તમાનમાં અને આવનારા બધા જ યુગમાં પડવાની છે. એ સંદર્ભમાં પણ ‘મહારાજ’ મહત્ત્વની નવલકથા છે. આ નવલકથા લખવાને વાસ્તે હું સૌરભ શાહને શાબાશી આપું છું.

મેકિંગ ઑફ 'મહારાજ'

સૌરભ શાહ

અબ્રાહમ લિન્કન, મહાત્મા ગાંધી, નેલ્સન મંડેલા, સ્ટીવ જૉબ્સ. દરેક યુગને, દરેક જમાનાને અને દરેક પ્રજાને એના હીરો મળે છે – એવા હીરો જે અંગત સ્વાર્થ બાજુએ મૂકી, કૌટુંબિક અને ભૌતિક સુખની પરવા કર્યા વિના સમાજ માટે જીવન ન્યોચ્છાવર કરી દે, જાતે ઘસાઈને પોતાના સમયની પ્રજાને અને આવનારી પેઢીઓને ઊજળી બનાવે, ઇન્સ્પાયર કરે.

ગુજરાતી પ્રજા માટે આવો જ એક મહાનાયક છે, કરસનદાસ મૂળજી. ૨૮ વર્ષનો કપોળ યુવાન. મુંબઈમાં રહેતો. 'સત્યપ્રકાશ' નામનું સાપ્તાહિક ચલાવતો. વૈષ્ણવ સંપ્રદાય પાળતા કુટુંબમાં એનો જન્મ. વૈષ્ણવ સંપ્રદાયના ઇતિહાસ વિશે કરસનદાસ મૂળજીએ અંગ્રેજીમાં એક પુસ્તક પણ લખ્યું.

વાત આજથી લગભગ દોઢસો વર્ષ પહેલાંની. ૧૮૬૦ની સાલમાં અઠ્યાવીસ વર્ષના આ સુધારાવાદી અને હિંમતબાજ પત્રકારે 'સત્યપ્રકાશ'માં સુરતની મોટી હવેલીના જદુનાથ મહારાજ નામના વૈષ્ણવ ધર્માચાર્યનાં કુકર્મો ખુલ્લાં પાડ્યાં. વૈષ્ણવોના મંદિરને હવેલી કહે અને આ મંદિરો મહારાજોની પર્સનલ માલિકીનાં હોય. વૈષ્ણવ સંપ્રદાયના સ્થાપક વલ્લભાચાર્યજીના આ બધા વંશજો. વલ્લભાચાર્યજી મહાપ્રભુજી તરીકે ઓળખાય અને એમના વંશજો, વલ્લભકુળના તમામ બાલકો પણ વૈષ્ણવો માટે ઈશ્વર સમાન. મહારાજો તુલસીની કંઠી બાંધીને વૈષ્ણવોને બ્રહ્મસંબંધ અપાવે, સૉર્ટ ઑફ જનોઈ આપવા જેવું, બાપ્ટિઝમ સમજોને.

જદુનાથ મહારાજે કરસનદાસ અને એના ચોપાનિયા 'સત્યપ્રકાશ' સામે મુંબઈની સુપ્રીમ કોર્ટમાં આબરૂની નુકસાની પેટે રૂપિયા પચાસ હજારનો દાવો માંડ્યો. એ જમાનાના પચાસ હજાર. આજના હિસાબે નાખી દેતાં સાડા ચારથી પાંચ કરોડ રૂપિયા થાય.

બદનક્ષીને અંગ્રેજીમાં ડીફેમેશન ઉપરાંત કોર્ટની ભાષામાં લાયબલ પણ કહે. આ કેસ ઇતિહાસમાં 'મહારાજ લાયબલ કેસ' તરીકે ખૂબ પ્રસિદ્ધિ પામ્યો. મુંબઈ અને ગુજરાતનાં જ નહીં, દેશ-વિદેશનાં અખબારોમાં એની નોંધ લેવાઈ, વિગતે ચર્ચા પણ થઈ. વૈષ્ણવોમાં ખળભળાટ મચી ગયો. માણસને જ્યારે ખબર પડે કે પોતાની શ્રદ્ધા કેવી ગલત જગ્યાએ રોપવામાં આવી હતી ત્યારે એ આઘાતથી જડ અને મૂઢ બની જવાનો. કરસનદાસ મૂળજીને મહારાજોએ અને વૈષ્ણવોએ ખૂબ સતાવ્યા. પણ કવિ નર્મદ, શેઠ

ગોકળદાસ તેજપાળ (મુંબઈ સ્થિત ગોવાલિયા ટૅન્કના તેજપાલ હૉલવાળા અને મુંબઈની સુપ્રસિદ્ધ જી. ટી. હાઈસ્કૂલવાળા ગોકળદાસ તેજપાળ) અને શેઠ લખમીદાસ ખીમજી સહિતના અનેક મિત્રો કરસનદાસની પડખે હતા. કરસનદાસ પોતે એક જમાનામાં જી.ટી. હાઈસ્કૂલના હેડમાસ્ટર હતા અને આ નવલકથા વાંચનાર મુંબઈગરાઓમાંથી ઘણા એ સ્કૂલના ભૂતપૂર્વ વિદ્યાર્થી હોવાના. આવું વિચારીને દોઢસો વર્ષનો ઇતિહાસ સાવ નજીક આવી ગયો હોય એવું લાગે. ગોકળદાસ તેજપાળે અત્યારના તેજપાલ ઑડિટોરિયમની પડખે એક સુંદર મંદિર બંધાવ્યું. વૈષ્ણવ મહારાજો એ મંદિરના ગર્ભગૃહમાં પ્રવેશી શકતા નહીં. સામાન્ય પ્રજાની જેમ ગભારામાં પગ મૂક્યા વિના કઠેડાની બહાર રહીને દર્શન કરવાનાં. ગોકળદાસ તેજપાળની ચોથી પેઢી સુધીર તેજપાલ અને શિશિર તેજપાલે આજે પણ એ પ્રતિબંધ ચાલુ રાખ્યો છે.

કરસનદાસને ન્યાત બહાર મૂકવા સુધીની ધમકીઓ અપાઈ અને છેવટે મૂકાયા પણ ખરા. એ જમાનામાં ન્યાત બહાર મુકાવું એટલે જીવતે જીવ મરી જવું. દરેક સુધારકે અને ક્રાંતિકારી વિચારકે આ બધામાંથી પસાર થવું જ પડતું હોય છે.

૧૯૯૬-૯૭ના ગાળામાં 'મહારાજ લાયબલ કેસ'ની કાર્યવાહીનો સંપૂર્ણ દસ્તાવેજ મેં મુંબઈની સુપ્રીમ કોર્ટના (હવે એ હાઈકોર્ટ તરીકે ઓળખાય છે) આર્કાઈવ્ઝમાંથી મેળવ્યો. એ કાર્યવાહીનો ગુજરાતી અનુવાદ મારા જૈન વાચકમિત્રો પાસેથી મળ્યો. આ કાર્યવાહીમાં 'સત્યપ્રકાશ'માં છપાયેલા 'બદનક્ષીભર્યા' લેખોનાં પુનર્મુદ્રણો તો મળી ગયાં. પણ મારે ઓરિજિનલ 'સત્યપ્રકાશ'ની ફાઇલો જોવી હતી. હું માનતો હતો કે એ બધી ફાઇલો તે વખતના વૈષ્ણવોએ દરેક જગ્યાએથી શોધીને નષ્ટ કરી દીધી છે, પણ હું ખોટો હતો. 'સત્યપ્રકાશ'ની એક ફાઇલ હજુ સચવાયેલી હતી, કામા લાઇબ્રેરીમાં.

મુંબઈમાં રિગલ સિનેમાથી 'મુંબઈ સમાચાર'ના કાર્યાલય તરફ ચાલતાં આવો તો એશિયાટિક લાઇબ્રેરી પહેલાં લાયન ગેટની સામે ૧૯૧૬માં સ્થપાયેલી 'ધ કે. આર. કામા ઓરિએન્ટલ ઇન્સ્ટિટ્યૂટ' આવે. તે વખતની મુંબઈની સુપ્રીમ કોર્ટ એની બાજુમાં જ. અત્યારે કોર્ટનું એ મકાન 'ગ્રેટ વેસ્ટર્ન બિલ્ડિંગ' તરીકે ઓળખાય છે. કામા ઇન્સ્ટિટ્યૂટના ટ્રસ્ટીઓની ભલામણ હતી એટલે લાઇબ્રેરીના સિનિયર સ્ટાફથી માંડીને પટાવાળા સુધીના સૌ કોઈ તહેનાતમાં લાગી ગયા. હું એ ભવ્ય લાઇબ્રેરીમાં માત્ર 'સત્યપ્રકાશ'ની ફાઇલો માટે આવ્યો હતો પણ મને ત્યાં દાદાભાઈ નવરોજીના 'રાસ્તગોફ્તાર'થી માંડીને એ જમાનામાં બ્લેકમેલિંગ માટે જાણીતા એવા 'મુંબઈનાં ચાબુક' સામયિકની ફાઇલો પણ મળી. આ ઉપરાંત 'બુદ્ધિપ્રકાશ'ના અંકો તેમજ કેટલાંક દુર્લભ પુસ્તકો પણ રેફરન્સ માટે મળ્યાં.

લાઇબ્રેરીમાં એક મઝાની વાત બની. 'સત્યપ્રકાશ'ના ૧૮૬૦ના અંકની ફાઇલમાં હું કરસનદાસ મૂળજીના પેલા બે 'બદનક્ષીભર્યા' લેખો જેમાં છપાયેલા તે બે અંક શોધતો હતો. આખી ફાઇલ અકબંધ હતી પણ એ બે અંક જડે નહીં. મેં એકવાર જોયું, બીજી વાર ધીરજથી પાનાં ફેરવ્યાં. અંક ન મળે. ત્રીજી વાર કન્ફર્મ કર્યું અને મને પરસેવો વળી ગયો. એ લેખોનાં પુનર્મુદ્રણ તો મારી પાસે હતાં. પરસેવો એટલા માટે વળી ગયો કે કામા લાઇબ્રેરીમાં સૌ કોઈને ખબર કે હું અહીં 'મહારાજ લાયબલ કેસ' વિશે સંશોધન કરવા આવ્યો છું અને

'સત્યપ્રકાશ'ની ફાઇલમાં એ કેસને લગતા જ બે અંક મિસિંગ હોય તો ડાઉટ કોના પર આવે?

હું અલમોસ્ટ દોડતો લાઇબ્રેરિયન પાસે ગયો અને મેં કહ્યું કે સાહેબ, એક લોચો છે. પછી આખી વાત સમજાવી. ભલા લાઇબ્રેરિયને મને ધરપત આપી : અમને ખબર છે, તે વખતે વૈષ્ણવોએ બધે ફરી વળીને 'સત્યપ્રકાશ'ના એ અંકોનો નાશ કર્યો હતો એટલે ફાઇલમાં તમને એ અંક ના મળે એ નેચરલ છે!

મને હાશ થઈ અને અફસોસ પણ થયો. પછી સમજાયું કે 'મહારાજ લાયબલ કેસ'નો રેકર્ડ ધરાવતાં પુસ્તકો અને બીજું સાહિત્ય મને જૈન વાચકમિત્રો પાસેથી કેમ મળ્યું. વૈષ્ણવ સમાજમાં ચાલતા લોચાલાપસીનાં રેકર્ડ જૈન સંશોધકો તો સંઘરી જ રાખે.

કરસનદાસ મૂળજીના પક્ષે જે કંઈ જાણવા જેવું હતું તે બધું જ રિસર્ચ થઈ ગયું. માત્ર હું એમના વતને નહીં જઈ શક્યો. મોરારિબાપુવાળા મહુવાની નજીકનું વડાળ ગામ. પણ એ સિવાયનાં મોટાભાગનાં લોકેશન્સ અને લખાણોની દળદાર નોંધ મારી પાસે આવી ગઈ હતી.

હવે બાકી કામ હતું જદુનાથજી મહારાજના પોઇન્ટ ઑફ વ્યૂને લગતી રિસર્ચ કરવાનું. વલ્લભાચાર્યજીની બારમી પેઢીના વંશજ જદુનાથજી મૂળ સુરતના. ચૌટા પુલ પાસેની એમની હવેલી મોટા મંદિર તરીકે ઓળખાય. એંસીના દાયકામાં હું થોડાંક વર્ષ માટે સુરતના 'ગુજરાતમિત્ર' દૈનિકમાં અને ત્યાર બાદ 'ઉત્સવ' નામના માસિકમાં નોકરી કરતો ત્યારે ચૌટા પુલ પાસેની મઝદા બેકરી અને હીરાકાશી ભજિયાવાલાની ફેમસ ફરસાણની દુકાનનો પરિચય ખરો પણ મોટા મંદિરનો નહીં. ૧૯૯૭ની સાલમાં 'મહારાજ' માટે હું જદુનાથજીની પાંચમી પેઢીના વંશજ બાલકૃષ્ણલાલજી મહારાજને મળવા મોટા મંદિરે ગયો. વૈષ્ણવોમાં તેઓ બાલુ મહારાજના હુલામણા નામે જાણીતા હતા. મારે રાજભોગનાં દર્શન કરવાં હતાં. અડધો કલાક પહેલાં જ દર્શન બંધ થઈ ગયાં હતાં. નીચે કોઈકને પૂછ્યું, 'મહારાજશ્રી છે?' 'હા, જાઓને. શું કામ છે?' 'દર્શન કરવાં છે.'

એક માણસ મને મહારાજના આવાસની અટપટી ઓસરીઓમાં થઈ દીવાનખાનામાં લઈ આવ્યો. જિંદગીમાં પહેલી વાર હું અહીં પગ મૂકતો હતો છતાં દીવાનખંડ જોઈને દંગ થઈ ગયો. 'મહારાજ' નવલકથાનું જે પ્રકરણ પ્રગટ થઈ ચૂક્યું હતું તેમાં મેં જે વર્ણન કર્યું હતું તેને આબેહૂબ મળતું આવતું વાતાવરણ. દીવાનખંડને ત્રણ દિશામાં છ બારણાં છે એવું મેં લખ્યું હતું. અહીં ત્રણ હતાં. ખંડમાં બેસવા માટે એકમાત્ર હીંચકો છે એવું લખ્યું હતું. અહીં હીંચકા ઉપરાંત લાંબી ગાદી તથા તકિયાવાળી પાટ હતી જે મહારાજશ્રીના બેસવા માટેની હતી. મને જમીન પર બેસવાનું કહેવામાં આવ્યું, નવલકથામાં કરસનદાસ મૂળજીના મિત્ર શેઠ લખમીદાસ ખીમજીને સુરતમાં જદુનાથ મહારાજની આ જ હવેલીમાં કહેવાયું એ જ રીતે. ફરક માત્ર એટલો જ હતો કે લખમીદાસ લક્ષ્મીપતિ હતા એટલે લેખકે એમને માન આપવા માટે નવલકથાના એ દૃશ્યમાં આસનિયાની ગોઠવણ કરી. અહીં મુફલિસ સરસ્વતીપુત્ર માટે એવી કોઈ જોગવાઈ નહોતી.

મહારાજશ્રી આવ્યા. મેં એમને જય જય કર્યું. મારું નામ એમને કહેવામાં આવ્યું હતું પણ એમણે ફરીથી પૂછ્યું એટલે મેં નામ કહીને મુંબઈથી આવું છું અને લેખન-

પત્રકારત્વના વ્યવસાય સાથે સંકળાયેલો છૂટક તથા ઉધડું કામ કરનારો ફ્રીલાન્સર છું એવી માહિતી આપી. એમણે પૂછ્યું, 'તમે જ રોજ 'ગુડ મૉર્નિંગ' લખો છો?'

'જી.' મેં જવાબ આપ્યો. તે વખતે મારી એ કૉલમની ફર્સ્ટ સીઝન પૂરબહારમાં ચાલતી હતી.

'ખૂબ સરસ લખો છો. હું નિયમિત વાંચું છું, ઘણી જાણકારી મળે છે.' કહીને એમણે બાજુમાં જ ગોઠવાયેલી તે દિવસની 'મુંબઈ સમાચાર'ની નકલ મને બતાવી. પછી કહ્યું, 'મેં અમુકભાઈ દ્વારા તમને સંદેશો મોકલેલો તે તમને મળ્યો?'

મેં કહ્યું, 'હું અમુકભાઈને ઓળખતો હોઉં એવું યાદ આવતું નથી. અને એ સંદેશો હજુ મારા સુધી પહોંચ્યો નથી. શું સંદેશો હતો?'

'બસ, એ જ કે લાયબલ કેસવાળી વાતને હવે ઉખેળીને કશો ફાયદો નથી. જે વીતી ગયું તેને ત્યાં જ રહેવા દઈએ તો સારું.' એમણે કહ્યું.

મેં કહ્યું, 'મેં પ્રથમ પ્રકરણ સાથે લખેલી પ્રસ્તાવના તમે વાંચી નથી. એમાં મેં મારા આ નવલકથા લખવાના ઉદ્દેશ વિશે વિગતે સ્પષ્ટતા કરી છે.'

પછી જદુનાથજી વિશે વાત નીકળી. મને કુતૂહલ હતું કે જદુનાથ મહારાજ સાથે એમની એક્ઝેટ શું સગાઈ હશે. એમણે કહ્યું કે 'જદુનાથજીના બે દીકરા હતા. એમાંના મોટા વહેલી વયે ગુજરી ગયા એટલે નાના દીકરા મગનલાલજી મહારાજ બન્યા. એમના પુત્ર વૃજરતનરાયજી જે મારા દાદા થાય.'

જદુનાથજીના પિતાનું નામ વૃજરતનરાયજી હતું એ મને ખબર હતી, પણ એમના પૌત્રનું નામ એ જ હશે એની કલ્પના નહોતી. બાલકૃષ્ણલાલજીના પિતા ગોવિંદરાયજી. બાલુરાજા તે વખતે ખાસ્સી નાજુક તબિયત ધરાવતા હતા. એમણે મને કહ્યું કે વર્ષો પહેલાં એમના પર ઑપરેશન કરીને શરીરમાંથી સાત પાંસળીઓ તથા એક ફેફસું કાઢી લેવામાં આવ્યાં હતાં. તે પછી દાક્તરોએ એમને બહુ વખત સુધી બોલવાની કે પ્રવચનો આપવાની મના ફરમાવી હતી. આમ છતાં એમણે લગભગ ચાળીસથી પિસ્તાળીસ મિનિટ સુધી મારી સાથે વાર્તાલાપ કર્યો જેમાંથી સૌથી ઉપયોગી વાત મને એ જાણવા મળી કે જદુનાથ મહારાજે શરૂ કરેલા 'સ્વધર્મવર્ધક અને સંશયછેદક' નામના માસિકની એ જમાનાની એટલે કે લગભગ દોઢસો વર્ષ અગાઉની ફાઇલો એમની પાસે છે.

મેં કહ્યું કે 'મને 'સ્વધર્મવર્ધક....'ની ફાઇલો જોવા માટે મળી શકે?' મહારાજશ્રીએ તરત સંમતિ બતાવીને કહ્યું કે 'જરૂર, તમને એમાંથી જદુનાથ મહારાજનો પક્ષ સારો એવો જાણવા મળશે.' આ ઉપરાંત બાલુરાજાએ મને 'મહારાજ લાયબલ કેસ'ના ઉત્તરાર્ધ સમી, કદીય ખાસ બહાર ન આવેલી હકીકતો પણ મોકલવાનું વચન આપ્યું. એમના કહેવા મુજબ ત્યારના કેટલાક મહારાજો એવું વર્તન કરતા હતા જેને કારણે વૈષ્ણવોમાં ચડભડાટ થતો. એને રોકવા જ જદુનાથજીએ તમામ આક્ષેપો પોતાના માથે લઈને કરસનદાસ મૂળજી પર કેસ કર્યો જેથી સંપ્રદાયમાં વ્યાપેલી નાની સરખી બદી દૂર થઈ જાય.

આ દલીલ જોકે, કોને ગળે ઊતરશે એ એક સવાલ છે. પણ આ સંશય મેં એમની આગળ રજૂ કર્યો નહીં, કારણ કે ગાંધીજીના પૌત્રો કે એમનાય પુત્રો વિચારથી કે કર્મથી

ગાંધીજી જેવા જ હોય એવું માની લેવું જરૂરી નથી. એ જ રીતે જદુનાથજીના પૌત્રના પૌત્ર પોતાના પૂર્વજ જેવા જ વિચારો ધરાવતા હશે કે એવાં કર્મો કરતાં હશે એવું માની લેવું નકરી બાલિશતા ગણાય. જોકે, એટલું ખરું કે બાલુરાજાની ઇમેજ જેટલી ચોખ્ખી છે એટલી દોષરહિત છાપ બહારગામોમાં રહેતા એમના કેટલાક દૂર-દૂરના સંબંધીઓની નથી, તેમ જ એમના કેટલાક પૂર્વજોની પણ નહોતી. જોકે, 'મહારાજ' નવલકથામાં મને જદુનાથ મહારાજ સાથે જ નિસ્બત છે અને 'મહારાજ લાયબલ કેસ'ની જુબાનીઓ દ્વારા ઉખેળાયેલાં એમનાં કર્મો પૂરતી જ વાત મારે કરવાની છે.

બાલુરાજાએ મને જણાવ્યું કે કેટલાક વૈષ્ણવો એમની પાસે 'મહારાજ' નવલકથાની વાત લઈને આવ્યા હતા અને એનો વિરોધ કરવાનું એમણે સૂચવ્યું હતું. પણ બાલુરાજાએ મને એમને એવું કહ્યું હોવાનું જણાવ્યું કે 'વિરોધ કરશો તો વધારે છાંટા ઊડશે માટે ચૂપ રહો એમાં જ ભલીવાર છે.'

સેવકોને આવી વ્યવહારુ સલાહ આપવા બદલ મારે મહારાજશ્રીનો આભાર માનવો જોઈએ.

છૂટા પડતી વખતે મહારાજશ્રીએ હવેલીમાં સેવા માટે આવતા એક યુવાન કલ્પેશ રજનીકાંત દેસાઈને કહીને મારા માટે પ્રસાદ મગાવ્યો અને મને આપ્યો. પાનનાં બીડાંનો પડિયો, ઠોર અને બુંદીનો લાડવો. મંદિરનું મફત ન ખવાય એવા વૈષ્ણવ સંસ્કારને અનુસરીને મેં નીચે ઊતરીને મારા ગજા મુજબ એકાવન રૂપિયાની ભેટ લખાવી.

પાછળથી મને જાણવા મળ્યું કે બાલુરાજા કૅન્સરની બીમારીમાં શ્રીજીચરણ પામ્યા. ભગવાન એમના આત્માને શાંતિ આપે એવી પ્રાર્થના.

ઈ.સ. ૧૮૬૦-૬૨ દરમિયાનના વિખ્યાત 'મહારાજ લાયબલ કેસ' પર આધારિત 'મહારાજ' નવલકથામાં વૈષ્ણવ મહારાજોનાં કૃત્યો વિશે એ જ વાતો છે, જે આ કોર્ટ કેસની કાર્યવાહીમાં ઉલ્લેખ પામેલી છે. નવલકથામાં મહારાજોનું એક પણ કૃત્ય એવું વાંચવા નહીં મળે જેનો સંદર્ભ અદાલતી કાર્યવાહીના રેકર્ડેડ અહેવાલમાં તમને ના મળે. આ મર્યાદા પહેલેથી જ સ્વીકારીને મેં 'મહારાજ' નવલકથા લખવાનો આરંભ કર્યો છે.

'ભદ્રંભદ્ર'ના લેખક રમણભાઈ મહીપતરામ નીલકંઠના પિતા મહીપતરામ રૂપરામે પોતાના સમકાલીન લેખક વિશે પુસ્તક લખ્યું છે : 'ઉત્તમ કપોળ કરસનદાસ મૂળજી ચરિત્ર.' આ ઉપરાંત કરસનદાસ મૂળજીની જન્મ શતાબ્દી નિમિત્તે કૃષ્ણકાન્ત ઝવેરીએ અંગ્રેજીમાં કરસનદાસ વિશે એક ગ્રંથ લખ્યો હતો. આ જીવનચરિત્રોમાં ખૂટતી કડીઓ મેં કલ્પનાથી ઉમેરેલી છે. આમ કરતી વખતે મૂળ વ્યક્તિનાં સારાં-નરસાં પાસાંની હકીકતો સાથે સહેજ પણ ચેડાં ન થાય એની પૂરેપૂરી તકેદારી રાખી છે.

નવલકથાના સ્વરૂપને ધ્યાનમાં રાખીને વાર્તાપ્રવાહના વેગને પુષ્ટિ આપે એવાં કેટલાંક પાત્રો કલ્પનાથી ઉમેર્યાં છે. એ ગૌણ પાત્રોને હકીકતની જિંદગી સાથે કોઈ લેવાદેવા નથી. નવલકથામાં આવતાં જે જે નામ ઇતિહાસ સાથે સંકળાયેલાં છે તે તમામ નામ, 'મહારાજ લાયબલ કેસ' સાથે અને એટલે કરસનદાસ મૂળજીના જીવનના એ ગાળા સાથે સંકળાયેલાં હતાં એટલે, અહીં ઉલ્લેખ પામ્યાં છે. ૧૯૯૭માં આ નવલકથાનાં શરૂઆતનાં કેટલાંક પ્રકરણો અમદાવાદથી પ્રગટ થતા અને બંધ પડી ગયેલા 'નેટવર્ક' નામના

સાપ્તાહિકમાં છપાયાં. સંપૂર્ણ નવલકથા ૨૦૧૩માં લખાઈ અને 'મુંબઈ સમાચાર'માં દૈનિક ધારાવાહિક રૂપે પ્રગટ થઈ.

જેમ ભારતીય હોવાનું, હિંદુ હોવાનું, ગુજરાતી હોવાનું અને માણસ હોવાનું મને ગૌરવ છે એટલું જ ગૌરવ મને વૈષ્ણવ હોવાનું પણ છે. વૈષ્ણવ સંપ્રદાયની પરંપરાથી હું વાકેફ છું. આ નવલકથા કોઈ એક સંપ્રદાયને વગોવવાના કે કોઈ પણ વ્યક્તિની ધાર્મિક લાગણી દુભવવાના આશયથી લખાઈ નથી. એવું કરવાનો વિચાર સુધ્ધાં જિંદગીમાં ક્યારેય નથી આવ્યો. વૈષ્ણવ પરંપરામાં એક જમાનામાં રહેલા એક વરવા પાસા પર પ્રકાશ ફેંકવાનો આ પ્રયાસ છે જેથી સજાગ વૈષ્ણવો ચેતે અને જો આ જમાનામાં ક્યાંક આવી કે કોઈપણ પ્રકારની બદીઓ હોય અને તે જુએ તો તેઓ કરસનદાસ મૂળજી બનીને ત્યાં પહોંચી જાય અને એને અટકાવે. ફરી યાદ અપાવું કે કરસનદાસ મૂળજી પોતે વૈષ્ણવ હતા, કપોળ હતા.

કોઈ પણ ધર્મ તથા સંપ્રદાયમાં સો ટકા નૈતિક સ્વચ્છતા તથા પારદર્શકતા અનિવાર્ય છે કારણ કે એ ડહોળાય છે ત્યારે લાખો વ્યક્તિઓની શ્રદ્ધા સામે જોખમ ઊભું થાય છે. આશા રાખું છું કે 'મહારાજ' નવલકથા લખવા પાછળનો મારો શુભાશય સૌ કોઈ ધ્યાનમાં રાખશે અને વાર્તાપ્રવાહને માણશે.

દરેક સમાજે પોતાની ખરાબીઓ જોવી જોઈએ, એ વિના એની પ્રગતિ (સમાજની, ખરાબીઓની નહીં) શક્ય નથી. ધર્મના, દરેક ધર્મના મૂળ હેતુઓ ઉમદા હોય છે. અનેક ક્ષેત્રોની જેમ ધર્મના ક્ષેત્રમાં પણ કેટલાક લેભાગુઓ પેસી જતા હોય છે. આ લેભાગુઓ પોતાના અંગત સ્વાર્થ ખાતર ધર્મની બાબતોને વિકૃત સ્વરૂપ આપતા હોય છે, દરેક વાતનું વિશ્લેષણ પોતાને મનફાવે તે રીતે કરીને અનુયાયીઓ વધારતા હોય છે અને આ અનુયાયીઓનાં તન-મન-ધન પર કબજો જમાવવાની કોશિશ કરતા હોય છે. એમાં મોટેભાગે સફળ પણ રહેતા હોય છે.

વૈષ્ણવ સંપ્રદાય બીજા અનેક સંપ્રદાયોની જેમ ઉત્તમ આદર્શોનો બનેલો છે. પરંતુ આ આદર્શોને આચરણમાં મૂકી, બીજાઓ પાસે એનો અમલ કરાવવાની જેમના પર જવાબદારી છે તેવા વૈષ્ણવ મહારાજોમાંથી કેટલાકનું આચરણ અત્યંત શિથિલ હતું એવું આજથી દોઢસો વર્ષ પહેલાંના ઇતિહાસે નોંધ્યું છે.

'મહારાજ લાયબલ કેસ'ની રેકર્ડેડ કાર્યવાહીમાં અનેક સાક્ષીઓની ઊલટતપાસ લેવાઈ. વાદી અર્થાત્ મહારાજ જદુનાથ અને પ્રતિવાદી કરસનદાસ મૂળજીની જુબાનીઓ પણ નામદાર ન્યાયમૂર્તિઓ સર મૅથ્યુ સૉઝ તથા સર જોસેફ આર્નોલ્ડે નોંધી. મહિનાઓ સુધી કેસ ચાલ્યા બાદ ચુકાદો આપવામાં આવ્યો. ચુકાદો આપતાં પહેલાં અદાલતે જે જુબાનીઓ નોંધી એમાંની એક સૅમ્પલ તરીકે વાચકો સમક્ષ પેશ કરું છું :

*"**લક્ષ્મીદાસ ખીમજી :** હું ભાટિયા – કાપડનો વેપારી છું. મહાજનના બાર શેઠમાંનો એક છું. દસ-અગિયાર વર્ષથી જદુનાથને ઓળખું છું... લક્ષ્મીજીના મંદિરમાં મૂર્તિ પર ગુલાલ નાખ્યા પછી બહારના લોકો પર વાદીએ ગુલાલ નાખ્યો. ગુલાલ ઊડવાના ધુમ્મસમાં તેણે એક ૧૪ વર્ષની છોકરી પર હાથ નાખ્યો તે હસી પડી... જે ઘરમાં વાદી ઊતર્યો હતો ત્યાં હું રોજ તેનાં દર્શને જતો. એક*

વાર બપોરના એક વાગે મારા મામા દામોદર દેવજી સાથે વાદીનાં દર્શને ગયો. પા કલાક પછી ઉપર જણાવેલ ભાટિયાની (૧૪ વર્ષની) યુવાન છોકરી એક વિધવા સાથે આવી. તે વિધવાએ વાદીના કાનમાં કાંઈ કહ્યું. તેથી વાદીએ અમોને બહાર જવા કહ્યું. અમો બહાર નીકળ્યા. અને વિધવા પણ બહાર આવીને પાછી અંદર ગઈ. પેલી છોકરી વાદીના ઓરડામાં જ હતી. મારા મામાએ મને તે બાબતની મતલબ સમજાવી. તે વિધવાએ બહાર આવીને બારણું બંધ કર્યું. સાંકળ દઈને તે પોતાના હાથમાં પકડી રાખી. તે બધો વખત પેલી છોકરી અંદર જ હતી. મામાએ કહ્યું કે તારે રાસલીલાનાં દર્શન કરવાં છે? મેં હા પાડી. તેથી મામાએ તે વિધવાને કહ્યું ને તેણે સાંકળ ખોલી અમને અંદર જવા દીધા. ત્યાં વાદી તે છોકરી સાથે જાર કર્મ (અર્થાત્ સેક્સ) કરતો હતો તે જોયું. અમુક ભાવિક સેવકો (ભક્તો) આવાં દર્શન કરવા આતુર હોય છે. વાદીએ (મહારાજ જદુનાથે) મારા મામાને પૂછ્યું કે, 'આ દર્શન કરાવવાં બદલ તમે મને કેટલી ભેટ આપવાના છો?' મામાએ કહ્યું કે, 'સારી એવી ભેટ આપીશ'... તે વખતે મારી ઉંમર ૧૮-૧૯ વર્ષની હતી.''

આટલી વાત કહેતાં સાક્ષી લક્ષ્મીદાસ ખીમજી સંકોચ પામી જાય છે ત્યારે નામદાર ન્યાયમૂર્તિ સર જોસેફ આર્નોલ્ડ કહે છે : 'ઇન્સાફના દરબારમાં ખરી વાત કહેતાં શરમાવું જોઈએ નહીં.'

ભગવાનમાં મને શ્રદ્ધા છે અને અંધશ્રદ્ધા નિર્મૂલન માટે સાચી રીતે કામ કરતા મિત્રો માટે મને આદર છે. શ્રીજીબાવાની કૃપામાં હું માનું છું. પણ આવી કૃપા થશે એવી વાતમાં અંધશ્રદ્ધા રાખીને અત્યારે કામ કર્યા વિના હાથ પર હાથ રાખીને બેસી રહેવામાં હું માનતો નથી.

આટલી પશ્ચાદ્ ભૂમિકા બાંધીને ઇન્સાફના દરબારમાં કહેવાયેલી ખરી વાતો પરથી ઘડાયેલી 'મહારાજ લાયબલ કેસ'ની કાર્યવાહી પર આધારિત નવલકથા 'મહારાજ' પુસ્તકરૂપે મારા વાચકો સમક્ષ મેં મૂકી છે. 'મહારાજ'નું વાચન તમે શરૂ કરો તે પહેલાં મારે આટલું જ કહેવાનું છે. બાકીની વાત તમે નવલકથા વાંચી લો પછી. જય શ્રીકૃષ્ણ.

૨૮ ઑગસ્ટ, ૨૦૧૩
જન્માષ્ટમી

બીજી આવૃત્તિની પ્રસ્તાવના

'મહારાજ'ની પ્રથમ આવૃત્તિ પ્રગટ કરવાનું કામ ચાલુ હતું ત્યારે જ આ નવલકથા પરથી નાટક બની રહ્યું હતું. ગુજરાતી રંગભૂમિના ત્રણ સફળ નાટકકારો આ નાટક સાથે સંકળાયા. નિર્માતા સંજય ગોરડિયા અને કૌસ્તુભ ત્રિવેદી તથા દિગ્દર્શક વિપુલ મહેતા. આ ત્રિપુટીએ ડઝનબંધ સફળ નાટકો બનાવ્યાં છે. 'મહારાજ' નાટકમાં કરસનદાસ મૂળજીનો રોલ મલ્હાર ઠાકરે કર્યો હતો જે 'છેલ્લો દિવસ' નામની ગુજરાતી ફિલ્મ રિલીઝ થયા પછી પ્રેક્ષકોના દિલમાં છવાઈ ગયા.

'મહારાજ' નાટક જોવા માટે કોકિલાબહેન અંબાણી પણ આવ્યાં હતાં. નાથદ્વારા ટેમ્પલ બોર્ડ સાથે તેઓ વર્ષોથી સંકળાયેલાં છે. મને અવઢવ હતી કે એમની શું પ્રતિક્રિયા હશે? એમને આ નાટક એટલું બધું ગમ્યું કે મહિના પછી તેઓ એમનાં પુત્રવધુ ટીના અંબાણીને 'મહારાજ' જોવા લઈ આવ્યાં.

'મહારાજ' નવલકથાની આ બીજી આવૃત્તિ વાસ્તવમાં પુર્નમુદ્રણ જ છે. પ્રથમ આવૃત્તિમાં રહી ગયેલી કેટલીક છાપભૂલો તથા વાક્યરચનાની ભૂલો સુધારી લીધી છે. એ સિવાય અન્ય કોઈ ફેરફાર કર્યા નથી.

આ નવલકથાને ગુજરાત સાહિત્ય અકાદમીએ ૨૦૧૩ના વર્ષની શ્રેષ્ઠ નવલકથા ગણીને પ્રથમ ઈનામ ઘોષિત કર્યું છે. વાચકોને આ નવલકથા ગમી તે મારા માટે સૌથી મોટું ઈનામ છે.

વીનેશ અંતાણી મારા કરતાં બધી રીતે મોટા છે, ખૂબ મોટા છે. પણ પ્રેમ એ મને એમના અંગત મિત્ર જેટલો આપે છે. મારું સદ્ભાગ્ય છે કે 'મહારાજ' વાંચ્યા પછી એમણે પોતાનો ઉમળકો પ્રગટ કરતો ઇમેલ મને મોકલ્યો જેને મારી વિનંતીથી એમણે વિસ્તારીને પ્રસ્તાવાનાનો લેખ બનાવી આપ્યો. મઝા આવી.

૧૫ સપ્ટેમ્બર, ૨૦૧૬
અનંત ચતુર્દશી

સૌરભ શાહ
www.facebook.com/saurabh.a.shah
Whatsapp : 9004099112

जे धर्म तमने अनीतिथी बचावे
अने
नीतिना मार्गे लई जाय
ते ज साचो धर्म.

॥ મંગળા ॥

પ્રકરણ : ૧

'કરસનદાસ, ઓ કરદસનદાસ!'

મેડીએ જઈને પથારીમાં આડા પડેલા કરસનદાસે રાતના અંધારામાં શેરીમાંથી પોતાના માટે પડતી બૂમ સાંભળી પણ જવાબ આપ્યો નહીં. આજે રાતે એ કોઈનેય મળવા માગતો નહોતો. જિગરજાન દોસ્તોને નહીં અને કૂથલીખોર પાડોશીઓનેય નહીં. છેલ્લા દોઢ વર્ષથી જદુનાથ મહારાજને કારણે એની ઊંઘ હરામ થઈ ગઈ હતી. આજની આ રાત છેલ્લી રાત હતી. આવતી કાલથી એ નિશ્ચિંત બનીને સૂઈ શકશે. કોર્ટનો ચુકાદો કદાચ જદુનાથ તરફી આવી જાય તો શક્ય છે કે એને બદલે મહારાજ પોતે નિશ્ચિંત બનીને સૂઈ જશે. આવતી કાલે ઊઘડતી અદાલતે નામદાર ન્યાયમૂર્તિઓ સર મેથ્યુ સૉઝ અને સર જૉસેફ આર્નોલ્ડનો શું ચુકાદો આવશે એની કરસનદાસને ચિંતા નહોતી. પોતાની યા જદુનાથની હાર યા જીત વિશે એ નિષ્ફિકર હતો. ફિકર એને એક જ વાતની હતી કે જદુનાથ મહારાજ જીતી ગયા તો પુષ્ટિ માર્ગીય વૈષ્ણવોમાં પેસી ગયેલો મહારાજોની વિષયવાસનાનો સડો ક્યારેય દૂર નહીં થાય.

'કરસનદાસ, જાગો છો કે પછી સૂઈ ગયા?' શેરીમાંનો અવાજ ફરી સંભળાયો. ઘરમાં ફાનસ ધીમું બળતું હતું છતાં આગંતુકે સાંકળ ખખડાવી નહીં એ બદલ કરસનદાસે મનોમન એનો આભાર માન્યો, પણ કોઈ પ્રતિસાદ આપ્યો નહીં. ફાનસના મંદ અજવાળામાં પુસ્તકોની અભરાઈનો લાંબો પડછાયો હાલકડોલક થઈ રહ્યો હતો. આવતીજતી એકલદોકલ ઘોડાગાડીના ડાબલાના અવાજ સિવાય નીરવ શાંતિ હતી. કરસનદાસને થયું : મગજમાં ઘમસાણ મચાવી રહેલા વિચારોને જો વાણી ફૂટે તો એના કોલાહલથી આખું મુંબાઈ જાગી જાય.

રાત્રિના બારના ટકોરા સંભળાયા. અંગ્રેજી કૅલેન્ડરનો એક દિવસ પૂરો થયો. કરસનદાસે ઊભા થઈ માટલાનું બુઝારું ખોલી ડોયા વડે સીધો જ ઘૂંટડો ભર્યો અને બાકીનું પાણી આંખ પર છાંટી મલમલના સદરાની બાંય પર મોઢું લૂછી નાખ્યું. પીઠ વળતાં જ પરસાળમાં નાનો આયનો દેખાયો. છેલ્લાં દોઢ વરસ દરમ્યાન ક્યારેય એને પોતાનો ચહેરો જોવાની ફુરસદ મળી નહોતી. ઝાંખા અજવાસમાં કરસનદાસે જોયું કે દોઢ વર્ષની આ તાણભરી દોડાદોડ દરમિયાન પોતે જાણે ૨૮માંથી ૩૦નો થવાને બદલે બાવન વર્ષનો બુઝુર્ગ બની ગયો હતો. આંખો નીચે કાળાં કૂંડાળાં સર્જાવા લાગ્યાં હતાં. વાળ વધીને

કાન પર આવી રહ્યા હતા અને મૂછના વાળ ઉપલા હોઠને ઢાંકી દે એ પહેલાં વાળંદને બોલાવી લેવાની જરૂર ઊભી થઈ હતી. કરસનદાસે વિચાર્યું કે કાલનો, પછી ઘડિયાળ તરફ જોઈને સુધાર્યું, આજનો અદાલતી ચુકાદો જે આવે તે. આ મામલા અંગે પોતે દુનિયાને જે જણાવવા માગે છે તે કામ છાપાં-ચોપાનિયાંઓએ પ્રગટ કરેલા કેસના અહેવાલોને કારણે અડધું તો થઈ ચૂક્યું છે, બાકીનું પોતે પૂરું કરશે, પોતાની નોંધપોથી દ્વારા. ડીસાથી પાછા આવ્યા બાદ રોજનીશી લખવાની ટેવ છૂટી ગઈ હતી. આ દૈનંદિની આવનારી અનેક પેઢીઓને યાદ અપાવશે કે અન્યાય સામે ઝૂકવાને બદલે ઝઝૂમીને ખુવાર થઈ જવું વધુ સારું એવું માનનારો કોઈ ગુજરાતી પણ હતો એક જમાનામાં.

કરસનદાસે લેખનપીઠ પાસે આસન પાથરીને વહી ખોલી. કલમ સાથે કિત્તો જોડીને શાહીના ખડિયામાં બોળી કાગળના મથાળે ભૂરાશ પડતા કાળા જાડા અક્ષરોમાં લખ્યું : શ્રી ગણેશાય નમઃ અને ઉમેર્યું, શ્રી સરસ્વત્યૈ નમઃ. કાગળના જમણા મથાળે તારીખ લખી : ૨૨ એપ્રિલ ૧૮૬૨, મંગળવાર. થોડીક વાર વિચાર કર્યા પછી પહેલું વાક્ય પાડ્યું:

'વાંચનારને માલૂમ થાય કે આજે અદાલતમાં મારી દોઢ વર્ષ જૂની લડાઈનો અંત આવવાનો છે. દોઢ વર્ષ અગાઉ, ૧૮૬૦ની ૨૧મી ઑક્ટોબરે મારા ચોપાનિયા 'સત્યપ્રકાશ'માં મેં જદુનાથ વ્રજરત્ન નામના વલ્લભપંથી વૈષ્ણવ મહારાજનાં પાખંડ ઉઘાડાં પાડ્યાં. એ વાંચીને મહારાજ છ મહિના સુધી ચૂપ રહ્યા. પણ એપ્રિલ ૧૮૬૧માં એમણે પોતાના વકીલ શ્રી એડમંડ લિથ્સ મારફત બદનક્ષીની નોટિસ મોકલીને મારા લેખ બદલ માફી માગવાનું જણાવ્યું. માફી માગે મારી બલા. વકીલની નોટિસના જવાબમાં મેં ''રાસ્ત ગોફ્તાર અને સત્યપ્રકાશ''ના ૫-૫-૧૮૬૧ના અંકમાં ટૂંકી નોંધ છાપી જેના મથાળે લખ્યું : 'મહારાજનો ક્રોધ.' મારી નોંધ આ મુજબની હતી : 'અમારા જાણવામાં આવ્યું છે કે તા. ૨૧-૧૦-૧૮૬૦ના 'સત્યપ્રકાશ'માં જે બીના છપાયેલ તેથી જદુનાથને ઘણો ક્રોધ થયો દેખાય છે. તેણે 'સત્યપ્રકાશ'ને લાયબલની નોટિસ આપી છે. તે નિર્દોષ બુદ્ધિથી લખેલી ને કરેલી ટીકા વાજબી હતી. તેથી જદુનાથને ખોટું લાગેલું તો આ છ માસ ક્યાં સૂઈ રહ્યા હતા? અમને તેમાં કંઈ માફી માગવા જેવું લાગતું નથી.'

'મારો આ જવાબ વાંચીને જદુનાથ મહારાજે મુંબાઈની સુપ્રીમ કોર્ટમાં મારા વિરુદ્ધ દાવો દાખલ કર્યો અને આબરૂની બદનામીના વળતરપેટે રૂપિયા પચાસ હજારની નુકસાની માગી. જદુનાથની આબરૂની કિંમત પચાસ હજાર રૂપિયા તો શું પચાસ કાંકરા જેટલી પણ નથી તે સૌ કોઈ જાણે છે અને જેઓ નથી જાણતા એમને હું જણાવીશ.'

પાનું પૂરું થયું એટલે કરસનદાસે રેતી પાથરીને શાહી સૂકવી. શાહી સુકાતી હતી ત્યાં ફરી કરસનદાસ વિચારે ચડી ગયો. એની આંખ સામેથી નર્મદ, ડૉ. ભાઉ દાજી, શેઠ લખમીદાસ ખીમજી, નાનાભાઈ રાણીના અને શેઠ ગોકળદાસ તેજપાળ જેવા મિત્રો અને સખાવતીઓના ચહેરા પસાર થઈ ગયા. આ સૌ એના પડખે ન હોત તો આજે પોતે કયા ખૂણે પડ્યો હોત કોને ખબર. કરસનદાસે આ સાથીઓનું સ્મરણ કરીને ભગવાન એ સૌનું ભલું કરે એવા વંદનભાવથી આંખો બંધ કરી. આંખ ખૂલી ત્યારે પાંપણોની

કિનારી પર ઝાકળબિંદુ જેવાં ટીપાં હતાં. એને લૂછવાની પરવા કર્યા વિના કરસનદાસ ધૂંધળા દેખાતા પડછાયાઓને તાકતો રહ્યો.

આ પડછાયાઓમાંનો એક હતો પિતા મૂળજીબાપાનો. દોઢ વરસ પહેલાં, ૨૮ વર્ષના દીકરા પર પચાસ હજાર રૂપિયાનો દાવો મંડાયેલો જાણીને મૂળજીબાપાનું હૈયું ભાંગી પડ્યું હતું. દીકરો દાવો હારી જાય તો સાત જન્મારેય આટલું દેવું ચૂકતે ન થાય એની મૂળજીબાપાને ખબર હતી. દેવાળું ફૂંક્યા પછી કપોળ નાતમાં પોતાની આબરૂના કેવા ધજાગરા ઊડશે એની કલ્પના કરીને મૂળજીબાપા મનોમન ધ્રૂજતા હતા. જદુનાથ મહારાજે માંડેલો બદનક્ષીનો કેસ અદાલતમાં ચાલી રહ્યો હતો એ દરમ્યાનનો એક દિવસ કરસનદાસને બરાબર યાદ હતો. ધૂંધળો પડછાયો નજર સામે સ્પષ્ટ થઈને તરવરવા લાગ્યો.

* * *

'કરસનદાસ, બહુ મોટા થઈ ગયા છો આજકાલ!' બપોરે પાટલા પર જમવા બેસતી વખતે મૂળજીબાપા બોલ્યા હતા. દાઢમાં બોલાતા આ શબ્દોનો ભાવાર્થ કરસનદાસ પામી ગયો. લાડમાં 'મારો કિસન બેટો' કહેતા બાપા આજે કરસનદાસ કહીને, અને તે પણ માનાર્થે શા માટે બોલાવતા હતા એ વિશે એને જાણ હતી. છતાં વિવેક દાખવવા અજાણ્યા થઈને એણે કહ્યું,

'બાપા, હું ક્યાં મોટો થઈ ગયો છું.'

'કેમ, આજકાલ જ્યાં જુઓ ત્યાં તમારી જ તો ચર્ચા ચાલે છે. લંકાથી કલકત્તે સુધીનાં અખબારો તમને શાબાશી આપી રહ્યાં છે.' મૂળજીબાપાએ કહ્યું.

'શાબાશી તો હજુ દૂરની વાત છે. કેસ માંડ શરૂ થયો છે. પૂરો થતાં મહિનાઓ વીતી જવાના.' કરસનદાસે જમવાની ઇચ્છા નહોતી છતાં બાપાની સામે પાટલો નાખીને જાતે જ પોતાની થાળી પીરસી.

'કરસનદાસ, આ કામ ઠીક નથી, બેટા.' બાપાએ જરા મોળા પડતાં કહ્યું, 'તું આ સુધારાઓથી અને સુધારાવાળાઓથી દૂર રહ્યો હોત તો ઠીક થાત. તારાં લખાણોથી અને જાહેર નિબંધવાચનથી આપણી આબરૂ ચૌદ આના ગઈ છે, માત્ર બે આના રહી ગઈ છે, તે તું ખોતો નહીં.'

'બાપા, આ કામ પરમાર્થનું છે.' કરસનદાસે માથું ઊંચું કરીને બાપાની આંખમાં આંખ પરોવીને કહ્યું. 'સદ્ધર્મ અને સુનીતિનો આને કારણે વધારો થશે ને સારા લોકમાં આપણી આબરૂ મેં ઘટતી નથી જોઈ, વધી રહી છે.'

બાપાએ ચૂપચાપ થાળી તરફ મોં કરીને જમવાનું ચાલુ રાખ્યું અને થોડી વારે કહ્યું, 'મને આપણી આબરૂ કરતાં વધારે ફિકર તારી છે, તારી તબિયતની ચિંતા થાય છે.'

'મારી તબિયત ઠીક જ છે.'

'હું જાણું છે. આજે તારી સંભાળ લેવા સારુ તારી મા જીવતી હોત તો રાજરોગથી નંખાઈ ગયેલું તારું શરીર...' બાપા આગળ બોલી શક્યા નહીં.

'મારો ટી.બી. તો ગયો કે'દાડાનો... હવે ક્યાં એવી કોઈ તકલીફ છે.'

'તકલીફો મને એકલાને જ છે. તું નહીં સમજે આ ડોસાને.' કહેતાંકને બાપાએ છેલ્લો કોળિયો મોંમાં મૂકી લોટો ઊંચકીને થાળીમાં હાથ ધોઈ નાખ્યા અને પૂછ્યું, 'તારી વહુ હજુ કેટલા દહાડા એના બાપને ત્યાં રોકાવાની છે?'

'આવવી જ જોઈએ આજકાલમાં. નાનકીને શરીરે હજુ તાવ રહે છે. સાજી થશે એટલે એને લઈને આવી જશે.'

'આ તારી નાનકીય બે વરસની થઈ. જોતજોતામાં મોટી થઈ જવાની. દસ વરસ પછી હું તો કદાચ નહીં હોઉં આ દુનિયામાં પણ આખી નાત જોડે તું બગાડીને બેઠો છે તો એના હાથ પીળા કરવાની જવાબદારી તું કેવી રીતે પૂરી કરવાનો?'

'બાપા, હજુ તો એ બોલતાંય માંડ શીખી છે ને તમે એનાં લગ્નની ચિંતા લઈને બેઠા છો', કરસનદાસે જમવાનું પૂરું કરી પોતાની અને બાપાની થાળીઓ ઊંચકીને ખૂણે મૂકી હાથ ધોયા. 'નાનકીને તો હું ભણાવવાનો છું. સાત ચોપડી પૂરી નહીં કરે ત્યાં સુધી એનાં લગ્નનો વિચાર જ કેવો?'

'ભલે ભાઈ, તમારી દીકરી છે ને તમારી દુનિયા છે. જેમ કરવું હોય તેમ કરો.' કહીને બાપા સોપારી કાતરતાં હીંચકે જઈને બેઠા અને કરસનદાસ પહેરણ ચડાવીને સીધો પોતાના વકીલ મિસ્ટર ટી. સી. આન્સ્ટીના દફ્તરે જવા રવાના થયો.

* * *

ગ્યાસતેલ ખૂટવાથી બુઝાઈ જવા આવેલું ફાનસ એક ભપકારા સાથે ઓલવાઈ ગયું અને દીવાલ પરની ઘડિયાળમાં એક ટકોરો પડ્યો. કરસનદાસ નક્કી કરી શક્યો નહીં કે એ ટકોરો સાડાબારનો હતો, એકનો કે પછી દોઢનો. કદાચ અઢી પણ વાગ્યા હોય, એણે વિચાર્યું. અંધારામાં ફાનસને ખંખોળીને એની ટાંકી ભરવાનું એને આળસ આવ્યું. રોજનીશીની નોંધ અધૂરી મૂકીને કરસનદાસ ઝરૂખામાં આવ્યો.

અહીંથી એક સડક મુંબાઈના માંડવી વિસ્તાર ભણી જતી હતી ત્યાં પોતાના ભૂતકાળના પ્રતીક સમા ગોકળદાસ તેજપાળ વિદ્યાલયનું મકાન આવેલું હતું. મોટા દિલના પરોપકારી શેઠ ગોકળદાસે મુંબાઈના લોકના છોકરાંને સારુ ધર્માદા નિશાળ સ્થાપી હતી અને તેના મુખ્ય ગુરુનું કામ એ ભાટિયા સજ્જને કરસનદાસને સોંપ્યું હતું. હેડમાસ્તર તરીકે મહિને રૂપિયા સિત્તેરનો કુલ પગાર મળતો થયો એટલે કરસનદાસની નિર્વાહ માટેની આપદા ટળી હતી. રોજી અંગે નિશ્ચિંત બની ગયા પછી કરસનદાસનું મન ઉલ્લાસમાં રહેવા લાગ્યું અને સુધારા અંગેના કામ પાછળ પણ મન મૂકીને ધ્યાન અપાતું. આ બાજુ શાળામાં કરસનદાસના ઉમંગને લીધે નિશાળીઆઓની સંખ્યા વધવા માંડી અને અભ્યાસમાં પણ શાળા વખણાવા માંડી જેને લીધે તેના સ્થાપનારના અંતઃકરણને સંતોષ થતો હતો.

ઝરૂખામાંથી દેખાતી બીજી સડક ધોબી તળાવ પાસેના નાનાભાઈ રૂસ્તમજી રાણીનાના છાપખાના તરફ જતી હતી જે કરસનદાસના વર્તમાનનું પ્રતીક હતું. આ

છાપખાનામાં કરસનદાસે પાંચ વરસ અગાઉ શરૂ કરેલું ચોપાનિયું 'સત્યપ્રકાશ' છપાતું. 'સત્યપ્રકાશ' શરૂ કરતાં પહેલાં કરસનદાસે ૧૮૫૫માં 'રાસ્તગોફ્તાર' નામના દાદાભાઈ નવરોજીએ શરૂ કરેલા પરગજુ પારસી સુધારાવાળાઓના સામયિકમાં લખવાનું રાખ્યું હતું. હિંદુઓના સુધારાને માટે પણ એમાં લખાતું અને લખનારાઓમાં કરસનદાસ મૂળજીનું નામ મુખ્ય હતું પણ આટલાથી એનું ઉત્સાહી મન તૃપ્ત થતું નહીં. તેના મનમાં એટલું બધું લખવાનું હતું કે તે 'રાસ્તગોફ્તાર'માં માય નહીં. કરસનદાસે 'સત્યપ્રકાશ' નામે જુદું સાપ્તાહિક કરવાનો મનસૂબો કર્યો. વખત જતાં 'રાસ્તગોફ્તાર' અને 'સત્યપ્રકાશ' એક થઈ જવાનાં હતાં.

આ બે સડકની વચ્ચે અંધકાર છવાયેલો હતો. અંધકારમાંથી નીકળતી ગોદીના રસ્તે જતી ત્રીજી સડક મુંબઈની સુપ્રીમ કોર્ટ તરફ જતી હતી જેના નામદાર જજ સાહેબો આજે ચુકાદો આપવાના હતા કે કરસનદાસનાં લખાણોને લીધે મહાપ્રભુ વલ્લભાચાર્યના ચૌદમા વંશજ અને સુરતનો મોટી હવેલીના પુષ્ટિ માર્ગીય વૈષ્ણવ મહારાજ જદુનાથ વૃજરતનની બદનક્ષી થઈ હતી કે કેમ અને કરસનદાસે વળતરપેટે જદુનાથને પચાસ હજાર રૂપિયાની જંગી રકમ ચૂકવવી પડશે કે નહીં. કરસનદાસે વિચાર્યું કે આ સડક પરના અંધારામાંથી પોતાનું ભવિષ્ય પસાર થતું હતું.

પવન બેસી ગયો હતો અને કરસનદાસને અકળામણ થઈ રહી હતી. બાર મહિના અગાઉ બાપાએ જમતાં જમતાં કહેલા શબ્દો અત્યારે રહી રહીને યાદ આવતા હતા : 'આ કામ ઠીક નથી... તારાં લખાણોથી આપણી આબરૂ ૧૪ આના ગઈ છે, માત્ર બે આના રહી છે, તે તું ન ખોતો...'

શું ખરેખર આબરૂ ગઈ હતી? કે પછી પોતે દલીલ કરી હતી એમ સારા લોકમાં આબરૂ વધી હતી? પણ પોતે ક્યાં આ બધો ઉપાડો આબરૂ વધારવા સારુ લીધો હતો? તો પછી શા સારુ આ બધી જફા વહોરી લીધી? આજનો ચુકાદો જદુનાથની તરફેણમાં આવ્યો તો અત્યાર સુધી પોતાને ટેકો આપી રહેલા સદ્‌ગૃહસ્થો પણ મોં ફેરવી લેવાના. પોતે એકલો પડી જશે. વળતર ચૂકવવાનું આવશે તો પચાસ હજાર રૂપિયાનું વળતર આપવા જેટલી કમાણી કેવી રીતે થશે. કોર્ટના હુકમ મુજબનું વળતર નહીં ચૂકવાય તો જેલમાં જવું પડશે પછી શેઠ ગોકળદાસ પણ પોતાનો હાથ ઝાલી નહીં શકે. આખી ભાટિયા કોમ ગોકળદાસ શેઠ પર દબાણ લાવશે.

કેસ હારી જવાશે તો નામોશી થશે એ તો વધારામાં પણ કુટુંબ માટે બે ટંકનું ખાવાનું ક્યાંથી લાવશે? ઘરડા બાપને, બે વરસની નાનકીને અને જુવાન પત્નીને જમાડશે કોણ? સુધારાનાં પ્રવચનો અને લેખો રાંધીને થાળીમાં પીરસી શકાતાં હોત તો! કરસનદાસે લાંબો નિસાસો નાખ્યો. ત્યાં જ એણે પોતાના ખભા નીચેના હાથ પાછળ માંસલ-મૃદુ સ્પર્શ થતાં અનુભવ્યો. એણે પીઠ ફેરવીને કહ્યું,

'વિરાજગૌરી, તમે જાગી ગયાં?'

'અત્યારે અડધી રાતે તમને કોઈ સાંભળતું નથી. તમે મારી સાથે બોલો.'

કરસનદાસની સામું જોઈને વિરાજગૌરી વધુ નજીક આવી ગઈ અને બોલી,

'શું વિચારો છો?'

કરસનદાસ જવાબ આપવાને બદલે ત્રીજી સડકના અંધકારને તાકતો રહ્યો. ગૌરી આગળ આવીને એની છાતીસરસી ચંપાઈને બોલી, 'ઊંઘ તમારી શા સારુ ઊડે? જદુનાથજીની ના ઊડે?'

'ગૌરી, તું અત્યારે આ રીતે ખુલ્લા ઝરૂખામાં મારી સાથે ભીંસાઈને ઊભી છો તે કોઈ જોઈ જશે તો...'

'સાડા ત્રણ વાગવા આવ્યા છે. અત્યારે કોણ છે અહીં? સિવાય કે તમે અને હું?' ગૌરીએ બે અંગૂઠા પર ઊંચકાઈને કરસનદાસના ગળામાં હાથ પરોવ્યા અને માથું ઊંચકીને પતિની ચિબુક કરડીને એને ચુંબન કરવા જેવું કીધું. કરસનદાસે કૃત્રિમ વહાલથી ગૌરીનું માથું ચૂમીને એને અળગી કરવાનો પ્રયત્ન કર્યો.

'ગૌરી, અત્યારે તું જા, જઈને સૂઈ જા.'

'તમે પણ સૂઈ જાઓ, ચાલો.' ગૌરીએ જવાને બદલે કરસનદાસની છાતીમાં માથું સંતાડી દીધું અને સ્વગત બોલતી હોય એ રીતે કહ્યું, 'ઉજાગરા કરવાથી ચુકાદો તરફેણમાં આવી જતો હોત તો પૂછવું જ શું હતું!'

'ગૌરી, મને ચુકાદાની નહીં તમારાં બધાંની ફિકર છે.' કરસનદાસે બે હાથ વડે ગૌરીનાં બાવડાં પકડી એને પોતાનાથી દૂર કરી અને એના કપાળ પર હાથ પસવારતાં કહ્યું, 'પચાસ હજાર ચૂકવવાના આવશે તો શું ખાઈશું ને શું ખવડાવશું?'

ગૌરી પહેલી વાર પતિના આ હતાશ સ્વરૂપને જોઈ રહી હતી. પરણીને આવી ત્યારે પંદર વર્ષ પૂરાં કરીને ખાસ્સી ઠાવકી બની ચૂકી હતી. કરસનદાસની સુધારાવાદી તરીકેની ખ્યાતિથી લગ્ન પહેલાં પણ એ પરિચિત હતી. એને લાગતું હતું કે પોતાના વિચારો કરસનદાસ સાથે ઘણા મળતા આવે છે, પણ પ્રગટપણે એ પોતાની સહેલીઓને આ વાત કહી શકતી નહીં. કરસનદાસના જાહેર જીવનથી પોતે પ્રભાવિત થઈ હતી. એટલે જ લગ્નનું માગું આવ્યું અને પોતાના પિતા જવાબ આપવામાં થોડો ખચકાટ અનુભવતા હતા તે વખતે ધીમેથી એણે પિતાને કહી દીધું હતું, 'બાપુજી, બીજવરનો મને વાંધો નથી તો તમને શા માટે...'

'પણ દીકરી, કરસનદાસ તો બીજવરેય નથી, ત્રીજવર છે. એની આગલી બેઉ બૈરી ગુજરી ગઈ...'

'અવળાં નસીબ, બીજું શું? માણસ મરી જાય તેમાં ભગવાન પણ શું કરે?'

'તને ખરેખર વાંધો નથી? એ તારા કરતાં પૂરા તેર વરસ મોટો છે.'

'તે ભલેને હોય... અને બાપુજી, એમનું ઘર ખાલી છે એટલે જ તો હું ત્યાં જવા ચાહું છું. આગલી પત્ની હયાત હોત તો કંઈ થોડી હા પાડતી હોત હું?'

હતાશ કરસનદાસનું નંખાઈ ગયેલું વદન જોઈને અત્યારે અચાનક એ જૂની વાતનો ચમકારો ગૌરીના મગજમાં ક્ષણભર થયો અને ખરતા તારાના લિસોટાની જેમ ભૂંસાઈ ગયો.

'કહું છું...' ગૌરી ધીમેથી બોલી.

'બોલ...' કરસનદાસે કહ્યું.

'અંદર આવો તો કહુંને...' ગૌરી પતિનો હાથ ખેંચીને એને પરાણે પલંગ સુધી ખેંચી લાવી. મચ્છરદાની ઊંચી કરીને કરસનદાસ પલંગની કિનારીએ બેઠો અને શૂન્યમનસ્ક નજરે ઝરૂખા તરફ તાકતો રહ્યો. ગૌરી બેઉ પગ ઊંચકીને પલંગના સામેના છેડે જતી રહી અને ઘૂંટણિયે ઊભી રહીને કરસનદાસની પીઠને વેલીની માફક વીંટળાઈને બોલી,

'હજુયે એ જ વિચારો ચાલે છે? અદાલતમાં હારી જશો તો ખાશો શું, ખવડાવશો શું?' ગૌરીએ કરસનદાસના વાળ પર હોઠ મૂકી દીધા. ધીમે ધીમે એની પાસે પોતાનું મોઢું લાવી દીધું. ગૌરીના ઊના શ્વાસથી કરસનદાસના કાનની બૂટ રતૂમડી થઈ ગઈ. સામાન્ય સંજોગોમાં કરસનદાસે જુવાન પત્નીના આવેગમય આમંત્રણનો હર્ષભેર સ્વીકાર કર્યો હોત, આમંત્રણની રાહ જોયા વિના સામેથી જ પત્નીને સ્નેહ કર્યો હોત. માનસિક તેમજ દૈહિક રીતે પોતાની સાથે બંધબેસતી ગૌરી માટે કોણ જાણે કેમ આજે કોઈ ઉમળકો થતો નહોતો. ગૌરી બરાબર જાણતી હતી એનું કારણ. એ કારણ દૂર કરવા જ તો એ પતિની સાથે જાગી રહી હતી.

'મારી એક વાત સાંભળશો તમે?' ગૌરીએ કરસનદાસના કાનમાં ખાનગી વાત બોલાતી હોય એટલી હળવાશથી કહ્યું.

'મને ખબર છે તું શું ઇચ્છે છે.' કરસનદાસે ગૌરીને માઠું ન લાગે એ રીતે અળગી કરીને એનું માથું પોતાના ખોળામાં લીધું અને કહ્યું, 'પણ આજે મારું મગજ વિચારોના ભારથી એટલું દબાઈ ગયું છે કે...'

'મારે તમને એટલું જ કહેવું છે.' ગૌરી નાના બાળકની જેમ પોતાની જાતને પતિના ખોળામાં સમાવીને સલામતી અનુભવતાં બોલી, 'કે તમે સાચા છો. તમારો અંતરાત્મા જે કહે છે તે જ તમે કર્યું છે અને ભવિષ્યમાં પણ તમે એ જ કરશો. બીજા કોઈનુંય સાંભળવાની તમારે જરૂર નથી.'

કરસનદાસ ગૌરીના નિર્દોષ અને ભોળા ચહેરા પાછળની મક્કમતાનો રણકો સાંભળી રહ્યો હતો.

'ચિંતા તમારે કરવાની ના હોય.' ગૌરી બોલી, 'શું નથી તમારી પાસે. મા સરસ્વતીએ આપેલું વરદાન છે અને દુનિયાદારીથી અભડાયા વિનાનું મન છે. આટલું જેની પાસે હોય એને કે એના કુટુંબને ભગવાન કોઈ દિવસ ભૂખ્યા સૂવડાવે? એટલો તો ભરોસો રાખો ઈશ્વર પર.'

ગૌરીના શબ્દો કરસનદાસને દૈવીવાણી જેવા લાગ્યા. અચાનક ઓટનો સમય થયો હોય એ રીતે તમામ નરસા વિચારો પાછા ખેંચાઈ રહ્યા હતા, થોડી જ પળોમાં મનમાં સુખદ શૂન્યાવકાશ સર્જાઈ ગયો અને કરસનદાસની આંગળીઓ ગૌરીના માથા પર ફરતાં ફરતાં એના ચહેરા પર, એની લાંબી પાતળી ગરદન પર સ્પર્શવા માંડી. ગૌરીએ સહેજ

સરકીને માથું ઓશીકા પર મૂક્યું અને પતિનું સઘળું વજન પોતે ઝીલી લીધું. ગૌરી આંખ બંધ કરીને પતિની ઉત્તેજના અનુભવી રહી.

કરસનદાસ ગૌરીના લંબગોળ ચહેરાને હોઠથી સ્પર્શી લીધો. ધીમે ધીમે એનું મોઢું ગૌરીની ગરદન તરફ ઝૂકી ગયું. પતિના સ્પર્શથી ઉત્તેજિત થયેલી ગૌરી માથા પરનું ઓશીકું હડસેલી સહેજ ઊંચી થઈ અને આતુર બનીને હવે પછી આવનારી ક્ષણોની કલ્પના કરતી હતી ત્યાં જ કરસનદાસ અળગો થઈ ગયો. શું થયું એવું પૂછવા માટે ગૌરીના મોઢામાંથી શબ્દો નીકળે એ પહેલાં એણે કરસનદાસનો કાળોધબ્બ બની ગયેલો ચહેરો જોયો. એ સમજી શકી નહીં કે અચાનક શું થઈ ગયું.

કરસનદાસ પત્નીને સમજાવી શકે એમ નહોતો કે એકાએક પોતાને શું થઈ ગયું. ક્ષણભરમાં ઓસરી ગયેલી ઉત્તેજનાનું કારણ સમજાવવાને એ અસમર્થ હતો. શાંત સરોવરજળમાં ધીમા પવનથી હિલોળા લેતી નૌકા જેવી ગૌરીની શ્વેત માંસલ છાતી તરફ એ નિર્લેપ બનીને તાકી રહ્યો. એની આંખ સામે અત્યારે ગૌરી નહોતી. ગૌરી પરણીને આવી ત્યારે જે ઉંમરની હતી એનાથીય ઓછી ઉંમરની કિશોરીને એ જોઈ રહ્યો હતો.

બરાબર બાર વર્ષ પહેલાંની એ બપોરે એણે કિશોરીને આ જ રીતે નિરાવરણ બનીને હવેલીના મહારાજની નીચે હાંફતાં જોઈ હતી. એના ચોવીસ કલાક પહેલા એ જ મહારાજ મંદિરમાં ધુળેટીના ઉત્સવ નિમિત્તે ભક્તોની વચ્ચે ઊભા રહીને ગુલાલ ઉડાડતા હતા. ગુલાલના ગોટેગોટાથી ધૂંધળા બની ગયેલા વાતાવરણમાં કરસનદાસે મહારાજના હાથને પોતાની બાજુમાં ઊભેલી કિશોરીની કમર તરફ સરકતાં જોયો હતો. પોતાના આશ્ચર્ય વચ્ચે કરસનદાસે જોયું હતું કે કિશોરી પણ વિનાવિરોધે મહારાજ પાસે સરકી ગઈ હતી. મહારાજ કિશોરીને ખૂણામાં લઈને એક હાથે ગુલાલ ઉડાડી રહ્યા હતા અને બીજા હાથે કિશોરીના વસ્ત્રને આઘુંપાછું કરી એના અંગને મર્દન કરી રહ્યા હતા. કરસનદાસ રોષે ભરાઈને માન્યામાં ન આવે એવું દૃશ્ય જોઈ રહ્યો હતો. એના આઘાતની પરાકાષ્ઠા ત્યારે આવી જ્યારે એણે કિશોરીના ચહેરા પર શરમાળ સ્મિત જોયું. અચાનક મહારાજની નજર પોતાને તાકી રહેલા કરસનદાસ પર પડી હતી. મહારાજે મુઠ્ઠી ભરીને ગુલાલ જોરથી કરસનદાસના ચહેરા પર છાંટ્યો હતો અને આંખમાં મરચાંની ભૂકી કોઈએ આંજી દીધી હોય એવી વેદનાથી ચચરતી આંખો ચોળતો કરસનદાસ મંદિરમાં જ બેસી પડ્યો હતો. થોડી વારે આંખો ખૂલી ત્યારે મહારાજ અને કિશોરી ત્યાં નહોતાં. કરસનદાસે મંદિરના પ્રાંગણમાં ફુવારા પાસે જઈ આંખ પર છાલકો મારી હતી. એની નજર સામેથી ગુલાલનું વાદળું હજુ હટતું નહોતું. આ શું થઈ ગયું એ એને સમજાતું નહોતું.

'શું થઈ ગયું તમને?' ગૌરીનો અવાજ સાંભળીને કરસનદાસ ઝબકીને પાછો વર્તમાનમાં આવી ગયો.

'મારાથી કંઈક અજુગતું વર્તન થઈ ગયું?' ગૌરી કબજાની કસને ગાંઠ મારતાં બોલી. કરસનદાસ છોભીલો પડી ગયો. નાજુક ક્ષણોમાં સ્ત્રીને તરછોડવાથી એને પોતાનું વર્તન અપમાનજનક લાગશે એવો ભય લાગ્યો. કરસનદાસે બાર વર્ષ પહેલા જોયેલી એ ઘટનાનું

વર્ણન એકશ્વાસે કરી નાખ્યું અને ગળું સુકાતાં ક્ષણેક ચૂપ થઈ ગયો. ગૌરી બોલી,

'આવું બનવું અશક્ય નથી. મેં પણ આ પ્રકારની ઘણી વાતો સાંભળી છે. કેટલાક મહારાજો એવા હોય એનો અર્થ એ નથી કે આપણા પુષ્ટિ માર્ગીય વૈષ્ણવ સંપ્રદાયમાં સર્વત્ર સડો છે.'

'મને ખબર છે, ગૌરી. અત્યારે મને એ મહારાજ યાદ નથી આવતા, પેલી કિશોરી યાદ આવે છે.'

'એવી અજાણી છોકરીઓને આ ઘડીએ શું કામ યાદ કરો છો તમે? કેટલીક સ્ત્રીઓના ભાગ્યમાં આવું જ લખાયેલું હોય છે.'

'એ અજાણી નહોતી, ગૌરી.'

'તો?'

'મારી વાગ્દત્તા હતી. એના ભાગ્યમાં હું લખાયેલો હતો.'

કરસનદાસની આંખ સામે પરોઢ સુધી ગુલાલ ઊડતો રહ્યો અને સૂર્યનું પહેલું કિરણ ફૂટતાં જ પૂર્વના આકાશમાં પથરાઈ ગયો.

પ્રકરણ : ૨

ગુલાલના ઘેરા રંગથી છવાઈ ગયેલા પૂર્વાકાશમાં સૂરજનું પ્રથમ સોનેરી કિરણ ફૂટ્યું. આવનારા ચાર કલાક દરમ્યાન કરસનદાસ વીતેલાં બાર વર્ષ જીવી લેવા માગતો હતો. ચાર કલાક પછી, બરાબર દસના ટકોરે મુંબાઈની સુપ્રીમ કોર્ટ ચુકાદો આપવાની હતી કે જદુનાથ મહારાજના લાયબલ કેસમાં કરસનદાસ ગુનેગાર છે કે નિર્દોષ. ચુકાદાની ઇંતેજારીને વિસારી દેવા કરસનદાસે વીતેલાં બાર વર્ષની તારીખો આંખ સામેથી પસાર થવા દીધી. સૌથી પહેલો પ્રસંગ એ યાદ આવી રહ્યો હતો જે આ બદનક્ષીના કેસનો પાયો હતો. એ પ્રસંગ બન્યો ન હોત તો વાગ્દત્તા ધનકિશોરી વિખૂટી પડી ન હોત અને જય જય કે જેજેના સંબોધનથી ઓળખાતા વૈષ્ણવ મહારાજોનાં કરતૂતો ઉઘાડાં પાડવાની પ્રેરણા ન મળી હોત. બાર વર્ષ પહેલાંની એ બપોર કરસનદાસને હજુય યાદ હતી. એ વખતે પોતાની ઉંમર માંડ અઢાર વર્ષની હતી. એલ્ફિન્સ્ટન ઇન્સ્ટિટ્યૂટમાં કૉલેજનું ભણતર શરૂ થઈ ગયું હતું. ચૌદ વર્ષની ધનકિશોરી સાથે ચાંલ્લા થઈ ગયા હતા છતાં પોતે ગ્રૅજ્યુએટ થઈ ગયા પછી જ લગ્નનું કરવાનું નક્કી કર્યું હતું. લગ્ન પહેલા વાગ્દત્તાને ચોરીછૂપીથી મળવું પડતું હતું. એ બપોરે કિશોરી અગાઉથી નક્કી કર્યા મુજબ કૉલેજની લાઇબ્રેરીના રીડિંગ રૂમમાં બેઠી હતી. કૉલેજની વિદ્યાર્થિની ન હોવા છતાં કિશોરીનું કાઠું એવું હતું કે દરવાન એને મોટી ઉંમરની માનીને પ્રવેશવા દેતો હતો. કિશોરી બેઠી બેઠી કોઈ ચોપાનિયાનાં પાનાં ઉથલાવી રહી હતી ત્યાં જ કરસનદાસનો પ્રવેશ થયો હતો.

'કિશોરી, ગઈ કાલે તું ક્યાં હતી?' કરસનદાસે રીડિંગ રૂમમાં પગ મૂકતાં જ પૂછ્યું.

'કાલે? ઘરે જ હતી...' કિશોરીએ બને એટલી સ્વાભાવિકતાથી કહ્યું.

'આખો દિવસ ઘરે જ હતી?' કરસનદાસે અવાજની ધાર કાઢીને પૂછ્યું.

'હં...હા, ખાલી બપોરે માસી જોડે હવેલી ગઈ હતી એટલું જ...' કિશોરીએ હજુય પોતે જુઠ્ઠું નથી બોલતી એવું મનાવવાનું ચાલુ રાખ્યું અને કહ્યું,

'દર્શન કરવા ગઈ હતી.'

'બપોરે વળી ક્યાં દર્શન કરવા ગઈ હતી...કે પછી દર્શન કરાવવા ગઈ હતી?'

'શું બોલો છો તમે?'

'હા, દર્શન કરાવવા. મહારાજને તારા નગ્ન દેહનાં દર્શન કરાવવા ગઈ હતી ને?'

'તમને લાજ નથી આવતી? કોઈ સાંભળશે તો?' કિશોરીની આંખ આખા રીડિંગ

રૂમમાં ફરી વળી.

'અત્યારે અહીં તારા અને મારા સિવાય કોઈ નથી, કિશોરી. મને જવાબ આપ કે કાલે તું હવેલી શા માટે ગઈ હતી?'

'માસી સેવાની બાબતમાં જેજેની સલાહ લેવા માગતા હતા એટલે મને સાથે લઈ ગયાં હતાં.' કિશોરીએ વટથી કહ્યું.

'અને ત્યાં જઈને તેં એમની સાથે શું કર્યું?'

'શું કરે બીજું? માસીએ એમની સાથે વાત કીધી અને મેં એ દરમ્યાન એમની ચરણસેવાનો લાભ લીધો.'

'એટલે કે તેં એમના પગ દબાવ્યા?' કરસનદાસ વકીલની ચોકસાઈથી કિશોરીના એકેએક વિધાનને તપાસવા માગતો હતો.

'હા, કેમ? એમાં ખોટું શું છે?'

'કિશોરી, તું કહે છે કે એમાં ખોટું શું છે? પરમ દિવસે મેં તને હવેલીમાં ધૂળેટીના ઉત્સવ વખતે એમની છાતીમાં સમાઈ ગયેલી જોઈ. ગઈ કાલે તું એમને એકાંતમાં મળી...'

'એકાંતમાં નથી મળી. મારાં માસી મારી સાથે હતાં.'

'અને માસીની હાજરીમાં બાવાશ્રી તારી સાથે શું શું કરતા હતા એ તું મને નહીં કહે?'

'એ કશું નહોતા કરતા, હું એમની ચરણસેવા કરતી હતી.'

'અને એ ચરણસેવા ધીરે ધીરે સમગ્ર તનસેવા સુધી પહોંચી, ખરુંને?'

'તમે હદ વટાવો છો. મારે કશું નથી સાંભળવું. મને જવા દો.' કિશોરી ઊભી થઈને રીડિંગ રૂમની બહાર નીકળી. કરસનદાસે એને પુસ્તકોની બે અભરાઈની વચ્ચે જગ્યામાં ધક્કો મારીને ઊભી રાખી અને કહ્યું,

'કિશોરી, ગઈકાલે જે કંઈ બન્યું તે મેં નજરે જોયું છે, મારી સગી આંખે... માટે મહેરબાની કરીને તું જુઠ્ઠાણું બંધ કર અને મને કહે કે એવી કઈ મજબૂરી હતી જે તને બાવાશ્રી પાસે લઈ ગઈ. આ મહારાજ જેવો લંપટ બાવો...'

'જેજેના વિશે ગમે તેવું ન બોલો.'

'કિશોરી, પોતાને ઈશ્વરનો અવતાર ગણાવતા આ લંપટ મહારાજની ચુંગાલમાં તું કેવી રીતે ફસાઈ એ મારે જાણવું છે.'

'મેં માત્ર એમની સેવા કરી છે. તમે વિચારો છો એવું કશું જ મેં કર્યું નથી.' કિશોરી હોઠ વડે દાંત કરડતાં બોલી.

'મેં વિચાર્યું કશું જ નથી, જોયું છે.' કરસનદાસ બોલ્યો અને ઘડીભર શ્વાસ થંભાવીને ઉમેર્યું, 'બહાર ઊભેલા મહારાજના ભીતરિયાના હાથમાં સેવાની રકમ મૂકીને ઓરડાના એક ખૂણે ઊભા રહી મેં બધું જ જોયું છે. તું નિર્વસ્ત્ર બનીને મહારાજના ભૂખ્યા શરીર તળે હાંફતી હતી અને તારી વિધવા માસી તારી આ રાસલીલા બાજુમાં જ બેઠી બેઠી નિહાળતી હતી. માસીએ જ સ્તો તારી લીલી સાડી અને પોપટી ચોળીને ગડી કરીને

પોતાના ખોળામાં રાખ્યાં હતાં.'

'તમે બધું જ જોયું હતું?' કિશોરીએ શરમાયા વિના પૂછ્યું.

'હા, બધું જ. છેવટની તમારા બેઉની તીવ્ર ક્ષણો સુધીનું બધું જ.'

'તો પછી હવે પૂછો છો શું કામ કે હું જેજે સાથે શું કરતી હતી?'

નિર્લજ્જતાથી ફટફટ થતા આવા શબ્દો સાંભળીને કરસનદાસ ક્રોધથી સળગી ઊઠ્યો. કરસનદાસને ઘડીભર લાગ્યું કે પોતે જાત પરનો કાબૂ ગુમાવી બેસશે. એણે ઊંડો શ્વાસ લીધો અને આંખ મીંચી દીધી. કિશોરી એની બંધ આંખોને તાકી રહી. થોડી વાર રહીને કરસનદાસે ધીમે કહ્યું,

'કિશોરી, તું ઇચ્છે છે કે આપણાં લગ્ન થાય?'

કિશોરીએ કરસનદાસનો હાથ પકડી લીધો અને કોઈ જોઈ જશે એવા ડરથી તરત છોડી દીધો. એ એટલું જ બોલી,

'હા.'

'તો પછી મહારાજ સાથેનું તારું આવું ગંદું વર્તન...'

'એવું ના બોલો...' કિશોરીએ કરસનદાસના હોઠ પર હથેળી ઢાંકી દીધી. જેજે તો સ્વયં કૃષ્ણ ભગવાન છે. એમને તન, મન, ધન – આપણું સઘળુંય અર્પણ કરી દેવાની આપણી ફરજ છે...'

'આવી વાહિયાત વાતો તને કોણે કહી?'

'ધર્મના સંસ્કારો મને મારા કુટુંબમાંથી મળ્યા છે. મેં નાનપણથી જ મારાં માસીને મહારાજશ્રીની ચાકરી કરતાં જોયાં છે. મારી માને તો મેં જન્મ લેતાંની સાથે જ ગુમાવી દીધી. એ જીવતી હોત તો એણે પણ માસીની જેમ જ મહારાજશ્રીની ચાકરી કરીને પુણ્ય એકઠું કર્યું હોત.'

કિશોરીનાં આવાં વચન સાંભળીને કરસનદાસ સમજી શકતો નહોતો કે કિશોરી ખરેખર મૂર્ખ અને અણસમજુ હતી કે પછી પોતાની કામુકતાને ધર્મના આવરણ હેઠળ ઢાંકી રહી હતી. કરસનદાસે કહ્યું,

'કિશોરી, તું આજના જમાનાની છોકરી થઈને પણ આવી બધી વાતોમાં અંધશ્રદ્ધા ધરાવે છે?'

'કેમ, જમાનો બદલાય એટલે શું ભગવાન પણ બદલાઈ જાય?' કિશોરીએ પ્રતિપ્રશ્ન કર્યો, 'ભગવાન શ્રી કૃષ્ણ આપણા સૌનાં રક્ષણકર્તા છે. કળિયુગમાં ભગવાને પોતાની જવાબદારી મહારાજશ્રીને સોંપી છે. મહારાજશ્રીના આદેશની અવગણના કરીએ તો મૂઆ પછી કાગડાનો કે કૂતરાનો અવતાર લેવો પડે.'

'એવું તને કોણે કહ્યું?'

'કોણે કહ્યું એટલે? બધાને ખબર છે. દરેક વૈષ્ણવ જાણે છે કે મહારાજશ્રીની આજ્ઞાનું ઉલ્લંઘન કરીએ તો કેટલાં માઠાં પરિણામ આવે.'

'કિશોરી, હું પણ વૈષ્ણવ જ તો છું. અમારા કુટુંબમાં કોઈ આવું નથી માનતું.'

'એ તો તારી મા નથી ને એટલે... એ જીવતી હોત તો એ પણ મહારાજની ચાકરી...'

'કિશોરી!' કરસનદાસે હાથ ઉપાડ્યો અને કિશોરીના ગાલ પર એક ધોલ ઝીંકી દીધી. શું થયું, શું થયું કહેતાંકના પાંચ-દસ માણસો ભેગા થઈ ગયા. કિશોરીએ લાલ થઈ ગયેલા ગાલને પાલવથી ઢાંકીને મોઢું છુપાવી દીધું જેથી આંખમાં ઊભરાઈ આવેલા આંસુ કોઈ જોઈ શકે નહીં. કરસનદાસ જમા થઈ ગયેલા માણસોને ભઈબાપા કરીને કિશોરીનું કાંડું પકડી લાઇબ્રેરીના ચોગાનમાં દોડી ગયો. ઝાંપા પાસે આવતાં જ કિશોરીએ પોતાનો હાથ છોડાવી દીધો. કરસનદાસનો ગુસ્સો હજુ ઠંડો થયો નહોતો. વીતેલી કટોકટીની મિનિટોમાં એણે નિર્ણય કરી નાખ્યા હતો. એ એક એક શબ્દ જોખીને બોલતો હતો,

'કિશોરી, તારી સાથે આખી જિંદગી કાઢવી મારા માટે અશક્ય છે, મારા અને તારા કુટુંબ વચ્ચેનો વેવાઈ વહેવાર આજથી ફોક થાય છે. પંચ દંડ માગશે તો મારા બાપા મહાજન સાથે ફોડી લેશે. હવેથી મારે ને તારે ન્હાવા-નીચોવવાનોય સંબંધ નથી...' આટલું કહીને કરસનદાસે કિશોરીને છોડીને ચોગાન બહાર જવા પીઠ ફેરવી ત્યાં જ એણે સાંભળ્યું.

'કરસનદાસ!'

કિશોરી બોલી રહી હતી. નામથી સંબોધન કરી રહી હતી.

'આજે પહેલી વખત તમને નામ દઈને બોલાવું છું. ફરી ક્યારેય નહીં બોલાવું. કારણ કે હું પણ ભવિષ્યમાં તમારું મોઢું જોવા નથી માગતી. ધર્મ માટેનો અનાદર જેના હૃદયમાં ભર્યો હોય એવી વ્યક્તિ સાથે હું ના જીવી શકું. આજે ઘરે જતાં પહેલાં હવેલી જઈને મહારાજશ્રીની સલાહ લઈને રાત્રે બાપુજીને જણાવી દઈશ કે મારા તમારી સાથેના વિવાહ ફોક જાહેર કરે અને કોઈક એવું પાત્ર શોધે જેને પુષ્ટિ માર્ગની વૈષ્ણવ પરંપરામાં આસ્થા હોય.'

'કિશોરી, તું જે કરી રહી છે તેમાં તારી ધર્મ માટેની શ્રદ્ધા કે સંપ્રદાય પ્રત્યેની આસ્થા નથી. આંખો ખોલ અને જો કે આ મહારાજ તને પોતાની હવસ સંતોષવાનું રમકડું બનાવી રહ્યા છે.'

'બસ, હવે મારે તમારો એક શબ્દ નથી સાંભળવો.' કહીને કિશોરી ઝાંપાની બહાર દોડી ગઈ અને હવેલીએ જતી સડક તરફ ઝડપભેર સરકી ગઈ. કરસનદાસ ખિન્ન વદને લાઇબ્રેરીમાં પાછો આવીને એક કિતાબ ખોલી વાંચવાનો દેખાવ કરતો રહ્યો. લાઇબ્રેરીની ઘડિયાળમાં ચારના ટકોરા પડ્યા.

* * *

હવેલીના જાહેર ઘડિયાળમાં ચારના ટકોરા વાગતાં જ મહારાજની આંખ ખૂલી ગઈ. રોજ કરતાં આજે વધારે જમી લીધું હતું એટલે વામકુક્ષિ જરા લંબાઈ ગઈ. વળી આજે બપોરના ભોજન પછી ચરણસેવા માટે કોઈ સેવિકાનું આગમન નહોતું થયું એટલે ઊંઘ પણ મોડી આવી હતી. પલંગ પર પાથરેલી સવા મણ મશરૂની તળાઈ પરથી મહારાજ

ઊભા થવા જતા હતા ત્યાં એમની તંદ્રાભરી આંખો સામે એક મોહક આકૃતિ દેખાઈ.

'ધનકિશોરી, તમે આ સમયે અહીં ક્યાંથી?'

કિશોરી કશું જ બોલ્યા વિના પલંગનો પાયો પકડીને ભોંય પર બેસી ગઈ. મહારાજે બેઠાં થતાં પૂછ્યું, 'ઉદાસ કેમ જણાવ છો? કશું બોલશો ખરાં કે પછી મોઢામાં મગ ભર્યા છે?'

'જેજે, હું એમને છોડીને આવી છું.' ધનકિશોરીએ ભારે સાદે કહ્યું.

'કોને?'

'જેમની સાથે મારાં લગ્ન થવાનાં હતાં એમને...'

'કોણ, પેલા કરસનદાસને? પણ એ છોકરો તો સાંભળ્યું છે કે ભારે હોશિયાર છે. અચાનક શું થઈ ગયું એની સાથે?'

કિશોરીએ કરસનદાસ સાથે થયેલી વાતનું અક્ષરશઃ પુનરાવર્તન કર્યું. આંખ નીચી ઢાળીને વાત કરતી કિશોરી મહારાજના ચહેરા પર ક્રમશઃ વધતી જતી રોષની રેખાઓ જોઈ શકતી નહોતી. વાત પૂરી કર્યા પછી કિશોરી સજળ આંખે બોલી,

'જેજે, આપના વિશે, અમારા ભગવાન વિશે, કોઈ આવું બોલે તે કેવી રીતે સહન કરી શકું, આપ જ કહો.'

'હં...' મહારાજ હજુ નક્કી નહોતા કરી શક્યા કે ભાવિ યુદ્ધની રણનીતિ કેવી ઘડવી.

'મેં સારું કર્યું ને એમને છોડી દીધો તે...'

'ખૂબ સારું કર્યું મારી લાડકી,' કહીને મહારાજે કિશોરીને ઊભી કરીને પોતાના ખોળામાં બેસાડી. 'હવે તું મારી સેવિકા બનીને રહેજે. તને કોઈ નહીં કનડે. મારી પાસે તું એકદમ સલામત છે...' મહારાજે કિશોરીને છાતી સરસી ભીંસી દીધી અને કિશોરી ત્રિલોકનું સુખ ભોગવવાની કલ્પના કરતી મહારાજને વશ થઈ ગઈ. મહારાજની ભક્તિમાં લીન થઈ ગયેલી કિશોરીની આંખો ખૂલી ત્યારે સંધ્યાટાણું થઈ ગયું હતુ અને પલંગ પર બીજું કોઈ નહોતું. કિશોરી આજે બમણી તૃપ્તિ અનુભવતી હતી. એક તો ધર્મમાં જેમને શ્રદ્ધા નહોતી, સાંપ્રદાયિક પરંપરામાં જેને આસ્થા નહોતી એવા કરસનદાસથી એણે કાયમનો છુટકારો મેળવ્યો હતો. બીજું, ભગવાન શ્રીકૃષ્ણના સાક્ષાત્કાર સમા મહારાજ સાથે જન્મોજનમનો નાતો બંધાયો હતો. કપડાં પહેરીને ચોટલો ગૂંથતાં ધીમા સાદે ગણગણવા લાગી : *વંદું શ્રી વિઠ્ઠલવર સુંદર, નવઘન શ્યામ તમાલ...*

ઘરે જતાં પહેલા મહારાજશ્રીના ચરણસ્પર્શ કરી લેવાની ઇચ્છાએ કિશોરી મેડી પરનાં પગથિયાં ઊતરતાં વચલા માળની ઓસરીમાં આવી. અંદર તરફ જતા ઓરડાની બહાર મહારાજની પાદુકા ઊંબરા નીચે પડેલી જોઈ. કિશોરી પાદુકાની રજ માથે ચડાવવા નીચી નમી ત્યાં જ બારણા પાછળથી એણે પરિચિત અવાજ સાંભળ્યો :

'ભગવત્સેવા ત્રણ પ્રકારની છે : માનસી સેવા, તનુજા સેવા, વિત્તજા સેવા. આમાંથી તું જે અત્યારે કરી રહી છે તે તનુજા સેવા છે. તનુ એટલે દેહ, દેહ દ્વારા જે સેવા થાય તેનું નામ તનુજા સેવા...'

કિશોરીએ અંદરથી સાંકળ બાંધેલા બારણાની તિરાડમાંથી જોયું કે મહારાજ જમીન પર પાથરણું પાથરીને તકિયે અઢેલી આડા પડ્યા હતા અને કોઈક એમના પગ દાબી રહ્યું હતું. કિશોરીએ ધ્યાનથી જોયું કે ક્યારેક મહારાજના ઘૂંટણથીય ઉપર પહોંચી જતા એ નજાકતભર્યા હાથ એ હાથમાંની બંગડીઓ ખૂબ પરિચિત જણાતાં હતાં. મહારાજનું બોલવાનું ચાલું હતું :

'જેવી રીતે લૌકિકમાં નોકર પોતાના માલિકની પ્રસન્નતા માટે પ્રાતઃકાળથી ઊઠી સાંજ સુધી તેની ચાકરી કરે છે, તેવી રીતે સંપૂર્ણ બ્રહ્માંડના અધિપતિ શ્રીકૃષ્ણની પ્રસન્નતાને માટે ચિત્તને એકાગ્ર કરી સર્વેન્દ્રિયોથી તત્પર થવું તેનું નામ તનુજા સેવા...'

કિશોરી ભાવપૂર્વક મહારાજનો એક એક શબ્દ સાંભળી રહી. જેજેની વાણીનો વધુ સત્સંગ થાય એ આશયે કિશોરી ઘૂંટણિયે બેસી ગઈ પણ હવે ઓરડામાંથી અવાજ આવતો બંધ થઈ ગયો હતો. શું થયું એ જોવા કિશોરીએ ફરી તિરાડમાંથી જોયું. મહારાજનો ગૌર સ્નાયુબદ્ધ દેહ એણે જોયો. નિરાવરણ દર્શન મેળવીને પોતાને ભાગ્યશાળી માનતી કિશોરીએ દૂરથી જ બે હાથ જોડી આંખ બંધ કરીને વંદન કર્યાં. આંખ ખૂલી ત્યારે ચત્તાપાટ મહારાજશ્રી પર ઝૂકેલા નમણા નારીદેહને જોઈ કિશોરીના મોઢામાંથી હળવી ચીસ નીકળી ગઈ અને જાણે મૂર્ચ્છા આવી હોય એમ એ બારણા પર ઢળી પડી.

'કોણ છે, કોણ છે બહાર?' અંદરથી અવાજ સંભળાયો. કિશોરી જાતને સંભાળતી ઊભી થવા જાય તે પહેલાં જ અંદરથી બારણાની સાંકળ ખૂલી અને કિશોરીને જોતાં જ મહારાજે એનો ચોટલો ઝાલી ઊભી કરીને ત્રાડ નાખીને પૂછ્યું, 'અહીં શું કરે છે તું?'

'તમે મને પૂછો છો?' કિશોરીએ ગભરુ બાળામાંથી રણચંડીનું સ્વરૂપ ધારણ કરીને આગઝરતી આંખે પૂછ્યું, 'મારે તમને પૂછવું છે કે તમે મારી બહેન સાથે શું કરો છો?'

મહારાજે પોતાના પિતાંબરની પાટલી ગોઠવવા કિશોરીના વાળ છોડ્યા કે તરત જ કિશોરીએ દોડીને નિસરણી પાસે જતાં કહ્યું, 'ચાલ, દેવી. કપડાં લઈને દોડી આવ...'

'ઊભી રહે તું. જોઉં છું ક્યાં જાય છે ભાગીને.' કહેતાંક મહારાજશ્રી કિશોરીની પાછળ દોડ્યા પણ કિશોરી હરણ પગલે હવેલી છોડીને પોતાના ઘર તરફ જતી રહી. મહારાજ મેડીએ પાછા આવ્યા ત્યારે ઓરડામાં દેવી પણ નહોતી.

'હશે...' મહારાજે નિસાસો નાખ્યો અને ઝરૂખામાંથી બૂમ પાડીને કહ્યું, 'મુખિયાજી, આરતીની તૈયારી કરો.'

* * *

રાત્રે વાળુ પછી બેઉ બહેનો અગાશીમાં પથારી પાથરીને સૂવા ગઈ ત્યાં સુધી કોઈ એકબીજા સાથે બોલ્યું નહોતું. ચાંદનીના શુભ્ર પ્રકાશમાં સફેદ દૂધ જેવી ચાદર પથરાઈ ગયા પછી કિશોરીએ નાની બહેનને પૂછ્યું, 'દેવી, તું મહારાજ પાસે કેમ આવી હતી?'

'મહારાજની સેવા કરવા.' લક્ષ્મીદેવીએ મુગ્ધભાવે કહ્યું.

'દેવી, તેર વર્ષની ઉંમર મહારાજશ્રીની સેવા કરવા માટેની નથી. તું ઘરના કામકાજમાં મન પરોવ, ભરતગૂંથણ શીખ.'

'બહેન, તો કઈ ઉમર તનુજા સેવા માટે યોગ્ય કહેવાય? ચૌદ વર્ષની ઉંમર?' આ વેણ પોતાને સંભળાવવા માટેનું હતું એ કિશોરી સમજતી હતી. કિશોરી અત્યાર સુધી માનતી રહી કે મહારાજની સેવા કરીને પોતે પ્રભુસેવામાં મન પરોવી રહી હતી. પણ આજે પોતાનાથી એક વર્ષ નાની સગી બહેન દેવીને આટલી કાચી ઉંમરે મહારાજના બાહુપાશમાં જોઈને કિશોરી એક ઝાટકા સાથે તમામ ભ્રમણાઓમાંથી બહાર આવી ગઈ. પ્રભુ-ભક્તિની પોતાની ઉદાત્ત ભાવનાનો ગેરલાભ લઈને મહારાજે એનું શિયળભંગ કર્યું એ વાત યાદ આવતાં હવે એ પ્રસન્ન થવાને બદલે ખિન્ન થઈ જતી હતી. સારું થયું વેળાસર પોતે આ ભ્રમણામાંથી બહાર આવી ગઈ, મોડું થયું હોત તો કરસનદાસથી જોજનો દૂર નીકળી જાત એવું વિચારતાં કિશોરીએ સપ્તર્ષિના સાત તારા આકાશમાં શોધવાની કોશિશ કરી.

'શું શોધે છે?' દેવીએ પૂછ્યું.

'તારો.' કિશોરીએ કહ્યું.

'મારો તો મળતાં મળી રહેશે. પહેલાં તારો જે શોધી લેવાયો છે એને સાચવી રાખ.'

'એમને તો મેં સાચવેલા જ છે.' કિશોરી હળવા સ્મિત સાથે બોલી, 'મારા હૈયાની દાબડીમાં.'

'કરસનદાસ જાણે છે કે તું જેજેનાં દર્શને જાય છે?'

'હં? હા...ના... કેમ?'

'તેં એમને કહ્યું નથીને? કહેતી પણ નહીં.'

'દેવી, તું તારી ઉંમરના પ્રમાણમાં બહુ બોલે છે.'

'બહુ કે ઓછું. ઉંમર જે માગે તે આપવું તો પડે જ ને.' દેવીએ ગાલમાં જીભ દબાવીને તોફાની સ્વરે કહ્યું.

'દેવી, આ તું ઢીંગલી જેવડી તો હજુ છો અને એટલી વારમાં આવી બધી વાતો કરવા માંડી.' કિશોરીએ એને ટોકી.

'આવી એટલે વળી કેવી?' તું જેજેની સાથે જે કરે છે તે જ મેં પણ કર્યું એમાં વાંધો શો આવ્યો?'

'મારી લાગણીમાં તે વખતે ભરપૂર ભક્તિભાવ હતો, સંપૂર્ણ સમર્પણ હતું. પણ તું કોઈ ધાર્મિક હેતુસર નહીં માત્ર શારીરિક હેતુથી ગઈ છો જેજે પાસે.'

'વા, વા, વા, પોતે કરી તે લીલા અને અમે કરવા ગયા એ ભવાઈ! બહેન, મોટી તું છે પણ આ બધી રીતરસમોની સમજણ મારામાં વધુ છે. અને એટલે જ હું એનો સાચો આનંદ લઈ શકું છું.'

'દેવી, તું ખોટું સમજે છે. આ શરીર ભોગવવા માટે નથી, ભક્તના પોતાના ઉપભોગ માટે નથી, ભગવાનને સર્વસ્વ સમર્પણ કરવાના સાધન તરીકે આ શરીર સર્જાયું છે.'

'બધું એકનું એક જ છે. તમારા મનમાં શો ભાવ છે એ કોણ જોવા ગયું છે?

અને મનનો ભાવ ગમે તે હોય, તનનો પ્રતિસાદ તો એક જ છે...' દેવીએ મોટી બહેનને શાણપણ આપ્યું.

'વાતોમાં તને પહોંચી વળવાનું મારાથી નહીં બને. ચાલ સૂઈ જા...' કહીને કિશોરી ગળા સુધી ચાદર ખેંચીને ઊંધી ફરી ગઈ. કિશોરીની આંખમાં ઊંઘ નહોતી. એ જાણતી હતી કે કરસનદાસનો એણે અપરાધ કર્યો છે. સવાર પડે કે તરત એ કરસનદાસને મળીને એના પગે પડી માફી માગવા માગતી હતી. નાનકડી દેવી સાથેના મહારાજના વર્તનથી એની આંખો ખૂલી ગઈ હતી. આખી રાત એ પથારીમાં પડખાં ફેરવતી રહી અને બબડતી રહી : *કરસનદાસ, મેં તમારો ઘોર દ્રોહ કર્યો છે. મને તરછોડશો નહીં. મારો સ્વીકાર કરો.* વહેલી સવારે ઝાકળભીની ચાદરના સ્પર્શ સાથે કિશોરીને એક સ્વપ્ન આવ્યું. સપનામાં મહારાજનો પુરુષાતનભર્યો ચહેરો એને દેખાયો. જેજે માદક અવાજે એને બોલાવી રહ્યા હતા : તું મારી પાસે આવ. મારી સેવિકા બની જા. આ જગતમાં જો તારે કોઈની આજ્ઞા સ્વીકારવાની હોય તો તે હું છું. હું જ તારો સ્વામી છું, તારો મહારાજ છું, તારો ભગવાન છું.

પ્રકરણ : 3

ઇતિહાસનો તાસ પૂરો થવાનો ઘંટનાદ થયો. આખી એલ્ફિન્સ્ટન કૉલેજના વિદ્યાર્થીઓ જેમની ભરપૂર આદર સાથે ચાહના કરતા એ પ્રોફેસર રીડે ઇંગ્લાંડના નૉર્મન રાજાઓમાંના વિલિયમ બીજાની વાત પૂરી કરવા વધુ બે મિનિટ લઈ હેન્રી પહેલા વિશે નોંધ લખાવવાનું આવતી કાલ પર મુલતવી રાખ્યું. આગલી હરોળે બેઠેલા કરસનદાસે શાહી સુકાય ત્યાં સુધી નોંધપોથી ખુલ્લી રાખી. તાસ પૂરો થયા પછી પણ વર્ગ બહારના વરંડામાં વિદ્યાર્થીઓ પ્રોફેસર રીડને ઘેરીને અગિયારમી સદીમાં રાજા વિલિયમ બીજાએ સ્કોટલૅન્ડ અને વેલ્સમાં લડેલી લડાઈઓ વિશે પ્રશ્નો પૂછતા હતા. પ્રોફેસર રીડે એ પછીના તાસમાં ભણાવવાનું નહોતું એટલે નિરાંતમને વિદ્યાર્થીઓ સાથે ચર્ચા કરતા હતા : 'વિલિયમ વૉઝ નૉટ સો સક્સેસફુલ ઇન વેલ્સ... ઇન્વેઝન્સ ઑફ ધિસ માઉન્ટેનિયસ કન્ટ્રી ઑલ્વેઝ એન્ડેડ ઇન લૉસીસ ઍન્ડ ફેઈલ્યોર. વિલિયમ ધ સેકન્ડ વૉઝ ઓબ્લાઈજ્ડ ટુ કન્ટેન્ટ હિમસેલ્ફ વિથ સ્ટ્રેન્ધનિંગ ધ બૉર્ડર કૅસલ્સ...' બોલતાં બોલતાં પ્રોફેસર રીડે વિદ્યાર્થીઓના પ્રતિભાવ જાણવા વારાફરતી દરેકની આંખમાં જોયું. સૌ કોઈ પોતાને સમજી રહ્યું છે એવા સંતોષથી પ્રોફેસર રીડ વાત આગળ વધારવા જતા હતા ત્યાં જ અચાનક કશુંક યાદ આવ્યું હોય એમ એ બોલ્યા : 'વ્હેર ઇઝ કરસનડોસ... આય ડૉન્ટ સી હિમ હિયર.'

'સર, હી ઇઝ ઇન ક્લાસરૂમ,' એક વિદ્યાર્થીએ અંગ્રેજી પ્રશ્નનો જવાબ અંગ્રેજીમાં જ મળવો જોઈએ એવા પ્રોફેસર રીડના આગ્રહને માન આપીને કહ્યું અને ભાંગીતૂંટી ભાષામાં સમજાવ્યું, 'હિઝ નોટબુક ઇઝ વેટ વિથ ઇન્ક, હી ઇઝ ડ્રાઇંગ...' અંગ્રેજી બોલવામાં પોતે લોચા માર્યા છે એવા અહેસાસથી વિદ્યાર્થી છોભીલો પડી ગયો પણ પ્રોફેસર રીડે એ તરફ ધ્યાન ન આપતાં દૂરથી આવી રહેલા કરસનદાસને આવકારતાં વાત્સલ્યભાવે કહ્યું, 'કરસનદાસ, તમને વાંધો ન હોય તો મારી સાથે પ્રોફેસર્સ રૂમમાં આવશો?'

'બેશક,' કરસનદાસે વિનયપૂર્વક અંગ્રેજીમાં ઉત્તર વાળ્યો અને પ્રોફેસર રીડે બાકીના વિદ્યાર્થીઓની રજા લઈ પહેલા માળના પ્રોફેસર્સ રૂમ તરફ ડગલાં માંડ્યાં. વર્ગના ઔપચારિક વાતાવરણમાંથી છૂટ્યા એટલે પ્રોફેસર રીડે મુંબાઈની ભેજવાળી હવાના બફારાથી છૂટવા કોટ કાઢીને હાથીદાંત આકારના લાકડાના ઘોડા પર ટેકવી દીધો.

'કરસનદાસ, એક વાત તમને પૂછવાની હતી.' પ્રોફેસરે ગળામાં બાંધેલી ટાઈની ગાંઠ ઢીલી કરીને કૉલરનું બટન ખોલતાં કહ્યું.

'જરૂર, સર.' કરસનદાસે સહેજ દ્વિધામાં જવાબ આપ્યો.

'મને ખબર નથી કે આવું પૂછીને હું તમારી પ્રાઇવેટ લાઇફમાં દખલગીરી કરી રહ્યો છું કે કેમ, પણ છેલ્લાં થોડાક દિવસથી તમને એકદમ ઉદાસ, સાવ ખોવાયેલા જોયા એટલે મને પૂછવાનું મન થયું, વધુ પડતો પર્સનલ બની રહ્યો હોઉં તો મને રોકજો.' પ્રોફેસર રીડે પાકા બ્રિટિશ અંદાજથી ઔપચારિકતાની દીવાલ ભેદવાની કોશિશ કરી.

'સર, મારા માટે આખી કૉલેજમાં તમે સૌથી આદરણીય છો. તમે તો જાણો જ છો કે મેં ક્યારેય તમને માત્ર મારા પ્રોફેસર નથી માન્યા, હું હંમેશાં તમને ફ્રેન્ડ, ફિલૉસૉફર અને ગાઇડ તરીકે જોતો આવ્યો છું. તમને મેં પિતા જેવા ગણ્યા છે.' કરસનદાસ બે હાથમાં નોંધપોથી પકડીને ટટ્ટાર ઊભો હતો. પ્રોફેસર રીડે એની નજીક આવી પોતાનો હાથ એના ખભા પર મૂક્યો અને પૂછ્યું,

'કોઈ કૌટુંબિક વાત તને સતાવી રહી છે? ઘરમાં કશુંક બન્યું? આ જુવાન ચહેરા પર નિરાશાનું વાદળું શા કારણે?'

'સર...' કરસનદાસે ક્ષણિક ખચકાટ અનુભવ્યો પણ તરત જ નક્કી કરી લીધું કે પ્રોફેસર આગળ હૃદય ખોલવામાં આવશે તો જ સાચું માર્ગદર્શન મળશે. 'સર, ધનકિશોરીને તમે જાણો છો?'

'અફકોર્સ, એક વખત તેં મુલાકાત કરાવી હતી. તારી સગાઈવિધિ એની સાથે થઈ છે, નહીં. સુંદર છોકરી છે, સુસંસ્કારી પણ...'

'એના સંસ્કાર એને અવળે માર્ગે લઈ જઈ રહ્યા છે, સર.' કરસનદાસે કડવાશ સાથે કહ્યું.

'કેમ શું થયું?'

'અમારા પુષ્ટિ માર્ગીય વૈષ્ણવોમાં તમારા ચર્ચ જેટલું જ પવિત્ર હોય છે અમારું મંદિર. અમે એને હવેલી કહીએ છીએ.'

'આય નો, આય નો. આપણી જ કૉલેજના કોઈ ભાટિયા સ્ટુડન્ટના આગ્રહથી હું પણ હવેલીમાં જઈ આવ્યો છું – અહીં નજીકમાં જ છે. શું નામ છે એનું? જીવણલાલ મહારાજની હવેલી. રાઇટ?'

'બરાબર, સર. મુંબઈમાં કોટમાં એક અને બહારકોટમાં બીજી એવી જ છ હવેલીઓ છે.'

'ઓકે...'

'મારી વાગ્દત્તા કિશોરીને એક હવેલીના મહારાજ સાથે સંબંધ છે.'

'વૉટ?'

'મેં એને મારી સગી આંખે મહારાજ સાથે જારકર્મ કરતાં જોઈ છે.'

'યુ મીન, સેક્સ્યુઅલ ઇન્ટરકોર્સ? ડિસ્ગસ્ટિંગ...'

'ઇટ ઇઝ, સર. અને કિશોરીએ પોતે કબૂલ્યું છે મારી આગળ. મહારાજ સાથેના એ સંબંધોનું એને ગૌરવ છે.'

'એન્ડ શી સ્ટિલ વૉન્ટ્સ યુ મૅરી યુ?'

'શી વૉન્ટેડ ટુ. પણ મેં એની સાથે બધા જ સંબંધ તોડી નાખ્યા છે.'

'રાઇટ થિંગ યુ ડિડ,' કહીને પ્રોફેસર સહેજ અટક્યા અને બોલ્યા, 'ઑન સેકન્ડ થૉટ, તેં એ જાણવાની કોશિશ કરી કે તારી વાગ્દત્તા આવી નાદાનિયત કેમ કરી બેઠી?'

'સર, એ એને નાદાનિયત નથી માનતી. પુષ્ટિ માર્ગીય વૈષ્ણવ કુટુંબના સંસ્કાર માને છે.'

'આને તમે સંસ્કાર કહો છો? પરંપરા? વૉટ રબિશ?'

'હું નહીં, સર. એનું કુટુંબ, અમારો મોટા ભાગનો સમાજ આ પ્રથામાં માને છે. ગુજરાતી ભાટિયાઓ, લુહાણાઓ અને કપોળોમાં પણ કેટલાંક કુટુંબ દૃઢતાપૂર્વક આ પ્રથામાં માને છે.' કહીને કરસનદાસે પ્રોફેસર રીડને સમજાવ્યું કે હવેલીના મહારાજ સ્વયં કૃષ્ણ ભગવાન છે એવું વૈષ્ણવોને શીખવવામાં આવે છે અને આ મહારાજોને વૈષ્ણવોએ તન-મન-ધન બધું જ શા માટે અને કેવી રીતે સમર્પિત કરવું તે અંગે પણ બોધ આપવામાં આવે છે. પ્રોફેસર રીડે કરસનદાસને સામેની ખુરશીમાં બેસાડ્યો અને પોતે પ્લાન્ટર્સ ચૅર પર બેસી પગ લાંબા કર્યા. કરસનદાસ પાસેથી માનસી સેવા, તનુજા સેવા અને વિત્તજા સેવા વિશે પ્રોફેસર રીડ માહિતી મેળવતા રહ્યા. મહાપ્રભુ વલ્લભાચાર્યે સ્થાપેલા પુષ્ટિ માર્ગીય વૈષ્ણવ સંપ્રદાય અંગે કરસનદાસે કહેલી તમામ વાતો શાંતિથી સાંભળ્યા પછી પ્રોફેસર રીડ ખુરશી પરથી ઊભા થયા અને બારી પાસે આવ્યા. કરસનદાસ એમની પાછળ આવીને ઊભો રહ્યો. દૂર સુધી દેખાતા આકાશની ક્ષિતિજ ભણી તાકીને પ્રોફેસર રીડે કહ્યું.

'કરસનદાસ, તમારી વાત વિશે વિચાર કર્યા પછી મારા મનમાં તમારા માટેની બે સલાહ ઊગે છે. સૌથી પહેલાં તો, કિશોરી તમારી વાગ્દત્તા છે એટલે એની ભૂલ માફ કરીને તમારે એને સમજાવીને પાછી સ્વીકારવી જોઈએ...'

'પણ સર...'

'મારું કહેવાનું પૂરું સાંભળી લો, કરસનદાસ... બીજી વાતઃ મેં તમારામાં પહેલેથી જ એક પ્રગતિશીલ ઇન્સાનને જોયો છે. તમારા વિચારો ભવિષ્યમાં તમારા જ સમાજને ખૂબ ઉપયોગી નીવડી શકે એમ છે. કેળવણીની સાથોસાથ તમારા જેવા યુવાનોના વિચારોને અને વિચારોની ચર્ચાને ઉત્તેજન આપવા ઘણા સમયથી સ્ટુડન્ટ્સ સોસાયટી રચવાનું હું વિચારતો હતો. એમાં તમે જાતભાતના સામાજિક, ધાર્મિક વિષયો પર જાગૃતિ ફેલાવતા નિબંધો લખીને એનું જાહેર વાંચન કરી શકો. ચાહે અંગ્રેજીમાં, ચાહે દેશી ભાષામાં, તમારી વિદ્યામાં એના થકી ઉમેરો જ થવાનો છે...'

'પણ સર... આવી બધી પ્રવૃત્તિઓ વિશે મને કોઈ ગતાગમ નથી.'

'એ માટે હું તમને મદદ કરીશ. તમારી ઓળખાણ શેઠ સોરાબજી શાપુરજી બંગાળી નામના એક પારસી સદ્‌ગૃહસ્થ સાથે કરાવીશ. તમે દુર્ગારામ મહેતાજીનું નામ સાંભળ્યું છે?'

'હા, આપણી કૉલેજમાં નવા આવેલા સુરતી વિદ્યાર્થી નર્મદાશંકર પાસે જ સાંભળ્યું હતું. શાળામાં એ એમના ગુરુ હતા.'

'દુર્ગારામ માત્ર શિક્ષક નથી, ઘણાં મોટા સુધારક છે. તમે મુંબઈમાં પ્રોફેસર દાદાભાઈ નવરોજી કે ડૉક્ટર ભાઉ દાજીનાં ભાષણો સાંભળ્યાં છે?'

'જી, ના.'

'સાંભળજો. સોરાબજી શેઠ એ માટેની ગોઠવણ કરશે. દાદાભાઈ એક અઠવાડિક ચલાવે છે. 'રાસ્ત ગોફ્તાર' નામનું. એનાથી પણ તમને સોરાબજી જ પરિચય કરાવશે. ભણતાં ભણતાં તમારે આ પ્રવૃત્તિઓ કરવી જોઈએ. કરસનદાસ. હું તો માનું છું કે તમને આ તરફ વાળવા માટે તમારે પેલા મહારાજશ્રીનો આભાર માનવો જોઈએ.' પ્રોફેસર રીડ ખુલ્લું હસ્યા.

'સર, તમારી આ બીજી વાતને અમલમાં મૂકવાની હું મારાથી બનતી કોશિશ કરીશ પણ હું નથી માનતો કે કિશોરી સાથે જિંદગીમાં ક્યારેય કોઈ પ્રકારનો સંબંધ રાખી શકું.' કરસનદાસે એક હાથમાં નોંધપોથી પકડી બીજા હાથની આંગળીઓ વડે પોથીના પૂંઠાને નખથી ખોતરતાં કહ્યું.

'કરસનદાસ, આવેગ અને આવેશ ઠંડા થઈ ગયા પછી જ તમારી શક્તિ બની શકે છે, ધગધગતા હોય ત્યારે એનાથી દૂર રહેવું જ સારું. તમે શાંત ચિત્તે વિચારજો. હું આશા રાખું છું કે ધનકિશોરીને ભાવિ મિસિસ કરસનદાસ તરીકે જોવાની તમારા કુટુંબની ઇચ્છાને આડે કોઈ ના આવે, તમે પોતે પણ નહીં... ઑલ ધ બેસ્ટ...'

'થેન્ક યુ, સર.'

॥ શૃંગાર ॥

પ્રકરણ : ૪

'આવ, બેટા. ઘણા દિવસે દેખાઈને તું?' ધનકિશોરીને જોતાં જ રાધાકાકીએ શાક સમારવાનું બાજુએ રાખીને એને આવકાર આપ્યો. કિશોરી રસોડામાં પ્રવેશી કાકીની બાજુમાં બેસી ગઈ. શાકની થાળી અને ચપ્પુ પોતાના હાથમાં લઈ પૂછ્યું,

'ઘરમાં કોઈ નથી, કાકીમા?'

રાધાકાકી સમજી ગયાં. 'તું જેને ગોતે છે એ તો આજકાલ ક્યાં સમયસરનો આવે છે. કૉલેજમાં બધા દોસ્તારોએ વળી નવી મંડળી કાઢી છે તે મોડી રાત ગયે ઘરે પાછો ફરે છે.'

કિશોરી સહેજ નિરાશ થઈ ગઈ. ઘણા દિવસ થયા હતા એને હિંમત એકઠી કરતાં. કરસનદાસને હવે મળવામાં એ સંકોચ અનુભવતી હતી, છતાં મળવું અનિવાર્ય હતું. પોતે લીધેલો નિર્ણય કરસનદાસને જણાવી દેવા એ આતુર હતી. કરસનદાસની ગેરહાજરીમાં મન એના વિચારો ન કરતું રહે એટલે એણે વિષય બદલાતાં રાધાકાકીને પૂછ્યું,

'બાપુજી મઝામાં?'

'હા, દેશમાં જ છે.'

'આ બાજુ આવવાના છે?'

'હજુ મહિનો વાર લાગશે. તારાં ને કરસનદાસનાં લગ્નની તિથિ નક્કી કરવા આવશે જ ને. પણ વડાળ–મહુવા કંઈ ભાયખલે કે પરેળ તો નથી જ...'

શુષ્કતાથી થતી વાતચીત અચાનક અટકી પડી. ખુલ્લા દરવાજામાંથી આવતા કરસનદાસને જોઈ કિશોરી ખોળામાંથી થાળી બાજુએ મૂકી ઊભી થવા ગઈ પણ રાધાકાકીની હાજરીનો ખ્યાલ આવતાં જ રોકાઈ ગઈ. ઘરમાં પ્રવેશીને કરસનદાસે કિશોરીને જોઈ પણ તરત જ રસોડામાં જઈ જાતે પાણી પીને સીધા જ મેડીએ જતા રહેવાનું પસંદ કર્યું. 'આજ કંઈ વહેલા વહેલા આવી ગયા ને ભાઈ.' એવું કાકીએ કહ્યું તે પણ સાંભળ્યું-ન સાભળ્યું કર્યું.

'જા, તું એને જ મળવા આવી છો ને?' રાધાકાકીએ કિશોરીના હાથમાંથી શાકની થાળી લઈ એને ઊભી કરી. કિશોરી પોતાની મરજી વિરુદ્ધ ઊભી થતી હોય એ રીતે સહેજ શરમાઈ પણ પછી બબ્બે પગથિયાં કુદાવીને મેડીએ પહોંચી ગઈ. કરસનદાસ ખમીસ કાઢીને હીંચકા પર બેઠો હતો. કિશોરીને જોતાં જ એણે ઊભા થઈ ખીંટી પરથી

ખમીસ ઉતારી પહેરી લીધું.

'અહીં શું કામ આવી છો?' કરસનદાસે બાંયો વાળતાં પૂછ્યું. કિશોરી ચૂપચાપ ઊભી રહી. 'મારું કંઈ કામ છે?' કરસનદાસે ફરી પૂછ્યું. કિશોરી માથું ઢાળીને ચૂપચાપ ઊભી રહી. કરસનદાસ ગુસ્સે થઈને ચીડના શબ્દો બોલવા જતો હતો ત્યાં જ એણે કિશોરીનું હિબકું સાંભળ્યું.

'મારે કશું જ કહેવું નથી તમને.' કિશોરી ડૂસકું દાબીને માંડ બોલી.

'તો પછી અહીં મારી સામે શું કામ ઊભી છો?'

'મારી ભૂલ થઈ ગઈ... તમારી માફી માગવા આવી છું.' કિશોરીએ કરસનદાસની નજીક આવવાનો પ્રયાસ કર્યો પણ ખભા પાછળથી જોઈ રહેલા કરસનદાસે ખસીને હીંચકાની બીજી બાજુએ જઈ ઊભા રહેવાનું પસંદ કર્યું.

'કઈ બાબતની માફી માગવાની છે? શા માટે માફી માગવાની છે?'

'બધી જ વાતની. જે થયું તે ભૂલી જાઓ. મારી નાદાનિયત હતી એ. હવે મારી આંખો ઊઘડી છે. આજથી તમે જે કહેશો તે જ હું કરીશ.' આટલું બોલતાં કિશોરીને પહાડ ઊંચક્યો હોય એટલો શ્વાસ ભરાઈ આવ્યો.

'તારે શા માટે હું કહું એ કરવું જોઈએ? તું મુક્ત છો, સ્વતંત્ર છો...' કરસનદાસે ઠંડા કલેજે જવાબ આપ્યો.

'તમારાથી સ્વતંત્ર થઈને મારે ક્યાં જવું છે?'

'કેમ, મહારાજ નથી?'

'એમનું નામ ના લેશો મારી આગળ. એમણે મને તો અભડાવી, હવે મારી બહેનને પણ...'

'એ માણસ દુષ્ટ છે એવું મેં પહેલેથી જ તને કહ્યું હતું.'

'એમની નીચતાને હું ઓળખી ગઈ છું. તમે કહેતા હો તો હું આખી જિંદગી એમની હવેલીમાં પગ નહીં મૂકું.'

'મારે શા માટે એવું કશુંય તને કહેવું જોઈએ?'

'કેમ? પતિ તરીકે તમારો એટલોય અધિકાર નહીં મારા પર?'

'કોણે કહ્યું કે હું તારો પતિ છું?'

'કોઈ નથી કહેતું, હું જ એકલી કહું છું. પતિ નથી તો થઈ જશો. બાપુજી વડાળથી આવે ત્યારે મારા બાપુ તમારે ત્યાં આવીને તિથિ નક્કી કરાવી જવાનું કહેતા હતાં.'

'કિશોરી, મારી અને તારી સગાઈ ફોક થઈ ગઈ છે. હવે આપણા બંને વચ્ચે કોઈ સંબંધ નથી.'

'લો, એમ બોલીને સંબંધો ફોક થતા હોય તો તો પૂછવું'તું જ શું?'

'તો શું મારે પંચની પરવાનગી લેવી પડશે?'

'પંચ આમાં ક્યાં વચ્ચે આવે છે? અહીં સગાઈ ફોક કરવાનું છે જ કોણ?'

'હું. બોલો, બીજું કંઈ કહેવાનું છે?' કરસનદાસે ઉતાવળા અવાજે પૂછ્યું.

કિશોરી હીંચકો વટાવીને કરસનદાસ પાસે ગઈ અને બોલી,

'તમને હાથ જોડીને વિનંતી કરું છું. મને માફ કરી દો...' કિશોરી કરસનદાસનાં ચરણસ્પર્શ કરવા નીચે નમી પણ કરસનદાસે એ મોકો આપ્યા વિના જ એને હડસેલી દીધી. હીંચકાની પાટ પર કિશોરીનું માથું અફળાયું અને એના કપાળમાંથી લોહી વહેવા માંડ્યું. કરસનદાસે લોહી જોતાં જ ખમીસમાંથી હાથરૂમાલ કાઢી એની પાસે આવવાનો પ્રયત્ન કર્યો પણ કિશોરી ઓઢણીના પાલવ વડે કપાળનો ઘા દાબીને બે ડગલાં પાછળ હટી ગઈ.

'બહુ થયું, હવે બસ.' એ બોલી. 'હવે મારે તમને સહેજ પણ આજીજી નથી કરવી. તમારા જેવા ઘમંડી અને અભિમાની પુરુષ સાથે મારે હવે જિંદગી નહીં કાઢવી પડે. તમારા ભણતરની રાઈ ચડી ગઈ છે તમારા મગજ પર... હું જઉં છું.' કિશોરી સડસડાટ મેડીનાં પગથિયાં ઊતરવા લાગી. કરસનદાસ અવાચક બનીને કિશોરીને જોતો રહ્યો.

'અને હા,' કિશોરીએ છેક છેલ્લાં પગથિયે પગ મૂકતાં ડોક ઉપરની તરફ કરીને કહ્યું, 'સગાઈ તોડવા માટે તમારા બાપુજીએ પંચ પાસે પરવાનગી માગવાની જરૂર નહીં પડે, કારણ કે ખુદ કન્યાનો જ પત્તો નહીં હોય ત્યારે વિવાહ ફોક કોની સાથે કરવાના?'

'કિશોરી...'

કરસનદાસ મેડીએથી નીચે ઊતરે તે પહેલા કિશોરી ઘરની બહાર નીકળી હતી. મોટા સાદે થતી વાતચીત સાંભળી રાધાકાકીના કાન સરવા થઈ ગયા હતા. એમણે પૂછ્યું,

'શું થયું? કિશોરી કેમ ચાલી ગઈ? તેં કંઈ કહ્યું એને?'

'હું? હું શું કહેવાનો હતો એને?'

'તો પછી અચાનક ક્યાં જતી રહી?'

'કોને ખબર? ગઈ હશે ઘરે પાછી? એકલું બાઈમાણસ જઈ જઈને પણ ક્યાં જાય?'

કરસનદાસે દરવાજો ભીડીને ફાનસ સળગાવ્યું.

* * *

એ દિવસે તો કિશોરી એના ઘરે પાછી ગઈ હતી. પણ થોડા જ દહાડા પછી ખબર આવ્યા કે કિશોરી નાસી ગઈ છે. હવેલીમાં કોઈ કહેતું હતું કે એ ઘરેથી ભાગી નથી ગઈ પણ એના બાપાએ એને દેશમાં મોકલી આપી છે. જેથી મહારાજવાળી વાતને કરસનદાસ વધુ ચગાવે નહીં. વળી કોઈક એમ પણ કહેતું હતું કે જેજે થી ગર્ભવતી થયેલી કિશોરીએ કૂવો પૂર્યો છે અને કિશોરીના પિતાએ પોલીસને સાધીને આખી વાત દબાવી દીધી છે. આ બધામાંથી સાચું શું છે એની કરસનદાસનેય ખબર નહોતી. કરસનદાસે જાણવાની દરકાર પણ નહોતી લીધી.

કૉલેજનું નવું વર્ષ શરૂ થવાનો પહેલો જ મહિનો હતો. મુંબાઈમાં આ વર્ષે ચોમાસું લંબાઈ ગયું હતું અને શહેરીજનો ભારે ઉકળાટ અનુભવી રહ્યા હતા. આવી જ એક બફારાભરી શનિવારની સાંજે કરસનદાસે જમીને બહાર જવા માટે ખમીસ ચઢાવ્યું અને મેજના ખાનામાં મૂકેલાં કાગળિયાં શોધ્યાં.

'કાકીમા, આ ખાનામાં મારાં કાગળિયાં હતાં તે ક્યાં ગયાં?'

'શેનાં કાગળ?'

'મેં લખેલા નિબંધના કાગળ. અત્યારે બુદ્ધિવર્ધક સભાની બેઠક છે. એમાં મારે નિબંધ વાચન કરવાનું છે.'

'આ જ કાગળિયાં?' રાધાકાકીએ સાડલાના પાલવમાં છુપાવેલાં ફાટેલા કાગળિયાના ટુકડા બતાવ્યા.

'મારો નિબંધ કોણે ફાડી નાખ્યો, કાકીમા?'

'આ નિબંધ વાંચીને કુટુંબની આબરૂના ધજાગરા ઉડાવવા છે તારે?' રાધાકાકીએ કાગળિયાના વધુ ટુકડા કરીને હવામાં વહેતા કરી મૂક્યા.

'કાકીમા!'

'અવાજ નીચો રાખ, કરસનદાસ! મારા જેવી વિધવાઓને ફરીથી પરણાવવા તું નીકળ્યો છે? તને એમ છે કે તું આ સુધારાવાળાઓ જોડે થઈ જઈશ એટલે, સમાજમાં તારી વાહ વાહ બોલાશે?'

'મારે શું કરવું ને શું ન કરવું તે તમે મારા પર છોડી દો.'

'એમ જ થશે હવે. તું નાનો હતો ને તારી મા મરી ગઈ. તારા બાપે બીજાં લગ્ન કર્યાં એટલે તને રહેવા માટે અહીં, તારા મોસાળે મોકલ્યો. નાગરદાસ હીરજી મોદીના નવલખી ખાનદાનના ભાણા તરીકે તને આખા કપોળ સમાજમાં આબરૂ મળી. તારી માની કાકી છું એટલે અત્યાર સુધી તને કંઈ કહેતી નહોતી. તારા બાપુજી પર દયા ખાઈને તારો ઉછેર કર્યો તે એટલા માટે નહીં કે નવલખી ખાનદાનનું તું નામ બોળે...'

'મારા વિચારોથી મારા બાપુજીનું જ નહીં, મોસાળવાળાઓનું ય માથું ગૌરવથી ઊંચું રહેવું જોઈએ, કાકીમા. અને હવેથી મારા મેજ પરનાં કાગળિયાંઓને કોઈએ હાથ લગાવ્યો છે તો...'

'તો શું કરી લેશો તમે, ભાણાભાઈ? સમાજનો ડર અમને છે, તમને ભલે એની પરવા ન હોય. આજની બેઠકમાં તમારે કોઈ પ્રવચન-બ્રવચન કરવાનું નથી. ચૂપચાપ ઘરે બેસી રહો...'

'એ મારાથી નહીં બને. મને મોઢે જેટલું યાદ છે એટલું હું બોલીને જ આવીશ.'

'તો પછી ઘરે પાછા આવવાની તસ્દી લેતા નહીં.'

'એટલે?' કરસનદાસના પગ ઉંબર પર ખોડાઈ ગયા.

'ઘરનાં વડીલો સાથે વાત થઈ ચૂકી છે. કરસનદાસે સુધારાવાળી પ્રવૃત્તિઓ કરવી હોય તો આ ઘરનાં બારણાં એના માટે કાયમનાં બંધ છે.'

કરસનદાસ આભો બનીને કાકીમાને જોતો રહ્યો. માતાની જ નહીં દાદીમાની પણ ખોટ પૂરી કરે એવાં લાડ કરનારાં કાકીમાનું વર્તન આજે સાવ વિચિત્ર લાગતું હતું. ગુસ્સો ઠંડો થતાં જ કાકીમા ફરી પાછાં પોતાને બોલાવીને હેતથી પીઠ પર હાથ પસવારશે એવી આશા રાખીને બેઠેલા કરસનદાસના આશ્ચર્ય વચ્ચે કાકી મેડીએ ચડીને પાછાં ઊતર્યાં

ત્યારે એમના હાથમાં કાપડની મોટી થેલી હતી.

'આ લો, તમારાં કપડાં અને ચોપડા...'

સભામાં જવાનું મોડું થતું હતું. કરસનદાસ મૂંગા મોઢે થેલી હાથમાં લઈ મોસાળનાં પગથિયાં ઊતરી ગયો.

પાંજરાપોળની પાસેના બંગલામાં સભા હતી. કૉલેજના જુવાનિયાઓ અને પ્રગતિવાદી નાગરિકો ગોઠવાઈ ચૂક્યા હતા. વિધવા પુનર્વિવાહનો પ્રચાર કરતો નિબંધ હાથમાં ન હોવા છતાં કરસનદાસે યાદશક્તિ પરથી છટાદાર પ્રવચન કર્યું. વચ્ચે વચ્ચે કરસનદાસ ત્રાંસી નજરે ખૂણે મૂકેલી થેલી તરફ જોતો હતો.

મોડી રાત સુધી સભામાં કરસનદાસના નામની વાહ વાહ થતી રહી. રાત જામતાં મંડળી વિખેરાવા માંડી. થેલી લઈને કરસનદાસ પણ બંગલાના ઝાંપાની બહાર નીકળ્યો. બાજુની પાંજરાપોળની બીમાર ગાયો ક્યારેક ભાંભરતી હતી. કરસનદાસને કોઈએ પૂછ્યું નહીં કે ક્યાં જવું છે. પૂછ્યું હોત તો જવાબ પણ શું આપત? ઘોડાગાડીઓના અવાજ દૂર થતા ગયા. બંગલાના દીવાઓની રોશની પણ બુઝાઈ ગઈ. આવતી કાલથી, આજ રાતથી જ, આ મુંબાઈ શહેરમાં એ એકલો હતો. કરસનદાસે નિર્ણય લઈ લીધો. જે રસ્તે આગળ વધવા પોતે મક્કમ હતો એ રસ્તે વારંવાર આવા જ નિર્ણયો લેવા પડશે એની પ્રતીતિ એને થઈ ગઈ હતી.

અચાનક આકાશમાં વીજળી ચમકી. પ્રચંડ ગડગડાટ સંભળાયો. આકાશ તૂટી પડવાનું હોય એમ સુસવાતા પવન સાથે ધોધમાર વરસાદ વરસવા લાગ્યો. કરસનદાસ બગલમાં થેલી દબાવીને ખુલ્લી અંધારી સડક પર ચાલવા લાગ્યો. કાલે રહેવા માટેનું ઘર શોધવાનું હતું. કાલે બે ટંક ભોજન પામી શકાય એટલો પગાર આપતી નોકરી શોધવાની હતી અને એ નોકરી માટે કૉલેજના અભ્યાસનો ભોગ આપવાનો હતો.

પ્રકરણ : ૫

'આય ગઈકાલે વરસાદ પડી ગિયો તો ઘનું જ સોજ્જુ થઈ ગિયું, સું કોચ, નાનાભાઈ.' સોરાબજી શાપુરજી બંગાળીએ મિલિટરી ઑફિસનાં મકાનો વટાવીને ટાઉન હૉલ તરફ જવા માટે બૉમ્બે ગ્રીનથી વળાંક લીધો.

'વાત તો તમારી સાવ સાચી છે, સોરાબજી.' નાનાભાઈ રૂસ્તમજી રાણીનાએ પોતાના મિત્રની વાતમાં સૂર પુરાવ્યો, 'પણ આ વરસે જો બરાબર વરસાદ નહીં પડ્યો તો આખા મુંબાઈને પાણીની તંગી પડવાની.'

સોરાબજીના અને નાનાભાઈના હાથમાં બંધ છત્રીઓ હતી જે એમને અત્યારે વહેલી સવારે મૉર્નિંગ વૉક વખતે વૉકિંગ સ્ટિક તરીકે કામ લાગતી હતી. બગીચા પાસેનું લૉર્ડ કૉર્નવોલિસનું પૂતળું વટાવતાં બેઉ યુવાન મિત્રો ટાઉન હૉલ તરફ આગળ વધતા હતા. થોડાં જ વર્ષમાં એ પૂતળાવાળો બગીચો એલ્ફિન્સ્ટન સર્કલ તરીકે અને ત્યારબાદ હૉર્નિમન સર્કલના નામે અને ટાઉન હૉલ એશિયાટિક લાઇબ્રેરી તરીકે વિખ્યાત થઈ જવાનો હતો.

'નાનાભાઈ, ગઈકાલે તમે પાંજરાપોળના બંગલે કરસનદાસને સાંભળવા ગયા હતા?' સોરાબજીએ પૂછ્યું અને ઉમેર્યું, 'કેવું રહ્યું એનું નિબંધવાચન?'

'ઘણું મજાનું હતું. મારે 'સ્ત્રીબોધ'માં છાપવું હતું એટલે મુદ્દાઓ ટપકાવવાનું કામ કોઈકને સોંપવા કહીને ગયો હતો. મારે પ્રેસ પર ખૂબ કામ હતું એટલે પ્રવચન ચાલુ થયું કે તરત હું નીકળી આવ્યો હતો.' નાનાભાઈએ જવાબ આપ્યો.

'કોને કામ સોંપ્યું છે?'

'રસિકલાલ ડાહ્યાભાઈને, કેમ?'

'એને શું કામ સોંપ્યું? એ તો ''મુંબાઈના ચાબુક''નો રિપોર્ટર છે ને? સાવ ભાંગફોડિયો છે, એના ચોપાનિયા જેવો જ. આના કરતાં તો હું જાતે જ સભામાં ગયો હોત તો સારું થાત.' સોરાબજી બોલ્યા.

'તે કેમ? તમે સભામાં હાજર નહોતા રહ્યા? હું તો ધારતો'તો કે તમે મોડા મોડા પણ પહોંચી ગયા હશો?' નાનાભાઈએ ધ્રાસકા સાથે કહ્યું. એમને ચિંતા એ વાતની હતી કે કરસનદાસ મૂળજીના પ્રવચનની નોંધ કોઈએ લીધી નહીં હોય તો એ 'સ્ત્રીબોધ'માં છપાશે કેવી રીતે અને આજે મૅટર છાપવાનો છેલ્લો દિવસ હતો.

'કાલે સાંજે મારે સિટી ગવર્નર લૉર્ડ ફૉકલૅન્ડની કચેરીમાં મિટિંગ હતી. કોટ અને

બહારકોટના વિસ્તારોમાં વિહાર તળાવથી આવનારી પાણીની પાઇપલાઇન કેવી રીતે બિછાવવી એ માટે એમણે કેટલાક શહેરીઓ પાસે સૂચનો મંગાવ્યાં હતાં, એટલે ગયા વિના છૂટકો નહોતો. અગત્યની મિટિંગ હતી અને છેક રાતના બાર વાગ્યે બરખાસ્ત થઈ એટલે કરસનદાસને સાંભળવાની તક ગુમાવી દેવી પડી.' સોરાબજીની આંખમાં મુંબાઈ શહેરમાં ભવિષ્યમાં ઘરે ઘરે નળ વાટે પાણી મળતું થઈ જશે એવાં સપનાં ચમકતાં હતાં.

સૂર્યના પ્રથમ કિરણ સાથે વાદળાં વિખરાયાં અને બેઉ મિત્રોએ ટાઉન હૉલ તરફ વળાંક લીધો. સોરાબજી ટાઉન હૉલની ભવ્ય ઇમારતના ચણતરને મનોમન બિરદાવતા હતા ત્યાં જ એમની નજર હૉલના લાંબા, વિશાળ પગથિયાંને સામે ખૂણે માથા નીચે થેલી મૂકીને સૂતેલા આદમી પર પડી.

'નાનાભાઈ, આ કોણ સૂતેલું દેખાય છે! જરા જુઓ તો, આપણો...'

'...કરસનદાસ જ છે.' નાનાભાઈએ કહ્યું, 'આટલી વહેલી સવારે એ અહીં ક્યાંથી?'

'અને તે પણ આ રીતે? એ પગથિયાં પર સૂઈ ગયેલો કેમ છે?' સોરાબજી નાનાભાઈનો હાથ પકડીને પગથિયાં ચડી ગયા અને દોડીને સામેના ખૂણે પહોંચી ગયા.

નજીક જઈને ખાતરી કરી લીધી કે સૂતેલો માણસ કરસનદાસ જ છે. નાનાભાઈએ એને ઢંઢોળ્યો,

'કરસનદાસ, જરી ઊઠી જાઓ જોઈએ. આ જુઓ સોરાબજી તમારા વાસ્તે થર્મોસમાં ચાય લાવ્યા છે.' નાનાભાઈએ મજાક કરીને સોરાબજી સામું જોઈ આંખ મીંચકારી. અવાજ સાંભળીને કરસનદાસે આંખો ચોળી. પોતે ક્યાં છે એનો ખ્યાલ આવતાં થોડીક પળ વીતી ત્યાં જ એણે આંખ સામે પોતાના બે મિત્રોને જોયા. આશ્ચર્ય સાથે એણે કહ્યું,

'સોરાબજી! નાનાભાઈ! તમે અહીં ક્યાંથી?'

'પહેલાં એ કહે કે તું અહીં ક્યાંથી?' બેઉ મિત્રો એકસાથે બોલી ઊઠ્યા.

* * *

ધોબી તળાવથી કોટના બજારમાં પ્રવેશવાના નાકા પર કિંગ્સ બૅરેક્સ પાસે લાઇનબંધ છાપખાનાં હતાં. એમાંનું એક યુનિયન પ્રેસ નાનાભાઈ રૂસ્તમજી રાણીનાનું હતું. સોરાબજીના ચોપાનિયા 'સ્ત્રીબોધ'ને છાપવાનો આજે છેલ્લો દિવસ હતો એટલે ગઈકાલથી છાપખાનું ચોવીસે કલાક ધમધમી રહ્યું હતું. ટાઉન હૉલથી કરસનદાસને લઈને બેઉ મિત્રો પ્રેસમાં આવી અંદરની લાકડાની કૅબિનમાં બેઠા. ચાની સાથે બિસ્કિટ પૂરાં કરીને કરસનદાસે ગઈકાલે કાકીમા સાથે થયેલા ઝઘડાની વાત કરી. કાકીમાએ પોતાનો નિબંધ ફાડી નાખ્યો એની વાત કરી અને રાત્રે નિબંધવાચન દરમિયાન શ્રોતાઓ તરફથી મળેલી અદ્ભુત દાદની વાત કરી. કરસનદાસને સાંભળીને નાનાભાઈએ પૂછ્યું,

'તારી પાસે નિબંધની મૂળ પ્રત નથી ને અમારી પાસે તારા પ્રવચનનાં ટાંચણો પણ નથી. સોરાબજી પેલા રસિકચાબુકનો અહેવાલ આપણામાં લેવાની ના પાડે છે, તો હવે કરીશું શું?' નાનાભાઈના અવાજમાં ફર્મો પૂરો નહીં થાય તો છેલ્લું છાપકામ કેવી રીતે શરૂ થશે એની ચિંતા છુપાયેલી હતી.

'નાનાભાઈ, અત્યારે છાપખાનાની ચિંતા છોડો. 'સ્ત્રીબોધ' આ વખતે એક દિવસ મોડું બહાર પડશે તો કંઈ ખાટુંમોળું નહીં થઈ જાય. પહેલી ચિંતા કરસનદાસના રહેવાની કરવાની છે. એના માટે ઘર શોધવાનું છે.' કહીને સોરાબજીએ કરસનદાસ તરફ મોઢું ફેરવ્યું અને કહ્યું, 'કરસનદાસ, તારા કરતાં બે જ વરસ મોટો છું એટલે તારો મિત્ર તો છું જ પણ એક વાત તારે મારી વડીલ તરીકેની સાંભળવી પડશે.'

'બોલો, સોરાબજી.'

'તારા રહેવાનો બંદોબસ્ત ના થાય ત્યાં સુધી તારો ઉતારો મારા બંગલે રહેશે.'

'સોરાબજી, એમ કંઈ મારાથી તમને અગવડ ન અપાય. હું કોઈ સૅનેટોરિયમમાં જગ્યા શોધી લઈશ.'

'કરસનદાસ, તમારી સ્વતંત્ર જગ્યા ના શોધીએ ત્યાં સુધી તમારે મારે ત્યાં રહેવાનું છે. અને આ ચર્ચા અહીં પૂરી થાય છે.' કહીને સોરાબજીએ વાચકોના પત્રો નીચે લખાતી તંત્રીની નોંધ જેવું કરડાકીભર્યું મોઢું કરીને તરત જ નિર્દોષ હાસ્ય કર્યું.

'ભલે. તમે કહો છો તે સાચું.' કરસનદાસે ઉજાગરાવાળી આંખ પરનો ભાર ઓછો થઈ ગયો હોવાની હળવાશ સાથે કહ્યું, 'પણ સોરાબજી, આટલી મદદ કરો છો તો એક મદદ બીજી પણ કરજો.'

'તું કહેશે તે કરવા હું તૈયાર છું, કરસનદાસ. પ્રોફેસર રીડે આપણી ઓળખાણ કરાવીને ઘણું મોટું કામ કર્યું છે. અમારી પારસી કોમમાં સંસારી સુધારો કરવામાં મને રસ છે અને તારી સાથે દોસ્તી થયા પછી મને ખાતરી છે કે તારા વિચારો જેમ જેમ ઘડાતા જશે તેમ તું પણ હિન્દુઓમાં આગેવાન સુધારાવાળો બનશે. મારે સ્વતંત્રપણે કામ કરવું હતું એટલે જ નાની ઉંમરે મને 'મુંબઈ સમાચાર'માં તંત્રીપદ મળ્યું તો પણ દસ મહિનામાં જ એને છોડીને મારું ખુદનું ચોપાનિયું શરૂ કર્યું છે. તું બોલ, તારે જે કંઈ મદદની જરૂર હોય તે તું કહે. હું તારી પડખે છું અને નાનાભાઈ પણ આપણી સાથે જ છે.'

'સોરાબજી, વાત એમ છે કે મારી સાવકી માને કારણે બાપુજી સાથે ઝઘડો છે. હું એમની પાસેથી પૈસા મગાવતો નથી. અત્યાર સુધી મારી માની કાકી સાથે રહેતો હતો એટલે મોસાળને કારણે કૉલેજની ફીની કે હાથખર્ચની કોઈ ફિકર નહોતી. વળી રહેવા-ખાવાપીવાનો તો કોઈ ખર્ચ જ નહોતો. હવે એ બધો જ ખર્ચ મારે ઉઠાવવો પડશે. તમે કોઈ સારી જગ્યાએ મને નોકરી અપાવી શકો?'

'એ શું બોલ્યો તું, બાવા? તારે ભણવાનું કે નોકરી કરવાની? તું છેલ્લું વર્ષ પૂરું કરી લે પછી આ શહેરમાં તારા માટે જોઈએ એટલી નોકરીઓ છે. અત્યારે નોકરીની સામું પણ તારે નથી જોવાનું,' સોરાબજી પોતાની કડક જુબાનમાં કરસનદાસને હૂંફ આપતાં બોલ્યા.

'પણ તમે મને સાંભળો તો...'

'બહુ સાંભળ્યો છે તને. જો બાવા, તારી કૉલેજની ફી માટે સ્કૉલરશિપનો બંદોબસ્ત

થઈ જશે. તારે રહેવાનું છે મારે ત્યાં એટલે ભાડાનો કે જમવાના ખર્ચનો કોઈ સવાલ નહીં આવે. રહી વાત હાથખર્ચીની તો તને જોઈએ ત્યારે તું મારી કે નાનાભાઈની પાસેથી પૈસા માંગી લેજે. તને જ આપવાના છે ને. એક દોસ્તના વાસ્તે અમે આટલું નહીં કરીએ તો બીજું કોન કરશે?'

કરસનદાસે વિચાર્યું કે સોરાબજી સામે અત્યારે દલીલ કરવાનો કોઈ અર્થ નથી. છાપખાના પરથી એ ચૂપચાપ સોરાબજી સાથે એમના બંગલા તરફ જવા નીકળ્યો. થેલીમાં ભીનાં થયેલાં પુસ્તકો નાનાભાઈને સોંપી દીધાં અને વિનંતી કરી કે એને સૂકવી નાખે. સોરાબજી સાથે ચાલતાં ચાલતાં કરસનદાસ વિચારતો રહ્યો : બેફિકરાઈની અને ભટકતા રહેતા રખડુની જિંદગી આજથી શરૂ થાય છે. આ નવી જિંદગીનો આરંભ કરતાં પહેલાં બે નિશ્ચય લેવા જરૂરી હતા. એક, કોઈનાય આશ્રયતળે કે ઉપકાર હેઠળ ન રહેવું. પછી ભલેને એ એકદમ સાફ દિલનો દોસ્તાર કેમ ન હોય. અને બે, પોતાના પગ પર ઊભા રહી શકાય તે માટે વહેલામાં વહેલી તકે આજીવિકા શોધી લેવી જેથી જિંદગીમાં ક્યારેય કોઈનીય પાસે પૈસા માગવા માટે હાથ લાંબો કરવો ન પડે. સોરાબજી શાપુરજીના એસ્પ્લેનેડસ્થિત બંગલામાં પ્રવેશતાં જ કરસનદાસને પશ્ચિમ દિશામાં દેખાતા અરબી સમુદ્રનો ઘૂઘવાટ સંભળાયો.

* * *

એ પછીના દિવસોમાં કરસનદાસે ઘણી ભરતીઓટ જોઈ. સોરાબજીના બંગલે ઝાઝું રહેતાં એનો જીવ કોચવાતો હતો. એણે બીજે જ દિવસે ભાડાની ઓરડી માટે શોધ ચલાવી. છેક તાડવાડી, મઝગાંવ, ખારા તળાવ અને ઊંબરખાડી સુધી ફરી આવ્યો પણ જોગ ખાધો નહીં. જે જગ્યા ગમી જતી તેનું ભાડું મોંઘું લાગતું અને સસ્તી બધી જ જગ્યાઓ પોતાની કૉલેજ એલ્ફિન્સ્ટન ઇન્સ્ટિટ્યૂશનથી દૂર મળતી. એ દિવસે રાત્રે મોડેથી થાકીને આવેલો કરસનદાસ જમ્યા વિના ઊંઘી ગયો. બીજે દિવસે એણે પોતાની નજીકના જ વિસ્તારોમાં શોધ ચલાવી. કોટમાં પોતાને લાયક કોઈ ઓરડી નહોતી પણ બહારકોટમાં ભગુડિયાની ચાલીના માલિક વ્રજભુખણદાસ કરસનદાસના અને બુદ્ધિવર્ધક હિંદુ સભાના ચાહક નીકળ્યા. કરસનદાસને આ નવી થયેલી ઓળખાણ ગમી, પરંતુ વ્રજભૂખણદાસે જ્યારે કહ્યું, 'તમતમારે ભાડું આપ્યાં વિના રહો મારી ચાલીમાં. જેટલી રૂમો વાપરવી હોય એટલી ખોલાવી આપું.' ત્યારે કરસનદાસને થયું કે આના કરતાં ઓળખાણ થઈ જ ના હોત તો સારું થાત. મફતમાં રહેવું હોત તો સોરાબજીનો બંગલો જ શું ખોટો હતો. વળી ત્યાં ખાવાપીવાનો ખર્ચોય ક્યાં હતો? ખૂબ રકઝક પછી વ્રજભૂખણદાસે બીજા ભાડુઆતો પાસેથી લેવાતું હતું એટલું ભાડું લેવાનું કબૂલ રાખ્યું ત્યારે કરસનદાસે કહ્યું, 'તમારે મારા પર ઉપકાર કરવો હોય તો હવે કરો. અમે સુધારાવાળાઓ છોકરાઓ માટે એક નાનકડી શાળા શરૂ કરીએ છીએ એ માટે ભગુડિયાની ચાલીમાં એકાદ ઓરડી ખોલાવી આપજો. અત્યારે કાળકાદેવીને રસ્તે જગન્નાથ ગાંધીના ઘરમાં એ નિશાળ ચાલે છે ને દર રવિવારે સાંજે ત્યાં સભા ભરાય છે. મને એ દૂર પડે છે છતાં હું નિયમિત ત્યાં ભાષણ કરવા

જાઉં છું. એ શાળા મારા રહેઠાણની બાજુમાં જ હશે તો મને સુગમ પડશે, એટલું જ નહીં રવિવારને બદલે હું રોજ છોકરાઓને બોલાવીને સુધારાવાળી વાતોમાં પલોટી શકીશ.' વ્રજભુખણદાસે બહુ ઉત્સાહથી પરમાર્થના કામ માટે વગર ભાડે બીજી ઓરડીની વ્યવસ્થા કરી આપી.

રહેવાની જગ્યાનો બંદોબસ્ત કરી લીધા પછી, ત્રીજે જ દિવસે, કરસનદાસે સોરાબજીનો રહેવા માટેનો ખૂબ આગ્રહ હોવા છતાં બંગલો છોડી દીધો. પછીના દિવસે કૉલેજમાં જઈને પ્રોફેસર રીડ સાથે સ્કૉલરશિપ અંગે ચર્ચા કરી. પ્રોફેસર રીડે ચાલુ સત્રે અપવાદરૂપે આ પ્રકારે શિષ્યવૃત્તિ આપી શકાય કે કેમ એ અંગે કૉલેજના પ્રિન્સિપાલસાહેબ સાથે વાત કરી અને આ બાબતમાં કરસનદાસને નિશ્ચિંત થઈ જવાનું જણાવ્યું. હવે એક માત્ર જમવાના ખર્ચનો પ્રશ્ન ઉકેલવાનો હતો. બે દિવસથી પારસી બજારની એક વીશીમાં જમવાનું ગોઠવ્યું હતું ને પૈસા મહિનાના અંતે અપાય તો ચાલે એવી બાંહેધરી પહેલેથી જ મેળવી લીધી હતી. કરસનદાસે વિચાર્યું હતું કે અત્યારે થોડા દિવસ પૂરતું વીશીનું ભોજન ઠીક છે, પણ વખત જતાં ઘરે જાતે જ રાંધીને જમવાનું બનાવવું પડશે જેથી ખર્ચ અને તબિયત બેઉ સચવાય.

મહિનો પૂરો થવા આવ્યો હતો અને નોકરીનો પત્તો ખાતો નહોતો. નાનાભાઈ રાણીનાએ પોતાના પ્રેસમાં લગાવી દેવાની ઉદાર ઓફર કરી હતી પણ દોસ્તી હોય ત્યાં નોકરી ન થાય એવું કહીને કરસનદાસે પ્રેમથી ના પાડી હતી. સોરાબજીના પિતા શાપુરજીની વગ શહેરમાં ઘણી હતી પણ કરસનદાસ કોઈના ઉપકાર તળે આવ્યા વિના સંઘર્ષ દ્વારા જાતે જિંદગીમાં ગોઠવાઈ જવા માંગતો હતો.

મહિનો પૂરો થવા ઉપર બીજા સાત દિવસ વીતી ગયા પણ હજુય નોકરીની તલાશ પૂરી થઈ નહોતી. કૉલેજના અભ્યાસમાં ચિત્ત ચોંટતું નહોતું. વીશીવાળાએ બે-ત્રણ વાર આડકતરી રીતે તકાદો કર્યો હતો. માલિક વૃજભુખણદાસ ચાલીના જ ચોગાનમાં આવેલી એક બંગલીમાં રહેતા હતા. એમણે ક્યારેય કરસનદાસ પાસે ભાડાની ઉઘરાણી ન કરવી એવું મનોમન નક્કી કરી રાખ્યું હતું. કરસનદાસને પોતાને પણ ખાતરી હતી કે જે વ્યક્તિ પોતાને પૈસો લીધા વિના ઓરડી ભાડે આપવા તૈયાર હતી તે આવી કપરી આર્થિક સ્થિતિમાં ભાડું નહીં માગે, છતાં સવારે કે સાંજે દૂરથી વૃજભુખણદાસ આવતા દેખાય તો એ એમનાથી નજર બચાવીને રસ્તો બદલી નાખતો.

આ ગાળામાં બુદ્ધિવર્ધક સભામાંની એક બેઠકે કરસનદાસના જીવનનો માર્ગ બદલી નાખ્યો. દેશાટણ કરવાથી થતા ફાયદાઓ વિશેના એ પ્રવચનમાં કરસનદાસે હિન્દુસ્તાન છોડીને ભણવા માટે અને વેપાર-ધંધો કરવા માટે વિલાયત જવાની હિમાયત કરી. નાતીલાઓ વિલાયતથી પાછા આવ્યા પછી નાતબહાર મૂકી દે તો એની સામે પણ લડી લેવાની અપીલ કરી. કરસનદાસે કહ્યું : 'હવે જૂના ચાલ કાઢી નવા રાખવા પડશે. પરદેશમાં હુન્નરોનો સુધારો થયો છે. સંચા મારફતે સસ્તો માલ બને છે અને એ હિન્દુસ્તાનમાં આવે છે માટે આ દેશના લાખો કારીગરોનો રોજગાર અટકી પડ્યો છે. લોકોને ધંધો

નથી એટલે દેશ નિર્ધન થઈ જવા આવ્યો છે. માટે હુન્નર શીખવા પરદેશ જવું જોઈએ. જંગબાર, મુખા, બસરા, સિંગાપુર, જાવા, કાબુલ, સમરકંદ આદિ મલેચ્છ શહેરોમાં પણ જૈન વાણિયા, વૈષ્ણવ ભાટિયા, લુહાણા, નાનકપંથી મુલતાનીઓ-સિંધીઓ અને શીખો તથા સારસ્વત બ્રાહ્મણો વેપાર કરવાને જાય છે અને ઘરબાર માંડીને વસે છે. પ્રાચીનકાળમાં પણ બ્રાહ્મણો-વાણિયાઓ દેશાટણ કરતા. એમ કરવાથી વટલાઈ જવાતું નથી...'

કરસનદાસે જોયું કે પ્રવચન દરમિયાન એક જુવાન ખૂણામાં ઊભો રહીને ધ્યાનપૂર્વક સાંભળી રહ્યો હતો આ ઉપરાંત આગલી હરોળમાં બેઠેલા પ્રભાવશાળી વ્યક્તિત્વ ધરાવતા એક શેઠિયા તરફ પણ કરસનદાસનું ધ્યાન વારંવાર ખેંચાતું હતું, કારણ કે પોતાના દરેક મુદ્દા પર શેઠ એને તાળીઓથી વધાવીને 'બહુ સારું કહ્યું તમે' અને 'અલબત્ત, અલબત્ત' બોલ્યા કરતા હતા. કરસનદાસને સાંભળીને શ્રોતાઓનાં મન ઉશ્કેરાતાં હતાં અને લાગ આવે તો દેશાટણ કરી આવવાની ઉત્કંઠા તેઓને થઈ આવતી હતી. દેશાટણનો વિષય હોવા છતાં કરસનદાસની સ્વદેશ પ્રીતિ છાની રહેતી નહોતી.

પ્રવચન પૂરું થયા પછી શ્રોતાઓથી ઘેરાયેલા કરસનદાસે જોયું કે આગલી હરોળવાળા શેઠિયા પોતાની નજીક આવવા માગતા હતા અને ભીડ એમને જોઈને આદરથી દૂર ખસી જતી હતી. મલમલના ધોતિયા પર છીંકણી રંગનો છપ્પન ઈંચનો કોટ, કોટના કૉલરનું ગળું સોનાના બટન વડે બંધ અને માથે લાલ-સોનેરી જરી ધરાવતી ચાંચવાળી પાઘડી. કરસનદાસે વિચાર્યું કે કોઈ બહુ મોટા ભાટિયા વૈષ્ણવ લાગે છે. કરસનદાસની નજીક આવતાં જ એમણે કોતરકામવાળી સીસમની હાથલાકડી કાંડા પર લટકાવીને નમસ્કારની મુદ્રા કરી મૃદુસ્વરે કહ્યું,

'મારું નામ ગોકળદાસ તેજપાળ... આપની બે મિનિટ લઈ શકું.'

'જરૂર' કરસનદાસે વળતા વિવેકરૂપે બે હાથ જોડ્યા અને કહ્યું, 'શું સેવા કરી શકું તમારી?'

'સેવા તો અમારે આપની કરવાની હોય ભાઈ. આપ ખૂબ સુંદર બોલો છે, શા ઉચ્ચ વિચારો છે આપના? એમ.એ.ની પદવી હાંસલ કરી હોય એવું લાગે છે.'

'જી, ના. બી.એ.ના છેલ્લાં વર્ષમાં છું.'

'ઓહો, અદ્‌ભુત... અદ્‌ભુત પ્રભુત્વ છે વાણી પર આપનું અને શી દલીલો છે. મા સરસ્વતીના ચારેય હાથ છે તમારા પર.'

'તમારા જેવા કદરદાન શ્રોતાઓની આ ઉદારતા છે.'

'કરસનદાસભાઈ, સભા પૂરી થયા પછી આપ મારા ઘરે પધારશો? મારે બે અગત્યની વાત કરવી છે.'

કરસનદાસ ઘડીભર ખમચાયો. એ જાણતો હતો કે ગોકળદાસ તેજપાળનું નામ મુંબાઈના ખૂબ મોટા શ્રીમંતોમાં ગણાતું. પણ એમને આજે જોયા પહેલી વાર. શું કામ હોઈ શકે, કરસનદાસે વિચાર્યું. વૈષ્ણવ ભાટિયાઓનો હવેલીના મહારાજો પ્રત્યેનો ભક્તિભાવ જાણીતો હતો. હવેલીના મહારાજ સાથેના સંબંધો વિશે જાણ થવાથી પોતે

ધનકિશોરી સાથેના વિવાહ તોડી નાખ્યા એ વાતને તો મહિનાઓ વીતી ગયા, છેક રહી રહીને એ વાતે મોટું સ્વરૂપ લીધું હશે? ક્ષણભરમાં કરસનદાસના મગજમાંથી સેંકડો વિચારો પસાર થઈ ગયા.

સભા વિખેરાઈ રહી હતી. ગોકળદાસ તેજપાળ કરસનદાસના જવાબની રાહ જોતા ઊભા હતા. કરસનદાસે જોયું કે સભાખંડમાં બાજુએ ઊભા રહીને પોતાને ધ્યાનથી સાંભળતો યુવાન હજુય ત્યાં જ ઊભો હતો, પોતાના સુધી આવતો નહોતો. કરસનદાસે પોતે એની પાસે જવાનો વિચાર કર્યો ત્યાં જ ગોકળદાસ તેજપાળ બોલ્યા,

'શું વિચાર્યું આપે?'

'હું આવું છું તમારી સાથે.'

કહીને કરસનદાસ હિંમત એકઠી કરી શેઠ ગોકળદાસ તેજપાળની સાથે સભાખંડની બહાર નીકળી સામેના રસ્તા પર ઊભેલી બે શ્વેત અશ્વો ધરાવતી બગ્ગીનું બારણું ખોલીને ગોઠવાઈ ગયો.

શેઠના બંગલે પહોંચ્યા પછી આગતાસ્વાગતા અને ઓળખાણોની ઔપચારિકતા બાદ દીવાનખાનાને અડીને આવેલા સ્ટડી રૂમમાં કેસરનું શરબત પીતાં બેઉ વચ્ચેની વાત શરૂ થઈ.

'આજે આપે જમીને જ જવાનું છે, અમારા મહેમાન છો એનો આનંદ છે અમને.' ગોકળદાસે કહ્યું.

'આજે મારે ઉપવાસ છે અને હું ફરાળ પણ નથી કરતો.' કરસનદાસે અન્ય કોઈ બહાનું ન સૂઝવાથી કહી દીધું અને નમ્રતાથી ઉમેર્યું, 'કામની વાત કરીએ?'

'જરૂર, આપ...'

'શેઠ સાહેબ, તમે મને *આપ* કહીને બોલાવો છો તેનો મને સંકોચ થાય છે. *તમે* કહેશો તો ઠીક રહેશે.'

'ભલે, અને લોકો ભલે મને શેઠસાહેબ કહેતા. તમે મને તમારામાંનો જ એક ગણશો.'

'વારુ, ગોકળદાસભાઈ, તમારે કઈ અગત્યની વાત કરવાની હતી?'

'ભાઈ અમે એક શાળા સ્થાપવા માગીએ છીએ. અહીં મુંબાઈમાં જ. માંડવી વિસ્તારમાં. શાળાનું નામ રહેશે શેઠ ગોકળદાસ તેજપાળ હાઈસ્કૂલ, જી.ટી. હાઈસ્કૂલ તરીકે ઓળખાશે. અમારી ઇચ્છા છે કે તમે આ શાળાના મુખ્ય ગુરુ બનો.'

'પણ મારી...હું... મારી લાયકાત નથી. હજુ તો મારું ભણવાનું ચાલે છે. સ્નાતકની પદવી મેળવતાં પહેલા હેડમાસ્તર તરીકેની જવાબદારી હું કેવી રીતે સંભાળી શકું.'

'સંભાળી શકશો. જ્યારથી તમે સુધારાવાળાઓ સાથે જોડાયા છો ત્યારથી હું તમારા વિચારોને મારા મિત્ર લખમીદાસ ખીમજી અને બીજાઓ દ્વારા જાણતો રહ્યો છું. તમે શાળાના જ નહીં, કૉલેજના આચાર્ય બની શકો એટલી વિદ્વતા આ ઉંમરે તમારામાં છે. માટે જ તમને આવું નાનું કામ સોંપતાં મને સંકોચ થતો હતો. આ જવાબદારી તમે

સ્વીકારશો તો અમારા પર બહુ મોટો ઉપકાર થશે અને મને ખાતરી છે કે તમારા હાથે આ શાળાનું ચારિત્ર્ય ઘડાશે. સદીઓ સુધી આ શાળાનું નામ મુંબાઈભરમાં ગાજતું રહેશે...'

'પણ...'

'માસિક પગાર સાઠ રૂપિયા આપીશું. હું જાણું છું કે તમારા માટે આ ફૂલ નહીં ને ફૂલની પાંખડી જેવો છે.' ગોકળદાસ તેજપાળ ભાટિયાશાહી મીઠાશને જીભ પર રાખીને બોલી રહ્યા હતા પણ એમના અવાજમાં કરસનદાસને અંતરનો રણકો સંભળાયો. પછીના બધા શબ્દો કરસનદાસના કાન પર અથડાઈને પાછા ગયા. સાઠ રૂપિયા મહિને! એને બોલી ઊઠવાનું મન થયું કે શેઠ મારા માટે આ ફૂલ પાંખડી નહીં, આખો બગીચો છે.

* * *

શાળામાં ભણાવવાની જવાબદારી સ્વીકારવા માટે કરસનદાસે કૉલેજમાં ભણવાનો હક્ક જતો કરવો પડ્યો. રોજી મળવાથી નિર્વાહની આપદા મટી એટલે ઉલ્લાસી મનને સ્વદેશ સુધારાના કામ પાછળ લાગવામાં અટકણ રહ્યું નહીં. જે કામ હાથમાં લે તેના પર મન મૂકીને મંડી પડવું એ કરસનદાસની ખાસિયત હતી. એના ઉમંગથી ઉપશિક્ષકો પણ રાજી રહેતા.

આ બાજુ બુદ્ધિવર્ધક સભાએ શરૂ કરેલી બે કન્યાશાળાઓના સંચાલનની દેખભાળ રાખવાની જવાબદારી પણ કરસનદાસને સોંપવામાં આવી. સભાના મિત્રોના સૂચવવાથી એણે પોતાના સુધારાવાળા વિચારો પ્રગટ કરતા નિબંધો કોઈ ચોપાનિયામાં છપાવવાનું નક્કી કર્યું. બે જ વર્ષ પહેલા ૧૮૫૧ના નવેમ્બરની ૧૫મીના યાદગાર દિવસે દાદાભાઈ નવરોજીએ 'રાસ્ત ગોફ્તાર'ની સ્થાપના કરી હતી. ખરશેદજી કામાની આર્થિક સહાયથી તંત્રી કેખૂશરૂ ન. કાબરાજીની રાહબરી હેઠળ છપાતું 'રાસ્ત ગોફ્તાર' પોતાના નામ પ્રમાણે 'સત્ય વક્તા' જ હતું. કરસનદાસની આગ ઝરતી કલમે લખાયેલા લેખોથી 'રાસ્ત ગોફ્તાર' પ્રજામાં જ્ઞાનનો અને સુવિચારનો ફેલાવો કરવાનું એક ઘણું મોટું સાધન બની ગયું.

દિવસરાત કામમાં વ્યસ્ત રહેતો કરસનદાસ એક સાંજે શાળાએથી થાક્યોપાક્યો ઘરે આવીને આડો પડ્યો હતો ત્યાં જ દરવાજાની સાંકળ ખખડી. બારણું ઊઘાડું જ હતું.

'બાપા, તમે? આમ અચાનક?' કરસનદાસ ઊભો થઈ ગયો. 'વડાળથી ક્યારે આવ્યા? મા કેમ છે? એને ના લાવ્યા?'

ટોપી કાઢીને ઘરમાં પ્રવેશતા મૂળજીબાપાએ પોતાના ચરણસ્પર્શ કરી રહેલા દીકરાના માથા પર બેઉ હાથ મૂક્યા અને કહ્યું, 'એ મહુવા ગઈ છે, એના પિયર. વડાળ ને મહુવા સાવ બાજુમાં જ છે છતાં મને એકલો મૂકીને ક્યાંય જતી નથી. બહુ લાગણી છે મારા પર...'

'અહીં ના લાવ્યા?' કરસનદાસે પિતાના હાથમાંથી પતરાની પેટી અને થેલી લઈને ખૂણે ગોઠવી દીધાં.

'અહીં ક્યાંથી લાવું, બેટા. તને ને એને ઊભેય બને છે?'

કરસનદાસ પગના અંગૂઠા વડે ભોંય ખોતરતો રહ્યો અને થોડી વારે બોલ્યો,

'આમ અચાનક આવી જવાનું કારણ? કાગળપત્ર નહીં, કોઈના જોડે સંદેશો નહીં... મારું અહીંનું સરનામું તમને ક્યાંથી મળ્યું?'

'તું કાગળ ના લખે એટલે શું મને તારું સરનામું ના મળે? હવે તો બહુ મોટો માણસ થઈ ગયો છે ને મુંબાઈમાં? તારું ઠેકાણું તો મને ગામનું છોકરુંય બતાવે... મને સરનામું આપ્યું પેલી તારી ધનકિશોરીના બાપાએ...'

'તમને ત્રિભોવનદાસ ક્યારે મળ્યા?'

'અત્યારે એમને મળીને જ સીધો આવું છું.'

કિશોરીનું નામ આવતાં જ કરસનદાસ ચૂપ થઈ ગયો.

'કેમ, કશું બોલ્યો નહીં? કિશોરીના ખબરઅંતર નથી પૂછવાના?' બાપાએ સવાલ કર્યો.

'શું પૂછું? એના વિશે હવે મારે જાણીને શું કામ?'

'કેમ? એ જીવે છે કે મરે છે એનીય દરકાર નથી તને?'

'જીવતી હશે ક્યાંક, કોઈક મહારાજની હવેલીમાં સેવકી બનીને.'

'કિશોરી મરી ગઈ છે...' મૂળજીબાપા થીજેલા અવાજે બોલ્યા. કરસનદાસ કોઈ પ્રત્યાઘાત આપે એ પહેલાં એમણે બોલવાનું ચાલુ રાખ્યું, 'આજે એની વરસી હતી. પૂરા બાર મહિના થયા એને મરી ગયાને... કોના વાંકે એ મરી? તારા વાંકે. અને આજે હું ત્રિભોવનદાસ પાસે જઈને તારા વતી પ્રાયશ્ચિત્ત કરી આવ્યો છું...'

'પ્રાયશ્ચિત્ત? શેનું પ્રાયશ્ચિત્ત?'

'એ સમજવા માટે તું હજુ ઘણો નાનો છે અને નાદાન પણ. એક દીકરીનો બાપ બનીશ પછી જાણીશ. ત્રિભોવનદાસની નાની દીકરી દેવી સાથે તારું સગપણ નક્કી કરીને આવ્યો છું...'

'પણ...'

'પણ ને બણ, આ લે.' બાપાએ બંડીના ખિસ્સામાંથી લાલ કપડામાં વીંટાળેલું નાનકડું પડીકું કાઢ્યું, 'સોપારી ને રૂપિયો છે... જા જઈને કબાટમાં મૂકી દે...' મૂળજીબાપાએ જોર કરીને કરસનદાસની હથેળીમાં વેવિશાળનો ચાંદીનો રૂપિયો અને સોપારી મૂક્યાં. કરસનદાસે મુઠ્ઠી જોરથી ભીંસી અને એ બોલ્યો,

'બાપા! તમારું ચક્કર તો ફરી નથી ગયું ને. મને પૂછ્યા વગર તમે...'

'એમાં પૂછવાનું શું હોય? આવી બધી વાતોમાં તમને જુવાનિયાઓને શું ખબર પડે?'

'જિંદગી અમારે એની સાથે ગાળવાની હોય છે, બાપા... અને કિશોરીની નાની બહેન દેવી તો એના કરતાંય...' કરસનદાસે મુઠ્ઠી ખોલીને પહેલા માળની ઓરડીમાંથી જ રૂપિયો-સોપારીનો છુટ્ટો ઘા કર્યો. આક્રોશ અને લાચારીથી એની આંખમાં લોહી ધસી આવ્યું. બાપા તરફ જોયું તો એમની વૃદ્ધ આંખોમાંથી ચોધાર આંસુ ટપકતાં હતાં.

'તમારા માટે વીશીમાંથી ભાણું બંધાવીને આવું છું,' કહીને કરસનદાસ ચાલીનાં લાકડાનાં પગથિયાં સડસડાટ ઊતરી ગયો.

પ્રકરણ : ૬

ત્રેવીસ વર્ષના કરસનદાસ અને ચૌદ વર્ષની લક્ષ્મીદેવીના લગ્ન સને ૧૮૫૫ના શિયાળામાં પાર પડ્યાં. લગ્નમાં ધામધૂમ કરવાની કરસનદાસની ઇચ્છા નહોતી અને આર્થિક ત્રેવડ પણ નહોતી. શ્વસુરપક્ષે ત્રિભોવનદાસનું કુટુંબ ખાધેપીધે સુખી પરંતુ લક્ષ્મીદેવીથી બે જ વર્ષ મોટી દીકરી ધનકિશોરીના અકાળે થયેલા અવસાનને માંડ વરસ પૂરું થયું હોવાથી એમના પરિવારમાં પ્રસંગ ઉજવવાનો ખાસ ઉમંગ નહોતો. કિશોરીની જેમ દેવી પણ કંઈ ન કરવાનું કરી બેસે તે પહેલા એના હાથ પીળા થઈ જાય તો માથેથી સાપનો ભારો ઊતરે એ ભાવનાથી ત્રિભોવનદાસે નાની દેવીનું કન્યાદાન કર્યું.

મૂળજીબાપા દેવી સાથે પોતાની સગાઈ કરીને આવ્યા છે એ વાતનો કરસનદાસને જેટલો આઘાત લાગ્યો હતો એના કરતાં વધુ ધક્કો એને ધનકિશોરીના આપઘાતના સમાચાર સાંભળીને લાગ્યો હતો. કરસનદાસે કિશોરીને તરછોડી એના થોડાક દિવસ બાદ કિશોરીએ વતન અબડાસા જઈને થોડા દિવસ મોટા બાપા પાસે રહેવાની ઇચ્છા પિતા ત્રિભોવનદાસ સમક્ષ વ્યક્ત કરી હતી. અબડાસા પહોંચ્યાના ત્રીજા જ દિવસે ગામના કૂવામાંથી કિશોરીની લાશ મળી આવી હતી. ત્રિભોવનદાસને તાર મારફતે આ વાતની જાણ થઈ ત્યારે એમણે ઝાઝી હોહા ન થાય એ માટે દીકરી ગંભીર માંદગીમાં ગુજરી ગઈ એવી વાત ચલાવી હતી. પણ ગામને મોઢે ગળણું કોણ બાંધે. ગામલોકોએ તો ત્યાં સુધી વાત ચલાવી કે કિશોરી પેટથી હતી. મુંબાઈની બીજી હવેલીવાળા મહારાજ પર કોઈએ આંગળી ચીંધી તો કોઈકે એના વેવિશાળ જેની જોડે થઈ ચૂક્યાં હતાં એ કરસનદાસને દોષી ઠેરવ્યો.

કરસનદાસ જાણતો હતો કે કિશોરીને મહિનાઓ જતા હતા એ વાત જો સાચી હોય એ માટે પોતે જવાબદાર નહોતો. એ પ્રકારનું એકાંત એણે ક્યારેય કિશોરી સાથે મેળવ્યું નહોતું. આમ છતાં બાપાએ કિશોરીના આપઘાતની વાત કરી ત્યારે કરસનદાસ મનોમન પોતાને ગુનેગાર માનવા માંડ્યો. શક્ય છે કે પોતે કિશોરીને હડધૂત ન કરી હોત અને શાંતિથી સમજાવીને પાછી વાળી હોત તો એણે આપઘાત ન કર્યો હોત. એ આખી રાત કરસનદાસ પોતાને કિશોરીના ખૂની તરીકે ચીતરીને પસ્તાતો રહ્યો અને સવાર પડી ત્યારે એનો નિર્ણય તૈયાર હતો. કિશોરીએ પોતાની નાની બહેન દેવી પણ મહારાજની જાળમાં ફસાઈ હોવાનો ઇશારો કર્યો હતો છતાં પોતે હવે દેવીને નહીં તરછોડે. બાપા

જે રૂપિયો બદલાવી આવ્યા છે એની આમન્યા રાખશે અને દેવીને કિશોરીના માર્ગે જતાં રોકશે.

દીકરાને પરણાવીને અઠવાડિયા બાદ મૂળજીબાપા પાછા વડાળ જતા રહ્યા એ પછી કરસનદાસને ઘરમાં પત્ની સાથે એકાંત મળ્યું. રાત્રે ઘરે આવીને કરસનદાસે 'રાસ્ત ગોફ્તાર'નો તાજો અંક દેવી તરફ કરીને કહ્યું,

'આ વાંચી જજે. કન્યા કેળવણીની આડે આવતા રૂઢિચુસ્તોના જુનવાણી વિચારોનાં છોતરાં ઉડાડી નાખતો લેખ મેં લખ્યો છે.'

'લખ્યો તો છે પણ વાંચશે કોણ?' દેવીએ પોતાના લંબગોળ ચહેરા પરનું હાસ્ય ઓઢણીના પાલવ વડે દાબી દેવાનો પ્રયત્ન કર્યો.

'કેમ? કોણ એટલે? હું તારા માટે તો લાવ્યો છું.' કરસનદાસે ચોકડીમાં હાથમોં ધોઈને ખેસ વડે ભીનું શરીર લૂછી નાખતાં કહ્યું.

'લો. અમને વાંચતા આવડતું હોત તો પછી જોઈતું'તું જ શું?' દેવી ભોળી બનીને હસી પડી.

કરસનદાસ શરીર લૂછતાં અટકી ગયો. દેવીને લખતાં વાંચતાંય નથી આવડતું? એને આંચકો લાગ્યો. પછી પોતાની જ મૂર્ખાઈ સમજાઈ. લગ્ન પહેલાં એણે આ વિશે દેવીને કેમ પૂછ્યું નહીં? જોકે, લગ્ન પહેલાં એણે દેવીને જોઈ પણ ક્યાં હતી? પરંતુ એના પિતાની પાસે જાણકારી તો મેળવી શક્યો હોત કે તમે તમારી નાની દીકરીને પણ મોટીની જેમ ભણાવી છે કે નહીં? લગ્ન પછીના સાત સાત દિવસ દરમ્યાન પણ દેવીને આવો સવાલ પૂછવાનું પોતાને સૂઝ્યું કેમ નહીં એનું કરસનદાસને આશ્ચર્ય થતું હતું. એણે માની લીધું હતું કે કિશોરીની જેમ દેવી પણ સાત ચોપડી ભણી હશે પણ લગ્ન પછીના અઠવાડિયા દરમ્યાન એનું ભણતર ચકાસવાનો કોઈ અવસર આવ્યો નહીં.

'શું વિચારો છો?' દેવીએ પતિની નજીક જઈ એને ઢંઢોળવાનો પ્રયત્ન કર્યો.

'કશું નહીં.' બોલીને કરસનદાસે ત્યારે તો વાતને ટાળવાનો પ્રયત્ન કર્યો પણ જમ્યા પછી દેવી રસોડું આટોપીને ઓરડીની સાંકળ ભીડી પલંગ પાસે આવી ત્યારે કરસનદાસે એને પોતાનો નિર્ણય જણાવી દીધો.

* * *

'ક કમળનો ક'. બીજે દિવસે કરસનદાસ સ્લેટ પર દેવીનો જમણો હાથ પકડીને ઘૂંટાવતો હતો. ઘૂંટતી વખતે દેવીના દરેક મરોડ કરસનદાસે લખેલા અક્ષરને અનુસરતા હતા પણ પાટી ઊંધી કરીને કરસનદાસે કહ્યું કે હવે જાતે પ્રયત્ન કર ત્યારે દેવીના હાથે ક લખતાં પહેલાંનો ડ અચૂક ટ બની જતો. અડધો કલાક સુધી માથાકૂટ કર્યા પછી કરસનદાસે ધીરજ ગુમાવી.

'દેવી, તને ક કમળનો ક લખવાનું કહું છું ને તું ટ ટટ્ટુનો ટ લખે છે.'

'ક કમળનો ક?' દેવીએ આજ્ઞાંકિત વિદ્યાર્થિનીની જેમ પૂછ્યું.

'હા...'

'ક બીજા કોઈનો ક ના થાય?'

'બીજા કોઈનો?'

'એટલે કે તમારો... ક તમારો ક ન થાય?' દેવીએ મીઠી શરારતથી પૂછ્યું. કરસનદાસ હસી પડ્યો અને અચાનક ગંભીર થઈ ગયો.

'કિશોરીનો પણ ક જ થાય ને, દેવી.' કરસનદાસથી બોલી પડાયું.

'બહેન યાદ આવે છે તમને?' દેવીએ કરસનદાસનો હાથ પોતાના હાથમાં લઈ લેતાં પૂછ્યું.

'ના યાદ આવે?' કરસનદાસે આંખની કિનારીના ખૂણામાંથી કચરું કાઢતો હોય એવો દેખાવ કરીને આંસુ લૂછી નાખ્યું.

'કિશોરી હોત તો તમારે એને ભણાવવાની માથાકૂટ ના કરવી પડી હોત ને? એ તો પૂરી સાત ચોપડી ભણેલી હતી.'

'ભણેલી પણ હતી ને ગણેલી પણ હતી.' કરસનદાસને ખ્યાલ આવ્યો કે પોતે નઠારા અતીતમાં ડૂબકી મારવા જઈ રહ્યો છે એટલે એણે તરત જ જાતને રોકતાં કહ્યું, 'દેવી, મારે શાળાએ જવાનું મોડું થાય છે.'

'હું થાળી પીરસું છું.'

'આજે જમવું નથી. તને હવેલીએ જવાનું મોડું થશે.'

'હવેલીએ?'

'કેમ? નથી જવું તારે? આજે શ્રીજીબાવાનો પાટોત્સવ છે. ઘણું માણસ આવ્યું હશે. ઉત્સવનું વાતાવરણ હશે...' કરસનદાસ પગમાં ચંપલ પહેરીને હાથમાં પુસ્તકો લઈ માથા પરની ટોપી સરખી કરીને ઘરની બહાર નીકળી રહ્યો હતો પણ દેવીના મોઢે ઉત્તર નહીં મળવાથી એ રોકાઈ ગયો.

'શું થયું?' કરસનદાસે દેવીની આંખ ભરાઈ ગયેલી જોઈ.

'લગ્ન પછી તમે કોઈ દિવસ જોઈ છે કે મને હવેલીએ જતાં?' દેવી ડૂસકા સાથે બોલી.

'પણ આજે તો ઘણો મોટો પ્રસંગ છે. મારે નિશાળે વહેલા ના જવાનું હોત તો હું પણ આવતો હોત તારી સાથે.'

'તમારે પાટોત્સવનાં દર્શન કરવા હોય તો તમે એકલા જઈ શકો છો...'

'અને તું?'

'કિશોરીના ગયા પછી મેં ક્યારેય હવેલીમાં પગ ન મૂકવાનું પાણી લીધું છે...' દેવી ઊંબરા પર ઊભેલા કરસનદાસને વળગીને ધ્રુસકે ધ્રુસકે રડી પડી.

* * *

બે મહિનામાં દેવી કક્કો શીખી ગઈ. એકથી સો સુધી લખતાં પણ આવડી ગયું હતું. કરસનદાસે એને પાઠશાળાની પહેલી ચોપડી લાવી આપી. બપોરે દેવી એકલી પડતી ત્યારે એ ચોપડીમાંનો એક્કેક અક્ષર ઉકેલવાનો પ્રયત્ન કરતી. ર-મ-ણ-ર-મ-વા-જા. અને

વાક્ય પૂરું થતાં જ એને બત્તી થતી કે આ તો સાવ સહેલું છે. રમણ રમવા જા. રાત્રે કરસનદાસ ઘરે આવીને એને સરવાળા બાદબાકી શિખવાડતો અને રસોડામાંથી આવતીકાલ માટેનું શાકપાંદડું લાવીને સમજાવતો : 'આ જો, બે રીંગણામાં બીજા ત્રણ રીંગણાં ઉમેરીએ તો કેટલાં થાય?'

દેવી ગણતી, 'એક, બે, ત્રણ, ચાર અને પાંચ...'

'તો લખો પાંચ,' કહીને કરસનદાસ બાદબાકી પર આવતો, 'આ પાંચ રીંગણામાંથી હું ચાર લઈ લઉં તો કેટલાં રહે?'

'હાય, હાય, તો પછી શાક શેનું કરીશું?' દેવી બોલતી અને કરસનદાસ હસી પડતો. કરસનદાસને પ્રસન્ન જોઈ દેવી ખૂબ ખુશ રહેતી.

* * *

એક દિવસ આ જ રીતે ભણતાં ભણતાં દેવીએ કહ્યું, 'તમે મને રોજ શીખવતા રહેશો તો હું હિસાબમાં પાક્કી થઈ જઈશ. અને તમારા લેખોની નકલ ઉતારવાની મહેનત પણ તમારે નહીં કરવી પડે. મોતીના દાણા જેવા અક્ષરે હું...'

'લેખોની નકલ ક્યાં કરવાની છે, દેવી? આ જો, આ લેખ આજે જ 'રાસ્ત ગોફ્તાર'માંથી પાછો આવ્યો.'

'કેમ?'

'કહે છે કે બહુ જલદ છે. છાપીશું તો વાચકો ચોપાનિયાંનો ભડકો કરશે એવી દહેશત છે.'

'પણ હું તો આખો વાંચી ગઈ હતી. આના કરતાં વધુ જલદ લેખો તમારા છપાયા છે. આ જ લેખની સામે શો વાંધો આવ્યો?'

'ખબર નથી પડતી. જે કાંઈ લખ્યું છે તે બધી જ હકીકત છે. છતાં 'રાસ્ત ગોફ્તાર'વાળા ના પાડે, એની મને પણ નવાઈ લાગે છે. ત્યાંના શેઠિયાઓ-અધિપતિ સૌ મારા મિત્રો છે અને એમનેય મારા માટે ખૂબ આદરભાવ છે, છતાં કોના દબાણ હેઠળ આ લેખ પાછો કાઢ્યો હશે એ સમજ નથી પડતી.' કરસનદાસનો અવાજ દુભાયેલો હતો.

'પહેલી વાર તમારા લેખ માટે નકાર આવ્યો ને...' દેવી એનું દુઃખ પામી ગઈ હતી.

'દેવી, લેખ પાછો આવ્યાનું દુઃખ નથી. મારા વિચારો મારે વાચકો સુધી પહોંચાડવા છે અને એ કામ મારું અટકી પડતું હોય એવું લાગે છે...' કરસનદાસે ગડી ખોલીને કાગળિયાં સીધાં કર્યાં. મથાળું હતું : 'માતેલા સાંઢ જેવા મહારાજો.' લેખમાં પુષ્ટિ માર્ગીય વૈષ્ણવ મહારાજોની ભક્તો પરની જોહુકમી સામે પડકાર હતો. મહારાજોના દર્શને જતા શેઠિયાઓ પાસેથી કઈ રીતે ધાકધમકી દ્વારા મોટી મોટી રકમો, સોનાના દાગીના અને બીજી બધી જણસો મેળવવામાં આવતી હતી તેના ઉલ્લેખો હતા. મહારાજોના કહેવાથી શેઠિયાઓએ આખેઆખાં મકાનો દાનમાં આપી દીધાં હોવાના દાખલાઓ પણ નામ સહિત કરસનદાસે આપ્યા હતા. કોઈ શેઠ પોતાના કહ્યા મુજબ ના ચાલે ત્યારે એને પોતાની

પાસે બોલાવીને અવિનય કરવાના વાંકગુનાસર સેવકોની હાજરીમાં નેતરથી ફટકારવાનાં ઉદાહરણો પણ કરસનદાસે નોંધ્યાં હતાં. ક્યા લખપતિઓ મહારાજોની બગી-ઘોડાગાડીઓના કોચમૅન બનીને મહારાજોની સેવા કરવામાં ઇજ્જત માનતા એ વિશે પણ કરસનદાસે લખ્યું હતું.

લેખનાં પાનાં ઊથલાવી રહેલા કરસનદાસના કપાળ પરની કરચલીઓ જોઈ દેવી બોલી,

'એક વાત પૂછું તમને?'

'પૂછને.'

'તમે પોતે 'રાસ્ત ગોફ્તાર' જેવું ચોપાનિયું કાઢી ના શકો?'

'ગાંડા જેવી વાત નહીં કર.' કરસનદાસને એક તો લેખ પાછો આવ્યાની ખીજ હતી એમાં આવા સૂચને બળતામાં ઘી હોમ્યું, 'તને ખબર છે પોતાનું ચોપાનિયું કાઢવું એટલે શું? બહુ બધા પૈસા જોઈએ. પછી એમાં દર વખતે લખી શકે એવા લેખકો જોઈએ. છાપવા માટે છાપખાનું જોઈએ. એને વેચાતું લઈને વાંચે એવા ઘરાકો જોઈએ. અને તે એક, બે કે દસ નહીં. પૂરા બસેં ઘરાક જોઈએ, સમજી? બગડે ને બે મીંડે બસેં...'

'હું શું જાણું આ બધું? મેં તો જિંદગીમાં પહેલીવાર, તમારી સાથે રહેતી થઈ એ પછી, દીઠું કે ચોપાનિયું કોને કહેવાય. પણ સાચું પૂછું, તમારો આ લેખ છપાય એવો બીજો કોઈ રસ્તો નથી?'

'રસ્તો કેમ નથી? 'રાસ્ત ગોફ્તાર' નહીં છાપે તો સોરાબજી બંગાળીની ઓળખાણથી 'મુંબઈ સમાચાર'માં મોકલી આપીશ. હવે ફરીથી એ દૈનિકરૂપે રોજિંદુ છપાવા લાગ્યું છે. એના નવા અધિપતિ બહેરામજી ખરશેદજી ગાંધી સોરાબજીના ઓળખીતા થાય અને સોરાબજીના ''સ્ત્રીબોધ''માં પણ એમણે લખ્યું છે.'

કરસનદાસે પત્નીને આવું કહીને પોતાને આશ્વાસન આપવાનો પ્રયત્ન કર્યો પણ એનું મન નહોતું માનતું 'રાસ્ત ગોફ્તાર'ને છોડીને બીજે કશે લખવાનું. આમેય આ ચોપાનિયામાં કોઈનીય સાથે અણબનાવ તો નહોતો થયો. માત્ર આ એક લેખ પાછો આવ્યો હતો એટલું જ. કરસનદાસે નક્કી કર્યું કે આ લેખ પૂરતું એ બીજે ગમે ત્યાં એને છપાવશે પણ એ પછીનો લેખ ફરી 'રાસ્ત ગોફ્તાર' માટે જ લખશે.

* * *

અઠવાડિયા સુધી કરસનદાસને ફુરસદ મળી નહીં એટલે એ લેખ એની પાસે જ પડી રહ્યો. એક શનિવારે શાળા છૂટવાને થોડી જ વાર હતી ત્યાં હેડમાસ્તરની વિશાળ કૅબિનના લાકડાના દરવાજા પર કોઈની લાકડીના ટકોરા પડ્યા.

'અંદર આવું કે હેડમાસ્તરસાહેબ?'

દરવાજામાં સહેજ નીચું અને સ્થૂળ શરીર ધરાવતા અને તેજસ્વી આંખોથી પોતાને આરપાર જોઈ રહેલા શેઠ ગોકળદાસ તેજપાળને આવેલા જોઈ કરસનદાસ લાકડાની ફરતી ખુરશી પરથી ઊભો થઈને આગળ આવી ગયો,

'આવો, આવો, શેઠ. જી. ટી. હાઈસ્કૂલના હેડમાસ્તરની ઑફિસમાં પ્રવેશવા માટે ખુદ શેઠ ગોકળદાસ તેજપાળે જ પરવાનગી લેવાની હોય?' કરસનદાસે બે હાથ જોડીને નમસ્કાર કર્યા. ગોકળદાસે વળતા નમસ્કાર કરીને કહ્યું,

'હેડમાસ્તરસાહેબ, મેં તમને વારંવાર કહ્યું છે કે તમારે મને શેઠ નહીં કહેવાનું...'

'અને તમારે મને હેડ માસ્તરસાહેબ નહીં કહેવાનું....'

'વારુ, કરસનદાસ કહીશ, બરાબરને? આમેય ઉંમરમાં તમે મારા કરતાં દસ વર્ષ નાના છો.'

'અહીં બેસો, ગોકળદાસભાઈ.'

'ના, એ ખુરશી તમારી કહેવાય, હું આ બેઠો મુલાકાતીઓની ખુરશી પર. આમેય આજે હું શાળાની કોઈ મિટિંગ માટે નથી આવ્યો. તમારી મુલાકાતે જ આવ્યો છું.'

'મને મળવાની ખાસ તસદી શા માટે લીધી? સંદેશો મોકલ્યો હોત તો હું તમારી પેઢીએ કે બંગલે આવીને મળી જાત... કહો શું કામ હતું?'

'કરસનદાસ, ભગવાનની કૃપાથી અને તમારી મહેનત અને સૂઝથી આપણી આ શાળા તો સારી રીતે ચાલે છે. તમને ખબર છે? આમ તો હું મારા વતન કચ્છમાં અને નાથદ્વારામાં કૂવા, સદાવ્રત, દેવમંદિરો, ધરમશાળા વગેરે બાંધવા ખૂબ સખાવતો કરતો. માલિકે જ આપ્યું છે ને એને જ પાછું આપવાનું છે. પણ મારા મિત્ર શેઠ લખમીદાસ ખીમજીએ એક વખત મારી આંખો ખોલી.' ગોકળદાસ ચાંદીની મૂઠવાળી ચાલવાની લાકડી ભોંય પર ટેકવી એક આંગળી તથા અંગૂઠા વડે ગોળ ગોળ ફેરવી રહ્યા હતા. કરસનદાસ વાતમાં સાદ પુરાવવા માટે ક્યારેક માથું નમાવવા સિવાય એકીટશે ગોકળદાસના શબ્દો સાંભળતો હતો. ગોકળદાસ આજે કંઈક ગજબની નિરાંત લઈને આવ્યા હોય એવું લાગતું હતું. એ બોલ્યા,

'તમને ખબર નહીં હોય, કરસનદાસ. અમારું કુટુંબ પહેલાં ખૂબ જુનવાણી માનસ ધરાવતું. હું પોતે પણ એવી જ રહેણીકરણીમાં માનું. અમારી ભાટિયા કોમ વલ્લભ સંપ્રદાયી પુષ્ટિમાર્ગી વૈષ્ણવોની. અમારે મન તો હવેલીના મહારાજોમાં અને ભગવાનમાં કોઈ અંતર નહીં.' ગોકળદાસ કટાક્ષભર હસ્યા અને આગળ બોલ્યા,

'શેઠ લખમીદાસ ખીમજીએ મારી આંખો ઉઘાડી. ભક્તિના નામે આ મહારાજો વૈષ્ણવોની સ્ત્રીઓ સાથે કેવી કેવી લીલાઓ કરે છે એની વાત કરી.'

કરસનદાસને ગોકળદાસની વાતમાં રસ પડવા લાગ્યો હતો. ગોકળદાસ બોલ્યે જતા હતા, 'લખમીદાસ આમ તો લગભગ તમારા જેવડા જ. મારાથી આઠ વરસ નાના. પણ ભારે હોશિયાર. એમણે મને નવી રીતે વિચારતો કર્યો. એમનું સૂચન ના હોત તો મને ક્યારેય આ શાળા, સંસ્કૃત પાઠશાળા, કન્યાશાળા કે ઈસ્પિતાળો શરૂ કરવાનું સૂઝ્યું ના હોત.'

'ગોકળદાસભાઈ, સાચું કહું તો મનેય આરંભે નવાઈ લાગતી હતી.' કરસનદાસે પણ પેટછૂટી વાત કરવાની તક ઝડપી લીધી, 'દેશાટન વિશેના મારા નિબંધવાચન પછી

આપણી વચ્ચે ઓળખાણ થઈ, પરિચય વધ્યો છતાં મને અંદરથી નવાઈ લાગ્યા કરતી હતી કે તમે ચુસ્ત ભાટિયા પરિવારના વડા, સમાજમાં આટલું મોટું તમારું નામ, છતાં સુધારાવાળાઓ સાથે ઊઠબેસ શા માટે રાખતા હશો?'

ગોકળદાસ તેજપાળ આજે નિરાંત લઈને જ આવ્યા હતા એટલે પટાવાળાને નીચે મોકલી કોચવાન પાસેથી બગ્ગીમાં મુકાવેલો ચાનો વિલાયતી થર્મોસ ઉપર મગાવ્યો. થોડીવારે પટાવાળાએ ચાંદીના બે ઊભા પવાલામાં ચા રેડીને પહેલાં ગોકળદાસને આપી ત્યારે એમણે ઠપકા સાથે કહ્યું, 'રામજી, પહેલાં હેડ માસ્તરને ધરવાની હોય.'

ગરમ ચાનો દાઝતો પ્યાલો પકડીને ગોકળદાસ ઑફિસની બારી પાસે આવ્યા. વિશાળ ફ્રેન્ચ વિન્ડોની બહાર મુંબઈના માંડવી વિસ્તારની ચહલપહલ નજરે પડતી હતી. રસ્તેથી પસાર થતા બળદગાડામાં ભરેલી ગૂણો અને માથે સામાનની લાકડાની ચોરસ પેટીઓ ઊંચકીને જતા મજૂરો અને ક્યારેક પસાર થઈ જતી ફેટન તો કોઈ એક્કે કે બગ્ગી જોઈને ગોકળદાસ કશુંક યાદ કરતા હોય એમ બોલ્યા,

'કરસનદાસ, આ મુંબાઈ શહેરમાં જ મારો જન્મ થયો અને અહીં જ મરવું છે મારે તો. વચ્ચેનાં વર્ષોમાં શક્ય હોય એટલું સમાજનું કામ કરતાં જવું છે.' ગોકળદાસ થોડુંક અટક્યા અને જીભને દઝાડતી ચા એકશ્વાસે ગળે ઉતારીને પ્યાલો કરસનદાસના વિશાળ મેજના કાચ પર મૂકી દીધો. કોટના ગજવામાંથી સફેદ બાસ્તા જેવો મલમલનો હાથરૂમાલ કાઢી હોઠના ખૂણા લૂછ્યા અને રૂમાલ ગડી કરીને પાછો ખિસ્સામાં મૂકી દીધો. પછી આગળ બોલ્યા,

'નાની ઉંમરે કાકાના મોટા ધંધા-કામકાજનો વારસો મળ્યા પછી પણ હું કોઈ એલફેલમાં પડ્યો નહીં એનો જશ મારા કુટુંબના ધાર્મિક વાતાવરણને જાય અને આ જ ધાર્મિક પરંપરા, આપણા વૈષ્ણવ સંપ્રદાયની ઉત્તમ રસમો, આજના જમાનામાં હવે રોળાઈ રહી હોય એવું લાગે છે, મારી સૌથી મોટી ચિંતાનો વિષય આ જ છે, કરસનદાસ. અને મારું દિલ તમારી આગળ ઠાલવવા જ હું આજે અહીં તમારી પાસે આવ્યો છું.' ગોકળદાસે બે હાથ પહોળા કરી કરસનદાસનાં બાવડાં પકડી છોડી દીધાં. કરસનદાસે બારી પાસેથી ખસી પોતાના મેજના ખાનામાંથી થોડાં કાગળિયાં કાઢ્યાં અને કહ્યું,

'તમારી ચિંતા સાચી દિશાની છે. આ જુઓ, વૈષ્ણવ મહારાજોની આપખુદી વિશે મેં ગયા મહિને જ એક સળંગ લેખ લખ્યો હતો.'

ગોકળદાસ તેજપાળે કાગળિયાં હાથમાં લઈ એક ઝડપી નજર ફેરવી. બે મિનિટ રહીને એમણે કહ્યું,

'અદ્ભુત, કરસનદાસ. શું વિગતો લાવ્યા છો! મારે શાંતિથી આ લેખ વાંચવો જ પડશે. તમને વાંધો ના હોય તો મારી સાથે ઘરે લઈ જાઉં. કાલે પાછો મોકલી આપીશ.'

'જરૂર, એમાં પૂછવાનું હોય?' કરસનદાસે કહ્યું.

'પણ ના... આ લેખ મારે એકલાએ શા માટે વાંચવો જોઈએ?' ગોકળદાસ અચકાયા અને બોલ્યા, 'લખમીદાસને પણ આમાં રસ પડે એમ છે અને અમારા બેઉના એક બીજા

મિત્ર છે મથુરાદાસ લવજી. એ તો આ લેખ વાંચીને ખુશીના માર્યા ઊછળી જ પડશે ને તમને શાબાશીમાં કહેશે : વાહ, નરબંકા, વાહ... પણ કરસનદાસ, તમે કહ્યું કે ગયા મહિને તમે આ લેખ લખ્યો.'

'જી.'

'તો હજુ સુધી 'રાસ્ત ગોફ્તાર'ને કેમ મોકલ્યો નથી. તમે તો એમાં નિયમિત લખો છો. કોઈ પણ ચોપાનિયા માટે સોનાની લગડી જેવો આ લેખ છે.'

'હં...' કરસનદાસ જરાક અચકાયો અને ક્ષણેક વિચાર કરીને એણે કહ્યું, 'મોકલ્યો હતો પણ પાછો આવ્યો.'

'પાછો આવ્યો?' ગોકળદાસે આશ્ચર્ય વ્યક્ત કર્યું.

કરસનદાસે વિગતે વાત કરી. વાત સાંભળી ગોકળદાસ અકળાઈને બોલી ઊઠ્યા,

'આટલો સરસ, વૈષ્ણવોની આંખ ખોલનારો લેખ, 'રાસ્ત ગોફ્તાર' જેવું સુધારાવાળું ચોપાનિયું છાપવાની ના પાડી શકે જ કેવી રીતે? કરસનદાસ, તમે ચાલો મારી સાથે. આપણે અત્યારે ને અત્યારે જઈને 'રાસ્ત ગોફ્તાર' આખેઆખું ખરીદી લઈએ.'

'ખરીદી લઈએ?' કરસનદાસ ઠપકાના સૂરમાં હસ્યો અને બોલ્યો, 'ગોકળદાસ શેઠ! તમને વેપારીઓને બધું જ લે-વેચની ભાષામાં જ સૂઝતું હોય છે. એમ કંઈ કોઈ આવે અને પૈસા ફેંકે એટલે 'રાસ્ત ગોફ્તાર' વેચાઈ જાય? 'ચાબુક' જેવાં હલકાં ચોપાનિયાં એ રીતે વેચાતાં હશે, 'રાસ્ત ગોફ્તાર'ની પ્રતિષ્ઠા બહુ મોટી છે.'

ગોકળદાસ હસ્યા, 'હું તો મજાક કરું છું, કરસનદાસ. 'રાસ્ત ગોફ્તાર'ની આબરૂ શું હું ના જાણું? હા, તમે એક સારી વાત કરી. અમે તો ભાઈ વેપારી. પણ તમને ખબર નહીં હોય, ભાઈ, કે સામાન્ય વેપારીઓ જ લે-વેચ કરવામાં પડ્યા રહે, અગમબુદ્ધિ હોય તેઓ નવું સર્જન કરતા રહે, કરસનદાસ, કંઈ સમજ્યા?'

'માફ કરજો, હું...'

'કરસનદાસ, આપણે 'રાસ્ત ગોફ્તાર'ને ખરીદવાનો ખર્ચ કરીએ એના કરતાં આપણું પોતાનું જ સુધારાવાદી ચોપાનિયું શરૂ કરીએ તો!'

કરસનદાસને તરત દેવીના શબ્દો યાદ આવ્યા. દેવીના સૂચનની સામે પોતે કરેલી દલીલો યાદ આવી. ગોકળદાસ તેજપાળનો સાથ હોય તો એ બધી જ દલીલો ઓગળી જતી હતી.

'પણ તમે ધંધો છોડી છાપખાનાની લાઇનમાં પડીને શું કરશો?' કરસનદાસે પૂછ્યું. ગોકળદાસે નવું ચોપાનિયું શરૂ કરવાની વાત કરી પણ કરસનદાસ હજુ અસમંજસમાં હતો.

'ધંધો મારે શા માટે છોડવો પડે, કરસનદાસ? અને તમારે પોતે પણ હેડ માસ્તરની આ જવાબદારી છોડવાની નથી. તમારા વિના આ શાળા સૂની પડી જશે. તમને જોઈએ તો શાળાના વહીવટ માટે એકાદ અનુભવી માણસ આપી દઈશું અને ચોપાનિયું ચલાવવા માટે પણ કાર્યાલય ખોલીને નવો સ્ટાફ તમારા હાથ નીચે નીમીશું.'

'મારાથી શાળાની અને સામયિકની બેઉ જવાબદારીઓ નહીં નિભાવી શકાય.'

'નિભાવી શકાશે, તમે જો જો તો ખરા. અને ચોપાનિયાનું વહીવટી કામકાજ તમારે ક્યાં કરવાનું છે? એ બધું અમે કરાવી લઈશું.'

'હાસ્તો, માલિક તરીકે વ્યવસ્થાતંત્ર સાચવવાની જવાબદારી તો તમારે નિભાવવી જ પડશે.' કરસનદાસે કહ્યું.

'માલિક તરીકે નહીં, કરસનદાસ ચોપાનિયાના માલિક તમે, અધિપતિ ઉર્ફે તંત્રી પણ તમે. અમે માત્ર પાછળથી તમને ટેકો આપનારા. જરૂર પડે જે ચીજ-પૈસો જોઈએ તે હાજર કરી દેનારા. તંત્રી તરીકેના તમારા કામમાં તમને પૂરેપૂરી સ્વતંત્રતા. ચોપાનિયું છપાઈને આવે એ પછી જ અમારે જોવાનું કે એમાં શું છપાયું છે.'

'કોઈ વખત તમારા વિરુદ્ધ છપાયું તો?' કરસનદાસે હસતાં હસતાં શેઠ ગોકળદાસ તેજપાળની પરીક્ષા કરવા એમનું મન જાણવાનો પ્રયાસ કર્યો.

'માત્ર અમારા જ નહીં, અમારા મિત્રો વિરુદ્ધ પણ છાપવાનો તમને હક્ક છે – તમને લાગે કે અમે કશું ખોટું કરી રહ્યા છીએ, સમાજના વિશાળ હિતની વિરુદ્ધ જઈ રહ્યા છીએ તો બેશક તમે અમને પણ ચાબુક ફટકારો.'

'નેતરનો ચાબુક ફટકારવાનું કામ 'ચાબુક'ના અધિપતિનું અને આ મહારાજોનું.' લેખનાં કાગળિયાં તરફ ઇશારો કરતાં કરસનદાસે વાત વાળી લીધી. કરસનદાસને સમજાયું નહીં કે અત્યારે ખુદ પોતાના હૃદયમાં કેવા ભાવ ચાલી રહ્યા છે. નવી જવાબદારીને કારણે માથે બોજો વધ્યાની લાગણી થતી હતી તો બીજી તરફ હવેથી પોતે વિનાવિઘ્ને લોક સુધી પોતાના અભિપ્રાયો પહોંચાડી શકશે એ વિચારે મન ખુલ્લી હવામાં દોડી જતું હતું, અને તરત જ પાછા ચોપાનિયું ચાલશે કે નહીં એની કલ્પના અકળાવી મૂકતી હતી.

'ગભરામણ થાય છે, કરસનદાસ? મારાથી ડરવાની કોઈ જરૂર નથી. હું એ લોકોમાંનો નથી જેઓ મનફાવે ત્યારે ટેકો આપે અને સ્વાર્થ પૂરો થયે ટેકો પાછો ખેંચી લે. તમને સાથ આપવામાં મારે કોઈ અંગત સ્વાર્થ નથી. વળી, હું એકલો જ નથી તમારી સાથે. લખમીદાસ ખીમજી અને મથુરદાસ લવજી પણ ભેળા છે. અમે ત્રણે મળીને એક ચોપાનિયું તો શું ભારતનાં તમામ દૈનિકો અને ચોપાનિયાં ખરીદીને ચલાવી શકીએ એમ છીએ... વાસ્તે, ભવિષ્યના કોઈ ડરની કલ્પના કરતા નહીં.'

કહીને ગોકળદાસે કરસનદાસને પોતાના નાના ભાઈની જેમ કોટીએ લગાડ્યો.

* * *

બીજા જ દિવસથી કરસનદાસે નવું ચોપાનિયું શરૂ કરવાની તૈયારી કરવા માંડી. પારસી માલિકીના 'રાસ્ત ગોફ્તાર'નો અર્થ થતો હતો : સત્ય વક્તા. કરસનદાસે એ જ પ્રકારનું કોઈ નામ રાખવાનું નક્કી કર્યું. વક્તાનો અવાજ અને એ અવાજ જે ગતિએ લોકો સુધી પહોંચે એના કરતાં પણ વધુ ઝડપે શું પહોંચી શકે? અવાજ કરતાં વધુ ગતિ કોની હોય? કરસનદાસને અંગ્રેજી પોથીમાં શીખેલી વિજ્ઞાનની વાત યાદ આવી. અવાજ કરતાં વધુ ગતિ પ્રકાશની. પ્રકાશ. સત્ય વક્તાના અવાજ જેવો જ સત્યનો પ્રકાશ

જે અવાજ કરતાં વધુ ઝડપે ફેલાઈ જશે. કરસનદાસને નવા ચોપાનિયાનું નામ જડી ગયું– ‘સત્ય પ્રકાશ.’

સતત ત્રણ મહિનાની દિવસરાતની મહેનત પછી છેવટે ‘સત્ય પ્રકાશ’નાં બીબાં ગોઠવાવાં માંડ્યાં. નાનાભાઈ રૂસ્તમજી રાણીનાના છાપખાનામાં ફર્મા છાપવાની ગોઠવણ થઈ ગઈ. આ ત્રણ મહિના દરમ્યાન કરસનદાસે જી. ટી. હાઈસ્કૂલની જવાબદારી પૂરેપૂરી નિભાવી જેનો પુરાવો વાર્ષિક પરીક્ષામાં દરેક વર્ગમાં આવેલું સો ટકાનું પરિણામ હતું. મૅટ્રિકમાં પણ આ વખતે શાળાનું પરિણામ સો ટકા આવ્યું. કરસનદાસે ‘સત્ય પ્રકાશ’ની જવાબદારી પણ પૂરેપૂરી નિભાવી. એણે સમયસર લેખો મેળવીને અને પોતે લખીને છાપખાનાને પહોંચાડી દીધા. ‘સત્ય પ્રકાશ’ નક્કી કર્યા મુજબ ઈ.સ. ૧૮૫૫ની અષાઢી બીજના પવિત્ર દિવસે વાચકો સુધી પહોંચી જવાનું હતું. આ તરફ ઘરના મોરચે કરસનદાસે દેવીની સહેજ પણ અવગણના નહોતી કરી અને એના બે પુરાવા હતા. એક તો એણે ‘સત્ય પ્રકાશ’ના પ્રથમ અંકનાં બધાં જ પ્રૂફ દેવી પાસે સુધરાવીને દેવીને અહેસાસ કરાવ્યો કે એ ખરેખર ભણીગણીને એક કાબેલ વ્યક્તિ થઈ ગઈ છે અને બીજું, દેવીને ત્રીજો મહિનો જતો હતો જે વધુ પુરાવો હતો કે છેલ્લાં ત્રણ મહિનામાં વધેલી જવાબદારીઓ દરમ્યાન કરસનદાસે દેવીની અવગણના નહોતી કરી.

* * *

‘સત્ય પ્રકાશ’ના પ્રથમ અંકની પ્રથમ પ્રત લઈને ઘરે આવતા કરસનદાસે નીચેથી જ બૂમ પાડી,

‘દેવી, દેવી, જો તો હું શું લાવ્યો છું? અને મારી સાથે કોણ લોક આવ્યું છે !’

દેવીએ પહેલા માળના ઝરૂખામાંથી ડોકિયું કરીને જોયું કે નીચે રસ્તા પર બે બગ્ગીઓ ઊભી હતી અને ગોકળદાસ તેજપાળ, લખમીદાસ ખીમજી અને મથુરદાસ લવજીની સાથે કરસનદાસ હાથમાં ‘સત્ય પ્રકાશ’ની નકલ હલાવતા આવી રહ્યા હતા. કરસનદાસનું અને પોતાનું સપનું પૂરું થવાના આ યાદગાર દિવસે એના સપનાને ઉછેરનારા ત્રણેય મિત્રો સાથે એ ઘરે આવી રહ્યા છે એ જાણીને દેવી દોડીને પહેલા માળની નિસરણી ઊતરીને નીચે આવકાર આપવા જતી હતી. પહેલું જ પગથિયું પાર કરતાં દેવીનો સાડલો નિસરણીના લાકડાની ઉખડી ગયેલી ફાચરમાં ભરાયો અને સળંગ અઢાર પગથિયાં ગબડીને એ ભોંયભેગી થઈ ગઈ.

કરસનદાસ પોતાના પગ પાસે પડેલી દેવીના મોઢામાંથી નીકળતું લોહી જોઈને અવાચક થઈ ગયો. એનું માથું ચકરાવા લાગ્યું અને મગજમાં અંધારું ઘોર થઈ ગયું. એ દેવી પાસે ફસડાઈ પડ્યો.

ત્રણેય શેઠિયા મિત્રોએ ઝડપભેર દેવીને ઊંચકીને બગ્ગીમાં મૂકી અને કોચવાનને ઇસ્પિતાળ તરફ દોડાવવા કહ્યું. બીજી બગ્ગી કરસનદાસને લઈને ઝડપભેર એની પાછળ દોડવા લાગી.

દસ મિનિટમાં જ ઇસ્પિતાળે પહોંચીને દેવીને સ્ટ્રેચર પર સૂવડાવી અંદર લઈ જવામાં

આવી. શહેરના સૌથી પ્રતિષ્ઠિત શ્રીમંતોને એકસાથે જોઈ આખી ઇસ્પિતાળનાં ડૉક્ટરો, નર્સો તથા બાકીના સ્ટાફે દોડાદોડી કરી મૂકી. દેવીને તપાસખંડમાં લઈ ગયાં અને કરસનદાસ બહાવરી નજરે બંધ બારણાને તાકી રહ્યો. થોડી વારે કાળાસફેદ વાળવાળા એક અંગ્રેજ ડૉક્ટરે બહાર આવીને કરસનદાસને પૂછ્યું,

'તમારા પત્ની પ્રેગનન્ટ હતાં?'

કરસનદાસે માથું ધુણાવીને હા પાડી.

'સૉરી,' ડૉક્ટર બોલ્યા, 'આટલે ઊંચેથી પડી જવાથી પેટમાંનો ગર્ભ જીવતો નથી, કારણ કે બાઈ પોતે પડતાંવેંત જીવ ગુમાવી બેઠી છે.'

કરસનદાસ શૂન્યમનસ્ક બનીને સાંભળી રહ્યો. ઘડીભર એને લાગ્યું કે ડૉક્ટરે દેવી વિશે નહીં, કોઈક બીજા જ વિશે કહ્યું. જેમ જેમ પળ વીતતી ગઈ એમ એને ભાન થવા માંડ્યું કે એનો આખોય નાનકડો સંસાર રોળાઈ ગયો છે. હાથમાં ક્યારની પકડી રાખેલી 'સત્ય પ્રકાશ'ની પ્રથમ પ્રતની ચૂંથાયેલી ગડી ખોલીને એમાં પડી ગયેલી સળ સીધી કરવાની કોશિશ એ કરતો રહ્યો.

।। ग्वाल ।।

પ્રકરણ : ૭

'સત્ય પ્રકાશ'ના કાર્યાલયમાં ઘીનો દીવો પ્રગટ્યો અને એના ઉજાસમાં શ્રીનાથજીની છબિ ઝળહળ થવા માંડી. ઠાકોરજીનું આ સ્વરૂપ કરસનદાસનું મનગમતું હતું. કરસનદાસે છબિ સામે બે હાથ જોડી આંખો બંધ કરી અને ભગવાન પાસે મૃત પત્નીની સદ્‌ગતિ માટે ફરી એક વાર પ્રાર્થના કરી : 'શ્રીજીબાવા, દેવીને ગુજરી ગયે બરાબર એક મહિનો વીતી ગયો. હજુ થોડોક સમય જશે અને વર્ષ પણ વીતી જશે.' કરસનદાસ હૃદયમાંનો ભાર પ્રાર્થના દ્વારા હળવો કરવાની કોશિશ કરતો હતો. 'હે ઈશ્વર, દેવીના જવાથી મારું પતિ તરીકેનું અસ્તિત્વ જ નથી ભૂંસાયું, એક નહીં જન્મેલા બાળકનો બાપ પણ ભૂંસાઈ ગયો છે.'

કરસનદાસનું ગળું રુંધાયું. એની બેઉ આંખોમાંથી અશ્રુધારા વહી. દેવીના મૃત્યુ પછી એ રડ્યો નહોતો. હૉસ્પિટલમાં નહીં, સ્મશાનમાં પણ નહીં. વડીલોએ એને સ્મશાન આવવાની ના પાડી હતી. હજુ તો તું જુવાન છો, ફરી વાર ઘર માંડવું હોય તો આગલીને અગ્નિદાહ તારા હાથે ના દેવાય એવું કહીને શિખામણ આપનારાઓને કરસનદાસે વિવેકપૂર્વક રોકડું પરખાવ્યું હતું, 'જુઓ કાકા, પત્નીનું મૃત્યુ એ મારો અંગત મામલો છે. આપ કે બીજું કોઈ એમાં દખલગીરી કરો એ મને મંજૂર નથી. દેવીને હું ખભો આપીશ અને એની ચિતાને અગ્નિદાહ પણ હું જ આપીશ.'

દેવીની ચિતાને અગ્નિદાહ આપ્યા પછી પણ કરસનદાસની આંખો કોરી રહી હતી. એ પછી લૌકિક વહેવારે આવતાં જ્ઞાતિજનો, સ્વજનો અને અંગત મિત્રો એની હથેળી દાબીને કે એના બરડે હાથ ફેરવીને કે એને છાતી સરસો ચાંપીને આશ્વાસન આપતા ત્યારે સામાવાળાની આંખ ભરાઈ આવતી. આવનારા એમ પણ કહેતા કે લગ્નજીવન શરૂ કર્યું ન કર્યું ત્યાં તો પત્ની કમોતે ગઈ. આગંતુકોને ગળે ડૂમો ભરાઈ જતો ત્યારે કરસનદાસની નિશ્ચેતન આંખોની સપાટી કોરી જ રહેતી. છેવટે કરસનદાસે આવનારને વિદાય કરવા કહેવું પડતું : હશે, ભગવાનને ગમ્યું તે ખરું.

પણ આજે ભગવાનની છબિની સામે ઊભા રહીને કરસનદાસને ઊંડે ઊંડે પ્રતીતિ થઈ રહી હતી કે મહિના પહેલાં જે કંઈ બની ગયું તે ભગવાનને પણ નથી ગમ્યું. દેવી માત્ર પોતાની પત્ની નહીં, પોતાના આવનાર સંતાનની માતા પણ હતી. ચિત્રગુપ્તના ચોપડામાં કાળા માથાના માનવીએ કરેલાં પાપ-પુણ્યોનો હિસાબ હોય. એ હિસાબ જોઈને

જ શું ઈશ્વર નક્કી કરતો હશે કે કોને રાખવા અને કોને બોલાવી લેવા? શો માપદંડ રાખ્યો હશે ભગવાને? સમજ બહારની વાત છે. પણ એટલી સમજ જરૂર છે કે જે બાળકે હજુ માતાના ગર્ભ બહારની દુનિયા જ નથી જોઈ એણે એવું તે કયું પાપ કરી નાખ્યું કે તું એને એક અંધકારમાંથી બીજા અંધકારમાં લઈ ગયો. તારું કામ તો તમસ દૂર કરીને જ્યોતિ તરફ લઈ જવાનું. કરસનદાસ દેવીના અવસાન પછી પહેલી વાર અશ્રુ વહાવીને હળવા થવાનું સદ્ભાગ્ય ભોગવી રહ્યો હતો.

કેટલી ક્ષણો વીતી ગઈ એનો એને પોતાને જ ખ્યાલ રહ્યો નહીં. શ્રીજીબાવાની છબિ તરફથી નજર હટાવીને પોતાના ટેબલ તરફ પગ માંડતાં કેબિનના કાચની બહાર જોયું કે છાપખાનાનો ફોરમૅન હાથમાં પ્રૂફની ગૅલી લઈને ઊભો હતો. કરસનદાસે માથું હલાવીને એને અંદર આવવાની અનુમતિ આપી. ફોરમૅન ટેબલ પર પ્રૂફનું ફીંડલું મૂકી એના પર ઓગળેલા સીસામાંથી બનાવેલું વજનિયું મૂકીને જતો રહ્યો. કરસનદાસે ફીંડલું ખોલ્યા વિના જાણી લીધું હતું કે 'સત્ય પ્રકાશ'ના પાંચમાં અંકનો છેલ્લો ફર્મો આ પ્રૂફ સુધારતાંવેંત છાપવાનો શરૂ થઈ જશે. એ જાણતો હતો કે છાપખાનાના કારીગરોને ફર્મો છાપીને ઘરભેગા થઈ જવાની ઉતાવળ હતી. ચોપાનિયાની બાંધણી કરનારા ઠેકેદાર બાબુરાવ બાઈન્ડર પણ પોતાના માણસો સાથે આવી પહોંચ્યા હતા. અને અગાઉના ફર્માની ઝૂંપણીનું કામ શરૂ પણ થઈ ગયું હતું. પણ કરસનદાસને આજે હાથમાં કલમ ઉપાડવાનું મન થતું નહોતું. દેવીના અવસાન પછી એણે એક પણ દિવસનો ખાડો પાડ્યા વગર સત્યપ્રકાશનો બીજો, ત્રીજો અને ચોથો અંક અચૂક રવિવારે પ્રગટ થઈ જાય તે જોયું હતું. પ્રૂફ સુધારવાના તેમ જ ઇતર પરચૂરણ કામકાજમાં દેવીની સહાય પર મદાર રાખ્યો હતો. પણ એની ગેરહયાતિમાં બીજા કોઈ મદદનીશ વિના એકલા હાથે દિવસરાત એક કર્યાં હતાં. પણ આજે અંક મોડો થાય તો ભલે થાય એવી લાપરવાહી એના ચહેરા પર દેખાતી હતી. દરિયાઈ ઝંઝાવાત સામે લડતાં લડતાં ખલાસીની ધીરજ ખૂટી જાય અને એ હારીને સુકાન રેઢું મૂકી દે એવી હાલત આજે કરસનદાસની હતી. કરસનદાસ શરીર ઢીલું મૂકીને ટેબલ પાછળની પોતાની ફરતી ખુરશીની ચામડાની ગાદી પર ફસડાઈ પડ્યો. ખમીસની બાંયથી વારાફરતી એ બેઉં આંખ લૂછતો હતો ત્યાં જ અવાજ સંભળાયો,

'હું અંદર આવી શકું, સાહેબ?'

અત્યારે વળી કોણ છે એવા ભાવ સાથે કરસનદાસે કેબિનના અર્ધઉઘાડા દરવાજા તરફ જોયું. ચહેરો પરિચિત લાગ્યો પણ નક્કી ના થઈ શક્યું કે એને ક્યાં જોયો હતો.

'આવો,' કરસનદાસે દબાયેલા શુષ્ક અવાજે કહ્યું અને ગળે બાઝેલો ડૂમો દૂર કરવા મેજ પરથી પવાલું ઊંચકીને ઘૂંટડો પાણી પીધું. 'બોલો, શું કામ હતું?'

'મારું નામ મહીપત....' યુવાને અંદર પ્રવેશતાં કહ્યું, 'મહીપતરામ રૂપરામ. તમારા દેશાટન સંબંધી નિબંધવાચન વખતે હું હાજર હતો અને વિલાયત જવાની આવશ્યકતા તથા એના ફાયદા અંગેના તમારા વિચારો જાણી હું પ્રભાવિત થયો હતો.'

કરસનદાસને ઝાંખું ઝાંખું યાદ આવ્યું. પોતાની જ ઉંમરના, કદાચ બે-ત્રણ વર્ષ મોટા,

એક યુવાને ઊભાં ઊભાં જ પોતાનું એ પ્રવચન ધ્યાનપૂર્વક સાંભળ્યું હતું અને સભા પૂરી થયા બાદ શેઠ ગોકળદાસ તેજપાળ સાથે પહેલવહેલીવાર ઓળખાણ થઈ રહી હતી ત્યારે એ યુવાન નજીક આવીને પરિચય કરવાની કોશિશ વિના સીધો જ નીકળી ગયો હતો.

'હા, યાદ આવે છે. ખૂબ ધ્યાનપૂર્વક તમે સાંભળતા હતા.' કરસનદાસે એને બેસવાનું કહ્યું.

'કેળવણી મારા રસનો વિષય છે અને વિલાયત જેવી આધુનિક કેળવણી હિન્દુસ્તાનમાં દાખલ થશે તો જ સુધારાની પ્રવૃત્તિને વેગ મળશે એવું માનનારાઓમાંનો હું એક છું.' મહીપતરામે કહ્યું અને ખૂણે દોરાથી બાંધેલા કેટલાક હસ્તલિખિત કાગળની થપ્પી કરસનદાસને આપી. 'આમાં મેં લખેલો એક નિબંધ છે. તમને વાંચવા સારું અને યોગ્ય લાગે તો 'સત્યપ્રકાશ'માં છાપવા સારું'.

''સત્યપ્રકાશ' જુઓ છો?' કરસનદાસે યુવાનની આંખમાં તાકતાં સવાલ કર્યો.

'માત્ર જોતો નથી. એમાંનો એકેએક અક્ષર વાંચું છું અને પછી એ વિશે વિચારું છું.'

'શું વિચારો છો?'

'તમારા મોઢે તમારા જ સામયિકના વખાણ કરવા, અને એ પણ એવા ટાણે જ્યારે હું મારો નિબંધ તમારે ત્યાં છપાવવાને લઈ આવ્યો છું, એમાં મારો અવિવેક ગણાશે. છતાં ઓછા શબ્દોમાં માત્ર એટલું જ કહું કે ઈસ્વીસન ૧૮૫૫ની સાલની જો કોઈ સૌથી મોટી ઘટના હોય તો મારે મન તે છે 'સત્યપ્રકાશ'નો જન્મ. ગુજરાતી પ્રજાની બાબતમાં હું આ કહું છું અને અલબત્ત, મુંબાઈ શહેરના સંદર્ભમાં પણ...'

કરસનદાસે જોયું કે યુવાન મહીમતરામ 'સત્યપ્રકાશ'ના ભરપેટ વખાણ કરવા ચાહતો હતો, છતાં એ એક એક શબ્દ જોખી-તોળીને બોલતો હતો. કરસનદાસે મેજ પર મુકાયેલા એના નિબંધનાં કાગળિયાં હાથમાં લઈને ઉપરછલ્લી નજર નાખવાની શરૂઆત કરી ત્યાં જ 'ચાલો, ચાલો, ચાલો, કરસનદાસ. ગજબ થઈ ગયું' કહેતા સોરાબજી બંગાળી 'સત્યપ્રકાશ'ના કાર્યાલયમાં ધસી આવ્યા. કરસનદાસનું કાંડું પકડીને એને ઊભો કર્યો અને ફરી બોલ્યા, 'જલદી ચાલો, કરસનદાસ.'

'શું થયું એ તો કહો, સોરાબજી?' કરસનદાસે પૂછ્યું.

'શું નથી થયું એ પૂછો, મારા ભાઈ. બધાં છાપાંવાળા પહોંચી રહ્યા છે અને તમને બી 'સત્યપ્રકાશ' માટે મસાલો મળી જશે.' સોરાબજીએ ઊભા ઊભા જ ઉતાવળા સ્વરે કહ્યું. મહીપતરામ મૂંઝાઈને આ ધમાચકડી જોતો હતો.

'સોરાબજી, અત્યારે અહીંથી સહેજ પણ ચસકી શકું એમ નથી. આ પ્રૂફ સુધારી લઉં તો જ છેલ્લો ફર્મો મશીન પર ચડે...'

'પ્રૂફ સુધારવા બેસશો તો સુધારાવાળાઓ પાછળ રહી જશે. તમે અબી હાલ મારી જોડે ચાલો.'

કરસનદાસે જોયું કે સોરાબજી ગંભીર હતા. એણે ખીંટી પરથી ટોપી ઉતારીને માથે

'તમને વાંધો ના હોય તો પ્રૂફનું કામ પૂરું કરવાની જવાબદારી તમારી ગેરહાજરીમાં હું સંભાળી લઈશ...'

કરસનદાસે ઘડીકમાં જાતને સવાલ પૂછીને જવાબ મેળવી લીધો. મહીપતરામ સરખા યુવાનને આગળપાછળની કોઈ ઓળખાણ વિના આ જવાબદારી સોંપી શકાય? હા, સોંપી શકાય.

* * *

ભૂલેશ્વર મહાદેવ તરફ જતા તમામ રસ્તાઓ પર ટોળેટોળાં ઉમટ્યાં હતાં. આ બાજુ કોટબજાર, એસ્પ્લેનેડ, માંડવી અને વાડી બંદરથી આવતા રસ્તાઓ પર માનવ મહેરામણ હતો. પેલી તરફ ધોબીતળાવથી લઈને ખારાતળાવ અને પાયધોણીથી આવતા તમામ માર્ગો પણ હકડેઠઠ હતા. સોરાબજી બંગાળીએ પાંજરાપોળની પાછળના રસ્તે ઘોડાગાડી રોકાવી અને બાકીનો રસ્તો પગેથી કાપવાનું નક્કી કર્યું. કરસનદાસે પોતે ત્રેવીસ વર્ષની ઉંમર દરમિયાન ક્યારેય મુંબાઈમાં આટલી ભીડ નહોતી જોઈ. છાપખાનેથી અહીં સુધી આવતાં સોરાબજીએ આ ભીડના કારણ વિશે કરસનદાસને સમજ પાડી દીધી હતી. કરસનદાસે જોયું કે પાંજરાપોળ પછીની ગલીના નાકે કેટલાક મજબૂત બાંધાનાં યુવાનો રસ્તો રોકીને ઊભા હતા. દરેકના કપાળ પર પીળા રંગનો ઊંધા ચીપિયા જેવો ચાંદલો હતો અને ગળામાં તુલસીની કંઠી હતી.

એક ટોળું આ વૈષ્ણવ યુવાનોની સાંકળ તોડવા આગળ વધ્યું. યુવાનો ટોળાને આગળ વધતું અટકાવવા માગતા હતા અને ભીડ ગલીના બીજા નાકે આવેલા ભૂલેશ્વર મહાદેવ સુધી પહોંચવા તત્પર હતી. યુવાનો અને ટોળામાંના આવેશભર્યા માણસો વચ્ચે હાથોહાથની લડાઈ થાય એ પહેલાં ગલીના નાકે આવેલા બે માળના, કોઈ ભાટિયા વૈષ્ણવના મકાનના પહેલા માળને ઝરૂખે હવેલીના મહારાજે દેખા દીધી. એમનો ચહેરો જોતાંવેંત કરસનદાસને એ ચહેરા સાથે સંકળાયેલી કિશોરી યાદ આવી. સોરાબજીનો હાથ ખેંચીને કરસનદાસ એ મકાનની વધુ નજીક આવ્યો જેથી મહારાજના શબ્દો સ્પષ્ટપણે સાંભળી શકાય.

'વૈષ્ણવજનોને મારી વિનંતી છે કે તેઓ ભૂલેશ્વર મહાદેવના મંદિરે જવાની જીદ છોડી દે અને સૌ પોતપોતાના ઘરે પાછા જાય.' મહારાજના શબ્દો માંડ માંડ રસ્તા સુધી પહોંચતા હતા. કરસનદાસે જોયું કે ટોળામાંથી એક પ્રભાવશાળી વ્યક્તિત્વ ધરાવતા શેઠિયા બહાર આવ્યા અને લોકોથી અલગ થઈને એમણે મહારાજને બે હાથ જોડીને નમસ્કાર કર્યા. મહારાજે વળતું જય જય કર્યું. કરસનદાસે એ શ્રેષ્ઠીને ઓળખી કાઢ્યા. પોતાની જ કપોળ જ્ઞાતિના મુંબાઈના મહાજનના શેઠ ગોપાળદાસ હતા. ઉપરથી મહારાજનો સાદ સંભળાતો હતો,

'ગોપાળદાસ શેઠ, આપ જ આ ટોળાને સમજાવો.' મહારાજે હાથ ઊંચો કર્યો અને એમણે પહેરેલા રેશમી કેડિયાની કસ છૂટી જતાં એમણે ગાંઠ ફરીથી બાંધી. ગોપાળદાસ

શેઠે હાથમાંની લાકડી કાંડા પર લટકાવી ટોપી ઉતારીને કોટના ગજવામાં મૂકી દીધી અને ઉપર તરફ માથું કરી બે હાથ જોડીને કહ્યું, 'મહારાજ, તમારા સેવકોને સાંકળ છોડી નાખવાનું જણાવો. મહાદેવના મંદિરે જવાનો હક્ક સૌ કોઈને છે.'

'પણ આજે કોઈ વૈષ્ણવ મહાદેવનાં દર્શને નહીં જઈ શકે', મહારાજે કહ્યું.

કરસનદાસ કોટમાંથી નોંધપોથી અને પેન્સિલ કાઢીને આ વાતચીત ટપકાવવા લાગ્યો. સોરાબજીએ જોયું કે ગોપાળદાસ શેઠના બોલવાથી ટોળું શાંત થઈ ગયું હતું પણ અનુભવને કારણે સોરાબજી જાણતા હતા કે ગમે તે ઘડીએ આ ટોળું વિફરી શકે એમ છે. નોંધ કરવામાં મશગૂલ કરસનદાસને કોઈનાય તરફથી આપત્તિ ના થાય એની ચકોર નજરે સાવચેતી રાખતાં સોરાબજી આ ભારેલા અગ્નિ જેવા મામલાની ભવિષ્યમાં પડનારી અસર વિશે ગણતરી કરતા રહ્યા.

'મહારાજ, આજે મહાદેવના મંદિરે છપ્પનભોગનાં દર્શન છે અને ભાટિયાઓ, વાણિયાઓ જ નહીં દક્ષિણીઓ, મરાઠીઓ અને પારસીઓય એનાં દર્શન કરવા તલપાપડ છે. માટે તમારા સેવકોને કહો કે સાંકળ છોડીને સૌને ગલીમાં જવા દે.' ગોપાળદાસ શેઠ બોલી રહ્યા હતા.

મહારાજ એમની સામે રોષપૂર્વક દલીલો કરતા હતા, 'ગોપાળદાસ, તમે સારી રીતે સમજો છો કે છપ્પનભોગ કરવાનો અધિકાર માત્ર વૈષ્ણવોની હવેલીને જ છે અને વૈષ્ણવ મહારાજો સિવાય કોઈ છપ્પનભોગનું આયોજન ના કરી શકે. ભૂલેશ્વર મહાદેવના ભૂદેવોએ શાસ્ત્રની વિરુદ્ધ જઈને આ છપ્પનભોગ કર્યો છે.'

'મહારાજ, બ્રાહ્મણો કંઈ આપણા વૈષ્ણવો કરતાં ઓછા પવિત્ર છે?' ગોપાળદાસે વળતું તીર છોડ્યું.

'આ ભામટાઓએ દક્ષિણા કમાવવા સારુ છપ્પનભોગ કર્યો છે. બાકી, મહાદેવને ધરાવેલો પ્રસાદ ભક્તોથી આરોગી ના શકાય અને એમાંય વૈષ્ણવોથી તો નહીં જ. શિવનિર્માળ જમવાની શાસ્ત્રોમાં મના છે.' મહારાજે તર્ક અને બુદ્ધિ વડે સમજાવવાની કોશિશ કરી. આ દરમ્યાન ગોપાળદાસ શેઠ એક ઓટલા પર ચડી ગયા હતા એટલે ટોળાથી તેઓ બે મથોડા ઊંચા લાગતા હતા. 'મહારાજ, તમે ક્યારની શાસ્ત્રોની દલીલો કરો છો પણ આપણી વૈષ્ણવ હવેલીઓ વળી કયે દહાડે શાસ્ત્રાનુસાર ચાલી છે.' ગોપાળદાસના અવાજમાં રોષની તીખાશ હતી.

'ગોપાળદાસ શેઠ, અત્યારે આક્ષેપબાજીઓનો અવસર નથી. આ શૈવમાર્ગી બ્રાહ્મણો વલ્લભાચાર્યના પંથને તોડવા માગે છે. શિવને ધરાવેલો થાળ કોઈનાથીય ખવાય નહીં. શિવને ધરાવેલું ખાનાર બ્રાહ્મણો પણ દૂષિત ગણાશે અને તેઓ પ્રાયશ્ચિત્ત કરીને શુદ્ધ ના થાય ત્યાં સુધી એમને કોઈ વૈષ્ણવે દાન, દક્ષિણા કે પંચભાગ આપવા નહીં, એમને જમાડવા પણ નહીં.' મહારાજની આ વાણી સાંભળીને ટોળામાં ખુલ્લા ડિલે ઊભેલા એક પહેલવાન જેવા યુવાને બળજબરીથી મહારાજવાળા મકાનમાં પ્રવેશવાનો પ્રયાસ કર્યો. એના માથા પરની ચોટલી અને શરીર પરની જનોઈ જોઈ ગોપાળદાસે વિચાર્યું કે આ

રોષિત બ્રાહ્મણ કંઈ ના કરવાનું કરી બેસે એ પહેલાં કોઈએ એને રોકવો જોઈએ. ગોપાળદાસ કંઈક સૂચના આપે એ પહેલાં જ માનવસાંકળ બનાવીને ઊભેલા વૈષ્ણવ યુવાનોમાંના ત્રણ જણા દોડ્યા અને એમણે બ્રાહ્મણ યુવાનને ખેંચીને બહાર કાઢ્યો. બ્રાહ્મણ બોલતો રહ્યો, 'મહારાજ, તમે ભૂદેવો સાથે ભેદભાવ કરો છો. તમે જાણો છો કે વૈષ્ણવ ભક્તોમાં ક્રિયાકાંડ કરીને અમે ગુજરાન ચલાવીએ છીએ. એમને અમારા વિરુદ્ધ ચડાવીને તમે અમને દબાવવા માગો છો.'

ગોપાળદાસ એ બ્રાહ્મણ યુવાન પાસે આવ્યા અને બોલ્યા, 'ભૂદેવ, કોઈ મહારાજના કહેવાથી અમે ચડી જઈએ એટલા નાદાન નથી. તમે કોપ કરશો મા. શાંતિ રાખશો તો તમારી સાથે અમે સૌ મહાદેવના મંદિરે છપ્પનભોગનો પ્રસાદ લેવા જઈ શકીશું.'

ઓટલા પર પાછા આવીને ગોપાળદાસે કહ્યું, 'મહારાજ, તમે હવેલીમાં ચાલતી અનીતિ અને દુરાચારની ચિંતા કરો. બ્રાહ્મણોને એમની મરજી મુજબનો ધર્મ બજાવવા દો. શિવ હોય કે કૃષ્ણ – બેઉ આખરે તો આ સૃષ્ટિના નિયંતા છે.'

'ગોપાળદાસ!' મહારાજે ત્રાડ પાડીને કહ્યું, 'હવે વધુ કોઈ દલીલ કરી છે તો કપોળ સમાજ તમને ન્યાત બહાર મૂકશે.'

મહારાજની ધમકી સાંભળીને કરસનદાસના કાન ચમક્યા. એણે જોયું કે શેઠ ગોપાળદાસનો ચહેરો મહારાજની ધમકીથી લાલઘૂમ થઈ ગયો હતો. ગોપાળદાસ બોલતા હતા,

'મહારાજ, મારા સમાજને હું સારી રીતે ઓળખું છું. કોઈની તાકાત નથી તમારા જેવાની પડખે રહીને મને ન્યાતબહાર મૂકવાની. તમને પણ આ છેલ્લી ચેતવણી છે. તમારા સેવકોને કહીને સાંકળ હટાવી લો.'

'નહીં હટે!' મહારાજે એટલા જ જુસ્સાથી જવાબ આપ્યો.

'તો એના પરિણામ માટે હવે તમે જવાબદાર રહેશો.' ગોપાળદાસે છેલ્લી વાર ઉપર જોઈને કહ્યું અને ટોળાને સંબોધીને આહ્વાન કર્યું, 'ચાલો!'

પ્રચંડ ધરતીકંપથી જમીન ઉપરતળે થઈ જાય એમ સાંકડી ગલીમાં જમા થયેલા હજારો લોકોના ધસારાથી વૈષ્ણવ યુવકોએ એકમેકના હાથ મેળવીને સર્જેલી સાંકળ તૂટી ગઈ. આ યુવકોને કચડીને ટોળાના હજારો પગ મહાદેવના મંદિર તરફ દોડવા લાગ્યા. કરસનદાસ અને સોરાબજી મકાનોની હારમાળા વટાવીને ભૂલેશ્વર મહાદેવે પહોંચ્યા ત્યારે ત્યાં પણ એમણે માનવમહેરામણ ઊમટેલો દીઠો. છપ્પનભોગમાં આવો ગજબનો ઉત્સવ ક્યારેય વૈષ્ણવોની હવેલીમાં પણ નહોતો થયો જે આજે બ્રાહ્મણો દ્વારા થઈ રહ્યો હતો. અડધો કલાક સુધી અનેક બ્રાહ્મણો, ભાટિયાઓ અને વાણિયાઓ સાથે વાતચીત કરી કરસનદાસે સોરાબજીને કહ્યું,

'તમે અહીં જ રોકાઓ. હું પ્રેસ પર જઈને આજની ઘટનાનો અહેવાલ તૈયાર કરું છું. છેલ્લો ફર્મો મશીન પર ચડ્યો હોય તો એ બદલાવીને પણ આ અહેવાલ તો કાલના અંકમાં લેવો જ પડશે. તમે અહીં જ રહેજો. વધુ કોઈ નવાજૂની બને તો મારા સુધી

ખબર પહોંચાડજો. આજની આખી રાત હું પ્રેસ પર છું.'

* * *

સાપ્તાહિક 'સત્યપ્રકાશ'નો પાંચમો અંક ખરીદવા છાપખાનાની બહાર વૈષ્ણવોની લાંબી લાઈન લાગી હતી. ભૂલેશ્વર મહાદેવમાં થયેલા છપ્પનભોગે આખા મુંબાઈમાં ચકચાર જગાવી દીધી. મુંબાઈની નાની હવેલીના મહારાજ ઉપરાંત મોટી હવેલીના મહારાજ જીવણલાલજી પણ ક્રોધથી ધૂંઆપૂંઆ હતા. 'સત્યપ્રકાશ'માં કરસનદાસે લખેલા આંખોદેખ્યા અહેવાલે આ મહારાજોના બળતામાં ઘી હોમ્યું. હવેલીઓમાંથી વૈષ્ણવોએ 'સત્યપ્રકાશ'નો બહિષ્કાર કરવો એવો હુકમ નીકળ્યો. વૈષ્ણવો બમણી સંખ્યામાં 'સત્યપ્રકાશ'ની નકલ માટે પડાપડી કરવા ઊમટી પડ્યા. કરસનદાસે વૈષ્ણવ મહારાજોની જોહુકમી સામે બ્રાહ્મણોનો પક્ષ લીધો. સુધારાવાદી ભાટિયા શેઠ લખમીદાસ ખીમજી અને ઠક્કર મથુરાદાસ લવજીએ આગેવાની લઈને મહાજનવાડીમાં ભાટિયાઓની સભા ભરી અને મહારાજો દ્વારા હવેલી જેવી પવિત્ર જગાઓમાં થતા દુરાચારો સામે લાલબત્તી ધરીને ધર્મને લગતા બગાડને અટકાવવાની જાહેર અપીલો કરી. બ્રાહ્મણો અને વલ્લભાચારી મહારાજો વચ્ચે ચાલતા છપ્પનભોગવાળા કજિયાનો પૂરેપૂરો લાભ સુધારાવાદી વૈષ્ણવોએ લીધો.

કરસનદાસ મહિનાઓ સુધી દરેક અંકમાં આ સઘળી બાબતો વિશે સુધારાવાળાઓનો પક્ષ લઈને છાપતો રહ્યો. મહારાજોએ સુધારાવાળાઓ સાથે સમાધાન કરીને કહ્યું, 'તમે માત્ર એક વર્ષ સુધી બ્રાહ્મણોનાં દાનદક્ષિણા અટકાવી દો. અમે તમે સૂચવેલા સુધારાઓને વૈષ્ણવપંથમાં દાખલ કરવાની કોશિશ કરીશું.' પણ મહારાજોનું આ વચન આરંભે સ્વીકારાઈ ગયું હોવા છતાં પાછળથી પોકળ પુરવાર થતાં સુધારાવાળાઓ બમણા જોરથી પ્રવૃત્તિશીલ થયા. ગોપાળદાસ શેઠ ઉપરાંત રામલાલ ઠાકોરસીદાસ અને સખારામ લક્ષ્મણજી જેવા અનેકોએ બ્રાહ્મણોને ખુલ્લી અને પૂરતી મદદ કરી. વર્તમાનપત્રોમાં જબરા સપાટા ચાલ્યા. કરસનદાસનું 'સત્યપ્રકાશ' આ સૌમાં મોખરે રહ્યું.

એક દિવસ બ્રાહ્મણોએ શિવનિર્માળ વિશે વાદ અને શાસ્ત્રાર્થ કરવા વૈષ્ણવ મહારાજોને નોતરું આપ્યું. મહારાજો ડરના માર્યા ગયા નહીં. વૈષ્ણવ ભક્તોમાં મહારાજોની આજ્ઞા અંગે શંકા જાગી. આ શંકાનું નિવારણ કરવા મહારાજોએ એક કપટભરી યુક્તિ લડાવીને હવેલીમાં પોતાના તરફી માણસોની સભા કરી અને એ સભામાં એક ગરીબ ભિખારી બ્રાહ્મણે હાજરી આપીને જાહેરમાં સૌ બ્રાહ્મણોવતી વૈષ્ણવ મહારાજોની માફી માગી. મહારાજોએ એને ઉદારદિલે કૃપા બક્ષી, પણ આ પ્રપંચ પકડાઈ ગયો. તપાસ કરતાં માલૂમ પડ્યું કે એ નબળા બ્રાહ્મણને લાંચ આપીને પ્રથમથી જ ફોડ્યો હતો અને એણે બોલવાના શબ્દો મહારાજોએ જ શીખવ્યા હતા. આ કપટ પ્રગટ થયું અને છાપાંઓમાં મહારાજોની મોટી ફજેતી થઈ.

'સત્યપ્રકાશ' મારફત કરસનદાસે મહિનાઓ સુધી, પોતે વૈષ્ણવ હોવા છતાં, પોતાના નાલાયક ગુરુઓ સામે છડેચોક લખ્યું. એક બાજુ શેઠ ગોકળદાસ તેજપાળની હાઈસ્કૂલના મુખ્ય આચાર્ય તરીકેની જવાબદારી, બીજી બાજુ 'સત્યપ્રકાશ' દ્વારા ચાલી રહેલા

સુધારાવાદી જંગને કારણે સતત મગજ પર રહેતી તાણ અને અહીં ઘરમાં દેવીના અકાળે પરલોક સીધાવાથી સર્જાયેલો શૂન્યાવકાશ. કરસનદાસને લાગ્યું કે પોતે ચારે તરફથી ભીંસાઈ રહ્યો છે અને અહીંથી નહીં છૂટે તો એક દિવસ પોતે પણ આ ભયંકર દબાણો હેઠળ સાવ દટાઈ જશે. શું કરવું? કરસનદાસ સતત વિચારતો રહ્યો. પણ કોઈ ઉપાય મળ્યો નહીં.

આ દરમ્યાન મુંબાઈના જુવાન હિંદુ સુધારકોમાં કરસનદાસ મૂળજીનું નામ મોખરે આવી પહોંચ્યું હતું. દેવીના અવસાનની પ્રથમ વરસી પછી, ૧૮૫૬માં બુદ્ધિવર્ધક હિંદુ સભાએ 'બુદ્ધિવર્ધક ગ્રંથ' નામે માસિક પુસ્તક પ્રકટ કરવાની શરૂઆત કરી. એ વરસે સભાનો વહીવટ કરનારી મંડળીમાં કરસનદાસ નિમાયા. જોતજોતામાં એ વર્ષ પણ પૂરું થવા આવ્યું. કરસનદાસના મનનો અજંપો વધતો જતો હતો. સુધારાવાદી ચળવળને કોઈ નક્કી દિશા મળતી નથી એવું લાગતું હતું. કદાચ એ વિચાર પોતાનું જીવન દિશાહીન બની ગયું હોવાની લાગણીનો પડઘો માત્ર હતો. પણ કરસનદાસનું મન મુંબાઈથી, અહીંની પ્રવૃત્તિઓથી અને 'સત્યપ્રકાશ'માંથી પણ ઊઠી ગયું હતું.

ડિસેમ્બર માસની એક આખી રાત ઉજાગરો કરીને કરસનદાસે ખૂબ વિચાર્યું. નવી દિશા શોધવા અત્યારે તૈયાર થયેલો ચીલો છોડી દેવો પડે એમ હતું. એણે નિર્ણય લઈ લીધો. સવારના પહોરમાં નહાઈધોઈને એ શેઠ ગોકળદાસ તેજપાળને મળવા નીકળી પડ્યો.

'ઓહો, કરસનદાસ! સવાર સવારમાં આ બાજુ ક્યાં ભૂલા પડ્યા! આવો, આવો' ગોકળદાસે એમને દીવાનખંડમાં આવકાર આપ્યો અને બે હાથે હળવી તાળી મારીને નોકરોને ચા લાવવાનો ઇશારો કર્યો. પા કલાક સુધી અલકમલકની વાતો કરતાં રહી છેવટે કરસનદાસે મુદ્દાની વાત ઉખેળતાં કહ્યું,

'ગોકળદાસભાઈ, આ બે પત્રો લાવ્યો છું તમારા માટે.'

'શું છે એમાં?' ગોકળદાસે પત્રો હાથમાં લઈને સહેજ હસીને પૂછ્યું.

'આ પહેલા પત્રમાં 'સત્યપ્રકાશ'માંથી રાજીનામું માગતી અરજી છે.' કરસનદાસે સંકોચ સાથે કહ્યું.

'કરસનદાસ!' ગોકળદાસે કંઈક ઉપહાસ સાથે કહ્યું, 'તમે જ તો 'સત્યપ્રકાશ'ના માલિક, પ્રકાશક અને અધિપતિ છો. તમે કેવી રીતે એમાંથી રાજીનામું આપી શકો!'

'હું સમજું છું, ગોકળદાસભાઈ. અને મને એ પણ ખબર છે કે આ પત્રનું ચાલકબળ મને ક્યાંથી પ્રાપ્ત થાય છે. મારે આ જવાબદારીમાંથી મુક્ત થવું છે.'

'તમે જાણો છો, કરસનદાસ કે 'સત્યપ્રકાશ' હવે હેમખેમ એક વર્ષ પૂરું કરીને બીજા વર્ષમાં પ્રવેશી ચૂક્યું છે. અને આ દરમ્યાન તમે એકલા હાથે વૈષ્ણવસમાજ માટે કેટલું મોટું કામ કર્યું છે.'

'મેં એકલા હાથે કશું કર્યું નથી,' કરસનદાસે ખોટી નમ્રતા દેખાડ્યા વિના સ્પષ્ટ સૂરમાં કહ્યું. 'મારી સાથે તમે હતા અને હજુય છો. ઉપરાંત શેઠ લખમીદાસ ખીમજી, ઠક્કર મથુરાદાસ લવજી, શેઠ ગોપાળદાસ અને બીજા કેટલાંય...'

'છતાં, અમારા સૌના કેન્દ્રમાં તમે! વારુ, આ બીજો પત્ર શેના સારું છે?'

'વડા આચાર્યપદેથી શાળામાંથી મને છૂટો કરવામાં આવે તે વાસ્તે.'

'તમે જી. ટી. હાઈસ્કૂલની નોકરી પણ છોડી દેશો?' ગોકળદાસ તેજપાળને બીજો આંચકો લાગ્યો.

'હા અને મારા ધ્યાનમાં છે – મારી જવાબદારીઓ સંભાળી શકે એવી કેટલીક વ્યક્તિઓ...'

'એ ચિંતા મારે પછી કરવાની છે, કરસનદાસ. નોકરી છોડી દેશો તો તમે ગુજરાન શી રીતે ચલાવશો? એનો કોઈ બંદોબસ્ત કર્યો છે? કે પછી સંન્યાસ લઈ લેવાનું વિચાર્યું છે. તમને આ થઈ શું ગયું છે, ભાઈ?' ગોકળદાસના અવાજમાં સો ટચની ચિંતાનો રણકો હતો.

'ગોકળદાસભાઈ, હું ગુજરાત જતો રહેવા માગું છું. મુંબાઈથી ખૂબ દૂર'.

'પણ ત્યાં જઈને કરશો શું?'

'ગુજરાતના કેળવણી ખાતાના ઉપરી ટી. સી. હોપ સાહેબે મારા માટે ડીસાની ઈંગ્લિશ સ્કૂલના હેડમાસ્તરની નોકરીનો બંદોબસ્ત કર્યો છે.'

'પગાર અહીંના કરતાં વધારે છે?' ગોકળદાસ શેઠે તીવ્રતાથી હોઠ ભીડીને પૂછ્યું.

'જી, વીસ રૂપિયા વધારે છે.' કરસનદાસે સંકોચ સાથે આંખો નીચી ઢાળીને કહ્યું.

'અહીં તમને વીસને બદલે ચાળીસનો પગારવધારો મળે તો?' ગોકળદાસે લાગણીહીન સ્વરે પૂછ્યું.

'ગોકળદાસભાઈ! તમે શું માનો છો કે હું પગારવધારાની લાલચે મુંબાઈ છોડીને છેક ડીસે જઈ રહ્યો છું?' કરસનદાસે ઉદાસ સ્મિત કર્યું. 'અહીંના કરતાં વીસ ઓછા મેળવીને પણ હું ગમે ત્યાં ગયો હોત. મારા પરિવારમાં મારા સિવાય બીજું છે કોણ જેને ખવડાવવાની મારે ચિંતા કરવી પડે? બાપુજી તો નવી મા સાથે એમની રીતે સુખેથી વડાળ-મહુવા રહે છે. એમના સિવાય મારી આગળપાછળ રોવાવાળું કોણ છે?'

કરસનદાસના ચહેરા પર નિરાશાની રેખાઓ વાંચીને ગોકળદાસને પસ્તાવો થયો. એમને લાગ્યું કે કરસનદાસને સમજવામાં પોતે ઉતાવળ કરી છે. પત્ની વિના એકલવાયા થઈ ગયેલા કરસનદાસને ડીસાનો એકાંતવાસ કોરી ખાશે કે ત્યાં જઈને એનું વ્યક્તિત્વ મ્હોરી ઊઠશે એની ગોકળદાસને ખબર નહોતી. ખબર હતી તો એ માત્ર એટલી જ કે આ તબક્કે કરસનદાસને પોતાના તરફથી એક બાંહેધરી જરૂર આપવી જોઈએ.

'વારુ, કરસનદાસ. તમારા આ નિર્ણય વિશે હજુ એક અઠવાડિયું વિચારણા કરો. પછી મન બદલાય તો હું તમને પૂછી લઈશ. અને મારા તરફથી એક વાતની ખાતરી રાખજો. ડીસા ગયા પછી પણ તમારે જે ઘડીએ મુંબાઈ પાછા આવવું હોય તે જ ઘડીએ બિસ્તરા-પોટલાં ઉઠાવીને પાછા આવી જજો. મુંબાઈ તમારું ઘર છે.'

'અહીંનાં અંજળ ખૂટી ગયાં હોય એવું લાગે છે, ગોકળદાસભાઈ.' કહીને કરસનદાસ ઊભો થયો. શેઠ ગોકળદાસ એને ઉષ્માથી ભેટી પડ્યા. કરસનદાસની પીઠ ફરી એટલે આસ્તેથી એમણે મલમલના રૂમાલની કિનારી વડે આંખના ખૂણા લૂછી નાખ્યા.

પ્રકરણ : ૮

મુંબાઈ છોડી જવાના કરસનદાસના નિર્ણયને પાછો ખેંચી લેવા માટે અનેક મિત્રોએ તેને સમજાવવાની કોશિશ કરી પણ કરસનદાસ મક્કમ હતો. પત્નીના અવસાન પછી અંગત જીવનમાં સર્જાયેલા શૂન્યાવકાશને કારણે એને લાગતું હતું કે સુધારા માટેનો એનો જુસ્સો ઓગળી રહ્યો હતો. એ જાણતો હતો કે સુધારાની ચળવળ પરથી પોતાની પક્કડ ઢીલી પડી જશે તો અંતે સમાજને નુકસાન થવાનું છે. માટે જ 'સત્યપ્રકાશ'ની ધુરા કોઈ બળવાન હાથોમાં સોંપીને પોતે કામચલાઉ સંન્યાસ સ્વીકારી લેવાનું વિચાર્યું હતું.

કરસનદાસને વિદાયમાન આપવા ગંગાદાસ કિશોરદાસના પ્રમુખપદે એક સભા યોજાઈ. સભામાં શહેરના અગ્રણી સુધારાવાદીઓની હાજરી હતી. નાતાલના દિવસે ૨૫ ડિસેમ્બર ૧૮૫૬ની સાંજે યોજાયેલી સભામાં સભાપતિ ગંગાદાસ કિશોરદાસ બોલ્યા,

'મિજલસના સાહેબો, આજ દિને આપણે જે કામે મળ્યા છીએ તેવા કામે આપણા ગુજરાતી લોક મુંબાઈમાં કો કાળે મળ્યા નથી. આવી સભા આજે પહેલી જ થઈ છે. આપણે સદ્‌ગુણી તથા આપણા દેશનું કલ્યાણ ઇચ્છનાર તથા તે કરવા સારું મહેનત લેનારને આબરૂ આપવાને મળ્યા છીએ (તાળીઓ). ભાઈ કરસનદાસ, તમો અમને મૂકી દૂર જાઓ છો તેથી અમે ઘણા દિલગીર છીએ. જે વાતની આપણા લોકમાં ઘણી ખોટ હતી અને જેથી આપણા લોકને મોટી લાજ લાગી હતી તે ખોટ તમે પૂરી પાડી છે, તે લાજ તમે દૂર કરી છે. આપણા લોકમાં વર્તમાનપત્ર નહોતું તે તમે ઘણી હિંમતથી ઊભું કીધું અને એ કરવામાં તમને ઘણું દુઃખ પડ્યું છે, નુકસાન થયું છે. આપણા લોકોના દુર્ગુણો અને આપણા લોકોની અનીતિ ભરેલી રસમો છોડી દેવરાવવા સારુ તમે ઘણું લખ્યું છે. કેટલાક મૂરખ લોકોએ ગુસ્સે થઈને તમારા શરીરને નુકસાન કરવા ઇચ્છ્યું, કેટલાકે તમોને નાત બહાર મૂકવાને ધાર્યું અને મહેનત કરી પરંતુ તમે જરા પણ ગભરાયા નહીં. શાબાશ છે તમને (તાળીઓ).

'તમારો આપણા દેશ પર મોટો ઉપકાર છે. અમારી પ્રાર્થના છે કે પરમેશ્વર તમને સુખાકારી અને ધન બક્ષે અને એ સર્વથી પણ જે તમે વધારે ચાહો છો તે એટલે કે તમારા આત્માનો ઉદ્ધાર કરે. અમે આશા રાખીએ છીએ કે સદ્‌ગુણ તથા સુધારાનાં ઝાડ તમે તમારા નવા રહેઠાણમાં રોપશો અને ઉછેરશો. ઈશ્વર તમારું કલ્યાણ કરે.'

સભાપતિના સંભાષણ પછી કરસનદાસની પ્રવૃત્તિથી પ્રભાવિત થયેલા અને

બુદ્ધિવર્ધક હિંદુ સભાના મંત્રી બનેલા શહેરના અગ્રણી શ્રીમંત ને એમના જ નામધારી કરસનદાસ માધવદાસે એક માનપત્ર વાંચી સંભળાવ્યું:

'ભાઈસાહેબ, કરસનદાસ મૂળજી, 'સત્યપ્રકાશ'ના અધિપતિ. સાહેબ, તા. ૧૪મી ડિસેમ્બરને દિવસે બુદ્ધિવર્ધક હિંદુ સભાની ખાસ બેઠક થઈ હતી તે વખતે તમો સાહેબને માનપત્ર આપવાનો ઠરાવ થયો હતો. તે ઠરાવ અમલમાં લાવવાને સેવક ઘણી ખુશીથી રજા લે છે.'

'તમો સાહેબે ચાર વરસ સુધી બુદ્ધિવર્ધક હિંદુ સભાના કારોબારી સભ્ય તરીકે એકદિલથી મહેનત લઈને કામ ચલાવ્યું. નીતિ તથા વિદ્યા વગેરે વિશે આપણા લોકોને અપમાન પહોંચાડનારી રસમો વિરુદ્ધ નિબંધો વાંચ્યા અને ભાષણો કર્યાં. તેને વાસ્તે તથા આપણા લોકોના કલ્યાણ અર્થે 'સત્યપ્રકાશ' નામનું વર્તમાનપત્ર પ્રગટ કરી મહેનતથી આજ દિન લગી ચલાવ્યું. તેને માટે તમારો ઉપકાર માની ઘટતું માન આપવાનો આ પ્રસંગ જવા દેવાને સભા વાજબી ધારતી નથી.'

'મુંબાઈ છોડી તમે ડીસે જાઓ છો તેથી કરીને સભા ઘણી દિલગીર છે. પરંતુ તમારા ગયાથી ત્યાંના લોકોની હાલતમાં જે લાભકારક ફેરફાર થશે તેનો વિચાર કર્યાથી જરા સભાને સંતોષ થાય છે. છેલ્લે, ઈશ્વર આગળ સભાની એટલી જ પ્રાર્થના છે કે તે સાહેબ તમને તંદુરસ્ત રાખી થોડા દિવસમાં અત્રે પાછા આવવાને શક્તિવાન કરે અને અહીંના તમારા પરમપ્રિય મિત્રો સાથે જે દેશકલ્યાણના કામમાં તમે રોકાયા હતા તે કામ પાર પાડવા સારુ જલદીથી તમારી મુલાકાત લેવડાવે તથા જે હેતુથી તમે જાઓ છો તે હેતુ પાર પાડે.'

'મુંબાઈ, તા. ૨૫ ડિસેમ્બર ૧૮૫૬. લિખિતંગ, તમારો આજ્ઞાંકિત સેવક કરસનદાસ માધવદાસ, બુદ્ધિવર્ધક હિંદુ સભાનો સેક્રેટરી.'

સભામાં શેઠ ગોકળદાસ તેજપાળ સહિત અનેક ખ્યાતનામ વ્યક્તિઓએ ભાષણો કરી કરસનદાસને બિરદાવી શુભેચ્છાઓ આપી. છેવટે કરસનદાસે ઊભા થઈને પોતાને મળેલાં માનપાનનો જવાબ વાળતાં કહ્યું:

'બુદ્ધિવર્ધક હિંદુ સભા તથા 'સત્યપ્રકાશ' સંબંધી મેં જે થોડી મહેનત કરી છે તેને માટે તમોએ સભાની તરફથી ઘણી ઉદાર રીતે મોટો ઉપકાર માન્યો છે અને તેથી મારી ઉપર તમારી ઘણી મહેરબાની થઈ છે. પણ શેઠજીને કહેવાની હું રજા લઉં છું કે આપણા દેશીઓના કલ્યાણ અર્થે જે કાંઈ જુજ મહેનત મારાથી થઈ છે તે કરવાનો મારો ધર્મ હતો એમ હું જાણું છું. મારી ગેરહાજરીમાં 'સત્યપ્રકાશ'ના તંત્રી તરીકેની જવાબદારી મારા નવા બનેલા યુવાન મિત્ર મહિપતરામ રૂપરામ નીલકંઠને હું સોંપતો જાઉં છું (તાળીઓ).'

'ઈશ્વર પાસે મારી નિરંતર પ્રાર્થના છે કે બુદ્ધિવર્ધક હિંદુ સભાના સભાસદોએ આપણા દેશના કલ્યાણ અર્થે જે મોટું કામ માથે લીધું છે તેમાં તેઓ સફળ થાય અને જે પરોપકારી ગૃહસ્થો એવા કામને આશરો આપે છે તેઓ સદા આશરો આપતા રહે.'

છેલ્લે પ્રમુખે ઊઠીને કહ્યું કે 'આ મેજ પર સાકરની રકાબી ભરીને મૂકી છે. તેમાંથી

આપણે સર્વે ઊઠીને ભાઈ કરસનદાસની તંદુરસ્તીને સારુ ગળ્યું મોઢું કરીએ.' સૌએ તેમ કર્યું. પછી રાણી વિક્ટોરિયાની સુખાકારી અને દેશની આબાદી સારુ ઇચ્છા કરી સર્વે મિત્રો ભોજન કરવા બિરાજ્યા.

* * *

ડીસા પહોંચ્યા પછી કરસનદાસ ઈંગ્લિશ સ્કૂલના હેડમાસ્તરની નવી જવાબદારીમાં ગળાડૂબ ખૂંપી ગયો. પણ આસપાસના ઇલાકાની શુષ્કતા એને દિવસરાત ખાવા ધાતી હતી. રાધનપુર અને પાટણની ઉત્તરે આવેલું ડીસા પાલનપુરથી માંડ બારેક ગાઉ દૂર હતું. પણ કરસનદાસને રોજ સાંજ પડ્યે લાગતું કે પોતાના કર્મક્ષેત્રથી ખૂબ દૂર ફેંકાઈ ગયો છે. ડીસાની છાવણી પોતાના પુરુષાર્થ માટેનું સ્થળ નથી. પરંતુ સ્વેચ્છાએ લીધેલા નિર્ણયને વળગી રહેવા કરસનદાસ મક્કમ હતો.

એક દિવસ ટપાલમાં 'સત્યપ્રકાશ'નો ૪ જાન્યુઆરી ૧૮૫૭નો અંક આવ્યો. નવા અધિપતિ અને 'સત્યપ્રકાશ'માં વાર તહેવારે પોતાના મદદનીશની ફરજ બજાવતા મહિપતરામ રૂપરામ નીલકંઠે લખેલા સંપાદકીયમાંના આ શબ્દો વાંચીને કરસનદાસનું હૈયું ભરાઈ આવ્યું: 'મુંબાઈના ગુજરાતી હિંદુઓને એઓના (કરસનદાસના) ગયાથી તોટો છે. એના જેવા ઉપયોગી, લોકોને અર્થે મહેનતનું અને સારું કામ કરવાવાળા, હિંમતવાળા આપણી મુંબાઈમાં – આપણા ગુજરાતીમાં – થોડા જ છે. પોતાના દેશના કલ્યાણ સારુ ભાઈ કરસનદાસે પૈસા તથા પોતાના શરીરના સુખનું નુકસાન ઘણી વાર ખમ્યું છે એ કાંઈ ઓછી શાબાશીની વાત નથી. આપણામાં સઘળા લોકોએ એના સદ્‌ગુણ પારખ્યા નથી. ઘણાઓએ એ ભાઈનું ભૂંડું ચાહ્યું હતું તથા એઓને દુ:ખ દેવાનો વિચાર કરતા હતા પણ ઈશ્વર કૃપાથી એમના વેરીઓ સર્વે પ્રકારે ફીકાં પડ્યાં છે. આપણી જાતિમાંના કેટલાક તેઓની પરોપકારી મહેનતથી ઘણા ખુશ થયા છે. તેઓએ એ ભાઈનો પાડ માનવાને તથા એઓને આબરૂ આપવાને ગઈ તારીખ ૨૫મી ડિસેમ્બરે મિજબાની આપી હતી જેનું ટૂંકું બયાન અમો અમારા વાંચનાર આગળ મૂકવાની રજા લઈએ છીએ...''

કરસનદાસે જોયું કે એ પછી વિદાયસમારંભનો વિગતવાર અહેવાલ છપાયો હતો. એણે પાનાં ફેરવીને 'સત્યપ્રકાશ' આઘે મૂકી દીધું. જે યાદોથી એ હવે દૂર, ખૂબ દૂર જતો રહેવા માગતો હતો એ એનો પીછો છોડતી નહોતી.

ડીસાની અંગ્રેજી શાળાના નવા હેડમાસ્તર તરીકે કામ ઘણું રહેતું, પણ મુંબાઈની શેઠ ગોકળદાસ તેજપાળની શાળામાં ફરજ બજાવ્યા પછી આ નવી જવાબદારી ઘણી હળવી લાગતી. સાંજ પડ્યે બુદ્ધિવર્ધક હિંદુ સભાના મિત્રોની અને રવિવારની બેઠકોની એને ખોટ સાલતી. એ ખોટ ભરવા કરસનદાસે બે કામ કરવાનાં નક્કી કર્યાં. એક, શાળાના પુસ્તકાલયમાં આવતાં વર્તમાનપત્રો-સામયિકા-પુસ્તકોનો ઝીણવટભર્યો અભ્યાસ કરવો અને બે, પોતાના વિચારો છુટાછવાયા ના થઈ જાય તે માટે એને એકત્રિત કરી રોજનીશી લખવી. ડીસા છેવાડાનું ગામ હોવાથી ટપાલ મોડી આવતી. પણ અહીં ક્યાં કોઈએ સમયની પાછળ ભાગવાનું હતું.

કરસનદાસની ડાયરીમાં પહેલી નોંધ ૧૦મી ફેબ્રુઆરી ૧૮૫૭ના રોજ કરવામાં આવી હતી : 'આજે અહીં આવેલા ૩૧મી જાન્યુઆરીના ટાઇમ્સ ઑફ ઇન્ડિયામાં વાંચવા મળે છે કે ૨૯મી જાન્યુઆરીના રોજ બેરેકપુરની છાવણીમાં પરેડ વખતે એક બ્રાહ્મણ સૈનિકે પોતાના અંગ્રેજ અધિકારી ઉપર ગોળી ચલાવી દીધી. આ સૈનિકે ચરબીવાળા કારતૂસ સામે નારાજગી દેખાડવા આવું અધમ કૃત્ય કર્યું હોવાનું માલૂમ પડે છે. લશ્કરી અદાલત આ બ્રાહ્મણ સૈનિક પર કામ ચલાવીને એને ફાંસીએ લટકાવી દેશે એવું નિશ્ચિત મનાય છે, જાણવા મળે છે કે એ બ્રાહ્મણ સિપાહીનું નામ છે મંગલ પાંડે.'

|| राजभोग ||

પ્રકરણ : ૯

સુરતની મોટી હવેલીની અગાશીમાં સૂર્યનાં પ્રથમ કિરણો પથરાઈ રહ્યાં હતાં. ગિરધર ખવાસ દૂર ખૂણામાં કેસરબદામના દૂધનો લોટો અને એક થેલી લઈને ઊભો હતો. સવારના કુમળા તડકામાં અંગકસરત કરી રહેલા જદુનાથ મહારાજના સ્નાયુબદ્ધ શરીરને એ અહોભાવથી નિહાળતો હતો. માત્ર કચ્છ પહેરીને વારાફરતી આઠેય અંગને જમીનનો સ્પર્શ કરાવી સૂર્યનમસ્કાર કરી રહેલા જદુનાથના તેલથી મર્દન કરાયેલા શરીર પર ઝીણા પ્રસ્વેદ બિંદુઓ ફૂટી રહ્યાં હતાં. સૂર્યકિરણોને કારણે એ ઝાકળની જેમ ચમકતાં હતાં. જદુનાથ મહારાજે ગિરધર ખવાસની હાજરીની નોંધ લીધા વિના પોતાનો રોજિંદો વ્યાયામ જારી રાખ્યો. થોડીવાર રહીને મહારાજે દંડ પીલવાની શરૂઆત કરી ત્યારે ગિરધરથી રહેવાયું નહીં. એણે નજીક આવીને અધીરા સાદે કહ્યું,

'મહારાજ, ક્યારનો દૂધ લાવીને ઊભો છું. ઠંડું થાય છે.'

'થવા દો' જદુનાથે એની સામું જોયા વિના લાપરવાહીથી કહ્યું.

'મહારાજ...' ગિરધર કશુંક બોલવા માગતો હતો પણ જાણી જોઈને અચકાયો.

'શું છે તારે?' આ વખતે જદુનાથે જરા ચીડમાં એની તરફ જોયું. જદુનાથની પડછંદ અને ગૌર કાયાનો લાંબો કાળો પડછાયો ગિરધર સુધી પહોંચતો હતો.

'મહારાજ, દૂધ ભલે ઠંડું થતું પણ મુંબાઈ તમારા માટે ગરમ થતું જાય છે.' ગિરધરે સહેજ ખચકાઈને પણ જે કહેવું હતું કે કહી દીધું.

'કેમ, વળી પાછું શું થયું?'

જદુનાથ સવાલના જવાબમાં ગિરધરે પોતાના કાંડા પર લટકાવેલી થેલી ધરી દીધી.

'શું છે એમાં?' જદુનાથે હાથ લંબાવ્યા વિના પૂછ્યું.

'ગઈ કાલે મોડી રાતે મુંબાઈની હવેલીથી જીવણલાલ મહારાજે આ થેલીમાંના કાગળિયાં સાથે એક ખાસ દૂત મોકલ્યો છે. રાત્રે આપની સેવામાં બે સેવકી આવી હતી એટલે ખલેલ પહોંચાડવાનું યોગ્ય ગણ્યું નહીં.' ગિરધરે બને એટલી નરમાશથી જવાબ આપ્યો.

'મેં પૂછ્યું કે આ થેલીમાં શું છે?'

'મહારાજ, 'સત્યપ્રકાશ'નાં અંકો છે.' ગિરધરે એક થોકડી કાઢીને જદુનાથ તરફ ધરી.

'વળી પાછું સળગ્યું લાગે છે. અંદર આવ...' જદુનાથ બેઠક ખંડ તરફના દાદરા ઊતરતાં ભીના કપડા વડે શરીર લૂછવા લાગ્યા. હીંચકા પર બેસી એમણે ગિરધર પાસેથી દૂધનો લોટો હાથમાં લઈ મોઢે માંડ્યો. ગિરધરે જમીન પર બેઠક લીધી. જદુનાથ બોલ્યા,

'શો સંદેશો છે જીવણલાલ મહારાજનો?'

'જીવણલાલજી લખાવે છે કે ૨૫ જાન્યુઆરી, ૧૮૫૭ના 'સત્યપ્રકાશ'માં 'ગુરુ શિષ્ય ધર્મ' વિશે જે નિબંધસ્પર્ધા યોજાઈ હતી તેમાંના કેટલાક નિબંધોને ઉત્તમ ગણીને છાપવાનું શરૂ થઈ ચૂક્યું છે.' ગિરધરે કાગળ વાંચતાં કહ્યું.

'આ કરસનદાસ મૂળજી મુંબાઈ છોડીને ડીસે ભાગી ગયો તોય 'સત્યપ્રકાશ'વાળા જંપ્યા લાગતા નથી.' જદુનાથે પરસેવાથી નીતરતા ખેસથી હોઠ પર લાગેલી દૂધની મલાઈ લૂછતાં કહ્યું.

'જીવણલાલજી આગળ લખે છે કે અત્યાર સુધી હેંડબિલો અને વર્તમાનપત્રો-ચોપાનિયાઓ દ્વારા વલ્લભકુળના મહારાજો સામે જે કંઈ પ્રગટ થયું તેનાથી લોક જાગ્યા પણ એ બાણ ક્ષણિક હતાં. બંદૂકની કારતૂસમાં ભરેલા ગોળ ગોળ ઝીણા છરા જેવા હતા જેના જખમ જલદીથી રુઝાઈ જતા. પણ આ મોટા મોટા નિબંધો તોપગોળા જેવા છે. એક ગોળો છૂટે ને પછી તરત બીજો, ફરી ત્રીજો એમ એક પછી એક ગોળા જેવા નિબંધો પ્રગટ કરતાં રહીને આ સુધારાવાળાએ ખાઈપીને વલ્લભકુળના વંશજોની પૂંઠે પડી ગયા છે.' ગિરધર શ્વાસ ખાવા રોકાયો.

'આગળ વાંચ'

'જી... જીવણલાલ મહારાજ લખે છે કે 'સત્યપ્રકાશ'વાળાએ છાપ્યું છે : વૈષ્ણવ સંપ્રદાયને સુધારવાના બે માર્ગ છે – એક ધર્મના પ્રચારનો અને બીજો અધર્મને અટકાવવાનો. ધર્મનો માર્ગ એ છે કે સુધારાવાળા જે જે સુધારા માગે છે તે આપવા. દા.ત. પુષ્ટિમાર્ગની સ્ત્રીઓના શીલવ્રતને ગુરુથી હાનિ ન પહોંચે; મહારાજો અને સેવકીઓ વચ્ચે માત્ર વાસ્તવિક ધર્મ પ્રમાણેનો જ સંબંધ; તેમણે સુનીતિશાસ્ત્ર પ્રમાણે અરસપરસ કેમ વર્તવું તે શાસ્ત્રોના પ્રમાણોથી દાખલા-દલીલ સાથે દેખાડવું; ગુરુ તો સેવકીઓના પિતા સમાન છે માટે તેમણે પોતાની પુત્રીના પતિવ્રત કે કૌમાર્યવ્રતની સંભાળ લેવી જોઈએ; બાપે દીકરીની આબરૂ પર હાથ નાખવો એ મોટું પાપ છે માટે તેથી વેગળા રહેવું...'

'બસ, કર. ગિરધરિયા ચૂપ થઈ જા...' જદુનાથ હાથમાંના લોટાનો છુટ્ટો ઘા કરીને હીંચકા પરથી ઊભા થઈ ગયા. આખા ખંડમાં દૂધ ઢોળાયું, ગિરધરે તાળી પાડી બહાર ઊભેલા બે સેવકોને સફાઈ કરવાનું કહ્યું. જદુનાથનો ગોરો ચહેરો ક્રોધથી લાલચોળ થઈ ગયો હતો. એમના તીક્ષ્ણ નાકનાં નસકોરાં આવેશમાં ફુંગરાઈ ગયાં હતાં.

'શું સમજે છે આ કરસનદાસના દોસ્તારો... એમને ખબર નથી કે હું ધારું તો ઘડીના છઠ્ઠા ભાગમાં ડીસામાં જ પેલાને જમીનમાં જીવતો દટાવી શકું એમ છું. મોટા સુધારાઓ કરવા નીકળ્યા છે. અમને સલાહ આપે છે કે મંદિરોમાં થતો અધર્મ અટકાવો, પુષ્ટિમાર્ગના ગ્રંથો અનીતિના ગ્રંથો છે – દુરાચારને ઉત્તેજન આપે એવા છે, દુષ્ટ વાસનાને

ઉશ્કેરે તેવી વાતો એમાં છે, એવાં ગીતો અને ગરબા બંધ કરવા... મહારાજોએ એમના લોભને મર્યાદામાં રાખવો એવી સલાહ આ બે કોડીનું કપોળિયું અને એના ચાર આનાના દોસ્તારો મને આપે છે!'

મહારાજનો આવેશ પામી જઈને ગિરધર માથું ઢાળી બે હાથ જોડી ઊભો રહ્યો. ગિરધરને ઠંડે કલેજે ઊભેલો જોઈ મહારાજનો પિત્તો ઔર ઉછળ્યો,

'આમ ઠોયાની જેમ ઊભો છે શું? દૂર થઈ જા...' જદુનાથ નાક પરથી મચ્છરને હટાવતા હોય એ રીતે હાથથી ઇશારો કર્યો.

'મહારાજ, એક વાત કહેવાની છે.' ગિરધર ધ્રૂજતા સાદે બોલ્યો.

'હજુ શું બાકી રહી ગયું છે... બકી નાખ.'

'જીવણલાલજી પત્રના અંતે લખે છે કે સવા વર્ષ પહેલાં ભાટિયા મહાજને મુંબાઈમાં જે ઠરાવ કરેલો તેનું અમલીકરણ શરૂ થઈ ચૂક્યું છે.'

'કયો ઠરાવ?' જદુનાથે બેઉ ભ્રમરો તાણીને પૂછ્યું.

'મુંબાઈના ભાટિયા મહાજને ૧૮૫૫ના આખરમાં ઠરાવ કરેલો કે દિવસ દરમિયાન ઠરાવેલ સમય સિવાય સ્ત્રીઓને મહારાજના મંદિરે દર્શને જતી અટકાવવી, જેથી મહારાજોને વ્યભિચારની પૂરી સગવડ ના મળે...'

'મુંબાઈમાં એનો અમલ શરૂ થઈ ચૂક્યો છે?'

'જી... અને જીવણલાલજીના જણાવ્યા મુજબ એ સુધારો સુરતમાં પણ દાખલ કરવાની તજવીજ થઈ રહી છે...'

'હં...' જદુનાથે પહેલી વાર ગિરધરના હાથમાંથી મુંબાઈથી આવેલો પત્ર અને 'સત્યપ્રકાશ'ના અંકો પોતાની પાસે લીધા. જદુનાથના વિશાળ કપાળ પર ચિંતાની ત્રણ આડી રેખાઓ અંકાઈ ગઈ હતી. થોડી ક્ષણોના ઊંડા ચિંતનમાંથી બહાર આવતાં એમને ભાન થયું કે પોતાની આ મુદ્રા ગિરધર જેવા ખવાસ પર ખોટી છાપ ઊભી કરી શકે એમ છે અને પોતાનાં દર્શને આવતાં વૈષ્ણવ સેવકો-સેવકીઓ સાથેની કડી જેવા આ ખવાસને ચિંતાતુર કરવાનું હાલ આ તબક્કે પોસાય તેમ નથી. જદુનાથે મગજમાંથી વિચારો ખંખેરતા હોય એમ માથું ઝાટકીને ગિરધરનો ખભો થપથપાવતાં કહ્યું,

'ગિરધર, આ પામર લોકો શું જાણે કે અમે કઈ અકળ લીલા રમીએ છીએ ? અમે તો કૃષ્ણના અવતાર છીએ અને ઈશ્વર જારભાવનો ભૂખ્યો છે. ઉકરડાના આ ગધેડાઓને બાગની મોજની ખબર નથી. જવા દે, તેઓ અજ્ઞાની છે. એમની વાતમાંથી જીવણલાલજી મહારાજે વતેસર કરી નાખ્યું છે. હું એમને પત્ર લખીને સમજાવીશ કે ફિકર કરવાને કોઈ કારણ નથી... ચાલ, નાવણિયામાં ગરમ પાણી મુકાવ... આજે બીજી વારનું નાહવાનું મોડું થઈ ગયું.'

ગિરધર મહારાજની આજ્ઞાને માથે ચડાવી બહાર નીકળતો હતો ત્યાં જ જદુનાથે કહ્યું,

'ગિરધર, તને ખબર છે, અમે જે કંઈ કરીએ છીએ તેમાં સહેજે પાપ નથી. ઊલટાનું

એવું કરવાથી તો લોહી સાફ થાય છે અને તાકાત વધે છે...'

ગિરધર સપાટ ચહેરે મહારાજ તરફ તાકી રહ્યો. જદુનાથે કહ્યું, 'હા, સાચું કહું છું. મારા અનુભવથી જણાવું છું.' પછી મોં પર સ્મિતની રેખાઓ પાથરી બેઉ હોઠને અર્ધગોળાકાર બનાવી એમણે ઉમેર્યું, 'તને તો ક્યાંથી જાણ હોય પણ મારી પાસે પાક્કી માહિતી છે કે ગાયકવાડ દરબારના મલ્લ ચારપાંચ સ્ત્રીઓ રાખે છે અને કુસ્તી પહેલાં વારાફરતી દરેકને ભોગવે છે... હવે જા, તાંબાકુંડીમાં ગરમ પાણી નખાવ...'

ગિરધરના ગયા પછી જદુનાથ અન્યમનસ્ક બનીને 'સત્યપ્રકાશ'ના અંકોનાં પાનાં ફેરવતાં રહ્યા. કંઈક કરવું પડશે આનું, કંઈક કરવું પડશે. જદુનાથ વારંવાર બબડતા રહ્યા. સુધારાવાળાઓ પાસે આ ચોપાનિયું એક જબરું શસ્ત્ર છે. એકાએક એમના મગજમાં એક વિચાર સ્ફુર્યો. કરસનદાસ મૂળજી, નવા અધિપતિ મહીપતરામ અને એના આ ચોપાનિયાને મહાત કરવાની ચાલ વિચારીને જદુનાથ મનોમન પોરસાયા. એમણે મેજ પાસે જઈને મુંબાઈની મોટી હવેલીના જીવણલાલ મહારાજને ખાનગી પત્ર લખવો શરૂ કર્યો. નાવણિયામાં મુકાયેલી તાંબાકુંડીનું ફળફળતું પાણી ઠંડુંગાર બની ગયું ત્યાં સુધી જદુનાથ સ્વહસ્તાક્ષરે પત્ર લખતા રહ્યા.

* * *

સુરતના નાણાવટથી વૈષ્ણવોના મોટા મંદિર સુધીનું અંતર નાનું બાળક પણ ચાલીને કાપી શકે એટલું હતું. છતાં મુંબાઈથી આવેલા શેઠ લખમીદાસ ખીમજીએ ચૌટે જવા પોતાના યજમાન પાસે ગાડી જોડાવી. સવારનો પહોર હતો એટલે માર્ગ પર એકલદોકલ રેંકળા સિવાય ખાસ કોઈ વસ્તી નહોતી. લખમીદાસ શેઠે કોટના બટન સાથે જોડેલી સોનાની સાંકળના બીજા છેડે લટકતા ઘડિયાળની ડબ્બી ઉપલા ખિસ્સામાંથી બહાર કાઢી અને ચાંપ દબાવી. જદુનાથજી મહારાજને આપેલો મુલાકાતનો સમય થઈ ગયો હતો. અત્યારે હવેલી પર પહોંચી જવાથી સમયસર આવી જવા બદલ મહારાજની શાબાશી મળે અને છોગામાં ગ્વાલનાં દર્શનનો પણ લાભ મળે. લખમીદાસને અત્યારે ન તો મહારાજની શાબાશી મેળવવામાં રસ હતો ન ગ્વાલનાં દર્શનમાં. એમણે કોચવાનને કહીને ગાડી મોટા મંદિરને બદલે તાપી તરફ વાળવાનું કહ્યું.

કિલ્લાના મેદાન પાસે ઘોડાગાડી રોકીને લખમીદાસ શેઠ નદીના ઓવારા પાસે ગયા. ઉપરવાસથી ધસમસતો આવતો તાપીનો પ્રવાહ અહીં મંદ ગતિએ વહેતો હતો. કેટલાક હોડીવાળા સામેના કાંઠે આવેલા રાંદેરથી આવતા મુસાફરોને બેસાડી આ પાર ઉતારતા હતા. લખમીદાસ શેઠે વિચાર્યું : આ બેઉ કાંઠાને જોડતો પુલ બાંધવામાં આવે તો કેટલો ખર્ચ આવે! વિચાર આવતાં જ લખમીદાસ શેઠ મનોમન હસી પડ્યા. અત્યાર સુધી ક્યારેય એમણે પૈસા વાપરતી વખતે ખર્ચના આંકડા સામે જોયું નહોતું. મુંબાઈમાં જેમના નામે ડૉન (DAWN) શ્રીરામ કૉટન અને સોલાપુરમાં લક્ષ્મી કૉટન જેવી ગંજાવર મિલોની માલિકી લખાઈ હોય એમણે ક્યારેય ખર્ચ સામે જોવાનું પણ ના હોય. શેઠ મોરારજી ગોકુળદાસ સાથે ભાગીદારીમાં મોરારજી મિલ્સ પણ શરૂ કરી અને વૉલેસ

કંપનીના ગેરંટીડ બ્રોકર પણ બન્યા. આ ઉપરાંત બીજી કેટલીય કંપનીઓ અને મિલોમાં ડિરેક્ટર પદે હતાં, પરંતુ શેઠ લખમીદાસને આ સઘળી લક્ષ્મી માત્ર પોતાના નામમાં સમાઈ જાય એ મંજૂર નહોતું. મુંબાઈ ભાટિયા મહાજનના મંત્રી તરીકે વર્ષોથી સેવા આપવાનું કારણ કંઈ લક્ષ્મી કમાવાનું નહોતું. શેઠ ગોકળદાસ તેજપાળ જેવા પોતાના કરતાં આઠ વર્ષ મોટા એવા અન્ય ધનિક મુંબાઈગરા સાથે મૈત્રી કેળવવામાં પણ ધંધાનો સ્વાર્થ નહોતો. પૈસો તો પિતા ખીમજી ગોવિંદજી અને દાદા ગોવિંદજી પરશોત્તમ પાસે પણ ક્યાં ઓછો હતો. લખમીદાસ જાણતા હતા કે બાપદાદાની મૂડીનો ગુણાકાર પોતાના નસીબ સાથે થવાથી આવતી બીજી સાત પેઢી ખાય તોય ના ખૂટે એટલી સંપત્તિના પોતે માલિક હતા. કાલ ઊઠીને કાળનું ચક્કર ફરે તો એક જમાનામાં કચ્છ-માંડવીથી મુંબાઈ આવેલા ગોવિંદજીબાપાના શરૂઆતના દિવસોની જેમ ગામઠી કાપડની ફેરી કરી સાંજ પડ્યે બે-ત્રણ આના રળી ખાવાની તૈયારી પણ હતી.

તાપીના જળને એકીટશે જોયા કરતા લખમીદાસ શેઠની આંખો સૂર્યકિરણના ચળકતાં ભીનાં પ્રતિબિંબોથી છલકાઈ ગઈ. એમણે કોટની બાંયની કિનારી વડે આંખો લૂછી નાખી. પૈસાની કોઈ ફિકર નહોતી એટલે જ આજે પોતે ચુસ્ત પુષ્ટિમાર્ગી વૈષ્ણવ હોવા છતાં ધર્મ અને નીતિના ક્ષેત્રમાં ઉદાર વિચારવાળા થઈ સમાજસેવાની ધગશવાળા સાચા સુધારક બની શક્યા હતા. આવું ના થયું હોત તો એમણે ગોકળદાસ તેજપાળને કહીને કરસનદાસ મૂળજીને 'સત્યપ્રકાશ' શરૂ કરવાની પ્રેરણા ના આપી હોત. કરસનદાસ. ડીસામાં કરસનદાસ શું કરતા હશે? લખમીદાસ શેઠે વિચાર્યું. પોતાના કરતાં કરસનદાસ બે જ વર્ષ નાના હતા. પોતાનો જન્મ ૧૮૩૦માં, કરસનદાસનો બત્રીસમાં. હજુ આ વર્ષે કરસનદાસ પચ્ચીસ પૂરા કરશે અને આટલી વયમાં તો એમણે ખાસ્સું નામ કમાઈ લીધું હતું. નામ તો જોકે, પોતે પણ ક્યાં નહોતા કમાયા. સત્યાવીસ વર્ષની ઉંમરે મુંબાઈના મિલમાલિકોમાં જેમનું નામ પ્રથમ પંક્તિમાં મુકાતું હોય એવા બીજા કેટલા શ્રીમંતો એ શહેરમાં હતા. પણ શ્રીમંતાઈમાંથી બહાર નીકળીને ગુજરાતી સમાજમાં સડો ફેલાવતી કેટલાક વૈષ્ણવ મહારાજોની પરંપરા સામે એમને લડવું હતું. અને આ યુદ્ધ છડેચોક જાહેર થાય તો તે પડકાર પણ ઝીલી લેવાની એમની તૈયારી હતી. પરંતુ પાકા વેપારી હોવાને કારણે તેઓ જાણતા હતા કે દુશ્મનના વિશ્વાસુ બનીને એનું જેટલું અહિત કરી શકાય છે એટલું નુકસાન એનાથી દૂર રહીને પહોંચાડી શકાતું નથી. મુંબાઈના શેઠ લક્ષ્મીદાસ ખીમજી સુરતના મોટા મંદિરના જદુનાથજી વ્રજરત્નજી મહારાજના ખાસ વિશ્વાસુ હતા.

લખમીદાસે અરબી સમુદ્રનાં મોજાંના ફીણથી છલકાતી આંખોમાં તાપીનાં વહેણ સમાવી લીધાં અને ઓવાર પરથી પાછા ફરતાં ઘડિયાળની ડબી ખોલી. ગ્વાલ પછી રાજભોગનાં દર્શનની તૈયારી ચાલતી હશે. જદુનાથજીએ શા માટે પોતાને તાકીદનો સંદેશો મોકલીને મુલાકાત માટેનું કહેણ પાઠવ્યું એનું હજુય એમને આશ્ચર્ય હતું. આ આશ્ચર્ય દાબીને લખમીદાસ શેઠે મોટા મંદિરમાં પ્રવેશ કર્યો ત્યારે રાજભોગનાં દર્શન માટે નગારાં પર નોબત વાગી રહી હતી. લખમીદાસે કદમ તેજ કર્યાં. દરવાજો ખૂલતાં જ સ્થાનિક

વૈષ્ણવોની ભીડમાં તેઓ ઓગળી ગયા. લાકડાના કઠેડાના એક ખૂણે ઊભા રહી બે હાથ છાતી પાસે જોડી એમણે સામે જ દેખાતી બાલકૃષ્ણની નાનકડી મૂર્તિનાં દર્શન કર્યાં. ભગવાનના સુંદર સ્વરૂપને આંખોમાં સમાવી લઈ એમણે મનોમન પ્રાર્થના કરી : શું માગું હું તારી પાસે. જે જોઈએ એ બધું જ તેં માગ્યા વગર આપી દીધું છે. માગું તો બસ એટલું જ માગું કે તારી આ કૃપાનો મને મળેલો પરસાદ મારા સુધી સીમિત ના રહેતાં મારા આખાય સમાજમાં વિસ્તરે અને એનું નિમિત્ત બનવાનો મને મોકો મળે.

દરશન કરીને મંદિરનાં કાર્યાલયમાં જઈ લખમીદાસે એકાવન રૂપિયાની ભેટ લખાવી. એવામાં જ એક ભીતરિયો આવીને સંદેશો આપી ગયો, 'લખમીદાસ શેઠ, મહારાજ આપની વાટ જુએ છે. ભેટની પહોંચ અને પરસાદનું પડીકું લઈને હું ઉપર આપી જાઉં છું. આપ પધારો...'

મંદિર પાછળની નિસરણી ચડીને લખમીદાસ મેડી પર આવ્યા. નાનકડી પરસાળ ઓળંગ્યા પછી ત્રણ દિશામાં છ દરવાજા ધરાવતો વિશાળ દીવાનખંડ દેખાયો. ખંડની મધ્યમાં કેરી અને મોરની કોતરણી કરેલા પિત્તળના ચમકતા સળિયા પર હીંચકો ઝૂલતો હતો. હીંચકાની પાટ પર લાલ મખમલની ખોળ ધરાવતી મશરૂની તળાઈ હતી. હીંચકા સિવાય આખા ખંડમાં બીજી એકેય બેઠક નહોતી. ક્યાં બેસવું એની અવઢવમાં લખમીદાસે બારણા તરફ નજર કરી ત્યાં જ ગિરધર ખવાસ એક આસનિયું લઈને દોડતો આવ્યો. ફર્શ પર પાથરેલી જાજમ પર હીંચકાથી સાતેક હાથ આઘે આસનિયું મૂકીને એ બોલ્યો, 'બિરાજો, શેઠ.'

લખમીદાસ ગિરધર ખવાસ સાથે નજર મેળવ્યા વિના પલાંઠી મારીને નીચે બેઠા. જતાં જતાં ગિરધર કહેતો ગયો, મહારાજ આપને દર્શન આપવા પધારે છે.

લખમીદાસ મૂછમાં મલક્યા અને સ્વગત બોલ્યા : દર્શન તો જેમનાં કરવાનાં હતાં તે દેવાધિદેવનાં થઈ ગયાં. હું મહારાજનાં દર્શને નથી આવ્યો, એમને મળવા આવ્યો છું... આસનિયાની કિનારી પરનો એક દોરો ખેંચી કાઢતાં લખમીદાસ વિચારતા લાગ્યા. મહારાજના સૌથી પહેલાં દર્શન એમને હજુય યાદ હતા.

બેટ દ્વારકામાં એ દિવસે પોતે મહારાજનાં સંપૂર્ણ દર્શન કર્યાં હતાં. મહારાજને માત્ર પૂરેપૂરા જોયા જ નહોતા. પૂરેપૂરા ઓળખ્યા પણ હતા. લગભગ દાયકા પહેલાંની બેટ દ્વારકાની યાત્રા વખતે થયેલી જદુનાથ સાથેની પહેલવહેલી મુલાકાતની એકે-એક ક્ષણ લખમીદાસને યાદ હતી. એ પ્રથમ મુલાકાતના સંજોગો જુદા હોત તો કદાચ આજેય પોતે જદુનાથ અને અન્ય મહારાજોમાં આંધળી શ્રદ્ધા ધરાવતા હોત. પણ, જદુનાથનાં પ્રથમ દર્શને જ લખમીદાસની આંખો ખોલી નાખી હતી.

* * *

બેટ દ્વારકાની એકલવાયી અને કંટાળજનક બપોર યુવાન લખમીદાસને અકળાવતી હતી. ખીમજી કુટુંબના ગોરને ત્યાં એનો ઉતારો હતો. મંદિરમાંથી મગાવેલી પાતળ આરોગીને લખમીદાસને ભારે ભોજનનું ઘેન ચડી રહ્યું હતું, ત્યાં જ બાજુના ઓરડામાંથી

ર્શનની મુદ્રામાં ઊભા હતા. જદુનાથે આંખો નમાવી, શિર ઝુકાવવાની કોશિશ
સનાં નમસ્કાર સ્વીકાર્યાં અને જાણે કશું જ બન્યું નથી એવા સ્વાભાવિક

ર્શન કરાવવાની કેટલી ભેટ ઠરાવી છે?'
એવી...' દામોદરદાસ બોલ્યા.
કહીને જદુનાથ ફરી પોતાની ક્રિયામાં પ્રવૃત્ત થયા અને કન્યાની હડપચી
ને ચૂમી.
ોહાડ નિર્લજ્જતાથી લખમીદાસને પોતાની જાત પર ઘૃણા નીપજી. એ
ા સાંભળ્યા વિના ઓરડાની બહાર નીકળી ગયો. વિધવા બાઈ એને જોઈ
સ ઓસરીના પગથિયા પરની એક થાંભલી પકડીને ધ્રૂજી રહ્યો હતો. જે
, એ હજુય એની આંખ સામે તરવરતું હતું. એણે આંખો મીંચી દીધી.
બનીને એને કનડવા લાગ્યું. એના શ્વાસ જોરથી ચાલવા લાગ્યા. દસેક
મા બહાર આવ્યા. એમના ચહેરા પર અપાર્થિવ સંતોષની આભા હતી.
ામાએ ભાણા લખમીદાસના ખભા પર હાથ મૂકીને કહ્યું, 'રાસલીલાનાં
દર્શન અગાઉ ક્યારેય સપનામાં પણ નથી થયા. મારો તો ભવ સુધરી
ખવાસ પાસે આ વખતે મહારાજ માટે ઓછામાં ઓછી એકસોને એક
ામણી લખાવ્યા વિના નહીં ચાલે.'
બે હાથ જોડી વિધવાનો આભાર માનીને મામાએ ભાણાને પૂછ્યું, 'ચાલો

* * *

જઈશું?' વર્ષો પહેલાં દામોદરમામાના મોઢામાંથી નીકળેલા એ શબ્દો હજુય
ખીમજીના કાનમાં ગૂંજતા હતા. સુરતના ચૌટા વિસ્તારની મોટી હવેલીની
ઠાં જદુનાથ મહારાજની રાહ જોતાં લખમીદાસના માનસપટ પરથી થોડીક
રકાનો આખોય પ્રસંગ પસાર થઈ ગયો.
સ શેઠ.' લખમીદાસે પોતાની પીઠ પાછળના બારણામાંથી અવાજ સાંભળ્યો
એ ઊભા થઈ ગયા. લખમીદાસ જાણતા હતા કે અપભ્રંશથી પ્રચલિત
નામનો ઉચ્ચાર અમે અસલ રૂપમાં માત્ર બે જ જણ કરતા હતા. એક
ોદર દેવજી અને બીજા જદુનાથ મહારાજ.
વત્', કહીને લખમીદાસે ઊભા થઈને માત્ર બે હાથ જોડી નમસ્કાર કર્યા.
ા પર બેસીને ઇશારતથી કહ્યું : બેસો.
સ જાણતા હતા કે મુંબાઈ જેવામાં જાહેર સમારંભોમાંય પોતાની ખુરશી
માં નખાતી જ્યારે અહીં એક વૈષ્ણવ મહારાજના પગ પાસે પોતાનું આસન
મે આડકતરી રીતે કહેવાઈ રહ્યું છે કે મહારાજની સામે બાકીના વૈષ્ણવો
. ઝાઝો વિચાર કર્યા વિના લખમીદાસે આસન ગ્રહણ કર્યું.

એના મામા દામોદર દેવજી સૂડી વડે સોપારી કાતરતાં એની પાસે આવ્યા.

'શું, ભાણાભાઈ? સૂવા ચાલ્યા?' દામોદરમામાએ સોપારીના ચાર નાના કકડા ભાણાની હથેળીમાં દાબ્યા.

'હા, આજે સાંજ પહેલાં બહાર નથી નીકળવું.' લખમીદાસે કહ્યું, 'ફાગણ ચાલે છે પણ ગરમી તો જાણે ચઈતર-વૈશાખની પડે છે.'

'એમ આડા શાના પડ્યા, લક્ષ્મીદાસ. ઊભા થાવ.' અઢાર-વીસ વર્ષના ભાણા અને એનાથી ચાર જ વર્ષ મોટા મામા વચ્ચે ખાસ્સી દોસ્તી હતી છતાં બેઉ એકબીજા સાથે ઔપચારિક સંબોધનોનો વ્યવહાર રાખીને પરસ્પરની ગાઢ આત્મીયતાની ક્યારેક ટિખળ કરી લેતા.

'દામોદરદાસ, આજે અમે તમારી સાથે ક્યાંય નથી આવવાના. સ્વર્ગે પણ નહીં.' લખમીદાસે લાકડાની પાટ પર જ આડું લંબાવ્યું.

'આજે તમારો છેલ્લો દિવસ છે. કાલે તો તંબૂડેરા સંકેલીને મુંબાઈ તરફ જવા નીકળવાનું છે. પછી ત્યાં ક્યાં તમને રોજેરોજ આવી સેવાનો લહાવો મળવાનો છે.' મામાએ આગ્રહ કર્યો.

'મારે કોઈની સેવા નથી કરવી. તમતમારે જવું હોય તો જાવ. મને ખબર છે તમારા મહારાજો કેવા હોય છે.'

'કેવા હોય છે?'

મામાના સવાલના જવાબમાં લખમીદાસ કંઈ બોલ્યા વિના વિચાર કરતો રહ્યો.

'શું વિચારો છો, ભાણાભાઈ. આજે એકવાર તો લહાવો લો મહારાજની સેવાનો.'

'ચાલો,' કહેતાંકને લખમીદાસે ઊભા થઈને બારણાની ધારે ટિંગાડેલું પહેરણ પહેરી લીધું.

બપોરના એક વાગ્યાના તડકામાં ખુલ્લા માથે ચાલતા મામા અને ભાણા જદુનાથ મહારાજના ઉતારે પહોંચ્યા. દ્વારકાના શેઠ રાયચંદ જીવણચંદના બંગલામાં આવેલા અલગ અતિથિગૃહમાં મહારાજનો ઉતારો હતો. બંગલાની પાછળના આંબાવાડિયામાં ઢંકાઈ જતા અતિથિગૃહની બંગલીની આસપાસ ચારેકોર નીરવ શાંતિ હતી. ચારેબાજુ ઝાડને કારણે સર્જાયેલી લીલોતરીથી આંખોને ટાઢક થતી હતી. ક્યારેક કોઈ કોયલ કસમયના પંચમ ટહુકા કરી લેતી હતી. બાજુમાં જ ઘૂઘવાટા કરતા દરિયા પર થઈને આવતી પવનની લહેરખી આ સમયે ઠંડકને બદલે બફારો કરતી હતી. ખભા પરના ખેસ વડે ગરદન પાછળનો પરસેવો લૂછતાં દામોદરમામા બંગલીના પગથિયાં ચડી એક ઓસરીમાં આવ્યા. લખમીદાસ એની પાછળ ચાલ્યો. ઓસરીમાં એક જલગરિયો ઊભડક બેસીને ઝોકાં ખાતો હતો. મામાએ એને ઉઠાડીને એના હાથમાં એક આનો મૂક્યો. જલગરિયાએ તરત અંદરના ઓરડા તરફ ઊઘડતાં કમાડ ખોલી આપ્યાં. ઓરડામાં એક બિછાનામાં જદુનાથ મહારાજ સૂતા હતા. એક ભીતરિયો એમને વિંઝણો નાખતો હતો. જદુનાથજીના પગ પાસે મામા બેસી ગયા અને એમનાં તળિયાં પોતાના બેઉ હાથ વડે દબાવવા લાગ્યા. જદુનાથજી

એમની હાજરીની નોંધ લીધા વિના આંખો મીંચીને પડ્યા રહ્યા. મામાએ નજરના ઇશારે લખમીદાસને બેસી જવાનું કહ્યું. લખમીદાસ બેઠો એટલે મામાએ ફરી એને આંખોથી સમજાવ્યું કે હું જેમ કરું છું એમ તું કર. મામા મહારાજના પગનું તળિયું છોડી અત્યારે એમની પિંડી દાબી રહ્યા હતા. લખમીદાસ પણ જદુનાથના બીજા પગ પર હળવેકથી પોતાની બેઉ હથેળીઓ દાબવા લાગ્યો. લખમીદાસ મહારાજને જોઈ શકતો હતો : ભવ્ય વિશાળ કપાળ અને મજબૂત બાંધો. કપાળે તિલક અને માથે અંબોડા જેવો ચોટલો વાળેલો હતો.

પાએક કલાકની પગચંપી પછી લખમીદાસને કંટાળો આવવા માંડ્યો. એણે મામાને ઇશારાથી કહ્યું : ચાલો, જઈએ? મામાએ બેઉ આંખો નમાવીને મોઢા પર આંગળી મૂકી જણાવ્યું : પછી... ત્યાં જ ઓરડાનાં કમાડ ખૂલ્યાં. લખમીદાસે આડા ફરીને જોયું તો ભૂરો સાડલો પહેરેલી એક વિધવા સાથે રાતોરાત યુવાન બની જવા માગતી હોય એવી એક ઉન્મત્ત બાળાનું આગમન થયું. લખમીદાસે ધ્યાનથી એના તરફ જોયું. બપોરના તાપમાં તાંબાની લાલાશ પકડી લેતો ગૌર ચહેરો, ઊંચું અને ટટ્ટાર કાઠું, ઓઢણીથી ઢાંકી હોવા છતાં પૂરેપૂરી ઢંકવી શક્ય ન બને એવી છલકાતી યુવાની. લખમીદાસ ઘડીભર એના બદામાકારના લંગબોળ ચહેરા પરની બે ભોળી કાળી વિસ્ફારિત આંખો સામું જોતો રહ્યો. ભાટિયા સમાજમાં આટલી સુંદર અને નખશિખ સંસ્કારી દેખાતી બાળા એણે અગાઉ મુંબાઈમાં પણ નહોતી જોઈ. લખમીદાસે વિચાર્યું કે દામોદરમામા અને પેલી વિધવા સ્ત્રીની હાજરી ના હોત તો પોતે જદુનાથ મહારાજને ઊંઘતા રાખી જરૂર એ બાળાને એનું નામ પૂછી લીધું હોત.

'આવી ગયા? આવો.' લખમીદાસે પહેલીવાર મહારાજનો અવાજ સાંભળ્યો. ધીરગંભીર અને કર્ણમધુર.

લખમીદાસે ઝબકીને એ કન્યા પરથી નજર ખેસવી લીધી. વિધવા સ્ત્રીએ નીચાં વળીને જદુનાથજીના કાનમાં કશુંક કહ્યું. જદુનાથજીએ હાથના ઈશારે લખમીદાસ અને દામોદરદાસને ચરણ સેવા બંધ કરવાનું કહ્યું. અને વિદાય આપતા હોય એમ જે-જે કર્યું. દામોદરદાસ ઊભા થયા અને મહારાજના ચરણસ્પર્શવાળી આંગળીઓ પોતાની આંખે અડાડી પાછલા પગલે ઓરડાની બહાર નીકળ્યા. લખમીદાસે મામાનું અનુકરણ કર્યું. બેઉની પાછળ વિધવા બાઈ બહાર આવી અને બેઉને પગરખાં પહેરતાં જોઈ પાછી અંદર ગઈ. પગરખાં પહેરીને મામા-ભાણેજ બંગલીની છાપરી નીચે ઊભા રહ્યા. આકરા તાપમાં પાણી પીવડાવે એવું કોઈ દેખાતું નહોતું. એક આનાની બક્ષિસ લેનારો જલગરિયો પાણી ભરવાને બહાને ક્યાંક આડોઅવળો થઈ ગયો હતો. ત્યાં જ વિધવા બાઈ પાછી બહાર આવી. ચૂપચાપ કમાડ વાસી દઈ આગળિયામાં સાંકળ ચડાવીને સાંકળ પકડીને એ ત્યાં જ બેસી રહી. થોડી વાર પછી એણે ઊંચું જોયું તો મામા-ભાણેજ ત્યાં જ ઊભા હતા. બાઈ પાછું નીચું જોઈ ગઈ. બંધ કમાડની સાંકળ એણે પોતાના પરસેવાવાળા હાથે હજુય પકડી રાખી હતી.

એકાએક દામોદરમામાએ પોતાને તુક્કો
'તને ખબર છે અંદર પેલી કન્યા એકલી
'મેં ને તમે મહારાજની ચરણસેવા કરી એ
લખમીદાસે કહ્યું.
'લક્ષ્મીદાસ, છોકરી અત્યારે ચરણસેવા ક
'તો?'
'કંઈક બીજું કરી રહી છે અંદર.' દામોદર
તારે રાસલીલાનાં દર્શન કરવાં છે?'
'હું સમજ્યો નહીં.' લખમીદાસે કહ્યું.
'બધું સમજાવું છું. પહેલાં એ કહે કે
દામોદરમામાએ ફરી પૂછ્યું.
'હં...' લખમીદાસે પ્રથમ હા-નાનો સ્પષ્ટ ઉ
કરાવો.'
દામોદરમામાએ વિધવા બાઈ પાસે જઈ
ભાણેજને રાસલીલાનાં દર્શન કરાવવાં છે. મેં તો
છે અને મારું ગૌલોક પણ નક્કી જ છે. આ
દામોદરમામા હસ્યા. વિધવા બાઈએ પૂછ
'દર્શનની ભેટ ધરાવવી પડશે તેનું શું?'
'તે ધરાવીશું સ્તો. એમ કંઈ મફતમાં દર
રખાય.' કહીને મામાએ ઉમેર્યું, 'ગિરધર ખવા
વિધવાએ હળવેકથી સાંકળ આગળિયા
અર્ધઉઘાડાં કર્યાં. મામા-ભાણેજ આડા થઈને હ
જ વિધવાએ કમાડ ફરી પાછાં ભીડી દીધાં પ
ઓરડામાં પ્રવેશતાં જ લખમીદાસ હેબત
ગઈ. આવું દૃશ્ય ના તો એણે ક્યારેય જોયું હતું ના
એવો કોઈ અનુભવ કર્યો હતો. બિછાના પર
જાય એ રીતે કન્યા પોતાનાં અસ્તવ્યસ્ત વસ્ત્રો
એના સુંવાળા લીસા વાળનો અંબોડો છૂટી ગયો
નહોતું. જદુનાથનું કસરતી શરીર હાંફતું હતું
સિસકારો સંભળાતો હતો. લખમીદાસને ખબર
નીચી ઢાળીને ઊભો રહ્યો.
થોડીક પળ બાદ જદુનાથને ઓરડામાં આ
બિછાનામાંથી ચત્તાપાટ સૂતાં સૂતાં જ કન્યાને
અને નજર એના શરીર પરથી હટાવી આગંતુક

પ્રસન્નવદને દ
કરી દામોદરદ
સ્વરે પૂછ્યું,
'આ દ
'સારી
'ઠીક.'
ઊંચી કરી, એ
આ હા
મામાનો આદેશ
રહી. લખમીદા
દૃશ્ય જોયું હતું
દૃશ્ય વધુ મોટું
મિનિટ બાદ મ
દામોદર
આવાં અદ્ભુત
ગયો. ગિરધર
રૂપિયાની પહેર
દૂરથી જ
જઈશું?'
'ચાલો,
શેઠ લખમીદાસ
મેડીએ બેઠાં બે
જ ક્ષણોમાં
'લક્ષ્મીદ
અને તરત જ
થયેલા પોતાના
હતા મામા દા
'જેજે દં
મહારાજે હીંચ
લખમીદા
ગવર્નરની બાજુ
મૂકીને રૂઢિને ન
કેટલા તુચ્છ છે

'લક્ષ્મીદાસ શેઠ, આપ સુરત પધાર્યા છો એવા ખબર મળ્યા એટલે થયું કે લાવો, તમને કહેણ મોકલીએ. બાકી, તમે પોતે તો સામેથી ક્યાંના આવો?' મહારાજે હસતાં હસતાં લખમીદાસને સંભળાવ્યું.

'એવું શું બોલો છો, બાપજી. મારા ધંધાદારી મિત્ર માણેકચંદ ચોકસીને ત્યાં લગ્નપ્રસંગ હતો એટલે સુરત એમને ત્યાં આવવાનું થયું. વિધિઓમાં એટલો અટવાયો હતો કે આ તરફ આવવાનો મોકો જ ના મળ્યો.' લખમીદાસે બહાનું ના લાગે એવા વિશ્વાસસભર સ્વરે કહ્યું.

'ચોકસીના નાણાવટના બંગલેથી ચૌટું પાછું બહુ આઘું ખરું ને?' મહારાજ હસ્યા, 'જવા દો, મુદ્દાની વાત કરું તમને.' મહારાજે તાળી પાડીને ગિરધર ખવાસને બોલાવ્યો, 'પેલા કાગળની નકલ લઈ આવ.' પછી લખમીદાસ તરફ જોતાં કહ્યું,

'હું સમજું છું કે ત્યાં મુંબાઈમાં પરગામથી આવતા કેટલાક મહારાજો સામે ચડભડનું વાતાવરણ સર્જાયું છે. તમને મેં હંમેશાં એક સાચા વૈષ્ણવ તરીકે જોયા છે અને તમારા તરફથી વારેતહેવારે હવેલીઓમાં મોટાં દાનસખાવતો થતાં રહે છે એટલે સમજું છું કે આપણા ધર્મનું હિત અમારી જેમ તમારે પણ હૈયે છે.'

'જી.' લખમીદાસ પકડી શકતા નહોતા કે મહારાજ ચર્ચા માટે કયો મુદ્દો ઉખેળવા માગે છે.

'તમારા, ભાટિયાઓના, મહાજને સ્ત્રીઓને કસમયે મંદિર ના જવા દેવાનો નિર્ણય લીધો તેને મારો ટેકો છે.' મહારાજ બોલ્યા. લખમીદાસને આશ્ચર્ય થયું. મહાજને આ નિર્ણય લેવાયા પછી મહારાજોને નહીં ગમે એમ વિચારીને એનો અમલ એક વર્ષ સુધી મોકૂફ રાખ્યો હતો. આ વર્ષે જ્યારે એનો અમલ શરૂ થયો ત્યારે લખમીદાસ સહિત સૌને ખાતરી હતી કે મહારાજોનો અચૂક વિરોધ થવાનો. એને બદલે જદુનાથજી પાસે કંઈક જુદું જ સાંભળવા મળતું હતું.

'મુંબાઈથી તમારા જીવણલાલ મહારાજે અમને બહુ ચિંતા કરાવતો સંદેશો મોકલ્યો ત્યારે મેં એમને આ એક કાગળ લખ્યો છે. હું વિચારતો હતો કે કોઈ ભરોસાદાયી માણસનો સંગાથ હોય તો જ મોકલું. તેવામાં ખબર પડી કે તમે સુરતમાં જ છો. તો આ પત્ર તમારી જોડે લઈ જશો?' જદુનાથે એક ખુલ્લું પરબીડિયું લખમીદાસના હાથમાં મૂક્યું.

'આપની વિનંતી મારે મન હુકમ, જેજે' લખમીદાસે ઊભા થઈને બે હાથ ધર્યા અને મહારાજે ઉપરથી એમની હથેળીઓમાં પરબીડિયું નાખ્યું. એને ખુલ્લું જોઈને લખમીદાસે પૂછ્યું,

'લાખ વડે બંધ નથી કરવું?'

'તમારાથી ખાનગી શું હોય, લખમીદાસ શેઠ? જેઓ દર વર્ષે મંદિરો અને મહારાજો પાછળ હજારો રૂપિયા શ્રદ્ધાપૂર્વક ખર્ચતા હોય એવા વૈષ્ણવો સાથે અમારે વહેરોઆંતરો ક્યાં રાખવાનો? વળી, તમે તો અમારા માટે ઘરના જેવા છો.'

'બીજો કોઈ હુકમ, બાપજી?'

'જમવાનો સમય થઈ ગયો છે. પરસાદ અહીં લઈને જજો. આજે લગ્નના ઘરમાં નહીં જમતા,' જદુનાથજીએ મીઠાશથી કહ્યું.

'આજે નહીં બાપજી. ફરી ક્યારેક એ અહોભાગ્ય મેળવીશ. આજે ઘરે મારી રાહ જોવાતી હશે.'

'જેવી તમારી મરજી' કહીને જદુનાથજી ઊભા થઈ ગયા.

ઘરે પાછા વળીને જમ્યા પછી સૌ પોતપોતાના ઓરડામાં આરામ કરવા જતા રહ્યા ત્યારે લખમીદાસે પોતાના કોટના ગજવામાંથી સાચવીને જદુનાથજીએ મુંબાઈના મોટા મંદિરના મહારાજ જીવણલાલજી પર લખેલો પત્ર કાઢ્યોઃ

'પરમ ભગવદીય જીવણલાલજી મહારાજ,

'વૈષ્ણવ મહારાજોની વર્તણૂક વિશે ફરિયાદો થાય છે તે સારું નથી. આપણા આચારવિચારની અસર આખાય વૈષ્ણવ સમાજ પર પડે છે. ભક્તિમાં આચારની શુદ્ધિ જરૂરી છે અને તે માટે વિચારની શુદ્ધિ અનિવાર્ય લાગે છે. આપની આસપાસ રહેતા મંદિરનું કામકાજ સંભાળતા સૌ કોઈને તાકીદ કરશોજી કે હવે જમાનો બદલાયો છે. જુનવાણી રીતરસમો ચાલવાની નથી. કેળવણીનું મહત્ત્વ વધ્યું છે. કન્યા કેળવણીનું પણ. તમે તો જાણો જ છો કે સુરતમાં હું કન્યાશાળા શરૂ કરી રહ્યો છું અને મુંબાઈમાં પણ એવી શાળા સ્થાપવાની હોંશ રાખું છું. વિધવાઓને ફરી પરણાવવા બાબતે પણ વૈષ્ણવોને સમજાવીને કહેવું પડશે કે જે બાઈઓનો ધણી ગુજરી ગયો હોય એમણે આખી જિંદગી ધણી વિનાની લાચારીમાં કાઢવી જરૂરી નથી. ધર્મ ભલે ના પાડતો હોય પણ મારા અને તમારા જેવા બીજા કેટલાક ધાર્મિક આગેવાનોએ પહેલ કરીને વિધવા પુનર્વિવાહ બાબતે સંમતિ આપવાનું શરૂ કરવું જોઈએ...'

ચાર પાનાંનો પત્ર લખમીદાસ જેમ જેમ વાંચતા ગયા એમ એમનું આશ્ચર્ય વધતું ગયું. જદુનાથજી મહારાજ આટલા બદલાઈ ગયા હશે અને પ્રગતિના પંથે કરસનદાસ મૂળજી કરતાંય આગળ નીકળી જવાની મંછા રાખતા હશે એની જાણકારી પહેલીવાર એમને મળી રહી હતી. લખમીદાસ મનોમન જદુનાથજી માટે અહોભાવ વ્યક્ત કરે એ પહેલાં એમનું અનુભવી મન બોલી ઊઠ્યું : દાળમાં નક્કી કંઈક કાળું છે.

એ જ રાત્રે શેરીના દીવા બુઝાઈ ગયા પછી નાણાવટના ચોકસીના મકાનની ખડકીમાં કશોક સળવળાટ થયો.

'લખમીદાસ, મંદિરમાંથી પ્રસાદ આવ્યો છે!' લખમીદાસના ઓરડાની બારીની બહાર ઊભાં ઊભાં કામળી ઓઢેલી કોઈ વ્યક્તિ ધીમા સાદે બોલી રહી હતી. લખમીદાસે ખુલ્લી બારીની બહાર હાથ કર્યો અને પૂછ્યું,

'કોણ છો? શું કામ છે?'

'મારી ઓળખાણ આપવી જરૂરી નથી, લખમીદાસ શેઠ. પણ હું તમને સારી રીતે ઓળખું છું. જદુનાથજીએ મુંબાઈ પહોંચાડવાનો તમને જે પત્ર આપ્યો છે તેનાથી ભોળવાઈ ના જતા એવું તમને કહેવા હું આવ્યો છું. અને જીવણલાલજીને ગયા અઠવાડિયે જ ખાસ

દૂત સંગાથે મોકલાઈ ગયેલા કાગળની મેં ખાનગીમાં બનાવી લીધેલી નકલ તમને આપવા માટે આવ્યો છું. આ લો...'

અજાણ્યા માણસે લખમીદાસના હાથમાં ખૂબ બધી ગડી કરીને ચબરખી જેવડો બનાવી દીધેલો પત્ર સોંપી દીધો અને જતાં જતાં કહ્યું,

'મારે લાયક કંઈ પણ કામકાજ હોય તો શેઠ, મોટા મંદિરની બહાર કૃષ્ણવદનની પવિતરાં વેચવાની દુકાન છે ત્યાં ખાનગીમાં સંદેશો મોકલજો કે પત્ર લખજો. તમારું કોઈ પણ કામ થઈ જશે.'

'પણ ભાઈ તમારું નામ...'

'ફિકર ના કરો, શેઠ. તમે જેમ કરસનદાસ મૂળજીના શુભેચ્છક છો, હું આપના બંનેનો શુભેચ્છક છું 'સત્યપ્રકાશ'નો પહેલા અંકથી નિયમિત વાચક છું. જઉં છું.'

અંધારામાં એ આવ્યો હતો એ જ રીતે પડછાયો બનીને સરકી ગયો. લખમીદાસ દીવાનો પ્રકાશ કરવાથી કોઈ જાગી જશે એવા ભયથી પત્ર વાંચવાની તાલાવેલી દબાવી રાખી આખી રાત જાગતા પડ્યા રહ્યા. કોણ હશે એ માણસ, શું લખ્યું હશે આ પત્રમાં.

પરોઢિયું થતાં જ એમણે મકાનના ધાબા પર જઈને આછા અજવાળાભર્યા એકાંતમાં પત્રની ગડીઓ ખોલી નાખી. ખૂબ ટૂંકા પત્રમાં જીવણલાલજીને સંબોધન કર્યા પછી મુદ્દાસર લખવામાં આવ્યું હતું :

'૧. 'સત્યપ્રકાશ'ને કોના તરફથી નાણાકીય ટેકો મળે છે તે શોધી કાઢો અને સત્વરે અમને જણાવો.

૨. કરસનદાસ મૂળજીના વિરોધી પત્રકારોનો સંપર્ક કરો. એમને અને બને તો એમનાં ચોપાનિયાંઓને અંદરખાનેથી ખરીદી લો.

૩. આ ખરીદાયેલાઓ પર પૂરો ભરોસો ના મૂકતાં આપણું પોતાનું સ્વતંત્ર ચોપાનિયું પ્રકટ કરવાની તૈયારી કરો. નાણાંની ચિંતા કરશો નહીં.

૪. આ પત્ર તમારા હાથમાં આવે એટલે એક વાર વાંચીને તરત જ કાગળને કોલસાના તગારામાં બાળી મૂકજો.'

પત્ર વાંચીને લખમીદાસ ઘડીભર હતપ્રભ થઈ ગયા. જદુનાથજી કેવી ઊંડી રમત રમી શકે છે એનો આ પ્રત્યક્ષ પુરાવો હતો. લખમીદાસે વહેલી તકે સુરત છોડીને મુંબાઈ પરત જવાનું નક્કી કર્યું. ત્યાં પહોંચીને પહેલું કામ કરસનદાસનો ડીસામાં સંપર્ક સાધવાનું કરવાનું હતું. લખમીદાસે પત્ર હાથમાં લઈ મુઠ્ઠી વાળીને પોતાની જ હથેળી પર જોરથી અફાળી : કરસનદાસ, ભલા માણસ, અત્યારે તમારી જરૂર મુંબાઈમાં છે અને તમે ત્યાં ડીસે પડ્યા રહીને શું કરો છો?

પ્રકરણ : ૧૦

'બાલુભાઈ, મારી કોઈ ટપાલ છે કે?' વૈશાખી વાયરાને કારણે ચડતી ધૂળની ડમરીથી બચવા કરસનદાસ ઝડપથી ડીસા પોસ્ટ ઑફિસના કાચા મકાનના છાપરા નીચે ઘૂસી ગયો. ઘરેથી ઇંગ્લિશ સ્કૂલ જતી વખતે ટપાલકચેરી રસ્તામાં નહોતી આવતી તોય ફંટાઈને રોજ સવારે ત્યાં જવાનો કરસનદાસનો નિયમ હતો. એ જાણતો હતો કે રોજે રોજ મુંબાઈથી ટપાલ આવવાની નથી છતાં આ રીતે ટપાલની રાહ જોવામાં ડીસામાંની પોતાની એકલતા થોડી દૂર હડસેલાતી હોય એવું એને લાગતું. ક્યારેક કોઈનો પત્ર હોય, 'સત્યપ્રકાશ'ની નકલ આવી હોય કે પછી કોઈકે પત્રની સાથે 'જ્ઞાનપ્રકાશ' કે 'મુંબઈનાં ચાબુક'ની નકલ મોકલી હોય તે દિવસે કરસનદાસનું આખું અઠવાડિયું સુધરી જતું. બહારગામથી સ્કૂલના પુસ્તકાલય માટે આવતાં છાપાં પણ કરસનદાસ જાતે ઊંચકીને સ્કૂલે લઈ જતો અને એની ફાઇલ બનાવતો. આજે સવારે સ્કૂલમાં વહેલા પહોંચવાનું હોવાથી પોસ્ટ ઑફિસ જવાયું નહોતું એટલે સાંજ લાઇબ્રેરીમાં ગાળવાને બદલે એણે વહેલાં કામ આટોપી પાંચ વાગતાં પહેલાં ટપાલ કચેરીના જાળિયામાંથી પોસ્ટ માસ્તરને પૂછી લીધું.

'બાલુભાઈ, મારી કોઈ ટપાલ છે?'

'અંદર તો આવો, માસ્તરસાહેબ.' બાલકૃષ્ણ નરહરિ સંપટે ઊભા થઈને રોજના મહેમાનને આવકાર્યા.

'બાલુભાઈ, તમે માસ્તર ને હુંય માસ્તર. એટલે જ સ્તો તમને કહી કહીને થાક્યો કે મને માસ્તરસાહેબ કહેવાનું તમે રહેવા દો.' કરસનદાસે ટપાલ કચેરીના વિશાળ ઓરડાના ખૂણે આવેલા મેજ સામેની ખુરશી પર ગોઠવાતાં કહ્યું.

'માસ્તર-માસ્તરમાં ફરક છે, ભાઈ તમે રહ્યા ઇંગ્લિશ સ્કૂલના હેડમાસ્તર અને હું તો આવડા મોટા સર્કલની એક નાનકડી ટપાલ કચેરીનો પોસ્ટમાસ્તર. અરે, પોસ્ટમાસ્તર શાનો? એકનો એક ટપાલી લાંબી રજા પર જાય ત્યારે કાસદ પણ હું જ અને ટિકિટ ક્લાર્ક ના આવ્યો હોય ત્યારે કાઉન્ટર પર પણ હું જ.'

'એટલે જ તો, બાલુભાઈ, આ દૂર છેવાડાના ગામનો શહેરો સાથેનો સંપર્ક જળવાઈ રહ્યો છે. તમે માત્ર તમારી જ ફરજ બજાવવાનું નક્કી કરશો તે દિવસથી ડીસાના લોકોએ ટપાલ લેવા-નાખવા છેક પાલનપુર સુધી લાંબા થવું પડશે.'

'આજે સવારે તમે દેખાયા નહીં, કરસનદાસ?'

'હા, આજે નિશાળે વહેલા પહોંચવાનું હતું. અમદાવાદથી સુપરિન્ટેન્ડન્ટ સાહેબ આવવાના હતા. રોજરોજ હું ભલે આવતો અને તમારું માથું ખાતો, છેલ્લાં પંદર દિવસથી ક્યાં કોઈ ટપાલ આવી છે? 'સત્યપ્રકાશ' પણ નથી આવતું.'

'લો, આજે આનંદ કરો.' બાલુભાઈએ કહ્યું અને મેજનું ખાનું ખોલતાં ઉમેર્યું, 'આ તમારી ટપાલો અને 'સત્યપ્રકાશ'ના એક નહીં બબ્બે અંકો એકસામટા.'

બાલુભાઈના હાથમાંથી ત્રણ પરબીડિયાં અને સામયિકના અંક લઈને કરસનદાસ પ્રસન્ન થઈ ગયો, 'તમે તો મને ખજાનો આપી દીધો, બાલુભાઈ.'

'બસ ત્યારે, આજે થઈ જાય ઉજાણી. રાતનું વાળુ મારા ઘરે જ રાખો, માસ્તરસાહેબ.'

'આજે નહીં, ફરી કોઈ વાર.' કરસનદાસે ઊભા થતાં કહ્યું.

'તમારો ફરી કોઈ વાર આવ્યો છે ક્યારેય? જ્યારે જુઓ ત્યારે કામમાં જ ડૂબેલા હો.'

'બસ. હવે બે-ત્રણ દિવસ. વાર્ષિક પરીક્ષાઓનાં પરિણામો તો જાહેર કરી દીધાં છે. હવે આ અમદાવાદવાળા સાહેબ પાછા જાય એટલે ઉનાળાની રજાઓ માટે સ્કૂલ બંધ થઈ જશે.'

'પછી આખો દિવસ ઘરમાં એકલા શું કરશો?'

'મારો વિચાર છે ક્યાંક બહારગામ જઈ આવું. અહીં આવ્યા પછી આમેય બહુ એકલું લાગે છે તો મહિનોમાસ...'

'મુંબાઈ જતા હો તો મારું એક કામ કરશો?'

'ના, મુંબાઈ તો છૂટી ગયું છે દિલમાંથી...'

'ખરેખર...?' બાલુભાઈએ કરસનદાસની આંખમાં આંખ પરોવીને કહ્યું.

'ખબર નથી પડતી. ક્યારેક લાગે છે કે કાયમને માટે અલવિદા કરી દીધી છે એ શહેરને. ક્યારેક લાગે છે કે બધું છોડીને કાલે જ પાછો ભાગી જાઉં ત્યાં... પણ ના, મુંબાઈ નથી જવું. બાપા પાસે જવું છે – વડાળ.'

'વડાળ?'

'હા. મોટી વડાળ. તમારા ટપાલના નકશામાં એનું સ્થાન નથી. ડીસાથી નીચે દક્ષિણમાં લીટી દોરો તો પાટણ, વીરમગામ અને ભાવનગરને છરકો કરતી એ જઈને મહુવાને મળે. મહુવાને અડીને જ આવ્યું એ ગામ. મારું વતન, મારું જન્મસ્થળ.' કરસનદાસે છૂટા પડવાની રજા માગવા બે હાથ જોડ્યા અને બાલુભાઈએ વડાળ જતાં પહેલાં કરસનદાસ ઘરે જમવા જરૂર આવશે એવું વચન માગી કચેરી બંધ કરવાની તૈયારી કરી.

ઘરે આવીને કરસનદાસે પહેલી ટપાલ ફોડી. મહીપતરામનો કાગળ હતો. ડીસા જવાનું નક્કી કર્યા પછી 'સત્યપ્રકાશ'નું તંત્રીપદ કરસનદાસે મહીપતરામ રૂપરામ નીલકંઠને સોંપ્યું હતું. કરસનદાસને ખાતરી હતી કે આ તેજસ્વી યુવાન પોતે આરંભેલું કામ દિપાવશે.

મહીપતરામના પત્રમાં લખ્યું હતું : 'તમારા ગયા પછી મેં ગુજરાતી સમાજમાં

ફેલાયેલા કુચાલ પર હુમલા જારી રાખ્યા છે. 'સત્યપ્રકાશ'ના અંકો તમને નિયમિત રવાના થાય છે જેમાં તમે વાંચ્યું હશે કે ઘર ખટલામાં સાસુવહુની લડાઈથી ક્લેશ થાય છે, બાળલગ્નથી ખરાબી થાય છે, હોળીના ભાંડથી અને લગ્નનાં ફટાણાંથી અનીતિનાં બીજ રોપાય છે તે તથા તેવી બીજી ઉપયોગી બાબતો પર જોશથી લખાણ કરીને 'સત્યપ્રકાશ'ની આબરૂ હતી તેવી જાળવી રાખવાની મેં યથાશક્તિ કોશિશ કરી છે. આ લખાણોથી પ્રસન્ન થઈને કોઈ ગુજરાતી દાતામિત્રે મને રૂ. ૨૦૦ની નનામી રકમ ગુપ્તપણે મોકલી છે અને મારા પર આ કદરની ઘણી અસર થઈ છે. મેં એ રકમ જાતે ના રાખતાં 'સત્યપ્રકાશ'ના ખાતામાં જમા કરાવી દીધી છે.

'બીજું, સવિશેષ જણાવવાનું કે આ એપ્રિલ પૂરો થાય એટલે મને અમદાવાદમાં કેળવણી ખાતામાં નોકરી મળે છે અને હું આ બિલકુલ અંગત કારણોસર 'સત્યપ્રકાશ'ની જવાબદારીમાંથી છૂટો થાઉં છું. ગોકળદાસ તેજપાળ અને લખમીદાસ ખીમજી જેવા મિત્રોની સાથે મસલત કરીને હાલ પૂરતું મારું કામકાજ રા. ઝવેરીલાલ ઉમિયાશંકરને સોંપવું એવું નક્કી કર્યું છે. હું કે ઉમિયાશંકર તમારી પાદુકાને સામે રાખીને જ તંત્રીપદું સંભાળીએ છીએ તે જાણશો. બાકી, તમે જ્યારે આવો ત્યારે 'સત્યપ્રકાશ' તમારું જ છે અને તમારું જ રહેશે.'

પત્રની નીચે મહીપતરામ રૂપરામના દસ્તખત હતા. કરસનદાસ વિચારમાં પડી ગયો. પોતાની ગેરહાજરીમાં 'સત્યપ્રકાશ' રોળાઈ જતું હોય એવું લાગ્યું. પણ અહીં બેઠેબેઠે પોતે બીજું શું કરી શકે? એણે બીજો પત્ર ફોડ્યો. લખમીદાસ ખીમજીનો પત્ર હતો. ખાસ્સા બે મહિના અગાઉ લખાયેલો પત્ર છેક આજે મળી રહ્યો હતો.

લખમીદાસે બે મુદ્દા લખ્યા હતા. ભાઈ મહીપતરામ 'સત્યપ્રકાશ'ને છોડીને જાય છે એવી વાત સંભળાય છે એ વિશે એમણે લખ્યું હતું. બીજી વાત પોતાના સુરત પ્રવાસ વિશે લખી હતી. જદુનાથ મહારાજ 'સત્યપ્રકાશ'ને નબળું પાડવાની અને પોતાના તરફી વાતોના પ્રચાર માટે નવું ચોપાનિયું પ્રગટ કરવાની તેઓ પેરવી કરી રહ્યા છે એ વિશે લખમીદાસે જણાવ્યું હતું.

ત્રીજો પત્ર સોરાબજી બંગાળી અને નાનાભાઈ રુસ્તમજી રાણીનાએ સંયુક્ત સહીથી લખ્યો હતો. બેઉ પારસી મિત્રોએ પોતાની રમૂજભરી અલંકારિક બાનીમાં લખ્યું હતું કે પોતાને કરસનદાસની કેટલી ખોટ સાલે છે.

ત્રણેય પત્રો વાંચીને 'સત્યપ્રકાશ'ને કાગળની કોથળીમાં અકબંધ રાખીને કરસનદાસ આડો પડ્યો. એને વિચાર આવતો હતો કે 'સત્યપ્રકાશ' સાથે આટલું મમત્વ સારું નથી. એ હવે પોતાનો ભૂતકાળ હતો. ભૂતકાળને ભૂલવાનો પ્રયત્ન કરવાથી એ બમણા જોરથી યાદ આવશે એમ વિચારીને કરસનદાસે 'સત્યપ્રકાશ'ના દિવસોને યાદ કરતાં કરતાં ડીસામાં નવી પાડેલી આદતને પોષવા ડાયરી લખવાનું શરૂ કર્યું.

મનની મૂંઝવણો કે એકલતાભરી સ્થિતિથી કરસનદાસ દૂર થવા મથતો હતો એટલે ડાયરીમાં એ અંગત વિચારો ઠાલવવાને બદલે અગત્યની લાગતી વર્તમાન ઘટનાઓની

નોંધ લેતો હતો. કરસનદાસે નોંધપોથીમાં લખ્યું: મંગલ પાંડેની સાથે જમાદાર ઈશ્વરી પાંડેને પણ ફાંસી થઈ ગઈ. બંગાળસેનામાં હાહાકાર મચી ગયો છે. ગયા અઠવાડિયે છઠ્ઠી મે ૧૮૫૭ના રોજ મેરઠમાં એક ભયંકર ઘટના બની ગઈ. અંગ્રેજ લશ્કરી અધિકારીઓ નવા કારતૂસ વાપરવાનું શિક્ષણ આપવા નેવું સૈનિકોને મેદાનમાં લઈ ગયા. આમાંથી પાંચને બાદ કરતાં ૮૫ સૈનિકોએ કારતૂસ વાપરવાનો અસ્વીકાર કરી દીધો. આ કારતૂસો રાઇફલમાં ભરતાં પહેલાં મોઢેથી સીલ તોડવા પડે છે અને એ સીલ પર ગાય અને સુવ્વરની ચરબી ચોપડેલી હોય છે એવી અફવા સાંભળીને હિંદુ-મુસલમાન બેઉ સૈનિકો માનવા લાગ્યા કે અમારા ધર્મોને ભ્રષ્ટ કરવાનું આ ષડયંત્ર છે. ૮૫ સૈનિકોને લશ્કરમાંથી કાઢી મૂકવામાં આવ્યા છે અને શક્ય છે કે એમના પર કેસ ચલાવીને સખત કેદની લાંબી સજા કરવામાં આવે. નવમી મે : આ ૮૫ સૈનિકોને કોર્ટ માર્શલ કરી ખુલ્લા મેદાનમાં સૌની સામે તેમનો સૈનિક ગણવેશ ઉતરાવી હાથે-પગે બેડીઓ પહેરાવીને દરેકને દસ-દસ વર્ષની કેદ કરવામાં આવી. દસમી મે : વિદ્રોહ ભડકી ઊઠ્યો. ભારતીય સૈનિકોએ અંગ્રેજોનાં શસ્ત્રાગાર લૂંટ્યાં અને પોતાના સાથીઓને જેલમાંથી છોડાવી અંગ્રેજોની હત્યા કરી, એમનાં ઘરો બાળ્યાં. પ્રત્યક્ષ રીતે બિઠૂરમાં રહેતા નાનાસાહેબ આ વિદ્રોહીઓનું નેતૃત્વ સંભાળે છે...'

આટલું લખીને કરસનદાસ થાકી ગયો. ડાયરીમાં એ નાનાસાહેબની રસપ્રદ કહાણી લખવા માગતો હતો. શા માટે નાના વિદ્રોહી બન્યા. કરસનદાસ જાણતો હતો કે દરેક વિદ્રોહીના વિદ્રોહ પાછળ એક કારણ હોય છે, એક જ્વાલા ભભૂકતી હોય છે. નાનાની જેમ પોતાના હૃદયમાં પણ એક આગ જલતી હતી. કિશોરી અને દેવીને ફસાવનાર મહારાજોની નીતિરીતિ સામેની આગ. કરસનદાસે દીવો ઓલવી ઊંઘી જવાનો પ્રયત્ન કર્યો. ઠારી નાખવી હતી હવે એ આગ. ખૂબ દઝાડ્યો છે એણે. હવે જિંદગી એક નવા છેડાથી શરૂ કરવી હતી. ચોવીસ-પચ્ચીસની ઉંમર નવેસરથી શરૂ કરવા માટે મોટી કહેવાય? ના કહેવાય, કરસનદાસે જાતે જ પોતાના પ્રશ્નનો ઉત્તર આપીને પડખું ફેરવી લીધું.

* * *

'છોડી દો મને, મારે ઉપર જવું છે, મારા ભગવાનને મળવું છે, તમે કોણ મને રોકવાવાળા...' કોઈ યુવતી ગળું ફાડીને તીણા અવાજે પ્રતિકાર કરતી હોય એવા ધમપછાડા સાંભળીને જદુનાથ મહારાજે પોતાની સામે બેઠેલા પંદરેક વૈષ્ણવો તરફ ઘડીભર જોયું અને બોલવાનું અટકાવી ગિરધર ખવાસને નજીક આવવાનો ઇશારો કર્યો.

'આ શી બધી ધમાલ ચાલે છે, બંધ કરાવો અવાજ, જોતા નથી અત્યારે અહીં સત્સંગ ચાલે છે.' કહીને જદુનાથજીએ ગિરધરને રવાના કર્યો અને તંતુ સાંધતા કહ્યું,

'ખલેલ એ જીવનનો ક્રમ છે અને ભૌતિક ખલેલથી મન ડહોળાય નહીં તે માટે જીવનો સંબંધ બ્રહ્મ સાથે બાંધવો જરૂરી છે. આપમાંથી કોઈએ ''સિદ્ધાંત રહસ્ય''ના સંસ્કૃત ગ્રંથનું પઠન કર્યું છે કે નહીં એની ખબર નથી. જેમને એના વિશે ખ્યાલ નથી તેઓ

ધ્યાનથી સાંભળે કે શ્રાવણ સુદ અગિયારસની મધરાતે સાક્ષાત ભગવાને દર્શન આપી જે વચન કહ્યાં તે શબ્દશઃ આમ છે : બ્રહ્મસંબંધ કર્યાથી સર્વ માનવોના દેહના તથા આત્માના દોષ ધોવાઈ જાય છે. એ દોષ આ પાંચ પ્રકારના છે...'

જદુનાથજીના ધીરગંભીર અવાજમાં વહેતા શબ્દોમાં ભક્તસમુદાય તણાઈ રહ્યો હતો. હવેલીમાં સત્સંગ માટે આવનાર દરેક વૈષ્ણવને જાણકારી હતી કે જદુનાથજી સહિતના અન્ય મંદિરના મહારાજો વલ્લભાચાર્યના વંશજ હતા અને ચાર-પાંચ સદી પહેલાં જેમનો જન્મ થયો તે વલ્લભાચાર્ય સ્વયં ભગવાન હતા. ઈશ્વરના વંશજોને ઈશ્વર તરીકે જ પૂજવાના સંસ્કાર વૈષ્ણવોને નાનપણથી આપવામાં આવતા અને ૮-૧૦ વર્ષનાં બાળક-બાળકીને મહારાજો મંગળાનાં દર્શન સમયે ગળામાં તુલસીની કંઠી પહેરાવી બ્રહ્મસંબંધ આપતા. જદુનાથજીએ ચકોર નજર એકઠા થયેલા વૈષ્ણવોના સ્ત્રીસમુદાય પર ફેરવી અને બોલવાનું ચાલુ રાખ્યું :

'પાંચ પ્રકારના દોષમાંથી સૌથી પહેલો દોષ જે જન્મથી શરીરને લાગેલો છે તે. બીજો દોષ સમય જતાં લાગે છે તે. ત્રીજો દોષ જે વેદમાં કહેલો છે તે. ચોથો દોષ મેળાપથી ઉત્પન્ન થાય છે તે અને પાંચમો દોષ સ્પર્શથી લાગે છે તે. બ્રહ્મસંબંધ થયા પછી આ સર્વ દોષો નાશ પામે છે. બ્રહ્મસંબંધ વિના આ સર્વે દોષોની નિવૃત્તિ થતી નથી, બ્રહ્મસંબંધ અંગીકાર કરનાર વૈષ્ણવ સાચો વૈષ્ણવ છે અને કોઈ પણ વૈષ્ણવે જે વસ્તુ ઈશ્વરને અર્પણ ન કરી હોય તેનો ઉપયોગ કરવો જોઈએ નહીં. અર્પણ કર્યા પછી મરજી મુજબ તેનો ઉપયોગ કરવો. જે વૈષ્ણવ પોતાની વસ્તુનો ઉપયોગ કર્યા પછી તે વસ્તુ દેવાધિદેવને અર્પણ કરે છે તેનો ઈશ્વર સ્વીકાર કરતા નથી. એટલે સર્વ કાર્યમાં સર્વ વસ્તુ પ્રથમ અર્પણ કર્યા બાદ ઉપયોગમાં લેવી એવો વલ્લભાચાર્યનો આદેશ છે...'

જદુનાથજી પોતાની વાણીનો પ્રભાવ પારખવા સહેજ અટક્યા. દરેક શ્રોતા ભાવપૂર્વક એકએક શબ્દ બરાબર સમજીને મનમાં ઉતારે છે એવી પ્રતીતિ થતાં એમણે આગળ ચલાવ્યું :

'સિદ્ધાંત રહસ્ય પરની શ્રી ગોકળનાથજીની સંસ્કૃત ટિપ્પણમાં આ વિશે વિગતે જણાવવામાં આવ્યું છે કે સર્વ વસ્તુ અર્પણનો અર્થ એ થાય કે પ્રથમ દરેક વૈષ્ણવોએ પોતાનાં સ્ત્રી-બાળકોનો ઉપભોગ કરતાં પહેલાં એમને ઈશ્વરઅર્પણ કરવાં. લગ્ન થયાં પછી સ્ત્રીનો ઉપભોગ તમે કરો તે પહેલાં સ્ત્રીને ઈશ્વરઅર્પણ કરવી, એવો ભાવ મનમાં રાખીને કે ઈશ્વરને અર્પણ કર્યા પછી જ એ મને કામ આવશે. એ જ રીતે પુત્રના જન્મ પછી પુત્ર-પુત્રાદિક ઈશ્વરને અર્પણ કરીને જ એમને સાંસારિક લાલનપાલન આપવાં. સર્વ પ્રસંગે સર્વ વસ્તુ ઈશ્વરઅર્પણ કર્યા પછી જ જુદાં જુદાં કાર્ય કરવા...'

જદુનાથજી વિચારતા હતા કે આજના દિવસ પૂરતો આટલો સત્સંગ ઘણો છે ત્યાં જ એક ભક્તાણીએ ભોળાભાવે પૂછ્યું,

'ઈશ્વરને અર્પણ કરવાની વિધિ અમને સમજાવશો? અહીં સુરતની હવેલીમાં બાલકૃષ્ણની મૂર્તિ છે તો ક્યાંક શ્રીજીબાવાની પ્રતિમા છે. ઠાકોરજીની આ નિર્જીવ પ્રતિમાઓ

અમે કરેલા અર્પણનો ઉપભોગ કરી શકશે?'

મહારાજે ગળું ખોંખાર્યું અને કહ્યું, 'અતિ સુંદર પ્રશ્ન. જે વૈષ્ણવને આવો પ્રશ્ન થાય એણે પરમ ભગવદીય હરરાયજી મહારાજ કૃત 'સડસઠ અપરાધ'નું પુસ્તક વાંચી લેવું. એમાં આઠમો અપરાધ છે : વૈષ્ણવ થઈને વૈષ્ણવ નથી તેને માન આપે છે તે મર્યા પછી ત્રણ જન્મ સુધી ચમાર થાય છે. બત્રીસમો અપરાધ : જે કોઈ વૈષ્ણવ ગુરુ અને ઠાકોરજી વચ્ચે ભેદ છે એવું સમજે છે તે સીચાના નામનું પક્ષી બની જાય છે. ચોંત્રીસ : જે કોઈ ગુરુની આજ્ઞા ઉલ્લંઘે છે તે ભયંકર નર્કમાં પડે છે અને તેની બધી સેવા નિષ્ફળ જાય છે. સાડત્રીસ : જે કોઈ ગુરુની કે ઠાકોરજીની ગુપ્ત વાત જાહેર કરી દે છે તે ત્રણ જન્મ સુધી કૂતરો થાય. ઓગણચાળીસ : જે ગુરુ કે ઠાકોરજી આગળ પદ્માસન કરીને બેસે છે તે સર્પ થાય છે. ચોપ્પન : જે ગુરુ આગળ પોતાની વિદ્યા દેખાડે છે તે ત્રણ જન્મ મૂંગો થાય અને ત્રણ જન્મ કૂતરો કે ગધેડો થાય. પંચાવન : જે ગુરુ આગળ ચાલાકી દેખાડે તે જરખ પશુ થાય. છપ્પન : જો કોઈ ગુરુની સેવા કર્યા વિના ઠાકોરજીની પૂજા કરે તો તે પૂજા નિષ્ફળ જાય અને ઓગણસાઠ : જે ગુરુને કે ઠાકોરજીને પગનું તળિયું દેખાડે તે દસ વર્ષ સારુ સર્પ થાય. ચતુશ્લોકીમાં કહ્યું છે તેમ કળિયુગમાં સેવા સમાન બીજી કોઈ મુક્તિ નથી માટે જ્યારે કોઈ આચાર્યનો આશરો લે છે ત્યારે તેની સર્વ ઇચ્છા પૂરી થાય છે. આપણે આપણા ગુરુને ઈશ્વર માનવા. એટલું જ નહીં ગુરુને ઈશ્વર કરતાં પણ વિશેષ માનવા કારણ કે ઈશ્વર ક્રોધ કરે તો ગુરુ આપણું રક્ષણ કરે, પણ ગુરુ ક્રોધ કરે તો આપણું રક્ષણ કરવા કોઈ શક્તિમાન નથી...'

જદુનાથજીના શબ્દો ભાવપૂર્વક સાંભળી રહેલી એક બાર-તેર વર્ષની ભોળી કન્યાએ ઊભા થઈને પૂછ્યું,

'ગુરુજી, કેટલીક વખત અમારા જૈન પાડોશીઓ આપણા વૈષ્ણવ સંપ્રદાય વિશે ગમે તેવી નીચ વાતો કરે છે તો અમારે એમને કેવી રીતે રોકવા?'

જદુનાથજીએ યુવાન થઈ રહેલી બાળકીના સૌંદર્યવાન મુખ તરફ વહાલથી જોયું અને કહ્યું,

'આપણો વૈષ્ણવ સંપ્રદાય એટલે પુષ્ટિમાર્ગ. પુષ્ટિમાર્ગના ભક્તો સાથે જ પ્રભુ લીલા રમે. આ લીલા અન્ય માનવજીવો સાથે પ્રભુ રમતા નથી માટે તેઓને ઈર્ષ્યાભાવ થાય છે. તેઓ આ લીલાને ઉતારી પાડે છે. પરંતુ પુષ્ટિમાર્ગના ભક્તોને આ લીલાથી મોટું સુખ લાગે છે. જેઓ શાસ્ત્રો નથી જાણતા તેઓ આંધળા છે.'

'જેજે, આપ અને અન્ય મહારાજશ્રીઓ આચાર્ય પણ કહેવાઓ છો તો આચાર્યનો અર્થ અમને સમજાવશો?' એક યુવાને પ્રશ્ન કર્યો.

'જરૂર.' જદુનાથજી બોલ્યા, 'વીઠલેશ રત્ન વિવરણ તથા સર્વોત્તમ'માં લખ્યા મુજબ આચાર્ય અથવા મહારાજનું બીજું નામ 'શ્રીષઃ' કરીને છે. તેનો અર્થ 'પ્રિય' એટલે ઘણી સ્ત્રીઓનો ભરથાર સમજવો. આચાર્યનું વળી એક જુદું નામ 'રાસલીલા મહોદધી' છે જેનો અર્થ થાય રાસલીલા અથવા જારભાવની રમતનો સાગર. આચાર્યનો વધુ એક અર્થ છે

'રાસલીલેક તાતપ્રિય' અર્થાત્ એવો પુરુષ જેનું મુખ્ય કામ રાસલીલા કરવાનું છે.'

'જેજે, ગયા અઠવાડિયે આપે મને ''રસ ભાવના'' વાંચવા આપ્યું, પરંતુ એ પુસ્તક વ્રજ ભાષામાં હોવાથી સમજવામાં થોડી મુશ્કેલી પડે છે તો એનો સારાંશ આપશો?' સવાલ પૂછનાર સ્ત્રી સુરતના ઉચ્ચ કુટુંબની યુવાન ગૃહિણી હતી. એના દમામદાર વ્યક્તિત્વથી ભલભલાની આંખો અંજાઈ ગઈ. જદુનાથજીએ સાહજિક રહીને કહ્યું,

'રસ ભાવનામાં શ્રીકૃષ્ણની વાત છે. શ્રીકૃષ્ણ મોટા મહારથી એટલે કે યુદ્ધ કરનાર કહેવાયા. એ જ પ્રમાણે પુષ્ટિમાર્ગમાં સુરતારણ્યના મેદાનમાં અર્થાત્ જારકર્મનો ભોગ કરવાના મેદાનમાં કરોડો સ્વામીનીજી એટલે કે કરોડો સુંદર સ્ત્રીઓને જીતીને તેઓ પૂર્ણ પુરુષોત્તમ મહારથી કહેવાયા. ત્યાર પછી તેઓ શ્રી સ્વામિનીજી એટલે કે રાધા સાથે નૃત્ય કરવામાં રાધાની બરાબરી કરી શક્યા નહીં અને ભોગ કરવામાં પણ હારી ગયા. અહીં ભગવાન જાણી જોઈને હારી જાય છે જેથી ભક્ત રાજી થાય, એને જીતનો આનંદ મળે. ત્યાર પછી શ્રી સ્વામિનીજી એટલે કે રાધાની બહેનપણીઓએ પોતાના વાળ નાડાથી ગૂંથીને અંબોડો વાળ્યો. તે અંબોડાને પ્રતીક ગણીને એનો ભાવ આ રીતે લાવવો જોઈએ. નાડાને શ્રી સ્વામિનીજી ગણવા અને વાળને શ્રીકૃષ્ણ ગણવા. તેઓ એકબીજા સાથે ઊલટા આસનમાં રહીને ભોગ કરે છે તેમ સમજવું. શ્રી સ્વામિનીજીએ શરીરમાંથી કરોડો સખીઓને પ્રગટ કરી. તેઓમાંથી જે ખૂબસૂરત અને જારભોગ કરવામાં ઘણી જ ચતુર હતી તેઓને લલિતા કરીને કહેતા અને જેઓ ઊંધા આસને જારભોગ કરવામાં ચતુર હતી તેઓનું નામ વિશાખા કરીને રાખ્યું હતું. આપ સૌ જાણો છો તેમ શ્રીકૃષ્ણની માતા જશોદાજીના ઘરમાં કરોડો કુંવારી છોકરીઓની અવરજવર રહેતી અને તે સઘળી શ્રીકૃષ્ણને પોતાનો ભરથાર ગણતી. તેટલા વાસ્તે તે કુંવારી છોકરીઓ પારણાને બદલે હિંડોળા પર બિછાનું તૈયાર કરે છે અને તેના પર શ્રીકૃષ્ણને પધરાવીને તેની સાથે ભોગ કરે છે.' જદુનાથજી 'રસ ભાવના' વિશે આગળ વધુ કંઈ બોલવા જાય ત્યાં જ ગિરધર ખવાસનું હાંફળાફાંફળા થઈને પ્રવેશવાનું થયું. જદુનાથે એના ચહેરા પર વ્યગ્રતાની રેખાઓ જોઈ. ગિરધર ઘૂંટણિયે પડીને દબાયેલા અવાજે બોલવા લાગ્યો. જદુનાથ શબ્દો પકડવા નીચે વળીને કાન એના મોઢા પાસે લાવ્યા અને પરિસ્થિતિનો તાગ મળતાં જ ચોંકી ગયા. બીજી જ ક્ષણે સ્વસ્થતા પાછી મેળવીને આતુર શ્રોતાઓને સંબોધીને એમણે કહ્યું, 'વૈષ્ણવો, આજનો સત્સંગ અહીં સમાપ્ત થાય છે. અમે પાછા આવીએ ત્યાં સુધી સૌ ઈશ્વરના નામનું રટણ કરો...'

જદુનાથ ઊભા થઈને નિસરણી ઊતરી મંદિરના પાછળના ભાગમાં આવેલી એક અતિથિશાળા તરફ જતા હતા. ત્યાં એમણે ઉપરથી આવતો ઝાંઝ-પખવાજ સાથેનો સમૂહસ્વર સાંભળ્યો : *આયે મેરે નંદ, નંદન કે પ્યારે...*

'આ શું માંડ્યું છે, ભગવાનદાસ શેઠ?' અતિથિશાળામાં પ્રવેશતાં જ જદુનાથે ક્રોધિત સ્વરે પૂછ્યું. ભગવાનદાસના યુવાન પુત્ર શામજીએ એક યુવતીના બેઉ હાથ-પગ મુશ્કેટાટ બાંધીને એના મોઢે ડૂચો મારી દોરડાનો છેડો પોતાના હાથમાં પકડી રાખ્યો હતો.

ભગવાનદાસનાં પત્ની જમનાગૌરી યુવતીના માથે હાથ ફેરવતાં પોતાની આંખમાંથી વહી જતાં આંસુને ખાળવાનો પ્રયાસ કરતા હતા. આ ઉપરાંત બીજા એક-બે માણસો ખંડમાં હાજર હતા જેમને જદુનાથ ઓળખતા નહોતા.

'તમારી દીકરીને આ રીતે બાંધીને અહીં શા માટે લઈ આવ્યા છો?' જદુનાથે કરડા અવાજે ભગવાનદાસ શેઠને પૂછ્યું.

'બાવાશ્રી, બે દિવસથી મારી દીકરી લીલાવતી ખાતી નથી, પીતી નથી. પૂછીએ તો કહે છે કે હવેલીએ સેવા કર્યા વિના મોઢામાં અન્નનો દાણો પણ નહીં નાખવાનું નીમ લીધું છે.' ભગવાનદાસ સહેજ અટકી અટકીને પણ મક્કમતાથી બોલ્યા.

'તો આવવા દેવી જોઈએ એને. એના જેવી બીજી ઘણી છોકરીઓ સેવા કરવા માટે હવેલીમાં આવે છે.' જદુનાથે કહ્યું.

'તે હશે પણ બાપજી, મારી લીલાવતી તો હજુ નાની છે, એને પરણાવવાની છે. પણ એ પહેલાં જ અમારી આખી શેરીમાં એના નામની ચર્ચા થઈ ગઈ છે. શેરીમાં જ શું કામ, અમારું આખું મહિધરપરું એના નામ પર કાદવ ઉછાળે છે. એનાં સાસરિયાં સુધી વાત પહોંચી ગઈ છે અને તેઓ પંચ સામે દંડ ભરીનેય પોતાના દીકરાની લીલાવતી સાથેની સગાઈ તોડી નાખવા માગે છે.'

'એ લોકોને મારી પાસે મોકલી આપજો. હું સમજાવી લઈશ. પણ તમે એને અહીં આવવાની મનાઈ કેમ ફરમાવી?'

'શું કહું, બાપજી?...એ...એ...' ભગવાનજી ડોસાની જીભે લોચા વળ્યા. પિતાની હાલત જોઈ દીકરો આગળ આવ્યો અને બોલ્યો,

'મહારાજશ્રી, મારી બહેન તમારી સેવા કરવાને કારણે બદનામ થઈ છે. ચોરેચૌટે લોકો કહે છે કે...' શામજી અચકાયો અને બોલ્યો, '... કે જદુનાથજીએ લીલાવતીને... લીલાવતીને રાખી છે.'

'હરામખોર!' જદુનાથજીના મોઢામાંથી ગાળ સરી પડી અને એમના કસરતી બાવડાંનો લોખંડી પંજાનો પ્રહાર શામજીના ગાલ પર થયો. શામજી સમસમી ગયો. દાંત ભીંસીને ફરી ત્રાડ પાડીને બોલ્યો, 'મહારાજશ્રી, તમે મારી બહેનને તમારી રખાત બનાવી દીધી છે. હા, હા... રખાત. આખું ગામ જાણે છે આ વાત.'

જદુનાથ વધુ ઉશ્કેરાઈને શામજીને બીજો તમાચો મારવા હાથ ઉગામે એ પહેલાં ભગવાનદાસે આડા આવીને જદુનાથનો ધક્કો સહન કરી લીધો અને બે હાથ જોડીને કહ્યું,

'બાવાશ્રી, શામજી બાળક છે. એને બોલવાનું ભાન નથી. પણ એણે જે વાત કહી તે સાવ ખોટી નથી. અમે એ માટે જ તમારી પાસે આવ્યા છીએ. તમે મારી દીકરીનો હાથ પકડો. એની સાથે લગ્ન કરીને એનું ઘર માંડી આપો અને અમને આ કલંકમાંથી ઉગારો.' કહેતાંક ભગવાનદાસે ભોંયભેગા થઈને જદુનાથના બેઉ પગ પકડી લીધા અને સહેજ પાછળ ખસી વધુ નીચા વળીને પોતાની બેઉ આંખોથી જદુનાથનાં ચરણસ્પર્શ

કરી લીધા. જદુનાથે તુચ્છકારમાં એક પગ ઊંચો કરી ભગવાનદાસને દૂર હટાવ્યા અને કહ્યું,

'આ નાટક બંધ કરો, ભગવાનદાસ. અમે પત્ની-બાળકોવાળા આબરૂદાર ગુરુ છીએ. એક પત્નીની હયાતીમાં બીજી પત્ની કરવી તે અમારે મન પાપ છે. તમારી કન્યાને અમારી સાથે શો સંબંધ કે અમે એની સાથે લગ્ન કરીએ.' જદુનાથજીએ આટલું કહ્યું ત્યાં એકસાથે બે ઘટના બની. આ બાજુ લીલાવતી ઊંડા શ્વાસ છોડીને મોઢામાંનો ડૂચો બહાર કાઢવામાં સફળ થઈ ગઈ અને બીજી બાજુ શામજી દોરડું છોડીને જદુનાથ તરફ ધસી જતાં અપમાનજનક ભાષામાં બોલ્યો,

'તારે એની સાથે સંબંધ છે, જદુનાથ. એના પેટમાં તારું પાપ બોલે છે...'

શામજીને પ્રચંડ વેગે જદુનાથ તરફ ધસી જતાં જોઈ ગિરધર ખવાસ વચ્ચે કૂદ્યો અને શામજીને જમીનસરસો ઊંધો સુવડાવી પાછળથી એના બેઉ હાથ પોતાની રાક્ષસી તાકાત વડે નિષ્પ્રાણ જેવા કરી નાખ્યા. આ બાજુ મોઢામાંનો ડૂચો નીકળી જવાથી લીલાવતીના જીવમાં પણ જીવ આવ્યો અને શામજીના હાથમાંથી છૂટી ગયેલા દોરડાનો લાભ લઈ શરીર સંકોચીને પોતાનાં બંધનો છોડી એ પણ ગુસ્સાથી ધગધગતાં વચનો બોલી મક્કમ ડગલે જદુનાથ તરફ આગળ વધતી ગઈ,

'કાયર! નપુંસક! તેં મને તારી જીવનસંગિની કહી, જિંદગી આખી સાથે રાખવાનું વચન આપ્યું. મારી સાથે સૂતી વખતે કોણ જાણે ક્યાંથી તારો પ્રેમ ઊભરાઈ આવે છે એ અત્યારે મારાં માબાપની હાજરીમાં તું મને તરછોડે છે?'

લીલાવતીના મોઢામાં જદુનાથ માટેનો તુંકારો સાંભળીને એનાં માબાપ ઘડીભર હબક ખાઈ ગયાં. શામજી હજુ ગિરધર ખવાસની મજબૂત પક્કડમાંથી છૂટવા તરફડતો હતો.

લીલાવતી વધુ પાસે આવી એટલે જદુનાથે એને ખેંચીને પોતાની છાતી સરસી ચાંપી દીધી અને થોડીવાર પછી એને અળગી કરીને એનાં કુટુંબજનોનાં દેખતાં એની કમરથી વેંત ઊંચે પોતાનો પંજો દબાવીને કહ્યું,

'લીલાવતીને કોઈ ફરિયાદ છે?' જદુનાથ મહારાજના સ્પર્શથી ચમત્કાર થયો હોય એમ લીલાવતીએ કોઈ સૌભાગ્યવતીની જેમ માથે ઓઢણીનો છેડો મૂક્યો અને ઘૂંટણિયે થઈ વારાફરતી મહારાજનાં બેઉ પગે પોતાની બેઉ હથેળીનાં ટેરવાંનો સ્પર્શ કરી એ ટેરવાંને આંખે તથા માથે અડાડી ઊભી થઈ ગઈ. જદુનાથે ફરીથી એને ઝાલી અને કહ્યું,

'જોયું, ભગવાનદાસ શેઠ? કેટલી સંસ્કારી, કેટલી આજ્ઞાંકિત પુત્રી છે તમારી? હવે આપ ઘરે જતા રહો. હું એને શિખામણના બે શબ્દો કહીને મોકલી આપું છું. હવે પછી એ ક્યારેય તમારી સામું નહીં બોલે અને ક્યારેય મોટા મંદિરમાં આવવાની જીદ નહીં કરે...'

જદુનાથની આજ્ઞા થતાં જ ભગવાનદાસ અને જમુનાગૌરી અન્ય લોકોની સાથે ઓરડાની બહાર નીકળી ગયા. જદુનાથના હુકમથી ગિરધરે બાજુમાં પડેલું દોરડું પગથી

ખેંચીને શામજીના બેઉ હાથ અને પગ બાંધી લીધા. શામજી હજુ ક્રોધથી ધ્રૂજતો હતો. એની આંખો જદુનાથના મોઢા પર થૂંકતી હતી. બંધ ઓરડામાં હવે ચાર જ વ્યક્તિઓ રહી. જદુનાથે ફરી લીલાવતીને છાતી સરસી ચાંપી. તરત જ દૂર કરી. લીલાવતીનો તરફડાટ તદ્દન શાંત થઈ ગયો હતો. જદુનાથે કહ્યું,

'ઉપર વૈષ્ણવો મારી રાહ જુએ છે. મારે જવું પડશે.'

'પણ....' લીલાવતી એમને રોકવા ગઈ.

'ગિરધર ખવાસ તારું ધ્યાન રાખશે.' કહીને જદુનાથ મહારાજે ગિરધરની આંખ સાથે આંખ મેળવીને સંકેતસૂચન કર્યું અને જતાં જતાં એના કાનમાં કહ્યું, 'પેલા ગોખલામાંનો પ્રસાદ ખવડાવીને જ લીલાવતીને ઘરે મોકલજે.' ગિરધર જાણતો હતો કે એ ગોખલામાંની ખાસ છાબડીમાં મૂકેલા બુંદીના લાડવામાં વૈદે કહેલા પ્રમાણ મુજબનાં ધતૂરાનાં બી ભેળવવામાં આવ્યાં હતાં જે લગભગ રોજ લીલાવતી જેવી બેજીવસોતી કુંવારિકાઓ માટે ખપમાં લેવાતા.

જદુનાથના ગયા પછી ગિરધરે જાડા શણનો કોથળો શામજીના મોઢા પર બુરખાની જેમ પહેરાવી દીધો જેથી એની જાળીમાંથી એ જોઈ શકે, સાંભળી પણ શકે, પરંતુ જો અવાજ કરવા ધારે તો બહુ લાંબે સુધી સંભળાઈ ના શકે. લીલાવતી ગભરુ બનીને હજુ ત્યાં જ ઊભી હતી. ગિરધર ખવાસે એક ઝાટકે એને નિર્વસ્ત્ર કરી નાખી. લીલાવતીનું પૂર્ણપણે ખીલેલું દેહલાલિત્ય જોઈને ગિરધરને જદુનાથની ઈર્ષ્યા થવા માંડી પણ તરત જ વિચાર આવ્યો કે મહારાજ આરોગે છે ત્યારે જ તો આવો એંઠવાડ પોતાને મળે છે. ગિરધરે બેઉ હાથ વડે લીલાવતી પર જોર કરવા માંડ્યું. લીલાવતીના મોઢામાંથી હળવી ચીસ નીકળી ગઈ. ગિરધર વધુ ઉત્તેજિત થયો. એણે ભોંય પર કશું પાથર્યા વિના લીલાવતીને સુવડાવી દીધી અને એના પર પોતાનું ભારેખમ શરીર ગોઠવ્યું. લીલાવતીની ચીસો અને શણના કોથળામાંથી આવતો શામજીનો નિઃસહાય આક્રોશ અતિથિશાળાની બહાર નીકળીને ઉપરથી ઝાંઝ તથા પખવાજ સાથે ગવાતા કીર્તનના પ્રચંડ પ્રવાહમાં ખેંચાઈ ગયો. જદુનાથજી આંખો અડધી બંધ કરી, કીર્તનિયાઓ દ્વારા ભાવવાહી સ્વરે ભક્તિપૂર્વક ગવાતા અને વૈષ્ણવોના કરતલધ્વનિ સાથે ઝિલાતા શબ્દોમાં ડૂબી ગયા. જય જયવંતી રાગમાં તબલાનાં ત્રિતાલમાં ગવાઈ રહ્યું હતું : *આયે મેરે નંદ, નંદન કે પ્યારે... માલા તિલક મનોહર બાનાનો.... ત્રિભુવન કે ઉજિયારે... હૃદયકમલ કે મધ્ય બિરાજય શ્રી વૃજરાજ દુલારે...આયે મેરે નંદ...*

પ્રકરણ : ૧૧

ઉનાળાની રજાઓ માટે ડીસાની શાળા બંધ થઈ એના બીજા જ દિવસે કરસનદાસ વડાળ જવા ઊપડી ગયો હતો. ડીસાની ભયંકર એકલતાથી છૂટવાનો અને મુંબાઈની સ્મૃતિઓથી બચવાનો એના માટે આ જ એક ઉપાય હતો. વડાળ આવ્યા પછી કરસનદાસને ખબર પડી કે મૂળજી બાપા અત્યારે અહીં એકલા જ રહેતા હતા. નવી મા એનાં છોકરાઓને લઈ એમને મોસાળ, પોતાને પિયર મહુવા ગઈ હતી. ઘણા વખતે ફરી પાછા પિતા સાથે રહેવાની અનાયસ મળતી તક કરસનદાસને ગમી. પિતાની નવી પત્નીને મળવાનું જ નહીં, એના વિશે વિચારવાનું પણ એ ટાળતો. એ સભાનતાપૂર્વક માનતો કે પોતાના પરિચયવર્તુળમાં એ નામનું કોઈ પાત્ર જ નથી. નામ? શું નામ હતું? કરસનદાસે નવી માનું નામ યાદ કર્યું. હજુ સુધી ક્યારે એના મોઢે આ નામ બોલાયું નહોતું અને તે કાને પણ ન પડે એની ખૂબ તકેદારી રાખી હોવા છતાં પિતાની જુબાને ક્યારેક સાંભળવામાં આવતું. સુખીલક્ષ્મી. પિતા એને સુખી કહેતા. અને એના નામોલ્લેખ વખતે એમના અવાજના રણકા તથા આંખોમાંની ચમક પરથી લાગતું કે તેઓ સુખી હતા એની સાથેના સંબંધથી. જો કે, આધેડ ઉંમરના મૂળજી બાપા સાથે પરણ્યા પછી પોતાના કરતાંય નાની ઉંમરની સુખી ખુદ કેટલી સુખી હશે એવો પ્રશ્ન ક્યારેક કરસનદાસને થતો. એ વખતે એ પોતાના કોઈ કુટુંબીજન વિશે નહીં પણ સમાજની કોઈ ત્રાહિત વ્યક્તિના વિશે વિચારતો હોય એમ આ કજોડાનું વિશ્લેષણ કરતો.

પિતા સાથે વડાળમાં અઠવાડિયું થયું ના થયું ત્યાં કરસનદાસને ફરી અજંપો ઘેરી વળ્યો. શાળા ખૂલવાને હજુ પૂરાં ત્રણ અઠવાડિયાંની વાર હતી.

એ દિવસ ચૈત્ર વદ અગિયારસનો હતો. મહાપ્રભુજી શ્રીમદ્ વલ્લભાચાર્યના પ્રાગટ્યોત્સવનો દિવસ હતો. પિતા-પુત્ર બેઉએ સંપૂર્ણપણે નિરાહારી રહીને એકાદશીનો ઉપવાસ કર્યો હતો. સાંજે મંદિરેથી દર્શન કરીને પાછા આવતાં કરસનદાસે પિતાને કહ્યું,

'બાપા, ઘણા મહિનાથી એક વાત મનમાં ઘૂંટાયા કરે છે...'

મૂળજીબાપાએ હોંકારાનો સ્વર ગળામાંથી કાઢ્યા વિના માત્ર માથું ધુણાવ્યું. ખેતરેથી પાછું ફરતું કોઈ ગાડું બાજુમાંથી પસાર થઈ ગયું અને એના ચકના આરામાંથી પસાર થતાં ઢળતા સૂર્યનાં કિરણોના ઝડપભેર ફરી ગયેલાં લાંબા પડછાયાઓને જોતા કરસનદાસ બોલ્યો,

'મને લાગે છે કે હવે મારે ફરી વડાળ આવી જવું જોઈએ...'

મૂળજીબાપા આ સાંભળીને ચોંક્યા વિના ચાલતા રહ્યા. કરસનદાસ બોલતો રહ્યો.

'મુંબાઈમાં મન સોસવાતું હતું એટલે બધું છોડીને ડીસા આવ્યો. ડીસા પણ ખાવા ધાય છે. ક્યારેક લાગે છે કે હેડમાસ્તરની નોકરી છોડીને અહીં આવતો રહું...'

'અહીં આવીને શું કરીશ તું?' બાપા બોલ્યો.

'બજારમાં એક મકાન વેચવાલ છે. નીચે મીઠામરચાની નાની દુકાન થાય એવું છે, ઉપર રહેવાય એવી બે ઓરડી છે... મકાન ખરીદવા જેટલા પૈસા તો છે મારી પાસે.'

'હં...' બાપા કંઈક વિચારી રહ્યા હોય એમ અટક્યા. પછી બોલ્યા, 'મુંબાઈમાં પોતાનું છાપું કાઢનારો મારો દીકરો હવે એ જ છાપાંની પસ્તીમાં કરિયાણું વેચવા માગે છે, એમ?'

બાપાને સાંભળીને કરસનદાસ હસ્યો. બોલ્યો, 'વડાળમાં નિશાળ શરૂ કરવા જેટલા પૈસા હોત તો એ જ ના કરત? મૂળ વાત એ છે કે હવે એકલા નથી રહેવાતું. ચોવીસે કલાક કશુંક ખાવા ધાતું હોય એવું લાગ્યા કરે છે...' આવું કહેતાં અચાનક કરસનદાસે પોતાની જાતને પિતાના સ્થાને મૂકી જોવાની કોશિશ કરી. માના મૃત્યુ પછી અને નવી મા સાથેનાં લગ્ન પહેલાં એ પણ આવી જ માનસિક એકાંતાવસ્થામાંથી ગુજર્યા હશે.

'એકલવાયું લાગતું હોય ત્યારે દુકાન ના કરવાની હોય બેટા, લગ્ન કરી લેવાનાં હોય.' મૂળજીબાપા બોલ્યા. પછી સહેજ અટકીને કહ્યું, 'કરસન, તારી વહુ અકાળે ગુજરી ગઈ તે જ વખતે હું તને કહેવાનો હતો. ઘરમાં સ્ત્રી વિના જીવવું કેટલું આકરું હોય છે તે હું જાણું. પણ તને ફરી પરણવાનું કહેતાં મારી જીભ ઊપડતી નહોતી. દેવી સાથેનાં લગ્ન તારી મરજી વિરુદ્ધ મેં ગોઠવી દીધાં અને એનું પરિણામ તારે ભોગવવાનું આવ્યું. બાપનાં કર્યાં બેટાએ ક્યાં સુધી ભોગવવાનાં, એમ વિચારીને હું ચૂપ રહ્યો.' કરસનદાસ પિતાના વ્યથિત ચહેરાની રેખાઓ ઉકેલતો ગયો અને બાપા બોલતા રહ્યા, 'એક બાજુ તને મુંબાઈમાં, પછી ડીસામાં એકલો રહેતો જોઈને હું મનોમન કોચવાયા કરતો અને બીજી બાજુ તને બે શબ્દો લખતાંય મારા હાથ બંધાઈ જતા કે બેટા, હવે લગ્ન કરી લો અને ફરી સંસાર માંડો.' આટલું કહીને મૂળજીબાપા ચૂપ થઈ ગયા. ઘર આવી ગયું ત્યાં સુધી કોઈ કશું બોલ્યું નહીં.

બીજે દિવસે વહેલી સવારે નહાઈધોઈને ટોપીડગલો પહેરીને તૈયાર થઈ રહેલા મૂળજીબાપાને જોઈને કરસનદાસે દાતણ કરતાં કરતાં પૂછ્યું,

'સવાર સવારમાં શીદ ચાલ્યા?'

'રાજુલા અને પછી જાફરાબાદ.' બાપા બોલ્યા.

'અચાનક?'

'કેમ? તારે પરણવું છે ને? તારા લગ્નની વાત કરવા તારાથી થોડું જવાય? મારે જ જવું પડે ને.'

'પણ બબ્બે ગામનો પ્રવાસ શા સારું? મારે કંઈ બે પત્નીઓ થોડી કરવાની છે?' કરસનદાસ હસ્યો.

'આ બેઉ જગ્યાએથી માગાં આવ્યાં હતાં તારા માટે, દેવીના ગુજરી ગયા પછી. પણ મેં કોઈનેય જવાબ આપ્યો નહોતો. બેમાંથી રાજુલાવાળું ઘર સારું છે. પૈસેટકે સુખી કુટુંબ છે અને છોડી પણ, કહે છે કે નાકનકસે ભારે નમણી છે. અને ચાર ચોપડીય ભણી છે.'

'આટલા મહિના સુધી કોઈ પરણવાલાયક છોકરીને ઘરમાં બેસાડી રાખે?'

'એ નહીં તો જાફરાબાદવાળું માગું પાકું કરી આવીશ.'

'અને ત્યાં પણ કન્યા ઠેકાણે પડી ગઈ હશે તો?' બોલતા બોલાઈ ગયું પણ પછી તરત કરસનદાસને લાગ્યું કે આમ કહીને એણે પોતાની અધીરાઈ બાપા આગળ છતી કરી નાખી.

'તો પછી રહેજો જેવા છો એવા, વાંઢા.' બાપા ગંભીર સાદે બોલ્યા અને કરસનદાસના મોઢા પર સ્મિત છવાઈ ગયું.

* * *

રાજુલાવાળા શેઠ મંગળદાસ ગો. મહેતાની પુત્રી કાશી સાથે કરસનદાસની સગાઈ થઈ તેના એક પખવાડિયા પછી લગ્ન પણ લેવાઈ ગયાં. સાદી વિધિથી લગ્ન કરવાના કરસનદાસના આગ્રહને વેવાઈપક્ષે માન્ય રાખ્યો એટલું જ નહીં શ્રીમંત પિતાએ દીકરીને દાયજામાં આપેલી સોના સહિતની મોંઘી જણસો ધરાવતી પેટી કરસનદાસની જીદને કારણે નવવધૂના પિયરના ઘરમાં જ રાખવી પડી. મૂળજીબાપા દીકરાનો આ સ્વભાવ જાણતા એટલે એમના માટે આ વાત નવી નહોતી. શેઠ મંગળદાસે જાહેરમાં આ બાબત અંગે નારાજગી દેખાડી અને પોતાના સાળાને બોલાવીને પાંચ માણસની હાજરીમાં કહ્યું ખરું, 'જગુભાઈ, તમે કન્યાના મામા થાવ. આ કરિયાવર તમે તમારી પેઢીમાં ભાણીની અમાનત તરીકે સાચવજો અને એને ખપ લાગે ત્યારે સોંપી દેજો. હું દીકરીનું ધન મારા ઘરમાં કેવી રીતે રાખું?' પણ મનમાં ને મનમાં કરસનદાસના સસરાને પોતાના સુધારાવાદી જમાઈની આ જીદ માટે ગૌરવ થતું હતું.

રાજુલાથી પાછા વડાળ આવવાને બદલે કરસનદાસ પત્ની સાથે ડીસા આવી ગયો. આવ્યાના દિવસે જ કાશી સખત તાવમાં પટકાઈ. લાંબી મુસાફરીનો કુટારો આ કુમળી કન્યાથી સહન નહીં થયો હોય એમ વિચારી કરસનદાસે વૈદની દવા કરવાને બદલે ઘરગથ્થુ ઇલાજો અજમાવ્યા. બે દિવસ વીતી ગયા છતાં તાવ ગયો નહીં એટલે ત્રીજે દિવસે કરસનદાસે વૈદને ઘરે બોલાવ્યા. ઓસડિયાં લીધાં ને ચોવીસ કલાકમાં જ કાશીનો તાવ દૂર થઈ ગયો અને એ ફરી હસતી રમતી થઈ ગઈ.

અઠવાડિયા પછી શાળા ખૂલવાની હતી એટલે નવા શૈક્ષણિક વર્ષની તૈયારી કરવામાં કરસનદાસનાં દિવસ-રાત એક થવા લાગ્યાં. વૈદના ઓસડિયાંની અસર ઓસરતાં જ કાશી ફરી માંદગીમાં પટકાઈ. કરસનદાસ પત્નીનો તાવ ઉતારવા એની બાજુમાં બેસી એના માથે પોતાં મૂકતો, પોતાના કામનું વાંચ્યા કરતો અને ક્યારેક ડાયરી લખ્યા કરતો. ૧૮૫૭ની ચોથી જૂને બળવો ભડકી ઊઠ્યો હતો. બે દિવસ પછી કાનપુરમાં વ્હીલરનો

અંગ્રેજી કિલ્લો ઘેરી લેવામાં આવ્યો હતો. અંગ્રેજ પરિવારોએ ડરના માર્યા આ કિલ્લામાં આશરો લીધો હતો. નાનાસાહેબની સેનાએ એકવીસ દિવસ સુધી કિલ્લા પર તોપગોળા વરસાવ્યા હોવાના સમાચાર જાણવા મળ્યા.

શાળા ખૂલી ગયા પછી પણ કાશીની તબિયતમાં સુધારો થતો નહોતો. લગ્ન પછી લગભગ પથારીવશ જ રહેલી કાશી પર હવે વૈદના કોઈ ઉપચારો કારગત નીવડતા નહોતા. કરસનદાસે વિલાયતી દાક્તરનો સંપર્ક સાધ્યો. રોજની રસોઈ સહિતની તમામ જવાબદારી ઉઠાવવા ઉપરાંત કરસનદાસ બીમાર પત્નીની ચાકરી કરતો, શાળામાં જઈને હેડમાસ્તર તરીકેની ફરજો બજાવતો અને શાળા છૂટ્યા પછી તરત જ ઘરે આવીને કાશીની દેખરેખ રાખતી પાસપાડોશની સ્ત્રીઓનો આભાર માની એમને ઘરે પાછા જવાનું કહી ઘરનો કારભારનો અને પત્નીની સારવારનો દોર પોતાના હાથમાં લઈ લેતો. મોડી રાતે પત્નીની આંખ મળતી ત્યારે કરસનદાસ નોંધપોથી અને કિત્તો કાઢીને અંગત લાગણીઓથી દૂર જવા જાહેર વર્તમાનની વિગતો નોંધતો : કાનપુરમાં જનરલ હેવલૉક અને નાનાસાહેબનાં સૈન્યો વચ્ચે બે વાર ભીષણ સંગ્રામ ખેલાયો અને બેઉવાર નાનાનો પરાજય થયો. સોળમી જુલાઈએ નાના બિઠુર પાછો ચાલ્યો ગયો.

મુંબાઈ જેવા મોટા શહેરથી દૂર એક નાનકડા ગામમાં બેઠાં બેઠાં વર્તમાનપત્રો વાંચીને નોંધપોથીમાં ઉતારા કરી રહેલા કરસનદાસને ખબર હતી કે અત્યારે ચાલી રહેલા વિદ્રોહના પરિણામે આખા દેશનો નકશો બદલાઈ શકે એમ છે. બળવો સફળ થાય તો ભારતમાં કંપની સરકારને બદલે દેશી રાજ્યોનું સહિયારું શાસન સ્થપાવાનું હતું અને દેશના બાદશાહ તરીકે દિલ્હીનો બહાદુરશાહ આવી જવાનો હતો. બળવો નિષ્ફળ થાય તો કંપની સરકાર દેશીઓ સામે સખત પગલાં લેશે એ ભયથી સૌ વાકેફ હતા. બળવામાં નાનાસાહેબે ભજવેલા ભાગથી કરસનદાસ પ્રભાવિત થતો હતો. નાનાસાહેબ ઊર્ફે ધુન્ડુ પન્ત ભૂતપૂર્વ પેશ્વા બાજીરાવ બીજાના દત્તક પુત્ર હતા. બાજીરાવને અંગ્રેજો સાથે સંધિ કરવાથી વાર્ષિક આઠ લાખ રૂપિયાનું પેન્શન મળતું. છ વર્ષ અગાઉ બાજીરાવના મૃત્યુ પછી કાનૂની રીતે એમના વારસદાર નાનાસાહેબને આ પેન્શન મળતું રહેવું જોઈએ. પરંતુ લોર્ડ ડેલહાઉસીની ખાલસાનીતિ એક ભાગરૂપે નાનાસાહેબને કહેવામાં આવ્યું કે વાર્ષિક પેન્શન વારસાગત નથી અને તમે વારસામાં મળેલી રૂપિયા ૨૮ લાખની બિઠુરની જાગીર સાચવીને બેસી રહો.

બળવાની વિગતોથી ક્યારેક વ્યથિત તો ક્યારેક રોમાંચિત થતા કરસનદાસ પાસે હવે રોજ સવારે ટપાલ કચેરીએ જઈને બાલુભાઈ પોસ્ટમાસ્તરને મળવાનો સમય નહોતો. મુંબાઈથી આવતી ટપાલોની રાહ જોવા જેટલો ફુરસદનો સમય એને મળતો નહોતો. પાલનપુરથી અઠવાડિયે એક વાર આવતા વિલાયતી દાક્તરે કાશીને તપાસીને ગોળીઓ આપવાનું શરૂ કર્યું હતું, પણ તાવની ચડઊતર ચાલુ રહી એટલું જ નહીં એમાં ખાંસી-ઉધરસનો પણ ઉમેરો થયો. એ પછીના એક મહિના સુધી સતત ચાર વાર દાક્તર આવ્યા પણ દર્દીની હાલતમાં સુધારો ન જણાતાં એમને પોતાના નિદાન વિશે શંકા થવા માંડી.

પાલનપુરના દાક્તર એક દિવસ અમદાવાદથી આવેલા મોટા ડૉક્ટરને લઈને આવ્યા. મોટા ડૉક્ટરે કાશીને તપાસીને જાહેર કર્યું કે એને રાજરોગ છે. ક્ષયના નામથી કરસનદાસ જરાવાર માટે થડકી ગયો પણ પત્નીને એના રોગનો અંદાજ સુધ્ધાં ના આવે એ રીતે દિવસરાત એની સંભાળ લેતો રહ્યો.

એક દિવસ મુંબાઈથી હવે કવિ તરીકે ઓળખાઈ રહેલા મિત્ર નર્મદાશંકરની ટપાલ આવી. ખુશીમઝાના સમાચારની સાથે નર્મદે વૈષ્ણવ ગુરુઓ વિશે 'સત્યપ્રકાશે' ૨૫ જાનેવારીના રોજ જાહેર કરેલી નિબંધ સ્પર્ધા માટે તૈયાર કરેલા નિબંધની એક નકલ મોકલી હતી. ખૂબ લાંબો નિબંધ વાંચવાનો કરસનદાસને આજે વખત નહોતો અને આજે શાળાના દફતરમાં જવાય એવા પણ સંજોગો નહોતા. કાશીનો તાવ ખૂબ ચઢી ગયો હતો અને સનેપાત થતાં એણે લવારી પણ શરૂ કરી દીધી હતી. કાશી વારંવાર બોલ્યા કરતી કે મારી સારવાર પાછળ તમે બધી જ બચત વાપરી કાઢી, હવે તો રાજુલા ટપાલ લખીને મારા મામાને ત્યાંથી મારો દાયજો મગાવી લો. કરસનદાસ આ બધું સાંભળ્યું ન સાંભળ્યું કરતો. એ જાણતો હતો કે પત્નીની સારવાર માટે વિલાયતી દાક્તરોની દવા પાછળ માત્ર પોતાની બચત જ નથી વપરાઈ ગઈ. બાલુભાઈ પોસ્ટમાસ્તર પાસેથી ઉછીની લીધેલી રકમનું દેવું પણ થઈ ગયું હતું. કરસનદાસે સ્કૂલમાં પોતે આજે હાજર રહી નહીં શકે એવો સંદેશો મોકલાવીને આખો દિવસ પત્ની પાસે જ ગાળવાનું નક્કી કર્યું.

કાશીની હાલત જોઈને પડોશમાંથી આવતી ડોશીઓ ચિંતિત થઈ ગઈ. કરસનદાસે ફરી પાલનપુર સંદેશો મોકલીને દાક્તરને તાત્કાલિક ડીસા આવી જવાની વિનંતી કરી. બપોર પછી કાશીની લવારી શાંત થઈ ગઈ. એ લગભગ બેહોશ હાલતમાં પડી રહી. આખી રાત એણે આ જ સ્થિતિમાં ગુજારી. સવાર થયે ગામનાં ઘણા પરિચિતો ભેગા થઈ ગયા. બાલુભાઈ આખી રાત કરસનદાસને સધિયારો આપતા હતા અને અત્યારે નહાવા માટે ઘરે ગયા હતા. પાલનપુરથી દાક્તરના આવવાની રાહ જોવાઈ રહી હતી પણ ન તો દાક્તરનો પત્તો હતો, ન એમના તરફથી કોઈ સંદેશો હતો. કોઈક ઘરડા માણસની સૂચનાથી કરસનદાસે બે ટૂંકાં સંદેશા વડાળ અને રાજુલા મોકલી આપ્યા.

દિવસ ચઢતો જતો હતો. આજે પણ કરસનદાસે શાળાએ રજા પાડી. જમવાનું ટાણું થઈ ગયું હતું પણ કરસનદાસે હજુ સુધી ચૂલો ગરમ કર્યો નહોતો. પાડોશમાંથી કોઈ થાળી મૂકી ગયું પણ કરસનદાસને બે કોળિયા ખાવાનીય ઇચ્છા થતી નહોતી. કરસનદાસની હાલત જોઈને બાલુભાઈ પણ ટપાલ કચેરીમાં પોતાની રજા મૂકીને એની પડખે ઊભા રહ્યા.

એ દિવસે ભર બપોરે બે વાગ્યે કાશીએ પ્રાણ છોડ્યા. કરસનદાસનો બીજીવાર ઘરભંગ થયો. રાત્રે પત્નીના અંતિમ સંસ્કાર કરીને પાછા આવ્યા પછી કરસનદાસનું શરીર ધગધગતું હતું. ઉજાગરા અને તાવને કારણે આંખો લાલચોળ રહેતી હતી. બીજી સવારે પાલનપુરથી દાક્તર આવ્યા. કશાક કામે એમને વડોદરા ગાયકવાડના દરબારે જવાનું થયું હતું એટલે સંદેશો મોડો મળ્યો પણ જેવો મળ્યો કે તરત તેઓ આવી પહોંચ્યા હતા.

કરસનદાસે દાક્તર ભણી આભારવશ નજરે જોયું. દાક્તરે કરસનદાસને તપાસીને અફસોસ સાથે કહ્યું. 'પત્નીનો ચેપી રોગ તમને લાગ્યો છે કરસનદાસ.'

કરસનદાસે નાહિંમત થઈને મોટો નિસાસો નાખી સ્વર્ગસ્થ કાશીનાં સદ્ગુણોનું સ્મરણ કર્યું. પરણ્યા પછી ક્યારેય એણે પત્નીસુખ ભોગવ્યું નહોતું. ઇચ્છા નહોતી થઈ એવું નહોતું. પણ બીમાર પત્ની સાજીનરવી થઈ જશે ત્યારે સંસારનો આરંભ કરવાનું નાનકડું સપનું સેવ્યું હતું. લગ્નનો દિવસ અને કાશીના મૃત્યુની બપોર વચ્ચેનો આખો ગાળો એક લાંબી કુનિદ્રાની પેઠે પસાર થઈ ગયો હતો. મગજ સાવ ખાલીખમ થઈ ગયું હતું અને શરીરને જેમ તેમ ટકાવી રાખ્યું હતું. એમાં ફરી પાછા એના એ જ રોગનાં જંતુ. આ વખતે પોતાના શરીરમાં. તાવમાં પટકાયેલા કરસનદાસની જિજીવિષા બુઝાઈ જવાની અણી પર હતી એ જ રાત્રે મુંબાઈથી મિત્ર નર્મદે મોકલેલા નિબંધની નકલ એના હાથમાં આવી. નિબંધ વાંચીને કરસનદાસને ફરી સાજા થવાની, ફરી જાગૃતિ લાવવાની હોંશ જાગી. આ કામ પથારીમાં પડ્યે પડ્યે થાય એમ નહોતું. એ ઝડપથી સાજો થઈ જવા માગતો હતો. એ અઠવાડિયે પાલનપુરથી આવેલા વિલાયતી દાક્તરને એણે પોતાના મનની વાત કહી. દાક્તરે કહ્યું, 'માત્ર દવાઓથી કંઈ નહીં વળે. ખોરાક સારો ખાવો જોઈએ.'

'અમારો ખોરાક કંઈ ખરાબ છે, દાક્તર સાહેબ!' કરસનદાસે પૂછ્યું, 'દાળ-કઠોળ, લીલાં શાક, દૂધ અને ઘઉં-ચોખા તો ખરાં જ. આથી વધુ પૌષ્ટિક ખોરાક બીજો કયો હોઈ શકે?'

'તમારે રોજ દૂધમાં ઈંડાં ખાવાં જોઈએ. ટ્યુબરક્લોસિસના દર્દીઓ માટે પ્રોટીન અનિવાર્ય છે. અઠવાડિયે ઓછામાં ઓછી બે વાર કૂકડી રાંધવી જોઈએ. અને કમ સે કમ એકવાર બકરાનું માંસ ખાવું જોઈએ. તમારા ડીસામાં તાજું ન મળતું હોય તો હું પાલનપુરથી તમને નિયમિત મળતું રહે એવી જોગવાઈ કરું.'

'જાનવરવાળો ખોરાક મને ક્યાં ખવડાવો છો, દાક્તર. અમે તો વૈષ્ણવ છીએ. જિંદગીમાં ક્યારેય ચાખ્યું તો શું જોયું ય ના હોય એવું બધું', કરસનદાસ હસ્યો.

'આ હસવાની બાબત નથી, કરસનદાસ, ખોરાક નહીં સુધારો તો શરીર સાવ આવું થઈ જશે.' દાક્તરે પોતાની પાતળી ટચલી આંગળી ઊંચી કરીને હલાવી, 'તમારા જેવી માંદગીમાં ઈંડાં, મરઘીનું શાક કે મરઘીનો સેરવો – આ બધું અનિવાર્ય છે. માત્ર ચોખાની કાંજી અને દાળનું ઓસામણ પીને તાકાત નહીં આવે. તમારા શરીરે અંદર રહેલાં જીવલેણ જંતુઓની સામે લડવાનું છે.'

'એ કામ, દાક્તરસાહેબ, મારા ખોરાકે કરવું હશે તો કરશે અને બાકીનું કામ દવાઓ કરશે.'

'માત્ર દવાઓના આધારે રહેવાથી તમારાં પત્નીનો શો અંજામ આવ્યો તે તમે જોયું ને?'

'જી, સાહેબ. એટલે જ હું સારવાર માટે મુંબાઈ જવા માંગું છું. મહિનો-બે મહિના હવાફેર થઈ જાય અને ત્યાં તમે કહો એ દાક્તર હેઠળ સારવાર લેવાનું શરૂ કરી દઉં.

પણ એ માટે મારે શાળામાંથી માંદગીની રજા માટે પરવાનગી લેવી પડે. તમે એક સર્ટિફિકેટ લખી આપો તો સારું.'

દાક્તરે કહ્યું, 'પાલનપુર જઈને મોકલી આપીશ.'

પણ એ અઠવાડિયે સર્ટિફિકેટ તો ન જ આવ્યું, ડૉક્ટર પણ દર્દીને જોવા ડીસા આવ્યા નહીં. બીજા અઠવાડિયે પણ તેઓ ના આવ્યા ત્યારે કરસનદાસે બાલુભાઈ પોસ્ટમાસ્તરને જાતે પાલનપુર જઈને તપાસ કરવાની વિનંતી કરી. મોડી સાંજે પાલનપુરથી પાછા ફરીને બાલુભાઈ પોસ્ટમાસ્તરે કરસનદાસને જણાવ્યું,

'ડૉક્ટર તમને માંદગીનું સર્ટિફિકેટ આપે એવું લાગતું નથી.'

'એ ના મળે તો મારાથી રજાઓ લેવાય નહીં અને સ્કૂલને રેઢી મૂકીને હું મારી સારવાર માટે મુંબાઈ કેવી રીતે જઉં.'

'દાક્તરના કહેવા પરથી લાગે છે કે તમે એમની સલાહને અનુસરતા નથી એટલે તેઓ નારાજ છે.'

'બાલુભાઈ, આ દાક્તરના મગજમાં વિલાયતી પદ્ધતિનું ભૂત સવાર છે. કોણ જાણે એ મને શું શું બધું ખવડાવવા માગે છે.'

'હું જાણું છું, એમણે કહ્યું મને. દાક્તરને એ પણ ખબર છે કે શાળાની માલિકી બ્રિટિશ છે એટલે સંચાલકો પોતાના સિવાય બીજા કોઈ બિન-વિલાયતી દાક્તરનું સર્ટિફિકેટ મંજૂર રાખશે નહીં અને આ આખાય ઇલાકામાં પોતે જ એક માત્ર વિલાયતી દાક્તર છે તે બાબતે એ મુસ્તાક છે. એમને ખબર છે કે તમે એની સલાહ મુજબનો ખોરાક નહીં લો તો જશો ક્યાં?'

'મુંબાઈ જઈશું, બાલુભાઈ.'

'પણ નોકરીમાંથી રજા?'

'નોકરી જ ના કરીએ તો રજા ક્યાંથી લેવી પડે?'

'એટલે.'

'એટલે રાજીનામું!'

એ રાત્રે કરસનદાસે નર્મદે મોકલેલો નિબંધ ફરીથી વાંચ્યો. કવિ નર્મદની ભાષા, એનો તર્ક અને એણે મૂકેલી વિગતો વાંચીને કરસનદાસે વિચાર્યું કે વૈષ્ણવ સંપ્રદાયમાંનો બગાડો દૂર કરવા માટે જો કોઈ એક બિન-વૈષ્ણવ પર મદાર રાખવો હોય તો તે બીજું કોઈ નહીં પણ નર્મદ જ હોઈ શકે. નર્મદે ગુરુ અને સ્ત્રી શીર્ષક હેઠળના એ નિબંધમાં લખ્યું હતું : 'ધર્મ નીતિનું જ્ઞાન તથા વિદ્યાનું જ્ઞાન એ બે ઉપર હરેક દેશની સુધરાઈ આધાર રાખે છે... પણ એ વાત બનવી ઘણું કરીને સ્ત્રીઓ તથા ધર્મના ઉપદેશ કરનારાઓને હાથ છે. વારુ; પણ જ્યારે મૂરખ સ્ત્રીઓ તથા મૂરખ ગુરુઓ પોતાના ધર્મ પોતે જ જાણતાં નથી, ત્યારે તેઓ બહોળા લોકોમાં શી રીતનો સુધારો કરી શકે? ...ગુરુઓએ પોતાનાં ગુજરાન પૂરતું તથા મંદિર હોય તો તેના ખરચ સારું અને ઉપદેશને અર્થે દ્રવ્ય જોઈએ; બાકી, ફાંકડા લાલજી બનવાને અને અણઘટતા ખરચ ઉડાવવાને ન જોઈએ... વલ્લભકુળમાં જે મહાપુરુષો

થઈ ગયા છે તેમાં વલ્લભાચાર્ય પોતે, વિઠ્ઠલનાથજી અથવા ગોંસાઈજી મહારાજ અને તેના સાત છોકરાઓનાં કેટલાંએક આચરણો ઘણાં જ વખાણ કરવા જોગ છે. એઓ પછી જે થતા ગયા તે ઊતરતા ગુણના હતા. જેમ જેમ વંશની વૃદ્ધિ થતી ગઈ તેમ તેમ વંશજોમાં હિણા ગુણો આવતા ગયા છે એમ માલમ પડે છે. આજના તો નવ ગજના નમસ્કાર કરવાને લાયક છે. પ્રથમના મહારાજોની વર્તણૂકમાં અને હમણાનાઓની વર્તણૂકમાં આસમાન જમીનનું અંતર દેખાય છે. આહાહા! પૂર્વના ગુરુઓની વિદ્યા શી! તેઓની સાદાઈ કેટલી!! અને તેઓના ઉદ્યોગ શા!!!... આજના વલ્લભકુળના બાળકો બાપદાદાનાં નામને બટો લગાડે છે... સુરતમાં એક વખતે કોઈ ઉંમરે ન આવેલી એવી છોકરીને કોઈ મહારાજે ગધાબળ વાપરીને તોડી નાખી હતી, તેથી તે મરણતુલ થઈ ગઈ હતી. એવી જ ત્રાસદાયક વાત માંડવીમાં બનેલી છે... એવું એવું વધારે લખવાને મને શરમ લાગે છે. એવા સ્ત્રીનાં છંદમાં હમણાના ઘણાખરા મહારાજો ઘણા આંધળા થઈ ગયા છે. તેઓ વ્યસને અંધ, કામે અંધ અને નાદે અંધ થયા છે...'

કરસનદાસે જોયું કે નર્મદે આ દીર્ઘ નિબંધ દરમિયાન ઠેર ઠેર શાસ્ત્રોપુરાણો અને વેદો ટાંક્યાં હતાં. બ્રહ્મવૈવર્ત પુરાણ ઉપરાંત નારદ, યાજ્ઞવલ્ક્ય, મનુ, કાત્યાયન ઇત્યાદિને ટાંકી નર્મદે એક અદ્ભુત વિદ્વત્તાભર્યો નિબંધ તૈયાર કર્યો હતો.

બીજે દિવસે સવારે ઊઠીને ચૂલો સળગાવ્યા પછી કરસનદાસે પહેલું કામ ડીસાના રહેવાસ દરમિયાન લખેલી ડાયરીનાં પાનાંને સળગતાં લાકડાંમાં નાખી દેવાનું કર્યું. ડીસાના ભૂતકાળનો ભાર લીધા વિના એ મુંબાઈ પાછો જવા માગતો હતો.

* * *

ગોકળદાસ તેજપાળ અને લખમીદાસ ખીમજીની બગ્ગીઓ લગભગ એક સાથે જ સોરાબજી બંગાળીના એસ્પ્લેનેડસ્થિત બંગલાની પોર્ચમાં દાખલ થઈ. સોરાબાજી શેઠ બેઉનું સ્વાગત કરીને એમને ઉપરના માળે લઈ આવ્યા. નાનાભાઈ રાણીના પહેલેથી જ ત્યાં ઉપસ્થિત હતા. સોરાબજીના શયનખંડની બહાર આવેલી ખુલ્લી પરસાળમાં શમિયાનો કરીને ટેબલખુરશી ગોઠવવામાં આવ્યાં હતાં. સામે જ ઘૂઘવતા અરબી સમુદ્રમાં સૂરજ આથમવાની તૈયારી કરતો હતો.

'આખા મુંબાઈમાં આ એક જગા એવી છે જ્યાંની અવરજવર પર ઓછામાં ઓછા લોકોની નજર પહોંચે.' લખમીદાસ ખીમજીએ ચાંદીની મૂઠવાળી લાકડી દીવાલને ટેકે મૂકી ટેબલ પર મૂકેલો ગુલાબના ઠંડા શરબતનો પ્યાલો ઉપાડ્યો.

ગોકળદાસ બોલ્યા, 'આજકાલ સુધારાવાળાઓની વિરુદ્ધ મહારાજોની હિલચાલ ખૂબ વધી ગઈ છે.'

'એટલે જ તો મેં તમને કહ્યું હતું કે મારા કે તમારા ઘરે મળવાને બદલે સોરાબજીના બંગલે મળવું ઠીક રહેશે.' લખમીદાસે કહ્યું અને ઉમેર્યું, 'બે ખાસ વાતની બાતમી મારી પાસે આવી છે અને એની સામે આપણે કેવાં પગલાં લેવાં એ વિશે ચર્ચા કરીને આજે જ નિર્ણય લેવો પડશે.'

'વાત શું છે, લખમીદાસ શેઠ?' સોરાબજીએ પૂછ્યું.

'સૌથી પહેલાં તો મારે નાનાભાઈને વિનંતી કરવાની કે એમના યુનિયન પ્રેસમાં મહારાજો તરફથી જે કંઈ છપાવા માટે આવે તે એમણે છાપી આપવું.' લખમીદાસે કહ્યું.

'એવું કેવી રીતે બને?' નાનાભાઈ રાણીના હાથ ઉલાળીને બોલ્યા, 'સુધારાવાળાઓની વિરુદ્ધમાં કોઈ કશું છપાવી જાય તે અમે કેવી રીતે ચલાવીએ?'

'તમે સમજ્યા નહીં, નાનાભાઈ. તમારે બહારથી એવો દેખાવ રાખવાનો કે તમે એક છાપખાનું ચલાવો છો એથી વિશેષ તમારે કોઈની સાથે કશી નિસબત નથી. છાપવા માટેનું બિલ મળી જતું હોય તો કશું પણ છાપી આપવા માટે તમે રાજી છો એમ તમારે બતાવવું જ રહ્યું.' લખમીદાસે કહ્યું.

'કેમ, વારુ?' નાનાભાઈએ પૂછ્યું.

'જદુનાથ મહારાજ વૈષ્ણવો પાસેથી પૈસા ઉઘરાવીને પોતાનું એક માસિક છાપવા ધારે છે એવી વાત પાકી થઈ ગઈ છે. ગયા અઠવાડિયે જ મારી અને ગોકળદાસ શેઠની પાસે ઉઘરાણું કરવામાં આવ્યું હતું.' લખમીદાસે કહ્યું.

'હા, અને અમે 'સત્યપ્રકાશ'ના ટેકેદારોએ 'સત્યપ્રકાશ'ની જ સામે ઊભા થઈ રહેલા માસિક માટે પાંચસો-પાંચસો રૂપિયા લખાવ્યા છે', ગોકળદાસે સ્મિત સાથે કહ્યું. સોરાબજી એમને આશ્ચર્યથી જોતા રહ્યા. ગોકળદાસે એમને વિશ્વાસ અપાવતાં કહ્યું, 'અમે ફાળો ના આપ્યો હોત તો બીજાઓ પાસેથી એટલા વધારે મેળવીને પણ એમનું માસિક ચાલુ થયું હોત એમાં કોઈ શંકા નથી. આજની ઘડીએ મહારાજો વિરુદ્ધ સાવ ખુલ્લામાં પડવાથી મોટાભાગના વૈષ્ણવો એમના તરફી થઈ જાય અને આપણને એકલા પાડી દે એવી દહેશત છે.'

'મહારાજો જે કંઈ કહે તે છાપી આપવાનું મેં તમને કહ્યું તે પણ એ જ કારણે, નાનાભાઈ.' લખમીદાસે કહ્યું, 'તમારી પાસેથી અમને આગોતરી ખબર પડતી રહેવાની કે સામેનો પક્ષ કેવી વ્યૂહરચના પાથરે છે.'

'તમે બીજી પણ એક વાત કહેવાના હતા.' સોરાબજીએ પૂછ્યું.

'હા, એ આનાથીય ગંભીર વાત છે. મહારાજો એક થઈને એ નિર્ણય લે તો કદાચ આપણે હથિયાર હેઠા મૂકી દેવાનો વખત આવે.' લખમીદાસ બોલ્યા.

'એવું તે શું કરવાનું તેઓ વિચારે છે?' નાનાભાઈએ જરાક નજીક ખુરશી ખેંચીને પૂછ્યું.

લખમીદાસ ધીમા પણ સ્પષ્ટ ઉચ્ચારોમાં બોલ્યા, 'સુધારાવાળાઓને એકલા પાડીને તમામ વૈષ્ણવોને પોતાના તરફી કરી લેવાની મહારાજોની એક ચાલ મારી જાણમાં આવી છે. વૈષ્ણવો કે વૈષ્ણવોના કેટલાક વર્ગ હવે ગમે તે સમયે પોતાના કુટુંબની સ્ત્રીઓને મુંબાઈના મોટા મંદિર કે હવેલીએ મોકલતો બંધ થઈ ગયો છે એ વાતથી મહારાજો ચોંકી ગયા છે. આ જ રીત ચાલુ રહી તો પોતાનાં વળતાં પાણી થવાને વાર નથી એવું મહારાજોને લાગી રહ્યું છે અને એવું એમનું માનવું ખોટું પણ નથી.'

'પણ એની સામે તેઓ...' સોરાબજી પૂછવા જતા હતા.

'એની સામે તેઓ તમામ વૈષ્ણવો પાસે એક લેખિત બાંહેધરી મેળવવા માગે છે જેમાં જાતજાતની શરતો હશે કે વૈષ્ણવો પોતાના મહારાજો વિરુદ્ધ આટલું-આટલું નહીં કરે અને મહારાજો માટે તેઓ આટલું-આટલું કરી છૂટશે. જે વૈષ્ણવ એના પર દસ્તાખત કરશે એણે સમજો કે મહારાજોને પોતાનાં કાંડા કાપી આપ્યાં.'

'હાસ્તો વળી, ગુલામીખત કહેવાય એને.' સોરાબજી બોલ્યા.

'બિલકુલ ગુલામીખત,' નાનાભાઈએ કહ્યું, 'પણ વૈષ્ણવો શા માટે એવા કોઈ દસ્તાવેજ પર સહી કરી આપે?'

'મહારાજોને એમનાં નાક દબાવતાં આવડે છે.' લખમીદાસ બોલ્યા, 'મુંબાઈની સાતેસાત હવેલીઓના દરવાજા તેઓ બંધ કરી દેશે.'

'મંદિર તો જાહેર જગ્યા કહેવાય.' સોરાબજીએ કહ્યું.

'ના, એમાં સરકારની દખલગીરી નહીં ચાલે. આ બધી એમની અંગત માલમિલકતો છે. વૈષ્ણવોએ આ જગ્યાઓ ખરીદી ખરીદીને એમના નામે કરેલી છે અને એના વારસાનાં કાગળિયાં પણ એમની પાસે હોવાનાં.' ગોકળદાસે ધીરજપૂર્વક સમજાવ્યું.

'પણ મંદિરો બંધ થવાથી વૈષ્ણવો પર શું મોટું આભ તૂટી પડવાનું? એમાં નુકસાન તો મહારાજોને જ છે. મંદિરોને મળતી આવક બંધ થઈ જશે.' નાનાભાઈ બોલ્યા.

'નાનાભાઈ, મંદિરો બંધ થઈ જાય ત્યારે મહારાજોની આવક તો પાછલે બારણેથીય આવતી રહે પણ જેઓ દર્શન કર્યાં પછી જ ભોજન કરે છે એવા વૈષ્ણવોનું શું?'

શું? નાનાભાઈએ શબ્દમાં મૂક્યા વિના માત્ર આંખથી પ્રશ્નાર્થ કર્યો.

'એમણે ભૂખ્યા રહેવું પડે. આજેય એવા કેટલાય વૈષ્ણવો મુંબાઈમાં વસે છે જેમને કોઈ કામસર મંદિરે આવતાં મોડું થાય અને દર્શન બંધ થઈ ગયાં હોય તો એ ટંક પૂરતો તેઓ ઉપવાસ ખેંચી કાઢે.' લખમીદાસે કહ્યું.

'પણ એવા વૈષ્ણવો મુંબાઈમાં કેટલા?' સોરાબજીએ પૂછ્યું.

'ખૂબ બધા. હજારોની સંખ્યા થવા જાય. એમાંના એકને તો હું પોતે ઓળખું છું. અમારી જ બજારના એક જુવાન શેઠ છે – મોરારજી ગોકુળદાસ. અમારા ભાટિયા જ છે. એમનો નિયમ છે કે દર્શન કર્યાં વિના અન્નનો દાણો મોંમાં નાખવો નહીં.' ગોકળદાસ તેજપાળે કહ્યું.

'આનો અર્થ એ થયો કે મહારાજો મંદિરોનાં કમાડ વાસી દે તો હજારો વૈષ્ણવો ભૂખ્યા મરે.' નાનાભાઈએ કહ્યું.

'અને કોઈપણ માણસ ભૂખ્યું રહીને કેટલા દિવસ રહી શકે? એક દિવસ, બે દિવસ, ત્રણ દિવસ? ક્યારેક તો એણે અને એના કારણે એના કુટુંબે નમતું જોખવું જ પડે. આવું થાય ત્યારે મહારાજો પોતાને મનફાવે તે શરતો એમની પાસે કબૂલ કરાવી શકે.' સોરાબજી બોલ્યા.

'હવે તમે સમજ્યા. બોલો, આ બાબતમાં શું કરવું જોઈએ આપણે?' લખમીદાસે પૂછ્યું.

'આપણે ચાર છીએ તેમાં કશુંક અધૂરું હોય એવું લાગે છે. સોરાબજી વિચારતા હોય એમ બોલ્યા, 'પરમેશ્વર તો જ્યાં પંચ હોય ત્યાં વસતો હોય છે. અત્યારે અહીં, સાચું કહું તો મને આપણામાંના એક પાંચમા જણની ખોટ લાગે છે.'

'પાંચમો જણ હાજર છે.'

પાછળથી અવાજ આવતાં ચારેયના માથા એ દિશામાં ફર્યા. પરસાળના દરવાજાની બારસાખ પાસે હાથમાં થેલી, પતરાની મોટી ટ્રન્ક અને મેલાં થઈ ગયેલાં કપડાં સાથે એ ચારેયનો મિત્ર ઊભો હતો.

'કરસનદાસ!' ચારેય લગભગ એકસાથે બોલી ઊઠ્યા.

વધી ગયેલી દાઢી અને ઊંડી ઊતરી ગયેલી આંખોને કારણે બીમાર કરસનદાસનું શરીર વધુ કૃશ દેખાતું હતું પણ એના હોઠ પર છટાદાર હાસ્ય જોઈને ચારેય મિત્રો ઊભા થઈ ગયા. શિયાળાના દિવસો હોવા છતાં લાગ્યું કે એ સાંજે સૂર્યાસ્ત મોડો થયો. એજન્ડા પરની વાતો બાજુ મૂકીને પાંચેય મિત્રો કલાક સુધી વીતેલા દિવસોના સુખદુઃખની આપ-લે કરતા રહ્યા. સોરાબજીએ અંદર જઈને કરસનદાસને નહાવા માટેના ગરમ પાણીની ગોઠવણ કરી. કરસનદાસ ઊભો થઈને અંદર તરફ જતો ત્યાં જ નાનાભાઈ રૂસ્તમજી રાણીનાએ એની અસલ પારસીશાઈ મિજાજમાં પૂછ્યું, 'એય કરસનદાસ, તું જરા મને એટલું કહેતો જા કે તું આજે આમ અચાનક કેવી રીતે આવી પહોંચ્યો?'

'આમ તો ગુરુવારે જ મુંબાઈ આવી ગયો હોત.' કરસનદાસે કહ્યું અને નહાવા જતાં પહેલાં ઉમેર્યું, 'પણ આગબોટ બે દિવસ મોડી હતી.'

પ્રકરણ : ૧૨

ડીસાથી આવ્યા પછી કરસનદાસને મુંબાઈનું વાતાવરણ ખાસ્સું બદલાઈ ગયેલું લાગ્યું. ડીસાના એકાંતવાસ પછી મુંબાઈની ચહલપહલ વધુ ઝડપી લાગવા માંડી. 'સત્યપ્રકાશ'ના અધિપતિ તરીકે પોતાની ગેરહાજરી દરમિયાન મહિપતરામ રૂપરામ નીળકંઠે છ મહિના જવાબદારી સંભાળી હતી અને અત્યારે ઝવેરીલાલ ઉમિયાશંકર આ કામગીરી બજાવી રહ્યા હતા. મિત્રોએ કહ્યું, 'હવે તમે 'સત્યપ્રકાશ'નો અખ્તિયાર લઈ લો' ત્યારે કરસનદાસે કહ્યું હતું, 'નવા વર્ષથી જોઈશું. ૧૮૫૭ની સાલ પૂરી થવાને બેએક મહિના જ બાકી છે. ત્યાં સુધી ઝવેરીલાલ છો સંભાળે.'

ડીસાથી પરત થયા પછી કરસનદાસે મુંબાઈમાં બે બાબતો પર પહેલું ધ્યાન આપવાનું નક્કી કર્યું. કમાણી માટે નોકરી શોધવી અને ઘર માંડી ઠરીઠામ થવું. અગાઉ જેમણે નોકરી આપી હતી તે ગોકળદાસ તેજપાળ શેઠ પાસે જઈને હાથ લાંબો કરતાં સંકોચ થતો હતો. મુંબાઈમાં કોટની બ્રાંચ સ્કૂલ જે એલ્ફિન્સ્ટન ઇન્સ્ટિટ્યૂશનની શાખા હતી તેમાં એને આસિસ્ટંટ માસ્તરની નોકરી મળી ગઈ. ગુજરાન ચલાવવાનો પ્રશ્ન ઉકલી ગયો.

હવે ઘર માંડવાનું હતું. પચીસ વર્ષની વયે બબ્બેવાર ઘરભંગ થયા પછી કરસનદાસ હતાશ થઈ ગયો હતો. બેમાંથી એકેય લગ્નનું સુખ એને મળ્યું નહોતું. બેઉ વાર એવું બન્યું કે એણે પ્યાલો હોઠે માંડ્યો અને કુદરતની થપાટ વાગતાં ઢોળાઈ ગયો. દેવદિવાળીના દિવસે લખમીદાસ ખીમજીના ઘરે રાત્રે જમવા માટેનું નોતરું હતું. કરસનદાસે ધાર્યું હતું કે સાથે ગોકળદાસ તેજપાળ, નાનાભાઈ રાણીના, સોરાબજી બંગાળી ઇત્યાદિ મિત્રમંડળી પણ જોડાશે અને ખાસ્સી મજાની મહેફિલ થઈ જશે. પણ લખમીદાસના ઘરે ગયા પછી જાણ થઈ કે પોતાને એકલો જ નોતરવામાં આવ્યો હતો. જમ્યા પછી અગાસીમાં ખુરશીઓ નાખીને કારતિકી પૂનમની ચાંદનીના શીતળ અજવાળામાં લખમીદાસે સીધી જ વાત કાઢી,

'ભાઈ, તમારે હવે લગ્ન કરી લેવાં જોઈએ.'

કરસનદાસ ઉદાસ હસ્યો અને બોલ્યો, 'મારું ઠેકાણું પડે એવું લાગતું નથી. ભગવાને મારા નસીબમાં વિધુર તરીકે જ રહેવાનું લખ્યું હોય એવું લાગે છે.'

'પચ્ચીસ વર્ષની ઉંમરના જુવાનિયાના મોઢામાં આવા શબ્દો શોભતા નથી.' લખમીદાસે કહ્યું, 'આગળનાં બે લગ્નોમાં સુખ ના મળ્યું એમાં તમારો શો વાંક? પહેલી અકસ્માતમાં ગઈ અને બીજી માંદગીમાં. જેવી હરિની ઇચ્છા...'

'હું પણ એ જ કહું છું લખમીદાસ. હરિની ઇચ્છા જ એવી છે કે મારે કાયમ માટે એકલા રહેવું.'

'કરસનદાસ, તમારા જેવો માણસ એકલો રહેશે તો તૂટી જશે. તમને તો ખબર છે કે હવે મહારાજો તરફથી કેટલું દબાણ આવવાનું છે. તમે, હું ને આપણા જેવા સો-પચાસ લોકો પર વૈષ્ણવ સમાજમાં ચાલી રહેલી બદીઓની સુધરાઈનો આધાર છે. હજુ તો કંઈ નથી, એક વાર ખુલ્લંખુલ્લા મહારાજો સામે લડાઈ થવા માંડશે એટલે ચારે બાજુથી દબાણ વધશે. તમે મનથી ભાંગી પડો એવા સંજોગો બની જશે. તમે જેમના પર મદાર રાખીને બેઠા હો એવા મિત્રો-ટેકેદારો પણ તમને છોડીને જતા રહેશે.' આટલું કહીને લખમીદાસ અટક્યા. એમણે જોયું કે કરસનદાસ ચહેરા પર કોઈ ભાવ વિના એમને સાંભળી રહ્યો હતો. કરસનદાસનો હાથ પકડીને એ બોલ્યા, 'એટલે જ કહું છું કરસનદાસ, આવા કપરા કાળમાં કોઈકનો કાયમી સાથ જોઈએ...'

કરસનદાસે લખમીદાસે પકડેલા પોતાના હાથ પર બીજો હાથ મૂકીને એમની હથેળી દબાવી અને કહ્યું, 'તમારી મારા માટેની દરકાર હું નથી સમજતો? પણ કાયમી સાથ લેવા જઉં છું ત્યારે સાત સાત ભવના ફેરા પણ પહેલો ભવ શરૂ થતાંમાં જ છૂટી પડે છે. હું જ બદનસીબ છું. મારે કારણે જ મારું ઘર માંડનારીઓ મરી જાય છે. નક્કી મારી કુંડળીમાં જ કોઈક એવો યોગ છે જેને કારણે...'

'એ શું બોલ્યા, કરસનદાસ. તમે તો સુધારાવાળા કહેવાઓ. જ્યોતિષ, જન્મપત્રિકા, ગ્રહોની અસર વગેરેની અંધશ્રદ્ધા સામે સમાજને જગાડવાને બદલે તમે પોતે જ એમાં અટવાઈ જવા લાગ્યા?' લખમીદાસ ઠપકાના સૂરમાં હસ્યા. 'કરસનદાસ, તમારી બુદ્ધિવર્ધક હિંદુસભાની બેઠકોમાં, એના માસિક ગ્રંથમાં, 'સ્ત્રીબોધ' અને 'સત્યપ્રકાશ'માં તમે વિજ્ઞાનની, પૃથ્વીની ઉત્પત્તિની અને માનવીના શરીરની રચનાઓની વાતો કરો છો. ચર્ચાઓ કરો છો. તમારી પાસેથી બે વાત અમે પણ શીખીએ છીએ. બાકી, અમારા જેવાને પૈસા કમાવામાંથી ક્યારે ફુરસદ મળવાની?'

'આજે મળી ને?' કરસનદાસે હોઠ પર સ્મિત ફરકાવીને પૂછ્યું.

'આજે તો તમારી સાથે જે મુદ્દો ઉખેળવો હતો એ માટે સમય ના કાઢી શકીએ તો અમે તમારા દોસ્તાર શાના?' લખમીદાસ બોલ્યા. 'દેવઊઠી અગિયારસ વીતી ગઈ છે અને તુલસીવિવાહ પણ થઈ ચૂક્યા છે. હવે કોઈપણ શુભ કામ કરવાની છૂટ છે. બોલો, મુહૂર્ત જોવડાવું?'

'પણ લખમીદાસ, પહેલાં કન્યા તો નક્કી થવા દો...'

'એમ કહો ને કે મારે તમને કન્યા દેખાડવાની છે.' લખમીદાસે એના બોલ પકડી લીધા.

'મેં એવું ક્યાં કહ્યું?' કરસનદાસ ખસિયાણો પડી ગયો.

'છે, અમારા ધ્યાનમાં બે-ત્રણ સારી કન્યાઓ છે. હું તમારા કહેવાની જ રાહ જોતો હતો.'

'પણ લખમીદાસ, તમે વળી શુભ મુહૂર્ત અને કમૂરતામાં ક્યાંથી માનતા થઈ ગયા ?' કરસનદાસે હસીને પૂછ્યું.

'ભલે ત્યારે, તમે કહો એમ! તમને ઉતાવળ હશે તો મૂરત જોયા વિના તમને મૂરતિયા બનાવી દઈશું!' લખમીદાસ ખડખડાટ હસી પડ્યા. બેઉ મિત્રો હળવાફુલ થઈ ગયા.

* * *

બીજા જ અઠવાડિયે વેવિશાળ થયા અને નવેમ્બર '૫૭ના અંતમાં કરસનદાસનાં વિરાજગૌરી સાથે લગ્ન નિર્ધાર્યાં. સાસરિયાઓની ઇચ્છા હતી કે ઘરમાં આ પહેલો પ્રસંગ છે એટલે ધામધૂમથી ઉજવવો અને સારો એવો ખરચ કરવો. કરસનદાસે જીદ પકડી કે લગ્ન સાદાઈથી થશે એટલું જ નહીં વરઘોડો પણ નહીં નીકળે. પોતે ઘોડીએ ચડીને આવવાને બદલે પગેથી ચાલીને માંડવે આવશે. સાસરિયાઓ ગુસ્સે થઈ ગયા. એમણે વેવિશાળ તોડી નાખવાની ધમકી આપી, પણ કરસનદાસની દૃઢતા ડગી નહીં. એટલું જ નહીં એણે કહેવડાવ્યું કે કસબી જામો ને જરીની પાઘડી પહેરી, ખુંપ બાંધી, આંખોમાં કાજળ આંજી, ગાલે તથા કાન પછવાડે મેશનાં ટપકાં કરી વહેમી બની જૂની ગાંડી રીત પ્રમાણે રાજાનું જુઠ્ઠું ડોળ ધારણ કરીને એટલે કે વરરાજા બનીને પણ નહીં આવું. સાદો પોશાક પહેરીને સાજનમાજન સાથે ચાલતો આવીશ. લગ્નના દિવસે વિધિના બે કલાક પહેલાં કરસનદાસના સાસરિયામાં જઈને કેટલાક લોકોએ કાનભંભેરણી કરીને ધામધૂમથી લગ્ન ન થવાનાં હોય તો વિધિ રદ કરાવવાના પ્રયત્નો કર્યા. આ બધા લોકો સુધારાવાળાઓની વિરુદ્ધ હતા, પણ તેઓ ફાવ્યા નહીં. લગ્ન વિના વિઘ્ને પાર ઊતર્યાં.

બીજા અઠવાડિયે, ૧૮૫૭ની છઠ્ઠી ડિસેમ્બરના રોજ 'સત્યપ્રકાશ'ના ધંધાદારી હરીફ, પરંતુ અન્ય બધી રીતે મિત્ર સાપ્તાહિક 'રાસ્ત ગોફ્તારે' કરસનદાસ મૂળજીના મુંબાઈ પુનરાગમનને અને સાદાઈથી થયેલાં લગ્નને વધાવી લેતાં લખ્યું :

''સત્યપ્રકાશ' પત્રને વાસ્તે હમો અસલથી સારું મત ધરાવીએ છીએ. કારણ કે એ સુધરાઈની આગેવાની કરવામાં પહેલી કક્ષાનું પત્ર ગણાય છે. એ પત્રને જનમ આપનાર તથા કેટલાક વખત સુધી તેને ભારી ઇજ્જત અને હિંમત સાથે પ્રવર્તાવનાર ભાઈ કરસનદાસ મૂળજીએ પાછા અત્રે પધારી પોતાનાં હઈડાથી વાહાલાં પત્રને પાછું પોતાની ગોદમાં લીધું છે... ગયા અઠવાડિયામાં એ ભાઈનાં લગ્ન હતાં તે વેળાએ તેણે પોતાનાં લગન હિંદુ શાસ્ત્ર માફક જ અને ઘણી સારી ને સાદી રીતે કીધાં હતાં... 'સત્યપ્રકાશ' પત્રના અધિપતિનો એવો વિચાર કે પરણનાર શખ્સે પગે ચાલી જવું જોઈએ તથા સાદા લૂગડાં પહેરવાં અને દાગીના અંગ ઉપર રાખવાં નહીં જોઈએ. તે જ પ્રમાણે તેણે પોતે કરી આલમને સારો દાખલો દેખાડ્યો છે... હમારા ભાઈબંધની આ હિંમત ભરેલી રીત વિશે અમો કહીએ છે કે – શાબાશ.'

* * *

લખમીદાસ ખીમજીના વાલકેશ્વરના બંગલાના ઉપલા માળની તંગદિલી ગમે તે ઘડીએ સ્ફોટક બની જાય એવું વાતાવરણ હતું. મુંબાઈના ભાટિયા મહાજનમાં જેમના

નામના ડંકા પડતા એ લખમીદાસ માટે સમાજના રૂઢિવાદીઓને અંદરખાનેથી રોષ હતો એ વાતથી લખમીદાસ પોતે અજાણ નહોતા. બહોળા વેપારધંધાને કારણે ખૂબ વ્યસ્ત રહેતા લખમીદાસને વૈષ્ણવ સમાજમાં, ખાસ કરીને ભાટિયાઓમાં, વ્યાપેલી મહારાજો માટેની અંધશ્રદ્ધા દૂર કરવા અંગેની કોઈ પણ પ્રવૃત્તિ કરવા પૂરતો સમય મળી રહેતો. આ માટે ક્યારેક ધંધાનો ભોગ લેવાય તો પણ તે એમને મંજૂર હતું. કંપની સરકારની બૉમ્બે પ્રેસિડેન્સીના ગવર્નરો પાસે જઈને મુંબાઈના વેપારીઓ માટે વાજબી હક્કની માગણી કરવી કે પછી મુંબાઈ બંદરના ગોદામોમાં વધી ગયેલી માથા ગુંડાની જોહુકમી દૂર કરાવવા પોલીસખાતામાં છેવટ સુધીના પ્રયત્નો કરીને પોતાનો જાન જોખમમાં મૂકવા સુધીની પ્રવૃત્તિઓમાં લખમીદાસ આગળ રહેતા. પોતાના મિત્ર ગોકળદાસ તેજપાળને પણ એમણે પોતાના સુધારાવાદી વિચારોએ રંગી દીધા હતા.

વૈષ્ણવ મહારાજોના દુરાચાર વિશે જાણીને લખમીદાસના મનમાં તરત જ દ્વારકામાં એક બપોરે મામા સાથે જોયેલી જદુનાથ મહારાજની ઘૃણાસ્પદ રાસલીલાનું દૃશ્ય તાજું થઈ જતું. સમાજને આગળ લઈ જવાનું કામ કરવું હોય તો રૂઢિવાદીઓની ટીકા સહન કરવી જ પડે એવું સખતપણે માનનારા લખમીદાસ હજુ સુધી ક્યારેય પોતાના ટીકાકારોથી બી ગયા નહોતા. પણ ગઈ કાલે મોડી રાત્રે સુરતથી આવેલા સંદેશાની વાત જુદી હતી.

સવાર પડતાંવેંત એમણે પહેલું કામ કરસનદાસના ઘરે માણસ મોકલવાનું કર્યું. બંગલામાં સૌ કોઈને આશ્ચર્ય થતું હતું કે ટાઢતડકો કે વરસાદ જોયા વિના રોજ સવારે ચાલવા જતા શેઠસાહેબ આજે બહારનું વાતાવરણ રમ્ય હોવા છતાં ઉપલા માળના પોતાના સ્ટડીરૂમમાં બારણાં બંધ કરીને દર પંદર મિનિટે ચા મગાવવા સિવાય બીજું કશું કરતા નહોતા.

નહાવાનો વખત થઈ ગયો પણ કરસનદાસને લઈને કોચવાન ગમે તે ઘડીએ આવી પહોંચશે એવી આશાએ લખમીદાસ સરવા કાન રાખીને કમ્પાઉન્ડમાં રસ્તો કરીને પાથરેલી કપચી પર બગ્ગીનાં પૈડાં ચાલવાથી થનારો અવાજ સાંભળવા આતુર હતા.

છેવટે એ અવાજ સંભળાયો. બે જ મિનિટમાં કોચવાન ઉપર આવ્યો ત્યારે લખમીદાસના સ્ટડીનો દરવાજો ઉઘાડો હતો. કરસનદાસ નીચે કુટુંબીજનો સાથે કેમ છો-કેમ નહીં કરતા હશે એમ માની લખમીદાસે કોચવાનને આજે ક્યાં ક્યાં જવાનું છે તે સમજાવવા માંડ્યું. અચાનક જ લખમીદાસે અમસ્તાં પૂછ્યું, 'કરસનદાસને કહ્યું છે ને કે હું ઉપર છું' ત્યારે છેક કોચવાન બોલ્યો,

'શેઠજી, એમના ઘરે તાળું છે.'

લખમીદાસનું માથું ફાટ્યું. 'મૂરખ, તું મને કહેતો કેમ નથી? ક્યારનો અહીં ઊભો છે શું?'

'પણ સાહેબ...' કોચવાન હજુ કહેવા જતો હતો કે 'હું કંઈ બોલું એ પહેલાં તો તમે મને બીજાં કામ સોંપવા માંડ્યા,' પરંતુ એ શેઠનો રોષ તાગી જઈ વિવેકથી ચૂપ રહી ગયો.

'જા, હમણાં ને હમણાં રાણીનાના પ્રેસમાં જા, ત્યાં હશે. અક્કલના ઓથમીર, તને

એટલી સૂઝ નથી કે આજે શનિવાર છે તો કરસનદાસ ઘરે ના હોય તો પ્રેસ સિવાય બીજે ક્યાં હોય. જા, અત્યાર ને અત્યારે જા...'

લખમીદાસના ત્રાડભર્યા અવાજથી આખું ઘર સહમી ગયું હતું. હજુ સુધી શેઠસાહેબે ક્યારેય વગર કારણે આવો ગુસ્સો કર્યો નહોતો. વગર કારણે તો શું સકારણ પણ ગુસ્સો કરવાની એમની આદત નહોતી. એ ગમે તેવી અકળાવનારી પરિસ્થિતિમાં પણ દોષિત વ્યક્તિ સાથે, પછી ભલે એ સાવ નાનામાં નાની હોય, ધીરજથી કામ લેતા. એમના આ સદ્ગુણના તો એમના ધંધાદારી વર્તુળમાં અને જ્ઞાતિના લોકોમાં પણ દાખલા અપાતા.

કોચવાનને મોકલી દીધા પછી લખમીદાસે સવારના સાડા આઠથી દસના ગાળા માટે અચૂક અનામત રાખવામાં આવતો મુલાકાતીઓનો સમય રદ કરી નાખ્યો. હજારો રૂપિયાના સોદા પડી શકે એવી અનૌપચારિક મુલાકાતોથી માંડીને ધર્માદા માગવા આવતા સમાજના અગ્રણીઓને લખમીદાસે બારોબાર જ પોતાના અંગત મુન્શી સાથે કહેવડાવી દીધું કે આજે શેઠ કોઈને મળી શકે એમ નથી.

* * *

'સત્યપ્રકાશ'નો છેલ્લો ફર્મો મશીન પર ચડાવીને કરસનદાસ ઉજાગરાભરી આંખે લખમીદાસના ઘરે પહોંચ્યો ત્યારે બંગલામાં પગ મૂકતાં જ અંદર વ્યાપેલી તંગદિલીભરી શાંતિને એણે સૂંઘી લીધી. ઉપર જઈને કરસનદાસે સ્ટડીરૂમનો દરવાજો ઉઘાડ્યો ત્યારે જોયું કે લખમીદાસ મેહોગનીના વિશાળ ટેબલ પાછળની ખુરશી પર માથું ઢાળીને છત તરફ તાકીને બેઠા હતા. કરસનદાસનું આગમન સાંભળતાં જ લખમીદાસ સીધા થઈને ટટ્ટાર બેસી ખુરશીને ટેબલની નજીક લાવી બોલ્યા,

'કાલે રવિવાર ને, કરસનદાસ?'

'આટલું પૂછવા સારુ તમે માણસને દોડધામ કરાવીને મને તેડાવ્યો?' કરસનદાસે વાતાવરણમાંની ગંભીરતા વિખેરવાનો પ્રયત્ન કર્યો પણ લખમીદાસ પર એની કોઈ અસર થઈ નહીં. એ બોલ્યા,

''સત્યપ્રકાશ' દર રવિવારે પ્રગટ થતું હોય છે ને?'

'મારા કરતાં તમે સત્યપ્રકાશ વિશે વધુ જાણો, લખમીદાસ. મને આ ચોપાનિયા માટે જેટલો પ્રેમ છે એનાથી અધિક તમે એને સાચવો છો. પણ આજે આમ કેમ પૂછી રહ્યા છો?' કરસનદાસે પ્રશ્ન કર્યો.

'સત્યપ્રકાશ'ની સાથોસાથ 'રાસ્ત ગોફ્તાર' પણ એ જ દિવસે પ્રગટ થાય, ખરું ને?' લખમીદાસે પૂછ્યું.

'હા.'

'અને પેલા નવરોજજી દોરાબજીનું 'મુંબઈનાં ચાબુક' પણ રવિવારે જ પ્રગટ થાય. બરાબર?'

'બરાબર, પણ 'ચાબુક' વાંચનારા મુંબાઈમાં કેટલા? ગામ આખાને ભાંડતું એ છાપું વાંચવામાં કેટલાને રસ પડે?'

'કરસનદાસ, 'ચાબુક'નો આવતી કાલનો અંક વાંચવામાં આખા મુંબાઈ ગામને રસ પડવાનો છે.' કહીને લખમીદાસે ગોળ વીંટો વાળેલાં કાગળિયાઓનું ફિંડલું ટેબલના ખાનામાંથી કાઢીને કરસનદાસની સામે મૂક્યું.

'શું છે આ?' કરસનદાસે પૂછ્યું.

'આવતી કાલે છપાનારા 'ચાબુક'ના અંકમાં પ્રગટ થનારા એક લેખના ગૅલી પ્રૂફ છે', લખમીદાસ બોલ્યા.

'તમારી પાસે કેવી રીતે આવ્યા?'

'પછી કહું, પહેલાં વાંચી લો.'

કરસનદાસે ફિંડલું ખોલીને લેખનાં પ્રૂફ પર એક ઊડતી નજર ફેરવીને જોઈ લીધું કે ક્યા વિષયની માહિતી એમાં હતી. એ સ્તબ્ધ થઈ ગયો. લખમીદાસ ખીમજી અને ગોકળદાસ તેજપાળ વિશે એલફેલ વાતો એમાં લખવામાં આવી હતી. 'ચાબુક'ના તંત્રી નવરોજજી દોરાબજીએ લેખક તરીકે કોઈનુંય નામ નહોતું પ્રગટ કીધું પણ એનો લખનાર એ પોતે જ હોઈ શકે તે સ્પષ્ટ હતું. 'ચાબુક'માં લખ્યું હતું :

'શેઠ લખમીદાસ ખીમજી અને બીજા ભાટિયાઓ પોતાના જ ગુરુઓની નિન્દા કરવા તથા કરાવવા પછવાડે હજારો રૂપિયા ખરચે છે. મલેચ્છ લોકોમાં, અંગ્રેજ સાહેબમાં, પોતાની વાહવાહી ગવડાવવા સારુ શેઠ ગોકળદાસ તેજપાળ તથા લખમીદાસ ખીમજી જેવા હિપોક્રિટો બહાર પડ્યા છે. તેઓની આ ચાલને હમો બિલકુલ પસંદ કરતા નથી. ગોકા-લખાની આ કંપની પોતાના જ વૈષ્ણવ સંપ્રદાયના સતગુરુઓની નાલેશી કરે છે.'

આ ઉપરાંત 'ચાબુકે' લખમીદાસ-ગોકળદાસ પર ખૂબ ગંદી અને હલકી ભાષામાં કરેલા આક્ષેપો વાંચી કરસનદાસનું દિમાગ ઊકળી ઊઠ્યું. એ બોલ્યો,

'લખમીદાસ, આ નવરોજજીની બોલતી બંધ થઈ જાય એવો લેખ લખી નાખું આવતી કાલના 'સત્યપ્રકાશ'માં? ચાર પાનાંનો વધારો જોડી દઈશું.'

'એ સિવાય બીજું શું થઈ શકે એ વિચારો, કરસનદાસ હું નથી ઇચ્છતો કે 'ચાબુક'ના આ ગંદા આરોપો સામે લખીને 'સત્યપ્રકાશે' વધુ ગંદકી ફેલાવવી જોઈએ.'

'પણ કંઈક તો કરવું પડશે ને?'

'હું પણ એ જ વિચારું છું કે શું કરવું જોઈએ?'

'પણ લખમીદાસ, આ ગૅલી પ્રૂફ તમને કોણે આપ્યાં? કેવી રીતે મેળવ્યાં તમે? 'ચાબુક' પ્રેસમાં કોઈ માણસ ફોડેલો છે તમે?'

'ખૂબ લાંબી લાંબી કલ્પનાઓ કરો છો તમે તો, ભાઈ! 'ચાબુક'ની આ ખાનગી વાત મને વળી બીજું કોણ જણાવે?'

'કોણ?'

'નવરોજજી દોરાબજી પોતે!' લખમીદાસે ધડાકો કર્યો.

'નવરોજજીએ સામેથી આ પ્રૂફ તમને આપ્યા?' કરસનદાસના મોઢામાંથી ઉતાવળે પ્રશ્ન નીકળી પડ્યો પણ બીજી જ ક્ષણે એ સમજી ગયો. 'ચાબુક'ની કુપ્રતિષ્ઠાથી અને

નવરોજજીની પ્રકૃતિથી એ વાકેફ હતો. એણે પૂછ્યું, 'કેટલા રૂપિયા માગે છે એ?'

'કહ્યા વિના બધું ય સમજી ગયા, ભાઈ. બસ, એ જ સારુ એણે આવું બધું છાપવાનું નક્કી કર્યું. કાલે રાત્રે એ મારી પાસે આવેલો. આ પ્રૂફ મારા હાથમાં મૂકીને કહે કે લખમીદાસ શેઠ, એક હજાર રૂપિયાની તાત્કાલિક જરૂર છે. આપો તો સારું.'

'ને તમે શું કહ્યું એને?'

'શું કહું? બાર કલાક થંભી જવાનું કહ્યું છે.'

'ગોકળદાસભાઈને વાત કરી?'

'અત્યારે એ મુંબાઈમાં નથી. પરિવારને લઈને ખંડાળાના ઘાટ પર ગયા છે. બે દિવસ પછી આવવાના.'

'નવરોજજીને આ લેખ પ્રગટ કરતાં અટકાવવો છે?' કરસનદાસે પૂછ્યું.

'કેવી રીતે?'

''સત્યપ્રકાશ'માં આપણે ભલે એના વિશે કંઈ છાપીએ નહીં. પણ છાપવાના છીએ એવું કહીને એક લેખ એના વિરુદ્ધનો કંપોઝ કરાવી એનાં ગેલી પ્રૂફ એને મોકલી આપીએ. પછી એને ધમકાવીએ કે જો 'ચાબુક'માં એણે તમારા ને ગોકળદાસભાઈ વિશે કંઈ પણ આડુંટેઢું છાપ્યું છે તો આ અમે 'સત્યપ્રકાશ'માં છાપી મારશું.'

'કરસનદાસ, તમે એવી ધમકી આપશો તોય એ તો છાપવાનો જ. એ છાપશે પછી મારી ના છતાંય તમે એના વિરુદ્ધ 'સત્યપ્રકાશ'માં કંઈ પણ છાપશો તો એને કોઈ ફરક નહીં પડે. એની પ્રકૃતિથી હું વાકેફ છું એ હરામખોર જાડી ચામડીનો ને લૂંગડાં વિનાનો માણસ છે. તમે 'સત્યપ્રકાશ'માં બદલો લેશો તો એ એના પછીના 'ચાબુક'માં આથીય વધુ ગંદું છાપવાની હરકતો કરશે ને એનો કોઈ અંત નહીં આવે.'

લખમીદાસે લડાવેલા તર્કને કરસનદાસ સમજતો હતો પણ અત્યારે એને બીજો કોઈ ઉપાય દેખાતો નહોતો. હતાશ થઈને ટેબલ પર બેઉ હાથ પછાડતાં એ બોલ્યો, 'એનો અર્થ એ લખમીદાસ, કે તમારે હજાર રૂપિયા આપીને એનું મોઢું બંધ કરી દીધા સિવાય કોઈ છૂટકો જ નહીં!'

'આ અઠવાડિયે હજાર આપી દેવાથી એ ચૂપ થઈ જશે એવું માનો છો? આવતા અઠવાડિયે એ બીજા હજાર માગશે. પછી હજારના દોઢ ને દોઢના બે હજાર માગતો થઈ જશે. નવરોજજી 'ચાબુક'વાળાની દાનતને આપણે સૌ બહુ સારી રીતે પિછાણીએ છીએ, કરસનદાસ.'

'તો આ સંજોગોમાં આપણી પાસે કોઈ રસ્તો બાકી બચતો નથી?'

'બચે છે ને!'

'કયો?'

'આ લેખ એ ભલે છાપતો!'

'પણ એમાં તમારી ને ગોકળદાસની બદનામી...'

'થવા દો...'

'પણ આ લેખ વાંચીને ભાટિયા નાતમાંથી તમને બહાર મૂકવાની માગણી થઈ શકે એટલી નુકસાનભરી વાતો લખાઈ છે.'

'લખાયું હોય એ બધું સાચું જ હોય એવું થોડું છે, કરસનદાસ?'

'આવું તમે કેટલાને કહેવા જવાના?'

'એક વાર લેખ તો છપાઈ જવા દો. એ પછી શું કરવું તે હવે તમારા આવ્યા બાદ મારા મનમાં સ્પષ્ટ થઈ ગયું છે.'

'શું?' કરસનદાસે પૂછ્યું અને લખમીદાસ એક લાંબો કોરો કાગળ કાઢી કલમને શાહીના ખડિયામાં બોળી બોળીને એક પછી એક મુદ્દા લખતા ગયા. કલાક પછી બેઉ છૂટા પડ્યા ત્યારે ટેબલ પર ચાના આઠ ખાલી પ્યાલા પડ્યા હતા અને કાગળની ખૂણાખાંચરાની સફેદ જગ્યા પણ કાળા અક્ષરોથી ભરાઈ ચૂકી હતી.

પ્રકરણ : ૧૩

'ચાબુક' કાર્યાલયમાં એનો પાલકતંત્રી નવરોજજી દોરાબજી આખી રાત લખમીદાસના સંદેશાની રાહ જોતો બેસી રહ્યો. મશીનમૅન ત્રણ વખત પૂછી ગયો કે છેલ્લો ફર્મો ચઢાવું કે નહીં પણ નવરોજજી 'હજુ કલાક ખમી જા' કહીને એને ટાળતા રહ્યા. બીજા દિવસે પણ લખમીદાસ ખીમજી તરફથી કોઈ સંદેશો આવ્યો નહીં ત્યારે નવરોજજીને ગંધ આવી કે ક્યાંક લખમીદાસ પોતાની સાથે કોઈ ચાલબાજી ખેલી ના રહ્યા હોય. શક્ય છે કે આવતી કાલના 'સત્યપ્રકાશ'માં એ કરસનદાસને કહીને 'ચાબુક' વિરુદ્ધ લખાવે. નવરોજજીએ આ વિચાર આવતાં જ નિર્ણય લઈ લીધો. 'ચાબુક'નો આ અંક એક દિવસ મોડો બહાર પાડવાનું નક્કી થયું. રવિવારે 'સત્યપ્રકાશ' બહાર પડે પછી જ લખમીદાસ અને ગોકળદાસને ખુલ્લા પાડતા લેખ સાથેનું 'ચાબુક' છાપવાનું નક્કી કર્યું જેથી 'સત્યપ્રકાશ' અગમચેતી વાપરીને 'ચાબુક' વિરુદ્ધ કંઈક લખ્યું હોય તો તાબડતોબ એનો જડબાતોડ જવાબ આપી શકાય.

નવરોજજીએ શનિવારે પ્રેસમાં છુટ્ટી જાહેર કરી દીધી અને રવિવારે દરેક કર્મચારીની રજા રદ કરી એમને બમણા પગારે કામ પર આવી જવાનું કહ્યું. નવરોજજીને ખાતરી હતી કે લખમીદાસ અત્યારે ભલે માનતા હશે 'ચાબુક'નો લેખ લુખ્ખી ધમકી છે, પણ એક વખત એ પ્રગટ થઈ ગયા પછી નાતમાં, સમાજમાં વધુ આબરૂ ન જાય તે માટે એ જરૂર નાક રગડતા 'ચાબુક'ના કાર્યાલયે આવશે અને એ વખતે પોતે એમની પાસેથી મનમાની રકમ પડાવી શકશે. 'ચાબુક'ની આર્થિક હાલત અને પોતાની તથા પોતાના કુટુંબની આર્થિક હાલત સુધારવા માટે લખમીદાસ અને ગોકળદાસ જેવી સોનાનાં ઈંડાં મૂકતી મરઘીઓ આખા મુંબઈમાં ક્યાંય નહીં મળે એવી કલ્પનાથી નવરોજજી મુસ્તાક હતો.

શનિવારની આખી રાત નવરોજજીએ એક દોસ્તારના બંગલે જઈ નાચગાનના જલસા કર્યા. રવિવારની સવારે એણે માણસને રાણીનાના પ્રેસ પર દોડાવીને 'સત્યપ્રકાશ'ની નકલ ખરીદાવી. 'સત્યપ્રકાશ'માં 'ચાબુક' વિરુદ્ધ એક અક્ષર નહોતો. નવરોજજીને નવાઈ લાગી. 'સત્યપ્રકાશે' એના વિરુદ્ધ પણ કશું લખ્યું નહોતું! જાણે લખમીદાસ તથા ગોકળદાસ વિશે 'ચાબુક'માં છપાનારા લેખની કોઈને પડી જ નથી. નવરોજજી રોષે ભરાયો, 'મને ભાજીમૂળો સમજો છો, એમ?' કહીને એ સીધો જ 'ચાબુક'ના પ્રેસ પર ગયો. જૂનો કંપોઝ થયેલો લેખ ફાડી નાખીને એ નવેસરથી લખવા

બેઠો. અગાઉના લેખમાં જે આક્ષેપો હતા એને વળ ચઢાવીને ફરી રજૂ કર્યા એટલું જ નહીં લખમીદાસ ખીમજી અને ગોકળદાસ તેજપાળ ધંધામાં કેટલી ગેરરીતિઓ આચરે છે એની મનઘડંત વાતો લખી નાખી. આટલું ઓછું હોય એમ સમાજમાં બૈરાઓની બાબતમાં આ બેઉ શેઠિયાઓ વિશેનો અભિપ્રાય કેટલો હલકો છે એવો તુક્કાબાજ આક્ષેપ લગાવીને લખ્યું કે આ વિશેની વધુ રસપ્રદ વિગતો આવતા અંકમાં વાંચશોજી.

નવરોજજીએ આ તમામ આક્ષેપો કરતી વખતે વૈષ્ણવ મહારાજોનાં છૂટથી વખાણ કર્યાં. ધર્મ-સંપ્રદાય જેવી પવિત્ર બાબતોને મહારાજો કેટલી સુંદર રીતે સાચવે છે એવું લખ્યું. આ મહારાજો વિરુદ્ધ આંગળી ચીંધનારાઓ સમાજના દુશ્મન છે, નાસ્તિક છે અને વૈષ્ણવોના ઘોર અપરાધી છે એવું લખ્યું. વૈષ્ણવ સંપ્રદાયની ઉમદા પરંપરાની ઘોર ખોદનારાઓને પ્રોત્સાહન આપતા લખમીદાસ અને ગોકળદાસ જેવા શેઠિયાઓથી સાવધાન, સાવધાન, સાવધાન એમ લખીને નવરોજજીએ ઉમેર્યું : અમને જાણવા મળે છે કે મુંબાઈના બે નામીચા શેઠિયાઓમાંના એકને શહેરની સૌથી ખૂબસૂરત ગાવાવાળી સાથે સંબંધ થયા પછી એક પોયરું અવતર્યું છે. હાલ એ માતા ને એનું બચ્ચું મામલેસર (મહાબળેશ્વર)ના કોઈ બંગલામાં છે અને શેઠિયાની ત્યાં અવરજવર થતી રહે છે. આ વિશેની સંપૂર્ણ વિગત મળેથી એ પણ અમો અમારા વાંચકોમાં ખુશીથી વહેંચીશું...

નવરોજજીએ કલમ પાછી ગોઠવીને ખડિયો બંધ કર્યો. 'હવે જોઈ લેજે. બચ્ચા, તું મારી પાસે આવે છે કે નહીં,' કહીને એણે લેખ કંપોઝ માટે મોકલી આપ્યો. બે જ કલાકમાં 'ચાબુક'નાં પ્રેસ ધણધણી ઊઠ્યાં અને એના પ્રથમ પાને 'ગોકા-લખાની કંપનીનાં કારનામાં : ભાગ પહેલો'ના મથાળા હેઠળ આખો લેખ છપાઈ ગયો.

રવિવારની બપોરે 'ચાબુક'ની તમામ પાંચસો નકલો છપાઈને તૈયાર થઈ ગઈ હતી. નવરોજજીએ વિચાર્યું : આ લેખથી શહેરમાં જરૂર સનસનાટી મચી જવાની. લોકો 'ચાબુક' વાંચવા પડાપડી કરવાના. સહેજ વિચારીને એણે મશીનમૅનને તમામ ફર્માની અઢીસો-અઢીસો નકલો વધારે છાપવાનો ઑર્ડર આપ્યો અને કહ્યું : 'બાઇન્ડરોને કહી દેજો કે વધારાના પૈસા દોઢા ભાવે ચૂકતા કરીશું પણ ઝૂંપણી અને મેળવણી આજે રાત્રે જ પૂરી થઈ જવી જોઈએ. કાલે સવારે સાડી સાતસોએ સાડી સાતસો નકલ ચપોચપ ખપી જવાની છે.'

* * *

રવિવારની બપોરે કરસનદાસ અને લખમીદાસ 'સત્યપ્રકાશ' કાર્યાલયમાં બેઠા હતા ત્યાં જ 'ચાબુક' પ્રેસનો એક વૃદ્ધ પટાવાળો અગાઉ થયેલી ગોઠવણ મુજબ 'ચાબુક'નો નવો અંક લઈને આવ્યો છે એવો સંદેશો મળ્યો. કરસનદાસ તરત જ ઊભો થઈને કાર્યાલયના પછવાડેના ભાગમાં ગયો. રદ્દી અને ફાળાના કાગળો ખસેડીને એણે દરવાજો ખોલ્યો. અગાઉ ઘણી વખત એણે આ રીતે 'ચાબુક'ના અંકો મેળવ્યા હતા. આ વખતે પણ એણે અંક હાથમાં લઈ કંઈ બોલ્યા વગર વૃદ્ધ માણસના હાથમાં રૂપિયો મૂકી દીધો. પણ આ વખતે સામે ઊભેલા વૃદ્ધે તરત જ પાછો વાળી દેતાં માત્ર એટલું જ કહ્યું, 'અલ્લા

તમને સલામત રાખે, તમારી કલમને ઔર જ્યાદા તાકતવર બનાવે...'

કરસનદાસને આશ્ચર્ય થયું. અત્યાર સુધી એ એમ જ માનતો રહ્યો કે 'ચાબુક'નો એ જૂનો કર્મચારી માત્ર પોતાના બહોળા કુટુંબનું પેટ ભરવા માટે એના માલિક સાથે બેવફાઈ કરે છે. પણ અત્યારે વધુ વિચારવાનો સમય નહોતો. કરસનદાસ એને વિદાય કરીને બારણું પાછું બંધ કરીને કાર્યાલયમાં આવ્યો.

'લાવો તો, નવરોજજીભાઈ શું લખે છે?' લખમીદાસે કરસનદાસના હાથમાંથી 'ચાબુક'ની તાજી નકલ લેતાં કહ્યું.

'એ જ, બીજું શું? આપણી પાસે તો ગઈ કાલે જ એનાં પ્રૂફ આવી ગયાં છે.' કરસનદાસે કહ્યું.

'નવરોજજીનું ભલું પૂછવું, ભાઈ. આ વખતે 'ચાબુક' એક દિવસ મોડું બહાર પાડવાનું નક્કી કર્યું છે તો ક્યાંક એ લેખ બદલીને અમારાં વખાણ કરતો લેખ ન છાપી માર્યો હોય!' કહીને લખમીદાસ હસ્યા. પણ જેમ જેમ લેખ વાંચતા ગયા એમ એમના મોઢા પરના હાવભાવ પલટાતા ગયા. એમની આંખમાંથી તણખા ઝરી રહ્યા હતા. લેખ પૂરો કરીને લખમીદાસે શ્વાસ હેઠો મૂક્યો અને 'ચાબુક'ની નકલ ટેબલ પર પછાડીને બોલ્યા,

'બહુ બદમાશ નીકળ્યો આ તો. ધાર્યા કરતાંય વધુ ઝેરીલો છે આ માણસ.'

કરસનદાસ ચૂપચાપ અંક લઈને વાંચવા લાગ્યો. જેનાં પ્રૂફ મળ્યા હતા એ લેખમાં જે આક્ષેપો હતા એના કરતાં બદતર આક્ષેપો વાંચીને કરસનદાસ ઘડીભર દંગ થઈ ગયો અને તરત જ બોલ્યો.

'લખમીદાસ, મારું કહ્યું તમે માન્યું હોત ને 'સત્યપ્રકાશ'ના આ જ અંકમાં નવરોજજીની ખબર લઈ નાખી હોત તો એણે આ લેખ તો શું ગઈ કાલે જેનાં પ્રૂફ મોકલેલા એ લેખ પણ, છાપવાની હિંમત ન કરી હોત...' લખમીદાસ કશું જ બોલ્યા નહીં. કરસનદાસ બોલતો રહ્યો, 'મને ખબર છે કે નવરોજજીએ આ વખતે 'ચાબુક' એક દિવસ મોડું શું કામ બહાર પાડ્યું. એ તેલ જોવા માગતો હતો, તેલની ધાર જોવા માગતો હતો. એણે જ્યારે જોઈ લીધું કે આપણે કાયર થઈને ચૂપચાપ બેસી રહ્યા છીએ ત્યારે એને બમણું શૂરાતન ચડ્યું...'

'કરસનદાસ, આપણે કાયર નથી. નવરોજજી સામે આવેશથી કામ લેવાને બદલે ધીરજથી વર્તવું પડશે.' લખમીદાસે ઠંડે કલેજે કહ્યું.

'ધીરજ તો ખરી ભાઈ તમારી. બરફનું પાણી થઈ જવાનું ને તોય તમારા પેટનું પાણી નહીં હાલે.' કરસનદાસ બોલ્યો. એણે 'ચાબુક'નો અંક હાથમાં લીધો અને કહ્યું, 'ચાલો, હવે વકીલસાહેબના ઘરે. ત્યાંથી લઈને એક અરજી નામદાર જજસાહેબના ઘરે જઈ આપી આવીએ જેથી 'ચાબુક'ની આ નકલોને બજારમાં વેચવા સામે આપણને મનાઈહુકમ મળી જાય.'

'કરસનદાસ, 'ચાબુક'ની નકલો બજારમાં વેચાય એમાં જ આપણું હિત છે.'

લખમીદાસ બોલ્યા.

'લખમીદાસ, તમારી ને ગોકળદાસભાઈની આબરૂના ધજાગરા ઊડે એમાં તમે 'સત્યપ્રકાશ'નું હિત જુઓ છો?'

'નવરોજજીને ચૂપ કરવા માટે આ જ એક ઉપાય છે.'

'હું સમજ્યો નહીં.'

'કરસનદાસ, આપણે 'ચાબુક' પર, એના અધિપતિ નવરોજજી દોરાબજી પર આબરૂનો, માનહાનિનો, બદનક્ષીનો દાવો માંડીશું. ખૂબ મોટું વળતર માગીશું. એ બરબાદ થઈ જાય એટલું મોટું. ફરી ક્યારેય એને કળ વળવી ન જોઈએ.'

'એ દાવો કોર્ટમાં મહિનાઓ સુધી ચાલશે ને એ સંબંધી તમારે જે કરવું હોય તે કરજો. અત્યારે તો આ અંક બજારમાં ન આવે એ માટે મનાઈહુકમની અરજી કરી નાખીએ.' કરસનદાસે ઊભા થતાં કહ્યું.

'બેસો, કરસનદાસ. ઉતાવળ કરવાની જરૂર નથી. મને ખાતરી છે કે આ નકલ જજસાહેબને વંચાવીશું એટલે તરત 'ચાબુક'ના અંકના વેચાણ પર રોકાણ કરતો મનાઈહુકમ આપણને મળી જશે.'

'તો ચાલો, રાહ કોની જોવાની છે.' કરસનદાસ ઊભો જ રહ્યો.

'મનાઈહુકમ મળી ગયા પછી આપણે નવરોજજી પર બદનક્ષીનો દાવો નહીં માંડી શકીએ. મેં આ અંગે પૂરતી તપાસ કરીને જ મારી વ્યૂહરચના બનાવી છે. જે લખાણ લોકો સુધી પહોંચ્યું જ ન હોય તે લખાણે લોકોમાં તમારી બદનામી કરી છે એવું અદાલત સ્વીકારતી નથી. માટે અત્યારે મનાઈહુકમની વાત પડતી મૂકીએ.' લખમીદાસે કહ્યું.

'તમારી આ વાત મારી સમજ બહારની છે, લખમીદાસ. નવરોજજીના આ લેખને આપણે ઊગતો જ ડામી શકીએ એમ છીએ તો તમે શા માટે કહ્યા કરો છો કે એ લેખ ભલે વંચાતો. બદનક્ષીનો દાવો માંડવાની તમને બહુ હોંશ છે? સમાજમાં અને ખાસ કરીને ધંધાકીય વર્તુળમાં એક વખત માનહાનિ થઈ ગયા પછી કોર્ટ તમને ગમે એટલું મોટું વળતર અપાવે, એનાથી તમારી ગયેલી આબરૂ પાછી આવવાની છે?' કરસનદાસ આક્રોશથી એક શ્વાસે બોલી ગયો.

'જુઓ કરસનદાસ, તમારી દલીલો હું સમજું છું. પણ નવરોજજી નામના દૂષણને ડામવા ટૂંકા ગાળાનો કોઈ ઇલાજ કારગત નીવડે એમ નથી. એને સીધો કરવો હશે તો કાયમ માટે ચૂપ કરી દેવો પડશે.'

'એ તો ચૂપ થઈ જશે, એક વખત એનો અંક વેચાતાં અટકાવીશું એટલે ફરી આવું કંઈ પણ છાપતાં પહેલાં બે વાર વિચાર કરશે...'

'અને બે વાર વિચાર કરીને ત્રીજી વાર નક્કી કરશે કે મનાઈહુકમોની પરવા કર્યા વિના મારે જે છાપવું છે તે છાપીશ જ...' લખમીદાસે કરસનદાસને અધવચ્ચે જ રોકીને કહ્યું.

'લખમીદાસભાઈ, દર વખતે આપણા મનાઈહુકમોને કારણે એના અંક વેચાયા વિના

પડી રહે તે એને પોસાશે?'

'હા, એને પોસાશે. એની પાસે હવે જબરી રાક્ષસી તાકાત આવી ગઈ છે... સુરતથી મને મળેલો ખાનગી સંદેશો જણાવે છે કે જદુનાથ મહારાજે નવરોજજીને કહેવાડ્યું છે કે ચાબુકે હવે પૈસાની ચિંતા કરવાની નથી.'

'હું...'

'અને નવરોજજી જેનું નામ. એ માણસ જદુનાથના ભક્તો પાસેથી તો પૈસા મેળવશે જ – મારું ને ગોકળદાસનું નાક દબાવીને અમારી પાસેથી પણ નાણાં કઢાવશે.'

'ચાબુકનું નામ ડબલ ઢોલકી રાખવું જોઈએ!' કરસનદાસે વાતાવરણ હળવું કરતાં કહ્યું, 'લખમીદાસભાઈ, તમારી એક વાત સાથે હું સંમત છું કે નવરોજજી નામના આ નાગના મોઢાને છૂંદી કાઢવામાં નહીં આવે તો એ ગમે ત્યારે ફૂંફાડો મારશે અને ઝેર ઓકશે. એટલે એના પર, આજે નહીં તો ગમે ત્યારે એ વાંકમાં આવે તે વખતે, મસમોટો માનહાનિનો દાવો માંડી એટલું મોટું વળતર માગવું કે એને ટેકો આપતા મહારાજો ધારે તોય એવડી મોટી રકમની જોગવાઈ ન કરી શકે. પણ...'

'પણ શું, કરસનદાસ!'

'આજનો આ 'ચાબુક'વાળો લેખ સમાજમાં ન વંચાય તે જરૂરી છે. હું સમજું છું કે આમાંના તમામ આક્ષેપો બેબુનિયાદ છે અને કોર્ટમાં તમે ને ગોકળદાસ આ બધું જ લખાણ બિનપાયાદાર છે એવું પુરવાર કરી શકશો. પણ કોર્ટમાં કેસ ચાલે ત્યારની વાત ત્યારે. એ પહેલાં 'ચાબુક'ની નકલો ચપોચપ વેચાઈ ગઈ હશે ને ભાટિયા નાતમાં તમારા ને ગોકળદાસ વિશે કંઈક વાતોના ગુબ્બારા ચડશે...'

'એવું થવા દીધા સિવાય છૂટકો નથી, ભાઈ.' લખમીદાસે નિસાસો નાખતાં કહ્યું.

'એમ હિંમત હાર્યે કેમ ચાલશે, લખમીદાસભાઈ? કોઈક તો ઉપાય હશે. જરૂર હશે...' કરસનદાસ ઊંડા વિચારમાં ખૂંપી ગયો. અચાનક એ ઊભો થયો અને બહાર નીકળી પટાવાળાને ઝડપથી સૂચનાઓ આપી પાછો આવી ગયો. લખમીદાસના ખભા પર હાથ મૂકીને એ બોલ્યો, 'લખમીદાસભાઈ, બધું જ સમુંસૂતરું પાર પડશે. સાપ પણ મરશે ને લાઠીય નહીં તૂટે.'

* * *

'ચાબુક'ની વધારાની અઢીસો નકલ તૈયાર કરવાનું કહીને નવરોજજી મનમાં ખુશ થતો એના દોસ્તારની બંગલીએ જતો રહ્યો ત્યારે મોડી બપોર થઈ ગઈ હતી. શેઠના ગયા પછી 'ચાબુક'નો જૂનો પટાવાળો વૃદ્ધ ઈસ્માઈલ દબાતા પગલે 'સત્યપ્રકાશ'માં જઈને પાછો આવીને બાઈન્ડરના માણસો સાથે બેસીને એમને હાથ બંટાવી રહ્યો હતો ત્યાં જ નાકા પરનો પાનવાળો એમને બીડીનું બંડલ આપી ગયો. ઈસ્માઈલ માટે આ ઇશારો હતો. કામ પડતું મૂકીને એ પાનના ગલ્લે આવીને ઊભો. 'સત્યપ્રકાશ'નો પટાવાળો મહાદેવ એની રાહ જોતો ઊભો હતો. એની પાસેથી સંદેશો લઈ તરત જ ઈસ્માઈલ 'ચાબુક' પર પાછો આવ્યો.

પચાસ-પચાસ નકલની બિટ્ટીઓ તૈયાર થઈને સૂતળીથી બંધાતી જતી હતી. વધારાની નકલો માટેનો છેલ્લો ફર્મો મશીન પર ચડી ગયો હતો. ઈસ્માઈલે 'ચાબુક'ના મૅનેજર પાસે જઈને કહ્યું,

'બહારકોટના દરવાજે 'સત્યપ્રકાશ' અને 'રાસ્ત ગોફ્તાર' ખરીદવા લોકો પડાપડી કરે છે. આપણે જેટલી નકલ તૈયાર થઈ છે એટલી વેચાણ માટે મૂકી દઈએ તો કેવું?'

'મેં તો શેઠને સવારથી કહ્યું હતું.' મૅનેજર બહેરામજીએ કહ્યું, 'પણ શેઠનો આગ્રહ હતો કે કાલે સવારે એક સામટી નકલો વેચાવા મૂકવી છે.'

'પણ દર વખત કરતાં દોઢગણી નકલો છાપી છે. અને તે ય રોજ કરતાં એક દિવસ મોડી બજારમાં પહોંચશે... હું માનું છું કે કાલે બહુ મોડું થઈ જશે. આજે જેટલી વેચાય એટલી વેચી નાખવી જોઈએ...'

'તું એ બધી ચિંતા છોડ ઈસ્માઈલ. શેઠને પડી ન હોય તો આપણે ક્યાં એ બધી લપ્પનછપ્પન કરવી?' મૅનેજર બોલ્યો.

'આ શેઠ છે ને આ પ્રેસ છે તો આપણે છીએ. શેઠ કમાશે નહીં તો આપણે ખાશું શું? લાવો, બે બંડલ મને આપો. હું બહારકોટ જઈ આવું. સો નકલ તો આમ ચપટીમાં વેચાઈ જશે.'

'ઠીક ત્યારે,' કહીને મૅનેજરે છૂટક વેચાણનું ચલણ બનાવીને પચાસ-પચાસ નકલનાં બે બંડલ બહાર લઈ જવાની ઈસ્માઈલને પરવાનગી આપી.

દોઢ કલાકમાં જ ઈસ્માઈલ પરસેવો લૂછતો પાછો આવ્યો, 'આજે તો ભારે થઈ ગઈ. માંડ સત્તર નકલ બચી છે. આ લો ત્ર્યાંશી નકલોનો હિસાબ ગણી લો,' કહીને ઈસ્માઈલે કપડાના ટુકડામાં બાંધેલું અક્કેક-બબ્બે આનાનું બધું જ પરચૂરણ બહેરામજીને સોંપી દીધું.

આખા દિવસની કામગીરીનો અહેવાલ નવરોજજીને આપવા મોડી સાંજે મૅનેજર બહેરામજી બંગલીએ પહોંચ્યો ત્યારે પોતાની મસ્તીમાં રાચતા નવરોજજીએ મૅનેજરને પણ જલસામાં સામેલ થવાનું આમંત્રણ આપ્યું. પણ બહેરામજી ગંભીર ચહેરે બારણાની બહાર જ ઊભો રહ્યો. એણે કોટના અંદરના ખિસ્સામાંથી ગડી કરેલું એક કાગળિયું નવરોજજીના હાથમાં મૂકી દીધું. 'ચાબુક'ના તાજા અંકના વેચાણ પર અદાલતનો પ્રતિબંધ આવી ગયો હતો. નવરોજજી સ્વર્ગમાંથી સીધો ધરતી પર પટકાયો. 'ચાબુક' પ્રેસ પરથી મળી આવેલી તમામ ૬૬૬ નકલ બાંધીને સીલ કરી દેવામાં આવી હતી જેની અદાલતી પહોંચ પણ બહેરામજી લઈને આવ્યો હતો. પહોંચમાંનો આંકડો જોઈ નવરોજજી ચમક્યો.

'બહેરામજી, અદાલતનો હુકમ આવ્યો ત્યારે વધારાની અઢીસો નકલ પણ છપાઈને તૈયાર થઈ ગઈ હતી?'

'હા, શેઠજી.'

'તો પછી કુલ ૭૫૦ નકલ થવી જોઈએ. રસીદમાં માત્ર ૬૬૬ કેમ છે?'

બહેરામજી મૅનેજરે ઈસ્માઈલ પટાવાળો કેવી ઉમદા ભાવનાથી બહારકોટ જઈને

૮૩ નકલનું છુટક વેચાણ 'સત્યપ્રકાશ' અને 'રાસ્ત ગોફ્તાર'ના ગ્રાહકોમાં કરીને આવ્યો હતો એની વાત કરી.

નવરોજજી મનોમન મલકાયો. લખમીદાસે ભલે આખો અંક અટકાવ્યો પણ આ ૮૩ નકલ હવે સોનાની લગડી બનીને શહેરમાં ઠેર ઠેર કાળા બજારમાં વેચાવાની અને વંચાવાની. છસો છાંસઠ વત્તા ત્ર્યાંશીનો સરવાળો કરીને ૭૫૦ને બદલે સાતસો ઓગણપચાસનો આંકડો ક્યાંથી આવ્યો એવું વિચારવાની અત્યારે નવરોજજીને ફુરસદ નહોતી. બે-પાંચ નકલો તો ક્યાંય આડીઅવળી થતી હોય છે. અહીં તો માત્ર એક જ નકલનો હિસાબ નથી મળતો, તો જોયું જશે. પણ આ ઘડીએ એ જૂના નોકર ઈસ્માઈલ પર ખુશ હતો. એની ફિકરને કારણે આટલી તો આટલી પણ 'ચાબુક'ની નકલો બજારમાં પહોંચી ખરી. મનાઈહુકમ ઉઠાવી લેવા માટે કાલે અદાલતમાં અરજી કરી જોઈશું એમ કહીને નવરોજજીએ મૅનેજરને વિદાય કર્યો.

* * *

'એંશી, એક્યાસી, બ્યાશી, ત્ર્યાંશી...વાહ, કુલ ૮૩ નકલો મળી 'ચાબુક'ની'... 'સત્યપ્રકાશ'ના પટાવાળા મહાદેવે ભોંય પર બધી નકલોની થપ્પી ગોઠવતાં કહ્યું.

એ તો મળે જ ને, કરસનદાસ મનોમન બોલ્યો. આપણા જ માણસો ઈસ્માઈલ પાસે જઈ જઈને ખરીદી લાવ્યા હોય પછી એકેય નકલ બીજા પાસે કેવી રીતે જાય, કરસનદાસે વિચાર્યું અને મહાદેવને કહ્યું.

'બધી જ નકલો બાંધીને કબાટમાં મૂકી, તાળું વાસી દેજે. કાલે કદાચ કોર્ટમાં એની જરૂર પડશે.'

બીજે દિવસે નવરોજજી મનાઈહુકમ ઉઠાવી લેવાની અરજી લખાવવા એના વકીલના દફ્તરે જવા નીકળે તે પહેલાં 'ચાબુક'ને લખમીદાસ તરફથી બદનક્ષીના દાવાની નોટિસ મળી ગઈ. 'ચાબુક'માં છપાયેલા લેખથી પોતાની માનહાનિ થઈ છે એવું કહીને લખમીદાસે પૂરા પચાસ હજાર રૂપિયાનું વળતર 'ચાબુક' પાસે માગ્યું હતું. નોટિસમાં ક્યાંય ગોકળદાસ તેજપાળનો ઉલ્લેખ નહોતો જેનો અર્થ નવરોજજી માટે સ્પષ્ટ હતો : હજુ બીજા આટલા જ રૂપિયાનો દાવો ગોકળદાસ તરફથી માંડવામાં આવે એવી શક્યતા ઊભી જ છે. નવરોજજીએ ધાર્યું નહોતું કે લખમીદાસ આટલાં ઝડપી પગલાં લેશે. બદનક્ષીની નોટિસ મળ્યા પછી અદાલત હવે મનાઈહુકમ ઉઠાવી લેવાની અરજી મંજૂર રાખે એવી શક્યતા ઓછી હતી. એટલું જ નહીં બદનક્ષીનો દાવો અદાલતમાં મંડાય અને તેનો ચુકાદો આવે ત્યાં સુધી 'ચાબુક'માં લખમીદાસ વિશે એક પણ ઘસાતો શબ્દ ન છપાય એવી અરજી સામેવાળા કરે અને અદાલત તરત જ એ અરજી મંજૂર રાખે એવી પણ શક્યતા હતી.

વકીલ મિસ્ટર રોનાલ્ડ રેમિંગ્ટનના દફ્તરે જઈને નવરોજજીએ કહ્યું, 'રેમિંગ્ટનસાહેબ, એક કેસ લાવ્યો છું તમારા માટે. ફીની ચિંતા કરશો નહીં. જે ખર્ચ થશે તે તમને આગોતરો મળી જશે પણ આ કેસમાં તમારે મને જિતાડી આપવાનો છે.'

જદુનાથ મહારાજના મુંબાઈના ભક્તોમાં વાત પ્રસરી ગઈ કે નવરોજજી ઉપર

લખમીદાસે બદનામીનો કેસ દાખલ કર્યો છે. મુંબાઈના આ વૈષ્ણવ ભક્તોએ નવરોજજીની પડખે રહીને કોર્ટનો તમામ ખર્ચ પોતાના માથે લઈ લીધો. મુંબાઈ પ્રેસિડન્સીની સુપ્રીમ કોર્ટના મુખ્ય ન્યાયાધીશ સર હેન્રી ડેવિડસનની અદાલતમાં કેસ ચાલતો ગયો અને લખમીદાસના વકીલો મિસ્ટર વિલ્સન વેસ્ટ્રાપ તથા મિસ્ટર સી. ટી. વ્હાઈટ તરફથી એક પછી એક પુરાવાઓ રજૂ થતા ગયા. નવરોજજી દોરાબજી લખમીદાસ પાસે વારંવાર પૈસાની માગણી કરતો એના પુરાવાઓ રજૂ થયા. નવરોજજીએ ૩૦મી સપ્ટેમ્બર, ૧૮૫૭ના રોજ લખમીદાસને લખેલો એક પત્ર કોર્ટમાં રજૂ થયો. પત્રમાં નવરોજજીએ લખમીદાસને વિનંતી કરી હતી કે તેઓ પોતાને આર્થિક મદદ કરે. લખમીદાસના વકીલોએ આ પત્રને ગર્ભિત ધમકી ગણાવીને અદાલતને કહ્યું કે પૈસા ન મળવાથી ‘ચાબુકે’ લખમીદાસ વિરુદ્ધનું લખાણ પ્રગટ કર્યું છે.

નવરોજજીના પગ તળેથી ધરતી સરકતી ગઈ. એના વકીલ રેમિંગ્ટને છેલ્લો દાવ ફેંકવાનું સૂચન કરતાં નવરોજજીને જણાવ્યું, ‘હવે એક જ ઉપાય બાકી છે, મિસ્ટર નવરોજજી. વૈષ્ણવોના મહારાજો અદાલતમાં આવીને કહે કે લખમીદાસની પ્રવૃત્તિઓને કારણે વૈષ્ણવ ધર્મને હાનિ પહોંચે છે તો લખમીદાસ વિરુદ્ધ પાકા પુરાવા ઊભા થાય.’

‘એમાં શું મોટી વાત છે, મિસ્ટર રેમિંગ્ટન. એ બધા જ મહારાજો મારા ટેકેદાર છે. લખમીદાસને પાઠ ભણાવવામાં મને જેટલો રસ છે એના કરતાં વધુ એ લોકોને લખમીદાસને ચૂપ કરવામાં રસ છે.’

‘તો પછી આપણે કાલે જ કોર્ટમાં અરજી આપવી પડશે કે આપણા પક્ષના સાક્ષીઓ તરીકે મહારાજોને બોલાવવામાં આવે.’ વકીલે કહ્યું.

‘જરૂર. એક વખત મહારાજોની સાક્ષી લખમીદાસ વિરુદ્ધ પડે પછી અદાલત જ નહીં આખી ભાટિયા નાત લખમીદાસની વિરુદ્ધ થઈ જશે.’

નવરોજજીને ખબર નહોતી કે મહારાજોને કોર્ટમાં પોતાના સાક્ષી તરીકે બોલાવવા માટે સમન્સ કઢાવવાથી એના પોતાના જ પગ પર કુહાડો પડશે. જે ચાબુક એણે બીજાઓને મારવા ઉગામી હતી તે એના પોતાના જ વાંસા પર પડે એવા દિવસો હવે દૂર નહોતા.

પ્રકરણ : ૧૪

મલબાર હિલનાં જંગલો પરથી દેખાતા પૂર્વના અરબી સમુદ્ર પર હજુ અંધકાર છવાયેલો હતો. લોર્ડ જહોન એલ્ફિન્સ્ટનના ગવર્નરપદ હેઠળનું સઘળુંય મુંબાઈ શહેર બ્રાહ્મમુહૂર્તની મીઠી નિદ્રા માણી રહ્યું હતું. ભૂલેશ્વરમાં માધવદાસ મહારાજના મંદિરના માથે સૂર્યનું પહેલું કિરણ અડકે તે પહેલાં મંગળાનાં દર્શન થઈ રહ્યાં હતાં. ભગવાનને જગાડતાં પહેલાં જાગી ગયેલા વૈષ્ણવો મંગળાની આરતીની આશકા લેવાને બહાને બે ક્ષણ વધુ જ્યોત પર હથેળી ઢાંકતા હતા જેથી વહેલી પરોઢની ટાઢમાં જરીક રાહત મળે. છેક છેલ્લાં દર્શનાર્થીના ગયા પછી માધવદાસ મહારાજ ઉપરના માળે, પોતાના નિવાસસ્થાને જવા પગ ઉપાડતા હતા ત્યાં જ હાથમાં નાનકડી થેલી લઈને ખૂણામાં ઊભેલો એક માણસ બહાર નીકળીને એમની નજીક આવ્યો.

'આરતી તો થઈ ગઈ, ભાઈ. દર્શન પણ બંધ થઈ ગયાં. હવે ગ્વાલનાં દર્શન ખૂલે ત્યારે આવજો.' માધવદાસ મહારાજે કહ્યું.

'જેજે, હું ભગવાનનાં નહીં, આપનાં દર્શને આવ્યો છું.' આગંતુક બોલ્યો.

'અત્યારે સમય નથી. મળવા માટે તમે બપોરે, રાજભોગનાં દર્શન પછી આવી શકો છો.' માધવદાસે વિવેકમાં થોડીક સખ્તાઈ ઉમેરીને કહ્યું.

'રાજભોગ તો મહારાજ, અગિયાર પછી થશે ને ત્યાં સુધીમાં તો નામદાર ન્યાયમૂર્તિ સર હેન્રી ડેવિડસનની અદાલતમાંથી આપના સારું સમન્સ નીકળી ચૂક્યું હશે.' આગંતુકે ધીમા પણ સ્પષ્ટ ઉચ્ચારે જણાવ્યું.

'સમન્સ?' માધવદાસના પગ નિસરણીના પહેલા જ પગથિયે અટકી પડ્યા, 'અમારા માટે કોર્ટના સમન્સ? તમે કોણ છો?' માધવદાસને પહેલી જ વાર આગંતુકની ઓળખાણ માગવી જરૂરી લાગી.

'કહું છું, આપણે ઉપર જઈશું?' આગંતુકે આજ્ઞા માગવાના સૂરમાં માધવદાસ મહારાજને લગભગ હુકમ જ કર્યો. એ અજાણ્યાના કહેવા મુજબ કર્યા સિવાય મહારાજનો છૂટકો નહોતો.

ઉપર જઈ માધવદાસે એક ખવાસને બોલાવી દીવાનખંડની બાજુનો ઓરડો ખોલાવી ફાનસ મુકાવ્યું. છેવાડેના આ ખંડ સુધી બહારની અવરજવરનો અવાજ પહોંચતો નહોતો. માધવદાસ એક પાટ પર પાથરેલી સફેદ ગાદી પર તકિયાને અઢેલ્યા વિના આગળની

ધાર પર આવીને બેઠા.

'મારું નામ જીવરાજ છે, મહારાજ. જીવરાજ વિલાયતીના નામે અમારા ભાટિયા સમાજમાં મને લોકો ઓળખે છે.' આગંતુકે મહારાજના પગ પાસે પલાંઠી મારીને બેસતાં કહ્યું અને ઉમેર્યું, 'શહેરના વિખ્યાત વકીલ રેમિંગ્ટનસાહેબનું તમે નામ સાંભળ્યું હશે. હું એમના દફ્તરમાં કારકુન છું.'

'તમે સમન્સની વાત કરતા હતા...' માધવદાસ મહારાજે જીવરાજને મુદ્દાની વાત પર આવવાનું સૂચન કર્યું.

'તમને તો ખબર હશે કે નવરોજજી દોરાબજીના ચોપાનિયા 'ચાબુક' પર લખમીદાસ ખીમજીએ બદનામીનો દાવો માંડ્યો છે.'

'જાણું છું,' મહારાજ બોલ્યા, 'નવરોજજીએ વૈષ્ણવ સંપ્રદાયની સામે પડેલાઓની વિરુદ્ધમાં સારું લખ્યું હતું.'

'પણ કેસ આખો લખમીદાસની તરફેણમાં જઈ રહ્યો છે. લાગે છે એવું કે નવરોજજી હારી જશે – અમારા સાહેબ મિસ્ટર રેમિંગ્ટન નવરોજજી વતી લડી રહ્યા છે ને એમને પોતાને પણ નવરોજજી જીતે એવી કોઈ આશા નથી.' આટલું કહીને જીવરાજે થેલી ફંફોસીને એક કાગળિયું કાઢ્યું અને મહારાજને ધર્યું.

'નવરોજજી હારી જશે તો માઠું થશે.' માધવદાસ બોલ્યા અને એમણે પૂછ્યું, 'શેનો કાગળ છે આ?'

'કહું છું.' જીવરાજે ફાનસ માધવદાસ તરફ ખસેડતાં કહ્યું, 'રેમિંગ્ટનસાહેબે નવરોજજીને કેસની અસલ પરિસ્થિતિથી વાકેફ કર્યા ત્યારે કહ્યું કે લખમીદાસની સામે હારવું ન હોય તો છેલ્લે એક જ ઉપાય છે – મુંબાઈના મોટા મંદિરના મહારાજોને આપણા તરફથી સાક્ષી માટે બોલાવો. મહારાજ જો એવી સાહેદી આપે કે આ સુધારાવાળાઓ ધર્મનું નુકસાન કરી રહ્યા છે તો શક્ય છે કે પલ્લું આપણા તરફ ઝૂકી જાય.'

'અમે કોર્ટમાં આવીએ? સાહેદી આપવા? સાહેદીના પાંજરામાં અમારે ઊભા રહેવાનું? હોતું હશે કંઈ.' માધવદાસ મહારાજ બેફિકરાઈથી બોલ્યા.

'મહારાજશ્રી, નવરોજજી વતી, રેમિંગ્ટનસાહેબે બચાવ પક્ષના સાક્ષી તરીકે આપને બોલાવવામાં આવે એવી અદાલતને અરજી કરી હતી અને ગઈ કાલે એ અરજી કોર્ટે મંજૂર રાખી હતી જેની એક નકલ અત્યારે આપના હાથમાં છે.'

માધવદાસ મહારાજે ફાનસ વધુ નજીક લઈ હાથમાંનો કાગળ વાંચ્યો. એમના ચહેરા પરની રેખાઓ તંગ થવા માંડી. આંખ પરની બેઉ ભ્રૂકૂટિને પરસ્પર નજીક લાવતાં માધવદાસ બોલ્યા, 'આનો અર્થ એ થયો કે આજકાલમાં જ અમને કોર્ટમાં હાજર થવાના સમન્સ મળશે.'

'આજકાલમાં નહીં, મહારાજ. આજે જ. સવારે દસ વાગ્યે કોર્ટ ખૂલતાં જ બે પોલીસ કોન્સ્ટેબલોની સાથે બેલીફ હાથમાં સમન્સ લઈને આવી પહોંચશે.'

'આજે જ? તમને કોણે કહ્યું?'

'મહારાજ, રેમિંગ્ટનસાહેબના દફ્તરમાં કામ કરનાર જૂના કારકુને અદાલતના દફ્તર સાથે રોજની ઊઠબેસ રાખવી પડે. તમારા નામના સમન્સ ગઈ કાલે સાંજે જ લખાઈ ગયા છે.'

'તો ભલે, આવવા દો આજે એ સમન્સને. અમે નહીં સ્વીકારીએ. અમે મહારાજો વળી કોઈ દિવસ અદાલતનાં પગથિયાં ચડતા હોઈશું?'

'આપ સાહેદીનાં સમન્સ નહીં સ્વીકારો તો કોર્ટ આપની ધરપકડનું વોરંટ કાઢી શકશે.'

'અમારી ધરપકડ? અમારો કોઈ વાંકગુનો ખરો?' માધવદાસે જીવરાજની વાતને હસી નાખતાં કહ્યું અને ઉમેર્યું, 'વાંક તો લખમીદાસ જેવા શેઠિયાઓનો છે જેમણે અમારા વિરુદ્ધ ગમેતેમ લખતા કરસનદાસ મૂળજી જેવાઓને માથે ચડાવ્યા છે અને હજુ ય ગણો તો કાયદાની નજરે કદાચ નવરોજજીનો વાંક જેણે લખમીદાસ વિશે અને ગોકળદાસ તેજપાળ વિશે જે સાચેસાચું હતું તે જ લખ્યું છતાં કદાચ બદનક્ષીની કોઈ કલમ હેઠળ એણે ગુનો કરીય નાખ્યો હોય. આ બધામાં અમે વચ્ચે ક્યાં આવીએ છીએ?'

'મહારાજ, આ બધી અટપટી કાનૂની વાતો છે. ટૂંકમાં કહું તો નવરોજજીએ જ્યારે પોતાના બચાવ માટે આપની સાહેદી જરૂરી માની છે અને ખુદ અદાલતે નવરોજજીની વિનંતીને માનીને આપને સાહેદીની જુબાની લખાવવા હાજર થવાનું ફરમાન છોડ્યું છે ત્યારે આપે કોર્ટમાં આવ્યે જ છૂટકો છે.'

'અમે નથી આવવાના કોર્ટમાં. સો વાતની એક વાત. અમારા મહારાજોમાં છેલ્લી સાડા ત્રણ સદી દરમિયાન કોઈએ અદાલતનો દરવાજો સુધ્ધાં જોયો નથી અને આવતા સાડા ત્રણસો વર્ષ સુધી કોઈ મહારાજ અદાલતમાં પગ મૂકશે પણ નહીં. અમે ભગવાનના વારસદાર છીએ અને આ કળિયુગમાં અમે જ ઈશ્વર છીએ...'

'આ વિશે આપ મોટા મંદિરના જીવણલાલ મહારાજને પૂછી જુઓ તો સારું.' જીવરાજે કહ્યું.

'શેના વિશે?'

'સમન્સ આવે તો શું કરવું એ વિશે.'

'ઓહો...' માધવદાસે પોતે કંઈક જુદું જ સમજ્યા હોવાનો ઉદ્‌ગાર કાઢ્યો. પછી કહ્યું, 'પણ જીવણલાલજીની તબિયત આજકાલ સારી નથી. તેઓ કોઈને મળતાય નથી.'

'એટલે જ સીધો આપની પાસે આવ્યો છું. બાકી, નવરોજજીએ આપ બેઉ મહારાજો પર સાહેદીના સમન્સ કઢાવ્યા છે...'

'ઠીક છે, અજવાળું થાય એટલે હું જ મોટા મંદિરે જઈ આવું.' કહીને માધવદાસ ઊભા થયા.

'મહારાજ,' જીવરાજે ઊભા થઈને માધવદાસના ચરણસ્પર્શ કર્યા અને કહ્યું, 'વૈષ્ણવ ધર્મ પર અંધારું છવાઈ જાય એ પહેલાં મોટા મંદિરે જઈ આવજો.'

* * *

'બધો વાંક નવરોજજી ચાબુકવાળાનો જ છે, માધવદાસ.' જીવણલાલ મહારાજે મોટા મંદિરની અગાસીમાં બે ખુરશીઓ નખાવીને કહ્યું. બે ખવાસ ખભેથી એમના હાથ ઝાલીને એમને બહાર લઈ આવ્યા હતા. અગાસીમાં બેસીને વાત કરવા પાછળ જીવણલાલજીનાં બે કારણ હતાં. એક તો, આવતું જતું કોઈ સમન્સવાળી વાત સાંભળે નહીં ને બીજું દાક્તરની સલાહ મુજબ રોજની અડધો કલાકની તાજી હવા ફેફસાંમાં જાય અને ચામડી પર સૂરજનો કૂણો તડકો પડે.

'લખમીદાસ સામે નવરોજજી હારી જાય તો સુધારાવાળાઓને આપણા વિરુદ્ધ લડવાનું જોર મળી જાય એવું નથી લાગતું આપને?' માધવદાસે પૂછ્યું.

'જરૂર. પછી તો કરસનદાસ જેવાઓ આપણા માથે જ ચડી બેસે.' જીવણલાલજીએ ક્ષીણ અવાજે કહ્યું.

'તો પછી આપણે સમન્સ સ્વીકારીને નવરોજજીની તરફેણમાં સાહેદી આપી આવીએ તો કેવું?' માધવદાસે પોતાના અગાઉના વિચારમાં સમાધાન કરવાની તૈયારી સાથે કહ્યું.

'જો, જો, એવી ભૂલ કરતા, માધવદાસ. નવરોજજીને બચાવવા જતાં જમ ઘર ભાળી જશે. વળી, આપણી સાહેદીના કારણે નવરોજજી જીતી જ જશે એવી કોઈ ખાતરી નથી. પણ એક વખત જો સમાજમાં ને ખાસ કરીને અદાલતમાં એવી છાપ ઊભી થઈ ગઈ કે મહારાજોનેય મામૂલી માણસોની જેમ કોર્ટકચેરીના ધક્કા ખવડાવી શકાય છે તો પછી આપણું માન શું રહેશે? વૈષ્ણવો આપણને ઈશ્વર માનીને પૂજે છે અને આપણે મહારાજો છીએ જ ઈશ્વર. આ બધી લૌકિક બાબતોમાં આપણાથી પડાય જ શી રીતે? આજે તો જાણે કે આપણને સાહેદી માટે બોલાવવામાં આવે છે, કાલ ઊઠીને ગમે તે માણસ અદાલતમાં આપણા વિરુદ્ધ દાવો દાખલ કરી દે એવું પણ બને. ત્યારે શું આપણે આરોપીના પાંજરામાં ઊભા રહેવાનું? અશક્ય, માધવદાસ, બિલકુલ અશક્ય. તમે કંઈ પણ કરો, સમન્સ નીકળતા અટકાવો.' આવેશમાં એકશ્વાસે બોલી ગયેલા જીવણલાલ મહારાજ હાંફી ગયા.

માધવદાસે એમને હાથથી ઇશારો કરી બહુ ન બોલવાની વિનંતી કરી. થોડી વારે એમનો શ્વાસ હેઠો બેઠો એટલે માધવદાસ બોલ્યા, 'સમન્સ લખાઈ ચૂક્યા છે એટલે એને કોર્ટમાંથી નીકળતાં રોકી શકાય એમ તો નથી, પણ આપ કહેતા હો તો આપણા સુધી આવતાં એને અટકાવી શકાય ખરા.'

'એ વળી કેવી રીતે?' જીવણલાલજીએ પૂછ્યું.

'મંદિરોનાં બારણાં જ ભીડી દઈએ. બેલીફ પાછો જતો રહેશે, જવું જ પડશે.' માધવદાસે એક એક શબ્દ છૂટો પાડીને કહ્યું.

'અને વૈષ્ણવો? એ ક્યાં જશે?'

'એક દિવસ માટે એમના સારું દર્શન બંધ રહેશે, બીજું શું?'

'ને પછીના દિવસે? ત્યારે મંદિરના દરવાજા ઊઘડશે ને કોર્ટના માણસો અહીં હાજર નહીં થાય શું?' જીવણલાલજીએ પૂછ્યું.

'ત્યારની વાત ત્યારે. એક વખત ચોવીસ કલાકનો સમય હાથમાં મળી જાય તો

એ દરમિયાન ઘણા ખેલ પાડી શકાશે. શું કહો છો?'

જીવણલાલજી વિચારમાં પડી ગયા. મંદિરોના દરવાજા ચોવીસ કલાક માટે વાસી દેવામાં આવ્યા હોય એવું અગાઉ ક્યારેય બન્યું નહોતું. ભક્તો માટે ભગવાનનાં દર્શન ત્રણસોએ સાઠ દિવસ ખુલ્લાં જ રહેતા. જોકે, એ વાતેય સાચી હતી કે હજુ સુધી ક્યારેય મહારાજોએ અદાલતનાં પગથિયાં ચડવાની નોબત આવી નહોતી. અસ્વસ્થ તબિયતને કારણે જીવણલાલજી સ્વસ્થપણે વિચારવા અસમર્થ હતા. માધવદાસ કરતાં પોતે ઉંમરમાં મોટા હતા છતાં મંદિરો બંધ કરવાના નિર્ણયની જવાબદારી જીવણલાલજી પોતાના માથે લેવા માગતા નહોતા. એમણે એટલું જ કહ્યું, 'તમને ઠીક લાગે તે કરો, માધવદાસ...'

* * *

અગિયારના ટકોરા પડ્યા અને સવારે પોતપોતાના કામે જતાં પહેલાં રાજભોગના સમયે ભગવાન સામે માથું નમાવીને દિવસની શરૂઆત કરવાનો વણલખ્યો નિયમ પાળતા મુંબાઈવાસી વૈષ્ણવો માધવદાસના મંદિરે એકઠા થવા લાગ્યા. મંદિરનો મુખ્ય દરવાજો બંધ જોતાં જ ભક્તો આશ્ચર્યમાં પડી ગયા. આ દરવાજો તો ક્યારેય રાત્રે પણ બંધ થતાં એમણે જોયો નહોતો. અંદરના દરવાજાની વાત જુદી હતી. કેટલાકે સાંકળ ખખડાવી જોઈ પણ કોઈએ અંદરથી પ્રતિસાદ આપ્યો નહીં. કશુંક સારુંમાઠું થયું હશે કે કંઈક નવાજૂની બની હશે એવી મંગળઅમંગળ કલ્પના કરતા કેટલાક વૈષ્ણવો માધવદાસના મંદિરેથી મોટા મંદિર સુધી પણ આંટો મારી આવ્યા. જીવણલાલજી મહારાજની એ હવેલીને પણ આજે દર્શન માટે બંધ જોઈને વૈષ્ણવો વ્યાકુળ બની ગયા. સાડા અગિયાર થયા, બાર વાગી ગયા. રાજભોગનાં દર્શનનો સમય વીતી જવા લાગ્યો. કોઈને કશુંય સમજાતું નહોતું. હમણાં ખૂલશે, હમણાં ખૂલશેની રાહ જોતાં છેક સાડા બાર વાગી ગયા. ત્યાં કોઈકે બે પોલીસવાળાની સાથે લાલ પાઘડી પહેરીને આવતા કોર્ટના બેલીફને જોયો. બેલીફે મંદિરના બંધ દરવાજા જોઈને સાથે આવેલા કોન્સ્ટેબલોને સૂચના આપી, 'અંદર જવાનો રસ્તો ખોલાવો.' કોન્સ્ટેબલો મંદિરના ફળિયા ફરતું ચક્કર લગાવી આવ્યા પણ માંહી જવાનો કોઈ રસ્તો મળ્યો નહીં. દરવાજા પર લાઠી ઠોકી ઠોકીને થાક્યા છતાં અંદર જાણે કોઈ વસ્તી જ ન હોય એવો ભેંકાર સંભળાયો. બેલીફે એક પોલીસવાળાને જીવણલાલજીના મંદિરે દોડાવ્યો. એ પાછો આવ્યો ત્યાં સુધી અહીં જમા થયેલા વૈષ્ણવોમાં વાત ફેલાઈ ગઈ કે બેઉ મહારાજોને અદાલતમાં હાજર થઈને સાક્ષી આપવા માટે સમન્સ નીકળ્યાં છે. સમજનારાઓ સમજી ગયા કે સમન્સ નકારવા માટે જ મહારાજોએ અંદરથી બારણાં વાસી દીધાં છે. હશે, જેવાં નસીબ કહીને કેટલાક વૈષ્ણવો નિરાશ વદને પાછા વળ્યા. એમાંના કેટલાય દર્શન કર્યા વિના મોંમાં અન્નનો દાણો ન નાખવાનો નિયમ વર્ષોથી પાળતા આવ્યા હતા. ભગવાનની મરજી આજે એક દિવસ માટે ઉપવાસ કરાવવાની હશે એમ માનીને એ સૌએ મન મનાવી લીધું. કેટલાકે ભૂખ્યા નહીં રહેવાય એવું વિચારીને આજ પૂરતું નજીકના ગણેશ કે હનુમાન મંદિરનાં દર્શનથી મન મનાવી લેવાનું નક્કી કર્યું.

બપોરે બેલીફ થાકીહારીને કંટાળ્યો અને એણે કોન્સ્ટેબલોને લઈ કોર્ટમાં પાછા

જવાનો નિર્ણય કર્યો. બેલીફના ગયા પછી મોટા મંદિરનો પાછલો દરવાજો અડધો ઊઘડ્યો અને એક ભાટિયા શેઠ ઝડપથી પોતાની બગીમાંથી ઊતરી જેવો અંદર પેઠો કે તરત દરવાજા પાછા સખત ભિડાઈ ગયા. જીવણલાલજીની સાથે સંપર્કમાં રહેવાય એ માટે મોટા મંદિરે જ મુકામ કરી રહેલા માધવદાસે મંદિરો બંધ કરવાનો નિર્ણય લીધો ત્યારે એક મુખિયાજીને બોલાવી બે સંદેશા રવાના કર્યા હતા. એક તો પોતાનું મંદિર બંધ રાખવાનો સંદેશો ત્યાંના મુખિયાજી માટે અને બીજો સંદેશો શેઠ ચત્રભુજ મોરારજીને.

* * *

ચત્રભુજ મોરારજી નામનો ભાટિયા શેઠિયો ઉંમરમાં કરસનદાસ મૂળજી કરતાંય બે વર્ષ નાનો. પચ્ચીસ-છવ્વીસનો.

સમાજમાં લોકો એની પીઠ પાછળ ચતો મોરાર ને ક્યારેક એને ચતો બાંગડ પણ કહેતા. ચત્રભુજને બાંગડ વિશેષણથી નવાજવાનું પણ કારણ હતું. એક તો એ રહ્યો સાવ અભણ અને ઉપરથી વળી જીભનો સાવ છુટ્ટો. આખો વખત ગાળગલોચ કરે. બધા સાથે તોછડાઈથી વર્તે. લોકો કહેતા કે ચતાનું તો કંઈ ઠેકાણું નહીં, એ તો ગમે ત્યારે વિવાહની વરસી કરી મૂકે! ધંધામાં એને રાલી બ્રધર્સની મુકાદમી હતી. રાતદિવસ ગોદીના મજૂરો જોડે ધમાધમ કરવાની. પૈસો ધૂમ કમાય. પણ ઘમંડી, ચડાઉ ને વળી દ્વેષીલો. કોઈની પાછળ પડી જાય તો એને પજવવામાં બાકી ન મૂકે. લખમીદાસ ખીમજીએ ભાટિયા મહાજનનું મંત્રીપદ છોડી દીધું એની પાછળ નાતીલાઓના કજિયા કંકાસ ઉપરાંત ચતા બાંગડનો ત્રાસ પણ ખરો. નરોતમ મોરારજી અને ગોરધનદાસ ખટાઉ જેવા પ્રતિષ્ઠિત શેઠિયાઓય એની જ ધાકે વિલાયત જતાં બીએ.

આવો આ ચતો બાંગડ ઉર્ફે શેઠ ચત્રભુજ મોરારજી ચુસ્ત પુષ્ટિમાર્ગી વૈષ્ણવ. મહારાજોને એ ખૂબ નાણાં આપે અને અપાવે. સુધારાવાળાઓને મન ભરીને ભાંડે. જોકે, એક વાર મઝા થયેલી. કોઈ બાઈનો સોનાનો દાગીનો પચાવી પાડવા બદલ એક મહારાજના ઘરની જડતી લેવાઈ હતી. જડતી દરમિયાન બાઈના દાગીના જોડે દારૂઓની બાટલીઓ પણ નીકળી. ચતાએ આ વાત જાણી ત્યારે એણે મહારાજોનેય બેફામ ભાંડ્યા હતા. એકંદરે આ ચતો પહોંચેલી માયા હતી. કચ્છી ભાટિયા મહાજનના વહીવટમાં નાણાં અંગે એણે ગોટાળો કર્યો હતો. ચતા બાંગડની હેરાનગતિથી ત્રાસીને ખુદ લખમીદાસ ખીમજી જેવાએ પણ મહાજનનો વહીવટ પોતાના હાથમાંથી જવા દીધો હતો. ભવિષ્યમાં એના દીકરા ચરણદાસે નાદારી નોંધાવેલી. ચતાના ભાઈ નાનજી મોરારના દીકરા આણંદજીને સદીનાં પાછલાં વર્ષોમાં ઘોડદોડનો ગાંડો શોખ લાગેલો. શરતના ઘોડા એ રાખતો ને મોટી બેટિંગો કરતો. આ લતે ચડનારા ભાટિયાઓમાં એ કદાચ સહુથી પહેલો હતો. પછી તો એમાં ઘણા ભાટિયા પડ્યા ને ખુવાર થયા.

ચતા બાંગડને મહારાજો ચત્રભુજ મોરારજીના નામે ઓળખવાને બદલે ચતુરશેઠ કહેતા. મંદિરો બંધ રહ્યાં એ બપોરે ચત્રભુજ ખાનગીમાં પાછલા દરવાજેથી મેડી ચડીને જીવણલાલજીના આવસે પહોંચી ગયો. ત્યાં માધવદાસ મહારાજ એની રાહ જોતા બેઠા

હતા. ચતા બાંગડને જોતાં જ એ બોલ્યા,

'ચતુરશેઠ, આ તમારા નવરોજજીએ તો ભાઈ ભારે કરી. જે ડાળ પર બેઠો એને જ કાપવાવાળી કરી.'

'મને ખબર પડી છે, મહારાજ. સમન્સવાળી વાત તો આખા મુંબાઈમાં આગની માફક ફેલાઈ ગઈ છે.' ચત્રભુજે બેઉ મહારાજોને વારાફરતી પગે લાગી, ચરણરજ આંખો-માથે ચડાવી જમીન પર પાથરેલી ચટાઈ પર સ્થાન ગ્રહણ કર્યું.

'ચતુરશેઠ, લખમીદાસ ખીમજીએ કરેલા કેસની સામે વકીલ રોકવા તમે જ નવરોજજીને પૈસા આપવાનું કબૂલ્યું છે ને?' જીવણલાલ મહારાજ બોલ્યા.

'જી, મારે તો બેઉ કામ સરતાં હતાં, લખમીદાસ સામે આમેય જૂની દુશ્મની ને વળી આ સુધારાને નામે વૈષ્ણવ ધર્મને બદનામ કરવા બેઠેલાઓને ચૂપ કરવા સારું ચાબુક જેવાને હાથમાં રાખ્યું હોય તો ગમે તે ઘડીએ ધાર્યું લખાવી શકાય એવું સુરતથી જદુનાથજીએ જ સ્તો જણાવ્યું હતું.' ચતુર મોરાર બોલ્યો.

'પણ નવરોજજીની બુદ્ધિ બહેર મારી ગઈ છે.' માધવદાસ બોલ્યા, 'અમને પૂછ્યાગાછ્યા વિના પોતાની તરફેણમાં સાહેદી પૂરવા સમન્સ કઢાવ્યા તેને પાછા ઠેલવા આજે અમારે મંદિરો બંધ રાખવા પડ્યાં.'

'તે તો નવરોજજીએ ખોટું જ કર્યું, મહારાજ. પણ આ મંદિરો ક્યારે ખોલાવશો? લોકોમાં બહુ સાચુંખોટું બોલાય છે.' ચતુરે કહ્યું.

'અત્યારે તો એવું વિચાર્યું છે કે ચાબુક પરના કેસનો નિકાલ આવી જવા દો... પછી જોઈએ શું થાય છે.' માધવદાસ બોલ્યા.

'આપ સમન્સ સ્વીકારતા નથી એટલે નવરોજજી તરફથી એના વકીલે હવે કોઈ દલીલો કરવાની રહેશે નહીં. બહુ બહુ તો બે-ચાર દહાડામાં ખબર પડી જવી જોઈએ. પણ ત્યાં સુધી...' ચતુર જરા નરમ પડી ગયો.

'ત્યાં સુધી મંદિરો બંધ રહેશે, ચતુરશેઠ. તમે લાગતાવળગતા સહુ કોઈને જાણ કરી દેજો.' માધવદાસ કડક સાદે બોલ્યા. પછી ઉમેર્યું, 'અને તમે ચતુરશેઠ, હવેથી ખબરદાર જો નવરોજજીને એક પૈસોય આપ્યો છે તો...'

'પણ આ કેસના વકીલોની ફીના ને કોર્ટકચેરીના ખર્ચાતા પૈસા તો વચન આપ્યું છે તો આપવા જ પડશે ને.' ચતુર મોરારે દલીલ કરી.

'અરે, ચતુરશેઠ! તમે તે વળી ધંધાના કેટલાં વચનો પાળો છો કે આ એકમાં વળી સત્યવાદી હરિશ્ચંદ્ર થવા જાઓ છો.' માધવદાસે રોકડું પરખાવ્યું. ચતુર ગમ ખાઈને ચૂપ રહ્યો.

'હવે અમે કહીએ છીએ તેમ કરો,' માધવદાસે ઇશારાથી ચતુરને વધુ નજીક આવવાનું કહ્યું, 'પાછલી ખડકીથી જે કોઈ વૈષ્ણવ એમને મળવા માગે તે બીજાથી નજર બચાવીને ઠેઠ ઉપર સુધી આવી શકે એવી ગોઠવણ કરવાની જવાબદારી તમારી. સુધારાવાળાઓને વાદે ચડેલા જે થોડાઘણા વૈષ્ણવો છે એમને સીધાદોર કરી નાખવાની આ સારી તક છે. બાકીનાઓમાંથી પણ કોઈના મનમાં અમારી સામે થવાનાં જંતુ જન્મ્યાં

હશે તે પણ હવે સાફ થઈ જવાં જોઈએ. કરસનદાસ અને તેની ટોળકીએ લગાડેલા સુધારાના રોગને હવે જડમૂળથી નેસ્તનાબૂદ કીધે જ છૂટકો છે.'

'અને હા,' જીવણલાલ બોલ્યા, 'કોર્ટમાં નજર રાખતાં રહેજો. 'ચાબુક' સામેના કેસમાં કોઈ ચુકાદો આવે તો તાત્કાલિક જાણ કરજો.'

'જી, મહારાજ,' કહીને ચતુર મોરાર ઊભો થયો. ગામ આખા સાથે બાંગડગીરી કરનારો ચતો આજે પારખી શક્યો નહીં કે આ બેઉ મહારાજોના મનમાં ક્યાં સુધી મંદિરોને બંધ રાખીને વૈષ્ણવોને બાન રાખવાની દાનત હતી. મંદિરો ફરીથી ઉઘાડાં મૂકવા માટે મહારાજો કઈ કઈ શરતો વૈષ્ણવો પાસે કબૂલ કરાવવા માગતા હતા એ વિશે ચતો બિલકુલ બેખબર હતો.

સાંજથી મોડી રાત સુધી વારાફરતી શહેરના નામી વૈષ્ણવો છુપાઈને મોટા મંદિરે મહારાજોને મળવા આવવા માંડ્યા. જે વહેમી વૈષ્ણવો દર્શન કર્યા વિના અન્નજળ લેતા નહીં એમણે આજે નકોરડો ઉપવાસ કરવો પડ્યો હતો. એ નિયમ પાળનારા ધનવાન અને નિર્ધન, સ્ત્રી અને પુરુષ, વૃદ્ધ અને તરુણ બધીય વૈષ્ણવ નાતોમાં હતાં. મંદિરો સતત બીજા દિવસે પણ બંધ રહ્યા. ત્રીજા દિવસેય બારણાં ન ઉઘડ્યાં ત્યારે શહેર આખામાં હાહાકાર થઈ ગયો. શેઠ મોરારજી ગોકુળદાસ જેવા કેટલાય શહેરીઓના ધર્મસંસ્કાર નાનપણથી જ એટલા દૃઢ કે મંદિરે દર્શન કર્યા વિના મોંમાં એક કોળિયોય ન મૂકે. મોરારજીશેઠના ઘરે તો ઠાકોરજીની સેવા હતી એટલે ઘરમાં જ દર્શન થઈ જતાં પણ દરેક વૈષ્ણવને ઘરે સેવા રાખવાનું અનેક કારણોસર ફાવતું નહીં, કેટલાકને ખર્ચની દૃષ્ટિએ પોસાતું નહીં. આવા હજારો વૈષ્ણવોની તબિયત પર ઉપવાસનો પહેલો દિવસ અજીર્ણ, વિકાર કે બાદી કાઢવાને સારું કદાચ ઉપકાર નીવડ્યો હશે પણ પછી તો તેઓ ભૂખ અને તરસથી પીડાવા લાગ્યા. ઘોડાની ગાડીમાં બેસીને ફરનારાઓ, મહેલો જેવા મોટા બંગલાઓમાં રહેનારા તવંગરો, ગરીબ-ઘરડી સમર્પણીઓ, ધાવતાં બાળકવાળી નારીઓ, દિવસમાં ચારવાર જમે એવા પઠ્ઠા જુવાનો ને સૂકા આદમીઓ સહિત સૌ કોઈ ગુરુને બારણે ક્ષુધાથી ટળવળવા લાગ્યા. ભૂખથી પેટ બેસી ગયાં ને તરસથી ગળાં ચોંટી ગયાં. પ્રભુજી દયા કરો, પ્રભુજી દયા કરો, અમારા અપરાધ ક્ષમા કરો એમ તેઓ પોકારે ને રડે. સુધારાવાળાઓને ગાળો દે. ઘેર ઘેર સુધારાવાળાઓની કાણ મંડાઈ. જુવાન સેવકીઓ સુધારાવાળાને નામે પોતાની ભરાવદાર છાતીઓ કૂટે. મહારાજોની તોપે ધારી અસર કરી.

ચોથે દિવસે બપોર પછી ચતો બાંગડ કોર્ટમાંથી સીધો જ મોટા મંદિરે આવીને બંધબારણે બેઉ મહારાજોને મળ્યો, 'જજમેન્ટ આવી ગયું છે, મહારાજ.'

'શું આવ્યું, બતાવો?' બેઉ મહારાજો લગભગ એકસાથે જ બોલી ઉઠ્યા.

'લખેલી નકલ તો સાંજ સુધીમાં હાથમાં આવશે. અત્યારે તો નામદાર જજ હેન્રી ડેવિડસનનો ચુકાદાનો આખરી શબ્દ સાંભળીને સીધો અહીં જ દોડી આવ્યો છું...' ચતુર મોરારે સહેજ શ્વાસ લીધો ને બોલ્યો,

'લખમીદાસ ખીમજી તરફી જુબાનીઓમાં ખટાઉ મકનજી ને શેઠ કરસનદાસ

નેણશીની સાક્ષીઓ મહત્ત્વની પુરવાર થઈ. જજસાહેબે કહ્યું કે આ બેઉની ઊલટતપાસથી જણાયું છે કે લખમીદાસની આબરૂને 'ચાબુક'ના આક્ષેપોથી સારું એવું નુકસાન થયું છે.' ચતુરે સહેજ રોકાઈને કહ્યું, 'મહારાજ, એ બેઉની સામે આપ બન્નેની સાહેદી હોત તો ચુકાદો સાવ જુદો જ આવ્યો હોત...'

'અમને ખબર છે અમારે શું કરવું, ચતુરશેઠ,' માધવદાસે કહ્યું, 'તમે ચુકાદાની વિગતો સંભળાવો.'

'જી. જજસાહેબે કહ્યું કે નવરોજજીએ કિન્નાખોરી રાખીને લખમીદાસ વિરુદ્ધ લખ્યું. હિપોક્રસી, હલકાઈ, ઠગાઈ વગેરે ગલીચ આક્ષેપો લખમીદાસની બદનામી કરે છે. લખમીદાસની નાતના ભાટિયા ભાઈઓ માટે આ મુકદમો ઘણો જ અગત્યનો લાગે છે જે કોર્ટની અંદર જે ભાટિયાઓનો જમાવ થયેલો છે તેની પરથી જણાય છે. આ જ પુરવાર કરે છે કે બદનામીવાળા લેખથી ભાટિયાઓમાં ઘણો ઘોંઘાટ થયેલો છે. વાદી લખમીદાસ જો પોતાની આબરૂનો બચાવ કરી નિર્દોષ જાહેર નહીં થાય તો તેને નાત બહાર મૂકવામાં આવે એવો સંભવ છે એમ પણ જજસાહેબે કહ્યું...'

'વિગતો અમે લેખિત ચુકાદામાં વાંચી લઈશું. જજમેન્ટ શું આવ્યું તે સીધેસીધું જણાવી દો,' માધવદાસે કહ્યું.

'નવરોજજીએ 'ચાબુક' વતી કુલ મળીને છસો રૂપિયાની નુકસાની ચૂકવવી પડશે અને કોર્ટનો ખર્ચો પણ એણે વાદીને આપવો પડશે.'

'મૂઓ એ જ લાગનો છે.' જીવણલાલ બોલ્યા, 'અને ચતુરશેઠ નવરોજજીને એની રીતે આ રકમનું ફોડી લેવા દો. તમારા કે કોઈ પણ વૈષ્ણવ તરફથી એને નાણાં સંબંધી મદદ મળવી જોઈએ નહીં...'

'મહારાજ, કાલ ઊઠીને નવરોજજી 'ચાબુક'માં ક્યાંક આપના જ વિરુદ્ધ લખવાનું શરૂ ન કરે...' ચતુરે સાવચેતીના પગલારૂપે કહ્યું.

'એવું એ નહીં કરે. એની ચોટલી અમારા હાથમાં છે.' માધવદાસે કહ્યું, 'તમે માત્ર તમને જે કહેવામાં આવે છે એના અમલ પર ધ્યાન આપો.'

'જી,' કહેતાંકને ચતુર ચૂપ થઈ ગયો.

'અને હા, આ કાગળ લઈ જાઓ,' માધવદાસે લેખનપીઠ પરથી તાજો જ સૂકવેલો લાંબો કાગળ ઊંચકી ચતુરના હાથમાં આપ્યો, 'એની બને એટલી વધુ નકલો કઢાવીને મુંબાઈના તમામ વૈષ્ણવોમાં વહેંચજો અને કહેજો કે જ્યાં સુધી એની નીચે તેઓ સહી નહીં કરે ત્યાં સુધી દર્શન માટે મંદિરો ખોલવામાં નહીં આવે.'

ચતુર મોરારે ધ્રૂજતા હાથે કાગળ હાથમાં લીધો અને ગડી કર્યા વિના એનું ગોળ પીંડલું વાળી ત્યાંથી વિદાય લીધી.

* * *

'સત્યપ્રકાશ' કાર્યાલયમાં બેઠેલા કરસનદાસ મૂળજીના હાથમાં મહારાજોએ બહાર પાડેલા દસ્તાવેજની એક નકલ આવી ગઈ હતી. દરેક વૈષ્ણવે એ કબૂલાતનામા જેવા

ખતની નીચે સહી કરવાની હતી. કરસનદાસે ધ્યાનપૂર્વક એમાંનો એકેએક શબ્દ વાંચવા માંડ્યો. દસ્તાવેજની ઉપર ગઈકાલની તારીખ લખી હતીઃ સંવત ૧૯૧૫ના પોષ સુદ બારસ, વાર રવિ. ૧૬મી જાનેવારી ૧૮૫૯, મુંબાઈ.

પ્રથમ ફકરામાં લખ્યું હતું :

'જત, અમે શહેરના ભાટિયા તથા વાણિયા તથા લુવાણા તથા ભણસાળી તથા મારવાડી તથા મુલતાની વગેરે સર્વે વૈષ્ણવોએ મળી આ કબૂલાતનામું કર્યું છે. એનો હેતુ એ છે કે શ્રી ગુસાઈજી મહારાજના તમામ બાળકો એટલે કે વંશજો જે બધા અમારા ગુરુ છે તેમને સરકાર તરફથી કે કોઈ બીજાએ કઢાવેલા સમન પરથી કે હરકોઈ બીજી રીતે કોર્ટમાં હાજર થવું ન પડે એવો બંદોબસ્ત સરકારમાં અરજી કરીને કરવો. આ કામમાં ખરચ કરવાનું નાણું આ ખત પર મત્તું મારનારા સઘળા વૈષ્ણવો પાસેથી ઉઘરાવી સારે ઠેકાણે રાખવું. સર્વે વૈષ્ણવોએ એક મતે અને એક જૂથે સરકાર પાસે એ માગવું અને એ માગણી પાર પડે ત્યાં સુધી મંડ્યા રહેવું.'

કરસનદાસે આ કબૂલાતનામા દ્વારા જાણ્યું કે મહારાજોએ વિચાર્યું હતું કે પોતાના પવિત્ર દરજ્જાને કોર્ટમાં સાહેદી માટે યા બીજા કોઈ સબબસર જવાથી મોટું અપમાન ન લાગે ને એમની ઈશ્વરીય પદવીનો નકાર ન થાય તે માટે કલકત્તાની ધારા બાંધનારી કાઉન્સિલને અરજી કરી એવો ધારો બંધાવવો. વૈષ્ણવોના મહારાજોની સાહેદી લેવી હોય તો તે એમના પોતાના ઘરમાં જ લેવામાં આવે અને કોર્ટમાં નહીં. આવો ધારો કલકત્તાની કાઉન્સિલ પાસે બંધાવી મંગાવવામાં જે કંઈ ખરચ થાય તે ખરચને સારું એક મોટું ફંડ ઊભું કરવું. અને કાઉન્સિલની પાસેથી જો દાદ ન મળે તો છેક વિલાયતની પારલામેન્ટ મધે અરજી કરવા કોઈ કાબેલ શખસને ત્યાં મોકલવાની જોગવાઈ કરવી.

દસ્તાવેજનો છેલ્લો ફકરો વાંચીને કરસનદાસ ખૂબ રોષે ભરાયો : 'હવેથી જે વૈષ્ણવ આપણા ધર્મની નિંદા છાપે કે છપાવે તેને નાતની બહાર કાઢવો. આવું લખાણ કોઈ વૈષ્ણવે વાંચવું નહીં. દરમિયાન, હર કોઈ વૈષ્ણવે વલ્લભકુળના કોઈ પણ મહારાજ પર સમન કાઢવો નહીં અને કોઈ બીજી નાત કે જાતનો આદમી સમન કઢાવે તો બધાએ મળી તે કામ ઘર મેળે ખચીત (જરૂર) પતાવવું. આ કરાર અમે રાજીખુશીથી અને શુદ્ધબુદ્ધિથી કર્યો છે. એ પ્રમાણે આપણામાંના દરેકે ખચીત ચાલવું. આ ખતમાં જે કંઈ કબૂલ મંજૂર કર્યું છે તેથી જે ઊલટો ચાલે તે પોતાના ધર્મથી ફરે અને નાતનો ગુનેગાર થાય.'

કબૂલાતનામાની નીચે સહી કરવા માટેની જગ્યા કોરી રાખવામાં આવી હતી. કરસનદાસે આખું કાગળિયું વાંચીને ક્રોધથી ટેબલ પર પોતાની મુઠ્ઠી પછાડી. એટલામાંથી સંતોષ થયો નહીં એટલે પેપરવેઇટ હાથમાં લઈ મેજ પરના કાચ પર ઠોક્યું. કાચમાં સૂર્યકિરણોની જેમ અસંખ્ય તિરાડો પડી ગઈ. કરસનદાસ દાંત કચકચાવીને વિચારતો રહ્યો : આ તો ગુલામીખત છે. આમાં કોઈ સહી કરી શકે જ કેવી રીતે. હવે મહારાજોનું આવી બનશે. મારે હવે બેધડક બનીને એમની બધી જ પોલ ખુલ્લી પાડવી પડશે. કરસનદાસના આ નિર્ણયમાં આવી રહેલા ભીષણ યુદ્ધનાં નગારાં વાગી રહ્યાં હતાં.

પ્રકરણ : ૧૫

'કરસનદાસ, આ છેલ્લી તોપ તો તમારા ભણી જ તાકીને ગોઠવી છે ને કંઈ!' લખમીદાસ ખીમજી પોતાના હાથમાં કબૂલાતનામાની નકલ લઈને વાંચતા હતા. વાલકેશ્વરના બંગલાના સૂમસામ દીવાનખંડના દરવાજા પર એક ચાકર સિવાય બિલકુલ નિર્જનતા હતી. રાતના ત્રણના ટકોરા વગાડીને ચોકીદાર પણ જંપી ગયો હતો. તમરાંના અવાજ સિવાયના ગાઢા સૂનકારમાં કરસનદાસ સામેની આરામખુરશીમાં પગ લંબાવીને કપાળે આંગળી મૂકી કશાક ઊંડા વિચારમાં ખોવાઈ ગયો હતો. મહારાજોએ મુંબાઈમાં તમામ વૈષ્ણવોની સહી લેવા માટે વહેંચેલા કબૂલાતનામાની એક નકલ એણે પોતે ક્યારની વાંચી લીધી હતી. એક નકલ લખમીદાસ પાસે પણ પહોંચી ચૂકી હતી. ગુલામીખત જેવા આ કબૂલાતનામા પર જે કોઈ વૈષ્ણવ સહી કરી આપે તેના માટે સામે ચાલીને કાંડાં કાપી આપવા જેવું થાય એ વાત કરસનદાસ અને લખમીદાસ સમજતા હતા. આ ગુલામીખતનો સજ્જડ વિરોધ કરવા કરસનદાસે કમર કસી લીધી હતી, પણ એક મુસીબત નડતી હતી. એના નિરાકરણ માટે જ હજુ સુધી બેઉ મિત્રો જાગતા રહ્યા હતા.

'લખમીદાસ, આ ગુલામીખતમાં ત્રણ વાનાં છે : એક તો, હર કોઈ મહારાજને કોર્ટમાં જવું ન પડે એવો કાયદો સરકારમાં મંજૂર કરાવવો, જેના માટે દરેક વૈષ્ણવે ફાળો આપીને શુમારે રૂપિયા સાઠ હજારનું ભંડોળ ભેગું કરવાનું જણાવાયું છે. ચોખ્ખી લૂંટ છે આ તો. બીજું, જે કોઈ કોર્ટ કેસમાં મહારાજ વાદી કે પ્રતિવાદી હોય તે ઘરમેળે પંચાત કરીને પતાવવો. આનો અર્થ એ થયો કે મહારાજોને દેશનો કોઈ કાનૂન લાગુ ન પડે. અને આ ત્રીજી જે વાત છે...' કરસનદાસ આરામખુરશીમાંથી ઊભો થઈને ધીમા ડગલે દરવાજા સુધી ગયો અને પાછાં વળતાં એક એક શબ્દ ભારપૂર્વક બોલતો ગયો જાણે પોતાનો ગુસ્સો પોતાના દરેક પગલા હેઠળ કચડી નાખવાનો એ પ્રયત્ન કરતો હતો છતાં એવું કરવામાં એને કોઈ સફળતા મળતી નહોતી, 'લખમીદાસ, ત્રીજો મુદ્દો તમે જેને મારા તરફની તોપ કહો છો તે જ છે : જે કોઈ વૈષ્ણવ મહારાજની કે પંથની વિરુદ્ધ લખે તેને નાત બહાર કાઢવો. અર્થાત્ મારા માટે સ્પષ્ટ ચેતવણી છે. કાં તો મારે ચૂપ રહીને સમાજમાં રહેવું, કાં સ્પષ્ટવક્તા બનીને નાતીલાઓ સાથેનો વહેવાર અટકી ગયા પછી એકલાઅટૂલા પડી જવું...'

કરસનદાસ લખમીદાસના વિશાળ સોફા પાસે આવીને અટકી ગયો. લાંબા સોફાના

બીજા છેડે લખમીદાસ એક પગ ઉપર લઈને નિરાંતે બેઠા હતા. કરસનદાસની ભિડાયેલી દાઢને કારણે ઊપસતી એના ચહેરા પરની મક્કમતા એ વાંચી શકતા હતા. પોતે એને સમજાવવાનું કામ માથે લીધું ન હોત તો કરસનદાસનો આક્રોશ ક્યારનોય 'સત્યપ્રકાશ'ના અંક દ્વારા ઠલવાઈને સમાજ સુધી પહોંચી ચૂક્યો હોત. લખમીદાસ જાણતા હતા કે એ સંજોગોમાં કરસનદાસ એકલો પડી ગયો હોત, એટલું જ નહીં કરસનદાસની એ સામાજિક એકલતા સમયે પોતે પણ કદાચ એની પડખે ઊભા રહી ન શક્યા હોત. માટે જ હાલ પૂરતો આ ગુલામીખત વિરુદ્ધનો આક્રોશ ખાળવો જરૂરી હતો.

'કરસનદાસ, તમે તો જાણો છો કે મહારાજોએ મોકલેલા આ ગુલામીખત હેઠળ ભલભલા શેઠિયાઓ, જસ્ટિસ ઑફ પીસ અને ગ્રાન્ડ જ્યૂરીના મેમ્બર હોય એવા વૈષ્ણવોએ પણ સહી કરી છે. સમાજનાં મોટાં નામો જો સહી કરે તો બીજાઓનું પૂછવું જ શું?'

'હું તમને એ જ પૂછવા માગું છું, કે આવા ભણેલાગણેલા લોકોના મગજમાં પણ કેમ મારી આ વાત ઊતરતી નથી કે ગુલામીખત દ્વારા વૈષ્ણવ સંપ્રદાયમાં ચાલી રહેલા દુરાચારોને ઢાંકી દેવામાં આવશે તો એક સમય એવો આવશે, જ્યારે એ ઉકરડો વૈષ્ણવોની હવેલીઓમાંથી બહાર નીકળીને વૈષ્ણવોના ઘરમાં આવશે...' કરસનદાસના ચહેરા પર સખ્તાઈની જગ્યાએ લાચારીની લકીર ખેંચાઈ. લખમીદાસ જેવા નિકટના સ્નેહી પણ પોતાની દલીલ સમજી ન શકતા હોય ત્યારે પોતે એકલા પડી ગયાની કેવી વેદના ભોગવે છે એ લાગણી કરસનદાસ અત્યારે વ્યક્ત કરી શકતો નહોતો અને તેથી જ માથું વારંવાર વીંઝીને હતાશાનાં વાદળ વિખેરવાનો પ્રયત્ન કરતો હતો.

'હું સમજું છું, કરસનદાસ. તને મારા જેટલો બીજો કોઈ ન સમજી શકે.' લખમીદાસ સાહજિક રીતે આત્મીય બનીને કરસનદાસને ઘડીભર નાના ભાઈની જેમ તુંકારે બોલાવવા લાગ્યા, 'તું તો પત્રકાર છે, લેખક છે અને સમાજના સુધારાઓ તારા જીવનનું લક્ષ્ય છે. હું રહ્યો વેપારી શેઠિયો. દરેક વાતમાંથી પૈસો રળી લેવાની અમારી વૃત્તિ. છતાં, સુધારાનું હિત જેટલું તમારા હૈયે છે એટલું જ અમારા હૈયે પણ છે જ – અને તમે જાણો જ છો આ વાત. મારી અને ગોકળદાસ તેજપાળની વાત કરું તો પૈસો બહુ કમાયા અમે. સુધારાવાળાઓની સાથે રહેવાથી અમારા ધંધાને અવળી અસર પડવાની હોય તો ભલે પડે. અમને એની કોઈ ચિંતા નથી...'

'તો ચિંતા શાની છે તમને, લખમીદાસ. શા માટે તમે ગુલામીખતની વિરુદ્ધ લખતાં મને રોકી રહ્યા છો.' કરસનદાસ અકળાઈને બોલ્યો.

'તમને રોકતો નથી હું, સમજાવું છું. તમે ધારો તો મારી સમજાવટ પછી પણ તમારા વિચાર પ્રગટ કરશો જ. તમને હું કે ગોકળદાસ કે બીજું કોઈ રોકી શકીએ એમ નથી. તમારી કલમને લગામમાં રાખવાનું પાપ અમે કોઈ દિવસ ન કરીએ, પણ હાલ જે વસ્તુસ્થિતિ છે તેનો તમને અંદાજ નથી...'

'લખમીદાસ, તમે બહુ વ્યવહારની ભાષા બોલવા લાગ્યા છો.' કરસનદાસે ઉદાસ હસીને ઉપહાસના સ્વરે કહ્યું.

'ના, કરસનદાસ. આ વ્યવહારની ભાષા નથી, સમજદારીના શબ્દો છે આ. સમાજના જે કોઈ મોટા માણસો છે તેમના મન પર ધર્મ વિશે બાળપણથી જે છાપ પડી હોય તે ભૂંસવી કઠણ છે, તેને થોડા જ વીરલા પુરુષ ભૂંસી શકે છે. વહેમને દૂર કરવો એ નાની વાત નથી... પાખંડ તજવો એ બહુ મોટી વાત છે... હિંદુ, પારસી, મુસલમાન, ખ્રિસ્તી વગેરે સર્વેને આ લાગુ પડે છે. પોતે જેમાં બાળપણથી માને તેને વળગી રહેવાનો મમત સ્વાભાવિક છે. મિથ્યા મમતને ત્યજવો એ તર્કશક્તિ અને મક્કમતાનો જય છે. ધર્મસંબંધી એ શક્તિનું બળ થોડા માણસમાં જ આવે છે. આવ્યા પછી એણે નાતજાતના ડરની જોડે લડવું પડે છે...' લખમીદાસને લાગ્યું કે પોતે ખૂબ મોટું ભાષણ કરસનદાસને આપી દીધું. કરસનદાસ ધ્યાનપૂર્વક એમનો એકએક શબ્દ સાંભળતો હતો. એ કંઈ બોલ્યો નહીં. એ જાણતો હતો લખમીદાસ હવે શું કહેવાના છે અને આ સાંભળવાની એની પૂરેપૂરી તૈયારી હતી.

'કરસનદાસ, જે વૈષ્ણવમિત્રો આપણને અને અન્ય સુધારાવાળાઓને છાની મદદ કરે છે તેઓ પણ હવે ગૂંચવાયા છે. આપણા ગુપ્ત મળતીઆઓ આપણને જ્ઞાતિમાં ખુલ્લેઆમ ટેકો ક્યારેય આપી શકવાના નથી. નાતબહાર મુકાયા પછી તેઓ ધારશે તોય તમારી કે મારી સાથે સંબંધ રાખી નહીં શકે. તમને વાંધો નહીં હોય નાતબહાર મુકાવામાં, બીજાઓને મન એ ભારે સંતાપની વાત છે. એવી કપરી પરિસ્થિતિને સહન કરવાને બદલે ભયથી કાયર થઈને ગુલામીખતને તાબે થઈ જવામાં વધુ ડહાપણ છે એવું તેઓ માને છે...'

'લખમીદાસ, અત્યાર લગી આપણી પડખે રહેનારાઓ હવે હટી જવા માગતા હોય તો એમાં આપણે શું કરી શકીએ? આવા વખતે જો આપણે પણ તાબે થઈને ચૂપ રહ્યા કે ભય પામીને પાછા હટ્યા તો પછી સુધારો કરવાની આશા કેમ રાખી શકાય? બીકણ મિત્રો અત્યારે મને બીજો લાગ મળે ત્યાં સુધી વાટ જોવાની સલાહ આપે છે, તમારી પાસે પણ આવ્યા હશે એ લોકો. આની સામે હિંમતવાન દોસ્તોએ યા હોમ કરીને ઝંપલાવી પડવાનો અભિપ્રાય પણ આપ્યો છે...'

'પણ નાતબહાર રહેવાને કોઈ તૈયાર છે, કરસનદાસ?' લખમીદાસ ઊભા થયા, 'આ તમારા હિંમતવાન દોસ્તો પણ વાતબહાર મુકાવાની વાત આવશે ત્યારે મહારાજોના તાબે નહીં થઈ જાય એની ખાતરી છે તમને? મને તો નથી...'

કરસનદાસ કંઈ બોલ્યો નહીં. એ સમજતો હતો કે લખમીદાસની વાત સાચી હતી. લખમીદાસે નજીક આવીને એના ખભા પર હાથ મૂકીને કહ્યું,

'ભાઈ, અત્યારે એક જ સવાલ મહત્ત્વનો છે : આ મહારાજો જેવા મગરમચ્છ સામે પાણીમાં રહીને જ લડવું કે પછી પાણીની બહાર ફેંકાઈ જઈને લડવું? આવતા રવિવારને હજુ વાર છે. એ પહેલાં જવાબ મેળવી લેજે અને તારો અંતરાત્મા જે કહે તે મુજબ કરજે...'

* * *

કરસનદાસ ઘરે પાછો ફર્યો ત્યારે પ્હો ફાટી રહ્યું હતું. લખમીદાસે કોચવાનને ઉઠાડી

ગાડી જોડાવી હતી. મુંબાઈની સૂમસામ સડકો પર સંભળાતો ઘોડાના ડાબલાનો તાલબદ્ધ અવાજ કરસનદાસના જાગ્રત મનની જાણે ધાર કાઢી આપતો હતો. આકાશના બદલાતા જતા રંગની સાથે કરસનદાસના મનની સ્પષ્ટતા વધતી જતી હતી. કરસનદાસ જાણતો હતો પોતાની જાતને જન્મે વાણિયો હોવા છતાં સ્વભાવનો એ પાક્કો ક્ષત્રિય હતો. પોતે નાતબહાર મુકાશે તો કેવી કેવી અડચણો પડશે એ વિશે એણે વિચારી લીધું હતું. અને એ બાબતથી ડરવાને બદલે અત્યારે ચૂપ રહેવાથી જે કોઈ મોટાં નુકસાન વૈષ્ણવ સમાજે સહન કરવાં પડે એમ હતાં એનો જ વિચાર એના મગજમાં ઘૂમરાયા કરતો હતો. એણે વિચાર્યું કે કળજુગના દૂત જેવા આ મહારાજોને ગુલામીખતના બાબતે ફાવવા દીધા તો સુધારાનું કુમળું છોડ તુરંત નાશ પામે, અસત્ય અને અનીતિનો પ્રવાહ બિનહરકતે વધ્યો જાય. વૈષ્ણવ મહારાજોની દેખાદેખીથી બ્રાહ્મણઆદિ બીજી જ્ઞાતિઓમાં પણ એવા જ દુરાચારોને પ્રોત્સાહન મળે અને સર્વત્ર સુધારાવાળાઓને કચડી નાખવામાં આવે તો દેશમાંથી અંધારાને કાઢવાની આશાનો ભંગ થાય.

આ રવિવારે પ્રગટ થનારા 'સત્યપ્રકાશ'માં ગુલામીખત વિશે લખાશે જ, કરસનદાસે નક્કી કર્યું. ઘરે પહોંચીને એણે સીધી જ કલમ ઉપાડીને ખડિયામાં બોળી. ત્રણ કલાક સુધી એકધારું લેખનકાર્ય કરીને એણે પત્ની વિરાજગૌરીના હાથની ચા પીધી. આંખમાં ઉજાગરાની લાલશ હતી પણ આખી રાત જાગ્યાનો ભાર જરાય નહોતો. લખમીદાસની દલીલો તાર્કિક હતી પણ વાજબી નહોતી એવા નિર્ણય પર કરસનદાસ આવ્યો હતો. એ લખમીદાસને નારાજ કરવા નહોતો માગતો. એ જાણતો હતો કે લખમીદાસ મિત્રથી નારાજ થઈ જાય એવી વ્યક્તિ નથી. પણ લખમીદાસની દલીલોમાં એને પાયાની કચાશ દેખાતી હતી. ઝંપલાવવાનું નક્કી કરી દીધા પછી ખીણની ઊંડાઈ થોડાકસો માથોડાં ઓછી હોય કે વધુ હોય – શો ફરક પડે છે એવું વિચારવાના મતનો એ હતો. લખમીદાસનું કહ્યું માનવું હોય તો ડગલે ને પગલે ફૂંકી ફૂંકીને આગળ વધવું પડે. એ કરવું હવે શક્ય નહોતું. ખુવાર થઈ જવાની તૈયારી હોય તો જ સુધારો કરવાની ખુમારી ટકી રહે, એ વિના નહીં એવું એ દઢપણે માનતો હતો. લખમીદાસ સાથેની રાત આખીની વાતચીત પછી પણ માનતો હતો.

* * *

રવિવારે 'સત્યપ્રકાશ'માં ગુલામીખતનો કરસનદાસે ઘાણ વાળી કાઢ્યો. એ ભૂંડા કબૂલાતનામાને ચૂંથવાની જરૂરને પોતાની ફરજ જણાવી. એમાંની દરેક બાબત પર છૂટથી અને છટાથી ચર્ચા કરી. પચાસસાઠ હજાર રૂપિયા ખર્ચી બારિસ્ટરને ઇંગ્લૅન્ડ મોકલી મહારાજો તરફી કાયદા કરાવવાની આશા કેટલી લૂલી છે તે બતાવી એ રૂપિયા વિકટોરિયા મ્યુઝિયમને ભેટ કરવાની ભલામણ કરી. મહારાજોએ કોર્ટમાં જવું ન પડે તે માટે બીજી વધુ યોગ્ય અને માનભરેલી તથા સમગ્ર સમાજ માટે લાભકારી રીત સૂચવીને કહ્યું કે, 'બીજાઓના કજિયામાં હાથ ન ઘાલતાં, પારકાની ભાંજગડમાં ન પડતાં, મહારાજોએ સુનીતિથી વર્તી પોતાનો ગુરુધર્મ યથાર્થ રીતે બજાવી રાખવો જોઈએ. નાણાં ધીરવાનું

કે દુનિયાદારીનું બીજું કામ એમણે ન કરવું જોઈએ, બીજાની મિલકત લેવાનો લોભ ન રાખવો જોઈએ, મિલકત સંબંધી અદાલતમાં ચડવું પડે તેવું ન કરે તો પછી કોર્ટના સમન્સની ધાસ્તી જ ન રહે. મહારાજોએ સુનીતિનો માત્ર ઉપદેશ આપવાને બદલે પોતે પણ એ ઉપદેશ મુજબનું આચરણ રાખવું જોઈએ. ધનવાન અને નિર્ધન દરેક વૈષ્ણવને એક સમાન ગણવામાં આવશે તો કોઈ એમને કોર્ટમાં ઘસડી જવાનું વિચારશે નહીં. પ્રપંચમાં પડે તેને જ પ્રપંચની પીડા નડે!'

ગુલામીખત વિરુદ્ધની કરસનદાસની આ દલીલો આખા મુંબાઈના વૈષ્ણવો સુધી પહોંચી ગઈ. કરસનદાસે ખુલ્લેઆમ મહારાજોને પડકાર ફેંક્યો કે તેઓ ખોટાં કામ કરશે તો એમના વિરુદ્ધ છપાશે જ. નાતબહાર મૂકવાની ધમકી કોઈનેય ડરાવી શકે નહીં. અંગ્રેજ સરકારનું બળ મહારાજોને મુકાબલે લાખગણું છે છતાં સરકારે પણ એવો હાનિકારક કાયદો નથી કર્યો તો મહારાજની શી તાકાત છે કે તેઓ આવો કાયદો કરાવે. પ્રજામાં જેના કારણે બગાડ થાય છે એવા કોઈ પણ કૃત્યોને બહાર લાવીને તેની ટીકા કરવામાં કોઈ પણ પ્રામાણિક છાપાવાળા કોઈના ખાળ્યા રહેવાના નથી. કરસનદાસે લખ્યું : 'સત્યપ્રકાશ'માં મહારાજોની કે હરકોઈ બીજાની જૂઠી નિંદા કદાપિ પ્રગટ કરવામાં નહીં આવે, પરંતુ જે સાચું છે તે પ્રસિદ્ધ કરવામાં નાતબહાર મુકાવાનો કે બીજા કોઈ પણ પ્રકારનો ડર રાખવામાં નહીં આવે. મહારાજોએ અને તેમના સેવકોએ છાપાવાળાના હોઠ સીવી લેવાની કોશિશ કરીને પોતાનું જ અહિત કર્યું છે.'

પોતાના એ લેખમાં કરસનદાસે ગુલામીખતની બીજી કલમો કેવી વિનાશકારી છે તે બતાવીને તથા ઠપકો તથા શિખામણ દઈ શેઠિયાઓને એક બાબતમાં શાબાશી આપી : મહારાજોની વિરુદ્ધ જે જે છાપાં-ચોપાનિયામાં છપાય તે વૈષ્ણવોએ ખરીદવાં નહીં કે વાંચવા નહીં એવી કલમ શેઠિયાઓએ કબૂલ કરી નહીં તેથી ખતમાંથી કાઢી નાખવી પડી. છેલ્લે જે શેઠો સુધારા કરવામાં આગેવાન હતા તેમણે પણ ગુલામીખતમાં મત્તું મારીને બેડીઓ પહેરી લીધી એ બદલે ખેદ વ્યક્ત કર્યો અને પરમેશ્વરને પ્રાર્થના કરી કે તેઓનું લક્ષ તેઓની આબરૂ પરથી હટાવી લોકોની સ્થિતિ પર અને જાતભાઈઓના કલ્યાણ પર રહે એવી મતિ ભગવાન તેઓને આપે; અને ઇંગ્લૅન્ડથી સુધારાનો જે પ્રવાહ આપણા દેશમાં આવવા લાગ્યો છે તે કદી હવે અટકવાનો નથી એવો વિશ્વાસ કરસનદાસે વ્યક્ત કર્યો.

લેખણરૂપી શસ્ત્ર લઈ કરસનદાસ રણસંગ્રામમાં ઊતરી પડ્યો. બીજાઓ એની કુમકે આવ્યા ખરા પણ એ મદદ છુપાઈને કરવામાં આવેલી મદદ હતી જેથી તેઓ ઓળખાય નહીં. ગુલામીખત વિરુદ્ધ હેન્ડબિલો છપાયાં. એક નીકળ્યું, બે, ત્રણ, એમ કુલ પાંચ હેન્ડબિલો નીકળ્યાં અને ઘેર ઘેર પહોંચ્યાં. 'સત્યપ્રકાશ'માં બે ઇનામી નિબંધસ્પર્ધાની જાહેરાત થઈ. એક ગુલામીખત વિશે અને બીજી મહારાજોના હક્ક તથા એમની ફરજો વિશે. આ જબરા હુમલાએ ધારેલો હેતુ પાર પાડ્યો. અજ્ઞાનની ફોજ એક ડગલું પાછળ હટી અને સુધારાવાળાઓ છાતી ફુલાવીને આગળ વધ્યા.

કરસનદાસને નાતબહાર મૂકવાની હિંમત કોઈની ચાલી નહીં. મહારાજો અને

આજ્ઞાંકિત વૈષ્ણવોને ધાસ્તી લાગી કે એને નાતબહાર મૂકવાથી કોર્ટે ચડવું પડશે. જ્યાં ફજેતી થશે અને ફજેતી થયા પછી પણ પરિણામ શું આવશે તે નક્કી નહોતું.

કરસનદાસે મહારાજો વિરુદ્ધ લખ્યું હોવા છતાં એને નાતબહાર ન મુકાયો એટલે ગુલામીખતની એ કલમ તો જાણે આપોઆપ રદ થઈ ગઈ. એની જોડે એ દુષ્ટ કબૂલાતનામાની બીજી કલમોય નિષ્ફળ નીવડી. વૈષ્ણવોએ પચાસસાઠ હજારનો ફાળો ભેગો કરવા નાણાં આપ્યા નહીં. મહારાજોના અને એમના વહેમી સેવકોના ઉમંગનો ભંગ થયો અને તેમના મનના મનોરથ બધા મનમાં જ રહ્યા.

એક દિવસ મુંબાઈના મુખ્ય મહારાજ જીવણલાલજી છાનામાના શહેર છોડીને નાસી ગયા. પણ આ આનંદના સમાચાર પ્રસરે એ પહેલાં જ કોઈ બાતમી લાવ્યું કે સુરતના મોટા મંદિરના જદુનાથ મહારાજ હવે આખરી જંગ છેડવા મુંબાઈ આવી રહ્યા છે.

॥ उत्थापन ॥

પ્રકરણ : ૧૬

'સુરતના જદુનાથ મહારાજને શાબાશી.'

'સત્યપ્રકાશ' સાપ્તાહિકના કાર્યાલયમાં કરસનદાસ મૂળજીની રાહ જોઈ રહેલા એક આગંતુકે મેજ પર પડેલા તાજા ફર્માના પ્રૂફ પર છપાયેલું મથાળું વાંચ્યું અને એનું કુતૂહલ વધી ગયું. ફર્મો હાથમાં લઈને આગંતુકે લેખ વાંચવાની શરૂઆત કરી : 'હઠીલા, કપટી અને સુધારાઓની સામે થનારા મહારાજોમાં જો કોઈ સમજુ અને કેળવણીના કામને મદદરૂપ થનારા મહારાજ નીકળી આવે તો એમને ઘટતી શાબાશી આપવાની હમો હમારી મુખ્ય ફરજ સમજીએ છીએ. હમો અંતઃકરણથી ઇચ્છીએ છીએ કે એવા દિવસો જલદીથી આવે કે મહારાજો પોતાની ચાલ સુધારે અને હમોને એમની ઘટતી તારીફ કરવાની તકો મળતી રહે. મુંબાઈના મહારાજો, જેઓ એશોઆરામમાં ગરક થઈ ગયેલા છે, જેઓ સઘળા સારાં અને સુધારાનાં કામોની આડે આવવા માટે પ્રખ્યાત થયેલા છે તેઓએ સુરતના જદુજી મહારાજને જોઈને લજવાવું જોઈએ. હમારો એક મિત્ર જેણે એ મહારાજની મુલાકાત સુરત મધ્યે લીધી છે તેણે એક પત્ર લખી મોકલ્યો છે જે હમો નીચે પ્રગટ કરીએ છીએ. આ પત્ર પરથી માલૂમ પડશે કે જદુજી મહારાજે પોતાને ખર્ચે એક નિશાળ દેશી છોકરાઓને વાસતે ઉઘાડી છે. સુધારાવાદી વિચારો ધરાવતા વિદ્યાર્થીઓ સાથે ચર્ચા-વાતચીત કરવામાં આ મહારાજ ઊલટભેર ભાગ લે છે, તથા બીજા મહારાજોની પેઠે આળસાઈમાં વખત કહાડવાને બદલે ફોટોગ્રાફી જેવો અગત્યનો હુન્નર શીખવામાં પોતાનો ફુરસદનો વખત કાઢે છે...'

લેખ વાંચતાં વાંચતાં આગંતુકે અફસોસથી માથું ધુણાવ્યું. લેખની નીચે પત્રમાં જદુનાથ મહારાજની સુધારાવાદી પ્રવૃત્તિઓનો આંખો દેખ્યો અહેવાલ આપીને એમની ભરપેટ પ્રશંસા કરવામાં આવી હતી. આગંતુકે ફર્માના મથાળે છપાયેલી ફોલિયોલાઇન વાંચી : 'સત્યપ્રકાશ : ૩જી જૂન ૧૮૬૦.'

'સત્યપ્રકાશ' જેવા સુધારવાદી ચોપાનિયામાં આ છપાશે? આગંતુક આક્રોશથી ફર્માનો ડૂચો વાળવા જતો હતો ત્યાં જ કાર્યાલયમાં કરસનદાસનું આગમન થયું. આગંતુકને જોઈને કરસનદાસના ચહેરા પર આનંદની રેખાઓ પ્રગટી ઊઠીઃ

'અરે, નર્મદાશંકર! તમે ક્યારે આવ્યા?'

'અબી હાલ ચાલ્યો આવું છું. તમારા નવા છપાનારા અંકનો ફર્મો જોતો હતો.

તમે...' નર્મદાશંકર લાલશંકર દવે ઊભા થઈને કરસનદાસને ભેટી રહ્યા હતા, 'કરસનદાસ, તમે આ જદુનાથ મહારાજ...'

'અરે, અરે! તમે મને તુંકારામાંથી તમે કહીને બોલાવતા ક્યારથી થઈ ગયા ?' કરસનદાસે પ્રેમપૂર્વક મિત્રને પોતાની ખુરશીમાં બેસાડતાં કહ્યું, 'સત્યપ્રકાશના અધિપતિની ખુરશીમાં તમે શોભો છો, નર્મદાશંકર.'

'કરસનદાસ, મારે ને તમારે તુંકારાનો સંબંધ. વયમાં હું વળી તમારા કરતાં એક વરસ ને એક મહિનો નાનોય ખરો. છતાં તમે આટલાં વર્ષ પછી આપણે મળીએ છીએ ને મને તુંકારે બોલવાનું છોડી દીધું!' નર્મદાશંકરે ઠપકાભરી નજરે જોતાં કહ્યું.

'કવિ નર્મદને મારાથી તુંકારો કેવી રીતે થાય, મિત્ર! તમારો ડંકો તો આજકાલ ગુજરાતભરમાં વાગે છે. કલમને ખોળે માથું મૂકવાની પ્રતિજ્ઞા લીધા પછી સરસ્વતી પૂર્ણ આશીર્વાદ સાથે તમારા માથે હાથ મૂકીને સર્જન કરાવી રહી છે.' કરસનદાસે માણસને બોલાવી ચા-પાણીનો બંદોબસ્ત કરાવ્યો. નર્મદના હાથમાંથી હજુ એ ફર્મો છૂટ્યો નહોતો. ફર્માની ગડી સરખી કરતાં નર્મદે કહ્યું,

'કરસનદાસ, કવિ હું બીજાના માટે હોઈશ. તમારો તો હું મિત્ર. કૉલેજના દિવસોથી આપણે સાથે કામ કર્યું. અને મુંબાઈના વૈષ્ણવ સમાજમાં મહારાજોના દુરાચારો વિશે જાગૃતિ ફેલાવવાનું તમારું કામ મારા કાવ્યસર્જન કરતાં કાંઈ ઓછું મહત્ત્વનું છે? તમે ને હું બીજાઓના માટે મોટા હોઈશું – એકબીજા માટે તો બસ, ગોઠિયા જ!'

'સમજી ગયો, હવેથી આપણે એકબીજા સાથે ફરીથી તુંકારાનો સંબંધ ચાલુ કરવાનો એટલું જ ને!' કરસનદાસે હસતાં હસતાં કહ્યું.

'કરસનદાસ! સત્યપ્રકાશના આગામી અંકમાં જદુનાથ મહારાજ વિશે કોણે લખ્યું છે?' નર્મદે ગંભીર થઈ જતાં પૂછ્યું.

'કેમ? મેં પોતે લખ્યું છે. વાંચી લીધું તેં?' કરસનદાસે નર્મદના હાથમાંનો ફર્મો જોતાં પૂછ્યું.

'હા, વાંચી લીધું અને...' નર્મદના કપાળ પર કરચલીઓ પડી.

'અને ?'

'...અને વિચારી પણ લીધું કે, કરસનદાસ, હજુ તું...' નર્મદ કશુંક બોલવા માગતો હતો પણ અચકાઈ રહ્યો હતો. કરસનદાસ એની મૂંઝવણ પામી ગયો અને બોલ્યો, 'દોસ્ત, શું વાત છે? આટલો મૂંઝાય છે શા માટે?'

'કરસનદાસ,' નર્મદે એક ઊંડો શ્વાસ ભર્યો અને કહ્યું, 'તું હજુ નાદાન છે... મને ખબર છે કે બહાર વાચકોમાં તારું કેટલું માન છે પણ આ લેખ વાંચીને મારે નાછૂટકે તને કહવું પડે છે કે...'

'હું નાદાન છું!' કરસનદાસ હસી પડ્યો. પોતાની અઠ્યાવીસ વર્ષની ઉંમર સુધીમાં હજુ કોઈએ પોતાના વિશે આવું વિશેષણ નહોતું વાપર્યું. બીજા કોઈએ વાપર્યું હોત તો જરૂર આંચકો લાગ્યો હોત પણ પોતાના કરતાંય ઉંમરમાં એક વરસ નાના એવા દોસ્ત

નર્મદે આવું કહ્યું એ પાછળ એની માત્ર મજાકની ભાવના હશે એવું કરસનદાસે માની લીધું. કરસનદાસને હસતો જોઈ નર્મદ વધુ ગંભીર અવાજે બોલ્યો,

'આ મજાક નથી, કરસનદાસ. આ ફર્મો તું રદ કરી નાખ. જદુનાથ મહારાજને તું જાણતો નથી.'

'વૈષ્ણવોના બધા જ મહારાજોને હું જાણું છું. એમની પાપલીલાઓ વિશે મારા કરતાં વધુ માહિતી વળી બીજા કોની પાસે હોવાની? પણ જદુનાથ મહારાજ આમાં અપવાદ છે. તેઓ આપણાવાળા છે...'

'તું મળ્યો છે એમને ક્યારેય?'

'ના, પણ એમના વિશે સાંભળ્યું છે ખૂબ. અમારા સુરતના ખબરપત્રીએ એમની રૂબરૂ મુલાકાત લઈને એમની પ્રગતિશીલ પ્રવૃત્તિઓ વિશે...'

'એ મેં વાંચ્યું. તારો ખબરપત્રી ખરીદાઈ ગયેલો છે. અને તું આ અંક આ જ લેખ સાથે બજારમાં મૂકીશ તો તારા વિશે પણ લોકો એવું જ કહેશે.'

'નર્મદ!' કરસનદાસ ગુસ્સો કાબૂમાં રાખતાં બોલ્યો, 'મેં અને મારા સત્યપ્રકાશે હંમેશાં નિર્ભય બનીને લખ્યું છે. મારા વિશે, મારી પ્રામાણિકતા વિશે કોઈ આંગળી તો ઉઠાવે.'

'કોઈ નહીં બધા જ આંગળી ચીંધશે તારા તરફ. આ મુલકમાં સૌથી વધુ જો કોઈ ભ્રષ્ટ મહારાજ હોય તો તે જદુનાથ છે. તને લખમીદાસે પણ કંઈ જ કહ્યું નથી એમના વિશે?'

'દ્વારકાનો કોઈ કિસ્સો કહ્યો હતો એક વાર. વર્ષો પહેલાંની એ વાત હતી. લખમીદાસ માંડ સત્તર-અઢાર વર્ષના યુવાન હતા એ વખતે. હું નથી માનતો કે લખમીદાસે જે પ્રસંગ જોયો તેમાં મહારાજ જદુનાથ હોય, બીજા કોઈ મહારાજ હશે. અત્યારે, આટલાં વર્ષ પછી એ મહારાજનું નામ લખમીદાસને યાદ ન હોય એટલે એમણે ભૂલથી જદુનાથનું નામ જોડી કાઢ્યું હોય એ બિલકુલ શક્ય છે...' કરસનદાસ બોલતો ગયો, નર્મદ સાંભળતો રહ્યો. કરસનદાસનું બોલવાનું પૂરું થતાં નર્મદે કહ્યું,

'જો ભાઈ, હું સુરતનો છું અને સુરતમાં જદુનાથ મહારાજની આબરૂ કેવી છે તે વિશે હું જાણું છું. એમના વિશે આખું સુરત શહેર કેવો અભિપ્રાય ધરાવે છે તેની મને ખબર છે.'

'નર્મદ, કોઈકના અભિપ્રાયો પરથી મત બાંધતાં તું ક્યારથી થઈ ગયો? તારો અને મારો ધર્મ તો સત્યને જે રૂપે જાણ્યું છે તે જ રૂપે પ્રગટ કરવાનો છે.'

'હું પણ તને એ જ કહું છું કરસનદાસ, કે તું સત્યને પ્રકાશમાં લાવ. આ લેખ પ્રગટ કરીને તું સત્યને અંધારામાં મોકલી રહ્યો છે એટલું જ નહીં લેખ પ્રગટ થશે તો અસત્ય જ પ્રકાશમાં આવશે.'

'લેખ તો પ્રગટ થશે જ, નર્મદ. હવે આ ફર્મો પાછો ખેંચી શકાય એમ નથી. પાછો ખેંચી શકાય એટલો સમય હોત તો પણ મેં એમ કરવું મુનાસિબ ન માન્યું હોત. આપણે

વૈષ્ણવોના બધા મહારાજોની બદબોઈ કરવા નથી બેઠા. એમનામાં સુધારો લાવવો છે. જે એકાદ મહારાજ સુધારાતરફી હોય એની પ્રવૃત્તિઓને પ્રકાશમાં લાવીને દાખલો બેસાડવો છે કે બીજા મહારાજો પણ ધારે તો આ પગલે ચાલી શકે એમ છે...'

'કરસનદાસ, તું પાયાથી જ ખોટો છે અને એ ખોટો પાયો ખોડીને તારી દલીલો એના પર ચણતો જાય છે. મારું કહ્યું માન, તું એક વાર જદુનાથને મળી લે. હવે તો એ મુંબાઈમાં જ છે. તું એને મળીને પ્રશ્નો કર, શાસ્ત્રાર્થ કર એમની સાથે. મને ખાતરી છે કે એ તરત ઉઘાડા પડી જશે...'

'કબૂલ, મને મંજૂર છે તારી આ વાત. જદુનાથને મળવા હું તૈયાર છું.'

'બસ, તો પછી તું પોતે એમની રૂબરૂ મુલાકાત ન લે ત્યાં સુધી આ લેખ છાપવાનું મુલતવી રાખ.'

'એ મંજૂર નથી.' કરસનદાસના ભારપૂર્વક બોલાયેલા શબ્દોમાં વર્તાતી મક્કમતા સામે નર્મદે આગળ વધુ દલીલો કરવાનું યોગ્ય માન્યું નહીં એ દિવસે કરસનદાસ સાથે આ મુદ્દા સિવાયની વાતો કરીને કલાક પછી નર્મદે કાર્યાલયેથી ભારે હૈયે વિદાય લીધી. જતી વખતે નર્મદના હૃદયમાં દુઃખ એ વાતનું હતું કે કરસનદાસ જેવો કરસનદાસ પોતે જ્યારે જદુનાથતરફી થઈ જતો હોય ત્યાં બીજાઓની શી વિસાત. નર્મદે આ એક બાબતે જદુનાથ મહારાજને મનોમન દાદ આપી : 'તમારા દંભનો પણ જોટો જડે એમ નથી. એક બાજુ મોંએથી સુધારાની વાતો કરવી અને બીજી બાજુ થોડા ઘણા સુધારાની પ્રવૃત્તિઓની આડશ લઈ પોતાની પાપલીલાઓ વિસ્તાર્યા કરવી. જદુનાથ, દુરાચારની કળા તો કોઈ તમારી પાસેથી જ શીખે!'

* * *

કરસનદાસને નવાઈ લાગતી હતી કે નર્મદને જદુનાથ મહારાજ સામે શો વાંધો પડ્યો હોઈ શકે. શક્ય છે કે બેઉ એક જ શહેરના વતની હોવાના કારણે બંને વચ્ચે કોઈક જુદી વાતે અંટસ પડી હોય જેને કારણે નર્મદ જેવો નર્મદ પણ આ અપવાદ જેવા આદર્શ વૈષ્ણવ મહારાજને વગોવતો થઈ ગયો હોય. એવી કઈ વાત હોઈ શકે ?

કરસનદાસે આ વિશે વધુ વિચારવાનું છોડી દીધું. મહિના પછી, રવિવાર ૧ જુલાઈ, ૧૮૬૦ના 'સત્યપ્રકાશ'ના અંકમાં જદુનાથ મહારાજ દ્વારા સુરતમાં કન્યા કેળવણીને પ્રોત્સાહન આપતો લેખ પહેલે પાને પ્રગટ કરીને ફરી એક વાર એમને ખુલ્લા મોઢે બિરદાવ્યા : 'જદુનાથ મહારાજ સ્ત્રી કેળવણીના કામને પસંદ કરીને તે કામને ટેકો આપે છે તેથી બીજા મહારાજો મુદ્દલે ખુશ નથી. હમારા સાંભળવામાં આવ્યું છે કે અત્રેના મોટા મંદિરના મહારાજ જીવણલાલના ખાસ કારભારીઓએ તથા એક બે શેઠિયાઓએ જદુનાથજીને આડુંઅવળું સમજાવવાની કાંઈ બી બાકી રાખી નહીં હતી. જદુનાથજી મહારાજે એવા અણઘડ લોકોની કાંઈ બી દરકાર કીધા વગર એક રૂડા કામમાં મદદ કીધી છે તેથી તેઓ ઘણા માનને લાયક થયા છે...'

'જદુનાથજી મહારાજ મુંબાઈ મધ્યે એ મતલબથી પધાર્યા છે કે અત્રેના વૈષ્ણવોમાંથી

એક મોટું ફંડ ઊભું કરવું અને મુંબાઈ મધ્યે એક સંસ્કૃત પાઠશાળા તથા એક છોડીઓની નિશાળ એવી બે નિશાળ સ્થપાવી અને સુરત મધ્યે સ્થાપેલી નિશાળોના ખર્ચનો બી બંદોબસ્ત કરવો. એ ફંડમાં એ મહારાજ પોતે પોતાની ગાંઠના પાંચ હજાર રૂપિયા ભરવાને તૈયાર છે એવું હમોએ એક સારે ઠેકાણેથી સાંભળ્યું છે. મુંબાઈના જીવણજી મહારાજની લાખો રૂપિયાની પૂંજી છતાં આવી હિંમત કોઈ દિવસે એમણે દેખાડી નથી. બીજા મહારાજો ઘણું કરીને પોતાની પેટી ભરવાની વાતને વધારે સમજે છે અને મહારાજ કેળવણીના ફંડમાં એક મોટી રકમ આપવાને તૈયાર થયા છે તે વાત થોડી સંતોષ ભરેલી નથી. એ ધારેલા ફંડ તથા નિશાળો બાબત હમો બીજી વેળાએ બોલશું.'

આ લેખ પ્રગટ થયા પછી કરસનદાસે નર્મદને વચન આપ્યા મુજબ જદુનાથ મહારાજની રૂબરૂ મુલાકાત લીધી. મુલાકાત પછી કરસનદાસ ઊલટાનો વધારે પ્રભાવિત થયો અને ૮ જુલાઈ, ૧૮૬૦ના 'સત્યપ્રકાશ'માં એણે આ મુલાકાતનો સાર પ્રગટ કર્યો :

'જદુનાથજી મહારાજ છેલ્લા કેટલાક સપ્તાહથી મુંબાઈ આવ્યા છે અને દરરોજ સાંજે હિંદુ ધર્મ વિશે લોકો જઈને જે સવાલો પૂછે છે તેના જવાબ આપે છે એવી ખબર સાંભળીને હમારો એક મિત્ર (વાસ્તવમાં કરસનદાસ પોતે જ) બેત્રણ દિવસ પર એ મહારાજ પાસે ગયો હતો અને તે વખતે જે સવાલો અને જવાબો થયા તે અમો અત્રે અમારા વાંચનારાઓને અગત્યના જાણીને પ્રગટ કરીએ છીએ.'

'સવાલ : પૃથ્વી ફરે છે કે સૂરજ?

જવાબ : પૃથ્વી ફરે છે.

સવાલ : ચંદ્રને પોતાનો પ્રકાશ છે કે પારકો?

જવાબ : ચંદ્ર તો બિંબ છે ને પ્રકાશ સૂરજના તેજનો થાય છે.

સવાલ : વજ્રેશ્વરીમાં કુંડ છે, તેમાં પાણી ગરમ છે, તેનું કારણ શું?

જવાબ : ગંધક અને બીજી ગરમ ચીજો નીચે પૃથ્વીમાં છે તેથી પાણી ગરમ થાય છે.

સવાલ : ગ્રહણ શાનેથી થાય છે?

જવાબ : ગ્રહણ થાય છે તે પૃથ્વીની છાયાથી થાય છે.

સવાલ : હિંદુઓમાં જાતિ કેટલી છે?

જવાબ : ચાર

સવાલ : તો પછી હમણાં તો ઘણી જાતિ હિંદુઓમાં થયેલી છે તેનું કારણ શું?

જવાબ : એક બીજા વચ્ચે ટંટા તથા કજિયા. અને સંપ તૂટી જવાથી જુદી જુદી જાતિઓ ઊભી થઈ છે.

સવાલ : તો પછી હમણાં વાણિયાઓની અલગ અલગ જાતોમાં સાથે જમે છે પણ એકમેકનાં સંતાનો સાથે લગ્નસંબંધ બાંધતા નથી અને કોઈ એવું કરવા જાય તો ધર્મનું નામ લઈને અટકાવે છે શા સારું?

જવાબ : એ લોકો લગ્ન કરતાં ન હોય તો એમની મરજી. પણ બીજાની નાતમાં લગ્ન કરવામાં શાસ્ત્રનું કોઈ બંધન નથી એટલે કરે તો હરકત નથી.

'ઉપરના સવાલ-જવાબ વાંચીને ઘણા હિંદુઓને આશ્ચર્ય લાગશે કે વૈષ્ણવ મહારાજોમાં આવા સુધારાવાદી વિચારો ધરાવતા મહારાજ પણ હોઈ શકે છે. હવે અમો જદુનાથજી મહારાજને ભલામણ કરીએ છીએ કે તેઓ પોતાના સેવકોને ઉપદેશ આપે કે વાણીઆઓ અને બીજા વૈષ્ણવોમાં ઘણી નાતો, ટંટા તથા કજિયા પડ્યા છે તે સઘળા કાઢી મેલવા અને લોકોએ એકસંપી થવું.'

* * *

'સત્યપ્રકાશ'માં ઉપરાછાપરી જદુનાથ મહારાજ તરફી છપાતા લેખોથી નર્મદ વ્યથિત હતો. કરસનદાસ ખોટા માર્ગે જઈ રહ્યો હતો એ વાત પોતે જાણતો હોવા છતાં એને અટકાવી શકતો નહોતો. છેવટે નર્મદે નક્કી કર્યું કે હાલ તુરત પોતાનું ચોપાનિયું કાઢવું શક્ય નથી એટલે જદુનાથની પ્રશંસા કરતા લેખોની સામે જદુનાથની અસલિયત પ્રગટ કરતું હૅન્ડબિલ છાપીને મુંબાઈના વૈષ્ણવોમાં વહેંચવું. નર્મદે હૅન્ડબિલમાં લખ્યું :

'હમોએ જે જદુનાથ મહારાજ વિશે ખબર કાઢી છે અને સાંભળ્યું છે તે ઉપરથી એવું માનવામાં આવે છે કે મહારાજ ખોટી બડાઈ કરાવે છે અને એઓને કશું આવડતું નથી. બીજું, એ મહારાજ ઉપરથી સુધારાવાળાઓને એવું બતાવે છે કે હું સુધારામાં છું અને સુધારાવાળાઓ જોડે એકાદ વાત સુધારાને મળતી કરે છે અને અજ્ઞાની લોકોને મોઢે કહે છે કે હવે સુધારાવાળા કેવા સંતાઈ ગયા છે.'

નર્મદનું હૅન્ડબિલ ચારેકોર વહેંચાયું. કરસનદાસે નર્મદના આ હૅન્ડબિલ વિરુદ્ધ 'સત્યપ્રકાશ'ના ૧૨ ઑગસ્ટ, ૧૮૬૦ના અંકમાં પહેલે પાને લાંબો લેખ લખ્યો જેમાં નર્મદનું નામ પાડ્યા વિના કહ્યું,

'અમો જોવાથી ખરેખર દિલગીર છીએ કે કેટલાક જુવાન વિદ્યાર્થીઓ અને સુધારાના સાથીઓ શ્રી સુરતના જદુનાથજી મહારાજને ઉત્તેજન આપવાને બદલે તેને નાહિંમત કરવાની તથા તેનું મન દુખવવાની તજવીજ કરે છે... હમારા આ જુવાન મિત્રોએ હમારી ઉપર ગુસ્સે થવું નહીં પણ તેઓએ સારી પેઠે વિચાર કરવો... એક હૅન્ડબિલ ગયા અઠવાડિયામાં હમારા કોઈ જુવાન મિત્રે છાપી પ્રગટ કીધું છે તેમાં જદુનાથજી મહારાજ ઉપર નાલાયક હુમલો કરવામાં આવ્યો છે... હમો ઉમેદ રાખીએ છીએ કે હમારા જુવાન મિત્રો સારાનરસાની બૂજ સમજશે અને હવેથી એ મહારાજને સતાવવાનું બંધ કરશે.'

'સત્યપ્રકાશ'માં પોતાના યા અન્ય મિત્રોના આ હૅન્ડબિલ વિશેના કરસનદાસના વિચારો જાણ્યા પછી નર્મદે નક્કી કરી લીધું કે મુંબાઈના સુધારાવાળા વાણિયા-ભાટિયાઓ અને શેઠિયાઓ પણ જદુનાથ મહારાજ વિશે કરસનદાસ જેવો જ મત ધરાવે છે અને સૌ કોઈ આ બાબતે કરસનદાસની સાથે છે. જદુનાથ સુધારાને ઉત્તેજન આપે છે એ વાત કોઈક રીતે આ સૌના મનમાં ઘર કરી ગઈ હતી. નર્મદ અને એના સુરતના મિત્રો સારી પેઠે જાણતા હતા કે જદુનાથ વળી કેટલા સુધારાવાળા છે. નર્મદે ઘણી રીતે મિત્ર કરસનદાસ મૂળજીને સમજાવવાની કોશિશ કરી કે તમે પછવાડેથી પસ્તાશો. પણ એની વાત કોઈએ સાંભળી નહીં. નર્મદે નનામા ચર્ચાપત્રો લખીને જદુનાથની અસલિયતને પ્રગટ

કરવાની અને કરસનદાસની દલીલોને તોડવાની કોશિશ કરી. પણ ન તો એ ચર્ચાપત્રો 'સત્યપ્રકાશે' પ્રગટ કર્યાં અને નર્મદે એને 'રાસ્ત ગોફ્તાર'માં મોકલ્યા તો એણે પણ ન છાપ્યાં.

બારમી ઑગસ્ટનું 'સત્યપ્રકાશ' વાંચીને તરત જ નર્મદે નક્કી કરી નાખ્યું કે હવે પોતે જદુનાથ મહારાજ વિશે શું કરવું છે. પંદરમી ઑગસ્ટે ૧૮૬૦ના રોજ નર્મદે જદુનાથ મહારાજને લખેલા જાહેરપત્રનું હૅન્ડબિલ છપાવીને મુંબાઈમાં એની વહેંચણી કરી :

'જાહેર વિનંતી.'

'જદુનાથજી મહારાજને વિનંતી કરું છું કે જ્યારે હું સુરતમાં હતો, ત્યારે તમે મને (વિધવા) પુનર્વિવાહ વિશે વાદ કરવાને તેડ્યો હતો, પણ તેમ કરવાની મને ત્યાં જોગવાઈ મળી નહોતી. તમે અહીં આવતાં વારને પણ ઘણાને મોઢે કહ્યું હતું કે મારે નર્મદાશંકર સાથે (વિધવા) પુનર્વિવાહ વિશે વાદ કરવો છે. પરંતુ હાલમાં તમે એ વાતે કંઈ બોલતા નથી. તમે મને કહ્યું હતું કે, 'હું અહીં ચાતુર્માસ રહેવાનો છું.' હવે ચાતુર્માસની આખર આવવા માંડી છે, ને તમે એમના એમ જતા રહેશો અને તમારો મનોરથ પાર પડશે નહીં એમ મને લાગે છે. માટે હવે હાલ બીજાં કામો મુલતવી રાખીને પહેલી જ જોગવાઈએ પુનર્વિવાહ વિશે તમારો મારી સાથે વાદ કરવાનો ઘણા દહાડાનો જે આગ્રહ છે તેને અમલમાં લાવવા સારુ તમારે કોઈ ત્રાહિતના ઘેર એ કારણસર જાહેરસભા ભરવી જ્યાં પારસીભાઈઓ પણ આવી શકે.'

'આ વિનંતી તમે માન્ય કરશો તો ખરો-ખોટો વાદ લોકના જાણ્યામાં આવશે અને બુદ્ધિવર્ધક(સભા)ના સુધરેલા સભાસદો અને સુધરેલા શેઠિયાઓ જેઓ તમારી મારફતે ઘણાં સારાં કામ કરાવવાને આતુર છે અને જેઓ ઘણા દિવસ થયા એ બાબતનો નિવેડો જોવાને ઘણા અધીરા છે તેઓના ઉપર મોટો ઉપકાર થશે. તેમ જ પારસી ગૃહસ્થો જેઓની મદદ હિંદુ સુધારામાં ઘણી છે, તેઓને પણ થોડી ખુશી નહીં થશે.

તા. ૧૫મી ઑગસ્ટ, ૧૮૬૦.

લા. નર્મદાશંકર લાલશંકર
સુધારાના તરફથી'

* * *

નર્મદના આ જાહેર પડકારનો જવાબ જદુનાથ મહારાજે નાછૂટકે ઝીલી લેવો પડ્યો. નર્મદના જાહેરપત્રના જવાબમાં જદુનાથ મહારાજે લખીને જણાવ્યું :

'નર્મદાશંકર લાલશંકરે જાણવું કે તમારું હૅન્ડબિલ, પુનર્વિવાહ સંબંધી વાદ કરવાનું, આવ્યું તે પોંચ્યું છે. તે વાંચી તમારા લખ્યા પ્રમાણે જાણ્યું છે. તેનો ઉત્તર તમારે જાણવો કે અમે મુંબાઈની લાડની વાડીમાં સભા કરીશું. તેમાં ચાર વિદ્વાન બ્રાહ્મણોને બોલાવીશું અને તમે પણ ચાર સારા વિદ્વાનોને તથા સારા ચાર ગૃહસ્થોને જેને પુનર્વિવાહ કરવાની આવશ્યકતા હોય તેને તેડીને એ વિશેનો વાદ કરવા સારું મંગળવારે (૨૧ ઑગસ્ટ, ૧૮૬૦ના રોજ) બપોરે બે કલાકે તમારે આવવું. લાડની વાડીમાં તમારી અમે ચાર વાગ્યા

સુધી રાહ જોશું. તમે તમારા પારસી ભાઈઓને આવવા સારુ લખ્યું પણ આ સભામાં જેની નાતમાં પુનર્વિવાહ થતો નથી તેઓને આવવાની જરૂર છે. પુનર્વિવાહ કરવો અથવા ન કરવો એમાંથી જે કાંઈ શાસ્ત્રીઓની સભામાંથી સિદ્ધ થશે તે બધું સભાના શાસ્ત્રીઓની તથા તમારી અમારી સહી સાથે સર્વે કોમના લોકોને જાણવા સારુ છપાવીને પ્રગટ કરીશું તેથી સભામાં બોલાવ્યા કરતાં એની ઘણા લોકોમાં પ્રસિદ્ધિ થશે. આનો વિચાર તમારે તાકીદથી કરવો કેમ કે અમારે સુરત પાછા પધારવાનો જો વિચાર થશે તો તમારો મનોરથ રહી જશે તે જાણવું. ભાદરવા સુદ એકમ, શનિવાર (૧૮ ઑગસ્ટ ૧૯૬૦).'

નર્મદને આ પત્ર મળ્યો અને એને મનોમન આનંદ થયો. વિધવા પુનર્વિવાહ વિશેના કરસનદાસના સુધારાવાદી વિચારોથી નર્મદ વાકેફ હતો. જદુનાથજી વિધવા પુનર્વિવાહને જાહેર સમર્થન આપીને આખા વૈષ્ણવ સમાજનો ખોફ વહોરી લે એ વાત સાવ અશક્ય હતી તે નર્મદ જાણતો હતો. નર્મદને ખાતરી હતી કે આ જાહેર વાદ-વિવાદ થયા બાદ જદુનાથના સુધારાતરફી વિચારો કેટલા પોકળ છે તેની જાણ કરસનદાસને થઈ જશે અને કરસનદાસ જદુનાથની અસલિયત પારખી શકશે. બે દિવસ સુધી નર્મદ સતત આ જ વિચારોમાં રહ્યો ત્યાં જ સોમવારે જદુનાથ મહારાજ તરફથી બીજો પત્ર મળ્યો :

'શ્રી જદુનાથજી મહારાજની આજ્ઞાથી. નર્મદાશંકર લાલશંકરને માલૂમ થાય કે આવતી કાલે લાડની વાડીમાં સભા કરવાનો ઠરાવ થયો હતો પણ ત્યાં નાત જમવાની છે તેથી તમારે કાલે બે વાગે ત્યાંને બદલે ફરંગીના દેવળ આગળ શ્રી ધીરાજી મહારાજની જગા છે જેમાં આગળ ભાઉ દાજી દાક્તર રહેતા હતા તે જગામાં આવવું. તે ઠેકાણે સભાનો ઠરાવ થયો છે તેથી કાલે વેળાસર આવવું.'

આ ચિઠ્ઠી વાંચીને નર્મદ ક્રોધે ભરાયો. જદુનાથ કોઈ ચાલબાજી રમી રહ્યા છે એવી એને ગંધ આવી. મહારાજ પોતાની કોઈ પણ ચાલમાં સફળ થાય તે પહેલાં એમને મહાત કરી લેવાના ઇરાદે નર્મદે મંગળવારની સવારે આઠ વાગ્યે જદુનાથને એક લાંબો પત્ર રવાના કર્યો.

પત્રમાં નર્મદે સાત મુદ્દા લખ્યા : ૧. નવી જગા સભા ભરવાને લાયક નથી. ૨. બપોરના બે વાગ્યાના સમયે મારા ઘણાએક મિત્રો પોતપોતાના ઉદ્યમમાં લાગેલા હોય છે તેઓથી આવવાનું બને તેમ નથી. ૩. તમારા બેસવા સારુ ખુરશી અથવા કોચની અને બીજાઓને ભોંય પર બેસાડવાની ગોઠવણ કરી છે તે યોગ્ય નથી માટે તમારે કૃપા કરીને સૌને વાસતે એક સરખી બેઠક કરવી જોઈએ. ૪. કાંઈ ઉત્પાત ઊઠે નહીં તેને વાસતે પોલીસ તરફનો શો બંદોબસ્ત કીધો છે તે તમારા તરફથી જણાવવામાં આવ્યું નથી. ૫. એક પંચ નીમીને સભામાં વાદવિવાદ સંબંધી તેઓ જે કાયદાઓ ઠેરવે તે પ્રમાણે ચાલવાને બંને પક્ષવાળાઓએ અગાઉથી કબૂલ થવું જોઈએ. ૬. વાદવિવાદ કરવાનું કામ (સંસ્કૃતમાં નહીં પણ) ગુજરાતીમાં જ રાખવું જેથી ત્યાં સાંભળવાને હાજર થયા હોય તે સૌ વૈષ્ણવો સમજી શકે. ૭. આ તમામ મુદ્દાઓનો જવાબ બે કલાકની અંદર પહોંચાડવો.

નર્મદનો પત્ર મળતાં જ જદુનાથ મહારાજે પોતાના વતી ગોરધનદાસને પત્ર

લખવાનું કહીને તાબડતોબ નર્મદને રવાના કર્યો. જદુનાથે લખાવ્યું કે સભાના સ્થળ અંગે તમે અગાઉ કબૂલ થયા હતા પણ હવે બદલાઈ ગયા. હવે તમે ક્યારે આવશો તે લખી મોકલવું. પછી તમારે બહાનું કાઢીને નહીં આવવું હોય તો તમારી મરજી, અમે તો સભા કરીશું તે જાણજો. બીજા મુદ્દાના જવાબે લખ્યું કે તમને તથા તમારા મિત્રોને કેટલે કલાકે આવવાની જોગવાઈ બનશે તે તરત લખવું. ત્રીજું અહીંયા તો શાસ્ત્રીઓની રીત પ્રમાણે જ બેઠકની ગોઠવણી થશે. ચોથી બાબતે જણાવ્યું કે જો દંગો ઊઠે તો તમારા કહ્યા પ્રમાણે અમે પોલીસના સિપાઈઓને તેડાવી રાખીશું તે જાણવું. પંચ બાબતે મંજૂરી આપી અને કહેવડાવ્યું કે સભાનું કામકાજ સંસ્કૃત ભાષામાં જ થશે પણ તેનો અર્થ ગુજરાતી ભાષામાં લખાશે જેથી એ વાત સારી રીતે સર્વના જાણવામાં આવી શકે.

છેલ્લે જદુનાથે ઉમેરાવ્યું : 'તમારા કહ્યાથી અમે સભાનો ઠરાવ કર્યો ને શાસ્ત્રીઓ તથા વિદ્વાનોને આવકારણ કર્યું ને હવે તમે ન આવવાનો વિચાર રાખો છો તે તમને ઘટતું નથી. આ તકરાર તો શાસ્ત્ર સંબંધી છે. ને શાસ્ત્ર તો તમારું કે અમારું એક જ છે, જુદું નથી. ને શાસ્ત્ર તમારો તથા અમારો કોઈનો પક્ષ રાખનાર નથી. જે વાજબી હશે તે થશે. માટે તમારા મનને આટલો ગભરાટ લાવવાની જરૂર નથી. મંગળવાર, તારીખ ૨૧ ઑગસ્ટ સને ૧૮૬૦ અંગ્રેજી. કાગળ રવાના કલાક સવા દસે કર્યો છે તે જાણવો ને એનો ઉત્તર એક કલાકની અંદર તાકીદથી મોકલવો.

લા. ગોરધનદાસની સહી,
શ્રી મહારાજની આજ્ઞાથી લખ્યું છે.'

જદુનાથ મહારાજનો પત્ર લખ્યો કે તરત જ નર્મદે જવાબ લખી મોકલ્યો અને બે વાગ્યાની સભામાં પોતે શરતી હાજરી આપશે એવું જણાવ્યું :

'જદુનાથજી મહારાજ,

તમારો પત્ર આજે ૧૧ કલાકે મળ્યો તે વાંચી જોતાં હમને કંઈ મનપતીજ ખુલાસો થયો નથી.

સમય થોડો રહ્યો છે તેને લીધે હમે તમને એટલું જ હાલ જણાવીએ છીએ કે શેઠ જગન્નાથ શંકરશેઠ, શેઠ મંગળદાસ નથુભાઈ તથા દાક્તર ભાઉ દાજી તમારી વિનંતિ ઉપરથી પુનર્વિવાહ સંબંધી તકરાર સાંભળીને પોતાનો અભિપ્રાય પ્રસિદ્ધ કરવા કબૂલ થયા હશે તો તમોએ હમારી સંમતિ લીધા વગર જે જગા તથા વખત સભા ભરવાને નીમ્યાં છે તેને અનુસરીને હમે આવવા તૈયાર છીએ. તમારી તરફના ઠરેલા સદરહુ પંચ સભામાં આવીને બિરાજ્યાં છે એવી હમને સૂચના થતાં જ હમો તરત આવીને જે હમારે વિદિત કરવાનું છે તે તેઓની આગળ કરીશું.

આજે બેથી તે પાંચ વાગતા સુધી જો તમારી તરફના સદરહુ શેઠિયાઓ સભામાં આવ્યા તો ઠીક ને જો તેઓ એટલી વખતમાં આવ્યા નહીં તો તેઓ સભામાં હાજર થવાને રાજી નથી એમ હમે સમજીશું.

મહારાજ –!!! તમે એવું તો કદી મનમાં લાવતા જ નહીં કે હમો તમારી સાથે

પુનર્વિવાહ સંબંધિત તકરાર કરવા એક વાર જાહેર રીતે કબૂલ થયા પછી છટકી જશું. કદાપિ રખેને કહેવત પ્રમાણે તમારા હઇડાંની વાત તમારે હોઠે આવતી હોય, હમે તો તમારી યોગ્યતા ઉપર નજર રાખીને ઉત્તમ બંદોબસ્ત કરવા સંબંધી પત્ર લખ્યું હતું. હા, એટલું જ.

લા. નર્મદાશંકર લાલશંકર
સુધારાની તરફથી.'

નર્મદનો પત્ર મળતાંવેંત જદુનાથ મહારાજના પક્ષે સભાના આયોજન માટે છેલ્લી ઘડીએ બાકી રહેતી તૈયારીઓ આટોપી લેવાની શરૂઆત થઈ ગઈ. જદુનાથે નર્મદના આ પત્રના જવાબમાં ચિઠ્ઠી મોકલીને જણાવી દીધું કે, 'તમે લખ્યું કે આજે પાંચ કલાક સુધીમાં તમારી તરફના શેઠિયાઓ આ સભામાં આવ્યા તો ઠીક છે, નહીં તો તેઓ સભામાં આવવાને રાજી નથી એવું અમે સમજીશું. પણ એ શેઠિયાઓ ઉપર અમારી કાંઈ સત્તા નથી. ને અમારા પક્ષપાતી જાણીને તેઓને તેડાવીએ છીએ એવું પણ નથી. તેડું મોકલતાં નહીં આવે તો તેઓની મરજી. પણ તમારે આવવું છે કે નહીં તેનો ખુલાસો આ ચિઠ્ઠી પહોંચેથી તરત અમારા એ જ માણસ સાથે લખીને મોકલજો.'

નર્મદે વળતી ચિઠ્ઠી મોકલવાને બદલે માણસને મોઢામોઢ કહી દીધું, 'જા, તારા મહારાજને કહી દેજે કે અમે પણ પધારીએ છીએ!' માણસને રવાના કરીને નર્મદ મલકાયો. મહારાજના જ શબ્દો એને પાછા આપ્યા! 'મેં' ની જગ્યાએ 'અમે' અને 'આવીએ'ની જગ્યાએ 'પધારીએ' છીએ!

૨૧ ઑગસ્ટ, ૧૮૬૦ના મંગળવારની બપોરે મુંબાઈની તમામ ઑફિસો અને ઘરોમાં બે વાગ્યાના ટકોરા પડ્યા ત્યારે આખા શહેરમાં જાણે તોફાન પહેલાંની શાંતિ છવાઈ ગઈ હતી.

પ્રકરણ : ૧૭

મંગળવાર, ૨૧ ઑગસ્ટ, ૧૮૬૦ના રોજ બપોરના ત્રણ વાગ્યે કવિ નર્મદાશંકર લાલશંકર પોતાના થોડા મિત્રો સાથે મુંબાઈના ફરંગીના દેવળ આગળ જ્યાં અગાઉ દાક્તર ભાઉ દાજી રહેતા હતા ત્યાં ગયા. જદુનાથ મહારાજને આપેલા પડકાર પછી નર્મદનો મિજાજ ધારદાર બની ગયો હતો. નર્મદ જાણતો હતો કે વૈષ્ણવ મહારાજોની વિરુદ્ધ જેહાદ જગાવતો પોતાનો મિત્ર કરસનદાસ મૂળજી આ ચર્ચાસભા બાદ જદુનાથ મહારાજનો સમર્થક મટી જશે.

સભાસ્થળે આવીને નર્મદે જોયું કે કરસનદાસ દેખાતો નહોતો. શું એ આજે નહીં આવે? નર્મદને સવાલ થયો. સિદ્ધાંતની લડાઈ જાહેરમાં લડીએ એટલે શું અંગત મૈત્રી મટી જાય? નર્મદ વિચારવા લાગ્યો. સભાખંડ તરીકે સજાવવામાં આવેલા ઓરડા પર નર્મદની નજર ફરી વળી. માળ પર આવેલા આ ઓરડામાં સઘળે બિછાનાં પાથરેલાં હતાં અને બારી આગળ મહારાજને સારુ આશરે બે ઈંચ ઊંચાઈની નાની સરખી જુદી ગાદી પાથરી હતી. નર્મદ અને એની મિત્રમંડળી પ્રવેશી ત્યારે જદુનાથ અને એમના શાસ્ત્રી મંડળનું આગમન થયું નહોતું. શેઠ લખમીદાસ ખીમજી આવી ગયા હતા. બીજા પચાસેક ગૃહસ્થો હાજર હતા.

થોડીવાર બાદ જદુનાથના આશ્રિત ગોરધનદાસ આવ્યા. નર્મદે ગોરધનદાસને જોઈને તરત જ સ્મિત કરતા કહ્યું, 'ચાલો શરૂ કરીએ!' નર્મદ જાણતો હતો ગોરધનદાસનો જવાબ શો હશે. ગોરધનદાસે કહ્યું, 'હજુ મહારાજને તો આવવા દો.' ચાર ને પાંચ મિનિટે જદુનાથ મહારાજ પ્રવેશ્યા. એમની સાથે ઘનશ્યામ ભટ્ટજીનો છોકરો હતો. નર્મદે જોયું કે આ વિશાળ દીવાનખંડ જેવા સભાગૃહમાં બસો જેટલા માણસો ખીચોખીચ ભરાઈ ગયા હતા. સભાખંડના દૂરના ખૂણે કરસનદાસ ચૂપચાપ હાથમાં નોંધપોથી લઈને આસપાસના વાતાવરણનો તાગ કાઢી રહ્યો હતો તે નર્મદે નોંધ્યું. એણે બારીની બહાર નજર કરી તો નીચે મકાનના ચોગાનમાં આઠસોએક માણસોની ભીડ જમા થઈ ગઈ હતી.

જદુનાથ મહારાજ સાથે થોડો સમય આડીઅવળી વાતો થયા બાદ નર્મદે કહ્યું, 'મારે પાંચ વાગતામાં જવું છે માટે શરૂ કરીએ તો સારું.'

નર્મદે સભાના શ્રોતાઓને વિવેકપૂર્વક જદુનાથ મહારાજનો પરિચય આપ્યો અને

મહારાજના વિદ્યાના શોખ વિશે તેમ જ દેશ કલ્યાણનાં કામો જોવાની ખુશી વિશે અને એમના મળતાવડા સ્વભાવ તથા એમની હિંમત અને સહનશીલતા વિશે ટૂંકામાં કહ્યું. છેવટે આજની સભા યોજવાના કારણ વિશે જણાવીને તે સંબંધી મહારાજ સાથે થયેલો તમામ પત્રવ્યવહાર વાંચી સંભળાવ્યો.

દૂર ઊભા રહેલા કરસનદાસે મનોમન નોંધ્યું કે આ પત્રો વંચાતી વખતે જદુનાથ મહારાજ શરમિંદા પડેલા દેખાતા હતા. પત્રો વાંચી લીધા પછી નર્મદે જાહેરાત કરી.

'આજે મારે સલામતીનો બંદોબસ્ત થયા વગર પુનર્વિવાહ વિશે વાદ કરવો નથી. પંચ વગર કંઈ કામ ચલાવાતું નથી, પણ જ્યારે આવ્યો છું અને સભા ભરાઈ છે ત્યારે કંઈ પણ વાત કરવી જોઈએ માટે સભા કરવી અને તેનું કામકાજ કેવી રીતે ચલાવવું તે વિશે થોડા વખતની અંદર જેટલું બોલાય તેટલું બોલું છું.'

ખીચોખીચ ભરાયેલા સભાખંડ અને નીચે ચોગાનમાં એકઠી થયેલી મેદની જોઈને કરસનદાસે મગજ પર તાણ અનુભવી. ભીડમાં મહારાજના ભક્તો અને અનુયાયીઓની બહુમતી હતી. નર્મદનો નૈતિક જુસ્સો તોડવાની મહારાજની આ ચાલ કરસનદાસ સમજી ગયો. એણે હાથમાંની નોંધપોથી પોતાના સાથી લલ્લુભાઈ નરોત્તમદાસને સોંપીને કહ્યું, 'સભામાં જે કંઈ બોલાય તેનો શબ્દેશબ્દ લખવાનો છે. મારી જવાબદારી તમને સોંપી દઉં છું.'

કરસનદાસ લલ્લુભાઈને કામ સોંપીને ભીડમાંથી રસ્તો કાઢતો આગળ વધ્યો. નર્મદની સાથે અંગરક્ષક તરીકે એના મિત્ર કિસનદાસ બાવા આવ્યા હતા પણ આટલું મોટું ટોળું વિફરશે તો આવા એકાદ બે માણસના બચાવવાથી નર્મદ બચી નહીં શકે તે વાત કરસનદાસ સારી રીતે જાણતો હતો. કરસનદાસને પહેલી વાર લાગ્યું કે જદુનાથ મહારાજે નર્મદનો પડકાર ઝીલીને બહાદુરી નથી બતાવી પણ કોઈક ચાલ રમવાનું નક્કી કર્યું છે, કોઈક એવી ચાલ જેને કારણે પોતાના વિરોધીઓની બોલતી બંધ થઈ જાય. કરસનદાસ નર્મદ અને મહારાજથી દસેક ફૂટ છેટો રહીને દીવાલને અઢેલીને ઊભો રહ્યો.

'હવે જો મહારાજની આજ્ઞા હોય તો આપણે કામ ચલાવીએ.' નર્મદે કહ્યું.

'બધા શાસ્ત્રીઓ આવ્યા નથી.' જદુનાથ મહારાજે પ્રથમ ગ્રાસે મક્ષિકા કાઢતા કહ્યું.

નર્મદે કહ્યું, 'તેની કંઈ ચિંતા નથી.'

મહારાજ બોલ્યા, 'આ ઠેકાણે ધર્મશાસ્ત્રને મારફત વિવાદ કરવાનો છે. તે વિના તો કોઈ વાત કરવાની જ નથી. માટે જેમની વાણી ધર્મનો પ્રસાર કરે છે તે શાસ્ત્રીઓ વિના વાત આગળ ચાલે જ નહીં.'

'જુઓ મહારાજ, હું શાસ્ત્રીઓ સાથે વિવાદ કરવા નથી આવ્યો.' નર્મદે મિજાજને સંયમમાં રાખવાનો પ્રયત્ન કર્યો છતાં એનો સાદ સહેજ ઊંચકાઈ ગયો, 'મારે જો તેમ જ કરવું હોત તો આ શાસ્ત્રીઓને મારા ઘરે તેડીને એમની સાથે શાસ્ત્રાર્થ કરત.'

નર્મદના મનની શાંતિ ખોરવવાની પહેલી ચાલ સફળ થતી જોઈને મહારાજે અત્યંત ટાઢક સાથે કહ્યું, 'આપણા બેઉનો સંવાદ થવાથી આ વાતને વધારે વજન મળશે. આપણે

આપણા જ્ઞાન દ્વારા વિવાદ ચલાવીશું, કારણ કે સર્વજ્ઞ તો ઈશ્વર છે, અને શાસ્ત્રીઓ જ આપણી ચર્ચા વિશે અભિપ્રાય આપી નિર્ણય કરશે, એમના વગર તો ચાલે જ નહીં. તમારા કાનમાં કેટલી નસો છે તે અમારા-તમારાથી કહેવાશે નહીં પણ તે વાત દાક્તરનું દસ વરસનું બચ્ચું પણ કહી શકશે. હું કેટલાક રસાયણશાસ્ત્રના પ્રયોગો જાણું છું તે હું કહી શકીશ પણ સ્કૂલના છોકરાઓ જેમ કરશે તેમ મારાથી થશે નહીં. હું ધારું છું કે તમે પણ સઘળા જવાબ દઈ નહીં શકો.'

નર્મદે વિચાર્યું કે જદુનાથ મહારાજ ધડમાથા વિનાની દલીલો કરીને સમય વેડફી રહ્યા છે. આડી ફંટાતી જતી વાતને સીધા માર્ગે લાવતા નર્મદે કહ્યું,

'આપણો દેશ, કાળ અને આપણી અત્યારની સ્થિતિ જોતા વિધવા સ્ત્રીઓનો પુનર્વિવાહ થવો જોઈએ કે નહીં તે વિશે વાદવિવાદ કરવા આપણે અહીં એકઠા થયા છીએ માટે મુદ્દાની વાત કરીએ.'

આ સાંભળી જદુનાથ મહારાજ સાથે અગાઉ આવેલા શાસ્ત્રીઓમાંના એકે પૂછ્યું, 'દેશ એટલે શું મુંબાઈ?'

'ના, આખું હિંદુસ્તાન.' બીજા શાસ્ત્રીએ પોતાનો મત આપ્યો.

'કાળ એટલે શું કળિયુગ?' પ્રથમ શાસ્ત્રીએ ફરી પૂછ્યું.

આ વખતે નર્મદે સ્પષ્ટતા કરવાની તક ઝડપી લીધી અને કહ્યું,

'ના, કાળ એટલે અત્યારે ચાલતો વખત. કળિયુગ એ કાળ ખરો પણ કાળ એ કળિયુગ નહીં. જેમ કે પાટિયું એ લાકડું ખરું પણ લાકડું એ પાટિયું નહીં.'

એક શાસ્ત્રીએ નર્મદને સમર્થન આપ્યું, 'હા, એ બરાબર છે. કળિયુગ એ કાળ ખરો પણ કાળ એ કળિયુગ નહીં.'

પોતાના શાસ્ત્રીને નર્મદનું સમર્થન કરતાં જોઈ જદુનાથ મહારાજ બોલ્યા, 'અમારામાંથી કોઈ બોલતું હોય ત્યારે કોઈ શાસ્ત્રી વચ્ચે નહીં બોલે પણ અમે એમની વચ્ચે બોલી શકીએ. સૌ સૌની યોગ્યતા પ્રમાણે બોલીશું. બીજા શાસ્ત્રીઓ અમને પ્રમાણ આપશે, તમને પણ પ્રમાણ આપશે.'

'ઠીક છે,' નર્મદે કહ્યું, 'પણ એ સંવાદ ગુજરાતી ભાષામાં થવો જોઈએ જેથી લોકોની સમજમાં આવે.'

જદુનાથે આ સામે વાંધો લીધો, 'નહીં, તે સંસ્કૃતમાં ચાલશે પણ તેનો અર્થ ગુજરાતીમાં કરીશું.'

'તેમ નહીં, તે સઘળું જ ગુજરાતીમાં ચાલે.' નર્મદે શ્રોતાઓની વ્યવહારુ મુશ્કેલીઓ સમજીને પોતાનો આગ્રહ ચાલુ રાખ્યો.

જદુનાથે નર્મદના આ આગ્રહને એની નબળાઈમાં ખપાવી દેવા દલીલ કરી,

'સંસ્કૃત પાકી તો તમને પણ નહીં ચાલે અને અમને પણ નહીં ચાલે. માટે કરવું તો તેમ જ પડશે. એટલું જ રાખવું કે અર્થનો અનર્થ ન કરવો. સિંધવ શબ્દનો અર્થ મીઠું અને ઘોડો એ બે થાય છે. પણ જમતી વખતે સિંધવ એટલે મીઠું જ સમજવું અને

બહાર જતી વખતે ઘોડો જ સમજવો.'

'એ તમારે જે કહેવું હોય તે.' નર્મદે કહ્યું, 'વાદ તો ગુજરાતીમાં જ થવો જોઈએ અને એમાં જે સંસ્કૃત પ્રમાણો આપવા પડે તે સઘળાનો શબ્દેશબ્દનો અર્થ ગુજરાતીમાં પણ કરવો.'

'અમારા આ શાસ્ત્રી ગુજરાતી સમજતા જ નથી.' જદુનાથે કોઈનાય ગળે ન ઊતરે એવી દલીલ કરી અને ઉમેર્યું, 'એઓને તો સઘળું સંસ્કૃતમાં જ સમજાવવું પડશે.'

'તેનું કંઈ નહીં,' નર્મદ બોલ્યો, 'તે સંસ્કૃતવાળું સઘળું પાછું ગુજરાતીમાં સમજાવવું પડે.'

'ભલે,' જદુનાથે નર્મદની વાત કબૂલ રાખવી પડી, 'પણ આપણે જે કંઈ દલીલ કરવી હશે તે બધી શાસ્ત્રના આધારે જ કરવાની.'

'અમે તમારા આ વિચારને અનુસરતા નથી.' નર્મદે કહ્યું, 'દેશ, કાળ સ્થિતિ જોઈને બુદ્ધિથી વિચાર કરવાનો હોય અને તેમાં પ્રમાણ મેળવવા શાસ્ત્રની મદદ લેવાની હોય.'

'ના, અમારી ઇચ્છા એવી નથી.' જદુનાથ આ બાબતમાં નર્મદ સામે નમતું જોખવા માગતા નહોતા, 'હું કહું છું કે શાસ્ત્ર ઉપરથી બુદ્ધિ દોડાવવી પણ બુદ્ધિ ઉપરથી શાસ્ત્રના દાખલા ન લેવા. અમારી બુદ્ધિ કરતાં શાસ્ત્રમાં કરોડગણું વધારે છે. માટે શાસ્ત્રથી જ બોલવું, કલ્પનાની કોઈ વાત લાવવી નહીં.'

'જેને અમે બુદ્ધિ કહીએ છીએ તેને તમે કલ્પના ના કહો. જે રોજ અનુભવમાં આવે તેને કલ્પના ના કહેવાય.' નર્મદે દલીલ કરી.

આ સાંભળી એક શાસ્ત્રીએ ટાપશી પૂરી, 'બુદ્ધિ વગર આપણાથી વિચાર થાય નહીં અને તેના વિના વાદ પણ થાય નહીં.'

'બરાબર,' બીજા શાસ્ત્રીએ પહેલા વિદ્વાનને અનુમોદન આપ્યું.

જદુનાથે કહ્યું, 'તમે આ વાદ શબ્દ જ કાઢી નાખો, કેમ કે જે વાદ થયો તે આગ્રહ થયો, દુરાગ્રહ થયો. વાદ છે તો જ દુરાગ્રહ છે.'

'આપણે કંઈ શબ્દ પર ટીકા કરવા બેઠા નથી.' શાસ્ત્રીએ કહ્યું, 'માટે એમ કરવું દુરસ્ત નહીં.'

'મહારાજ, વખત થયો,' બીજા શાસ્ત્રીએ ઘડિયાળ જોઈને આગળ વધતા જતા કલાકના કાંટા તરફ ધ્યાન દોરતા કહ્યું. નર્મદે શાસ્ત્રીને કહ્યું,

'પહેલાં આ સાંભળી લો, અમે જે પ્રમાણે કહ્યું તે મહારાજ કબૂલ કરે છે? તમને કબૂલ છે?'

'એનો જવાબ સાંભળી લો,' મહારાજ બોલ્યા, 'શાસ્ત્રના આધાર વિના બોલવું નહીં. તે વિના બોલે તેને કેવો કહેવો તે તમે સમજો છો.'

નર્મદ તરફી શાસ્ત્રીએ કહ્યું, 'અમે તમને શાસ્ત્રનો આધાર લેવાની ના પાડતા નથી. પણ જે વિચાર કરવો તે બુદ્ધિથી કરવો અને શાસ્ત્રના તેમાં દાખલા આપવા.'

પણ જદુનાથ પોતાની દલીલ પર મક્કમ હતા, 'પ્રથમ શાસ્ત્રના વચન ઉપરથી

ચાલવું અને તેને બુદ્ધિના વિચારે પુષ્ટિ આપવી એમ અમારો વિચાર છે.'

શાસ્ત્રીના ગળે આ તર્ક ઊતરે એમ નહોતો. તેઓ બોલ્યા, 'અમારો વિચાર તો એવો જ કે વિવેકબુદ્ધિએ વિચાર કરવો અને તેને શાસ્ત્રના પ્રમાણથી પુષ્ટિ આપવી. સદ્‌શાસ્ત્ર જે છે તે બુદ્ધિથી ઊલટું નહીં આવે.'

'ખરું ખોટું શું છે તે શાસ્ત્ર ભણ્યા વિના પણ વિવેકબુદ્ધિથી ખબર પડી શકે છે.' નર્મદે દલીલ આગળ ચલાવી.

'એમ ના હોય,' જદુનાથ બોલ્યા.

'એક વિષય કેવો છે તે મને બુદ્ધિથી માલૂમ પડે છે પણ તેનાં પ્રમાણો જ્યારે શાસ્ત્રમાં જોઈએ છીએ ત્યારે મારી ખાતરી થાય છે. મુખ્ય તો બુદ્ધિ જ.' નર્મદે કહ્યું.

'મુખ્ય તો શાસ્ત્ર અને પછી બુદ્ધિ,' જદુનાથ બોલ્યા.

શાસ્ત્રી વચ્ચે પડ્યા, 'મેં આગળ કહ્યું તેમ શાસ્ત્ર વિવેકબુદ્ધિ કરતાં ઊલટું આવે જ નહીં અને આપણે એક બચ્ચાને ગમે તેટલું કહીએ કે સાચું બોલ પણ તે નહીં માને, પણ જ્યારે એ બુદ્ધિથી સમજણું થાય ત્યારે એ પોતાની મેળે તેમ કરતું થઈ જાય છે.'

'શાસ્ત્ર એ સદ્‌બુદ્ધિ જ છે.' નર્મદે કહ્યું.

'ઊભા રહો, સાંભળો, તમે શાસ્ત્ર કોને કહો છો?' જદુનાથે નવો મુદ્દો કાઢ્યો. નર્મદ સમજી રહ્યો હતો કે વિધવા પુનર્વિવાહ વિશેની તકરાર સાવ બાજુએ જતી રહી છે, કદાચ જાણીજોઈને જદુનાથ ફંટાઈ જવા માગતા હતા. પણ અત્યારે એમના પ્રશ્નોનો જવાબ આપવામાંથી છટકી શકાય એમ નહોતું. નર્મદે જવાબ આપ્યો :

'શાસ્ત્રનું લક્ષણ એ જે સૌ લોકોને અનુકૂળ આવે. વિવેકબુદ્ધિને અનુસરતું હોય અને સદ્‌આચરણ પ્રવર્તાવે.'

'એવું શાસ્ત્ર તે કયું છે?' જદુનાથે પૂછ્યું, 'હું તો જે શાસ્ત્ર છે તેને જ ખરું કહું છું. ખોટું છે તે શાસ્ત્ર નહીં. તે શાસ્ત્ર કયું કહો. જેના વડે આપણે આગળ ચાલીએ. કોઈ એક કકડાનું નામ શાસ્ત્ર નહીં. એક બાયડીએ એક ભવમાં બે ભરથાર કરવા આવું કયું શાસ્ત્ર છે?'

'સર્વેને અનુકૂળ આવે તે શાસ્ત્ર.' નર્મદે ટૂંકો ને ટચ ઉત્તર આપ્યો.

'અમને તે નનામું શાસ્ત્ર અનુકૂળ નથી.' જદુનાથે કહ્યું.

નર્મદ તરફી શાસ્ત્રી બોલ્યા, 'તો પછી કોઈ એક ગ્રંથ એટલે શાસ્ત્ર એવું પણ નહીં. પુનર્વિવાહ કરવો જોઈએ કારણ કે...'

'ધર્મશાસ્ત્ર એ જ શાસ્ત્ર.' જદુનાથે શાસ્ત્રીની વાત કાપી નાખતા કહ્યું.

નર્મદે સામે કહ્યું, 'શિક્ષા કરે તે શાસ્ત્ર.'

જદુનાથે શાસ્ત્રીને પૂછ્યું, 'શાસ્ત્ર તે શું છે?'

'જેનાથી શિક્ષા થાય છે તે.' શાસ્ત્રીએ જવાબ વાળ્યો.

'શિક્ષા એટલે શું? શિક્ષા કરવાને કોણ સમર્થ છે?' જદુનાથે પૂછ્યું.

'શિક્ષા એટલે શિક્ષણ.' નર્મદે કહ્યું, 'શિક્ષા એટલે સન્માર્ગની શિખામણ.'

'એ શિક્ષાશાસ્ત્ર કયું?' જદુનાથે સવાલ કર્યો.

'જે શિક્ષા આપે તે,' શાસ્ત્રીએ ફરી એ જ જવાબ આપ્યો.

નર્મદથી રહેવાયું નહીં, 'તમે શબ્દ ઉપર શા માટે અટકી પડો છો, મહારાજ ?'

'આ સઘળામાં શું એક શાસ્ત્ર ખરું અને બીજું શાસ્ત્ર ખોટું?' મહારાજે નર્મદના વિરોધને અવગણીને દલીલને ચાતરી જવાની પોતે પકડેલી નીતિને વળગી રહેતાં કહ્યું.

નર્મદે કહ્યું, 'મહારાજ, આ બધામાં નકામો વખત જાય છે. સારાંશ એ છે કે જેવો દેશ, જેવો કાળ, જેવી સ્થિતિ તે પ્રમાણે શાસ્ત્રો થયેલાં છે એટલે અમે જેમ આગળ કહ્યું તેમ શાસ્ત્ર સઘળાને અનુકૂળ આવવું જોઈએ.'

'પણ શિક્ષા કરવાને કોણ સમર્થ છે?' મહારાજે જૂની વાત દોહરાવતા પૂછ્યું.

નર્મદની ધીરજનો અંત આવી રહ્યો હતો. છતાં એણે ઊંડો શ્વાસ લઈને એક એક શબ્દ છૂટો પાડતાં કહ્યું, 'શિક્ષા એ શબ્દમાં ઘણા અર્થ રહેલા છે. જેમ જાત જાતના બ્રાહ્મણ છે એમ જાત જાતની શિક્ષા.'

'શાસ્ત્રનો કરનાર કોણ છે?' જદુનાથે સાવ જુદો જ ફટાકડો ફોડ્યો.

નર્મદના શાસ્ત્રીએ કહ્યું, 'મહારાજ, આ તો આડી તકરાર છે. આપણે કંઈ એ વાસતે અહીં ભેગા મળ્યા નથી.'

'એનો જવાબ મળવો જ જોઈએ.' જદુનાથે જીદ પકડી.

'ટૂંકમાં કહી દઉં તમને,' નર્મદે કહ્યું, 'શાસ્ત્રનો કર્તા ઈશ્વર નથી.'

'શાસ્ત્રનો કર્તા ઈશ્વર જ છે.' જદુનાથે હઠપૂર્વક કહ્યું.

'તમે શી સમજ પરથી કહો છો કે શાસ્ત્રોનું સર્જન ઈશ્વરીય કૃત્ય છે?' નર્મદે પૂછ્યું, 'તમે મારા આ સવાલનો જવાબ આપો પછી હું કહું કે શા માટે શાસ્ત્રો ઈશ્વરીય કૃત્ય નથી.'

દૂર ઊભેલા કરસનદાસે જોયું કે નર્મદ જદુનાથ મહારાજે બિછાવેલી દલીલોની જાળમાં ફસાતો જતો હતો. સભામાં હાજર રહેલા મહારાજના વૈષ્ણવ ભક્તો કાન સરખા કરીને સાંભળી રહ્યા હતા પણ આ શાંતિ ગમે તે ઘડીએ સ્ફોટક બની જાય એવી ઉત્તેજના સભામાં વ્યાપી ગઈ હતી. કરસનદાસે નોંધ્યું કે સભાનો અહેવાલ લખવાનું કામ ઠીક રીતે ચાલી રહ્યું હતું.

જદુનાથ મહારાજ બોલ્યા, 'શાસ્ત્રો ઈશ્વરનું સર્જન નથી એવું કહીને તમે શું કહેવા માગો છો?' પછી અહેવાલ લખનારને સંબોધીને કહ્યું, 'ભાઈ, તમે એકે એક શબ્દ બરાબર લખજો કેમ કે અમારો મુખ્ય આધાર આ દલીલ પર રહેલો છે. એના પરથી જ નક્કી થશે કે વાદ થશે કે નહીં.'

નર્મદે પૂછ્યું, 'શાસ્ત્રો ઈશ્વરે સર્જ્યાં છે એમ અમે માનીએ તો શું તમે પુનર્વિવાહ વિશે વાદ કરશો?'

'અમે તો એમ જ કહીએ છીએ. તમે?' જદુનાથે નર્મદને મુશ્કેલીમાં મૂકતા કહ્યું.

'હું તો કહું છું કે શાસ્ત્રો ઈશ્વરનું સર્જન નથી.' નર્મદે ફરી કહ્યું.

'પણ પેલી તમારી વ્યાખ્યા કહો ને – શાસ્ત્ર વિશેની.' મહારાજ જાણે હવે રમતે ચડ્યા હતા.

'પછી કહીશ,' નર્મદે મહારાજની દાનત પારખી જતાં કહ્યું.

'શાસ્ત્ર ઈશ્વરનું સર્જન કેમ નથી એ વિશે કહોને.' મહારાજ બોલ્યા.

'એ કહેવું હાલ હું મુલતવી રાખું છું અને મહારાજને હું એ પૂછું છું કે શાસ્ત્ર ઈશ્વરનું સર્જન છે એમ જો અમે માનીએ તો જ શું પુનર્વિવાહ વિશે વાદ કરવાનો છે? એવું ન માનતા હોઈએ તો વાદ નથી કરવાનો?'

'શાસ્ત્ર ઈશ્વરનું સર્જન કેમ નથી એવા અમારા પ્રશ્નનો જવાબ તમે હાલ બંધ રાખો છો તે શા માટે? એનો ઉત્તર આપ્યા વિના, શાસ્ત્રનો આધાર લીધા વિના, વિધવાએ પુનર્વિવાહ કરવો યા ન કરવો એ વિશે કંઈ મનની કલ્પનાથી વાદ થઈ શકે નહીં. એ માટે શાસ્ત્રનો આધાર તો જોઈએ જ...'

જદુનાથનું બોલવાનું ચાલુ હતું ત્યાં જ સભાખંડના એક ખૂણેથી મોટેથી પોકાર થયો, 'નર્મદાશંકર નરકમાં પડો!' ઘડીભર આખી સભા સ્તબ્ધ થઈ ગઈ અને બીજી જ પળે તમામ વ્યવસ્થા તૂટી પડી હોય એમ તમામ શ્રોતાઓ મનફાવે એમ ઊભા થઈને સૂત્રો પોકારવા લાગ્યાં, 'પુનર્વિવાહ ના થઈ શકે', 'નર્મદાશંકરનો ખે !' કરસનદાસ ઊભા ઊભા સાંભળતો રહ્યો. નર્મદનો ક્ષય (ખે) થાઓ એવું બોલનારા વૈષ્ણવ ભક્તોને એ સારી પેઠે ઓળખતો હતો. બધા જદુનાથ મહારાજના મળતીઆ હતા. જદુનાથ મહારાજે ઘાંટો પાડીને સૌને ચૂપ રહેવાનું કહ્યું. કરસનદાસને આ બધું પૂર્વયોજિત નાટક જેવું લાગી રહ્યું હતું.

કરસનદાસે જોયું કે કેટલાક તોફાની વૈષ્ણવો નર્મદને ધક્કે ચડાવવા આગળ વધી રહ્યા હતા. સભામાં અંધાધૂંધી જોઈ જદુનાથ મહારાજે સભાવિસર્જનની ઘોષણા કરી.

કરસનદાસે જોયું કે નર્મદના પિતા લાલશંકર અત્યાર સુધી સભામાં નહોતા પણ સભામાં તોફાન થવાનું છે એવા વાવડ મળતા પુત્રની ફિકરમાં દોડી આવ્યા હતા. નાની જગામાં પુષ્કળ માણસોનો ભરાવો થશે એવી ગણતરી જદુનાથે રાખી હતી. આખી ગોઠવણ એમણે પોતે જ કરી હતી. આમ છતાં પોલીસનો કોઈ બંદોબસ્ત એમણે કર્યો નહોતો. સભામાં આવેલા નર્મદના કેટલાક સમર્થકો અને સુધારાવાળાઓને જદુનાથના ટેકેદારોએ ઘેરી લીધા હતા. સભાખંડની બહાર કાઢવામાં આવેલા શ્રોતાઓના જોડાનો ઢગલો વેરવિખેર થઈ ગયો હતો. લોકો મનફાવે તેમ જોડાં ઉછાળતા હતા. નર્મદે જોયું કે પોતાના વૃદ્ધ પિતા એ ઘમસાણમાં ચગદાઈ મરશે. એણે પોતાના મિત્ર કિસનદાસ બાવાને પિતાની સુરક્ષા સોંપી. એમને ઘરે લઈ જવાનું કહ્યું. પિતાની વિદાય પછી નર્મદ બેઠાં બેઠાં જ આખા સભાખંડમાં વ્યાપેલા તાંડવ સમા વાતાવરણને જોતો રહ્યો. એણે જદુનાથને કહ્યું :

'અગર કોઈ મારા પર હાથ ઉગામશે તો તેનો જવાબ તમારે આપવો પડશે. માટે કહી દો કે ભીડ ઓછી થાય.' જદુનાથના જવાબની રાહ જોયા વિના નર્મદે ઊભા થઈને સભાખંડની બહાર પોતાના જોડા શોધ્યા. ન મળ્યા એટલે જોડા વિના માત્ર મોજામાં જ

દાદરા ઊતરવાનું શરૂ કર્યું. દાદરા ઊતરતાં નીચે ઊભેલા શ્રોતાઓનું ટોળું ભટકાયું. સૌ ઉપર જવાની પેરવીમાં હતા. કોઈકે ઉશ્કેરાઈને નર્મદને પૂછ્યું. 'ઓ ભાઈ, પેલો નર્મદાશંકર ક્યાં છે?'

નર્મદે સમય પારખીને તરત જવાબ આપ્યો, 'ઓ સામે જાય!' અને આખું ટોળું પાછું વળીને કોઈ અજાણ્યા માણસની પીઠ ભણી ધસી ગયું. નર્મદ મિત્રોના સહારે સભાસ્થળની બહાર નીકળી ગયો. રસ્તામાં એક મિત્રે એને પહેરવા માટે પોતાનાં જોડાં આપી દીધા. નર્મદના કાલબાદેવી પરના તેલવાડીના દરવાજે આવેલા મકાન પાસે વૈષ્ણવોનું ટોળું જમા થઈ ગયું હતું.

નર્મદ આ સૌ લોકથી છટકીને મિત્રો સાથે ઘરમાં પ્રવેશ્યો ત્યારે એણે જોયું કે કરસનદાસ એની રાહ જોતો બારી પાસે જ ઊભો હતો.

પ્રકરણ : ૧૮

'નર્મદ, દોસ્ત તારી માફી માગવાની છે મારે.' જદુનાથ મહારાજ સાથેની અધૂરી મુકાયેલી ચર્ચામાંથી પાછા ફરેલા બીજા મિત્રો સાથે નર્મદને જોતાં જ બારી પાસે ઊભેલો કરસનદાસ બોલી ઊઠ્યો અને નર્મદની નજીક આવ્યો. નર્મદે બે હાથ ફેલાવીને કરસનદાસને ગળે વળગાડ્યો અને એની પીઠ થાબડીને કહ્યું,

'કરસનદાસ, મારી માફી માગવી પડે એવું કશું જ તેં કર્યું નથી.'

'તેં કેટલા પ્રયત્નો કર્યા મારી આંખ ખોલવાના, છતાં હું જદુનાથને અપવાદરૂપ મહારાજ માનીને એમને સુધારાવાળાઓના ટેકેદાર ગણતો રહ્યો. ખબર નહીં આવો ભ્રમ શા માટે મારા મનમાંથી હટ્યો નહીં.'

'અરે ભાઈ, એ બધી જૂની વાતો થઈ ગઈ.' નર્મદે કહ્યું. કરસનદાસને હીંચકા પર બેસાડી બાજુમાં પોતે બેસતાં કહ્યું, 'ભ્રમ તૂટ્યા પછી જે સત્ય લાધે છે તે વધારે મૂલ્યવાન ભાસતું હોય છે.'

કરસનદાસ ઉદાસ હસ્યો, 'તારી વાત સાચી છે, નર્મદ. હવે કદાચ જદુનાથને મારા જેવો દુશ્મન આ જગતમાં શોધ્યો નહીં જડે. સત્યપ્રકાશના આવતા જ અંકથી...'

'જરા ધીરો પડ, કરસનદાસ. સહેજ ખમી જા અત્યારે. વિધવા પુનર્વિવાહની બાબતે શરૂ થયેલી ચર્ચાને પહેલાં આપણે અંત ભણી લઈ જઈએ અને આ સુધારો કેટલો જરૂરી છે તેની સમજ વૈષ્ણવો અને બીજા ધર્મ સંપ્રદાયના લોકો સુધી પહોંચાડીએ. જદુનાથ મહારાજ આપોઆપ ઉઘાડા પડી જશે. લોકોને પણ ખબર પડી જશે કે મહારાજની સુધારાવાળી વાતો કેટલી પોકળ છે. પછી તારે એમના પર કરવા હોય એટલા ઘા કરજે. હું સાથે જ છું.' નર્મદે બોલતાં બોલતાં એક આખી સોપારી સૂડી વડે કાતરી નાખી અને થોડો ભૂકો કરસનદાસની હથેળીમાં મૂકી બાકીની કતરીઓ મિત્રોમાં વહેંચી દઈ પોતાના માટે બીજી સોપારી કાતરવાનું શરૂ કર્યું.

સોપારીનો ભૂકો મમળાવતાં કરસનદાસ વિચારવા લાગ્યો. 'સત્યપ્રકાશ'ના આવતા અંકમાં મહારાજ સાથે થયેલા નર્મદના સંવાદને અક્ષરશઃ પ્રગટ કરવો જોઈએ. વાચકોને આંખે દેખ્યો અહેવાલ આપવાની સાથે સભામાં બોલાયેલા એકેએક અક્ષરની વિગતો મળવી જોઈએ. તો જ જદુનાથ મહારાજ કેવી રીતે મૂળ મુદ્દાને ચાતરતા રહ્યા એ ચાલબાજી ખુલ્લી પડે. કરસનદાસે નક્કી કરી નાખ્યું કે ૨૬મી ઑગસ્ટ, ૧૮૬૦ના રોજ પ્રગટ થનારા

અંકની સાથે 'સત્યપ્રકાશ'ના ગ્રાહકો વાસ્તે ચાર પાનાંની વધારાની પુરવણી પ્રગટ કરવી.

નર્મદ પોતાના ઘરમાં ભેગા થયેલા અન્ય મિત્રો સાથે જદુનાથવાળી સભામાં થયેલી તડાફડી યાદ કરી પોતાની દલીલો પરની મુસ્તાકી પ્રગટ કરતો હતો. કરસનદાસે કહ્યું,

'નર્મદ, હવે તું આ બધા સાથે ટપ્પાં લગાવ. હું પ્રેસ પર જઉં છું.'

'કેમ, અત્યારે ને અત્યારે જ? આજે તો ઉજવણી કરવાનો દિવસ છે. કામ કાલે થશે.'

'કાલે તો થશે જ પણ આજથી જ શરૂ કરી દેવું પડશે. આજની સભા વિશે ચાર પાનાંની ખાસ પુરવણી છાપવી છે.'

'ખરેખર!' કરસનદાસના નિર્ણય માટે થયેલું માન નર્મદ છુપાવી શક્યો નહીં. 'તું 'સત્યપ્રકાશ'માં આજનો વિગતવાર અહેવાલ આપે તો પછી જદુનાથ વિશે બીજું કશું જ લખવાનું ન રહે.'

'બીજું તો ઘણું લખવાનું છે મારે એમના વિશે. અને એ જ અંકમાં લખીશ. એટલે જ કહું છું કે તું મિત્રો સાથે બેસ. હું પ્રેસમાં જઉં છું.' કરસનદાસ ઊભો થયો.

'હું પણ આવું છું તારી સાથે,' કહીને નર્મદ પણ ઊઠ્યો.

'તું આ ભરી મહેફિલ છોડીને...' કરસનદાસે એને વારવાનો પ્રયત્ન કર્યો પણ નર્મદે અધવચ્ચે જ અટકાવીને કહ્યું:

'તેં લલ્લુભાઈ નરોત્તમદાસને સભાની નોંધ ટપકાવવાનું કહ્યું હતું તે મને ખબર છે. એમની નોંધ પરથી અહેવાલ લખાતા જશે એમ હું પણ એના પર નજર નાખતો જઈશ જેથી કોઈ વિગત રહી ગઈ હોય તો ઉમેરી શકાય.'

'ઠીક છે ત્યારે. રાતના અમારા ઉજાગરામાં બેથી ત્રણ ભલા.'

નર્મદ કરસનદાસની સંગાથે પોતાના ઘરમાંથી બહાર નીકળ્યો ત્યારે હજુ પ્રશંસકો અને ટેકેદારોની ભીડ ઓછી નહોતી થઈ. સભામાં ખોવાઈ ગયેલા બૂટ કાયમ માટે જતા રહ્યા એમ વિચારી નર્મદે બીજે દિવસે નવા બૂટ ખરીદવાનું નક્કી કરીને આજનો દિવસ પિતા લાલશંકરનાં જોડાં ઉછીના લઈ લીધાં.

બેઉ મિત્રો ચાલીને નાનાભાઈ રૂસ્તમજી રાણીનાના યુનિયન પ્રેસમાં આવેલા 'સત્યપ્રકાશ'ના કાર્યાલયે પહોંચ્યા. તળ મુંબાઈના ફરામજી કાવસજી તળાવ પાસે આવેલા આ પ્રેસમાં કરસનદાસના સાથી લલ્લુભાઈ નરોત્તમદાસ અને એક પટાવાળા સિપાઈ સિવાય આ સમયે બીજું કોઈ નહોતું.

'સત્યપ્રકાશ'ના નવા અંક પર બેઉ મિત્રોએ આખી રાત જાગીને કામ કર્યું. રાતના કલાકો દરમિયાન કરસનદાસની કલમ વણથંભી ચાલી હતી. લલ્લુભાઈ દ્વારા લખાયેલા અહેવાલમાં ઘટતા સુધારાઉમેરા કર્યા બાદ પ્રેસના એક ખૂણામાં પડેલી આખા કાગળની થપ્પીની ગાદી બનાવી નર્મદ જરા આડે પડખે થયો હતો. થોડી જ વારમાં એ ઉત્તેજનાભરી સાંજના થાકને કારણે ઘસઘસાટ સૂઈ ગયો.

પરોઢ થતાં જ કરસનદાસે રાત દરમિયાન પોતે લખેલા લેખ પર ફરી એક વાર ઉપરછલ્લી નજર કરીને પટાવાળા સિપાઈને ચા બનાવી લાવવાનું કહ્યું અને નર્મદને જગાડી

એના હાથમાં પોતાના લેખનાં કાગળિયાં મૂક્યાં.

'નર્મદ, આ લે વાંચ. મેં અત્યાર સુધી જદુનાથ મહારાજ વિશે પ્રગટ કરેલા વિચારો માટેનો આ પસ્તાવો છે...'

'લાવ,' કહીને નર્મદ બેઠો થયો. કરસનદાસના લેખનું એક એક વાક્ય ઠાવકાઈભર્યું અને હકીકતને સંપૂર્ણપણે વફાદાર એવું હતું. જદુનાથ મહારાજ વિશેની લોકોની ભ્રમણાના ભાંગીને ફુરચા બોલાઈ જાય એવા આ લેખના પ્રત્યાઘાત કેવા આવશે એમ વિચારીને નર્મદે ઠંડી થઈ રહેલી, ચાના મોટા ઘૂંટડા ભર્યા. 'સત્યપ્રકાશ'ના પ્રથમ પાને પ્રગટ થનારા કરસનદાસના આ શબ્દો નર્મદના મનમાં પડઘાતા રહ્યા :

'હવે હમો જદુનાથજી મહારાજ વિશે થોડાક બોલ બોલીએ છીએ. હમો એવું ધારતા હતા કે એ મહારાજ વિશે ફરિયાદ કરવાનું કારણ હમોને મળશે નહીં. પણ હમો દિલગીર છીએ કે હમારી ધારણામાં હમોને નિષ્ફળ થવું પડે છે.

'હમો જોવાથી ખરેખર દિલગીર છીએ કે મહારાજ અને કવિની વચ્ચે પુનર્વિવાહની જે તકરાર થઈ તેથી ઘણાખરા લોકોના મન ઉપર માઠી અસર પેદા થઈ છે. સુધારાની આડે આવનારા અજ્ઞાન લોકોને હાલ બોલવાનું જેટલું જોઈએ એટલું ફાવી ગયું છે અને તેઓ ઠેકાણે ઠેકાણે બોલતા ફરે છે કે, 'સુધારાવાળાઓ નકામી ટકટક કર્યા કરતા હતા અને બોલતા હતા કે બોડકીઓના પુનર્વિવાહ કરવાને શાસ્ત્રોનો જોઈએ તેટલો આધાર છે પણ તેઓ હવે ક્યાં ભરાઈ બેઠા? શાસ્ત્રમાં આધાર નહીં મળ્યો એટલે શાસ્ત્ર ખોટાં પાડ્યાં. એ જ પ્રમાણે સુધારાવાળાઓની સઘળી વાત સમજવી.'

'આવી મતલબનું તેઓ દરેક ઠેકાણે અને દરેક મંડળીમાં બોલતા ફરે છે. જદુનાથજી મહારાજ બી, હમારા સાંભળ્યા મુજબ, કાંઈ કસૂર રાખતા નથી. તેઓ આખો દહાડો પોતાના મંદિરમાં બેસીને સુધારાવાળાઓની ખૂબ ધૂળ ઝાટકે છે કે સુધારાવાળાઓને દાવપેચમાં લઈને મેં કેવા હરાવ્યા ઇત્યાદિ.

'જદુનાથ મહારાજમાં વિવેક, સભ્યતા, પ્રતિઉત્તર લખવાની તથા તકરાર કરવાની રીત ઘણી વખાણવા યોગ્ય છે. તો પણ એ મહારાજ સુધરાઈના એક મોટા કામને જાહેર રીતે આડા આવે છે અને પોતાના ભોળા અને અજ્ઞાન સેવકો આગળ પોતાની બડાઈ હાંકતાં સુધારાવાળા વિશે માઠું બોલે છે તારે હમોને એ વિશે લખવાની ફરજ પડી છે. હમો એ મહારાજને ભલામણ કરીએ છીએ કે તેને જો એવું લાગતું હોય કે અજ્ઞાની લોકોના મોટા ટોળામાં પોતાનો દરજ્જો સાચવવા પુનર્વિવાહ તરફ વિચાર આપવાનો હાલ વખત નથી તો એ મહારાજે મૂંગા બેસી રહેવું અને જેઓ આજે કેટલીક મુદતથી પોતાના અજ્ઞાની દેશીઓને પુનર્વિવાહ કરવાની જરૂર દેખાડતા આવ્યા છે તેઓના ભલા કામને આડે આવવાથી પરહેજ રહેવું, નહીં તો એ મહારાજે થોડી મુદતમાં મુંબાઈ આવીને જે કાંઈ કીર્તિ મેળવી છે તેના પર સુધરાઈના પાણીનો રેલો ફરી વળશે.

'પણ હજુ વખત ગયો નથી. હમો તથા હમારા બીજા કેટલાક મિત્રો એ મહારાજ સાથે પુનર્વિવાહની તકરાર કરવાને તૈયાર છીએ. મહારાજની મરજી હોય તો સભા

ભરવાની ગોઠવણ તથા તજવીજ હમોને જ સોંપે; નહીં તો હમોએ કરેલી સૂચના પ્રમાણે બંદોબસ્ત કરીને પોતે જ સભા ભરે. સભાનો વખત ચાકરીવાળા તથા કામધંધાવાળાં ગૃહસ્થોને અનુકૂળ પડે એવો ઠેરવવો એટલે કે સાંજના સાત વાગ્યાથી રાતના નવ વાગ્યા સુધીનો ઠેરવવો અને તકરાર કરતાં આડી વાત પર ઊતરી પડવું નહીં.'

નર્મદ-જદુનાથની ચર્ચાસભાના અહેવાલની પુરવણીવાળા અંકમાં આ લેખ ઉપરાંત કરસનદાસે વિધવા પુનર્વિવાહને શાસ્ત્રોનો આધાર છે એવા પુરાવા આપતો એક વધુ લેખ પ્રગટ કર્યો :

'જુવાન બિચારી વિધવા જે હજુ પોતાના ભરજોબનમાં આવી નથી, જેની જુવાનીની કળી હજુ પૂરી ફૂટી નથી, જેણીએ ભરથારનું કે સંસારનું સુખ હજુ ભોગવ્યું નથી તે બિચારી રંડાપામાં પોતાનો અવતાર બાળે અને ખૂણે ખાંચરે વ્યભિચારનું પાપી કર્મ કરી ગર્ભપાત કરે અને છોકરાં પાડે એવું કયા શાસ્ત્રમાં અને કયા પુરાણમાં કહ્યું છે? હમો વલ્લભકુળના એ જદુનાથજી મહારાજની હાજીહા કરતા લોભિયા શાસ્ત્રીઓને પૂછીએ છીએ કે તમો દેખાડો અને જાહેર કરો કે કયા વેદમાં, કયા શાસ્ત્રમાં અને કયા પુરાણમાં એમ લખ્યું છે કે વિધવાઓને વ્યભિચાર કર્મ અને ગર્ભપાત કરવા દેવો અને પુનર્વિવાહ કરવાની રજા નહીં આપવી.

'શાસ્ત્રોમાં કેટલેક ઠેકાણે પુનર્વિવાહ કરવાની છૂટ આપેલી છે. છતાં ઘડીભર તકરાર વાસ્તે કબૂલ કરીએ કે છૂટ આપી નથી તો તેથી શું થયું? શાસ્ત્રમાં લખ્યું છે કે જૂઠું બોલવું નહીં, તો પણ કોઈ નિરપરાધી માણસનો જીવ જતો હોય તો તેને બચાવવા જૂઠું બોલવાની છૂટ આપી છે. બાળહત્યા જેવું અઘોર પાપ દુનિયામાં એકે નથી. તે પાપનો અટકાવ વિધવા પુનર્વિવાહથી થઈ શકે છે. વળી ઘડીભર કબૂલ કરો કે પુનર્વિવાહ કરવામાં પાપ છે તો પણ કયું પાપ વધારે? બાળહત્યાનું કે પુનર્વિવાહનું ?

'વિધવાઓને પુનર્વિવાહની છૂટ આપ્યાથી શું સઘળી વિધવાઓ પુનર્વિવાહ કરશે ? ના. જેઓ ખૂણેખાંચરે વ્યભિચાર અને ગર્ભપાત કરે છે તેઓ પુનર્વિવાહ કરવાનું વધારે પસંદ કરશે. તેઓ પુનર્વિવાહ કરશે ત્યારે દર વરસે કેટલાં બધાં બાળકોનો પ્રાણ જતો બચશે. આ આટલી થોડી અને નાની તકરારમાં બી હિંદુશાસ્ત્રનો આધાર મળી શકે છે.'

'વળી તકરાર વાસતે ફરીથી એવું ધારો કે શાસ્ત્રમાં પુનર્વિવાહ કરવાની મનાઈ છે, ત્યારે હમો પૂછીએ છીએ કે મહારાજ પોતાના જ કેટલાક સેવકોને પુનર્વિવાહની છૂટ શું કરવા લેવા દે છે. ભણસાલી તથા લુવાણા જેઓ મહારાજના સેવકો છે તેઓને શું કરવા વિધવાઓ સાથે પુનર્વિવાહ કરવાની છૂટ છે? જ્યારે તેઓને એ છૂટ મહારાજ લેવા દે છે ત્યારે બીજા વૈષ્ણવોને તે છૂટ મળે તો તેમાં મહારાજને શી અડચણ? સારસ્વત બ્રાહ્મણો પુનર્વિવાહ કરે છે તો તેથી શું તેઓનું બ્રાહ્મણપણું નીકળી ગયું ?

'યાજ્ઞવલ્ક્ય સ્મૃતિમાં લખ્યું છે : 'પરણ્યા પછી પુરુષનો સંગ ન થયેલી સ્ત્રી અથવા સંગ થયેલી સ્ત્રી બીજા પુરુષને પરણીને પુત્ર જણે તે પુનર્ભવપુત્ર કહેવાય.'

વિષ્ણુસ્મૃતિમાં લખ્યું છે : 'જે સ્ત્રી ધણીએ ત્યજેલી છે અથવા રાંડેલી છે તે પોતાની

ઇચ્છાથી ફરીથી પરણીને પુત્ર જણે તેને પુનર્ભવપુત્ર કહીએ.'

'વળી આ જ સ્મૃતિમાં આગળ જે લખ્યું છે તે આંખ ઉઘાડીને શાસ્ત્રીઓએ જોવું જોઈએ : 'પરણીને વર ગુજરી જાય ત્યાર પછી ત્રણ વાર અટકાવ આવે ત્યાં સુધી રહીને પછી તે કન્યાએ બીજા વરને પરણવું.'

'અરે ભાઈઓ, અરે ભોળા હિંદુઓ આથી વધારે શાસ્ત્રઆધાર તમને શું જોઈએ ? વર મરી ગયા પછી ત્રણ વાર દૂર બેઠા પછી લગ્ન કરવાની છૂટ આપી છે એને પુનર્વિવાહ કહેવાય કે બીજું કાંઈ?'

કરસનદાસ પૂરા જોશ સાથે જદુનાથ મહારાજ સામે પડ્યો હતો. એ જ અંકમાં એણે એક નાનકડા લેખમાં વૈષ્ણવોની આંખો ખોલી નાખે એવી માહિતી આપી :

'અરેરે! વલ્લભાચાર્યના વંશવાળા હિંદુઓના મહારાજો તે ક્યારે સુધરશે અને વલ્લભે મેળવેલી આબરૂ ઉપર પાણી ફેરવતા ક્યારે અટકશે? હાલ હમને કચ્છથી મળેલા એક પત્ર પરથી ખબર પડી છે કે રણછોડજી નામનો એક મહારાજ બેટ દ્વારકામાં રહ્યા પછી દસ મહિના થયા કચ્છના માંડવી ગામમાં આવ્યો છે અને તે વ્યભિચારની અનીતિમાં ગરક થયેલો સંભળાય છે. માંડવી મધે ચકલે ચકલે, ગલીએ ગલીએ અને શેરીએ શેરીએ એ મહારાજની અનીતિની વાતો થાય છે. કેટલાક સારા ગૃહસ્થોના કુટુંબની ઔરતો પર એ મહારાજે જે અનીતિ ગુજારી છે તે વિશે હમને નામ બી મળેલાં છે. મુંબાઈ મધ્યે પણ એ મહારાજની અનીતિની વાતો સાંભળીને ભાટિયા વગેરે કેટલાક સારા વિચારોના વૈષ્ણવો કંટાળો ખાય છે. રણછોડજી મહારાજ એક મોટો ભંગડ છે અને તે એટલી તો ભાંગ પીએ છે કે તેની વિચારશક્તિ કેવળ મંદ થઈ ગઈ છે. આ મહારાજ વિશે નીચે પ્રમાણે હમારા સાંભળવામાં આવ્યું છે :

'એ મહારાજ માંડવી મધ્યે દરરોજ બે વખત ભાંગ પી ભંગી બને છે. મરદો દર્શન કરવા આવે છે તેને એકદમ નીચે જવાનો હુકમ કરે છે અને ઔરતોને દર્શનની છૂટ આપે છે જ્યારે ઔરતો દસ-પંદર એકઠી થાય છે ત્યારે તેમની સાડીઓ કાઢી નાખે છે અને પછી તેમના પર અનીતિનો જેટલો વરસાદ વરસાવવામાં આવે તેટલો ઓછો. એ અનીતિના વરસાદને માટે મહારાજ ફી લે છે અને તે ફી કચ્છના સોનાના સિક્કામાં લેવામાં આવે છે. ચુંબનને માટે સોનાની એક કોરી એટલે અત્રેના સાત રૂપિયા સ્તનને માટે સોનાની બે કોરી અને વ્યભિચારને માટે સોનાની ચાર કોરીનો ભાવ રાખ્યો છે. એક ઔરતને તો એ મહારાજે એટલી ભાંગ પીવડાવી કે....'

'સત્યપ્રકાશ'માં પ્રગટ થયેલા આ નાના લેખની વિગતો વાંચીને મુંબાઈનો આખો વૈષ્ણવ સમાજ ચોંકી ઊઠ્યો. સમજનારા સઘળા સમજી ગયા કે અગાઉ બેટ દ્વારકામાં રહીને માંડવી પહોંચેલા મહારાજનું ખરું નામ રણછોડજી નહીં, પણ જદુનાથ છે.

* * *

'સત્યપ્રકાશ' દ્વારા કરસનદાસ મૂળજીએ પોતાના પર બોલાવેલો હલ્લો ખાળવા

જદુનાથ મહારાજે ત્રિપાંખિયો જંગ છેડ્યો. 'મુંબઈના ચાબુક'ના તંત્રી નવરોજજીને સાધીને પુનર્વિવાહવાળા વિવાદ અંગે પોતાની દલીલો મૂકવાનું શરૂ કર્યું. 'સત્યપ્રકાશ' પર ચર્ચાપત્રો લખીને એમાં છપાતી પોતાના વિશેની માહિતી અંગે ખુલાસાઓ મોકલવા માંડ્યા અને 'સ્વધર્મવર્ધક તથા સંશયછેદક' જેવું લાંબુંલચક અને આદર્શવાદી નામ ધરાવતું માસિક પોતે શરૂ કર્યું.

'મુંબઈના ચાબુક'માં જદુનાથ મહારાજે દલીલ કરી કે પુનર્વિવાહ સંબંધી તમામ સુધારાવાળાઓ સાથે ચર્ચા કરવાની અમારી મરજી નથી પડતી. માટે એમનામાંથી કોઈ એક જણને મુકરર કરવો જે વેદ-શાસ્ત્રના અર્થો કરી જાણે અને શાસ્ત્રના અર્થને સમજે તથા સંસ્કૃતમાં ભાષણ કરે.

'ચાબુક'માં છપાયેલી મહારાજની આ દલીલને પડકારતાં કરસનદાસે 'સત્યપ્રકાશ'માં લખ્યું : 'જદુનાથજી મહારાજ ખરા દિલથી પુનર્વિવાહની તકરાર કરવા માગતા હોય અને તે તકરાર કરવામાં ખરેખર તેનામાં શક્તિ હોય તો તાલમેલ લગાડવાનો તથા હરેક રીતે છટકી જવાનો વિચાર છોડી દેવો. મજકૂર મહારાજની ખરેખર તકરાર કરવાની મરજી હોય તો હમોએ અગાઉ કરેલી સૂચના મુજબ ગોઠવણ કરીને સભા બોલાવે. તે સભામાં પ્રથમ ગુજરાતી ભાષામાં ભાષણ કે તકરાર થવી જોઈએ કે પુનર્વિવાહ કરવાની જરૂર છે કે નહીં. જો જરૂર માલૂમ પડે તો પછી શાસ્ત્ર મધ્યે તેનો આધાર મળે છે કે નહીં તે જોવું જોઈએ.'

'સત્યપ્રકાશ'ને જદુનાથ મહારાજ તરફથી મોકલાયેલો ખુલાસો કરસનદાસે પોતાની ટિપ્પણ સાથે પ્રગટ કીધો :

'મહારાજ લખે છે કે, 'હમારે વિશે તમે જે લખ્યું કે સુધારાવાળાની ધૂળ ઝાટક્યા કરે છે પણ હમારી એવી ચાલ નથી કે મોઢામાંથી અપશબ્દ બોલીને અપમાન કરવું.' મજકૂર મહારાજે જાણવું જોઈએ કે અપશબ્દ બોલ્યા વગર પણ ધૂળ ઝાટકી શકાય છે. એ મહારાજથી ના નહીં પડાશે કે કવિ નર્મદાશંકર વિશે તથા બીજા સુધારાવાળા વિશે તે માઠું નથી બોલ્યા. 'સુધારાવાળા નાસ્તિક છે, ધર્મપુસ્તકમાં માનતા નથી, તેઓ જુટ્ઠા છે' ઇત્યાદિ શબ્દો મહારાજ પોતાના મંદિરમાં બેસીને સઘળા વૈષ્ણવો આગળ વારંવાર બોલ્યા છે. આમ કહીને મહારાજે સુધારાવાળાઓની ધૂળ ઝાટકી કે કાંકરા ઝાટક્યા તેનો ખુલાસો એણે કરવો જોઈએ. માંડવીના મહારાજ વિશે 'સત્યપ્રકાશ'માં હમોએ જે બીના છાપી તે ઉપરથી એક વિદ્યાર્થીએ જદુનાથજી મહારાજને પૂછ્યું કે 'મહારાજ, તમારે વિશે માંડવીમાં શું વાંધો પડ્યો હતો?' ત્યારે મહારાજે જવાબ દીધો હતો કે 'સત્યપ્રકાશ'વાળો લબાડ છે ઇત્યાદિ. એથી વધારે ધૂળ મહારાજ કેવી રીતે ઝાટકી શકે? જદુનાથજી મહારાજે 'સત્યપ્રકાશ'ને લબાડ કહેવાને બદલે તેનો ઉપકાર માનવો જોઈએ કે આ મહારાજના કેટલાક સારા ગુણોને ધ્યાનમાં લઈને હમોએ મોઘમમાં અથવા ભરમમાં જણાવ્યું કે આ મહારાજ વિશે માંડવીમાં કાંઈ વાંધો પડ્યો હતો. એ સિવાય 'સત્યપ્રકાશે' વારંવાર મજકૂર મહારાજના વખાણ પણ કીધા છે, તેનો ઉપકાર માનવાને બદલે 'લબાડ'

શબ્દ વાપર્યો તે એ મહારાજને જ મુબારક હજો. હમોએ જે બીના ભરમમાં કે મોઘમમાં લખી હતી તે વિશે મજકૂર મહારાજની મરજી થતી હોય તો સઘળો ખુલાસો પ્રગટ કરીએ. પણ તેમ કરવાની એ મહારાજ હમારી ઉપર ફરજ પાડશે નહીં એવી હમો ઉમેદ રાખીએ છીએ. હમોએ એ મહારાજના કેટલાક સારા ગુણોને માટે તેના દુર્ગુણ તરફ નજર નહીં પહોંચાડવાને વાજબી ધાર્યું તે એટલા માટે કે એ મહારાજ બીજાઓ કરતાં વધારે સારા અને વધારે વિવેકવાળા છે. માટે એને તેનો કાંઈ પણ બદલો મળવો જોઈએ. પણ પછી જો મહારાજની જ એવી મરજી હોય કે હમો સઘળું ખુલાસાથી જાહેર કરીએ તો લાચારીથી હમોને તેમ કરવું પડશે. મહારાજે તથા હમારા સઘળા વાંચનારાઓએ યાદ રાખવું કે મહારાજો વિશે આ પત્રમાં જે બીનાઓ પ્રગટ થાય છે તે સઘળી ખોળ અને તજવીજ કીધા પછી થાય છે. માંડવીના મહારાજ વિશે હમોએ જે કમકમાટ ભરેલી બીના લખી હતી અને જે લખતી વેળા હમોને મોટી શરમિંદગી થઈ હતી તે વિશે કેટલાક લોકો કહે છે કે જે અનીતિ માંડવી મધ્યે ગુજરે છે તેનો દસમો હિસ્સો બી જાહેર થયો નથી.'

૨૭ સપ્ટેમ્બર ૧૮૬૦ના ગુરુવારે જદુનાથ મહારાજે 'સ્વધર્મવર્ધક અને સંશયછેદક' સામાયિકનો પ્રથમ અંક પ્રગટ કર્યો. કરસનદાસે 'સત્યપ્રકાશ'ના ૩૦ સપ્ટેમ્બરના અંકમાં મહારાજના આ સામયિક વિશે લખ્યું :

'એ ચોપાનિયું હમારા વાંચવામાં આવ્યું છે અને હમો જણાવવાને દિલગીર છીએ કે ધર્મ તથા નીતિનો બોધ મળવાને બદલે તેનાથી લોકો ગૂંચવણ અને ભુલાવામાં પડશે. એ ચોપાનિયું ૨૪ પાનાંનું છે અને તેના ત્રણ ભાગ કરવામાં આવ્યા છે. પહેલા ભાગમાં જણાવ્યું છે કે શાસ્ત્ર ઈશ્વરકૃત છે તેથી શાસ્ત્રને જે અસત્ય માને છે તે ગુનેગાર થાય છે. બીજામાં નિર્ગુણ અને સગુણ એ બે જાતના ઈશ્વર દેખાડ્યા છે અને સગુણ સાધને ઈશ્વરની પ્રીતિ થતી નથી અને નિર્ગુણે થાય છે એવું દેખાડ્યું છે. ત્રીજા ભાગ મધ્યે નવધા ભક્તિ એટલે નવ જાતની જુદી જુદી ભક્તિનો અર્થ કરી દેખાડ્યો છે.

'આ ત્રણ ભાગ મધ્યેથી પહેલા ભાગની તપાસ આ વેળાએ હમો કરીએ છીએ. પહેલા ભાગમાં શાસ્ત્ર ઈશ્વરકૃત છે એટલે કે ઈશ્વરનાં બનાવેલાં છે અને જે શાસ્ત્રને ખોટા માને છે તે ગુનેગાર થાય છે એવું દેખાડ્યું છે.

'હમોએ ગઈ વેળાએ 'શાસ્ત્રને ખોટા પાડનાર કોણ કવિ કે મહારાજ' એ મથાળા હેઠળ જે બીના પ્રગટ કીધી હતી તે વાંચીને હમારા વાંચનારાઓને ખાતરી થઈ હશે કે વલ્લભાચાર્યએ શાસ્ત્રને ઈશ્વરકૃત માન્યા નથી. ચાર વેદ, છ શાસ્ત્ર, અઢાર સ્મૃતિ અને અઢાર પુરાણ એ સઘળા પ્રાચીન ધર્મસંબંધી પુસ્તકો મધ્યેથી પોતાની મતલબ જેટલામાં છે તેને જ માન્યા છે અને બાકીનું સઘળું પડતું મૂક્યું છે.

'જદુનાથજી મહારાજ પોતાના જ ચોપાનિયામાં શાસ્ત્રનો એક શ્લોક ટાંકીને જણાવે છે, 'શાસ્ત્રોની વિધિ મૂકીને જે પુરુષ પોતાની મરજી પ્રમાણે ચાલે છે તે જીવ આ લોકમાં સુખ પામતો નથી અને પરલોકમાં મોક્ષ પામતો નથી એ રીતે ભગવાને કહ્યું છે.'

'મહારાજ પોતે જ પોતાના ચોપાનિયામાં જણાવે છે કે ચાર વેદ, છ શાસ્ત્ર, અઢાર

સ્મૃતિ, અઢાર પુરાણ એ ગ્રંથો એટલા બધા છે કે એનો અભ્યાસ કરવાને આખી જિંદગી નીકળી જાય. એણે લખ્યું છે : 'કોઈ તીવ્ર બુદ્ધિવાળો પુરુષ બાર વરસની ઉંમરથી ભણવા માંડે તો એક વ્યાકરણ સારી પેઠે ભણતાં બીજાં બાર વરસ લાગી જાય. ત્યાર પછી કાવ્ય તથા અલંકાર ભણતાં છ વરસ લાગે. ત્યાર પછી ન્યાયશાસ્ત્ર ભણતાં ચાર વરસ લાગે. ત્યાર પછી પૂર્વની ભાષા તથા ઉત્તરની ભાષા ભણતાં બાર વરસ લાગે. ત્યાર પછી વેદના બીજા અંગ ભણતાં ચાર વરસ લાગે. ત્યાર પછી ચાર વેદનો અભ્યાસ કરતાં બાર વરસ લાગે. એ રીતે બાસઠ વરસની ઉંમરનો એ થાય ત્યારે તેને વેદમાં સમજ પડે.'

'આમ આ સઘળા ગ્રંથો તો આખી જિંદગીએ બી મહારાજના જ કહેવા પ્રમાણે, કોઈ પૂરા કરી શકે નહીં. એટલા બધા મોટા અને અનેક એવાં આ ધર્મપુસ્તકો છે. આમ હોવા છતાં, હમો પૂછીએ છીએ કે મહારાજના પૂર્વજોએ વળી બીજા, પોતાની મતલબ મુજબનાં, અનેક પુસ્તકો બનાવવાની શું જરૂર પડી? મહારાજોનો પંથ ઊભો કરનારાઓએ જુઓ પોતાની ગાંઠના કેટલાં બધાં પુસ્તકો બનાવ્યાં છે. વલ્લભાચાર્યે જે ગ્રંથો કીધાં અથવા એના વખતમાં જે થયાં તેમના નામ 'જૈમિનીસૂત્ર'થી માંડીને 'શૃંગાર રસ મંડળી' સુધીનાં ત્રેવીસ ગ્રંથોની સંપૂર્ણ યાદી હમો અહીં આપીએ છીએ.

'આ ઉપરાંત વલ્લભાચાર્ય પછી એમના વંશજો તથા એમના સંપ્રદાયના કવિઓએ 'ચોર્યાસી વૈષ્ણવોની વાર્તા'થી માંડીને 'સેવા પ્રકરણ' સુધીના બીજા બાવીસ ગ્રંથો કર્યા જેની યાદી પણ હમારા વાંચનારાઓ વાસતે પ્રગટ કરીએ છીએ.

'આ સિવાય બીજા બી ઘણાં પુસ્તકો બનાવ્યાં છે. એ સઘળા પુસ્તકો, હમો પૂછીએ છીએ કે, બનાવવાની મતલબ શું? કાંઈ જ નહીં, પણ અસલના મતનું ખંડન કરીને પોતાનો નવો મત સ્થાપવો, અને નવો સંપ્રદાય ચલાવવો.

'જદુનાથજી મહારાજ પોતાના ચોપાનિયાને પાંચમે પાને લખે છે કે વેદપુરાણ ઈશ્વરના કહેલા છે પણ વલ્લભાચાર્યના 'દ્વારકેશ કૃત'માં પુષ્ટિમાર્ગમાં દસ ચરણ નીચે મુજબ લખેલા છે :

૧. શ્રીમદ્ આચાર્યનો દૃઢ આશરો કરવો.

૨. શ્રી કૃષ્ણની સેવા કરવી એ જ મુક્તિ. એ સિવાય બીજા મોક્ષ વગેરેની ઉમેદવારી રાખવી નહીં.

૩. લોકની લાજ તથા વેદશાસ્ત્રની આજ્ઞા ત્યજીને કેવળ ગોપીનાથનું શરણ લેવું.

૪. દેવગુરુ આગળ દીનતા રાખવી.

૫. હું વ્રજની ગોપી છું એવું મનમાં ધારવું પણ હું પુરુષ છું એવું મનમાં લાવવું નહીં.

૬. નિત્ય ગુસાઈજીના ગુણ ગાવા.

૭. ગુસાઈજીના નામનો મહિમા સંભારીને રાખવો.

૮. ફક્ત ગુરુની આજ્ઞા ઉપર જ સરત રાખવી.

૯. ગુસાઈજી જે બોલે તથા કરે તેમાં વિશ્વાસ રાખવો.

૧૦. વૈષ્ણવ જનની સેવા કરવી તથા એ જે બોલે તેમાં વિશ્વાસ રાખવો.

આ દસ મરમ વાંચીને લોકોની આંખ ઊઘડી જશે કે પોતાનો પંથ ચલાવવાને કેવી યુક્તિઓ કામે લગાડી છે. ત્રીજા મરમમાં ખુલ્લી રીતે લખ્યું છે કે 'વેદશાસ્ત્રની આજ્ઞા ત્યજીને કેવળ ગોપીનાથજીનું શરણ લેવું.' હવે જ્યારે વેદશાસ્ત્ર ઈશ્વરકૃત છે તો તેની આજ્ઞા કેમ ત્યજાય? અરેરે! આ કેવી યુક્તિ! આ કેવી ઠગાઈ, આ કેવી લુચ્ચાઈ. અરે વૈષ્ણવ વાંચનારાઓ તમોને ઈશ્વરે અક્કલ તથા બુદ્ધિ આપી છે. તેથી તમો વિચારી જુઓ કે એક ઠેકાણે મહારાજ કહે છે શાસ્ત્રની વિધિ પ્રમાણે જે પુરુષ ચાલતો નથી તે પુરુષને આ લોકમાં તથા પરલોકમાં સુખ મળતું નથી અને તેમના જ મૂળ પુરુષોએ 'દ્વારકેશ કૃત'ના ત્રીજા મરમમાં વેદશાસ્ત્રની આજ્ઞા ત્યજીને પણ ગોપીનાથજીનું શરણ લેવાની ભલામણ કીધી છે.

ખેર, અંતે તો સત્યની જ ફતેહ છે અને ખોટાડું ઘણીવાર ટકી શકનાર નથી.'

* * *

કરસનદાસના એક પછી એક થતા રહેલા પ્રહારોને કારણે એક બાજુ વૈષ્ણવોનો જાગૃત વર્ગ મહારાજોથી ધીમે ધીમે વિમુખ થઈ રહ્યો હતો તો બીજી બાજુ મહારાજોને ભયભીત જોઈ રૂઢિવાદી વૈષ્ણવો મહારાજોની વધુ ને વધુ નિકટ જઈ એમને ધનથી લઈને તમામ પ્રકારની સહાયતા આપી રહ્યા હતા. મહારાજના નવા ચોપનિયા પાછળના આશયને સતત ઉઘાડો કરતા રહેલા કરસનદાસની આ ઝુંબેશને કારણે વૈષ્ણવોની મોટી વસ્તી અને મહારાજની એમના પર કહેવાતી પક્કડ છતાં 'સ્વધર્મવર્ધક તથા સંશયછેદક'ના ત્રણસો ઘરાક પણ થયા નહીં. આટલા ઓછા ફેલાવા વિશે મહારાજના કોઈ ટેકેદારે ફરિયાદનો સૂર કાઢ્યો ત્યારે કરસનદાસે સંભળાવી દીધું : 'હરેક ચોપાનિયું મદદ કરવા લાયક છે કે નહીં તે જોયા વગર તથા તપાસ્યા વગર લોકો ખરીદ કરતા ન હોય તો તે માટે તેમને ઠપકો આપવો ગેરવાજબી છે.'

'સ્વધર્મવર્ધક'માં પ્રગટ થતી સુધારાવાદી વિરોધી વાતો સામે આક્રોશ પ્રગટ કરતો વધુ એક લેખ કરસનદાસે બે જ અઠવાડિયાં પછીના, ૧૪ ઑક્ટોબર ૧૮૬૦ના, 'સત્યપ્રકાશ'ના પહેલા પાને પ્રગટ કર્યો જેનું મથાળું હતું : 'જદુનાથજી મહારાજ અને તેનું ચોપાનિયું' લેખમાં કરસનદાસે જાહેર કર્યું : 'મહારાજોનો પંથ વેદપુરાણ વગેરે શાસ્ત્રોની આજ્ઞા તથા મર્યાદાથી ઊલટો ચલાવવામાં આવ્યો છે. વલ્લભાચાર્યએ પોતાનો માર્ગ શરૂ કર્યાને આશરે ત્રણસો વરસ થયાં પણ એ માર્ગની શરૂઆતથી તે આજ દહાડા સુધી મહારાજોએ કે મહારાજોના કોઈ બી પંથવાળાએ જાહેરસભામાં હાજર થઈને પોતાના મતનો પાયો હિંદુ શાસ્ત્ર પ્રમાણે સાબિત કરી આપ્યો નથી. એ વાતનું કારણ એવું જ ધારવામાં આવે છે કે વેદ, પુરાણ ભણેલા પંડિતોના હાથમાં મહારાજોના ગ્રંથ જાય તો તેઓનું ભોપાળું હમણાં પ્રસિદ્ધ થયું છે તેના કરતાં ઘણી જ ખુલ્લી રીતે બહાર આવ્યા વગર રહે નહીં.... હમારા વાંચનારાઓને ખબર હશે કે છસાત વરસ ઉપર જ્યારે

ભૂલેશ્વરના છપ્પન ભોગ બાબત મહારાજો અને બ્રાહ્મણો વચ્ચે પોતાના મત બાબતે વાંધો પડ્યો હતો ત્યારે મહારાજોએ પોતાના મંદિરમાં અને પોતાના અજ્ઞાની ભાટિયા-વાણિયા સેવકોની આગળ પહેલાં બડાઈ હાંકી કે ભૂલેશ્વરના બ્રાહ્મણો શાસ્ત્ર આધારથી કેવળ ઊલટા ચાલ્યા છે. પણ જ્યારે તે બાબતે બ્રાહ્મણો સામે થયા અને મહારાજોને બ્રહ્મસભામાં આવી શાસ્ત્ર પ્રમાણે વાદ કરવાનું કહેવાયું ત્યારે મહારાજ પોતે તથા તેના હાજીહા શાસ્ત્રીઓ અંતરધ્યાન એટલે કે ગૅપ થઈ ગયા...'

અઠવાડિયાઓ સુધી કરસનદાસ અને મહારાજ વચ્ચે શબ્દોની ઝપાઝપી ચાલતી રહી. છેવટે કરસનદાસે આવતા અઠવાડિયાના રવિવાર, ૨૧ ઑક્ટોબર ૧૮૬૦ના 'સત્યપ્રકાશ'માં 'હિંદુનો અસલ ધર્મ અને હાલના પાખંડી મતો' શીર્ષક હેઠળ એક જલદ લેખ લખીને પ્રગટ કરવાનું વિચાર્યું. કરસનદાસને ખબર નહોતી કે કલમને તેજાબમાં બોળીને લખાયેલા એ લેખ સામે જદુનાથ મહારાજ રૂપિયા પચાસ હજારની નુકસાની માગતો બદનક્ષીનો દાવો કરશે અને એ અદાલતી ખટલો સમગ્ર ભારતમાં 'મહારાજ લાયબલ કેસ' તરીકે જાણીતો થઈ જશે.

પ્રકરણ : ૧૯

'કામ પર નથી જવું?' મેડીના ઝરૂખાને અઢેલીને ઊભેલા કરસનદાસે રસોડામાંથી આવતો પત્ની વિરાજગૌરીનો અવાજ સાંભળ્યો ખરો પણ પોતાની વિચારધારા ખંડિત ન થાય તે માટે કોઈ જવાબ ન આપવાનું મુનાસિબ માન્યું.

રોજ સવારે વહેલા ઊઠીને ત્રણ કલાક સુધી કરસનદાસનું લેખન-વાંચન કાર્ય ચાલતું. ત્યાર બાદ વિરાજ સાથે બેસીને અડધો કલાક નિરાંતે ભોજન લેવાતું અને બરાબર સાડા દસના ટકોરે કરસનદાસ 'સત્યપ્રકાશ'ના કાર્યાલયે જવા રવાના થતો. કાર્યાલયનો સમય અગિયાર વાગ્યાનો રાખ્યો હતો પણ બહારકોટથી રાણીનાના યુનિયન પ્રેસમાં આવેલા 'સત્યપ્રકાશ' કાર્યાલય સુધી જતાં કરસનદાસને વધુમાં વધુ પંદર મિનિટ લાગતી.

અત્યારે અગિયાર વાગી ગયા હોવા છતાં કરસનદાસ જોડા પહેર્યા વિના ઘરમાં જ હતો. ઓરડામાં આંટા મારીને થાકી ગયો એટલે ઝરૂખા પાસે જઈને થોડી વાર ઊભો રહ્યો ત્યાં જ રસોડું પતાવીને વિરાજે બહાર જોયું અને પતિને હજુ ઘરમાં જ નિહાળીને એને ચિંતા થઈ કે એમના મનમાં ક્યાંક કશીક અવઢવ ચાલી રહી છે.

'આજે મોડું જવાનું છે?' વિરાજે થોડી ભીની થઈ ગયેલી સાડીના પાલવને હવામાં ઊંચકી સરખો કરતાં કહ્યું. કરસનદાસે પત્નીની સામે જોયું. થોડીક પળ સુધી આંખનો પલકારો માર્યા વિના જોતો જ રહ્યો. મીઠાશભરી દૃષ્ટિનો અદીઠો સ્પર્શ થતાં જ વિરાજ લજવાઈ ગઈ. કેટલા મહિના પછી વિરાજને પત્નીરૂપે જોઈ, કરસનદાસે વિચાર્યું. 'સત્યપ્રકાશે' મહારાજો સામે ઉપાડેલી ઝુંબેશમાં દિવસરાત એક કરીને કામ કર્યા કરતા કરસનદાસને ક્યારેય વિચાર પણ નહોતો આવ્યો કે પોતે ઘરે આવે છે અને ઘરેથી કાર્યાલય પર જાય છે તે વચ્ચેના સમયગાળામાં પોતાની તમામ સગવડો આપોઆપ કેવી રીતે સચવાઈ જાય છે. વિરાજમાં કરસનદાસની માનસિક ચેતનામાં પ્રવેશ્યા વગર એના લાગણીતંત્રને સાચવી લેવાની કળા હતી. સદેહે પોતાની સતત હાજરી હોવા છતાં ક્યાંય એ હાજરી આડખીલીરૂપ ન બની જાય તેનો સતત ખ્યાલ વિરાજે અત્યાર સુધી રાખ્યો હતો. કરસનદાસને અત્યારે નવાઈ લાગી રહી હતી કે આટલા મહિના દરમ્યાન વિરાજે ક્યારેય પ્રેમાળ ફરિયાદરૂપે પણ એક હરફ ઉચ્ચાર્યો નહોતો કે તમે તો આખો વખત કામમાં જ ખોવાયેલા રહો છો, બે ઘડી મારી સાથે હસીને વાત પણ કરતા નથી... કરસનદાસની અમી દૃષ્ટિમાં વિરાજ માટેનો આદર ભળ્યો. વિરાજનો હાથ પકડીને

કરસનદાસે એને ખાટ પર પોતાની બાજુમાં બેસાડી અને પોતાના બેઉ હાથ એના ખોળામાં મૂકીને પૂછ્યું,

'હું ખોવાઈ ગયો છું એવું લાગે છે ને તને?'

'ના.' વિરાજે પતિની બેઉ બરછટ હથેળીઓ ખુલ્લી કરીને પોતાની કોમળ આંગળીઓ વડે એના પર ચકરડાં દોરતાં કહ્યું, 'તમે ખોવાઈ નથી ગયા. મને જડી ગયા છો.' વિરાજ હસી પડી. કરસનદાસને વિરાજનું આવું ખુલ્લું સ્મિત ખૂબ ગમતું. વિરાજની દંતપંક્તિ જોઈને એ મોહી પડતો, પણ અત્યારે આ બધું વિચારવાનો વખત નહોતો. કરસનદાસે અંગૂઠા અને પહેલી આંગળી વડે વહાલથી વિરાજના બદામ આકારના ચહેરાનો છેડો પકડીને હલાવ્યો અને કહ્યું,

'તને એક વાત કહેવાની છે. બે-ત્રણ દિવસથી મનમાં થતું હતું કે કહું કે નહીં, પણ હવે કહી જ દઉં...'

'શું વાત છે? હું જોઉં છું કે છેલ્લા ત્રણ દિવસથી તમે રાત્રે ભાગ્યે જ ઊંઘો છો. ફાનસના અજવાળે લાંબો લાંબો લેખ લખ્યા કરો છો, પાનાં ફાડો છો, ફરી લખો છો. હું સમજું કે તમે કશીક ગડમથલમાં તો છો જ...'

કરસનદાસ વિરાજના માથા પર હાથ ફેરવીને ધોતિયાની પાટલી સરખો કરતો ઊભો થયો. લેખનપીઠ પાસે જઈને ત્રણ દિવસની મથામણ બાદ લખાયેલા એક નાનકડા લેખનાં પાનાં ઊંચક્યાં અને કહ્યું, 'વિરાજ, છેલ્લી ત્રણ રાતોથી હું આ લેખ તૈયાર કરતો હતો. આવતા રવિવારના અંક માટે મૅટર આપવાનો આજે છેલ્લો દિવસ છે. પણ હું નક્કી નથી કરી શકતો કે આ લેખ છાપવા માટે આપું કે નહીં.'

કરસનદાસે લેખનાં છૂટાં પાનાં વિરાજના હાથમાં મૂક્યાં. વિરાજે મથાળું વાંચ્યું : 'હિંદુનો અસલ ધર્મ અને હાલના પાખંડી મતો.' શીર્ષક વાંચતાં જ વિરાજ બોલી, 'ફરી વૈષ્ણવ મહારાજોના દુરાચારો વિશે જ લખ્યું છે ને? લખો. ખૂબ લખો. આ કામ તમારા હાથે થવું જ જોઈએ.' વિરાજને મક્કમતાથી બોલતી જોઈને કરસનદાસ મનોમન પોરસાયો. વિરાજના મુલાયમ ચહેરા પરના દૃઢ મનોભાવો કરસનદાસ કળી શકતો હતો. ડાબા હાથની પહેલી આંગળી ઊંચી કરી, બાકીની આંગળીઓ પર અંગૂઠો દાબીને વિરાજ કહી રહી હતી, 'ગયા રવિવારે તમે ૧૪ ઑક્ટોબરના 'સત્યપ્રકાશ'માં જદુનાથ મહારાજ અને તેનું ચોપાનિયું શીર્ષક હેઠળ જે લેખ લખ્યો તે પણ સમયસરનો હતો. જદુનાથજી માટે તમને પૂર્વગ્રહ નથી. એમના વિશે તમે પ્રશંસા પણ કરી જ છે. પરંતુ એમના દુરાચારો જ્યારે માઝા મૂકતા હોય ત્યારે તમે અને 'સત્યપ્રકાશ' એને બહાર નહીં લાવો તો બીજું કોણ એ કામ કરશે?'

કરસનદાસે પત્નીની પોતાના તરફી દલીલ સાંભળીને કહ્યું 'વિરાજ, આ નવો લેખ ગયા અઠવાડિયાના એ લેખ કરતાં અનેકગણો જલદ છે.'

'જલદ છે તેથી શું થઈ ગયું. મહારાજનું સત્ય જો નિષ્કલંક હશે તો તમારી આ જલદતાની અગ્નિપરીક્ષામાંથી પાર ઊતરશે. પણ જો મહારાજ વાંકમાં હશે તો મહારાજની

સાથે એમનું બનાવટી સત્ય પણ ભસ્મીભૂત થઈ જશે.' વિરાજ બોલી.

'વિરાજ, મહારાજના દંભી સત્યને ભસ્મીભૂત કરવા જતાં ક્યાંક આપણે ખાક ન થઈ જાઈએ...' કરસનદાસે વિરાજની નજીક આવતાં કહ્યું.

'તમને ડર લાગે છે?' વિરાજે પૂછ્યું.

કરસનદાસે જવાબ ન આપ્યો. વિરાજ સમજી ગઈ. એણે પૂછ્યું, 'તમને શેનો ડર લાગે છે? 'સત્યપ્રકાશ'ના અધિપતિને ભગવાન સિવાય બીજા કશાનો ડર હોઈ શકે ખરો?'

'વિરાજ...' કરસનદાસ ઊંડો શ્વાસ લઈને બોલ્યો, 'ડર એ વાતનો છે કે આ લેખ પ્રગટ થયા પછી આખો વૈષ્ણવ સમાજ મારી વિરુદ્ધ થઈ જાય એવી શક્યતા છે. જેમ તમે તમારા સંતાનને દુરાચાર કરતાં અટકાવો તો તમે સંતાનપ્રેમી ગણાઓ, સંતાનના દુશ્મન નહીં. જેમ તમે તમારા રાષ્ટ્રમાં ચાલતા ભ્રષ્ટાચારને દૂર કરવા એને ખુલ્લો પાડો તો તમે રાષ્ટ્રપ્રેમી ગણાઓ, રાષ્ટ્રદ્રોહી નહીં. એમ તમે તમારા ધર્મમાં વ્યાપી ગયેલા વ્યભીચારને ઉઘાડો પાડો અને એને દૂર કરવાનું કહો તો તમે ધર્મપ્રેમી છો, ધર્મદ્વેષી નહીં. ખબર નહીં લોકો આ વાત સમજશે કે નહીં. અત્યાર સુધી મને ટેકો આપી રહેલા મારા મિત્રોના પગ તળે રેલો આવે એટલે તેઓ પણ મને એકલો મૂકીને કદાચ જતા રહે. આ લેખની સામે કદાચ કોઈ કોર્ટ-કચેરી કરે તો વકીલોના ખર્ચા લાવવા પડે અને કેસમાં હારી જઈએ તો નુકસાનીની રકમ ભરવી પડે. એક-એક ઈંટ ગોઠવીને ઊભું કરેલું આ 'સત્યપ્રકાશ' નામનું મારું સપનું ઘડીના છઠ્ઠા ભાગમાં છિન્નભિન્ન થઈ જાય અને તારી સાથેનું મારું આખું ભવિષ્ય વેરણછેરણ બની જાય... વિરાજ, તને ખબર નથી આ લેખની જલદતા. તું વાંચી જો. અને પછી નક્કી કરીએ કે એ છાપવો છે કે નહીં.' કરસનદાસ એક શ્વાસે બોલીને હાંફી ગયો હતો.

વિરાજે એની છાતી પર હાથ ફેરવીને પૂછ્યું, 'તમને શ્રદ્ધા છે કે તમે આ લેખમાં જે કંઈ લખ્યું છે તે તમારી સમજ પ્રમાણે સો ટકા સત્ય છે અને સો ટકા વાજબી પણ છે.'

કરસનદાસે માથું ધુણાવીને હા પાડી.

'તમારી અંદરનો ભગવાન તમારી પાસે આ લેખ લખાવે છે અને હવે તમે ભગવાનના કાર્યની આડે વિઘ્ન ઊભું કરો છો?' વિરાજે નાનકડું કટાક્ષસભર સ્મિત કર્યું અને કહ્યું, 'મારે આ લેખ નથી વાંચવો. તમારા બીજા ઘણા લેખ છપાતાં પહેલાં વાંચવાને હું સદ્ભાગી બની છું પણ આ લેખ હું 'સત્યપ્રકાશ'માં પ્રગટ થયા પછી જ વાંચીશ...'

વિરાજે લેખનાં કાગળિયાં કરસનદાસના હાથમાં પાછા મૂક્યાં. કરસનદાસ થોડાક આશ્ચર્યથી અને વધી ગયેલા આદરભાવથી વિરાજને જોતો રહ્યો. વિરાજે એનો હાથ પકડીને કહ્યું :

'હું કલ્પના કરી શકું છું કે આ લેખ કોને કોને કેવી રીતે દઝાડશે. એનાં જે પરિણામ આવશે તે બધાં જ ભોગવવા હું તૈયાર છું. હું તમારી પત્ની છું, અર્ધાંગિની છું. તમારામાં મેં સમગ્ર શ્રદ્ધા આરોપેલી છે. અત્યારે આ લેખ છપાતાં પહેલાં જો તમે મને એ વાંચવાનો આગ્રહ કરશો તો મારી આ શ્રદ્ધા ડગમગી રહી હોય એવું મને લાગશે, કારણ કે મને

વિચાર આવશે કે તમને પોતાને તમારામાં રહેલી શ્રદ્ધા હચમચતી હોય એવું લાગી રહ્યું છે. તમને ડર છે તે માત્ર આ લેખના પ્રગટ થયા પછી આવનારાં પરિણામોનો. શુભ ઇરાદાથી થયેલા કોઈ પણ કાર્યનું પરિણામ જે આવે તે – એની ફિકર શાને?'

કરસનદાસની છાતી પર હાથ ફેરવતાં ફેરવતાં વિરાજે ત્યાં માથું ઢાળી દીધું. કરસનદાસે એને વધુ નજીક લઈ એનો ખભો દાબ્યો. વિરાજે ઊંચું જોયું. કરસનદાસે વિરાજના નકશીદાર નાક પર હળવું ચુંબન કરીને કહ્યું,

'હવે હું જાઉં? મોડું થઈ જશે!'

'રાત્રે વહેલા નહીં આવતા!' વિરાજે બંધ મોઢે જીભ ગાલમાં દબાવીને શરારતી સ્મિત કરીને પતિને વિદાય આપતા કહ્યું. 'નવા અંકનું બધું જ કામ પૂરું કરીને આવજો જેથી કાલે આખો દિવસ તમે ઘરે આરામ કરી શકો.'

કરસનદાસની આંખો પત્ની સામે હસી. કરસનદાસ સમજતો હતો કે વીતેલા મહિનાઓના થાક પછી અને આવી રહેલા અઠવાડિયાંઓનો સામનો કરતાં પહેલાં પોતાને આરામની કેટલી જરૂર હતી, પોતાને અને પત્નીને પણ.

* * *

सत्य प्रकाश
THE SATYA PRAKASH

પુસ્તકઃ ૬ મુંબઈ, રવિવારઃ

તારીખ ૨૧મી ઑક્ટોબર ૧૮૬૦; અંક : ૪૩

હિંદુનો અસલ ધરમ અને હાલના પાખંડી મતો

હિંદુના પુરાણ ઇત્યાદિ શાસ્ત્રોમાં કહેલું છે કે કળિયુગના વખતમાં જુદા ધરમ અને પાખંડો ઊભા થશે તથા ધુતારા પાખંડીઓ આડા પંથો અને આડા માર્ગો ચલાવશે.

હિંદુ શાસ્ત્ર પ્રમાણે કળિયુગનો આરંભ થયાને આજે પાંચ હજાર વરસ થઈ ચૂક્યાં છે. એ પાંચ હજાર વરસની મુદતમાં જેટલા નવા પંથો તથા માર્ગો હિંદુઓમાં ઊભા થયા છે તે સઘળા ખોટા પાખંડ સમજવા એવું હિંદુ શાસ્ત્રો ઉપરથી સિદ્ધ થાય છે. હવે મહારાજોનો મૂળ પુરુષ વલ્લભ જન્મ્યાને હજુ ચારસો વરસ થયા નથી. વૈષ્ણવ માર્ગનાં પુસ્તકોમાં લખ્યું છે કે વલ્લભાચાર્યનો જન્મ સંવત ૧૫૩૫ના વૈશાખ વદ અગિયારસના દિને થયો હતો. એ વાતને આજે ૩૮૧ વર્ષ થયાં. કળિયુગ બેઠાને પાંચ હજાર વર્ષ થઈ ચૂક્યા ત્યારે વલ્લભાચાર્યનો પંથ કળિયુગના જ વખતમાં ચાલુ થયો. જેમ દાદુ પંથી, સાધુ પંથી, રામસનેહી, રામાનંદી, સહજાનંદી ઇત્યાદિ પંથો ઊભા થયા તેમ વલ્લભાચાર્યનો પંથ ઊભો થયો. એ સઘળા પંથો કળિયુગમાં ઊભા થયા માટે હિંદુ શાસ્ત્રના વચન પ્રમાણે પાખંડી હોવા જોઈએ.

જદુનાથ મહારાજ કહે છે કે, 'કોટ(મુંબઈનો ફોર્ટ ઇલાકો)ના દરવાજા આગળથી કોઈ વાલકેશ્વર જવા નીકળ્યો અને કોઈ ભાયખલે. તે જ રીતે સઘળા વેદ અને પુરાણના

મૂળ રસ્તા આગળ જઈને જુદા જુદા રસ્તા પર નીકળી પડ્યા છે.' આ કેવી ઠગાઈની વાત છે. એક ધર્મમાંથી દસ-પંદર આડા રસ્તા નીકળવા જોઈએ નહીં. ધર્મનો અને નીતિનો માર્ગ એક જ હોવો જોઈએ. વાલકેશ્વર જવાનો સીધો માર્ગ મૂકીને ભાયખલાનો આડો માર્ગ પકડવાની જરૂર શું? દરેક પંથવાળાએ એકબીજાને પાખંડી બનાવ્યા છે અને એકબીજાની ધૂળ ઝાટકી છે તો તેમ કરવાની જરૂર શું? પણ હમોએ આગળ જણાવ્યું છે કે જે હથિયારથી મહારાજ પોતાનો બચાવ કરવા બહાર પડ્યા છે તે જ હથિયાર મહારાજને આડે આવીને નડશે. મહારાજ હિંદુ શાસ્ત્રોને ઈશ્વરકૃત માને છે ત્યારે એનાથી એમ ન કહેવાય કે હિંદુ શાસ્ત્રનું ફલાણું વચન ખોટું છે. કળિયુગમાં પાખંડી મતો ઊભા થશે એ વચન, મજકૂર મહારાજથી એમ નહીં કહેવાય કે, ખોટું છે. આમ બીજા કેટલાક પંથોની પેઠે મહારાજોનો પંથ કળિયુગમાં ઊભો થયો માટે તે ખોટો અને પાખંડ ભરેલો છે એવું હિંદુ શાસ્ત્રથી સિદ્ધ થાય છે.

મહારાજનો પંથ પાખંડ ભરેલો અને ભોળા લોકોને ઠગવાનો છે તે અસલના વેદપુરાણ વગેરેના ગ્રંથોથી ઉપર જણાવ્યા પ્રમાણે સાબિત થાય છે. એટલું જ નહીં પણ મહારાજોના બનાવેલાં પુસ્તકો ઉપરથી બી સાબિત થાય છે કે મહારાજોએ કાંઈ જ નહીં પણ નવું પાખંડ અને તીખલ ઊભું કીધું છે. જુઓ બ્રહ્મસંબંધ બાબત મૂળ શ્લોક ઉપર લંબાવીને ગોકુળનાથજીએ કેવી ટીકા કીધી છે :

તસ્માદાદૌ સ્વોપભોગાત્પૂર્વમેવ સર્વવસ્તુપદેન ભાર્યાપુત્રાદીનામ પિસમર્પણંકર્તવ્યં વિવાહાનંતર સ્વોપભોગે સર્વ કાર્યે સર્વકાર્ય નિમિત્તં તત્તત્કાર્યોપભોગિવસ્તુ સમર્પણં કાર્ય સમર્પણણંકૃત્વા પશ્ચાત્તાનિંતાનિ - કાર્યાણિ કર્તવ્યાનીત્યર્થ ॥૧॥

અર્થ : ''તે માટે પોતે ભોગવ્યા અગાઉ પોતાની પરણેલી બાયડી પણ (ગોસાઈજી મહારાજને) સોંપવી અને પોતાના બેટાબેટી પણ તેમને સોંપવાં. પરણ્યા પછી પોતે ભોગવ્યા પહેલાં જ (ગોસાઈજી મહારાજને) અર્પણ કર્યા પછી પોતાના કામમાં લેવી.''

અરરર! આ કેવું પાખંડ, આ કેવો ઢોંગ અને આ કેવી ઠગાઈ! હમો જદુનાથજી મહારાજને પૂછીએ છીએ કે કયા વેદમાં, કયા પુરાણમાં, કયા શાસ્ત્રમાં અને કઈ સ્મૃતિમાં લખ્યું છે કે મહારાજને અથવા ધર્મગુરુને પોતાની પરણેલી સ્ત્રી ભોગવ્યા પહેલાં સોંપવી? પોતાની સ્ત્રી જ નહીં, પણ પોતાની બેટી અથવા દીકરીને બી સોંપવી ! અરરર! આ લખતાં હમારી કલમ ચાલતી નથી. હમોને અતીશે કંટાળો અને ધ્રુજારો છૂટે છે. લોકોને દેખતી આંખે આંધળા કરવા, અને તેઓને આંખમાં ધૂળ છાંટીને ધર્મને નામે અને ધર્મને બહાને તેઓની કાચીકુંવારી વહુ-દીકરી ભોગવવી એના કરતાં વધારે પાખંડ અને વધારે ઠગાઈ કઈ? વલ્લભાચાર્ય સિવાય કળિયુગમાં બીજા ઘણા પાખંડો અને ઘણા પંથો ઊભા થયા છે પણ મહારાજોના પંથ જેવી નફ્ફટાઈ, ખંધાઈ, બેહાઈ, લુચ્ચાઈ અને ઠગાઈ બીજા કોઈ બી પંથવાળાઓએ કીધી નથી. હમો જ્યારે આવા કઠણ શબ્દ વાપરીએ છીએ ત્યારે હમારા ભોળા હિંદુ મિત્રોને હમારી પર ગુસ્સો ઊપજે છે, અને તે ગુસ્સાને લીધે હમને ઘણું શોષાવું પડ્યું છે અને પડે છે. પણ જ્યારે ભોળા લોકોની આંખમાં ધૂળ છાંટીને

તેમની વહુ-દીકરીને કાચી કુંવારી ભોગવવાને મહારાજો પોતાના પુસ્તકોમાં લખે છે અને તે પ્રમાણે તેઓ ભોગવે છે ત્યારે હમારા પેટમાં મોટા ભડકા ઊઠે છે, હમારી કલમ એકદમ તપીને ગરમ થઈ જાય છે, હમારા ભોળા હિંદુ મિત્રો ઉપર અને તેઓની વિચારશક્તિ ઉપર અફસોસ કરવો પડે છે.

જદુનાથજી મહારાજે 'સર્વધર્મવર્ધક' ચોપાનિયું કાઢવા માંડ્યું છે. તેને હમો પૂછીએ છીએ કે તમે કેવી રીતે ધર્મનો વધારો કરવા માગો છો? તમારા વડીલોએ ભોળા લોકોની આંખમાં ધૂળ છાંટીને એમને આંધળા કીધા છે. તેઓને દેખતા કરવા માગો છો કે ધરમનું ખોટું અભિમાન ધરીને ભોળા લોકોને વધારે ઠગવા માગો છો ? જદુનાથજી મહારાજ! તમો જો ધરમનો વધારો અથવા ફેલાવો કરવા માગતા હો તો તમે પોતે સારા આચરણ પકડીને તમારા બીજા મહારાજોને ઉપદેશ કરો. ધર્મગુરુઓ પોતે જ જ્યાં સુધી વ્યભિચારના સમુદ્રમાં ડૂબેલા માલૂમ પડશે ત્યાં સુધી તેઓથી ધર્મનો બોધ થઈ શકવાનો નથી. ગોકુલનાથજીએ ઉપર જણાવેલી ટીકા કરીને તમારા વૈષ્ણવ માર્ગને મોટો શાહીનો ડાઘ લગાડ્યો છે તે પ્રથમ કાઢી નાખો. એ ટીકા કરનાર ઉપર ધિક્કાર નાખો. તે ટીકા પ્રમાણે ચાલીને મહારાજો પોતાના સેવકની વહુ-દીકરીઓને બગાડે છે તેથી હાથ ઉઠાવો અને રસમંડળી જેવી અનીતિનો એકદમ નાશ પમાડો, જ્યાં સુધી તમો તેમ કરશો નહીં ત્યાં સુધી તમારાથી ધરમનો ઉપદેશ અને સ્વધર્મનો વધારો થઈ શકવાનો નથી તે સત્ય કરીને જાણજો.

* * *

રવિવારની ઊગતી સવારે મુંબાઈના ભૂલેશ્વર પાસેની હવેલીમાં સોપો પડી ગયો હતો. ઉપર જદુનાથ મહારાજના નિવાસસ્થાને સેવકો દબાતે પગલે અવરજવર કરતા હતા. જદુનાથ મહારાજ શાંત મુદ્રામાં સ્થિર હીંચકા ઉપર બેઠા હતા. કોઈકે આવીને કહ્યું,

'જેજે, આ વાંચ્યું...' અને 'સત્યપ્રકાશ'ના તાજા અંકની નકલ બગલમાંથી કાઢીને ધરી.

જદુનાથ મહારાજે હાથ લંબાવ્યા વિના ડોકું ધુણાવ્યું અને પોતાની બાજુમાં ઊંધો કરીને રાખેલો 'સત્યપ્રકાશ'નો એ જ અંક હથેળી વડે પસવાર્યો. આગંતુક ચૂપચાપ મહારાજનાં ચરણ પાસે બેસી ગયો. એક પછી એક નિકટના સેવકો તથા સેવિકાઓ આવતાં ગયાં. અડધો કલાકમાં જ દીવાનખંડ વૈષ્ણવોથી ઊભરાવા લાગ્યો. જદુનાથ મહારાજ આંખ બંધ કરીને અત્યારે થઈ રહેલી ચહલપહલથી ખૂબ દૂર જતા રહ્યા હોય એવું લાગતું હતું. ધીમા સળવળાટ સિવાય કોઈ કશું બોલતું નહોતું. સૌને આશા હતી કે આજે સવારે વૈષ્ણવ સંપ્રદાય અને જદુનાથ મહારાજ વિશે 'સત્યપ્રકાશ'માં કરસનદાસ મૂળજીએ આકરા પ્રહારો કરીને લખેલા લેખનો જવાબ સાંભળવા મળે. સૌ કોઈ મહારાજની વાણી સાંભળવા ઉત્સુક હતા.

'વૈષ્ણવો', મહારાજે અડધાં નેત્ર ઉઘાડી ખરજના ઘૂંટાયેલા અવાજમાં આ અનૌપચારિક સભાને સંબોધવાનું શરૂ કર્યું : 'શાસ્ત્ર શું છે એ વિશે અમને સમજાવનારાઓ આજકાલ વધી પડ્યા છે.' સભામાં સહેજ હસાહસ થઈ પણ જદુનાથજીનો શાંત-ગંભીર

ચહેરો જોઈને બધાં ફરી ચૂપ થઈ ગયાં. મહારાજે સભાની પ્રતિક્રિયાની અવગણના કરીને સંબોધન ચાલુ રાખ્યું, 'કવિ નર્મદાશંકરે એમના દોસ્તાર કરસનદાસ મૂળજીને ભરમાવ્યા છે તે આપ સૌ જાણો છો. વિધવા પુનર્વિવાહની જાહેરસભામાં નર્મદાશંકર અમારી સામે વાદ કરી શક્યા નહીં. આમ છતાં કરસનદાસ નામના આ કપોળ વૈષ્ણવે અમારી વિરુદ્ધ પાનાંનાં પાનાં ભરીને આ ચર્ચા વિશે એમના ચોપાનિયામાં છાપ્યું. અમને શો ફરક પડ્યો? કશો નહીં.' મહારાજે સહેજ અટકીને સભાની પ્રતિક્રિયાનો તાગ મેળવ્યો. સૌ કોઈ પોતાની હામાં હા પુરાવવા આતુર છે એવી ખાતરી થતાં મહારાજે આગળ ચલાવ્યું,

'આજનો લેખ માત્ર અમારી નહીં, સમગ્ર વૈષ્ણવ પરંપરાની વિરુદ્ધ છે, આપ સૌની વિરુદ્ધ છે, આમ છતાં...' મહારાજે બેઉ હાથે, સભા અશાંત થાય એ પહેલાં બધાંને વાર્યા, 'આમ છતાં અમે જાણીએ છીએ કે આ રીતના પાપી લેખો દ્વારા ધર્મનો ધ્વંસ થતો નથી. ધર્મની રખેવાળી અમારા હાથમાં છે ત્યાં સુધી ધર્મને ઊની આંચ આવવાની નથી ને ધર્મના અનુયાયીઓનો વાળ પણ કોઈ વાંકો કરી શકવાનું નથી. કરસનદાસ મૂળજીના હલકા વિચારો અને એની અભદ્ર ભાષા સામે પણ અમારે કશું જ કહેવાનું નથી. ભગવાન એને સદ્‌બુદ્ધિ આપે...'

જદુનાથ મહારાજ બે હાથ જોડીને ઊભા થઈ દીવાનખંડ છોડીને પોતાના અંગત ઓરડા ભણી જતા રહ્યા. આખી સભા દંગ થઈ ગઈ. સૌને આશા હતી કે મહારાજ તમામ વૈષ્ણવોજોગ કોઈક એવું નિવેદન કરશે કે બધાએ એકઠા મળીને 'સત્યપ્રકાશ'ને એવો પાઠ ભણાવવો જોઈએ કે ભવિષ્યમાં મહારાજો વિરુદ્ધ કે વૈષ્ણવ સંપ્રદાય વિરુદ્ધ લખવાની ખો ભૂલી જાય. જદુનાથના ઉશ્કેરાટ વગરના વક્તવ્યને કારણે સભા બે પક્ષમાં વહેંચાઈ ગઈ. અડધા લોકો એ મતના હતા કે મહારાજ જે કરે અને જે કહે તે સારા માટે જ હોય માટે આ લેખ વિરુદ્ધ તેઓ કશાં જ પગલાં લેવા ન માગતા હોય તો એમનો નિર્ણય મુંબાઈના તમામ વૈષ્ણવોએ સ્વીકારી લેવો જોઈએ. સભામાં હાજર રહેલા કેટલાક આખાબોલા આકરા વૈષ્ણવો ખુલ્લેઆમ કહેવા લાગ્યા, 'જદુનાથજી ભૂલ કરે છે. કરસનદાસ મૂળજી જેવા માથાફરેલ અને તુંડમિજાજી પત્રકારને તો સીધો દોર કરી નાખવો જોઈએ.'

સભાના વૈષ્ણવોને પોતપોતાનો મત આપસમાં વ્યક્ત કરતા રહેવા દઈ જદુનાથ મહારાજે પોતાના અંગત ઓરડાનો દરવાજો ઉઘાડી પડદો ખસેડીને અંતઃપુરમાં પગ મૂક્યો અને સામે જ એમના પ્રાતઃમર્દન માટે સુગંધી તેલની શીશી લઈને ઊભેલી એક સુંદર નવયૌવના દેખાઈ. જદુનાથે ઓરડાનો દરવાજો અંદરથી વાસી દીધો અને બહાર ચાલી રહેલી ચર્ચાના છૂટાછવાયા શબ્દો પણ કાને પડતા બંધ થઈ ગયા. આ શબ્દો સાંભળવાની જદુનાથને કોઈ જરૂર નહોતી. એમને ખબર હતી કે પોતે ભવિષ્યમાં શું કરવું જોઈએ અને અત્યારે શું કરવા માગે છે.

થોડી જ વારમાં જમીન પર પથરાયેલા ગાલીચા પર ચત્તાપાટ સૂતેલા જદુનાથ મહારાજના ખુલ્લા શરીર પાસે બેઠેલી કન્યા એમની સ્નાયુબદ્ધ છાતી પર બેઉ હાથ વડે માલિશ કરતાં કરતાં મહારાજની કમર તરફ સરકી રહી હતી.

પ્રકરણ : ૨૦

એકવીસમી ઑક્ટોબર ૧૮૬૦ના 'સત્યપ્રકાશ'માં છપાયેલા કરસનદાસ મૂળજીના લેખની કળ હજુ વળે ન વળે ત્યાં જ બીજા અઠવાડિયે જદુનાથ મહારાજ પર ફરી ઘા થયો. હિંદુનો અસલ ધરમ અને હાલના પાખંડીઓ વિશેનો લેખ છાપ્યા પછી ૨૮મી ઓક્ટોબરના અંકમાં કરસનદાસે 'હિંદુ શાસ્ત્ર પ્રમાણે ધર્મગુરુઓ કેવા જોઈએ?' મથાળું બાંધીને ફરી એક વાર વલ્લભકુળના મહારાજોના દુરાચારો ખુલ્લા પાડ્યા. કરસનદાસે લખ્યું :

'હિંદુ શાસ્ત્ર તેમ જ બીજાં સઘળાં ધરમનાં પુસ્તકોનો પાયો નીતિ અને ઈશ્વરભક્તિ પર આધાર રાખે છે. ધર્મશાસ્ત્ર મધ્યે નીતિ તથા ઈશ્વરભક્તિ સમજાવનારાઓને ધર્મગુરુ અથવા ધર્મના ઉપાધ્યાયને નામે ઓળખીએ છીએ. એ ધર્મગુરુઓ કેવા હોવા જોઈએ તે વિશે કોઈપણ ધર્મના અસલ પુસ્તકમાં જુદા વિચારો હશે નહીં અને જ્યાં કોઈ ધર્મગુરુએ કામ, લોભ આદિ લઈ મતલબને સારું પોતાના સેવકો (ભક્તજનો)માં અનીતિનો પ્રસાર કરવાની તજવીજ કીધી હશે તો તરત તેનું પાખંડ દેખાયા વગર રહ્યું નથી.

'હવે જે લોકો વલ્લભકુળના હાલના મહારાજોની તરફેણ ખેંચે છે તેઓને હમે પૂછીએ છીએ કે વલ્લભવંશના સઘળા મહારાજોમાં એવા ગુણ ધરાવનાર મહારાજો કેટલા નીકળશે? હમે તો ધારીએ છીએ કે એક-બે માંડ નીકળશે. અને જો કદાચ નીકળે તો તેઓના સેવકોનાં મોટાં નસીબ સમજવાં. પોતાના સેવકોને ધરમ અને નીતિનો સુબોધ કરવાનું તો એક કોરે રહ્યું પણ ઊલટા તે ભોળા સેવકોના ઘર બગાડે છે. મહારાજોની તરફેણ ખેંચનાર કોઈ બી શખ્સ ખાતરીથી કહી શકશે કે હાલના મહારાજો ધરમને નામે પોતાના સેવકોની સ્ત્રી, બહેન, દીકરી અને વહુની સાથે વ્યભિચાર નથી કરતા? ના. તેઓ પોતે વ્યભિચાર કરે છે એટલું જ નહીં પણ તેઓએ પોતાના સેવકોમાં બી વ્યભિચાર કરવાની છૂટ આપી છે. મહારાજના પંથવાળાઓમાં દરેક જગ્યાએ રસ મંડળી નામે સભા હોય છે. તે સભા જોગવાઈ પ્રમાણે દરરોજ અથવા અઠવાડિયામાં એક બે વખત મળે છે અને ત્યાં મરદ તથા ઓરત એકઠા થઈને હરેક પ્રકારની અનીતિ કરવાને અણઘટતું અને પાપનું કામ સમજતા નથી.

'મહારાજ પોતાના સેવકોની સ્ત્રીઓ સાથે અનીતિ કરે છે એટલું જ નહીં પણ ભોળી સ્ત્રીઓ તથા ભોળા સેવકો પાસે પૈસા કઢાવવા જુલમ તથા અનીતિ ભરેલી તરેહવાર

યુક્તિઓ કરે છે. વીસપચીસ વરસ ઉપર અજ્ઞાનરૂપી મહારાજો પોતાના સેવકો પાસેથી પૈસા કઢાવવા તેઓને કેદ કરતા હતા, તેઓની છાતીએ પથ્થર મૂકતા હતા અને તેઓને ભૂખે મારતા હતા. થોડાં વરસ ઉપર તેઓએ ગાળગલોચ આપી તથા નાત બહાર મૂકવાની બીક દેખાડી તેઓ પાસેથી પૈસા ઓકાવતા હતા. જ્યારે જુગારની છૂટ હતી ત્યારે મહારાજો પોતાના સેવકોને જુગાર રમાડી નાણું મેળવતા હતા અને એક બડાઈખોર સદાચારનો ફાંકો રાખનાર મહારાજ કચ્છ-માંડવી મધ્યે ઔરતોને જુગાર રમાડી તેઓનાં ઘરેણાં કાઢી લેતો હતો.

'હમણાં તેમ જ અગાડી તેઓએ ભોળી ઔરતોને ઠગી તેઓની પાસે પૈસા કઢાવવાનો નવો ઉપાય શોધી કાઢ્યો છે. જુગલસ્વરૂપ (એટલે મહારાજ અને તેની ઔરત)ને પોતાને હાથે મીઠાઈ આરોગાવવામાં મોટો ધર્મ એવું મહારાજ અને તેની ઔરતો પોતાના સેવકોની ભોળી ઔરતોને સમજાવે છે. અલબત્ત, પુરુષોને જુગલસ્વરૂપના તો દર્શન બી મહારાજો આપતા નથી, માટે જે ઔરતો એવી રીતે જુગલસ્વરૂપના મહારાજની મીઠાઈ એકાંતમાં આરોગવા જાય તે પોતાની કેટલી નીતિ પાછી લઈને આવે તેનો વિચાર શાણા વાંચનારાઓને જ સોંપીએ છીએ.

'વળી ભોળી વિધવાઓને એવી રીતે સમજાવી તેની સાથે નીચ કરમ કરી તેના હક્કદાર વારસો હોવા છતાં તેની મિલકત પોતાને નામે લખાવી લે છે એ વાત વલ્લભી ધરમ પાળનારા વૈષ્ણવોમાં કેવળ પ્રસિદ્ધ છે. નાતના ટંટાઓમાં મહારાજોને તથા તેઓના લાંચિયા માણસોને લાંચ મળવાથી કેટલી ખરાબી થતી હતી તે વાત પણ વલ્લભી વૈષ્ણવોથી અજાણી નથી.

'અરે, જે શખ્સ પરમેશ્વરની દીધેલી બુદ્ધિ જરા બી વાપરતો હોય, જે શખ્સ પોતાની આસપાસના માણસોની ચાલચલણ પર થોડો ઘણો બી વિચાર કરતો હોય અને જે શખ્સ પોતાની નીતિ અને (પૈસા તો એક કોરે રહ્યા પણ) પોતાના ઘરની ઔરતોની લાજ પ્યારી સમજતો હોય, તેને તો સાફ માલૂમ પડશે કે મહારાજો ફક્ત તેઓનું ધન અને આબરૂ લૂંટવા બેઠા છે અને સેવકોનું તારણ કરવાને શક્તિવાન નથી એટલું જ નહીં પણ પોતાનું તારણ કેવી રીતે થશે તે પણ સમજતા નથી. એવી રીતની હાલના વલ્લભી મહારાજોની હાલત છે. જે જોઈને તેઓની ઉપર દયા ઊપજ્યાથી તેઓને સારે માર્ગે ચડાવવા માટે આટલું બધું હમને લખવું પડે છે. વૈષ્ણવોએ સત કરીને જાણવું કે હમારે મહારાજો સાથે વેરભાવ નથી અને જો મહારાજો વ્યભિચાર છોડી સદાચરણ પકડે તથા શાસ્ત્રનો અભ્યાસ કરી પોતાના સેવકોને ધર્મનો સુબોધ કરે તો તેઓ વિશે ફરિયાદ કરવાની હમોને જરૂર રહે નહીં.'

* * *

કરસનદાસ મૂળજીના આ બીજા પ્રહાર પછી પણ જદુનાથ મહારાજ સમસમીને બેસી રહ્યા. મુંબાઈના શ્રીમંત વૈષ્ણવો રોજ સાંજે જદુનાથ મહારાજને મળવા આવતા અને કરસનદાસને સીધોદોર કરી નાખવાની યુક્તિ-પ્રયુક્તિઓ સૂચવતા. જદુનાથ સૌને

સાંભળતા અને 'જોઈશું', 'વિચારીશું' કહીને તેઓને પાછા મોકલતા. જદુનાથ મનમાં જાણતા હતા કે વાવાઝોડું ફૂંકાય ત્યારે અડીખમ ઊભા રહેવાની તાકાત ન હોય અને ટટ્ટાર રહી શકવાનું ખમીર ન હોય ત્યારે વાંકા વળી જવું સારું. આખરે, વાવાઝોડું કાયમી તો નથી જ હોવાનું. ફરી ઊભા થઈને સામે પડતાં ક્યાં વાર લાગવાની છે. જદુનાથ મહારાજે જાહેરાત કરી દીધી હતી કે પોતે ચતુર્માસ ગાળવા મુંબાઈ આવ્યા હતા અને હવે તો પાંચ-છ મહિના અહીં રહ્યાને થઈ ગયા માટે સુરત પાછા જવાની તૈયારી કરવી જોઈએ.

આખા શહેરમાં તરત જ વાત ફેલાઈ ગઈ કે કરસનદાસ સામે કોઈ પગલાં લીધા વિના જદુનાથ સુરત ભેગા થઈ જવાના છે. કેટલાકને આમાં જદુનાથની ચાલ લાગતી હતી. તેઓ માનતા હતા કે કરસનદાસની કોઈક અસાવધ પળે જદુનાથ એના પર ત્રાટકશે અને એને કાયમનો ખલાસ કરી નાખશે.

જદુનાથ મહારાજના પારોઠનાં પગલાં વિશેના સમાચાર જાણી 'સત્યપ્રકાશ'ના ૧૮ નવેમ્બર ૧૮૬૦ના અંકમાં કરસનદાસે લાંબી નોંધ લખીને મથાળું બાંધ્યું : 'શ્રી જદુનાથ મહારાજ – તેમનું શ્રી સુરત તરફ રવાને થવું' અને છેવટે લખ્યું :

'શ્રી સુરતના જદુનાથજી મહારાજ મુંબાઈ મધ્યે પાંચ યા છ મહિના ગુજારીને થોડા દિવસમાં પોતાના વતન તરફ રવાને થવાના છે. એ મહારાજની મુંબાઈ મધ્યે થોડા મહિનાની કારકિર્દી, નોંધ રાખવા જેવી છે.'

નોંધમાં જદુનાથે મુંબાઈ આવીને સ્ત્રી કેળવણીના કામને કઈ રીતે પ્રોત્સાહન આપીને સુધારવાદીઓનાં મન જીતી લીધાં એનો ઉલ્લેખ કરીને વાચકોને જણાવવામાં આવ્યું કે નર્મદાશંકર સાથે વિધવા પુનર્વિવાહ વિશે જાહેર વિવાદ કરતી વખતે જદુનાથની સુધારાવાદી વિચારણા કેટલી બનાવટી છે એ ખુલ્લું પડી ગયું.

મહારાજે શરૂ કરેલા 'સ્વધર્મવર્ધક અને સંશયછેદક' ચોપાનિયાની 'સત્યપ્રકાશે' શા માટે ટીકા કરવી પડી તે વિશે પણ કરસનદાસે વાચકોને સમજાવ્યું અને મહારાજે જે માણસ પટાવાળા-સિપાઈનું કામ કરતો હતો તે માણસને મહિને પંદર રૂપિયાનો દરમાયો બાંધી આપીને તેની પાસે 'વૈષ્ણવ પંચ' નામનું હલકું સામયિક કઢાવી એમાં 'સત્યપ્રકાશ' વિશે કેવી ગાળગલોચ કરાવી તેની માહિતી આપી.

એ જ અંકમાં કરસનદાસે 'ધરમ તથા ધરમગુરુની નિંદા : ખોટું તહોમત' શીર્ષક હેઠળ ખુલાસો પ્રગટ કરીને મહારાજ વિરુદ્ધના અગાઉના પોતાના લેખોનો બચાવ કર્યો અને લખ્યું :

'શ્રી જદુનાથ મહારાજ પોતાના વૈષ્ણવ સેવકોને જણાવવા લાગ્યા છે કે 'સત્યપ્રકાશ' ધરમની તથા ધરમગુરુની નિંદા કરે છે માટે એ પત્ર વાંચવું અથવા ખરીદ કરવું જોઈએ નહીં. એ ભલામણ કીધાને ત્રણ અઠવાડિયાં થવાં આવ્યાં અને હમો જણાવવાને ખુશી છીએ કે હમારા ઘરાકોની ટીપમાં કાંઈ બી ઘટાડો થવાને બદલે વધારો થયો છે અને દર વેળાએ ૫૦૦ નકલો છપાતી છે તે સઘળી ખપી જાય છે.

'મહારાજની ભલામણથી એક મહારાજ તથા એક વૈષ્ણવ એવાં બે નામ ઘટ્યાં છે પણ તેને બદલે બીજા ચાર વૈષ્ણવોનાં નામ હમારા ઘરાકની ટીપમાં વધ્યાં છે. ગયા વરસની શરૂઆતમાં જ્યારે ગુલામીખત તૈયાર કરવામાં આવ્યું ત્યારે તેમાં આ એક કલમ દાખલ કરવાની ઘણી તજવીજ કીધી હતી કે કોઈ બી વૈષ્ણવે 'સત્યપ્રકાશ' અથવા મહારાજની સામે થનારા પત્ર ખરીદ કરવા નહીં. પણ શેઠ હરજીવનદાસ માધવદાસે ખુલ્લી રીતે જણાવ્યું કે કલમ દાખલ થયાથી ગુલામીખત તદ્દન નકામું થઈ પડશે.'

'હમો શ્રી જદુનાથજી મહારાજને નમનતાઈથી જણાવીએ છીએ કે 'સત્યપ્રકાશ' પત્રને અથવા હમોને નુકસાન પહોંચાડવાની કાંઈ બી ગોઠવણ એ મહારાજ કરશે તો તેમાં એ મહારાજ પાર પાડી શકનાર નથી. 'સત્યપ્રકાશ' ધરમની અથવા ધરમગુરુની નિંદા કરે છે એવું ખોટું તોહમત મૂકીને લોકોનું ધરમ સંબંધી લોહી ગરમ કરવાથી મહારાજ તથા તેમના મળતિયાઓ પોતાને ફાયદો કરવાથી ધારણા રાખતા હોય તો તેમાં તેઓ ફળદ્રુપ થનાર નથી.

'જેઓ હમારું પત્ર ધ્યાન રાખીને વાંચતાં આવ્યા છે અને 'નિંદા' એટલે શું એ જેઓ સમજે છે તેઓ તરત કહેશે કે હમોએ હિંદુ ધર્મની અથવા હિંદુ ધર્મગુરુઓની નિંદા કોઈ બી દિને કીધી નથી. નિંદા એટલે શું? હરેક માણસ વિશે ખોટું બોલવું એ નિંદા. કોઈ ખાનગી માણસનો કુથલો જાહેર પાડવો એ નિંદા. પણ ધરમગુરુના જાહેર ઓધ્ધા પર બિરાજનારા માણસ વિશે ખરેખરી બીના પ્રગટ કરવી એ નિંદા શાની? ખરી વાત એ છે કે આંધળાને આંધળો કહેવાથી દુખ ઊપજે છે. તેમ જ હમો જો ધરમગુરુના દુર્ગુણ જાહેર કરીએ છીએ તો તેથી તેમને હમારી ઉપર ક્રોધ ઊપજતો હશે. પણ સમજુ ધર્મગુરુઓએ હમારી ઉપર ક્રોધ કરવાને બદલે પોતાના દુર્ગુણ સુધારવાની તજવીજ કરવી ઘટે છે.

'ઓ મારા સમજું ધરમગુરુઓ! તમારે વિશે આજ દિન સુધી 'સત્યપ્રકાશ' પત્ર મધે જે બીનાઓ લખવામાં આવી છે તે ખરી છે કે ખોટી તે વિશે તમો તપાસ કરો. ખોટી હોય તો હમોને દેખાડો અને હમો હમારી ચૂક ખુલ્લી રીતે કબૂલ કરીશું. અને ખરી હોય તો હમારી ઉપર ક્રોધ લાવવાને બદલે તમારી ચાલ સુધારવાની તજવીજ કરો.

'અરે ધરમગુરુઓ! તમે હમારા શત્રુ છો નહીં. તમે હમારું કાંઈ બગાડીઉં નથી. હમે તમારે વિશે દ્વેષભાવ રાખતા નથી. ધરમગુરુ, લેખે તમને સઘળું વાજબી માન મળે એવું હમો ઇચ્છીએ છીએ. અને હમોને તમારી સાથે કાંઈ બી કામ તથા લેવડદેવડ પડતી નથી. તારે અને ધરમગુરુઓ! હમો શા વાસતે તમારી ઉપર દ્વેષભાવ રાખીને તમને વગર કારણે સતાવ્યા કરીએ? તમને ખરું બોલતાં કોઈ વેળા કઠણ શબ્દ બોલાઈ ગયો હોય તો હમોને ક્ષમા કરો. યાદ રાખો કે જેઓ હા-જી-હા થઈને તમને આડા મારગ ઉપરથી લાવવાને તજવીજ કરતા નથી તેઓ તમારા હેતશત્રુ છે. અને જેઓ તમને ચેતવણી આપે છે કે આડા મારગ ઉપરથી તમો પાછા નહીં હટશો તો તમારા પંથની તથા ઓધ્ધાની ખરાબી થશે તેઓ તમારા ખરા મિત્ર છે. અરે, હમો અંતઃકરણથી એવું ઇચ્છીએ છીએ

કે તમો ક-મારગ છોડીને સ-મારગ ઉપર આવો કે હમોને કડવું લખવાની કોઈ વેળા ફરજ પડે નહીં.

"ધરમગુરુની નિંદા' વાળા લેખ વિશે હમોએ ઉપર ખુલાસો કીધો છે. 'ધરમની નિંદા' વિશે ટૂંકમાં ખુલાસો કરવાની રજા લઈએ છીએ. હમોએ કોઈ દિવસ એમ નથી કહ્યું કે, હિંદુ ધરમ ખોટો છે અથવા વેદશાસ્ત્ર ખોટાં છે. ખરી વાત એ છે કે જદુનાથજી મહારાજે કાઢેલા ચોપાનિયા ઉપરથી ધરમ સંબંધી તકરાર હમોએ ત્રણચાર અંકમાં ચલાવી હતી અને તે પણ વળી વેદશાસ્ત્રનો આધાર લઈને ચલાવી હતી. પણ તેનો મતલબ લોકો ઊલટી સમજ્યા અને તેથી તેમના દિલ દુખવા લાગ્યા. હમારા બેચાર મિત્રોએ બી હમોને ભલામણ કીધી કે ધરમ સંબંધી તકરાર ચલાવવાનું છોડી દઈને 'સત્યપ્રકાશે' સંસારી બિનાઓ ઉપર વધારે ધ્યાન આપવું. જોકે હમોએ ધરમની નિંદા કીધી નહીં હતી તથા વેદશાસ્ત્ર ખોટાં છે એવું બી જણાવ્યું નહીં હતું. તો પણ હમો એ ચોપાનિયા ઉપરથી ધરમની ઊંડી તકરારમાં ઊતર્યા હતા તેથી હમારા મિત્રની ભલામણ ઉપર ધ્યાન આપવાને હમોએ વાજબી વિચાર્યું છે. એક જુવાન અને ચંચળ વિદ્વાને કેવળ ધરમ સંબંધી ચોપાનિયું થોડા દિવસમાં કાઢવાનો ઇરાદો રાખ્યો છે તેથી હમોને ધરમની ઊંડી તકરારમાં પડવાનું કારણ મળનાર નથી એવી ઉમેદ છે.'

* * *

૧૮ નવેમ્બરના રવિવારે 'સત્યપ્રકાશ'નો અંક પ્રગટ થયા પછી આ ચોપાનિયાના તમામ વાચકો પત્રો લખીને, રૂબરૂ મળીને તો ક્યારેક મનોમન પત્રના અધિપતિ કરસનદાસ મૂળજીને બિરદાવતા હતા. પણ બીજા જ દિવસથી કરસનદાસ ખિન્ન રહેવા લાગ્યો હતો. એને પોતાની આ બેચેનીનું કારણ સમજાતું નહોતું પણ મનમાં સતત લાગ્યા કરતું હતું કે પોતાની આસપાસ ક્યાંક કશુંક ખોટું થઈ રહ્યું છે. એ પછીનું આખુંય અઠવાડિયું નાટ્યાત્મક ઘટનાઓ બનતી રહી જેમાં આરંભે એ સૌથી બોલકો ભાગ લેનારો હતો પણ અંતે એણે મૂક સાક્ષી બની જવું પડ્યું. રોજ મોડી સાંજે અને ક્યારેક તો મોડી રાત્રે પાછા આવતા કરસનદાસને ક્યારેય આટલા હારેલા પગલે ઘરમાં પગ મૂકતાં વિરાજગૌરીએ જોયો નહોતો. એ જાણતી હતી કે કરસનદાસ કોઈક ભારે કટોકટીમાંથી પસાર થઈ રહ્યો છે પણ નજર અને સ્પર્શ દ્વારા સહાનુભૂતિ બતાવવા સિવાય અને પોતે સતત પતિની પડખે છે એવી મૂક બાંહેધરી આપવા સિવાય સમજુ વિરાજ પતિના વ્યાવસાયિક જગતમાં પાદક્ષેપ કરવાનું મુનાસિબ માનતી નહીં. કરસનદાસ ગમે તે સમયે ઘરે આવે મોટા કળશિયામાં એના માટે પગ ધોવાનું ગરમ પાણી તૈયાર રહેતું. તાંબાકુંડીમાં તૈયાર રાખેલા ગરમ પાણીમાં પલાળેલા સુતરાઉ કકડા વડે વિરાજ કરસનદાસને પીઠ પર માલિશ કરી આપતી અને કરસનદાસ ઠંડા પાણીની છાલકથી મોં ભીંજવી વિરાજના પાલવ વડે ચહેરો લૂછીને સ્મિત કરતો. સ્મિતની આ એક ક્ષણ સિવાય એનો ચહેરો છેલ્લા પંદર દિવસથી ચોવીસે કલાક ઉદાસ રહેતો. વિરાજ જોતી કે ઊંઘતી વખતે પણ પતિના ચહેરા પરની તંગ રેખાઓ વિખરાતી નહોતી. બે દિવસ પહેલાં તો વિરાજે પલંગ

પર સૂતેલા કરસનદાસના માથા પરના કાળા વાળના જથ્થામાં હાથ ફેરવતાં અચાનક એક સફેદ વાળ જોયો હતો જે એણે હળવેકથી તોડી નાખ્યો હતો અને જાણે અઠ્યાવીસ વર્ષના જુવાનજોધ પતિના માથે ઝળૂંબતી અકાળ વૃદ્ધાવસ્થાને ખૂબ આઘે ઠેલી આવતી હોય એમ દૂર જઈને ફેંકી આવી હતી.

બીજી ડિસેમ્બર ૧૮૬૦ના રવિવારે પ્રગટ થનારો અંક છપાઈ ગયો ત્યારે શનિવારની મોડી રાત્રે એની પહેલી નકલ લઈને કરસનદાસ ઘરે આવ્યો. રાબેતા મુજબ વિરાજ જાગતી હતી. વિરાજ ગરમ પાણીનો કળશિયો લેવા અંદર જવા જતી હતી ત્યાં જ કરસનદાસે એને રોકી,

'બેસ, વિરાજ.'

વિરાજ હીંચકા પર બેઠેલા કરસનદાસની બાજુમાં ઊભી રહી ગઈ.

'તને સવાલ થતો હશે કે 'સત્યપ્રકાશ'માં એવું તે શું બની રહ્યું છે છેલ્લાં ત્રણ અઠવાડિયાંમાંથી કે હું આટલી ચિંતામાં રહું છું, નહીં?'

વિરાજ ચૂપચાપ બેઉ હાથે હીંચકાની સાંકળ પકડીને ઊભી હતી.

'વિરાજ, હું તને અત્યાર સુધી નહોતો કહેતો એનું એક જ કારણ હતું કે મને છેવટ સુધી આશા હતી કે...' કરસનદાસનું ગળું રુંધાઈ ગયું. સતત ખડકની જેમ અડીખમ રહીને અનેક તોફાની મોજાંઓની ઝીંક ઝીલતા રહેતા પતિ પર આમ એકાએક કઈ આપત્તિ આવી પડી હશે એવા વિચારથી વિરાજ મૂંઝાઈ. એણે એક હાથ સાંકળ પરથી છોડી પતિના માથા પર ફેરવી ખભાની પાછળ મૂકી રાખ્યો.

કરસનદાસે ઊંડો શ્વાસ લઈને આંખમાં ધસી આવતાં આંસુ રોકી રાખ્યાં અને તદ્દન સપાટ સાદે કહ્યું,

'સત્યપ્રકાશ બંધ કરવાનો નિર્ણય લેવાઈ ગયો છે.'

'સત્યપ્રકાશ...' વિરાજ આઘાતને કારણે આગળ કશું જ પૂછી શકી નહીં.

'સત્યપ્રકાશને આર્થિક ટેકો આપતા મિત્રોએ આ સાહસમાંથી ખસી જવાનું નક્કી કર્યું છે.'

વિરાજે માત્ર બેઉ આંખોની ભ્રમર ઊંચી કરીને આ નિર્ણયનું કારણ પૂછ્યું.

'કારણ કહેવા કોઈ તૈયાર નથી. બધા કહે છે અંગત અને અનિવાર્ય કારણોસર. પણ હું જાણું છું...' કરસનદાસ ઝડપભેર બોલી ગયો, 'છતાં મારે કોઈને કહેવું નથી કે નથી એ વિશે કશી ચર્ચા કરવી.'

'તમે...' પહાડ પણ પીગળી જાય એવા આ સમાચાર સાંભળીને હેબતાઈ ગયેલી વિરાજ ફફડતા હોઠે બોલી, 'તમે... હવે...'

'શું કરીશ એ જ ને?'

કરસનદાસ ઉદાસ હસ્યો, 'એક પત્રનો અધિપતિ મટીને માત્ર પતિ બનીને રહીશ આખો દિવસ તારી સાથે!'

'તો તો મને ખૂબ જ ગમે!' વિરાજ લાડમાં બોલી અને વાતાવરણની ગંભીરતાનો

વિચાર આવે તે પહેલાં એણે તદ્દન સાહજિકતાથી હીંચકાની સાંકળ પરથી બીજો હાથ પણ છોડીને બેઉ હાથે પતિનું મોટું માથું પોતાના વક્ષઃસ્થળ પર દાબી દીધું. કરસનદાસ કોઈ જ વિરોધ કર્યા વિના પત્નીની કુમાશને માણતો રહ્યો. એના મગજની સતત તંગ રહેલી નસો જાણે નિરાંત અનુભવતી હતી, છેલ્લા લગભગ એક મહિનામાં પહેલી વાર આટલી નિરાંત એ અનુભવી રહ્યો હતો.

'વિરાજ, ઘડીભર તો મને પણ થયું કે ખૂબ લડ્યા, બધા સાથે લડ્યા, બહારનાઓ સાથે લડ્યા પણ હવે અંદરનાઓ સાથે જ લડીને થાકી ગયો છું તો હથિયાર હેઠાં મૂકી દઉં અને આ ધૂન છોડી દઉં, ફરી પાછો કોઈક નિશાળમાં ગોઠવાઈ જાઉં.'

'તમે એવું ના કરો.' વિરાજ પતિના બેઉ લમણા પર પોતાના બેઉ હાથની પહેલી આંગળી વડે ટકોરા મારતાં બોલી, 'આ અહીં તમારું જે કંઈ છે ને તે તમારી પાસે તમારું કામ કરાવીને જ જંપશે... અને મને પણ તમારી અહીંયા ભરેલી આ તુમાખી ખૂબ ગમે છે...' વિરાજ શરમાઈ જતાં બોલી ગઈ.

'ખરેખર...' કરસનદાસે એના બેઉ હાથનો ખોબો બનાવી પોતાના બેઉ ગાલ એમાં ગોઠવી દીધા અને પૂછ્યું, 'બીજું શું ગમે તને મારામાં?'

'બીજું કશ્શું નહીં, તમે આખ્ખે આખ્ખા ગમો, એટલા બધા ગમો કે કહેતાં પણ ડર લાગે...' વિરાજની આંખો હસુંહસું થઈ ગઈ હતી.

'તું મને આવું કહે છે ને તે મને ખૂબ ગમે, વિરાજ. અને આના કરતાંય તું મારા કામમાં જે રીતે મને સમજે તે વધારે ગમે... તું મને જાણે છે, મારા મિજાજને પિછાણે છે... 'સત્યપ્રકાશ' બંધ કરવાનો આખરી નિર્ણય લેવાઈ ગયા પછી છેલ્લો દરવાજો પણ ભિડાઈ ગયો ત્યારે મરણિયો બનીને મેં એક પ્રયાસ કરવાનું નક્કી કર્યું...'

'હં...' વિરાજ કરસનદાસની બાજુમાં આવીને પલાંઠી વાળીને બેસી ગઈ.

'પોતાના ચોપાનિયા જેવી સ્વતંત્રતા તો નહીં પણ 'સત્યપ્રકાશ'નું નામ ભૂંસાઈ ન જાય અને ખાસ તો 'સત્યપ્રકાશે' અત્યાર સુધી કરેલું કામ ભૂંસાઈ ન જાય એવી ગોઠવણ આજે જ પાકી કરીને આવ્યો છું.'

'કોની સાથે?'

''રાસ્ત ગોફ્તાર' સાથે.'

'દાદાભાઈ નવરોજીએ 'સત્યપ્રકાશ'ના ચાર વર્ષ અગાઉ સ્થાપેલા આ જ ચોપાનિયાથી મેં લખવાની શરૂઆત કરી હતી... આવતા અઠવાડિયે 'સત્યપ્રકાશ'માં આ અંગેની જાહેરાત આવી જશે...'

કરસનદાસ વધુ કંઈ બોલ્યા વિના ચૂપ થઈ ગયો. વિરાજ પણ નક્કી ન કરી શકી કે 'સત્યપ્રકાશ'ને સમેટી લેવાના નિર્ણય બદલ સંતાપ કરવો કે પતિનું જાહેર કાર્ય અન્ય રીતે પણ ચાલુ રાખવાની ગોઠવણ થઈ ગઈ છે એનો સંતોષ માનવો. કેટલીય પળો સુધીનું પતિપત્નીનું અખંડ મૌન આખાય ખંડમાં ખામોશીની ચાદર બનીને છવાઈ ગયું.

* * *

સુરતના ચૌટાપુલ પાસેની હવેલીની મેડીએ સવારના કેસરિયું દૂધ પીતાં પીતાં જદુનાથ મહારાજે મુંબાઈથી ખાસ દૂત દ્વારા આવેલો 'સત્યપ્રકાશ'નો તાજો જ ૯મી ડિસેમ્બર ૧૮૬૦નો અંક હાથમાં લીધો અને એક અગત્યની જાહેરાત વાંચી :

'સત્યપ્રકાશ વિશે જાહેરખબર'

'આ 'સત્યપ્રકાશ' પત્રના ઘરાકોને જાણ કરવામાં આવે છે કે સન ૧૮૬૧ની શરૂઆતથી એટલે આવતા જાન્યુઆરી મહિનાથી 'રાસ્ત ગોફ્તાર' તથા 'સત્યપ્રકાશ' એ બંને પત્રો સાથે જોડી નાખવાનો ઠરાવ કરવામાં આવ્યો છે અને તે પત્રનું નામ 'રાસ્ત ગોફ્તાર તથા સત્યપ્રકાશ' રહેશે. અને તે મધે હિંદુઓને લગતી બીનાઓ બી પ્રગટ થશે. તેની કિંમત દર ૬ મહિને અઢી રૂપિયા અથવા વરસે રૂપિયા પાંચ રાખવામાં આવી છે. એ પત્રનું કદ 'સત્યપ્રકાશ' કરતાં દોઢું હોવાને લીધે તથા તે મધે દર વેળાએ એકાદી ઈંગરેજી બાબત પ્રગટ થતી હોવાને લીધે ઉપલી કિંમત 'સત્યપ્રકાશ' પત્રના ઘરાકોને ભારે લાગશે નહીં એવી ઉમેદ રાખવામાં આવે છે.'

અગત્યની જાહેરાત વાંચીને જદુનાથ મહારાજે 'સત્યપ્રકાશ'નો ડૂચો વાળીને બાજુમાં ઊભેલા ગિરધર ખવાસના હાથમાં મૂકી દઈ વિકૃત સ્મિત કર્યું અને મુંબાઈ સુધી પોતાનો અવાજ પહોંચાડતા હોય એમ બોલ્યા,

'જોયું, કરસનદાસ. હજુય તું મારી સામે પડવા માગે છે? હવે તો તને ખ્યાલ આવી ગયો ને કે મારા હાથ કેટલા લાંબા છે? ના, હજુ એટલો ખ્યાલ નહીં આવ્યો હોય તને. નહીં તો તું 'સત્યપ્રકાશ'નું પડીકું વાળીને માસ્તરની નોકરી ભેગો થઈ ગયો હોત, આમ 'રાસ્ત ગોફ્તાર'ની સાથે નાતરું ના કરત...'

જદુનાથ મહારાજે ઈશારો કરીને ગિરધરને ખડિયો-કલમ અને કાગળ લાવવાનું કહ્યું. 'તને અને તારા આ સુધારાવાદી સ્વભાવને જડમૂળથી ઉખાડી ના દઉં ત્યાં સુધી મને જંપ નથી વળવાનો, કરસનદાસ...'

કલમ આવતાં જ જદુનાથે મુંબાઈના વિખ્યાત વકીલ એડમંડ લિથ્સ પર એક વાક્યનો પત્ર લખ્યો : 'કરસનદાસ મૂળજી સામે બદનક્ષીનો દાવો માંડવા માટેની છ મહિનાની મુદત વીતી જાય એ પહેલાં નોટિસ આપીને મુકદ્દમાની તૈયારી કરો.'

પત્રની નીચે એમણે સહી કરી – જદુનાથજી બ્રિજરતનજી મહારાજ, સુરત.

।। ભોગ ।।

પ્રકરણ : ૨૧

'સત્યપ્રકાશ'ને 'રાસ્ત ગોફ્તાર' સાથે ભેળવી દીધા પછી કરસનદાસે પોતાના રોજબરોજના કામમાં રસ લેવાનું ઓછું કરી નાખ્યું હતું એવું નાનાભાઈને સતત લાગ્યા કરતું હતું. યુનિયન પ્રેસના માલિક અને 'રાસ્ત ગોફ્તાર' તથા 'સત્યપ્રકાશ'ના મુદ્રક નાનાભાઈ રુસ્તમજી રાણીના પોતાના દોસ્ત કરસનદાસની આ હાલત વિશે સોરાબજી શાપુરજી બંગાળી સાથે અનેક વખત ચર્ચા કરતા. સોરાબજીએ એક વખત સૂચવ્યું પણ હતું કે 'સત્યપ્રકાશ'ને 'રાસ્ત ગોફ્તાર'થી છૂટું પાડી દઈએ અને સ્વતંત્ર સામાયિક તરીકે ચલાવીએ જેની સઘળી આર્થિક જવાબદારી પોતાના શિરે રહે. પણ કરસનદાસે આ પ્રસ્તાવ સ્વીકાર્યો નહીં.

'સોરાબજી, મારે ભાટિયાઓની, ખુદ વૈષ્ણવોની જ મદદ વડે વૈષ્ણવ સંપ્રદાયમાં ફેલાઈ ગયેલા દુરાચારોને ખુલ્લા પાડવા છે. સંપ્રદાય બહારના મિત્રોના આર્થિક ટેકા વડે આ કામ કરવા જઈશ તો તમારા પર અને છેવટે મારા પર અકારણ અનેક આક્ષેપો આવી પડશે કે આપણને આ સંપ્રદાયને તોડવામાં રસ છે. હકીકત સાવ જુદી જ છે. હું પોતે વૈષ્ણવ છું, મને ગૌરવ છે વૈષ્ણવ હોવાનું. પણ જે ઘરમાં રહેવાનું મને ગૌરવ હોય એની સાફસફાઈની જવાબદારી પણ મારી ખરી કે નહીં?' કરસનદાસની આ દલીલ પછી સોરાબજીએ આગળ વધુ આગ્રહ કરવાનું માંડી વાળ્યું હતું.

૧૮૬૧ની શરૂઆતમાં વિરાજગૌરી પિયર ગઈ ત્યારે કરસનદાસ ફરી સાવ એકલો પડી ગયો. વિરાજના ગયાના ત્રીજા મહિને જ્યારે સમાચાર આવ્યા કે વિરાજની કૂખે ખૂબ સુંદર અને તંદુરસ્ત દીકરી જન્મી છે ત્યારે કેટલાય મહિનાઓની કરસનદાસની ઉદાસી એક ઝાટકે દૂર થઈ ગઈ. સંતાનનાં જન્મ પછી જીવવાનું જાણે એક નવું કારણ મળી ગયું હતું. સગર્ભાવસ્થા દરમિયાન કરસનદાસ કહેતો કે પહેલું સંતાન દીકરી જ જોઈએ અને એ પછી સંતાન પણ દીકરી જ. પ્રથમ દીકરીની બાબતમાં વિરાજ સંમત હતી, પણ બીજા બાળક તરીકે એ દીકરો ઇચ્છતી હતી. બેઉ જણ આ બાબતે ઝઘડી પડતાં અને જ્યારે ખ્યાલ આવતો કે હજુ તો પ્રથમ બાળક પણ જન્મ્યું નથી ત્યાં બીજા માટે શા માટે ઝઘડો કરવો ત્યારે બંને હસી પડતાં અને સગર્ભા વિરાજ મુગ્ધ પ્રેમિકાની જેમ શરમાઈને કરસનદાસના પડખામાં લપાઈ જતી.

કરસનદાસ ક્યારે દીકરીનું મોઢું જોવા વિરાજ પાસે જઈ શકાશે એનું આયોજન

કરતાં કેલેન્ડરનાં પાનાં ફેરવતો પોતાના કાર્યાલયમાં બેઠો હતો. મુંબાઈનો એપ્રિલ મહિનો ગરમીની સાથે જ ભેજ લાવતો હતો અને કરસનદાસ કપાળ પર બાઝેલાં ટીપાંને બાંય વડે લૂછી કાઢતો હતો. મેના પ્રથમ સપ્તાહમાં પંદરેક દિવસ માટે મુંબાઈ છોડીને વિરાજ પાસે જઈ શકાશે, કરસનદાસે વિચાર્યું. હજુ અઠવાડિયું છે ત્યાં સુધીમાં થોડું આગોતરું કામ પતાવી નાખવું પડશે અને બાકીનું કામ કામચલાઉ ધોરણે નાનાભાઈ ઉપાડી લેશે.

પોતે બહારગામ જવાનું વિચારી રહ્યો છે એ વિશે નાનાભાઈને જણાવવા કરસનદાસ પોતાની ખુરશી પરથી ઊભો થયો અને લાકડાની ઓરડીની બહાર નીકળ્યો. સામે જ નાનાભાઈની કેબિનનો મોટો કાચ દેખાતો હતો. દરવાજો ઉઘાડીને નાનાભાઈ બહાર જ નીકળી રહ્યા હતા.

‘કરસનદાસ, હું તમારી પાસે જ આવતો હતો.’ નાનાભાઈએ હાથમાંના કાગળિયા બતાવતાં કહ્યું.

‘શું છે આ બધું?’ કરસનદાસે પૂછ્યું.

‘સમજાવું છું.’ કહીને નાનાભાઈ કરસનદાસને પોતાની કેબિનમાં લઈ આવ્યા. ‘મારા અને તમારા પર આવેલા પ્રેમપત્રો છે. આ નકલ પર મળ્યાની પહોંચ આપી દસ્તખત કરી આપો એટલે એડમંડ લિથ્સના સિપાઈને રવાના કરી દઈએ.’

‘એડમંડ લિથ્સ...?’ કરસનદાસ કાગળિયા ઉથલાવીને સહી કરવાની જગ્યા શોધતા કહ્યું, ‘એ તો બહુ મોટા વકીલ છે આપણા શહેરના, એ શા માટે આપણને પ્રેમપત્રો...’ બોલતાં બોલતાં કરસનદાસની નજર જદુનાથ બ્રિજરત્નજીના નામ પર પડી અને એ ગંભીર થઈ ગયો. કાગળિયાંની નકલ પર સહી કરીને વકીલના માણસને રવાના કરી દીધા પછી કરસનદાસે કહ્યું,

‘નાનાભાઈ, આ જદુનાથજીની ડાગળી ચસકી ગઈ છે કે શું? મારી અને તમારી પાસેથી પોતાની આબરૂની નુકસાની પેટે પચાસ હજાર રૂપિયા માગે છે!’

‘પચાસ કોડીની પણ એની આબરૂ નથી, કરસનદાસ. શું કામ ફિકર કરો છો?’ નાનાભાઈ સહેજ પણ ઉશ્કેરાટ વિના બોલ્યા.

‘પણ પચાસ હજાર રૂપિયા એટલે શું? હું કે તમે તો શું ગોકળદાસ તેજપાળ પણ આવડી મોટી રકમ રાતોરાત કાઢી ન શકે.’

‘કરસનદાસ, રૂપિયા ન આપવા હોય તો રસ્તો સહેલો છે. નોટિસમાં લખ્યું છે કે માફી માગી લો જદુનાથની. પચાસ હજાર રૂપિયા બચી જશે આપણા!’ નાનાભાઈ હસ્યા.

‘નાનાભાઈ, તમને હસવાનું સૂઝે છે? જદુનાથની માફી શાની માગવાની? એવું તે કયું ખરાબ કામ મેં કર્યું છે મારે માફી માગવી પડે?’

‘કરસનદાસ, આટલા ગંભીર ન થઈ જાઓ. કોઈ તમને માફી માગવાનું કહેતું નથી. ધારો કે નુકસાની અદા કરવાનું જોખમ ઊભું થયું તો પણ તમે માફી નહીં માગો. હું તમારી પડખે છું, સોરાબજી આપણી પડખે છે અને આ બાબતમાં તમારા વૈષ્ણવમિત્રોની

છૂપી મદદ પણ મળી રહેશે. મહેરબાની કરીને એવો વિચાર સુધ્ધાં મનમાં નહીં લાવતા કે તમને કોઈ તમારું સ્વમાન વેચવાનું કહેશે, જદુનાથની માફી માગવાનું કહેશે. આ નોટિસ એમણે મોકલી છે. એનો જે જવાબ તમારે આપવો હોય તે આપવાની તમને છૂટ છે. એ પછી પણ જદુનાથ કોર્ટમાં કેસ દાખલ કરે તો એને છેવટ સુધી લડવાની આપણી તૈયારી છે. બરાબર?'

કરસનદાસે જોયું કે નાનાભાઈ વકીલની નોટિસથી સહેજ પણ ચલિત થયા નહોતા. નાનાભાઈ જેવા જ પ્રત્યાઘાત સોરાબજીના પણ હશે એની કરસનદાસને ખાતરી હતી. પણ બાકીના મિત્રો આ બાબતમાં કઈ રીતે વર્તશે એ માટે ભરોસો બેસતો નહોતો. એમનો ટેકો મળી જ રહેશે એવી ખાતરીથી આગળ વધવામાં જોખમ હતું. આગળ વધવું જ હોય તો સૌથી મોટો ભરોસો પોતાના પર મૂકવો જરૂરી હતો.

એકલા હાથે છેવટ સુધી ઝઝૂમવાની હામ છે? કરસનદાસે નાનાભાઈથી છૂટા પડીને પોતાના ટેબલ પર બેસી આખી બપોર આ પ્રશ્નનો જવાબ મેળવવાની કોશિશ કરી. 'સત્યપ્રકાશ'ને પાંચ વર્ષથી મળેલો આર્થિક ટેકો જદુનાથજીની ધાકધમકીને કારણે પાછો ખેંચાઈ જતો હોય તો આ નોટિસ આવ્યા પછી જદુનાથજી બદનક્ષીનો કેસ દાખલ કરે ત્યારે કોણ પોતાની પડખે રહેશે, કેવી રીતે રહેશે? માત્ર નાનાભાઈ અને સોરાબજીના ટેકાથી આખા વૈષ્ણવ સમાજ સામે ઝીંક ઝીલવી આસાન કામ નથી. શક્ય છે કે જદુનાથજીએ દમદાટી કરવા જ મોટા વકીલની નોટિસ મોકલી હોય અને ભવિષ્યમાં કેસ કરવાનો કોઈ ઇરાદો પણ ન હોય, પરંતુ જો એ જીવ પર આવી ગયા હશે તો કેસ કર્યા વિના નહીં રહે. વકીલોના ખર્ચા એમને ભારે નથી પડવાના, જ્યારે પોતે વકીલોની ફી માટે મિત્રો પાસે જવું પડશે અને એમની આર્થિક મહેરબાનીથી કેટલે સુધી પહોંચી શકાશે, ક્યાં સુધી ટકી શકાશે. એ ઉપરાંત સૌથી મોટો સવાલ સાક્ષીઓનો. પોતાની વાત સાચી છે એ પુરવાર કરવા, સંપ્રદાયમાં ચાલતા દુરાચારો વિશે કોર્ટને જાણ કરવા, કયો વૈષ્ણવ જદુનાથજીની ખફગી વહોરીને સાક્ષીના પાંજરામાં ઊભો રહેવા તૈયાર થશે? નામદાર જજની આગળ પોતે શાસ્ત્રો દ્વારા કેટલું સિદ્ધ કરી શકશે? અંગ્રેજ જજને હિંદુ શાસ્ત્રોમાં કેટલી સમજ પડશે?

કરસનદાસ વિચારતો રહ્યો. બદનક્ષીનો કેસ થાય તો અનેક અગ્રણી વૈષ્ણવોની જુબાની વિના પોતે જીતી શકે એવી શક્યતા નહિવત્ હતી અને જદુનાથજીની ધાકને કારણે આવી કોઈ જુબાનીઓ કોર્ટના રેકર્ડમાં નોંધાય એવી શક્યતા પણ નહિવત્ હતી. કેસ હારી જાય તો અત્યાર સુધી કરેલા સુધારાના કામ પર પાણી ફરી વળે અને ભવિષ્યમાં ક્યારેય સુધારા વિશે જાહેરમાં તો શું ખાનગીમાં પણ બોલવામાં લજવાવું પડે. ઉપરાંત પચાસ હજાર રૂપિયા! નાનાભાઈએ પોતાના ભાગના પચ્ચીસ હજાર ચૂકવવા આ પ્રેસ, પોતાનું મકાન સઘળું ય વેચી દેવું પડે. એમાંય કંઈક ખૂટે તો સોરાબજી પાસેથી ઉછીના લેવા પડે.

અને પોતે? કરસનદાસે વિચાર્યું. પોતાના ભાગના પચ્ચીસ હજાર કેવી રીતે ચૂકવી

શકે ? ઘર સિવાય એની પાસે બીજી કોઈ મિલકત તો હતી નહીં. વિરાજગૌરીને લગ્ન વખતે એકવીસ તોલા સોનું આપ્યું ત્યારે ડીસાની હાઈસ્કૂલેથી એક આખા મહિનાના પગાર પેટે મળતા સોએ સો રૂપિયા પૂરા વપરાઈ ગયા હતા. અત્યાર સુધીની કમાણીમાંથી જે કંઈ બચત કરી હતી તે મુંબાઈનું ઘર માંડવામાં વપરાઈ ગઈ હતી અને કરકસરિયા સ્વભાવને કારણે જે કંઈ છૂટક છૂટક રકમ બચાવી હતી તે માંડ હજારેક રૂપિયા જેટલી હતી, જેમાંથી પાંચસો રૂપિયા તો મૂળજીબાપાને એમના નિર્વાહખર્ચ પેટે અને એમની મરણમૂડીરૂપે આપી દીધા હતા. કાલ ઊઠીને કોઈ સાજુંમાંદું થયું કે પછી 'રાસ્ત ગોફ્તાર તથા સત્યપ્રકાશ' પણ બંધ કરી દેવાનો વારો આવ્યો તો બેરોજગારીના એ ગાળા દરમિયાન પાંચસો રૂપિયામાં કેટલા મહિના ખેંચી શકાય ? સોરાબજીની મદદ લેવાય? માની લો કે સોરાબજીએ પચ્ચાસ હજારની નુકસાની ચૂકવવાની જવાબદારી લીધી તો પોતે સોરાબજીને એ રકમ પાછી વાળી આપવાની જવાબદારી ખરી કે નહીં? આટલી મોટી રકમ પોતે જિંદગીમાં ક્યારેય બચાવી તો શું કમાઈ શકવાનો પણ નથી એની કરસનદાસને ખબર હતી. કેસ હારી જવાથી જદુનાથજીને આબરૂની નુકસાની પેટે રકમ આપવી પડે તે નિશ્ચિત હતું અને રકમ ન ચૂકવી શકે એવા સંજોગોમાં અદાલત બે જ વિકલ્પો આપે : કાં તો જાહેરમાં બિનશરતી માફી માગી લો, કાં કારાવાસની સજા ભોગવો. અને એ વિકલ્પ પણ ફરિયાદી મંજૂર રાખે તો અદાલત આપી શકે. એ સંજોગોમાં જદુનાથ મહારાજ એની માફી સ્વીકારવાને બદલે એને જેલભેગો કરવાનું પસંદ કરે એ સ્વાભાવિક હતું, જેથી ભવિષ્યમાં કોઈ સુધારાવાળો એમની પાછળ ન પડે. કરસનદાસ અકળાયો. બહાર લટાર મારીને આવું છું કહીને કાર્યાલયમાંથી નીકળી ગયો. કારાવાસનો વિચાર કરતા જ જીવ ગૂંગળાતો હતો. પણ ખુલ્લા આકાશ નીચે આવી ગયા પછી પણ આ રૂંધામણ ઓછી થતી નહોતી. એસ્પ્લેનેડ વટાવીને એ અરબી સમુદ્રનાં ઊછળતાં મોજાંને જોઈ રહ્યો. પોતે સાચો હતો એ જાણતો હતો. તો શું બીજાઓ ખોટા હતા? જદુનાથજી ખોટા, 'સત્યપ્રકાશ'નો આર્થિક ટેકો પાછો ખેંચી લેનારાઓ ખોટા, કોર્ટમાં જુબાની આપતાં જેઓ ડરવાના એ બધા વૈષ્ણવો ખોટા, આખું ગામ ખોટું અને પોતે જ એક માત્ર સાચો? કરસનદાસના વિચાર ખૂબ વેગથી ચાલી રહ્યા હતા. બીજાઓની એને ખબર નહોતી. બીજાઓની જગ્યાએ પોતે હોય તો શું કર્યું હોત એની પણ એને ખબર નહોતી. માત્ર એક જ વાતની ખબર હતી, ખબર જ નહીં ખાતરી હતી : પોતે જે કંઈ કર્યું તે યોગ્ય જ કર્યું છે. કરસનદાસે નક્કી કર્યું કે પોતે સાચા હોવાનો વિશ્વાસ હોય તો બીજા કશાથી ડરવાનો સવાલ આવતો નથી. એને શ્રદ્ધા હતી કે સાચાને હંમેશાં ઈશ્વરનો સાથ હોય છે. ઈશ્વરનો અને વિરાજનો પણ.

વિરાજ. કરસનદાસ ઝડપથી કાર્યાલય પર પાછો આવી ગયો. પહેલો પત્ર વિરાજને લખ્યો. આવતા અઠવાડિયે એને તથા દીકરીને જોવા આવવાનો વિચાર હતો પણ અત્યારે નીકળી શકાય એમ નથી એવું જણાવી દીધું.

જદુનાથજીની નોટિસ વિશે ઉલ્લેખ ન કર્યો પણ એટલું લખ્યું કે ક્યારે અવાશે તે

નક્કી નથી કારણ કે આજ કાલ કામ ખૂબ વધી ગયું છે. અને આવતો મહિનો આથી ય વધુ વ્યસ્ત જશે એવું લાગે છે અને ઉમેર્યું, આથી આવા સંજોગોમાં રૂબરૂ મળી ન શકાય તો ધીરજ રાખવી. પત્ર પૂરો કરીને કરસનદાસે પરબીડિયું બંધ કર્યું અને ૫ મે ૧૮૬૧ 'રાસ્ત ગોફ્તાર તથા સત્યપ્રકાશ'ના પહેલા પાના પર છાપવાના ચોકઠાનું મૅટર લખ્યું.

'મહારાજનો ક્રોધ' કરસનદાસે મથાળું બાંધ્યું અને લખ્યું :

'હમારા જાણવામાં આવ્યું છે કે ગયા ઑક્ટોબરની ૨૧મી તારીખના 'સત્યપ્રકાશ' મધ્યે 'હિન્દુઓનો અસલ ધરમ અને હાલના પાખંડી મતો' એવા મથાળાં હેઠળ જે બીના લખવામાં આવી હતી તેથી જદુનાથજી મહારાજને અતિ ઘણો ક્રોધ ચઢેલો દેખાય છે અને તેણે 'સત્યપ્રકાશ'ને ગયા અઠવાડિયામાં લાયબલની નોટિસ આપી છે. એ બીના આ લખનારે નિર્દોષ બુદ્ધિથી લખી હતી અને તે મધ્યે જે ટીકા કરી હતી તે ઘટતી અને વાજબી હતી. એ બીનાથી અગર જદુનાથજી મહારાજને માઠું લાગ્યું હતું તો એટલા છ મહિના એ મહારાજ ક્યાં સૂઈ રહ્યા હતા તેની હમને સમજ પડતી નથી. જદુનાથજી મહારાજને 'સત્યપ્રકાશ' ઉપર ક્રોધ ચડ્યો હોય યા નહીં, પણ એ બીનામાં ખુલાસો કરવા જેવી અથવા ફેરવી નાખવા જેવી અથવા માફી માગવા જેવી કાંઈ પણ વાત હમારા જોવામાં આવતી નથી.'

નોંધ લખીને કરસનદાસે કલમ બાજુએ મૂકી અને કાગળ લઈ નાનાભાઈ પાસે ગયો.

'આવતા અંકમાં આપણે નોટિસનો આ જવાબ આપવો છે. તમે નજર નાખી જાઓ.' કરસનદાસે કાગળ નાનાભાઈના ટેબલ પર મૂકતાં કહ્યું.

'મારે જોવું હશે તો એ છપાઈ ગયા પછી વાંચીશ.' કહીને નાનાભાઈએ એ કાગળ સીધું બીબાંખાતામાં મોકલી આપ્યું. 'કરસનદાસ, મને ખબર છે તમે શું લખ્યું હોઈ શકે. તમે માફી માગી લો એવી કાચી માટીના નથી અને એક વાત તમને લખીને આપું કે જદુનાથ તમારો જવાબ વાંચીને આપણા બેઉ પર કેસ કરવાની ધમકીને સાચી પુરવાર કરશે...'

કરસનદાસના કપાળ પર કરચલીઓ પડી. નાનાભાઈએ કહ્યું, 'ચિંતાને કોઈ કારણ નથી, કરસનદાસ. કેસ થશે તો આપણા બેઉ પર થશે. આપણે આપણી રીતે લડીશું જદુનાથ સામે, પણ માફી નહીં માગીએ. માફી તો નહીં જ માગીએ, પણ કેસ હારી જઈશું તો હરામખોરને પચાસ હજાર રૂપિયાની નુકસાની પણ નહીં આપીએ. વખત આવ્યે જેલ ભેગા થઈ જઈશું પણ એ બાવાને કાણી કોડી નહીં પરખાવીએ. જેલથી ગભરાવાની કોઈ જરૂર નથી. આપણે બેઉ સાથે હોઈશું ત્યાં, કરસનદાસ.' નાનાભાઈએ ઊભા થઈને કરસનદાસજીના ખભા પર હાથ મૂક્યો અને કહ્યું.

'ચાલો આવો છો ને!'

'અત્યારથી!'

'અરે ભાઈ, જેલમાં નહીં. વકીલને ત્યાં. જદુનાથ કેસ દાખલ કરે એ પહેલાં આપણી તૈયારી થઈ જવી જોઈએ કે નહીં? તમે નોટિસનો જવાબ લખવાનું શરૂ કર્યું એ પહેલા જ મેં આજે સાંજે વકીલને મળવાનો સમય લઈ લીધો હતો.'

યુનિયન પ્રેસમાંથી નાનાભાઈ અને કરસનદાસ બહાર નીકળ્યા ત્યારે આથમતી સંધ્યાના રંગો પથરાઈ ચૂક્યા હતા. કરસનદાસને લાગ્યું થોડી જ ક્ષણોમાં સૂરજ ફરીથી ઊગી નીકળશે.

પ્રકરણ : ૨૨

૧૮૬૧ના મે માસની ૧૪મી તારીખે જદુનાથ મહારાજે રૂા. ૫૦,૦૦૦નો દીવાની દાવો કરસનદાસ ઉપર મુંબાઈની સુપ્રીમ કોર્ટમાં દાખલ કર્યો. કેસનો નંબર પડ્યો : ૧૨૦૪૭. ૨૧મી ઑક્ટોબર ૧૮૬૦નું 'સત્યપ્રકાશ' રજૂ કરી જદુનાથે ન્યાયાધીશોને અરજ કરી કે એમાંના લખાણથી મારી આબરૂને નુકસાન થયું છે ને તેને પેટે એ રકમ એ પત્રના ત્યારના અધિપતિ કરસનદાસ મૂળજી તથા તેના છાપનાર નાનાભાઈ રૂસ્તમજી રાણીના એ બે પાસેથી અપાવો. કરસનદાસના વકીલોમાં મુખ્ય વકીલ પ્રખ્યાત એમ. સી. આન્સ્ટી હતા. તેણે પ્રથમ વાંધો લીધો કે જદુનાથજી મહારાજની ફરિયાદ કોર્ટે ન સાંભળવી જોઈએ.

ફરિયાદી જદુનાથજી બ્રિજરતનજી મહારાજની અરજીનો સાર આ હતો :

નામદાર સુપ્રીમ કોર્ટના અમલ તળે રહેનાર કરસનદાસ મૂળજી તથા નાનાભાઈ રૂસ્તમજી રાણીના, મુંબાઈના રહેવાસીઓ વિશે જદુનાથજી બ્રિજરતનજી મહારાજ પોતાના વકીલ એડમંડ લિથ્સની મારફતે નીચે મુજબ ફરિયાદ કરે છે :

હિંદુઓનો ધર્મ ઘણો જ પુરાતન વખતનો છે, અને મુંબાઈના તેમ જ હિંદુસ્તાનના બીજા ભાગના સર્વે સારા અને વિવેકી હિંદુઓ બ્રાહ્મણોને અને વિશેષ કરીને મહારાજોને બહુ તથા અતિઘણું માન આપતા આવ્યા છે, અને વળી મહારાજો બ્રાહ્મણો બેહદ મોટાઈ તથા મરતબો ધરાવે છે, અને હિંદુઓના પુરાણ તથા શાસ્ત્ર પ્રમાણે સત્યયુગ, દ્વાપર, ત્રેતા અને કળિયુગ એવા ચાર યુગ એટલે કે જમાના ગણાય છે, અને વાદી જાતનો બ્રાહ્મણ તથા મહારાજ છે, અને તે ઊંચી જ્ઞાતનો ઊંચો ધર્મગુરુ છે, અને નામદાર રાણીનો પ્રામાણિક તથા વફાદાર રૈયત છે, અને પ્રતિવાદીઓએ આગળ જણાવવામાં આવશે એમ તેને નુકસાન કીધું તેની અગાઉ તેનું નામ ઘણું સારું હતું તથા તેની કીર્તિ ઘણી મોટી હતી અને મુંબાઈના લોકો તેને માન આપતા હતા, અને સર્વે માણસો તેને ચાહતા હતા, અને વાદી જદુનાથજી હિંદુઓમાં કહેવાતા પુરાતન વલ્લભાચાર્ય પંથનો અધિકારી છે, અને તેની ઉપર પ્રતિવાદીઓએ તહોમત મૂક્યું છે કે વાદી પાખંડી ધર્મ તથા અણઘટતી ચાલ ચલાવનારો છે. એ તહોમત મૂક્યું તેની અગાઉ નામદાર રાણીના રાજમાં વસનાર સર્વે સારા હિંદુઓ વાદીને વિશે સારો મત રાખતા હતા.

પ્રતિવાદીઓને વાદીની સુખી હાલત જોઈને અદેખાઈ ઊપજી તેથી કિન્નો-કપટ રાખીને તેની આબરૂને નુકસાન કરવાની તથા તેને લોકોમાં હલકો પાડવાની તજવીજ કીધી, અને

તે પ્રમાણે તેણે ૧૮૬૦ના ઑક્ટોબર મહિનાની ૨૧મી તારીખે પોતાનું 'સત્યપ્રકાશ' પત્ર જે ગુજરાતી ભાષામાં છપાય છે, તે પત્રની અંદર કિન્ના-કપટથી વાદીની આબરૂ તથા તેના પંથ વિશે નઠારી તથા આબરૂ લેનારી નિંદા છાપી અને એ નિંદા છપાયાથી વાદીને બહુ નુકસાન થયું છે, અને તેનાં સારા નામને તથા સારી આબરૂને બહુ ધક્કો લાગ્યો છે, તે એટલો બધો કે જે સારા લોકો એને વિશે સારો મત ધરાવતા હતા તેઓને વાદીની અણઘટતી ચાલ તથા પાખંડી મત વિશે શક તથા વસવસો ઊપજ્યો છે અને તેને લીધે તેઓએ તેની સાથે વાત કરવાનો તથા મળવા-ભેટવાનો વહેવાર છોડી દીધો છે અને કાંઈ બી સંબંધ રાખવાને તથા ભેટ મૂકવાને આંચકો ખાય છે, અને તેટલા માટે વાદી ૫૦,૦૦૦ (પચાસ હજાર) રૂપિયાની નુકસાનીનો દાવો પ્રતિવાદીઓની ઉપર કરે છે.

ફરિયાદી જદુનાથજી મહારાજની અરજીના જવાબમાં પ્રતિવાદીઓ કરસનદાસ મૂળજી અને નાનાભાઈ રાણીના તરફથી પ્લી દાખલ કરીને આઠ મુદ્દાઓ કોર્ટ આગળ રજૂ કરવામાં આવ્યા અને સુપ્રીમ કોર્ટના નામદાર જજસાહેબોને જણાવવામાં આવ્યું કે :

૧. પ્રતિવાદીઓ કહે છે કે વાદી જદુનાથજી જે નુકસાની માટે ફરિયાદ કરે છે તે નુકસાનીને વાસતે તેઓની ઉપર ગુનો લાગુ પડતો નથી.
૨. ફરિયાદીની અરજીમાં જણાવ્યા પ્રમાણે બધા મહારાજો હિંદુ કુટુંબોના ધર્મગુરુ નથી.
૩. ફરિયાદીની અરજીમાં જણાવ્યા મુજબ બધા મહારાજો બ્રાહ્મણોમાં મુખ્ય અથવા પ્રમુખ નથી.
૪. ફરિયાદીની અરજીમાં જણાવ્યા પ્રમાણે વાદી હિંદુઓની ઊંચી જ્ઞાતનો ઊંચો ધર્મગુરુ અથવા હિંદુ ધર્મનો ધર્મગુરુ નથી.
૫. ફરિયાદીની અરજીમાં જણાવ્યા પ્રમાણે વલ્લભાચાર્યનો પંથ પુરાતન વખતનો નથી પણ પંદરમા સૈકામાં ઉત્પન્ન થયેલો અને અસલના હિંદુ ધર્મથી ઘણું કરીને ઊલટો છે.
૬. લાયબલની બીનાના છેલ્લા ભાગનું વાક્ય આ પ્રમાણે છે : 'તે ટીકા પ્રમાણે મહારાજો ચાલીને પોતાના સેવકની વહુદીકરીઓને બગાડે છે, તેથી હાથ ઉઠાવો અને રસમંડળી જેવી અનીતિનો એકદમ નાશ પમાડો.' એ વાક્યનો તરજૂમો કોર્ટના વડા દુભાષિયા મિસ્ટર ફૂલનોફ ફ્લીને જે કર્યો છે તે બરાબર નથી.
૭. સર્વે સારા અને ખરા હિંદુઓ એવું માને છે કે ઈશ્વરના કાયદા અવિચળ છે અને માણસને પેટે ઈશ્વર અવતાર લેતો નથી. માણસ થઈને એવું બોલવું કે 'હું ઈશ્વર છું' અથવા 'મારે પેટે ઈશ્વર જન્મ્યો' એ ઘણી હલકી અને અધર્મની વાત છે અને ઈશ્વરી દાવો કરીને ઠગાઈ કરવી એ પણ તેના જેવી જ ઘણી હલકી અને અધર્મની વાત છે. કુંવારી છોકરીઓએ અથવા પરણેલી સ્ત્રીઓએ પોતાના ભરથાર સિવાય કોઈ પણ પુરુષની સાથે જારકર્મ કરવું

એ ધર્મથી તથા નીતિથી ઊલટું કામ છે. તેમ છતાં વલ્લભાચાર્ય પંથની અંદર એવો અનીતિનો વિચાર અને રિવાજ સાધારણ છે.

પ્રતિવાદીઓ કરસનદાસ મૂળજી તથા નાનાભાઈ રાણીના નામદાર અદાલતને વધુમાં અરજ કરે છે કે સાચા હિંદુ ધર્મને લગતી સઘળી વાતો હિંદુ ધર્મના ગ્રંથોમાં, તેમ જ મહારાજો દ્વારા ઉત્તેજન આપવામાં આવતી અનીતિની ખોટી શિખામણોની વાતો મહારાજોનાં જુદાં જુદાં પુસ્તકોમાં વધારે ખુલાસાથી લખેલી છે. આ પુસ્તકો જ્યારે નામદાર કોર્ટ મધ્યે રજૂ કરવામાં આવશે ત્યારે માલૂમ પડશે, અને એ ઉપરથી પુરવાર થશે કે વલ્લભાચાર્યનો પંથ અસલના ધર્મ અને કાયદાથી ઊલટો તથા પાખંડ ભરેલો છે, અને તેથી ભોળા લોકો ઠગાય છે અને કોઈ પણ અસલના વેદ અથવા પુરાણ અથવા શાસ્ત્રમાં લખ્યું નથી કે વૈષ્ણવોએ પોતે ભોગવ્યા અગાઉ પોતાની પરણેલી બાયડી અથવા પોતાની છોકરી મહારાજને અથવા ગુરુને અર્પણ કરવી.

પ્રતિવાદીઓ કરસનદાસ મૂળજી તથા નાનાભાઈ રાણીના નામદાર કોર્ટને વધુમાં જણાવે છે કે પારકી સ્ત્રીની છાતીએ હાથ નાખવો અથવા તેમના શરીર પર ગુલાલ ફેંકવો અથવા તેમની સાથે અમર્યાદા ચલાવવી એ વાત હિંદુ ધર્મશાસ્ત્ર પ્રમાણે ગુના ભરેલી અને કાયદાથી ઊલટી છે અને વ્યભિચારના જેવી ગણવામાં આવે છે. આમ છતાં મજકૂર મહારાજો એવી ચાલ ચલાવે છે. લાયબલની બીના લખવામાં આવી તેની અગાઉ મહારાજોના વ્યભિચારની વાત એટલી તો સાધારણ હતી કે તે ગુજરાતી ચોપાનિયાં, વર્તમાનપત્રો તથા હૅન્ડબિલોમાં વારંવાર છપાઈ પ્રગટ થતી હતી.

પ્રતિવાદીઓ મધ્યેથી એક પ્રતિવાદી કરસનદાસ મૂળજી વલ્લભાચાર્ય પંથમાં જન્મેલો છે અને તે પંથની આબરૂ જાળવવાને તથા કલ્યાણ કરવાને ઊલટ રાખે છે અને ઉપર જણાવેલી બદફેલી તથા અનીતિથી તેના દિલમાં ઘણું લાગે છે અને તે પોતાના ટોળામાં સુધારો કરવાની ખ્વાહિશ રાખે છે, અને તેણે પોતાના પત્ર 'સત્યપ્રકાશ' મધ્યે એવી ઘણી બીના લખીને પોતાના ટોળામાં કેટલોક સુધારો કીધો છે.

૮. પ્રતિવાદીઓ જણાવે છે કે લાઈબલની બીનામાં લખેલી દરેક વાત ખરી અને વાજબી છે અને તેટલા વાસ્તે તેઓએ છાપીને પ્રગટ કરી છે, તે તેઓ સાબિત કરવાને તૈયાર છે.

* * *

કરસનદાસ અને રાણીનાના આ જવાબથી મહારાજોમાં અને તેમના સેવકોમાં ગભરાટ છૂટ્યો. કોર્ટમાં સાહેદી આપવા બોલાવે ત્યારે સોગંદ ઉપર મહારાજોએ શા ઉત્તર આપવા? પોતાના કુકર્મ વિશે સાચું બોલેથી હાનિ થાય ને ઇનકાર કરેથી કોર્ટમાં સાચું બોલવાના સોગન લઈ જૂઠું બોલવાની સજાની ધાસ્તીમાં આવી પડે. એમ બંને બાજુએ સંકટ જોઈ બીજા મહારાજો મુંબાઈમાંથી નાસી ગયા. જદુનાથજીથી હવે મુંબાઈ છોડીને જવાય એવું રહ્યું નહોતું.

જદુનાથજી મહારાજ વતી કોર્ટની ફરિયાદ અંગેની બધી જ કામગીરી સાંભળનાર

પ્રભુદાસે કરસનદાસે કોર્ટમાં આપેલા લેખિત જવાબની નકલ મેળવી. આ નકલ લઈને પ્રભુદાસ કેટલાક ભાટિયાઓને મળ્યો અને જણાવ્યું કે કરસનદાસે જે પ્લી કોર્ટને આપી છે તે તેઓ સાબિત કરશે તો જદુનાથજી મહારાજ કજિયો હારી જશે. કરસનદાસના પુરાવાઓનો મોટો આધાર ભાટિયા વૈષ્ણવોની સાક્ષીઓ ઉપર હતો. કચ્છી અને હાલારી ભાટિયા શેઠોમાં કેટલાક દહાડા દોડાદોડ ચાલી. પ્રથમ નાતના કેટલાક આગેવાનો ખાનગીમાં વિચાર કરવા લાગ્યા. અંતે એમ ઠર્યું કે ભાટિયાની મહાજન વાડીમાં નાત મેળવીને એક ઠરાવ કરવો.

૧૮૬૧ના સપ્ટેમ્બરની છઠ્ઠી તારીખે ભાટિયાનું મહાજન મળ્યું. મુંબાઈની એલ્ફિન્સ્ટન ઇન્સ્ટિટ્યૂશનની સ્કૂલ પાસે આવેલી મહાજન વાડીમાં સમગ્ર શહેરના ભાટિયાઓ ભેગા થયા. મહાજનની સૂચના વિરુદ્ધ જઈને કોઈ ભાટિયાએ કોર્ટમાં સાક્ષી પૂરવી નહીં અને પૂરશે તો તેને નાતના ધારા મુજબ નાતબહાર મૂકવામાં આવશે એવા ઠરાવ પર બધાની સહીઓ લેવામાં આવી. જેઓ સભામાં હાજર નહોતા રહ્યા તેમની પાસે પછીના બે-ત્રણ દહાડામાં માણસો સાથે ઠરાવ મોકલીને સહીઓ લેવામાં આવી. જે ભલા ભાટિયાઓ સત્ય અને સુધારાને ચાહનાર હતા તેમણે જૂઠા કસમ ખાઈ પરમેશ્વરના ગુનેગાર થવાની સાફ ના કહી અને ઠરાવ ઉપર સહી કરી નહીં.

ભાટિયા મહાજનોનો આ ઠરાવ કાયદા વિરુદ્ધ હતો, કારણ કે આ ઠરાવને કારણે ન્યાય થવામાં હરકત પડનાર હતી. આથી કરસનદાસે પોતાના વકીલો મેસર્સ આન્સ્ટી ઍન્ડ ડનબાર દ્વારા નવ ભાટિયા શેઠિયાઓ વિરુદ્ધ કેસ દાખલ કર્યો. મહારાજ લાયબલ કેસ શરૂ કરતાં પહેલાં કોર્ટે આ ભાટિયા કન્સ્પિરસી કેસ દાખલ કર્યો.

કરસનદાસે પોતાને ઇન્સાફ ન મળે તે માટે ભાટિયાઓને કોર્ટમાં સાક્ષી આપવા સામે મનાઈ ફરમાવતા મહાજન સામે મૅજિસ્ટ્રેટની અદાલતમાં ફોજદારી કેસ કર્યો. મહાજનનાં નવ નામ હતાં :

૧. ગોકળદાસ લીલાધર, ૨. લખમીદાસ દામજી, ૩. આડત કિરપાલ, ૪. કાનજી શામજી, ૫. મૂળજી મોરારજી, ૬. દામોદર હરજી ઉર્ફે દામજી હીરા, ૭. રાગુ શામજી, ૮. દયાળ જેરાજ અને ૯. ભગવાનજી દ્વારકાદાસ.

આ નવ તહોમતદારો વતી મેસર્સ બેલી ઍન્ડ બાર્ટન કેસ લડનારા હતા. નવેનવ વિરુદ્ધ કરસનદાસે પોતાના વિરુદ્ધ કન્સ્પિરસી અર્થાત્ કાવતરું રચવાનું તહોમત મૂક્યું. તારીખ ૧૧ સપ્ટેમ્બર, ૧૮૬૧ ના રોજ મૅજિસ્ટ્રેટ મિસ્ટર ક્રાફર્ડની કચેરીમાં આ કામની તપાસ ચાલી. ભાટિયા જ્ઞાતિના મહાજનના ટેકેદારોનો કરસનદાસ પર ઘણો જ ગુસ્સો હતો. એ દિવસે કરસનદાસને સહીસલામત ઘરે જવા ન દેવો, રસ્તામાં એનો જીવ લેવો એવો વિચાર કરીને આવેલા ધર્માંધ દુષ્ટોનું મોટું ટોળું પોલીસ કોર્ટમાં હાજર હતું. જુબાની આપીને કરસનદાસ કોર્ટમાંથી બહાર નીકળ્યો ત્યારે જડસા લોકોએ એને ધક્કા મારીને એના પર હુમલો કરવા લાગ્યા. મુંબાઈની પોલીસ કોર્ટની માંહે અને બહાર ત્રણેક હજાર ધર્માંધ મૂર્ખા ભેગા થયા હતા. અજ્ઞાની જીવો જેને પરમેશ્વર ધારતા તેવા ગુરુની લાજ

રાખવાની કોશિશ કરવા સારુ પોતાની નાતના બે મોટા શેઠ અને સાત બીજા આગેવાનોને આરોપી થયેલા જોઈ ઘણાનો ગુસ્સો મર્યાદામાં રહ્યો નહીં. કરસનદાસને જોઈ તેઓ રીસમાં દાંત પીસે, મનમાં દાઝે, ભાંડે ને હાથમાં આવે કે પૂરો કરવાનો લાગ જુએ. પણ તેમની ક્રૂર અને ભૂંડી ઇચ્છા પાર પડી નહીં. હલ્લાખોરોથી બચીને કરસનદાસે મૅજિસ્ટ્રેટનો આશ્રય માગ્યો ને તે તેને મળ્યો. પંકાયેલા પોલીસ કમિશનર મિસ્ટર ફોર્જેટે ત્યારથી તેનું રક્ષણ કર્યું. મૅજિસ્ટ્રેટ ક્રૉફર્ડે કરસનદાસનો કેસ સેશનમાં કમિટ કર્યો અને ૧૨મી ડિસેમ્બરે મોટી અદાલતમાં સર જોસફ આર્નોલ્ડની હાજરમાં ભાટિયા કન્સ્પિરસી કેસ ચાલ્યો.

પ્રકરણ : ૨૩

બૃહસ્પતિવાર, તારીખ બારમી ડિસેમ્બર ૧૮૬૧. મુંબાઈની સુપ્રીમ કોર્ટની ૪થી ક્રાઉન સાઇડ અપરાધીઓની સેશન્સ અદાલતમાં બરાબર અગિયારના ટકોરે નામદાર ન્યાયમૂર્તિ સર જૉસેફ આર્નોલ્ડે ધીમા અને મક્કમ પગલે પ્રવેશીને ઊંચા ન્યાયાસન પર સ્થાન ગ્રહણ કર્યું. કોરા કાગળની થપ્પીમાંથી બે કાગળિયાં પોતાની નજીક લઈ શાહીના ખડિયામાં કલમ બોળી કશીક નોંધ ટપકાવી. ભાટિયા કન્સ્પિરસી કેસનો આજે પહેલો દિવસ હતો. આ કેસનો ચુકાદો આવ્યા પછી જ મહારાજ લાયબલ કેસનો આરંભ થવાનો હતો. મહારાજ લાયબલ કેસનો આરોપી કરસનદાસ મૂળજી ભાટિયા કન્સ્પિરસી કેસનો ફરિયાદી હતો. ન્યાયમૂર્તિ જૉસેફ આર્નોલ્ડે ફરિયાદીના બે વકીલ મિસ્ટર આન્સ્ટી અને મિસ્ટર ડનબારની દિશામાં જોઈને માથું હલાવી કેસની રજૂઆત કરવાની અનુમતિ આપી.

પ્રેક્ષકોની પ્રથમ હરોળમાં કરસનદાસ ગંભીર વદને બેઠો હતો. એની બાજુમાં નાનાભાઈ રૂસ્તમજી રાણીના અને બીજી બાજુ શાપુરજી સોરાબજી બંગાળી બેઠા હતા. આખોય ખંડ કરસનદાસ તરફી વૈષ્ણવોથી અને જદુનાથ તરફી ભાટિયાઓથી ખીચોખીચ ભરાયેલો હતો. વકીલ મિસ્ટર આન્સ્ટી ખુરશી પાછળ ધકેલીને ઊભા થયા. આખી અદાલતે કરસનદાસ મૂળજી વતી લડી રહેલા આ વિખ્યાત અંગ્રેજ ધારાશાસ્ત્રીના પ્રભાવશાળી વ્યક્તિત્વની નોંધ લીધી. છ ફીટ કરતાં એકાદ ઈંચ વધુ ઊંચાઈ, તીક્ષ્ણ નાક અને સુરેખ મુખરેખા ધરાવતો ગૌર ચહેરો જે હિન્દુસ્તાનની ગરમીમાં રહીને સહેજ લાલાશ પડતો તામ્રવર્ણ થઈ ગયો હતો. ચાળીસેક વર્ષની ઉંમર માથા પરના કાળા-સફેદ વાળને કારણે પિસ્તાળીસથી વધુ લાગી રહી હતી. આન્સ્ટીએ ખભા ઉલાળી કાળો ગાઉન ઠીક કરીને ટેબલ પરનાં સોનેરી ફ્રેમનાં ચશ્માં ચડાવી ન્યાયમૂર્તિ સમક્ષ સહેજ ઝૂકીને પોતાના ઊંડા ખરજ સ્વરમાં કહ્યું,

'મી લૉર્ડ, આ સુપ્રીમ કોર્ટમાં લાયબલનો મુકદ્દમો નોંધાયેલો છે અને તેની તપાસ થવાની હજુ બાકી છે. એ મુકદમામાં મહારાજ જદુનાથ વિરુદ્ધ કોઈ સાહેદી ન આપે, વિટનેસ કે સાક્ષી તરીકે ન આવે એવું કાવતરું ઘડાયું હોવાનો આરોપ મારા અસીલ તથા અગાઉના 'સત્યપ્રકાશ'ના અધિપતિ કરસનદાસ મૂળજીએ કર્યો છે. અદાલતને મેં આપેલા ઇન્ડાઇટ્મૅન્ટમાંના પાંચ મુદ્દામાં એ આરોપ વિશે સવિસ્તર સમજ આપવામાં આવી છે...'

મિસ્ટર આન્સ્ટીની વાક્ધારા અખંડ વહેતી હતી. એમના બ્રિટિશ ઇંગ્લિશ ઉચ્ચારો મોટાભાગના ભાટિયાઓના કાન પાસે આવીને અટકી જતા હતા. કરસનદાસ અને એના બેઉ પારસી મિત્રો આન્સ્ટીના સંભાષણનો એકે એક શબ્દ મગજમાં ઉતારી એની સાથે સહમત થતા હોય એમ ક્યારેક ક્યારેક માથું સહેજ ઝુકાવી લેતા હતા.

આન્સ્ટી બોલતા જતા હતા, 'અત્યારના આ મુકદ્દમાનો ફરિયાદી કરસનદાસ મૂળજી સુધારાની ટોળીમાંનો ગણાવાય છે. એણે પોતાના પત્રમાં સુધારાના વિચારો અનેક વખત જાહેર કર્યા છે. હિંદુ ધર્મની સારી વાતો પુરાતન વખતની છે અને હાલના જમાનામાં પાખંડીઓએ નવાં પાખંડ ઊભાં કરીને ખરાબી કરી નાખી છે એવું મારા અસીલનું માનવું છે. આ પાખંડીઓ ધર્મને નામે કેટલાંક એવાં કામ કરે છે કે તે અસલ ધર્મથી ઊલટાં અને અનીતિ ભરેલાં છે અને એવાં કામને જાહેરમાં લાવવાની મારા અસીલે પોતાની ફરજ જાણી છે. લાયબલની જે ફરિયાદ મારા અસીલની ઉપર માંડવામાં આવી છે તે વિશે હાલ હું એટલું જણાવવા માગું છું કે તેણે જે કંઈ બીના મહારાજ વિશે લખી છે તે બોલેબોલ સાબિત કરવાને એણે માથે લીધું છે. આ સાબિત કરવાના કામમાં કેટલાક ભાટિયાઓની સાહેદી એના માટે ઘણી જ અગત્યની છે. પણ આ વાત જ્યારે બહાર પડી કે મારા અસીલે મહારાજ વિશે જે કંઈ લખ્યું છે તે બોલેબોલ સાબિત કરવાને એ તૈયાર થયો છે ત્યારે તે પુરાવાઓ ન આપી શકે એવી મતલબથી આ લોકોએ સખત ઉપાય કીધા અને તે માટે મારા અસીલને કોર્ટનો આશરો લેવાની ફરજ થઈ પડી છે. કન્સ્પિરસીની શરૂઆત કેવી રીતે થઈ, કરસનદાસે જોઈતી સાક્ષીઓ ન મળે તે માટેનું આખું કાવતરું કેવી રીતે ઘડાયું, તે બાબત કેવી કેવી ગોઠવણો થઈ અને તેને લગતી કેટલી સભા ભરવામાં આવી એ સઘળી વાત આ કેસ માટે આગળ આવેલા સાક્ષીઓ દ્વારા રજૂ થશે.'

મિસ્ટર આન્સ્ટીએ લગભગ સાઠ મિનિટ સુધી અટક્યા વિના કેસની પૂર્વભૂમિકા રજૂ કરી. રજૂઆત પૂરી કરીને તેઓ કોર્ટની પરવાનગી લઈ બેસી ગયા. ન્યાયમૂર્તિએ કરસનદાસ મૂળજીને પોતાનું બયાન નોંધાવવાની અનુમતી આપી. કરસનદાસ ઊભો થઈને સાક્ષીના પાંજરા તરફ જતો હતો ત્યારે સૌની ડોક એના તરફ ખેંચાઈ. ઓગણત્રીસ વર્ષના કરસનદાસનો તરવરાટ એની ચાલમાં છતો થતો હતો. એના પહોળા ખભા અને ટટ્ટાર દેહમાંથી એની મક્કમતા ટપકતી હતી. સખત રીતે ભિડાયેલા એના હોઠમાં પોતે જે કંઈ કરી રહ્યો છે એ માટેનો આત્મવિશ્વાસ પ્રગટતો હતો. બેઉ ભ્રમર સહેજ ઊંચી કરીને એણે અદાલતના ખંડ પર અછડતી નજર કરી ન્યાયમૂર્તિ સર જૉસેફ આર્નોલ્ડ તરફ જોઈને બોલવાનું શરૂ કર્યું,

'મારું નામ કરસનદાસ મૂળજી. હું 'રાસ્ત ગોફ્તાર તથા સત્યપ્રકાશ'નો અધિપતિ છું. હું વલ્લભાચાર્યના પંથમાંનો છું. અમે વૈષ્ણવો કહેવાઈએ. મહારાજો આ પંથના ગુરુ છે. હિન્દુસ્તાનમાં આશરે સાઠથી સિત્તેર મહારાજ છે. આ કોર્ટ મધ્યે જદુનાથજી મહારાજે માંડેલી લાયબલની ફરિયાદમાં હું એક પ્રતિવાદી છું, ડિફેન્ડન્ટ છું. અગાઉના

'સત્યપ્રકાશ'માં એક બીના લખાઈ છે તેને વાસ્તે ફરિયાદ માંડવામાં આવી છે. 'સત્યપ્રકાશ' ૧૮૬૧ની શરૂઆતથી 'રાસ્ત ગોફ્તાર' સાથે જોડાયું છે અને તે હવે 'રાસ્ત ગોફ્તાર તથા સત્યપ્રકાશ'ના નામે ઓળખાય છે. જે બીના મેં 'સત્યપ્રકાશ' મધ્યે લખી તે સાબિત કરી આપવાની પ્લી મેં કોર્ટ મધ્યે રજૂ કીધી છે. એ લાયબલની બીના મધ્યે મેં મહારાજોના પંથ તથા તેમનાં આચરણો પર ટીકા કીધી છે. મારી લખેલી બીના સાબિત કરવાને વાસ્તે કેટલાક સાહેદીઓને રજૂ કરવાને હું તૈયાર છું. એ સાહેદીઓની જુબાની મોઢેથી અને દસ્તાવેજોથી રજૂ કરવામાં આવશે. તે મધ્યેનો એક દસ્તાવેજ ગોકુળનાથજી મહારાજની ટીકા વિશેનો છે. મેં કેટલાક ભાટિયાઓને સાહેદીના સમન્સ આપ્યા છે તથા કેટલાકને સાહેદી આપવાને બોલાવ્યા છે. તેઓનાં નામ જો હાલ જાહેર થાય તો મને લાયબલના મુકદ્દમામાં નુકસાન પહોંચે.'

કરસનદાસે ઘડીભર અટકીને પોતાના વકીલ મિસ્ટર આન્સ્ટી તરફ જોયું. આન્સ્ટીએ આંખના ઇશારે સમજાવ્યું કે કરસનદાસ ઠીક રીતે આગળ વધી રહ્યો છે. કરસનદાસે પોતાનું બયાન જારી રાખ્યું, 'ભાટિયાઓનું મહાજન થોડા સમય પહેલાં મળ્યું હતું. ત્યાં જવાનો મને અખત્યાર નથી. કેટલાક ભાટિયાઓની મારફત મને ખબર પડી તે ઉપરથી આ કેસમાં જેમને મેં પ્રતિવાદી ઠેરવ્યા છે તે નવ બાંધવો પર ૯મી સપ્ટેમ્બરે મેં સમન્સ કાઢ્યા અને ૧૧મી સપ્ટેમ્બરે મિસ્ટર ક્રાફર્ડ આગળ એઓની હાજરીમાં મેં મુખજુબાની આપી. પોલીસ કોર્ટમાં તે વેળા આશરે બે હજારથી ત્રણ હજાર ભાટિયા હાજર હતા. જેવો હું પોલીસ કોર્ટમાંથી બહાર નીકળ્યો કે તરત મારા પર હુમલો થયો. કેટલાક ભાટિયા મારા પર તૂટી પડ્યા. હું કાંઈ બોલ્યો નહીં તથા પ્રતિવાદીઓ પણ કાંઈ બોલ્યા નહીં. પોલીસ કોર્ટમાં પાછા જઈને મેં મેજિસ્ટ્રેટસાહેબ પાસે આશરો માગ્યો હતો. આ નવમાંના કોઈ પણ પ્રતિવાદી ઉપર મેં હુમલો કર્યો નથી.' આટલું કહીને કરસનદાસે પોતાનું બયાન પૂરું કર્યું.

ન્યાયમૂર્તિએ બચાવ પક્ષના વકીલ મિસ્ટર બેલીને ફરિયાદીની ઊલટતપાસ લેવી હોય તો તેમ કરવાનું જણાવ્યું.

દુનિયામાં પોતાને કોઈની પડી નથી એવી બેફિકરાઈ જેમના ચહેરા પર તરવરતી હતી એવા ધારાશાસ્ત્રી મિસ્ટર બેલીએ પોતાના વિશાળ કપાળ પર ત્રણ આડી કરચલીઓ પાડી કરસનદાસની નજીક આવીને પૂછ્યું,

'મિસ્ટર કરસનદાસ, કહેવાય છે કે તમે સોશ્યલ રિફોર્મર છો, સુધારાવાળા છો અને એક વૈષ્ણવ તરીકે મહારાજની સત્તા તળે છો. આમ છતાં મહારાજો વિશે તમે ગલીચ લખાણ શા માટે લખ્યું?'

બેબુનિયાદ આક્ષેપ સાંભળીને કરસનદાસ સમસમી ગયો. મિસ્ટર બેલીએ જોયું કે કરસનદાસના આત્મવિશ્વાસને વિચલિત કરવાની પોતાની પ્રયુક્તિ પહેલા જ ધડાકે સફળ નીવડી હતી. કરસનદાસનાં નસકોરાં ફૂલ્યાં અને એણે ઊંડો શ્વાસ લીધો. મિસ્ટર આન્સ્ટીએ હોઠ પર અડધું સ્મિત લાવીને પોતાના અસીલ કરસનદાસ સામે જોયું, જાણે

કહેતા હોય : કરસનદાસ, મેં તમને આ બેલીની ક્રૉસ એક્ઝામિનેશન કરવાની રીતથી પહેલેથી જ ચેતવીને તૈયાર કર્યા છે. હવે જ્યારે ખરેખર એનો સામનો કરવાનો વખત આવ્યો છે ત્યારે એના અણધાર્યા હુમલાઓથી પાણીમાં બેસી જવાને બદલે જે કંઈ સત્ય છે તે રજૂ કરતા રહો. આપણી પાસે આ કન્સ્પિરસીના કેસમાં અને એ પછીના લાયબલ કેસમાં મોટામાં મોટું શસ્ત્ર જે છે તે આ સત્ય જ છે.

કરસનદાસે મિસ્ટર આન્સ્ટી તરફથી મળેલો અબોલ સંદેશો સ્વીકારી લીધો હોય એમ મિસ્ટર બેલી તરફ એક તુચ્છ નજર ફેરવી ન્યાયમૂર્તિના આસન ભણી જોતાં કહ્યું,

'જેઓ સુધારાવાળાઓ કહેવાય છે તેમાંનો હું એક જરૂર છું, પણ વૈષ્ણવ હોવા છતાં હું મારી જાતને મહારાજોની સત્તા તળે માનતો નથી. લાયબલની બીનાને હું ગલીચ ગણતો નથી. તે કોઈ પણ રીતે ગલીચ નથી. મહારાજો અમારા લોકોની વહુ-દીકરીઓને બગાડે છે, એ વાત દુનિયામાં જાહેર કરવી તેને હું ગલીચ સમજતો નથી. હું ધારું છું કે મારાં આવાં લખાણોથી મહારાજોની અનીતિમાં સુધારો થશે. હું તો છેલ્લાં છએક વર્ષથી વર્તમાનપત્રો સાથે સંબંધ ધરાવું છું અને અગાઉ ઘણી વાર મેં મહારાજની વિરુદ્ધ લખાણો લખીને પ્રગટ કર્યાં છે. પણ મેં ક્યારેય તેઓને ગાળો દીધી નથી. હું તો માત્ર તેઓનાં આચરણ કેવાં છે તે જ વરસોથી જાહેર કરતો આવ્યો છું અને વારંવાર તેઓને અરજ કરતો રહ્યો છું કે એવાં ખરાબ આચરણથી દૂર રહો.'

કરસનદાસે ન્યાયમૂર્તિ તરફથી નજર હટાવીને અદાલત ખંડમાં જોયું. ચારેકોર સન્નાટો છવાઈ ગયો હતો. પણ મિસ્ટર બેલી આજે કરસનદાસને અધમૂઓ કરી નાખવાની પૂરી તૈયારી કરીને આવ્યા હોય એમ એમણે કરસનદાસ તરફ બીજું તીર છોડ્યું,

'મિસ્ટર કરસનદાસ, ૧૮૫૮માં મુંબાઈના ભાટિયાઓનું મહાજન તમારા આ ગલીચ, અધમ અને મહારાજોની આબરૂના ઉઘાડે ચોક ધજાગરા કરતા લેખો બદલ લાયબલનો કેસ કરવાનો ઠરાવ કરી ચૂક્યું હતું, બરાબર છે?'

'બેએક વર્ષ પહેલાં ભાટિયાઓનું મહાજન મારા આ લેખો વિશે વિચાર કરવાને મળ્યું હતું તે મને યાદ છે.' કરસનદાસે સહેજ પણ સ્વસ્થતા ગુમાવ્યા વિના કહ્યું, 'પણ તેઓએ લાયબલની ફરિયાદ માંડવાનો ઠરાવ કર્યો હતો કે નહીં તે વિશે હું કંઈ જાણતો નથી.'

'મુંબાઈમાં કેટલા ભાટિયાઓ વસતા હશે?' મિસ્ટર બેલીએ એકાએક દલીલોની નવી જ ગલી ખોલી.

'આશરે દસેક હજાર.' કરસનદાસ સમજ્યો નહીં કે મિસ્ટર બેલી શું કામ આવું પૂછી રહ્યા છે.

'અને આ બધા જ ભાટિયાઓ મહારાજોને પોતાના ધર્મગુરુ ગણે છે, બરાબર?'

'હા, તેઓ સઘળા વૈષ્ણવ છે અને મહારાજોને ધર્મગુરુ ગણે છે.'

'અને તમે આ ભાટિયા પરિવારોના ધર્મગુરુઓ વિરુદ્ધ ગંદામાં ગંદા લખાણો છાપીને તમામ ભાટિયા નાતની ધાર્મિક શ્રદ્ધાને ઠેસ પહોંચાડો છો, એમની ધાર્મિક લાગણીને દુભવો છો.'

મિસ્ટર બેલીનો અગાઉનો સવાલ પૂછવા પાછળનો ઈરાદો સમજાતાં જ કરસનદાસે તરત વળતો ઘા કરતાં કહ્યું,

'નામદાર અદાલતને જાણ થાય કે આ મહારાજોને ધર્મગુરુ તો હું પણ માનું છું જ્યારે ભાટિયાઓ અને બીજાઓ એમને ધર્મગુરુ જ નહીં સાક્ષાત્કાર ઈશ્વર માને છે, અને ક્યારેક તો ઈશ્વરથી પણ મોટા માને છે. મારો વાંધો એક મનુષ્યને ઈશ્વર ગણીને પૂજવા સામે છે. કારણ કે આવું જે લોકો કરે છે તેઓ ઈશ્વરમાં માનનારાઓની શ્રદ્ધાને ઠેસ પહોંચાડે છે. હું પોતે ઈશ્વરમાં માનું છું. પણ મહારાજોને માણસ માનું છું, ઈશ્વર માનતો નથી. માટે બીજું કોઈ માણસને ઈશ્વર તરીકે પૂજે છે ત્યારે મારી અને મારા જેવા લાખો લોકોની શ્રદ્ધાને ઠેસ પહોંચે છે, અમારી ધાર્મિક લાગણી દુભાય છે. બાકી, મેં ક્યારેય કોઈની ધાર્મિક લાગણી દુભવી નથી કે એવો ઈરાદો પણ રાખ્યો નથી.'

મિસ્ટર બેલીએ જોયું કે પોતાનાં તમામ તીર કરસનદાસની દલીલોના બખ્તર પર અફળાઈને તૂટી જતાં હતાં એટલે એમણે અંતિમ શસ્ત્ર વાપર્યું, પત્રકારની વિશ્વસનીયતાને શંકાના ઘેરાવામાં નાખતું આર્થિક પ્રપંચોના આક્ષેપનું અમોઘ શસ્ત્ર.

'મિસ્ટર કરસનદાસ, તમારી પોતાની મૂડી હજાર રૂપિયાથી પણ ઓછી હશે, મારી ધારણા બરાબર છે?'

'મારી પૂંજી હજાર રૂપિયાની અથવા તેથી ઓછી છે કે નહીં તે જણાવવાની હું ના પાડું છું, નામદાર. વકીલ સાહેબના આ સવાલને આ મુકદ્દમા સાથે કોઈ લેવાદેવા નથી.'

'લેવાદેવા છે, મી લૉર્ડ. કોર્ટ-કચેરીના હજારો રૂપિયાના ખર્ચા મિસ્ટર કરસનદાસને પોસાય એમ નથી.'

'અત્યાર સુધી થયેલો આ મુકદ્દમાનો સઘળો ખર્ચ મેં આપ્યો છે.'

'તમારા મિત્ર શેઠ ગોકળદાસ તેજપાળે તમારો કેસ લડવા માટે ઘણી મોટી રકમ બાજુએ રાખી મૂકી છે. તમને ગોકળદાસ તેજપાળ જેવા શેઠિયાઓ તરફથી આવા મુકદ્દમાઓ લડવા માટે રકમ આપીને ચડાવવામાં આવે છે.'

'મારા કેસનો ખર્ચ ગોકળદાસ તેજપાળ આપતા નથી. મહારાજો વિરુદ્ધ લખવા માટે કે આવા મુકદ્દમાઓ લડવા માટે મને કોઈ ચડાવતું નથી કે આર્થિક લાભો કરાવી આપતું નથી. મારી આ સુધારાવાદી પ્રવૃત્તિથી મારે અંગત રીતે કશું મેળવવાનું નથી, નામદાર. મેં તો આ કામ કરીને હંમેશાં ગુમાવ્યું જ છે. મારી વાગ્દત્તા ગુમાવી, મોસાળનું છાપરું, પિતા સાથેનો સંબંધ, કપોળ જ્ઞાતિની હૂંફ અને કેટલાય મિત્રો – હું ગુમાવતો જ રહ્યો છું. અને ભવિષ્યમાં પણ ગુમાવવાની તૈયારી છે મારી. આ સુધારાવાદી પ્રવૃત્તિઓ પાછળ મારો કોઈ અંગત કે આર્થિક સ્વાર્થ નથી.'

'તો પછી તમે આ ભાટિયા કન્સ્પિરસી કેસ શું કામ કર્યો?'

'હું એક ભલા અને નીતિના કામને સારુ આ મુકદ્દમો ચલાવું છું. મહારાજ જદુનાથે મારા પર લાયબલનો મુકદ્દમો દાખલ કર્યો અને એ મુકદ્દમામાં સાક્ષી આપવા માટે મેં

આશરે ૫૦ શખ્સોને કોર્ટમાંથી સાહેદીના સમન્સ મોકલાવ્યા. તેમાંના ચાર-પાંચ ભાટિયાઓએ મને જણાવ્યું કે તેઓને ધાસ્તી આપવામાં આવી છે. તે મધ્યેના બે જણાએ મૅજિસ્ટ્રેટની હજૂર સાહેદી આપી છે. ત્રીજા ભાટિયા ખટાઉ મકનજીને પણ બોલાવ્યા હતા પણ તે હાજર થયા નહીં. મહારાજ લાયબલ કેસમાં મારા પક્ષે ભાટિયાઓ સાક્ષી આપવા આવે જ નહીં ને હું કેસ શરૂ થતાં પહેલાં જ હારી જઉં એવો કારસો રચાયો હોવાથી મારે આ મુકદ્દમો દાખલ કરવો પડ્યો છે.'

'તમારી કંગાળ આર્થિક હાલતને જોતાં શું તમને લાગે છે કે તમે આ કેસના ખર્ચાનો બોજો ઉઠાવી શકશો?'

'મને પૂરી આશા છે કે સુધારામાં માનતા મારા મિત્રો આનો બોજો મારે માથે પડવા દેશે નહીં.'

'અત્યાર સુધી શું તમને કોઈનાય તરફથી આ કેસના ખર્ચા માટે સહેજ પણ આર્થિક મદદ મળી નથી?'

'અત્યાર સુધી મને બે નનામી ચિઠ્ઠીમાં રૂપિયા છસો મળ્યા છે.'

મિસ્ટર બેલીને સૂઝ્યું નહીં કે હવે કઈ રીતે કરસનદાસને ભીંસમાં લેવો. બેલીને ચૂપ જોઈને કરસનદાસે કહ્યું,

'આ ઉપરાંત બીજું જે કંઈ આપ જાણવા માગતા હો તે હું રાજીખુશીથી જણાવવા તૈયાર છું. પૂછવું છે કંઈ?'

'ધૅટ્સ ઑલ, મી લૉર્ડ.' મિસ્ટર બેલીએ ન્યાયાસન તરફ ઝૂકીને કહ્યું અને કરસનદાસ મૂળજીની ઊલટતપાસ પૂરી થયેલી જાહેર કરીને હતાશામાં મુઠ્ઠીઓ વાળી, બેઉ હાથ ઝાટકી, ખુરશી પકડી લીધી.

મિસ્ટર આર્નોલ્ડે ઊભા થઈને કરસનદાસની તરફેણમાં બીજા સાક્ષી લખમીદાસ ખીમજીને બોલાવવાની વિનંતી કરી. કોર્ટના આદેશથી કરસનદાસના મિત્ર લખમીદાસ ખીમજી સાક્ષીના કઠેડા પાછળ ઊભા થયા. આર્નોલ્ડે પૂછ્યું,

'મિસ્ટર લક્ષ્મીદાસ, આ કેસના નવ પ્રતિવાદીઓ સાથે તમારે કેવો સંબંધ છે અને કરસનદાસ મૂળજીને લાયબલ કેસમાં સાહેદી માટે બોલાવવામાં આવેલા ભાટિયાઓ તરફથી મદદ ના મળે તે માટે મહાજન દ્વારા કરવામાં આવેલા ઠરાવ વિશે તમે જે કંઈ જાણતા હો તે કૃપા કરીને વિગતવાર નામદાર કોર્ટને જણાવો.'

સોગંદવિધિ પતાવીને લખમીદાસ ખીમજીએ સ્થિર અવાજે કડીબદ્ધ વાતો શરૂ કરી:

'ભાટિયા જ્ઞાતિનો હું એક મુખ્ય શેઠ છું. નાતનું મહાજન મળે તેની અગાઉ મારી રજા લેવાની હોય છે. તારીખ છઠ્ઠી સપ્ટેમ્બરે કરસનદાસ વિરુદ્ધ ઠરાવ માટે મળેલા મહાજન વિશે મારી રજા લેવામાં આવી નહોતી. મહાજન મળ્યું તેના બેત્રણ દિવસ અગાઉ મેં સાંભળ્યું હતું કે આવી કંઈક તજવીજ થઈ રહી છે. આ કેસના નવ પ્રતિવાદીઓમાંના એક લખમીદાસ દામજી સાથે મારે મહાજનના મળવા વિશે વાતચીત થઈ હતી. એમણે મને કહ્યું હતું કે મહાજનવાડીમાં મહાજન મળનાર છે, ચાલો ત્યાં જઈએ.

'મેં પૂછ્યું કે શા વાસ્તે એ મહાજન એકઠું થનાર છે ત્યારે એમણે જવાબ દીધો હતો કે ગોકુલનાથજી વિશે 'સત્યપ્રકાશ'માં એક ટીકા છપાઈ તે ખોટી છે તેટલા વાસ્તે મહાજન ભેગું થનાર છે. મેં પૂછ્યું કે તમે એ ટીકા કોઈ શાસ્ત્રીને દેખાડી છે? એમણે જવાબ આપ્યો કે, નહીં. મેં કહ્યું કે આપણે દસ અથવા વીસ શાસ્ત્રીને એકઠા કરીને એ ટીકા વિશે એમનો મત લઈએ.

'ગોકુલનાથજી મહારાજ આશરે બસો વરસ ઉપર થઈ ગયા છે અને એમનાં પુસ્તકોને અમારા પંથના લોકો માન આપે છે. મેં લખમીદાસ દામજીને કહ્યું કે સઘળા શાસ્ત્રીઓનો વિચાર લઈને તેઓ જે લખી આપે તે લખત પર તેઓની સહી લેવી અને તેની નીચે આપણી સહી કરવી પછી જ આગળ વધવું. લખમીદાસ દામજીએ કહ્યું કે નહીં, ચાલો આપણે જઈએ, ત્યાં સઘળા ભેળા થયા છે. મેં કહ્યું કે જ્યાં સુધી આપણે તેનો અર્થ જાણીએ નહીં ત્યાં સુધી આપણે મહાજનના ઠરાવ પર સહી કેમ કરીએ? લખમીદાસ દામજીએ કહ્યું કે સઘળા સહી કરવાના છે માટે આપણે પણ કરવી જોઈએ. મેં કહ્યું કે સુપ્રીમ કોર્ટમાં લાયબલ કેસમાં સાહેદી આપવા માટે પ્રતિવાદી કરસનદાસ મૂળજી તરફથી મને સમન્સ મળ્યું છે, તેટલા વાસ્તે હું ત્યાં આવું તો સહી કરવા સામે વિરોધ કરીશ.

'એમણે કહ્યું કે મહાજનની વિરુદ્ધ તમારે કોર્ટમાં સાહેદી આપવી જોઈએ નહીં, તમારાં બચ્ચાં-છોકરાં છે તેને તમારે પરણાવવાનાં છે. મેં કહ્યું કે જો હું મહાજનવાડીમાં આવીશ તો વિરોધ કરવાનો જ. એમણે કહ્યું કે મહાજનવાડીમાં એવો બંદોબસ્ત થવાનો છે કે મહારાજની વિરુદ્ધ જે કોઈ સાક્ષી પૂરશે તેને ન્યાત સજા કરશે. લખમીદાસ દામજીના આવું કહેવા પરથી હું સમજ્યો કે જો હું સાહેદી આપીશ તો મને ન્યાતબહાર મૂકવામાં આવશે તથા તેનું ફળ એ ઊપજશે કે મારાં છોકરાંઓને હું પરણાવી શકીશ નહીં.

'બીજે દહાડે હું ગોકળદાસ તેજપાળ અને આ કેસના નવ પ્રતિવાદીઓમાંના એક દયાલ જેરાજને મળ્યો. લખમીદાસ દામજી સાથે મહાજન મળ્યું તે દહાડે મારે વાત થઈ. બીજે દહાડે સેક્રેટરી ઑફિસની સામે આવેલી ગોકળદાસ તેજપાળની ઑફિસમાં મારે દયાલ જેરાજની સાથે વાત થઈ. દયાલને મેં પૂછ્યું કે મહાજનવાડીમાં શું થયું? દયાલે કહ્યું કે સુપ્રીમ કોર્ટમાં મહારાજની વિરુદ્ધ અને છાપાવાળાની તરફ જે કોઈ સાહેદી પૂરે તેને સજા કરવાનું ઠર્યું છે. મેં કહ્યું કે, એવો બંદોબસ્ત કર્યાની અગાઉ મહારાજોનો વ્યભિચાર અટકાવવાનો બંદોબસ્ત કરવો જોઈતો હતો. દયાલે કહ્યું કે મહારાજ વ્યભિચાર કરે છે તે વાત ખરી પણ તે વિશેનો બંદોબસ્ત જો હમણાં થાય તો મહારાજ કજિયો હારી જાય.

'દયાલે બીજું એવું જણાવ્યું કે છઠ્ઠી સપ્ટેમ્બરની અગાઉ બીજી બેત્રણ છૂપી સભાઓ મળી હતી. એક ભાઈખલે મળી અને બીજી કમા રામજીને ત્યાં મળી હતી, અને ત્યાં એક એવું લખત બનાવવામાં આવ્યું હતું કે કોઈએ છાપાવાળાની તરફથી સાહેદી પૂરવી નહીં. ત્રીજી સભા ચીમનલાલજીના મંદિરે મળી હતી. દયાલે કહ્યું કે, હું બધી સભામાં હાજર હતો. અને બીજા જેઓ હાજર હતા એનાં નામ તેણે લીધાં. ભાઈખલા મધ્યે આ કેસના પ્રતિવાદીઓ પૈકી ગોકળદાસ લીલાધર, આડત કિરપાલ, ભગવાનજી દ્વારકાદાસ

તથા બીજા કેટલાક હાજર હતા. ચીમનલાલજીના મંદિરમાં કોણ આવ્યા હતા તેનાં નામ એણે દીધાં નહીં પણ એણે કહ્યું કે એ સઘળા મળીને આશરે ૭૫ થી ૧૦૦ આસામી ત્યાં હાજર હતા. ગોકળદાસ તેજપાળે કહ્યું કે મહારાજનો વ્યભિચાર છોડાવવા માટે કાંઈ ગોઠવણ થવી જોઈએ.

'મેં દયાલને પૂછ્યું કે તમને સમન્સ મળ્યું હોય તો તમે શું બોલો? તેણે જવાબ દીધો કે ધર્મને વાસ્તે હું જૂઠું બોલીશ અને બીજા દસ હજાર ભાટિયા, જેઓએ સહી કરી છે તેઓ પણ એમ જ બોલશે. મથુરદાસ લવજીનું નામ પણ લેવામાં આવ્યું હતું. દયાલે કહ્યું કે, કરસનદાસ મૂળજીને મથુરાદાસ મદદ કરે છે અને જેઓ મહારાજની વિરુદ્ધ સાક્ષી આપશે તેઓને ન્યાતબહાર મૂકવામાં આવશે. આ કેસના નવેનવ પ્રતિવાદીઓ સાથે મારે સારું છે અને તેમાં લખમીદાસ દામજીની સાથે મારી દોસ્તી છે.'

લખમીદાસ ખીમજીએ પોતાની જુબાની પૂરી કરી એટલે વકીલ આન્સ્ટીએ કરસનદાસ તરફી એક અન્ય સાક્ષી વિલિયમ હેન્રી ક્રૉફર્ડને રજૂ કર્યા.

ક્રૉફર્ડે જુબાની આપતાં કહ્યું, 'હું આ કોર્ટમાં વકીલનું કામ ચલાવું છું. વાદી કરસનદાસ મૂળજીને પોલીસ કોર્ટમાં મેં એક દહાડે જોયો હતો અને હું ધારું છું કે મૅજિસ્ટ્રેટે પણ તેને જોયો હતો. હું જ્યારે બારી આગળ ગયો ત્યારે આખો મહોલ્લો માણસોની ઠઠથી ભરાઈ ગયો હતો અને મેં વાદીને એ ભીડમાં ધક્કાધક્કીમાં આવેલો જોયો તથા પોતાનો જાન બચાવવાને સામેના ઘર ઉપર ચડી જતાં દીઠો. આ નવ પ્રતિવાદીઓને પણ મેં ત્યાં દીઠા હતા. તે મધ્યેના કોઈએ વાદીને હાથ લગાડ્યો કે નહીં તે હું કહી શકતો નથી.'

વિલિયમ હેન્રી ક્રૉફર્ડ પછી મિસ્ટર આન્સ્ટીએ મુંબાઈના ડેપ્યુટી પોલીસ કમિશનર ચાર્લ્સ ફૉર્જેટને કરસનદાસ તરફી સાક્ષી આપવા બોલાવ્યા. ખાખી યૂનિફૉર્મ સૂટમાં સજ્જ ફૉર્જેટે માથા પરથી ટોપો ઉતારી સાક્ષીના પાંજરામાં પગ મૂકતાં જ નરમાશથી ન્યાયમૂર્તિને સેલ્યુટ કરી અને પોતાનું બયાન લખાવ્યું,

'શહેરની પોલીસના ડેપ્યુટી કમિશનર લેખે મને એક ફરિયાદ પત્ર મળ્યો હતો જે હું લાવ્યો છું. એ પત્રમાં જણાવ્યા ઉપરથી મેં એક કોન્સ્ટેબલને હુકમ કર્યો કે છઠ્ઠી સપ્ટેમ્બરે મહાજનવાડીમાં કોઈ ટંટોફસાદ ન થાય એ માટે થોડાક પોલીસ સિપાઈ લઈને ત્યાં હાજર થવું. એ ફરિયાદનો કાગળ મને મળ્યો ત્યારે હું ધારું છું કે વાદી કરસનદાસ પોતે હાજર હતો. તે કાગળ પર લખમીદાસ ખીમજી, મથુરાદાસ લવજી અને બીજા બે જણાએ સહી કરી છે. એ સભામાં ખુરશી પર બિરાજવાને મને કોઈએ આમંત્રણ આપ્યું નથી. સાંજે જે ઠેકાણે ભાટિયાઓ એકઠા થયા હતા તે રસ્તે હું ગયો અને ત્યાં સમાધાનની વાતો ચાલતી હોવાથી ત્યાંથી નીકળી ગયો.'

મિસ્ટર બેલીએ ડેપ્યુટી પોલીસ કમિશનરની ઊલટતપાસ કરવાનું નક્કી કર્યું અને ઊભા થઈને પૂછ્યું, 'મહાજનવાડીની સભામાં તમે કોઈની સાથે વાત કરી હતી ખરી? અને તમારા પોલીસ સિપાઈઓમાં કોઈ ભાટિયા ન્યાતના છે ખરા?'

ફૉર્જેટે કહ્યું, 'એ સભા અંગે હું ગોકળદાસ લીલાધરને મળ્યો અને મેં એમને કહ્યું કે તમારે સંભાળ રાખવી અને તમારા તરફવાળાઓએ કોઈ ટંટોફસાદ કરવો નહીં. ગોકળદાસે મને કહ્યું કે અમારી તરફવાળાઓનો વિચાર ટંટોફસાદ કરવાનો નથી અને સભાનો મતલબ એટલો જ છે કે મહારાજોની તરફ કોણ છે અને મહારાજોની સામે કોણ છે તે વિશે ખાતરી કરવી. મુંબાઈની પોલીસ ફોજમાં કોઈ ભાટિયો સિપાઈ નથી.'

મિસ્ટર બેલીએ વધુ પ્રશ્નો પૂછવાને બદલે આટલાથી જ સંતોષ માન્યો એટલે મિસ્ટર આન્સ્ટીએ કરસનદાસની તરફેણમાં વધુ એક સાક્ષી જ્યૉર્જ ગૅગનને હાજર કરવાની કોર્ટને વિનંતી કરી. પોલીસ યૂનિફૉર્મમાં આવેલા જ્યોર્જ ગૅગને ન્યાયમૂર્તિને સલામ કરીને જણાવ્યું, 'હું પોલીસમાં કૉન્સ્ટેબલ છું અને પિકેટ આગળ ફરજ બજાવું છું. મિસ્ટર ફૉર્જેટસાહેબે મને હુકમ મોકલ્યો હતો એટલે હું છઠ્ઠી સપ્ટેમ્બરની ભાટિયાઓની સભામાં ફરજ બજાવવા સાંજે સાડા છના સુમારે ગયો હતો. મારી સાથે મેં બે સિપાઈ મહાજનવાડીમાં અંદર લીધા તથા એક સિપાઈ અને એક ઘોડેસવાર બહાર રાખ્યા. જે બે સિપાઈને લઈને હું અંદર ગયો એમને મેં પ્રતિવાદી દામજી હીરાના કહેવાથી વાડીની બહાર મોકલી દીધા. એમણે મને કહ્યું કે, ટંટાફસાદની કોઈ ધાસ્તી નથી. આ કેસના નવ પ્રતિવાદીઓમાંથી આઠને હું ઓળખી શકું છું અને તે સઘળા ત્યાં હાજર હતા. એમાંના છ પ્રતિવાદી ઊંચી બેઠક પર બેઠા હતા. દામી હીરા તથા રાગુ સામજી અહીંતહીં ફરતા હતા. ગોકળદાસ લીલાધર એ સભામાં આગેવાન હતા.'

કૉન્સ્ટેબલ જ્યૉર્જ ગૅગનની જુબાની પછી અદાલત બપોરના ભોજન સારુ મુલતવી રહી. વિરામ પછી મિસ્ટર આન્સ્ટીએ કરસનદાસની તરફેણમાં વધુ એક સાક્ષી રજૂ કર્યો. અદાલતે હરજીવન જીવરાજને સાક્ષીના કઠેડામાં આવવાનું કહ્યું.

હરજીવન જીવરાજ જમાનાની થપાટો ખાઈને બુઝુર્ગ થઈ ચૂકેલા વફાદાર નોકર જેવો ગરીબ ચહેરો ધરાવતો હતો. એના મોઢા પર જિંદગીમાં ક્યારેય ખોટું કામ ન કર્યું હોય કે ખોટું વચન ન કાઢ્યું હોય એવા સંતોષની રેખાઓ જણાતી હતી. સોગંદવિધિ પછી ગીતાના પુસ્તકને વારફરતી બેઉ આંખે અને કપાળે અડાડી એણે જજસાહેબને બેઉ હાથ જોડી નમસ્તે કર્યું અને કહ્યું,

'હું ભાટિયો છું. લખમીદાસ ગોકળદાસની કંપનીમાં મહેતો છું. છઠ્ઠી ડિસેમ્બરની ભાટિયા મહાજનની સભામાં હું ગયો હતો. ત્યાં હું પાંચ વાગે પહોંચ્યો. નવ પ્રતિવાદીઓને મેં ત્યાં દીઠા. હું ગયો ત્યારે સઘળા ત્યાં જ હતા. હું ત્યાંથી પોણા આઠ કે આઠ વાગે નીકળ્યો. સભાનું કામ પોણા છ-છ વાગે શરૂ થયું. ગોકળદાસ લીલાધર અને બીજાઓએ થાનાઈ જેઠા બ્રાહ્મણને બોલાવ્યો. ગોકળદાસ લીલાધરે કહ્યું કે, જેઠા અહીં આવ. ગોકળદાસ ઓટલા ઉપર બેઠા હતા. જેઠો ઊભો હતો. ગોકળદાસે જેઠાને કહ્યું કે, આ સઘળા લોકોને કહે કે અહીંયા કોઈએ તકરાર લેવી નહીં, વિરોધ કરવો નહીં અને બોલવું નહીં. જેમણે સહી કરવી હોય તે સહી કરે અને જેઓની મરજી ન હોય તે ના કરે. જેઠાએ લોકોને તે પ્રમાણે કહ્યું. જે ઠેકાણે શેઠિયાઓ બેઠા હતા તે ઠેકાણે શેતરંજી પાથરેલી

હતી. નવ પ્રતિવાદીઓ તથા બીજા આશરે ૨૫ થી ૫૦ માણસો શેતરંજી પર બેઠેલા હતા, જેમાંથી ૧૨-૧૫ શેઠિયાઓ હતા.

'આશરે બે-ત્રણ હજાર માણસો મહાજનવાડીમાં હાજર હતા. પ્રતિવાદીઓ મૂળજી મોરારજી અને દામજી હીરા આવજા કરતા હતા અને લોકોને બેસાડતા હતા. મૂળજી અને દામજી કાંઈ શેઠિયાઓ નથી. પ્રતિવાદી આડત કિરપાલે ચોપડી વાંચી સંભળાવી. ગોકળદાસે કહ્યું કે આડત, આ બુક વાંચ અને આડતે વાંચી સંભળાવી. કેટલુંક મારા સાંભળવામાં આવ્યું અને કેટલુંક નહીં. મેં એવું સાંભળ્યું કે ગોકુલનાથજીની ટીકાનો અર્થ છાપાવાળાએ છાપ્યો છે, તે ખરો છે એવું જે સમજતા હોય તેઓએ સહી ન કરવી અને જેઓ તે અર્થ ખોટો સમજતા હોય તેઓએ સહી કરવી અને જે કોઈ સહી નહીં કરે તેને ન્યાત સજા કરશે. ત્યાર પછી કાનજી સામજીએ કાગળ વાંચ્યો અને તેને મેં એમ બોલતાં સાંભળ્યો કે છાપાવાળાની તરફથી જે સાહેદી આપશે તેને ન્યાત શિક્ષા કરશે અને જે સહી નહીં કરે તે ન્યાતબહાર થશે. પછી તે બોલ્યો કે સહી કરો, સહી કરો.

'વાંચવાનું થઈ રહ્યા પછી સહી કરવા માટે ચોપડી આપવામાં આવી અને જણાવવામાં આવ્યું કે સહી કર્યા વગર લોકોએ જવું નહીં અને જે કોઈને પોતાનો ધર્મ વહાલો હશે તે સહી કરશે. પ્રતિવાદીઓ મૂળજી અને દામજી બોલતા હતા કે, ભાઈઓ સહી કરો, ત્યારે લોકો સહી કરવા લાગ્યા. હું સહી કર્યા વગર બહાર નીકળ્યો. પહેલી સહી કોણે કરી તે મને ખબર નથી. પ્રતિવાદીઓ ગોકળદાસ લીલાધર અને લખમીદાસ દામજીને મેં સહી કરતાં જોયા હતા. પ્રતિવાદી રાગુ સામજી અને બીજાઓ સહી લેતા હતા. કેટલાક પ્રતિવાદીઓ શાહીનો ખડિયો લઈને અને કેટલાક કલમ લઈને ઊભા હતા. લોકો આવજા કરતા હતા.

'હું મહાજનવાડીની બહાર નીકળવા દરવાજા પાસે આવ્યો ત્યારે ત્યાં એક બાંકડો આડો મૂકેલો હતો. રાગુ તેની ઉપર બેઠો હતો. દામજી અને મૂળજી પણ ત્યાં હતા. રાગુ અને દામજી બોલ્યા કે, ભાઈઓ સહી કર્યા વગર જતા ના. હું જ્યારે બહાર નીકળ્યો ત્યારે રાગુએ મને પૂછ્યું કે તમે સહી કરી? મેં કહ્યું કે, નહીં. ત્યારે તેણે મને પૂછ્યું કે તમે કાલે સહી કરશો ? મેં કહ્યું કે, હા. ત્યાર પછી મેં સહી કરી નથી. મારે વાડીની બહાર જવું હતું એટલા માટે મેં કહ્યું કે હું કાલે સહી કરીશ. દરવાજા બહાર નીકળ્યા પછી હું થોડી વાર ત્યાં ઊભો રહ્યો અને મેં એક માણસને બોલતાં સાંભળ્યો કે દરવાજા બંધ કરો અને કોઈને બહાર જવા દેશો મા. દરવાજા બંધ થતાં મેં દીઠા. દરવાજાની બારી ઉઘાડી મૂકી રાગુ હેન્ડબિલ વહેંચતો હતો તે હું રાગુ પાસેથી લેવા જતો હતો તેવામાં એક માણસે મને આપ્યું. તે મેં થોડું વાંચ્યું અને પછી મારી પાસે રહેવા દીધું. ત્યાર પછી મેં તે લખમીદાસ ખીમજીને આપ્યું.'

અહીં મિસ્ટર આન્સ્ટીએ ઊભા થઈને ન્યાયમૂર્તિને સંબોધતાં કહ્યું, 'મી લૉર્ડ, એ હેન્ડબિલનો અંગ્રેજી તરજૂમો હું અદાલત સમક્ષ વાંચી સંભળાવવા માગું છું.' ન્યાયમૂર્તિ જૉસેફ આર્નોલ્ડે માથું હલાવીને પરવાનગી આપી. મિસ્ટર આન્સ્ટી જેનો અંગ્રેજી અનુવાદ

સંભળાવ્યો તે હૅન્ડબિલની એક મૂળ નકલ કોર્ટના રૅકર્ડ માટે રાખી લેવામાં આવી. હૅન્ડબિલના મથાળે લખ્યું હતું :

જાહેર ખબર

'સરવે ભાટીઆનાં શેઠઆઓ તથા શમશત વઈશનવ માહાજનને જાણ કરવામાં આવે છે જે હાલમાં કરસન મુલજી ઉપર શ્રી જદુનાથજી મહારાજે લાયબલની ફરિઆદી કરેલી છે. એ ધનીએ પોતાના 'શતીઅપ્રકાશ'માં હેવું લખીઉં જે, ''પોતે ભોગવીઆ અગાઉ, પોતાની પરણેલી બાયડી પણ ગુશાંઈજી મહારાજને શોપવી અને પોતાના બેટા બેટી પણ તેમને શોપવાં. પરણીઆ પછી પોતે ભોગવીઆ પેહેલાં જ ગુશાંઈજી મહારાજને અરપણ કરીઆ પછી પોતાના કામમાં લેવી એવી રીતે શ્રી ગોકલનાથજીએ બર્‌હમ શમબંધનાં ગ્રંથ ઉપર ટીકા કીધેલી છે અને એ જ પરમાંણે, માહારાજો પોતાનાં શેવકોની કાચી કુંવારી વહુ દીકરીઓને ભોગવે છે.'' એ પરમાણે 'શતીઅપ્રકાશ'માં લખી જણાવીઊં છે અને ફરિયાદીનાં જવાબમાં પણ ધણીએ હેવું કહ્યું છે જે, ''શને ૧૮૫૫નાં વરસમાં ભાટિયાઓનું માહાજન એ વાતનો બન્દોબસ્ત કરવાને એકઠું મલ્યું હતું, તેથી એ માહાજનની પુરવારી કજીઓ નીકલવાનાં વખતે આપશે.'' એ પરમાણે હમારા શાંભલીઆમાં આવીઉ છે. માટે હમો શરવે ભાઈઓને જાહેર કરીએ છઈએ જે, કોઈ દીવશ પણ ઉપર લખવા શરીખો બનદોબશત કરવા શારૂ મહાજન મલીઉં નથી અને ઉપર લખવા પરમાણે લખત પરત ઉપર કોઈની સહીઓ પણ થયેલી નથી. ઉપર જણાવેલી બીનાં શીવાએ, બીજા કારણોને માટે કેટલીએક વખત માહાજનની શહીઓ થયેલી છે તે શહીઓનાં દશતાવેજ, માહાજનના મુખીઅ શેઠઆઓ પાશે માહાજનની તરફથી, અનામત રાખેલા છે. માટે એ શહીઓનાં કરનારા અતરેના શેઠીઆઓને જાણ કરે છે જે, કેટલા એક સુધારાવાલાઓ અનામત રાખેલા દશતાવેજોની શહીઓ મુખીઅ શેઠઆઓની પાશેથી કહડાવીને એ કજીઆ વીશે, ઉપર લખેલી બીનાને ટેકો આપવા શારૂ કોરટ મધ્યે પુરવારી આપવાની તજવીજ કરે છે હેવું હમારા શાંભલીઆમાં આવીઊં છે. માટે, એ વાત જો બનશે, અને એ શહીઓનાં દશતાવેજ જે ધણીઓ પાશે અનામત છે, તે જો આપેઆમાં આવશે, તો તેનું જોખમ તે આપનાર ધણીને માથે છે. એટલી જ અરજ :

તારીખ ૪થી સપ્ટેમ્બર ૧૮૬૧
લી. આગલા દશતાવેજ
મધે શહીઓ કરનારા
કેટલાએક ભાટિયાઓ.'

મિસ્ટર આન્સ્ટીએ હૅન્ડ બિલનું વાંચન પૂરું કરીને કરસનદાસ માટે લાયબલ કેસમાં કોઈ જુબાની આપવા ન આવે એ માટે ભાટિયા મહાજને રચેલા કાવતરાને પુરવાર કરવા વધુ એક સાક્ષીને રજૂ કરવાની અદાલત પાસે પરવાનગી માગી. અદાલતે ખટાઉ લધાને સાક્ષીના પાંજરામાં આવવાનું કહ્યું.

ખટાઉ લધાએ ગીતા ઉપરાંત શ્રીજીબાવાના સોગંદ ખાઈને કહ્યું, 'હું ભાટિયો છું. રૂનો વેપાર કરું છું. છઠ્ઠી સપ્ટેમ્બરે મળેલી ભાટિયા મહાજનની સભામાં હું ગયો હતો. સભા મળી તે દિવસે સવારના થાનાઈ ફરીને લોકોને જણાવી ગયો હતો કે આજે મહાજન એકઠું થનાર છે. એ વિશે જીવણજી મહારાજના મંદિર આગળ પણ મેં સાંભળ્યું હતું. એ સભાની મતલબ સર્વે લોકોને જાણીતી હતી. કેટલાક લોકો જાણતા હતા કે કેટલીક છૂપી સભા મળી હતી. એ સભાની મતલબ પ્રસિદ્ધ હતી. તે એ કે લાયબલના મુકદ્દમા વિશે બંદોબસ્ત કરવો અને મહારાજની સામે જે કોઈ સાહેદી આપે તેને અટકાવવા. તે દહાડે પાછલા પ્હોરે, પ્રતિવાદીઓ દયાલ જેરાજ તથા ભગવાનજી દ્વારકાદાસને જીવરાજ બાલુની પેઢી ઉપર એક કે બે વાગ્યાને સુમારે હું મળ્યો હતો. તે વખતે ત્યાં ગોકળદાસ તેજપાળ, ખટાઉ મકનજી, મારા બે ભાઈ અને બીજા મળી આઠદશ જણ બેઠા હતા. એ સભા વિશે દયાલ જેરાજે બીજાઓને કહ્યું. ખટાઉ મકનજીએ દયાલને પૂછ્યું કે આજે મહાજન શા માટે ભેળું થાય છે. દયાલ અને ભગવાનજી બોલ્યા કે, કાંઈ બંદોબસ્ત કરવા સારું ભેળું થાય છે. ખટાઉ મકનજીએ પૂછ્યું કે મહારાજના વ્યભિચાર સંબંધી કાંઈ બંદોબસ્ત કરો તો ઠીક. દયાલે કહ્યું કે, મહારાજ વ્યભિચાર કરે છે એ વાત ખરી પણ તે વિશે ઘોંઘાટ કરીએ તો કોર્ટમાં મહારાજ કજીઓ હારી જાય. દયાલે બીજું જણાવ્યું કે, જો હમને સાહેદી આપવાને બોલાવશે અને હમને સોગન આપીને પૂછશે તો હમે સાફ રહેશું કે મહારાજ વ્યભિચાર કરતા નથી. એ દિવસે સાંજના પાંચ વાગ્યે મહાજનની સભામાં હું ગયો હતો...'

ખટાઉ લધાની જુબાની લાંબી ચાલે એમ હતી. કોર્ટે ટેબલ પર મૂકેલી ઘડિયાળ તરફ જોયું. અદાલત ખંડમાંના સૌ કોઈની નજર ન્યાયમૂર્તિના માથા પાછળ લટકતા રાણીના તૈલચિત્રની બાજુમાંના મોટા ઘડિયાળ પર ગઈ. પાંચને પાંચ થઈ ગઈ હતી. એ દિવસ પૂરતી કોર્ટ ઊઠી.

બીજે દિવસે, ૧૩મી ડિસેમ્બરે, શુક્રવાર હતો. ખટાઉ લધાની જુબાની આગળ ચાલી:

'જ્યારે હું મહાજનવાડીમાં ગયો ત્યારે બસોત્રણસો માણસ ત્યાં આવેલા હતા. ત્યાર પછી બીજા ઘણા લોકો આવ્યા. હું ત્યાં ગયો ત્યારે બધા પ્રતિવાદીઓ ત્યાં હતા. પ્રતિવાદીઓ દામજી હીરા અને મૂલજી મોરારજી લોકોને બેસાડતા હતા. સભાનું કામ શરૂ થયું તેની અગાઉ ગોકળદાસ લીલાધર, દયાલ જેરાજ અને ભગવાનજી દ્વારકાદાસ જરા દૂર જઈ થોડી વાર સુધી મસલત કરી પાછા આવ્યા. સાડા છ વાગ્યાને સુમારે સભાનું કામ શરૂ થયું. રાગુ સામજીની પાસે બુક હતી, તે મેં જોઈ. તેણે તે બુક પીછોડીમાં ઢાંકેલી હતી, તે બહાર કાઢી. ગોકળદાસ લીલાધરે કહ્યું કે : આડત, આ ચોપડીમાંથી વાંચી સંભળાવું. આડતે વાંચી સંભળાવ્યું. હું સુમારે પાંચ કદમ દૂર હતો. જે કાંઈ વંચાયું તે સઘળું મેં સાંભળ્યું તેની મતલબ મને યાદ છે, તે એ કે છાપાવાળાએ ગોકલનાથજીની ટીકા ખોટી છાપી છે, અને જે ખોટી સમજતા હોય તે સહી કરે, અને જેઓ ખોટી સમજતા નહીં હોય તેઓ સહી નહીં કરે. જેઓ પોતાનો ધર્મ સાચો સમજતા હોય તેઓ તથા જેઓ

એવું સમજતા હોય કે હાલના મહારાજો વ્યભિચાર નથી કરતા તેઓ સહી કરે; અને છાપાવાળાઓને તથા તેઓને મદદ કરનારાઓને કાયદા પ્રમાણે પૂછવામાં આવશે. કયો કાયદો તે તેઓએ જણાવ્યું નહીં, પણ હું સમજ્યો કે ન્યાતનો કાયદો, અને ન્યાતના લોકો તેઓને બોલાવીને પૂછે. આ વાત લાંબી મુદતની છે, માટે મને એટલું જ યાદ રહ્યું છે.

'તે પછી પ્રતિવાદી કાનજી સામજીએ ભાષણ કીધું. તે આડત કિરપાલની પાછળ ઊભો હતો અને મારાથી પાંચ કદમ દૂર હતો, જ્યારે કાનજી બોલતો હતો ત્યારે તેના હાથમાં કાગળ હતું. કાનજી બોલ્યો કે આપણો ધર્મ સાચો છે, આપણા ધર્મમાં નહાવું, ધોવું, દેવપૂજા કરવી, તીર્થજાત્રાએ જવું એવું કહેલ છે અને છાપાવાળા એ ધર્મને ખૂબ નિંદે છે અને એ છાપાવાળાઓને જે કોઈ મદદ કરશે તેને નાત શિક્ષા કરશે. પછી કાનજી બેસી ગયો તે પછી આડત કિરપાલે જેઠા થાનાઈને કહ્યું કે સર્વે ભાઈઓને પૂછો જે આ વાંચ્યું તે તમને પસંદ પડ્યું કે નહીં અને શેઠિયા સહી કરે તે પછી તમે સહી કરશો કે નહીં? ઘણાખરાએ જવાબ આપ્યો કે હા, હમે સહી કરશું. ત્યારે થાનાઈએ સભાને બીજી વખત પૂછ્યું કે દેશાવર કાગળ લખવાની જરૂર પડશે ત્યારે તથા બીજી વખત શેઠિયા બોલાવે ત્યારે એકઠા થશો કે નહીં? લોકોએ કહ્યું, હા થશું. લખમીદાસ દામજીએ અથવા ગોકળદાસ લીલાધરે પ્રથમ સહી કરી છે અને તેની નીચે બીજા પ્રતિવાદી રાગુ શામજીએ કરી પછી એ પેલી બુક લઈને દરવાજાની પાસે ગયો. પ્રતિવાદીઓ દામજી હીરા તથા મુલજી મોરારજી તેની સાથે ગયા.

'હું ધારું છું કે દરવાજો તે વખતે ઉઘાડો હતો પણ તે પછી બંધ થયો. અને તેની બારી ઉઘાડી રાખી. તેઓ ત્યાં સહી લેતા હતા. રાગુ સામજી બાંકડા પર બેઠો હતો. તે બાંકડો દરવાજાની સામે હતો. પહેલી વાર હું જ્યારે ગયો ત્યારે બાંકડો મૂકેલો નહોતો. તે કોણે મૂક્યો તે મેં દીઠો નહીં. તે દરવાજાની પાસે જ મૂક્યો હતો. જેઓ સહી કરતા હતા તેઓ બહાર નીકળ્યા હતા. તે બારીમાંથી એક એક માણસ નીકળી શકતો હતો. રાગુ અને બીજા બે પ્રતિવાદીઓ તેની પાસે બેઠા હતા. તેઓ બોલતા હતા કે જેઓ પોતાનો ધર્મ ખરો સમજતા હોય તેઓએ સહી કીધા વગર જવું નહીં. ત્રણ-ચાર દિવસ સુધી એટલે કે ૧૦મી તારીખ સુધી ગોકળદાસ લીલાધરના ઓટલા ઉપર સહી લેવાતી હતી. હમારી નાતના કેટલાક માણસો તથા કેટલાક છોકરાઓ સહી કરતા હતા. મારા ઘરમાં રહેનાર દસ વરસના એક છોકરાએ સહી કરી હતી. સભામાં થાનાઈએ સવાલ પૂછ્યા પછી કોઈએ વિરોધ કર્યો નહીં. સઘળા મૂંગા રહ્યા. દયાલ પછી જેરાજ તથા ગોકળદાસ તેજપાળ વચ્ચે વાલકેશ્વરમાં વાતચીત થઈ ત્યારે હું હાજર હતો. તેઓની વાત સાંભળી શકું એટલો હું પાસે નહોતો. રતનશી કલ્યાણજી પણ હતા. કોરજી લધા, કલ્યાણજી લધા અને ખટાઉ મકનજી પણ ત્યાં હતા. રતનશી કલ્યાણજી અને હું જરા દૂર બેસીને વાત કરતા હતા અને કાંઈ બીજી ચીજ તરફ જોતા હતા...'

બચાવ પક્ષના વકીલ મિસ્ટર બેલીએ ખટાઉ લધાને અટકાવી કોર્ટની પરવાનગીથી પૂછ્યું, 'મિસ્ટર ખટાઉ લધા, શું ખરેખર તમારું ધ્યાન ગોકળદાસ તેજપાળ અને ખટાઉ

મકનજીની વાતો તરફ નહોતું? કે પછી તમે કોર્ટને આડે પાટે ચડાવવા કહો છો કે તમે ને મિસ્ટર રતનશી કલ્યાણજી કાંઈ બીજી ચીજ તરફ જોતા હતા?'

'નામદાર,' ખટાઉ લધાએ સર જોસેફ આર્નોલ્ડ તરફ જોતા સહેજ સંકોચ સાથે કહ્યું, 'અમે જે બીજી ચીજ તરફ જોતા હતા તે ચીજ એ હતી કે સામેના ઘરમાં એક ખરાબ ઔરત રહેતી હતી ત્યાં અમે એક ઓળખીતા ભાટિયાને જતાં દીઠો...'

ખટાઉ લધાની આ કબૂલાત સાંભળીને મિસ્ટર બેલી ભોંઠો પડી ગયો અને અદાલત ખંડમાં હાજર રહેલા સૌ કોઈના ચહેરા પર આછું સ્મિત લહેરાઈને પસાર થઈ ગયું.

ખટાઉ લધા પછી પરશોતમ હેમરાજ સાક્ષીના કઠેડામાં હાજર થયો. વાદી તરફથી એને તપાસવામાં આવ્યો નહીં. પ્રતિવાદી તરફથી એને તપાસ્યો ત્યારે એણે ગભરાતા અવાજે કહ્યું, 'હું ગરીબ માણસ છું અને કાંઈપણ સાહેદી આપી શકતો નથી. પોલીસ કોર્ટમાં ધાસ્તીનો માર્યો હું ઘણો જ ગભરાઈ ગયેલો અને સાહેદી આપી શક્યો નહીં. હું કોઈનું બી નામ લેવાને ચાહતો નથી. હું ઘણો બીઉં છું. હું કોઈનું નામ લેવા ચાહતો નથી.'

સાક્ષીની ગભરામણ જોઈ ન્યાયમૂર્તિએ એની જુબાનીમાં હસ્તક્ષેપ કર્યો અને સહાનુભૂતિપૂર્વક પૂછ્યું, 'મિસ્ટર પરસોતમ હેમરાજ, તમારા પર અદાલત સહેજ પણ દબાણ લાવવા માગતી નથી, પરંતુ તમારી આ ગભરામણનું કારણ જો તમે જણાવી શકતા હો તો અદાલતને જણાવવા કૃપા કરશો.'

પરશોતમ બોલ્યો, 'હું ભાટિયો છું. આખી દુનિયા મને ગાળ દેશે જો હું કંઈ બોલ્યો તો. હું થોડુંઘણું જે જાણું છું તે કહેવાને મને ધાસ્તી લાગે છે. આખી દુનિયાથી હું બીઉં છું એટલે બધા ભાટિયાઓથી હું બીઉં છું.'

ન્યાયમૂર્તિએ સાક્ષીને વધુ કંઈ કહેવાની ફરજ ન પાડવાની સૂચના આપીને બાકીના સાક્ષીઓને તપાસવાનું કહ્યું. કરસનદાસના ધારાશાસ્ત્રી મિસ્ટર આન્સ્ટીએ નાનજી મોરારજીને સાક્ષી તરીકે રજૂ કર્યો.

નાનજી મોરારજીએ બયાન નોંધાવતાં કહ્યું : 'હું મુકાદમ છું અને હનુમાન ગલીમાં રહું છું. છઠ્ઠી સપ્ટેમ્બરની સભામાં હું હાજર હતો. ભાટિયા મહાજનની સભા મળનાર છે તે વાત હું એકબે દિવસ અગાઉથી જાણતો હતો. ૪થી સપ્ટેમ્બરે હેન્ડબિલ નીકળ્યાં તે મને ખબર છે. તે હેન્ડબિલ મેં જોયેલાં છે અને ઓળખી શકીશ.'

અહીં અદાલતના કહેવાથી કોર્ટના દુભાશિયાએ એ હેન્ડબિલ વાંચી સંભળાવ્યું અને નાનજીએ કહ્યું કે આ જ એ હેન્ડબિલ હતું. પછી ઉમેર્યું, 'પ્રતિવાદી રાગુ સામજીએ વાડીની બહાર દસવીસ બીજા નવાં હેન્ડબિલ વહેંચીને કહ્યું કે એ હેન્ડબિલ કચ્છ મોકલવા સારુ રાખ્યાં છે અને મુંબાઈને માટે બીજાં છે. તે હેન્ડબિલ પણ હું ઓળખી શકીશ.'

કોર્ટના દુભાશિયાએ કચ્છ મોકલવા સારુ તૈયાર કરવામાં આવેલા હેન્ડબિલની નકલ હાથમાં લઈને વાંચી સંભળાવી :

જાહેર ખબર

'શ્રી કચ્છના તથા અબડાશાના તથા હાલારના મહાજનના વઈષ્ણવ સમસ્ત ભાટિયા શીખે, સરવેને માલમ થાય જે, શ્રી મુંબાઈ મધ્યે શ્રી ગુસાઈજીના સ્વરૂપો ઉપર સુધારાવાળાની ધર્મ વિરોધી ટોળીએ ઘણી તરેહના ખોટાં અને જૂઠાં અનીતિ ભરેલાં હુમલા વર્તમાનપત્રોમાં કરેલા છે અને હજી પણ કર્યે જાય છે તેથી સરકારમાં ગોસ્વામી શ્રી જદુનાથજી બ્રિજરતનજી મહારાજે વર્તમાનપત્રના અધિપતિ ઉપર આબરૂની ફર્યાદ માંડેલી છે અને શ્રી રણછોડજી મહારાજે પણ આબરૂની ફર્યાદ કરવા સારું નોટિસ મોકલી છે, તેથી સુધારાવાળાઓ અત્રે ઘણા ચિંતામાં છે જે, એ ફર્યાદની પુરવારી આપી શકાય એમ નથી. તેથી શ્રી રણછોડજી મહારાજની ફર્યાદ માંડી વાળવા સારુ સુધારાવાળાઓએ અહીંથી એક ભાટિયાને શ્રી માંડવી મોકલ્યો છે એવો બુમાટો અત્રે ઉડ્યો છે. શ્રી છોટાજી મહારાજનાં વહુજી મહારાજને હરેક રીતની વિનંતી કરી ઊંધુંચત્તું સમજાવીને વહુજી મહારાજ પાસેથી દસ્તાવેજ લખાવી લઈને, સાક્ષી તરીકે તે દસ્તાવેજ સરકારમાં દાખલ કરવો તથા શ્રી રણછોડજી મહારાજને વિનંતી કરી હરેક રીતે આડુંઅવળું સમજાવી ફર્યાદ માંડી વાળવાનો દસ્તાવેજ કરાવી લેવો એવી રીતે સુધારાવાળાઓનો વિચાર છે. એટલા કારણસર તેઓએ અત્રેથી માણસ મોકલ્યું છે એવું અમારા સાંભળવામાં આવ્યું છે. માટે અત્રેના વઈષ્ણવો મળીને આ લખેલું વિનંતીપત્ર વાંચવાની સરવેને ભલામણ કરે છે કે એ વાત જો ખરી હોય તો સુધારાવાળાના માણસને કોઈ પણ વાતનો દસ્તાવેજ કરી આપવો નહીં. એ વિશેના સમાચાર કોઈના પણ કાને પડ્યાથી શ્રી રણછોડજી મહારાજને તથા શ્રી છોટાજીનાં વહુજી મહારાજને વિનંતી કરવી જે ભૂલેચૂકે દસ્તાવેજ કરી આપવો નહીં. એ વિશેનો બંદોબસ્ત શ્રી કચ્છ તથા હાલારના તથા અબડાશાના ભાટિયા મહાજનને રાખવાની ઘણી જરૂર છે એ જ અરજ.

લા. શ્રી મુંબાઈનાં વઈષ્ણવોનાં
ઘણું કરી ભગવત સ્મરણ વાંચજો'

* * *

નાનજીની સાક્ષી પૂરી થયા પછી ભાણજી ધરમસીને બોલાવવામાં આવ્યો પણ વાદી કે પ્રતિવાદી – બેમાંથી એકેય પક્ષના વકીલોએ એને તપાસ્યો નહીં. નોટરી ક્લાર્ક જાન ડુમીન રોઝેરિયોએ લાયબલની પ્લી કોર્ટમાં છઠ્ઠી સપ્ટેમ્બર અગાઉ રજૂ થઈ ચૂકી છે એવી સાહેદી આપી. આ ઉપરાંત લાયબલની પ્લી આપવા ગયેલા વકીલોના ક્લાર્ક પેસ્તનજી બેનરજી, સમન્સ આપવા જનાર ક્લાર્ક હરિચંદ ભાણજી તથા સુપ્રીમ કોર્ટના ક્લાર્ક કેશવ ભાઉની સાહેદીઓ નોંધાઈ.

છેલ્લે કરસનદાસના વકીલ મિસ્ટર આન્સ્ટીએ પોતાના અસીલની તરફેણમાં હુકમનો એક્કો રજૂ કરતાં કહ્યું,

'મી લોર્ડ, હવે હું એક એવા સદ્‌ગૃહસ્થને અહીં સાક્ષી તરીકે રજૂ કરવા માગું છું જેમનું માન સમસ્ત ભાટિયા સમાજમાં ખૂબ મોટું છે. સુધારાવાળાઓ તરફી અને મહારાજો

તરફી – બેઉ પક્ષો એમને આદરપૂર્વક જુએ છે. માત્ર ભાટિયા સમાજમાં જ નહીં સમગ્ર મુંબાઈમાં એમના વ્યાપારી તથા સામાજિક કાર્યની ખ્યાતિ ઘણી ઊંચી છે. અદાલતને હું વિનંતી કરું છું કે મિસ્ટર ગોકળદાસ તેજપાળને વિટનેસ બૉક્સમાં હાજર થવાની અરજ કરે.'

અદાલતની મંજૂરી મળતાં શેઠ ગોકળદાસ તેજપાળ પોતાની જગ્યાએથી ઊભા થઈ ગૌરવભરી ચાલે સાક્ષીના કઠેડા પાછળ આવ્યા. કાંજીકડક ધોતિયા પર પહેરેલા લાંબા સફેદ બાસ્તા જેવા ડગલાનો ખાનદાની પહેરવેશ ગોકળદાસ તેજપાળના પ્રભાવશાળી વ્યક્તિત્વને શ્રીમંતાઈનો ઓપ આપતો હતો. સોગંદવિધિ પૂરી કરી ખૂબ નરમાશથી એમણે બોલવાનું શરૂ કર્યું. સમગ્ર અદાલતખંડમાં ઘડિયાળના ટક ટક સિવાય બીજો એક પણ વધારાનો અવાજ સંભળાતો નહોતો. ગોકળદાસ તેજપાળે અદાલતના ગૌરવને માન આપતા હોય એવા વિવેકભર્યા અવાજે કહ્યું,

'હું વેપારી છું. સુલેહનો અમલદાર યાને જસ્ટિસ ઑફ પીસ છું અને ભાટિયા નાતનો એક મુખ્ય શેઠ છું. મેં મુંબાઈમાં એક સ્કૂલ કાઢી છે જે જી. ટી. હાઈસ્કૂલના નામે ઓળખાય છે અને તેમાં ભાટિયા છોકરાં અભ્યાસ કરે છે. તારીખ પાંચમી સપ્ટેમ્બરે મેં પ્રતિવાદી દયાલ જેરાજને મોઢેથી સાંભળ્યું છે કે ભાટિયા મહાજનની સભા મળનાર છે. દયાલે મને વાલકેશ્વરના મેડામાં આ કહ્યું. દયાલને મેં પૂછ્યું કે હાલ શું ધામધૂમ ચાલે છે? તેણે કહ્યું કે ચાલો, આપણે દૂર જઈને વાત કરીએ. ત્યારે હમે જે ધર્મશાળા મધ્યે ખટાઉ મકનજી અને બીજા બેઠા હતા ત્યાં ગયા. પછી દયાલે કહ્યું કે ગોકળદાસ લીલાધરે ભગવાનજીને એક ચિઠ્ઠી લખી છે તેમાં તેણે જણાવ્યું છે કે મહાજનની સભા તાત્કાલીક મળવી જોઈએ. મેં તેને પૂછ્યું કે, શું બાબતસર? દયાલે જવાબ દીધો કે ગોકુલનાથજીની ટીકા વિશે તથા જદુનાથજી મહારાજે કરસનદાસ મૂળજી ઉપર ફરિયાદ માંડી છે તેને વાસતે. મેં દયાલ ને કહ્યું કે તમે કોઈ શાસ્ત્રીને પૂછ્યું છે? તેણે કહ્યું કે નહીં. ત્યાર પછી તે બોલ્યો કે હમે પંદરવીસ જણા કમા રામજીને ત્યાં એકઠા થયા હતા. તે મધ્યેના ત્રણચારનાં નામ તેણે મારી પાસે લીધાં. કાનજી સામજીએ ત્યાં એક કાગળ વાંચ્યો અને તે બોલ્યો કે આપણો ધર્મ જતો રહે છે તેને વાસ્તે કાંઈ બંદોબસ્ત કરવો જોઈએ. ચીમનલાલજીના મંદિરમાં બીજી સભા મળી હતી તે વિશે પણ દયાલે મને જણાવ્યું. ભગવાનજીએ ગોકળદાસ લીલાધરને કહેવડાવ્યું કે તમે કેટલાક મિત્રોને લઈને ત્યાં આવો. દયાલે જણાવ્યું કે એ સભામાં ગોકળદાસ લીલાધર, લખમીદાસ દામજી, આડત, રાગુ, ભગવાનજી અને બીજા હાજર હતા. વળી દયાલે કહ્યું કે ગોકુલનાથજીની ટીકા વિશે એ તકરાર થઈ અને એવો ઠરાવ થયો કે આખા મહાજનની સભા મેળવવી.

'બીજે દહાડે સવારના ૭ કલાકે હું જીવરાજ બાલુની પેઢીએ ખટાઉ મકનજીની પાસે બેઠો હતો. ત્યાં જેઠો થાનાઈ આવ્યો અને બોલ્યો કે લખમીદાસ દામજી, પિતાંબર અને બીજાઓએ મહાજનની સભા મેળવવા સારુ તમારી રજા મગાવી છે. મેં રજા આપી નહીં. તે બે ત્રણ વખત આવી ગયો. મહાજનની સભા મેળવવા માટે મારી રજા જોઈએ. ત્યાર પછી સાડાબાર વાગ્યાને સુમારે ભગવાનજી અને દયાલ મારે ઘેર આવ્યા અને

મકનજી પણ ત્યાં આવ્યા. પછી હમે સઘળા ઉપર ગયા. ભગવાનજીને મેં પૂછ્યું કે મહાજન મેળવવાનો મતલબ શું છે?

'તેણે જવાબ દીધો કે ગોકુલનાથજીની ટીકા વિશે એક લખત લખાવવાનું છે અને તેમાં એ ટીકા ખોટી પાડવી છે. તે લખત મહાજનવાડીમાં બનાવીશું. દયાલે મને પૂછ્યું કે, તમારો મત શું છે અને તમને કરસનદાસનું સમન્સ મળ્યું છે તે તમે કેવી સાહેદી આપશો? મેં કહ્યું કે હું કાંઈ જૂઠું બોલવાનો નથી. દયાલે ત્યારે કહ્યું કે મહારાજ વ્યભિચાર કરે છે એ ખરી વાત છે પણ એ વાત ધર્મને લગતી છે એટલા માટે તેને વિશે કાંઈ ન બોલાય તો ઘણું સારું. દયાલ બોલ્યો તે જ પ્રમાણે ભગવાનજી પણ બોલ્યો. તેઓ બોલ્યા કે જેઓ કરસનદાસની તરફ થશે તેઓને ન્યાત શિક્ષા કરશે. એ મહાજનની સભામાં હું ગયો નહીં. બીજે દહાડે દયાલ મને મારી ઑફિસમાં મળ્યો. તે પોતાની ખુશીથી ત્યાં આવ્યો હતો. મેં તેને પૂછ્યું કે છઠ્ઠી તારીખની સભામાં શું ઠરાવ થયો? તે બોલ્યો કે એક લખત તૈયાર થયું અને તેમાં એવું જણાવવામાં આવ્યું છે કે જેઓ છાપાવાળા તરફી સાહેદી આપશે તેઓને ન્યાત શિક્ષા કરશે. મેં પૂછ્યું કે માટુંગા મધ્યે ગોકળદાસ લીલાધરની વાડીમાં મળ્યા હતા? તેણે કહ્યું કે માટુંગામાં નહીં પણ ભાઈખલે ગોકળદાસની વાડીમાં મળ્યા હતા. દયાલે કહ્યું કે એ સભામાં આશરે ૧૫થી ૨૦ આસામી હાજર હતા. કરસનદાસે લાયબલની ફરિયાદના જવાબમાં જે પ્લી આપી છે તે પ્લી મહારાજનો મુકદ્દમો ચલાવનાર પરભુદાસ લાવ્યો હતો, અને તેની મતલબ એણે સમજાવી હતી. પરભુદાસ ત્યાં બોલ્યો હતો કે આપણો ધર્મ જતો રહે છે તેટલા વાસ્તે કરસનદાસની તરફ કોઈએ જઈને સાહેદી આપવી નહીં જોઈએ. તે સભા ક્યારે મળી હતી તે દયાલે કહ્યું નહીં. આ વાત મેં ૭મી તારીખે દયાલ જેરાજ પાસેથી સાંભળી. હું અને દયાલ વાત કરતા હતા ત્યારે લખમીદાસ ખીમજી આવ્યા. વાલકેશ્વરમાં મુલાકાત થઈ ત્યારે ખટાઉ લધા હાજર હતા.'

ગોકળદાસ તેજપાળની જુબાની પૂરી થઈ. એમનો ઝોક કઈ તરફ હતો એની સ્પષ્ટતા કરવાની હવે જરૂર રહી નહોતી. પ્રતિવાદીઓના વકીલ મિસ્ટર બેલીએ ગોકળદાસ તેજપાળ સમા અગ્રણીની શાખમાં ગાબડું પાડવાના હેતુસર એમની ઊલટતપાસ કરવાની માગણી કરી જે કોર્ટે મંજૂર રાખી.

'મિસ્ટર, ગોકળદાસ તેજપાળ', બેલીએ પૂછ્યું, 'શું એ વાત સાચી છે કે અગાઉ એક વખત કાનૂનની અદાલતમાં તમે ગુનાગેર ઠરી ચૂક્યા છો?'

આખો અદાલત ખંડ સ્તબ્ધ થઈ ગયો. ખુદ ગોકળદાસ શેઠ માટે પણ આ અણધાર્યો પ્રશ્ન હતો. તેઓ જાણતા હતા કે અદાલતમાં સામેવાળાના વકીલો તરફથી સાક્ષીની વિશ્વસનીયતા તોડવાના આશયે કોઈ પણ સવાલ પૂછવાની હિંમત કરી શકે છે. આમ છતાં આવો સવાલ અચાનક આવવાથી તેઓ ક્ષણિક રોકાયા. ભૂતકાળમાં પોતે અંગત, સામાજિક કે વ્યાપારી બાબતમાં કોઈ વાતે ગુનો કર્યો નહોતો એની એમને ખાતરી હતી. ગુનો જ ન કર્યો હોય તો સજા ક્યાંથી થઈ હોય? સજા. અચાનક એમને યાદ આવ્યું. વકીલ બેલીની ખણખોદવૃત્તિને એમણે મનોમન ધન્યવાદ આપ્યા અને સ્મિત સાથે કહ્યું,

'જી, સાડાઆઠ વરસ ઉપર મારા મહેતાની ગફલતથી ઘોડાની ગાડીનું રિટર્ન ભરવામાં ચૂક થઈ હતી. ત્યારે મૅજિસ્ટ્રેટે મને ગાડીના રિટર્નને માટે દંડ કર્યો હતો. મારા વતી મારો મહેતો પોલીસ કોર્ટમાં હાજર થયો હતો.'

કરસનદાસના વકીલ મિસ્ટર આન્સ્ટીએ મનોમન નોંધ્યું કે મિસ્ટર બેલી અમસ્તા જ ગોકળદાસ તેજપાળની આબરૂ ઓછી કરવાના ઉધામા કરે છે. મિસ્ટર બેલીએ બીજો સવાલ પૂછ્યો,

'આ મુકદ્દમાના વાદી કરસનદાસ મૂળજી સાથે તમારો શો સંબંધ છે?'

'વાદી મારી સ્કૂલનો માસ્તર હતો.' શેઠ ગોકળદાસે કહ્યું.

'ખટાઉ લધા તમારી સાથે વાલકેશ્વરમાં વાત કરતા હતા ત્યારે એમણે શું જોયું હતું તે તમે જાણો છો?' બેલીએ શેઠ ગોકળદાસને ઉશ્કેરવાનો પ્રયત્ન કર્યો.

'અમે જ્યારે વાલકેશ્વરમાં વાત કરતા હતા ત્યારે ખટાઉ લધા એક બાવીને જોવા ગયેલા. તે બાવી સામેના ઘરમાં રહેતી હતી.'

'તમે ગયા હતા?'

'ના, હું તેને જોવા નહોતો ગયો.'

'એ સ્ત્રીની આબરૂ વિશે તમે શું જાણો છો?'

'ના, તે કેવી આબરૂની ઓરત છે તે હું જાણતો નથી.'

'એના ઘરમાં કયો ભાટિયો પ્રવેશ્યો હતો તે તમે જાણો છો?'

'એના ઘરમાં કોણ ગયું હતું તે જોવા ખટાઉ ગયેલો, હું નહીં.'

મિસ્ટર બેલીની આ પ્રશ્નોત્તરીને મુકદ્દમા સાથે કોઈ લેવાદેવા નથી એવો વાંધો મિસ્ટર આન્સ્ટીએ ઉઠાવ્યો. ન્યાયમૂર્તિએ મિસ્ટર બેલીને માત્ર મુકદમા પર સીધો પ્રકાશ ફેંકી શકે એવા જ પ્રશ્નો પૂછવાનું ફરમાવ્યું. બેલીએ સવાલ કર્યો,

'મિસ્ટર ગોકળદાસ તેજપાળ, તમે માનો છો કે તમારા મહારાજો વ્યભિચારી છે?'

'મહારાજો વ્યભિચાર કરે છે એ વાત હું સત્તર કે અઢાર વર્ષથી જાણું છું.'

'આમ છતાં તમે એમનાં દર્શને જાઓ છો?'

'હા, જાઉં છું.'

'તમારી ભાટિયા નાત શું તમને નાતબહાર મૂકવાની સત્તા ધરાવે છે?'

'કોઈ બી શખસને નાતબહાર મૂકવો હોય તો નાતના ઘણાખરા લોકોની મંજૂરી જોઈએ. મને નાતબહાર મૂકવો હોય તો ફક્ત આ નવ પ્રતિવાદીઓના હાથમાં એ સત્તા નથી. નવ પ્રતિવાદીમાંના ફક્ત બે જણ શેઠિયા છે.'

મિસ્ટર બેલી આગળ વધુ કશું પૂછવા માગતા નહોતા. 'ધેટ્સ ઑલ, મી લૉર્ડ,' કહીને તેઓ બેસી ગયા. ભાટિયા કન્સ્પિરસી કેસમાંના તમામ સાક્ષીઓની ઊલટતપાસ લેવાઈ ચૂકી હતી. ન્યાયમૂર્તિએ જાહેરાત કરી કે આવતી કાલે શનિવાર, ૧૪ ડિસેમ્બરના રોજ બેઉ પક્ષોના વકીલોની આખરી દલીલો સાંભળીને ચુકાદો આપવામાં આવશે.

શુક્રવારની આખી રાત કરસનદાસ વિચારતો રહ્યો. ભાટિયા કન્સ્પિરસી કેસનો

ચુકાદો પોતાની તરફેણમાં આવે તો જ લાયબલ કેસ માટેના સાક્ષીઓ મહારાજ વિરુદ્ધ જુબાની આપવાને તૈયાર થાય. આ કેસ હારી જવાશે તો લાયબલ કેસ શરૂ થતાં પહેલાં જ પોતે હાર કબૂલી લેવી પડશે એમાં કોઈ શંકા નહોતી. વહેલી સવારે ઈશ્વરને પ્રાર્થના કરતાં કરતાં કરસનદાસ હીંચકા પર સૂઈ ગયો.

* * *

૧૪ ડિસેમ્બર, ૧૮૬૧ના શનિવારે ફરિયાદી કરસનદાસ મૂળજીના વકીલો પોતાનું આખરી બયાન રજૂ કરે તે પહેલાં બચાવપક્ષને છેલ્લી વાર પોતાનો પક્ષ રજૂ કરવાની તક આપવામાં આવી. અદાલતમાં આજે શાંતિ હતી. અત્યાર સુધી ચાલેલા મુકદ્દમા દરમિયાન વારંવાર કોર્ટમાં બૂમરાણ મચતી અને ધમાચકડી થઈ જતી. ન્યાયમૂર્તિના આદેશથી આજે આ તમામ તોફાની તત્ત્વોને અદાલતની બહાર અટકાવી દેવામાં આવ્યાં. અદાલતનો ખંડ ખાલી જોઈને અનેક યુરોપિયનો ચૂપચાપ આવીને બેસી ગયા. ભાટિયા મહાજનની નવ વ્યક્તિઓ વતી રોકવામાં આવેલા બે ધારાશાસ્ત્રીઓ મિસ્ટર બાર્ટન તથા મિસ્ટર બેલીએ આપસમાં નક્કી કર્યું કે બાર્ટને પ્રથમ રજૂઆત કરવી.

'નામદાર,' બાર્ટને ઊભા થઈને ન્યાયાધીશ તરફ સીધી નજર કરતાં કહ્યું, 'આ મુકદ્દમો ભાટિયા કન્સ્પિરસી કેસના નામે આખા શહેરમાં જાણીતો થઈ ગયો છે. સમગ્ર મુંબાઈમાં આ કેસે ચકચાર જગાવી છે. તેનું કારણ એક તો એ છે કે આવો મુકદ્દમો અગાઉ ક્યારેય મુંબાઈની અદાલતમાં આવ્યો નથી. બીજું, જેમને આરોપી ગણવામાં આવ્યા છે તે નવ ભાટિયાઓ તવંગર અને આબરૂદાર છે અને ત્રીજું, આ સૌના પર બનાવટ કરીને ખોટું તહોમત મૂકવામાં આવ્યું છે. ફરિયાદી કરસનદાસ મૂળજી તરફથી મિસ્ટર આન્સ્ટીએ કેસના આરંભે જે સંભાષણ કીધું તેના પરથી માલૂમ પડે છે કે આ સઘળોય મુકદ્દમો લૂલો છે. આ મુકદ્દમો ખરા પ્રકાશમાં લાવવામાં નથી આવ્યો. એને બદલે તોફાની સમુદ્રમાં વહાણ કૂદતું હોય તેમ આ મુકદ્દમો પુરાતન રોમથી હમણાંથી ઈટલીમાં કૂદી પડ્યો અને પાછો ત્રણસો વરસની વાત ઉપરના ઇંગ્લંડમાં જઈ કૂદ્યો. મારા અસીલો પર ઘણો જ ઘાતકી અને નીચ અપરાધ મૂકવામાં આવ્યો છે. અને જ્યૂરીના ગૃહસ્થો ઘણી બારીકીથી એ સઘળો મુકદ્દમો તપાસ્યા પછી પોતાનો છેલ્લો વિચાર આપશે એવી હું આશા રાખું છું. આ ભાટિયાઓને જિંદગીમાં પહેલી જ વાર અપરાધી તરીકે કોર્ટની સામે ઊભા રાખવામાં આવ્યા છે. એમનો બચાવ ઘણો સહેલો છે અને તે ખરો છે. આ મુકદ્દમો જાહેર નીતિની સંભાળ કરવાને, પબ્લિક મોરાલિટીને સાચવવાને સારુ ઊભો કરવામાં નથી આવ્યો. પણ લાયબલનો મુકદ્દમો માંડનાર મહારાજના પક્ષ વિશે કોર્ટને ખરાબ વિચાર ઉત્પન્ન થાય, તે સારુ અને પૈસા મેળવવાને ઊભો કર્યો છે. ફરિયાદી કરસનદાસે લાયબલના કેસમાં જે પ્લી નોંધાવી છે તે તમોએ સાંભળી છે અને જાણ્યું છે કે તે કેવી ગલીચ અને અનીતિથી ભરેલી છે. આ નવ ભાટિયા અથવા એમાંના કોઈને પણ ગેરવાજબી રીતે ગિલ્ટી કરાવવામાં આવશે તો મારામાં જ્યાં સુધી કૌવત અને પ્રાણ છે ત્યાં સુધી હું તેમના વતી લડીશ. આ કોર્ટથી ન્યાયને બદલે કોઈને નાહકનું દુઃખ ઊપજે

એવું ના થવું જોઈએ. ૧૮૫૮ના જૂન મહિનામાં ભાટિયાઓએ પોતાની ન્યાતની તેમ જ પોતાના ધર્મની આબરૂ બચાવવા 'સત્યપ્રકાશ' પર ફરિયાદ કરવાનો વિચાર કર્યો હતો. તે વિચાર ફરીથી તાજો કરવાને આ લોકોએ મહાજન થાને પોતાની ન્યાત એકઠી કીધી. આવું કરવાનો એમને પૂરેપૂરો અખત્યાર હતો.'

ન્યાયમૂર્તિ સર જૉસેફ આર્નોલ્ડે વકીલ બાર્ટનના નિવેદનમાંથી જરૂરી નોંધ ટપકાવી લીધી અને બચાવના બીજા વકીલ મિસ્ટર બેલીને બોલવાની તક આપી.

બેલીએ કહ્યું, 'કન્સ્પિરસીનો અપરાધ પુરવાર કરવા માટે સૌપ્રથમ તો છૂપા મનસૂબા પુરવાર થવા જોઈએ.' આમ કહીને એમણે અગાઉના કેસનાં સંખ્યાબંધ દાખલાઓ ટાંકી દરેક થોથું કોર્ટની આગળ રજૂ કર્યું. પછી ઉમેર્યું, 'પણ આ કિસ્સામાં છૂપો મનસૂબો કોઈ છે જ નહીં. સઘળું કામ ઉઘાડી રીતે અને સૌ કોઈ જાણે તેમ કરવામાં આવ્યું છે. બીજું, આ મુકદ્દમાને અંગ્રેજ લોકોની નજરે ના જોવો જોઈએ. આ ભાટિયા લોકો અજીબ તરાહના છે અને અંગ્રેજ લોકો એમના રિવાજો તથા કાયદાકાનૂનથી અજાણ્યા છે. આ પ્રતિવાદીઓ રસ્તે રઝળતા આદમીઓ નથી પણ ગાડીઘોડે બેસનારા શ્રીમંતો છે અને બે જણ તો તેઓની ન્યાતમાં સૌથી મોટા શેઠિયા છે. તેઓ આ જ રીતે ઘણાં વર્ષોથી જીવતા આવ્યા છે અને અત્યારે પણ એવી જ રહેણીકરણી એમની છે. અંગ્રેજ લોકો એમના વિશે વધારે જાણતા નથી. આ બાબત ફક્ત ન્યાતને લગતી છે. કંપની સરકાર ધરમની અને ન્યાતની ભાંજગડમાં પડતી નથી. નામદાર રાણીની સરકાર પણ એવી બાબતમાં વચ્ચે પડતી નથી એવું સૌ કોઈ જાણે છે.'

અહીં પોતાની દલીલના સમર્થનમાં મિસ્ટર બેલીએ હિન્દુસ્તાનના વિવિધ વર્તમાનપત્રોમાં પ્રગટ થયેલા સમાચાર ટાંક્યા અને કહ્યું, 'વર્તમાનપત્રોને દરેક પ્રકારની છૂટ મળે તે જરૂરી છે પણ ખાનગી કિન્ના માટે તે હથિયાર થઈ પડે ત્યારે એ છૂટ પાછી લઈ લેવી પડે.'

પ્રતિવાદીઓના વકીલોના સંભાષણ પછી એમના વતી એકેય સાક્ષી બોલાવવામાં આવ્યો નહીં. માટે નામદાર જજે જ્યૂરીને મુકદ્દમાની કેફિયત સમજાવવાનું શરૂ કર્યું. આ વિશે સમજ આપતાં તથા સઘળી સાહેદીઓ વાંચી સંભળાવતાં લગભગ પોણા બે કલાક થયા. જ્યૂરીને ચાર્જ આપતી વેળા નામદાર જજ બોલ્યા :

'કન્સ્પિરસીના અન્યાયમાં મુખ્ય વાત એ જ તપાસવાની છે કે આરોપીઓએ કાયદા વિરુદ્ધ પોતાના મતલબને માટે મસલત કીધી છે કે નહીં? અગર કીધી છે એવું માલૂમ પડે તો કન્સ્પિરસીનો આરોપ તેમના પર લાગુ પડ્યા વગર રહેતો નથી. તે મસલત છૂપી કીધી કે ઉઘાડી રીતે કીધી અથવા એવું કરવાથી એમની મતલબ હાંસલ થઈ યા નહીં એ તપાસવાની કશી જરૂર નથી. જે આરોપ મૂકવામાં આવ્યો છે તે ખુલ્લો અને ઉઘાડો છે અને તે એ છે કે ભાટિયાઓ કોર્ટમાં સાહેદી પૂરવાને આવી શકે નહીં એ માટે મસલત કરીને જાહેર ઇન્સાફને ખલેલ પહોંચાડવાની તજવીજો કરવામાં આવી. ખરું કહીએ તો આ અદાલતને ન્યાયને બદલે અન્યાયનું હથિયાર કરી લેવાની મસલત કીધી.

'કન્સ્પિરસીમાં 'છૂપી' મસલત જોઈએ એવી દલીલ એક કરતાં વધારે વાર કરવામાં આવી છે. પણ આ અદાલતમાં હું ઇન્સાફની ખુરશી પર અપરાધીઓને ન્યાય અપાવવા બેઠેલો છું તેથી જણાવવાને જરૂર પડે છે કે કન્સ્પિરસીનો અપરાધ લાગુ પાડવા માટે 'છૂપી' મસલતની કંઈ જરૂર નથી. વળી, આ મુકદ્દમા મધ્યે અંગ્રેજી કાયદાકાનૂન લાગુ પડી શકે નહીં એવું પ્રતિવાદીઓની તરફથી જણાવવામાં આવ્યું છે. પણ એ વિચાર સાથે હું એકમત થઈ શકતો નથી. આ મુકદ્દમો એવો નથી કે જેમાં ભાટિયાના મહારાજે પોતાની આબરૂનો જવાબ માગવાને કોર્ટનો આશરો લીધો હોય. પણ જે અદાલતનો આશરો મહારાજે પોતાની સત્તા તથા આબરૂનો બચાવ કરવાને લીધો છે તે જ અદાલતને અન્યાયની અદાલત બનાવવાની મસલત કીધી છે અને તે વિશે આ મુકદ્દમો છે. અને જે મુખજુબાની રજૂ થઈ છે તે ઉપરથી જ્યૂરીને જો એવી ખાતરી થાય કે આ લોકોએ મહારાજની તરફથી જાહેર ઇન્સાફને ઊંધો વાળવાની મસલત કીધી છે તો તેમની ઉપર કન્સ્પિરસીનો અપરાધ લાગુ પડે છે, અને અંગ્રેજી કાયદો જે પ્રમાણે બીજા મુકદ્દમામાં લાગુ પડે છે તે જ રીતે આ મુકદ્દમામાં પણ લાગુ પડે એટલું જ નહીં, મસલતમાં સામેલ થનારા એક શખ્સની વાત બીજા શખ્સો ઉપર લાગુ પડે છે. ફરિયાદી કરસનદાસ મૂળજી તરફથી લાયબલના કેસમાં જે પ્લી અપાઈ છે તે શું કારણે અપાઈ છે તે વાત વિચારમાં લેતાં તેની તમામ ભાષા દોષ વગરની અથવા અડચણ વગરની છે અને એવા આર્ટિકલને ખરાબ નજરથી જોવાની હમણાંના કેટલાક લોકો ખોટી બારીકી દેખાડે છે. પણ ખરી વાત એ છે કે કઠણ અને અનીતિ ભરેલા રિવાજોને ખુલ્લાં પાડવા કઠણ શબ્દો વાપર્યા વિના છૂટકો નથી અને ઇન્સાફની અદાલતમાં લાયબલના જવાબમાં ખુલ્લું તથા ઉઘાડું બોલવું જોઈએ.'

ન્યાયમૂર્તિના સંભાષણ પછી જ્યૂરી વિચાર કરવાને ગઈ અને આશરે પોણો કલાક પછી એટલે કે સાડા ચાર વાગ્યે પાછી અદાલતમાં આવી અને જ્યૂરીએ તમામ નવ આરોપીઓને 'ગિલ્ટી' ઠરાવ્યા.

આ સાંભળીને કરસનદાસના વકીલ મિસ્ટર આન્સ્ટી તરત જ ઊભા થયા અને બોલ્યા, 'જે ઇન્સાફ જોઈતો હતો તે અમને મળી ગયો છે. પ્રતિવાદીઓ પોતાની મુરાદમાં પૂરતી રીતે નિષ્ફળ ગયા છે. મારા અસીલ વતી હું નામદાર કોર્ટને અરજ કરું છું કે આ કેસ પાછળનો અમારો હેતુ સિદ્ધ થઈ ગયો હોવાથી ગિલ્ટી પુરવાર થયેલા આરોપીઓને જેમ બને તેમ ઓછી શિક્ષા કરવી.'

કોર્ટમાં હાજર રહેલા સૌ કોઈને કરસનદાસની આ ઉદારતા પર માન થાય એ પહેલાં જ પ્રતિવાદીઓ તરફથી મિસ્ટર બેલીએ ઊભા થઈને કહ્યું,

'નામદાર, કાયદાને લગતી કેટલીક બાબતો વિશે હું થોડાક વાંધા રજૂ કરવા માગું છું માટે કોર્ટ જજમેન્ટ રોકી રાખે એવી મારી અરજ છે.'

નામદાર જજે જ્યૂરીને કહ્યું, 'આ મુકદ્દમો મોટો અને અગત્યનો છે માટે હું જણાવું છું કે તમોએ આરોપીઓને ગિલ્ટી ઠરાવ્યા તે બાબત સાથે હું તદ્દન સહમત છું.' નામદાર

જજે આખરી ચુકાદો મંગળવાર, ૧૭ ડિસેમ્બર પર મુલતવી રાખ્યો.

* * *

મંગળવારની સવારથી કોર્ટના ચોગાનમાં ભીડ જામી હતી. સૌ કોઈ પોતપોતાની સમજ મુજબ કાયદાની બારીકીઓ વિશે અરસપરસ ચર્ચા કરતા હતા. છેવટે શું થશે તે જાણવાની ઇંતેજારી સૌ કોઈને હતી.

અદાલત શરૂ થયા પછી પ્રતિવાદીઓના વકીલ મિસ્ટર બેલીએ પોતાના અન્ય સાથીઓની મદદ લઈને કન્સ્પિરસીનો આરોપ જે જુદા જુદા પાંચ પ્રકારો દ્વારા મૂકવામાં આવ્યો હતો તે પાંચેય કાઉન્ટમાં રહેલી ખોડખાંપણો કાયદાનાં મોટાં મોટાં થોથાં ઉથલાવીને જજ આગળ રજૂ કરી અને આખોય મુકદ્દમો નવેસરથી ચાલે તે માટે ન્યુ ટ્રાયલની અરજી કરી.

કરસનદાસ વતી મિસ્ટર આન્સ્ટીએ ઘણી કાબેલિયતથી આ સઘળાનો જવાબ આપ્યો અને ન્યુ ટ્રાયલની દરખાસ્ત કોર્ટે શા માટે મંજૂર રાખવી જોઈએ નહીં તે માટે સચોટ દલીલો કીધી.

કોર્ટે કહ્યું કે પ્રતિવાદીઓ તરફથી ઉઠાવવામાં આવેલી તમામ તકરારો નબળી છે અને પાંચેય કાઉન્ટ કાયદાની દૃષ્ટિએ ખામી વગરના હોવાથી ન્યુ ટ્રાયલની દરખાસ્ત ઉડાવી દેવામાં આવે છે.

આ સાંભળીને પ્રતિવાદીઓ વતી મિસ્ટર બેલીએ ફરીથી ન્યુ ટ્રાયલ માટે જીદ પકડી જેને કારણે કરસનદાસના વકીલ મિસ્ટર આન્સ્ટીએ ક્રોધિત થઈને ઊંચા અવાજે કહ્યું, ‘મારા અસીલને આમેય ઘણો ખરચ થઈ ગયો છે અને એમને વધારે ખરચ કરવું પડે તથા વધારે દુઃખમાં ઊતરવું પડે તે વાસ્તે જ સામેવાળા તરફથી ન્યુ ટ્રાયલની જીદ કરવામાં આવે છે એટલે પ્રતિવાદીઓ પર રહેમ નજર કરવાની મારા અસીલે શનિવારે જે અરજ કરી હતી તે અરજ મારા અસીલે મને નથી કહ્યું તો પણ હું એમના વતી પાછી ખેંચી લઉં છું.’

કોર્ટમાં સ્તબ્ધતા છવાઈ ગઈ. પ્રતિવાદીઓનો વકીલ મિસ્ટર બેલી વાતાવરણ પારખી ગયો. લાંબું ખેંચવાથી પોતાના જ અસીલોનું વધારે નુકસાન થશે એમ પારખીને મિસ્ટર બેલીએ નરમ ઘેંસ અવાજમાં આંખો નીચી ઢાળીને ન્યાયમૂર્તિને કહ્યું,

‘જે અપરાધ મારા અસીલોએ કર્યો છે તે તમામ અસીલોએ પહેલી વાર આવું કર્યું છે. તેઓ મોભાવાળા સદ્‌ગૃહસ્થો છે અને તેઓએ જે કામ કર્યું છે તે કાયદા વિરુદ્ધ છે એવું તેઓ સમજતા નહોતા, માટે મારી અદાલતને દરખાસ્ત છે કે એમને બને એટલી હળવી શિક્ષા કરવી.’

ન્યાયમૂર્તિ સર જૉસેફ આર્નોલ્ડે કશો પ્રતિભાવ દર્શાવ્યા વિના ગિલ્ટી આરોપીઓને સજાની સુનાવણી કરતાં એમને સંબોધન કર્યું :

‘વસ્તીના ઘણા એક મોટા અને આબરૂવાળા ગૃહસ્થો તમારી આબરૂ વિશે હાલ બોલ્યા, તેમના બોલવાની સચ્ચાઈ ઉપર મને કંઈ પણ શક નથી. આ મુકદ્દમો ચાલ્યો

તેની શરૂઆતથી તે અત્યાર સુધી તમારી આબરૂ વિશે એવું કંઈ બોલવામાં આવ્યું નથી કે તમોએ દંગોફસાદ અથવા લુચ્ચાઈ કીધી. તમારા પર જે આરોપ મુકાયો છે તે એ કે જે પુરુષને તમે મોટું માન આપો છો તે પુરુષ વ્યભિચાર અને બીજી અનીતિ કરે છે એવી બીના છાપામાં આવ્યાથી તેણે આ અદાલતમાં ફરિયાદ માંડી છે અને તે પત્રના અધિપતિ પર ફરિયાદ મંડાઈ ત્યારે નામદાર રાણીની પ્રજા તરીકે તેને પોતાના બચાવમાં પ્લી આપવાનો પૂરો હક્ક હતો. મને કોઈ શક નથી કે તમોએ આ જે કામ કીધું છે તે કરવાની ઉશ્કેરણી મહારાજનો મુકદ્દમો ચલાવનાર પ્રભુદાસ દ્વારા કરવામાં આવી છે.

'તમને એવું જણાવવામાં આવ્યું કે તે પ્લીથી તમારા પર હુમલો થયો છે. પણ હકીકતમાં તે કાંઈ હુમલો નથી પણ તેનો બચાવ છે. અને તમે આંખવાળા માણસો થઈને એટલા તો અજાણ્યા નહીં જ હો કે સાક્ષીને લાલચ કે ધમકી આપવી એમાં અપરાધ નથી એવું સમજતા હો, ત્યારે તમોએ બીજી રીતે સચ્ચાઈ તથા ઇન્સાફને અટકાવવાની તજવીજ કીધી. તમે ધર્મને વાસ્તે કામ કીધું એ બચાવથી શિક્ષા ઓછી થઈ શકતી નથી. તો પણ તમને સજા કરતી વખતે આદમ જાતનો દયાનો ગુણ મારાથી દૂર થઈ શકતો નથી. આ અપરાધ વિશે ઇંગ્લૅન્ડનો કાયદો કેવો છે તે હું તમને વાંચી સંભળાવું છું કે જેથી તમે હવે પછી સાવચેત રહો.'

ન્યાયમૂર્તિએ એક ટાંચણ કાઢીને વાંચી સંભળાવ્યું અને કહ્યું, 'આ કાયદા મુજબ સખત મજૂરી સાથે કેદખાનાની શિક્ષા કરવાનો મને અખત્યાર છે. પણ તે હું આ વેળાએ અમલમાં લાવવાને ઇચ્છતો નથી. પણ તમે હવે પછી સાવચેત રહેશો તેવું વારંવાર કહેવાની મને જરૂર નથી. તમે બે મુખ્ય આગેવાનો ગોકળદાસ લીલાધર અને લખમીદાસ દામજીને કોર્ટ હુકમ કરે છે કે તમે બેઉ જણ હજાર-હજાર રૂપિયાનો દંડ આપો અને બાકીના સાત પ્રતિવાદીઓને પાંચસો-પાંચસો રૂપિયાનો દંડ જમા કરાવવાનો હુકમ આપવામાં આવે છે.'

સજા સંભળાવી લીધા પછી ન્યાયમૂર્તિએ કામકાજ આટોપવાની શરૂઆત કરી ત્યાં જ કરસનદાસ વતી મિસ્ટર આન્સ્ટીએ અરજી કરી, 'નામદાર મારા અસીલને આ મુકદ્દમો ચલાવવાને રૂપિયા ત્રણથી ચાર હજારનો ખર્ચ થયો છે તે ખર્ચ કોર્ટ આ દંડમાંથી આપે એવી વિનંતી છે.'

ન્યાયમૂર્તિએ વાદીને કોર્ટ તરફથી એક હજાર રૂપિયા દંડની રકમમાંથી ખર્ચ પેટે આપવામાં આવે એવો હુકમ કર્યો.

કરસનદાસ શૂન્યમનસ્ક બનીને આજની આખીય કાર્યવાહી નિહાળી રહ્યો હતો. કોર્ટે પોતાના તરફી ચુકાદો આપ્યો હતો એ વાત તો શનિવારે જ જાહેર થઈ ચૂકી હતી. આરોપીને થનારી સજામાં હવે એને કોઈ રસ રહ્યો નહોતો. હવે માત્ર એક જ ચિંતા એને હતી. જીવનનું એકમાત્ર લક્ષ્ય હતું : હવે શરૂ થનારા મહારાજ લાયબલ કેસમાં પોતે જીતશે કે પછી જદુનાથ મહારાજ.

।। आरती ।।

પ્રકરણ : ૨૪

૧૪ ડિસેમ્બર ૧૮૬૧ના શનિવારે ભાટિયા કન્સ્પિરસી કેસનો ચુકાદો આપી દીધા પછી મુંબાઈની સુપ્રીમ કોર્ટના નામદાર ન્યાયમૂર્તિ સર જૉસેફ આર્નોલ્ડે ક્રિસમસ વૅકેશનની તૈયારીઓ કરવા માંડી. ક્રિસમસ આડે હવે માત્ર દસેક દિવસ બાકી હતા. સર જૉસેફ આર્નોલ્ડે વિચાર્યું કે આ વર્ષે પણ ક્રિસમસ ઇન્ડિયામાં જ ઉજવવાની હતી. વૅકેશનમાં ઇંગ્લૅન્ડ નહીં જઈ શકવાનાં ત્રણ કારણો હતાં અને ત્રણેય ઘણાં મહત્ત્વનાં હતાં.

નવા વર્ષના પહેલા જ મહિનામાં મહારાજ લાયબલ કેસની સુનાવણી શરૂ કરી દેવાની હતી. ૨૫ જાન્યુઆરીએ કેસ ઉઘડે એ પહેલાં બંને પક્ષના વકીલોને ચેમ્બરમાં બોલાવવાના હતા. વાદી અને પ્રતિવાદી વચ્ચે કેસ શરૂ થતાં પહેલાં સમાધાન થઈ શકતું હોય તો તે વિશે અને ન થઈ શકતું હોય તો જ્યૂરીના ફોર્મેશન વિશે ચર્ચા કરી લેવી જરૂરી હતી.

આ વર્ષે પણ ક્રિસમસ માટે ઇંગ્લૅન્ડ નહીં જઈ શકવાનું બીજું કારણ એકદમ અંગત હતું. બે વર્ષ પહેલાં ભારત માટેના ઇંગ્લૅન્ડના વિદેશ પ્રધાન લૉર્ડ સ્ટેન્લીએ જૉસેફ આર્નોલ્ડની મુંબાઈની સુપ્રીમ કોર્ટની બેન્ચમાં જસ્ટિસ તરીકે નિમણૂક કરીને એમને ઇન્ડિયા મોકલ્યા હતા. હિન્દુસ્તાનગમન પહેલાં રાણીએ એમને નાઇટહૂડથી નવાજીને સરનો ઇલકાબ આપ્યો હતો. નવી જવાબદારી લઈને મુંબાઈ આવેલા આર્નોલ્ડ અને એમનાં પત્ની મારિયા ખુશ હતાં. પણ દરિયાકિનારાની ભેજવાળી હવા અને એપ્રિલના ઉનાળાના ગરમ વાતાવરણમાં શ્રીમતી મારિયા આર્નોલ્ડ આવતાંવેત બીમાર પડી ગયાં. અહીંનું પાણી એમને માફક આવતું નહોતું. પેટની તકલીફ વધી ગઈ અને સતત અતિસારને કારણે શરીર નબળું પડતું ગયું, વારંવાર તાવમાં પટકાતું થયું. મુંબાઈના દાક્તરોએ હાથ હેઠા મૂકી દીધા. ઇંગ્લૅન્ડ લઈ જવાની તૈયારી થતી હતી ત્યાં જુલાઈના આખરી દિવસોમાં જ મારિયા આર્નોલ્ડે છેલ્લા શ્વાસ લીધા.

પત્નીના મૃત્યુના શોકમાં ડૂબી ગયેલા સર જૉસેફ આર્નોલ્ડે એને શ્રદ્ધાંજલિ આપતું એક કાવ્ય લખ્યું. બીજા અઠવાડિયે ઇંગ્લૅન્ડના પોતાના કવિમિત્ર રોબર્ટ બ્રાઉનિંગને ટપાલમાં રવાના કર્યું અને સાથે નોંધ ઉમેરી કે જો એમની કસોટીમાંથી આ કાવ્ય ખરું ઊતરે તો એને છપાવવા માટે ડગ્લાસ જેરલ્ડના 'વીકલી ન્યૂઝપેપર' નામના સાપ્તાહિકમાં મોકલી આપવું.

પત્નીના મૃત્યુનો શોક ઉતારીને બીજા વર્ષે મે મહિનાના સમર વૅકેશનમાં ૪૭ વર્ષની ઉંમરે સર જૉસેફ આર્નોલ્ડે બીજાં લગ્ન કર્યાં. પત્ની ઍન એમનાથી ઘણી નાની ઉંમરની હતી અને ફિફ્ટીન્થ બૅન્ગાલ ઇન્ફન્ટ્રીના બહાદુર અફસર સ્વર્ગસ્થ જૉન વિલિયમ કાર્નેગીની દીકરી હતી. લગ્નના યોગ્ય સમય બાદ એમને ત્યાં મૅરી નામની લક્ષ્મીના પધરામણાં થયાં અને અત્યારે ઍન ફરી ગર્ભવતી હતી. મુંબાઈથી ઇંગ્લૅન્ડ અને ફરી ઇંગ્લૅન્ડથી મુંબાઈ સુધીની લાંબી દરિયાઈ સફર ઍનની આ નાજુક પરિસ્થિતિને તેમ જ નાનકડી મૅરીની પ્રકૃતિને અનુકૂળ આવે એમ નહોતી.

ત્રીજું કારણ સૌથી મહત્ત્વનું હતું. ઇસ્ટ ઇન્ડિયા કંપનીએ હિન્દુસ્તાનમાં રાજ કરવાની વ્યવસ્થા ઊભી કર્યા બાદ ૧૮૨૪ની સાલમાં મુંબાઈમાં સુપ્રીમ કોર્ટની સ્થાપના કરી હતી. પણ ૧૮૫૭માં નેટિવોએ બગાવત કરી એ પછી રાણીને ખ્યાલ આવ્યો કે આટલા વિશાળ દેશનો વહીવટ કરવા માટે કંપની સરકારને બદલે બ્રિટિશ પાર્લામેન્ટની જરૂર પડવાની. પાર્લામેન્ટે ઇસ્ટ ઇન્ડિયા કંપની પાસેથી હિન્દુસ્તાનનો વહીવટ છીનવીને તમામ કારોબાર પોતાની પાસે લઈ લીધો. ભવિષ્યમાં કોઈ નવી બગાવત થાય તો એ આતંકખોરો સામે કડક હાથે કામ ચલાવવા આખા દેશમાં જડબેસલાક ન્યાયતંત્ર ઊભું કરવું જોઈએ એવા ઇરાદાથી બ્રિટિશ પાર્લામેન્ટે ઇન્ડિયાને ધ્યાનમાં રાખીને 'હાઇ કોર્ટ્સ ઍક્ટ ઑફ એઇટીન સિક્સ્ટીવન' નામનો નવો કાયદો પસાર કર્યો. દેશની ત્રણ પ્રેસિડેન્સીઝ કલકત્તા, બોમ્બે અને મદ્રાસમાં બને એટલી જલદી હાઈકોર્ટની સ્થાપના કરવાનું નક્કી થઈ ગયું.

સર જૉસેફ આર્નોલ્ડના માથે આ નવી જવાબદારી હતી. આવતા વર્ષે જ મુંબાઈની હાઈકોર્ટની સ્થાપના કરી દેવાની હતી. હાઈકોર્ટના નવા વિશાળ મકાન માટેની મોટી ખુલ્લી જગ્યા શોધવાનું કામ શરૂ થઈ ગયું હતું. નવી જગ્યા એક્વાયર થાય અને એના મકાનના નકશા બને પછી એનું બાંધકામ શરૂ થાય એમાં વર્ષો વીતી જવાનાં હતાં. ત્યાં સુધી હૉર્નબી હાઉસના આ સુપ્રીમ કોર્ટના મકાનમાં જ પાટિયું બદલીને હાઈકોર્ટ બેસવાની હતી.

સર જૉસેફ આર્નોલ્ડે વિચાર્યું કે મહારાજ લાયબલ કેસની કાર્યવાહી સુપ્રીમ કોર્ટમાં શરૂ થઈ છે એટલે આ જ અદાલતમાં એની પૂર્ણાહુતિ કરીને નવી હાઈકોર્ટનો આરંભ કરવાનો રહેશે.

ક્રિસમસ પહેલાંના છેલ્લા વીકએન્ડ દરમિયાન સર જૉસેફ આર્નોલ્ડ ગર્ભવતી પત્નીની સાથે નવજાત શિશુ મૅરીને તેડીને રામ્પાર્ટ રો પાસેના સ્ટોરમાં નાતાલની ખરીદી માટે ગયા. ઘર માટે એક નાનકડું ક્રિસમસ ટ્રી ખરીદ્યું. પત્ની માટે ક્રિસમસ અને નવા વર્ષની ઉજવણીમાં પહેરવાલાયક બ્રોકેડના બે મોંઘા ગાઉન ખરીદ્યાં. મૅરી અને આવનાર બાળક માટે થોડાંક રમકડાં લીધાં અને પોતાના માટે એક ફાઉન્ટન પેન ખરીદી.

ક્રિસમસના અઠવાડિયે ઇંગ્લૅન્ડથી આવનારી ટપાલોનો ધસારો વધી ગયો. ઑક્સફર્ડમાં સાથે ભણેલા મિત્રોએ શુભેચ્છાનાં પતકડાં મોકલ્યાં હતાં. ઇંગ્લૅન્ડમાં સ્પેશ્યલ પ્લીડર તરીકેની ફરજ બજાવતી વખતે બનેલા વકીલમિત્રોએ પણ નાતાલ અને નવા વર્ષની શુભેચ્છાઓ મોકલી હતી. 'લૉ ઑફ મરીન ઇન્શ્યૉરન્સ ઍન્ડ ઍવરેજ' નામના પોતાના

બે ભાગમાં પ્રગટ થયેલા ગ્રંથના પ્રકાશકે પણ શુભેચ્છાના પત્રની નીચે તાજા કલમ લખી હતી કે હવે નવા પુસ્તકની હસ્તપ્રત ક્યારે મોકલો છો. પત્રની સાથે પ્રકાશકે ફ્રાન્સની બનાવટના ઉમદા વાઇનની છ બાટલીઓનું એક ક્રેટ પણ મોકલ્યું હતું.

ક્રિસમસની ઉજવણી પછી નવા વર્ષની રાહ જોતાં સર જૉસેફ આર્નોલ્ડે હિન્દુસ્તાનમાં ગાળેલાં અઢી વર્ષના ગાળાના અનુભવો વિશેનો એક લાંબો લેખ લખીને લંડનના 'ડેઇલી ન્યૂઝ'ને હપ્તાવાર છાપવા માટે રવાના કર્યો.

૧૮૬૨નું નવું વર્ષ રંગેચંગે ઊજવ્યા પછી અદાલતોનું વૅકેશન પૂરું થયું. સર જૉસેફ આર્નોલ્ડે લાંબી રજાઓની આળસ ખંખેરીને હોર્નબી હાઉસના પહેલા માળની પોતાની ચેમ્બરમાં એજન્ડા પરનું સૌથી પહેલું કામ હાથમાં લીધું. અગાઉથી નક્કી કર્યા મુજબ બરાબર દસના ટકોરે મહારાજ લાયબલ કેસના બંને પક્ષકારોના વકીલો ઑનરેબલ જસ્ટિસ સર જૉસેફ આર્નોલ્ડની ચેમ્બરમાં ગોઠવાઈ ગયા હતા.

'આપણી પાસે ત્રીસ મિનિટનો સમય છે,' સર આર્નોલ્ડે ન્યાયના આસન પર બેસતી વખતે ધારણ કરવામાં આવતી દૃઢ મુખમુદ્રાને બદલીને સરળ સ્મિત કરતાં કહ્યું, 'અને આ અડધા કલાક દરમિયાન તમારે બંનેએ આજની ચર્ચા પૂરી કરવા ઉપરાંત તમારા માટે મગાવવામાં આવેલી ફર્સ્ટ ફ્લશની દાર્જિલિંગ ટીને પણ પૂરી કરવાની છે.'

કરસનદાસ મૂળજી વતી કેસ લડનારા વકીલ મિસ્ટર આન્સ્ટીએ વિવેકપૂર્વક માથું નમાવીને કહ્યું, 'માય લૉર્ડ, જેવો આપનો હુકમ', અને સોનેરી કિનારીવાળો ચાનો કપ હાથમાં લઈને મહારાજ જદુનાથના વકીલ મિસ્ટર બેલી તરફ જોઈને ઉમેર્યું, 'ચાની બાબતમાં તો તમને અને મને કોઈ ઑબ્જેક્શન લેવાનો હક્ક પણ નથી.'

ત્રણેય વિદ્વાનોએ સંયમપૂર્વક હસીને વાતાવરણ સહેજ હળવું બનાવ્યું. ચા પૂરી કરીને ન્યાયમૂર્તિ આર્નોલ્ડે મિસ્ટર બેલીને સીધો જ પ્રશ્ન કર્યો.

'તમારા ક્લાયન્ટ મહારાજ જદુનાથે રૂપિયા પચાસ હજારની આબરૂની નુકસાનીનો દાવો માંડ્યો છે અને મેં ૨૫ જાન્યુઆરીએ કેસને બોર્ડ પર લેવાની સૂચના ઑલરેડી આપી દીધી છે. આજે તમને બંનેને અહીં ચેમ્બરમાં બોલાવવાનું કારણ એ જ કે ભાટિયા કન્સ્પિરસી કેસ પૂરો થઈ ગયા પછી શું તમને બંનેને લાગે છે કે આ કેસમાં બેઉ પક્ષકારો વચ્ચે સમાધાન થવાની કોઈ શક્યતા છે?'

નામદાર ન્યાયમૂર્તિ તરફથી સમાધાનનું સૂચન થતાં જ મિસ્ટર આન્સ્ટી વિચારમાં પડી ગયા. થોડીક પળ પછી બોલ્યા, 'માય લૉર્ડ, આ વિશે મેં કે મારા ક્લાયન્ટ કરસનદાસે ક્યારેય વિચાર્યું નથી. આપના તરફથી આ પ્રપોઝલ આવી છે તો જો એક દિવસની મહેતલ આપો તો હું કરસનદાસ અને બીજા ડિફેન્ડન્ટ નાનાભાઈ રાણીના સાથે વાત કરી લઉં. ઉપરાંત આ કેસમાં મારી મદદ કરી રહેલા મારા સાથી વકીલ મિસ્ટર સ્કોબલ સાથે પણ મારે ચર્ચા કરવી જરૂરી છે.'

મિસ્ટર આન્સ્ટીએ બોલવાનું પૂરું કર્યું એટલે તરત મહારાજ જદુનાથના વકીલે કહ્યું, 'માય લૉર્ડ, સારું થયું આપે અમને ચેમ્બરમાં બોલાવીને આ સૂચન કર્યું. અન્યથા હું અને

મારા સાથી વકીલ મિસ્ટર ડનબાર આ વિશે ચર્ચા કરી ચૂક્યા છીએ અને મહારાજ જદુનાથજીની પૂર્વસંમતિથી આ જ પ્રપોઝલ કોર્ટ સમક્ષ મૂકવાના હતા.'

'ધૅટ્સ ઇન્ટરેસ્ટિંગ,' નામદાર ન્યાયમૂર્તિશ્રીએ કહ્યું, 'તમે ઑલરેડી સમાધાનની ફૉર્મ્યુલા વિચારી લીધી છે, એમ?'

'જી હા, માય લૉર્ડ.' મિસ્ટર બેલી બોલ્યા, 'મહારાજ જદુનાથજીએ કોઈ ખરાબ ભાવનાથી કે કપટથી આ કેસ નથી કર્યો. મારા ક્લાયન્ટને આબરૂની નુકસાનીના બદલામાં નજીવી રકમ આપવાનું કે માફી લખી આપવાનું સામેવાળાઓ નક્કી કરી લે તો અમે કેસ પાછો ખેંચી લેવા રાજી છીએ.'

'એટલે કે તમે પચાસ હજારને બદલે ટોકન તરીકે કોઈ પણ મામૂલી રકમ નુકસાની પેટે લેવા રાજી છો, બરાબર?' ન્યાયમૂર્તિ આર્નોલ્ડે કહ્યું.

'બિલકુલ બરાબર. અને એવી પ્રતીક રકમ પણ જવા દેવા માટે અમે તૈયાર છીએ. પ્રતિવાદીઓ માત્ર માફી લખીને આપશે તો પણ અમે આ કેસ પાછો ખેંચી લેવા તૈયાર છીએ. અને જો અમારી આ પ્રપોઝલ મંજૂર ના હોય તો મારા અસીલ વતી આ મુકદ્દમો સાબિત કરી આપવાની અમારી પૂરેપૂરી તૈયારી છે.' મિસ્ટર બેલીએ મિસ્ટર આન્સ્ટી તરફ જોઈને કહ્યું. પછી તરત જ ન્યાયમૂર્તિ તરફ મોઢું ફેરવીને ઉમેર્યું, 'મારા વિદ્વાન મિત્ર મિસ્ટર આન્સ્ટી જો એમના ક્લાયન્ટને સમાધાન માટે સમજાવી શકે એમ હોય તો હું માનું છું કે નામદાર કોર્ટનો વખત બચી જશે અને કમકમાટ ઉપજાવનારી વાતો સાંભળવાની કોર્ટને જરૂર પણ નહીં પડે.'

મિસ્ટર બેલીએ ન્યાયમૂર્તિ આર્નોલ્ડ સામે માથું નમાવીને પોતાની વાત પૂરી થઈ હોવાનો સંકેત આપ્યો. ન્યાયમૂર્તિ હવે મિસ્ટર આન્સ્ટીનો જવાબ સાંભળવા આતુર હતા. આન્સ્ટીના મનમાં એક સાથે અનેક વિચારોનું યુદ્ધ ચાલુ હતું. મુકદ્દમાના આઠ મુદ્દા હતા. આ સાતમાંની પહેલી બે-ત્રણ પ્લી મામૂલી હતી અને એ બે-ત્રણ મુદ્દાઓમાં હારી જવાના ઘણા ચાન્સીસ હતા. જોકે, આખો મુકદ્દમો સૌથી અંતિમ એવી સાતમી પ્લી પર ટકેલો હતો જેમાં જદુનાથ મહારાજ વિશે 'સત્યપ્રકાશ'માં છપાયેલી વાતો સાબિત કરવાની જવાબદારી પ્રતિવાદી તરીકે કરસનદાસની હતી. એ મુખ્ય પ્લીનો ચુકાદો જો તરફેણમાં આવ્યો તો આ કેસ પોતાના તરફી થઈ જવાનો. પણ કોઈક કારણોસર જો ચુકાદો અવળો પડ્યો તો? તો કરસનદાસની મોટી ફજેતી થવાની. એવું થાય એને બદલે જો અત્યારે બંધ બારણે સમાધાન કરી લેવાની સામેથી આવેલી તક ઝડપી લેવામાં આવે તો ઓછું નુકસાન થવાનું – કરસનદાસનું અને વકીલ તરીકે પોતાનું પણ. પ્રતિષ્ઠાના નુકસાન ઉપરાંત પચાસ હજાર રૂપિયાના આર્થિક નુકસાનમાંથી ઊગરી જવાની પણ આ તક હતી. કેસ હારી ગયા પછી કરસનદાસની પડતીને કારણે એનો સાથ આપનારા કેટલા શેઠિયામિત્રો આ આર્થિક નુકસાનીમાં એની પડખે ઊભા રહેવાના? અને રકમ નહીં ચૂકવાય તો કિન્નાખોર જદુનાથ કરસનદાસને કોઈ પણ ભોગે જેલ ભેગો કરશે અને તે વખતે કોઈ કાયદો એની વહારે નહીં થાય. એના કરતાં અત્યારે સામેથી આવેલી પ્રપોઝલ

મુજબ સો-બસો રૂપિયાની ટોકન રકમની નુકસાની આપીને ભવિષ્યની આપત્તિમાં બચી જવામાં જ વ્યવહારુ ડહાપણ હતું.

'મિસ્ટર આન્સ્ટી, તમે જવાબ નહીં આપ્યો. સાડા દસ થવા આવ્યા અને મારે કોર્ટ રૂમમાં જવાની તૈયારી કરવાની છે.' ન્યાયમૂર્તિ સર આર્નોલ્ડે દીવાલ પરની ઘડિયાળ તરફ જોતાં કહ્યું.

'માય લૉર્ડ, મેં કહ્યું એમ મારા માટે આ અણધારી ઑફર છે. આપ મંજૂરી આપો તો કાલે આ જ સમયે અથવા આપને અનુકૂળતા હોય તો આજે સાંજે જ આપને મળીને મારા ક્લાયન્ટ સાથે બેસીને શું નિર્ણય લઈએ છીએ તે આપના સુધી પહોંચાડું.' મિસ્ટર આન્સ્ટીએ કહ્યું.

'ઠીક છે, કાલે સવારે દસ વાગ્યે ફરી અહીં જ મળીએ છીએ.' ન્યાયમૂર્તિ સર આર્નોલ્ડે બેઉ વકીલો સામે જોઈને કહ્યું અને ઉમેર્યું, 'અને આજની દાર્જિલિંગ ટી પસંદ ના આવી હોય તો પહેલેથી જણાવી દેજો. આપણી જૂની ને જાણીતી બર્ગેમોની ખુશ્બોવાળી અર્લ ગ્રે ટીનો બંદોબસ્ત થઈ જશે.'

* * *

'મિત્રો, જદુનાથ મહારાજના વકીલ આપણી સાથે સમાધાન કરવા માગે છે.'

એસ્પ્લેનેડની પોતાની ઑફિસમાં વકીલ મિસ્ટર આન્સ્ટીએ પોતાના અસીલો સાથે એ જ સાંજે મિટિંગ કરી. આન્સ્ટીના વિશાળ મેજ ફરતે ગોઠવાયેલી ખુરશીઓમાં વચ્ચે કરસનદાસ અને નાનાભાઈ રાણીના બેઠા હતા. રાણીનાની બાજુમાં લખમીદાસ ખીમજી હતા અને કરસનદાસની બાજુની ખુરશીમાં કવિ નર્મદાશંકર હતા. ગોકળદાસ તેજપાળને પણ આ મિટિંગમાં આવવાનું કહેણ મોકલાવાયું હતું પણ તેઓ હજુ આવ્યા નહોતા.

'સમાધાન કરવા માગે છે? એટલે કે જદુનાથ મહારાજ કેસ પાછો ખેંચવા માગે છે?' કરસનદાસે પૂછ્યું.

'હા.' આન્સ્ટી બોલ્યા, 'બદનક્ષીનો દાવો પાછો ખેંચી લેવા માગે છે.'

નર્મદે પૂછ્યું, 'પણ એમની કોઈ શરત છે કે પછી બિનશરતી ખસી જવા માગે છે?'

'શરત છે. પચાસ હજાર રૂપિયાને બદલે પ્રતીકરૂપે કોઈ પણ મામૂલી રકમની નુકસાની ચૂકવી આપો અને એટલી રકમ પણ ન ચૂકવવી હોય તો માફી લખી આપો.' આન્સ્ટીએ સવારે સર જૉસેફ આર્નોલ્ડની ચેમ્બરમાં જદુનાથ મહારાજના વકીલ મિસ્ટર બેલીની હાજરીમાં થયેલી ચર્ચાનો સાર કહ્યો.

કરસનદાસ બોલ્યા, 'આન્સ્ટીસાહેબ, માફી માગવી જ હોત તો જદુનાથ મહારાજની નોટિસ મળ્યા પછી તરત જ માફી માગીને સંકેલો કરી લીધો હોત. તમારી શું સલાહ છે?'

આન્સ્ટીએ કહ્યું, 'મારી સલાહ સાંભળતાં પહેલાં જાણી લેવું જોઈએ કે કેસ હારી જઈશું તો જદુનાથ મહારાજ ૫૦,૦૦૦ રૂપિયા લીધા વિના તમને નહીં છોડે.'

ત્યાં જ દરવાજા પર બે વ્યક્તિઓ દેખાઈ. 'નુકસાનીપેટે પચાસ હજાર ભરવા પડે

તો એ બાંહેધરી મારી. લખાણખત કરી આપું?' ગોકળદાસ તેજપાળે આટલું કહીને આન્સ્ટીની બાજુની ખુરશીમાં સ્થાન લીધું. ગોકળદાસ શેઠની સાથે આ કેસમાં સાથ આપનારા બીજા વકીલ મિસ્ટર ડનબાર હતા. આન્સ્ટીએ ડનબારને પોતાની બીજી તરફની ખુરશીમાં બેસાડ્યા.

ગોકળદાસને સાંભળીને લખમીદાસ બોલ્યા, 'નુકસાની ભરવી પડે તો રકમ ચૂકવી આપવાની મારી પણ તૈયારી છે.'

'લો, બોલો,' નર્મદે મજાકના સૂરે કહ્યું, 'બેઉ શેઠિયાઓ પચાસ-પચાસ હજાર કાઢવા તૈયાર છે. જદુનાથ એક કેસમાં જ લખપતિ બની જવાના.'

એકબીજાનાં ખબરઅંતરની ઔપચારિક વાતો પૂરી થયા પછી મિસ્ટર આન્સ્ટીએ ઑફિસખંડમાં હાજર રહેલા સૌને સંબોધીને કહ્યું,

'આવતી કાલે સવારે દસ વાગ્યે મારે જસ્ટિસ આર્નોલ્ડને એમની ચેમ્બરમાં ફરી મળવાનું છે. સમાધાન અંગે આપણે સૌ અહીં જે કંઈ નિર્ણય લઈએ તે એમના સુધી પહોંચાડવાનો છે, પણ એ પહેલાં મહારાજની ફરિયાદના જવાબમાં આપણે કોર્ટમાં જે સાત પ્લી નોંધાવી છે એ ફરી એક વાર આપ સૌને ટૂંકમાં સમજાવી દેવાની મારી ફરજ સમજું છું.'

આન્સ્ટીએ હાથમાં પેન્સિલ લઈને મેજ પર પડેલો કાગળ વાંચવા માંડ્યો.

'આ પ્લી આપણે મહારાજની ફરિયાદના જવાબમાં કોર્ટને આપી છે. તે આપ સૌ જાણો છો. આ સાતેય પ્લી સાબિત કરવાની જવાબદારી આપણી છે પણ એ પહેલાં મહારાજે કોર્ટમાં પુરવાર કરવું પડશે કે એમની બદનામી થઈ છે, કાયદેસરની બદનક્ષી થઈ છે, એમની આબરૂને નુકસાન પહોંચ્યું છે, અને એ માટે એમણે સૌથી પહેલાં તો સમાજમાં એમની આબરૂ કેટલી છે તે પુરવાર કરવાનું રહેશે.'

આ પછી આન્સ્ટીએ સાત પ્લીનો સાર આપતાં કહ્યું, 'આપણી સૌથી પહેલી દલીલ એ છે કે જદુનાથે નુકસાની માટેની જે ફરિયાદ કરી છે તે નુકસાની માટે આપણા પર કોઈ ગુનો લાગુ પડતો નથી. બીજી દલીલ આપણે એ કરી છે કે ફરિયાદીએ પોતાની અરજીમાં ભલે લખ્યું હોય પણ મહારાજો તેઓ કહે છે એ રીતના હિંદુ ધર્મના ગુરુઓ નથી. ત્રીજી દલીલ આપણી એ છે કે ફરિયાદી ભલે દાવો કરતા હોય પણ મહારાજો બ્રાહ્મણોમાં પ્રમુખ કે મુખ્ય નથી. ચોથી દલીલમાં આપણે કહ્યું છે કે જદુનાથે દાવો કર્યો છે એ મુજબના તેઓ હિંદુઓની ઊંચી જ્ઞાતના ઊંચા ધર્મગુરુ કે પછી હિંદુ ધર્મના ધર્મગુરુ પણ નથી, પાંચમી દલીલ આપણે એ મૂકી છે કે ફરિયાદી ભલે કહે પરંતુ વલ્લભાચાર્યનો પંથ પુરાતન વખતનો નથી પણ પંદરમા સૈકામાં જ ઉત્પન્ન થયેલો છે એટલું જ નહીં હિંદુ ધર્મના સિદ્ધાંતોથી કેટલીક બાબતોમાં ઊલટો છે. છઠ્ઠી દલીલમાં આપણે તથાકથિત બદનક્ષીવાળા લેખના છેલ્લા ભાગનો તરજૂમો કોર્ટના દુભાષિયાએ જે કર્યો છે તે બરાબર નથી એવું જણાવ્યું છે. અને સાતમી તથા છેલ્લી દલીલમાં આપણે લંબાણપૂર્વક જદુનાથના દુરાચારો વિશેની માહિતી આપીને કોર્ટને જણાવ્યું છે કે હિંદુઓના અસલ ધર્મ સાથે આ

બધી વાતો સુસંગત નથી. છેલ્લે આપણે લખ્યું છે કે લાયબલ માટે જે લખાણને જવાબદાર માનવામાં આવે છે તે દરેક વાત ખરી અને વાજબી છે અને એટલે જ આપણે એ છાપી છે અને એ વાતો સાબિત કરવા આપણે તૈયાર છીએ. આ છેલ્લા મુદ્દાને આઠમી પ્લી પણ ગણી શકાય. બસ, આટલી વાત છે. હવે આપણે સમજીવિચારને એ લોકોએ મોકલેલી સમાધાનની ઑફર વિશે નિર્ણય લઈએ.'

આન્સ્ટીનું બોલવાનું પૂરું થયું એટલે નર્મદે ખિસ્સામાંથી એક કાગળ કાઢતાં કહ્યું, 'આન્સ્ટીસાહેબ, તમે કાયદાના માણસ છો. મારી પાસેની આ વિગતો તમને કેસમાં કામ લાગે એવી છે કે નહીં તે તમે જ નક્કી કરો.'

'શું છે એમાં?' આન્સ્ટીએ પૂછ્યું.

'જદુનાથને લગતી નથી પણ આ મહારાજોની જે પરંપરા છે, જેના જદુનાથ એક હિસ્સા છે, તેનું બયાન છે આમાં. એકાદ દાયકા અગાઉ મુંબાઈના જીવણજી મહારાજના આદેશથી આ યાદી છાપીને પ્રગટ કરવામાં આવી હતી. જીવણજીના પૂર્વજ ગોકલનાથજી મહારાજ ૧૮૧૧ની સાલમાં મુંબાઈ આવ્યા તે વખતે અહીંના વૈષ્ણવોએ એમને કાયમ માટે અહીં સ્થાયી થવાની વિનંતી કરી હતી અને એમના માટે હવેલી બાંધી આપવાની તેમ જ એમના તમામ ખર્ચ ઉઠાવવાની જવાબદારી સ્વીકારી હતી. ગોકલનાથજીએ આ વાત સ્વીકારી લીધી અને ખર્ચ માટેની આવક કેવી રીતે ઊભી કરવી એનું માળખું પણ ગોઠવી આપ્યું.'

નર્મદે કાગળની ગડી ખોલી અને વાંચવાનું શરૂ કર્યું,

'મુંબાઈના તમામ ભાટિયા, વાણિયા અને લોહાણા વેપારીઓ પાસેથી કઈ ચીજના વેપાર પર કેટલો લાગો ઉઘરાવવો એની આ યાદી છે. અત્યાર સુધી મૌખિક રહેલી આ યાદી દસેક વર્ષ પહેલાં છાપવામાં આવી છે. વેપારીઓએ આ યાદીમાં કહ્યા મુજબનો લાગો વેચાણની કિંમતમાં ઉમેરી દેવાનો અને એ વધારાની રકમ મુંબાઈના મહારાજને સોંપી દેવાની. સાંભળો :

૧. રેશમ, ખાંડ, મસાલા, ધાતુઓ, શણ, સુતરાઉ કાપડ અને અફીણના વેપારીઓએ સો રૂપિયાની વેચાણ કિંમતના માલ પર આનાનો ચોથો ભાગ અર્થાત્ પા આનો લાગો આપવાનો.
૨. હૂંડી વગેરે પર હજાર રૂપિયે એક આનાનો લાગો.
૩. સોના-ચાંદી પર હજાર રૂપિયે એક આનાનો લાગો.
૪. હૂંડી વગેરેની દલાલી પર હજાર રૂપિયે એક આનાનો લાગો.
૫. કાપડની દલાલી પર સૌ રૂપિયે પા આનો.
૬. કરિયાણા પર સો રૂપિયે પા આનો.
૭. મોતી અને તમામ કિંમતી નંગ પર સો રૂપિયે પા આનો.
૮. વીમાની દલાલી પર સો રૂપિયે પા આનો.

૯. મુકાદમી કરનારાઓ પર એમની આવકના દરેક સો રૂપિયા પર ૮ આનાનો લાગો.

૧૦. મલબારથી અહીંના વૈષ્ણવો પર આવતા માલ પર દરેક વહાણે દોઢ રૂપિયાનો લાગો.

૧૧. રાજાપુરથી અહીંના વૈષ્ણવો પર આવતા માલ પર દરેક વહાણે નવ આનાનો લાગો.

૧૨. ઘી પર મણદીઠ અડધો આનો.

૧૩. તેલ પર મણદીઠ અડધો આનો.

૧૪. અનાજ પર ખાંડી દીઠ (અર્થાત્ વીસ મણદીઠ) એક આનો.

૧૫. મલબારી કાપડ પર દર સો રૂપિયાના વેપાર પર એક આનો...

નર્મદે ઝડપભેર આખી યાદી બોલીને ઘડીભર શ્વાસ લઈને કહ્યું,

'યાદી ઘણી લાંબી છે. તમે જોઈ શકો છો કે જીવનજરૂરિયાતની એવી કોઈ પણ ચીજ આમાં બાકી નથી જેના પર મહારાજોએ પોતાનો લાગો ન નાખ્યો હોય. દેખીતી રીતે તદ્દન નાની રકમ લાગે પણ મુંબાઈનો મોટાભાગનો વેપાર ભાટિયા, વાણિયા અને લુહાણાઓના હાથમાં છે. એ બધાના વેપારમાંથી લાગો ઉઘરાવીને એકલા જીવણજી મહારાજે જ માત્ર એક વરસમાં પચાસ હજાર રૂપિયા ભેગા કર્યા છે. એમનું જોઈને બહારગામના અને બીજા મહારાજોએ પણ લાગો ઉઘરાવવાનું શરૂ કર્યું છે. દર બે-ત્રણ વરસે કોઈ ને કોઈ નવો લાગો આવે છે. આ બધાનો બોજ છેવટે તો માંડ બે છેડા ભેગા કરતા વૈષ્ણવો જ નહીં તમામ ધર્મોના અને દેશ-વિદેશના સામાન્ય માણસો પર પડે છે. મારી પાસે છ મહારાજોએ એક વર્ષમાં ઉઘરાવેલા લાગાની યાદી છે :

૧. શ્રીનાથજીના મહારાજ	:	૮૦,૦૦૦ રૂપિયા
૨. જીવણજી મહારાજ	:	૫૦,૦૦૦ રૂપિયા
૩. ચીમનલાલજી મહારાજ	:	૧૨,૦૦૦ રૂપિયા
૪. ગોપકેશજી મહારાજ	:	૫,૫૦૦ રૂપિયા
૫. લાલ મનજી મહારાજ	:	૪,૫૦૦ રૂપિયા
૬. બાબુ બ્રજજી મહારાજ	:	૧૦,૦૦૦ રૂપિયા

આનો સરવાળો માંડો તો રૂપિયા ૧,૬૨,૦૦૦ થાય.'

આટલું કહીને નર્મદે કાગળમાં લખેલી યાદી મિસ્ટર આન્સ્ટીના હાથમાં સોંપી દીધી. આન્સ્ટી બોલ્યા, 'એક્સલન્ટ, મહારાજોના આ આર્થિક શોષણના પુરાવાઓ જો જરૂર પડશે તો કોર્ટમાં રજૂ કરીશું. ત્યાં સુધી આને હુકમના પત્તા તરીકે આપણી પાસે સાચવીને રાખી મૂકીએ.'

ગોકળદાસ તેજપાળ અત્યાર સુધી શાંતિથી નર્મદને સાંભળી રહ્યા હતા. છેવટે એ બોલ્યા, 'મહારાજોના આ જુલમનો ભોગ મુંબાઈનો દરેક શેઠિયો બન્યો છે અને અમે પણ એમાંથી બાકાત નથી રહ્યા.'

કરસનદાસે કહ્યું, 'હું માનું છું કે આપણે ઝાઝો વખત ન બગાડતાં નર્મદે આપેલી યાદી પછી સમાધાનની કોઈ પણ વાતને ઠુકરાવી દેવી જોઈએ. આપ મંડળીનો શો અભિપ્રાય છે.'

'અમે સૌ તમારી સાથે છીએ, કરસનદાસ.' લખમીદાસ ખીમજી બોલ્યા, 'ખરુંને ગોકળદાસ શેઠ?'

'હું તો આજીવન કરસનદાસની સાથે છું.' ગોકળદાસ તેજપાળે કહ્યું.

'મારી વાત પણ સ્પષ્ટ છે.' નર્મદે કહ્યું, 'કરસનદાસે જો અડધે આવીને પાણીમાં બેસી જવાની વાત કરી હોત તો અબઘડીએ હું એનો દુશ્મન બની જાત. પણ હું જાણું છું એને. એ બોલે છે ઓછું પણ કામ ઘણું કરે છે. જદુનાથની સામે એ છેવટ સુધી ટટ્ટાર ઊભો રહેવાનો એટલું જ નહીં, જદુનાથને પછાડીને એમને મહાત આપીને જ રહેવાનો.'

બીજે દિવસે સવારે દસના ટકોરે મિસ્ટર આન્સ્ટીએ જસ્ટિસ સર જૉસેફ આર્નોલ્ડની ચેમ્બરમાં જઈને જણાવ્યું કે વાદી તરફથી આવેલી સમાધાનની ઑફર અમને મંજૂર નથી. ન્યાયમૂર્તિશ્રીએ કહ્યું કે એ સંજોગોમાં ડિફેન્ડન્ટ તરીકે તમને હક્ક છે કે તમે જ્યૂરી ટ્રાયલ કે ફુલ કૉર્ટ ટ્રાયલ બેમાંથી એકની પસંદગી કરો. આન્સ્ટીએ જ્યૂરીને બદલે ન્યાયાધીશો જ ચુકાદો આપે એવી અરજ કરી. જસ્ટિસ સર આર્નોલ્ડે પ્રતિવાદીએ કરેલી પસંદગી મુજબ ફુલ કોર્ટ ટ્રાયલની તૈયારી શરૂ કરી.

૨૫ જાન્યુઆરી, ૧૮૬૨ના શનિવારે સવારે દસ વાગ્યે મુંબાઈની સુપ્રીમ કોર્ટના ચીફ જસ્ટિસ સર મૅથ્યુ સૉઝ અને જસ્ટિસ જૉસેફ આર્નોલ્ડની બનેલી બે ન્યાયમૂર્તિઓની બેન્ચ સમક્ષ મહારાજ લાયબલ કેસની સુનાવણી શરૂ થઈ.

પ્રકરણ : ૨૫

મુંબાઈની સુપ્રીમ કોર્ટના ચીફ જસ્ટિસ સર મૅથ્યુ રિચર્ડ સૉઝે પોતાની ચેમ્બરની દીવાલ પરના ઘડિયાળમાં જોયું. દસ વાગવાને બે મિનિટની વાર હતી. સર મૅથ્યુએ ઊભા થઈને ટેબલની બાજુના સ્ટૅન્ડ પર લટકતો કાળો ગાઉન ઉપાડ્યો. એક મદદનીશે એમને ગાઉન પહેરાવવામાં મદદ કરી. કોર્ટના બે પહેરેદારો એમને આવકારવા ચેમ્બરના દરવાજા પાસે ઊભા હતા. પહેલા માળની ચેમ્બરથી નીચેના અદાલત ખંડમાં જવા માટેની જજસાહેબોની અલાયદી નિસરણી ઊતરતી વખતે સર મૅથ્યુએ જોયું કે છેક છેલ્લા પગથિયે પોતાના સાથી જજ સર જૉસેફ આર્નોલ્ડ ઊભા હતા.

સર મૅથ્યુ સૉઝ એકલાઅટૂલા માણસ હતા. પરણ્યા નહોતા. જસ્ટિસપદેથી નિવૃત્ત થયા પછી કદાચ લગ્ન કરશે એવું એમની આસપાસના લોકો માનતા હતા. પારિવારિક અને સામાજિક જિંદગીમાં અટવાઈ જતા લોકો ન્યાયના સર્વોચ્ચ આસને બેસવાની જવાબદારી નિષ્ઠાપૂર્વક નિભાવી નથી શકતા એવું સર મૅથ્યુ માનતા હતા. એટલે જ એ ક્યારેય કોઈ જાહેર કે ખાનગી સમારંભમાં જોવા મળતા નહીં. કોઈની સાથે ડિનર માટે જતા નહીં. કોઈ ક્લબનું સભ્યપદ એમણે સ્વીકાર્યું નહોતું. ગવર્નમેન્ટ હાઉસમાં થતા મેળાવડાઓમાં પણ ભાગ લેતા નહીં. એટલું જ નહીં રોજનાં છાપાં પણ વાંચતા નહીં જેથી પોતે જે કેસનો ચુકાદો આપવાના હોય તેને લગતા સમાચારો તથા તંત્રીલેખોની અસર પોતાના જજમેન્ટ પર ન પડે. સાંજે મન થાય ત્યારે એકલા મુંબાઈના દરિયાકિનારે ચાલવા નીકળી પડતા. દરેક જજે સમાજથી અલિપ્ત રહીને જીવવું જોઈએ એવી એમની માન્યતાને લીધે કેટલાક લોકો એમને 'સૉઝ ધ સાયલન્ટ' કહેતા. અઠવાડિયે એક વાર, રવિવારની સવારે ગિરગામના રોમન કૅથલિક ચર્ચમાં પ્રાર્થના કરવા જતા ત્યારે જ એ લોકોની વચ્ચે દેખાતા.

છેલ્લું પગથિયું ઊતરીને સર મૅથ્યુએ પોતાનાથી જુનિયર એવા સાથી જજ સર જૉસેફ આર્નોલ્ડને ગંભીર વદને ગુડ મોર્નિંગ કહીને સામું અભિવાદન સ્વીકાર્યું. સર જૉસેફે એમને આગળ ચાલવા દઈ પોતે એમનાથી બે ડગલાં પાછળ ચાલવાનું પસંદ કર્યું.

બરાબર દસના ટકોરે સર મૅથ્યુ સૉઝ અદાલતમાં દાખલ થયા અને અદાલત ખંડનો ગણગણાટ શમી ગયો. સૌએ ઊભા થઈને માથું નમાવી બંને ન્યાયમૂર્તિઓને આદર આપ્યો. સર મૅથ્યુએ ઊંચા આસને બેસતાં પહેલાં પોતાની ખુરશી પાછળ મુકાયલા રાણીના

વિશાળ તૈલચિત્ર તરફ ઘડીભર જોયું. એમના બેઠા પછી સર જૉસેફે ડાબી તરફની ખુરશીમાં સ્થાન ગ્રહણ કર્યું. ચીફ જસ્ટિસના ઇશારાથી કોર્ટના શિરસ્તેદારે આજની કાર્યવાહીનાં કાગળિયાં બેઉ ન્યાયમૂર્તિઓની આગળ ગોઠવી દીધાં.

કરસનદાસે જોયું કે આજે અપેક્ષા પ્રમાણે કોર્ટના ખંડમાં ઊભા રહેવાની પણ જગ્યા નહોતી, પણ જદુનાથ મહારાજ પોતે ક્યાંય દેખાતા નહોતા.

જદુનાથ મહારાજના એક વકીલ મિસ્ટર સ્કોબલે સૌથી પહેલાં પ્રતિવાદીઓએ રજૂ કરેલી પ્લી કોર્ટમાં વાંચી સંભળાવી. એ પછી મહારાજના બીજા વકીલે મિસ્ટર બેલીએ પોતાના ઓપનિંગ સ્ટેટમેન્ટમાં કહ્યું :

'યૉર લૉર્ડશિપ્સ, પ્રતિવાદીઓએ વાદીની આબરૂને નુકસાન પહોંચાડવાના ઇરાદાથી ૧૮૬૦ના ઑક્ટોબરની ૨૧મી તારીખના 'સત્યપ્રકાશ' નામના એક ગુજરાતી પત્રમાં વાદી વિશે ઘણી જ હલકી નિંદા વગર કારણે છાપી છે. તે માટે વાદી તરફથી નુકસાની લેવા હું તથા મારા લર્નેડ ફ્રેન્ડ મિસ્ટર સ્કોબલ યોર લૉર્ડશિપ્સ સમક્ષ હાજર થયા છીએ. ફરિયાદીની અરજી પર નજર કરતાં આપ નામદારસાહેબો જોશો કે હિંદુઓની મોટી વસ્તીમાં વાદી ઊંચી આબરૂ ધરાવે છે અને ઇન્સાફ મેળવવા માટે આજ દિન સુધી કોઈ પણ મહારાજે અદાલતનો આશરો લીધો નથી. વાદી મહારાજ જદુનાથે કોર્ટમાં ફરિયાદ દાખલ કરીને હારવા-જીતવાનું જોખમ લીધું છે. વાદી મહારાજ જદુનાથ ઉપર જાહેરમાં જે આળ મૂકવામાં આવ્યું છે તે તદ્દન ખોટું છે એની મારા કલાયન્ટને એટલી ખાતરી છે કે તેઓએ પોતાની આબરૂનો બચાવ કરવા માટે પોતાનું સર્વસ્વ હોડમાં મૂકીને અદાલતના દરવાજા ખખડાવ્યા છે. આ ફરિયાદ લાવવાની એમની સહેજ પણ મરજી નહોતી પણ આબરૂનો બચાવ કરવા માટે એમનાથી મૂગાં બેસી રહેવાય એમ નહોતું. વાદીની ફરિયાદ શું છે એ આપ નામદારસાહેબોની સમક્ષ અને એમાં થયેલી બદનક્ષી તરફ ધ્યાન પહોંચાડું તે પહેલાં વાદી વિશે જણાવવાની હું રજા લઉં છું.'

મિસ્ટર બેલીએ ક્ષણભર રોકાઈને બેઉ ન્યાયમૂર્તિઓ તરફ જોયું. બેમાંના કોઈએ વાંધો લીધો નહીં એટલે બોલવાનું ચાલુ રાખ્યું.

'વાદી મહારાજ જદુનાથ આશરે ૩૪-૩૫ વર્ષના ઇજ્જતદાર ધર્મગુરુ છે. ઘણું કરીને સુરતમાં જ રહે છે પણ કોઈ કોઈ વેળા મુંબાઈમાં આવે છે. આપણા યુરોપિયનો જેમને એજ્યુકેટેડ કહી શકે એવો અભ્યાસ એમણે નથી કર્યો પણ કેટલીક દેશી ભાષાઓથી તેઓ વાકેફ છે અને ધર્મના શાસ્ત્રોના ઊંડા અભ્યાસી છે. એમણે સ્ત્રીશિક્ષણના કામમાં ઘણા ઉત્સાહથી કામ કર્યું છે અને એ કામ આ દેશમાં ઘણી જ આબરૂનું ગણાય છે એટલે એ કારણોસર પણ એમને માન આપવું જરૂરી છે. જે રસ્તે એમની આબરૂનો નિભાવ થઈ શકે તે જ વાજબી રસ્તો એમણે લીધો છે. વાદીનો આટલો પરિચય આપી દીધા પછી આપ નામદારસાહેબોનું ધ્યાન લાયબલની બીના તરફ દોરવા માગું છું. આ લખાણ બદનક્ષી કરનારું નથી એ સાબિત કરવાનો સઘળો બોજો પ્રતિવાદીઓ કરસનદાસ મૂળજી અને નાનાભાઈ રાણીનાને માથે છે.'

આટલું કહીને મિસ્ટર બેલીએ 'સત્યપ્રકાશ'ના એ લેખનો અંગ્રેજી અનુવાદ ભરી અદાલતમાં વાંચી સંભળાવ્યો અને કહ્યું, 'આ ઉપરથી માલૂમ પડશે કે આ લાયબલની મૅટરના બે ભાગ થઈ શકે છે. પહેલા ભાગમાં ઇતિહાસ તથા એ પંથના મતની વાત લખેલી છે અને બીજા ભાગમાં એ મૅટરનો લખનાર વાદીની તરફ આંગળી ચીંધીને તેની પર તહોમત મૂકે છે કે બીજા મહારાજોની સાથે વાદી પણ વ્યાભિચારની ચાલ ચલાવે છે. આ બીજો ભાગ લાયબલ છે તે વિશે યોર લૉર્ડશિપ્સ કોઈ શંકા નહીં હોય. અહીં હું 'ઍડિસન ઓન રૉન્ગ્સ'માંથી લાયબલ વિશે ટાંકવાની છૂટ લઉં છું. લખે છે કે જે વાત છાપવાને કારણે સમાજને વ્યક્તિ માટે અણગમો ઊપજે અને સમાજના સભ્યો એમનાથી અળગા થઈ જાય એવી દરેક છપાયેલી વાત વ્યક્તિની બદનક્ષી છે. હું જે કેસ ટાંકું છું તે તો માત્ર ફૂટ નોટ્સમાં નોંધાયેલા છે તે જ છે. મારો આશય ઇંગ્લૅન્ડના નામદાર જજસાહેબોની સમજ પ્રમાણે બદનક્ષી શું છે તે તરફ આપ નામદારસાહેબોનું ધ્યાન દોરવાનો છે.'

મિસ્ટર બેલીએ મૂળ પુસ્તકમાંથી કરેલા ઉતારાઓની બે નકલ કોર્ટના ક્લાર્કને સોંપી, ક્લાર્કે શિરસ્તેદારને આપી, શિરસ્તેદાર એક એક નકલ બેઉ જજસાહેબોના ટેબલ પર મૂકી. મિસ્ટર બેલીએ ત્રીજી હસ્તલિખિત નકલ પ્રતિવાદીના વકીલ મિસ્ટર આન્સ્ટીને સોંપી.

ઓપનિંગ સ્ટેટમેન્ટનું સમાપન કરતાં મિસ્ટર બેલી બોલ્યા, 'પ્રતિવાદીઓએ પોતાની વાત સાબિત કરવાની પ્લી રજૂ કરેલી છે એટલે એ જવાબદારી હવે એમની છે. મારે સાબિત કરવાનું એ હતું કે એ લખાણ કરસનદાસ મૂળજીએ જ લખ્યું છે અને નાનાભાઈ રૂસ્તમજી રાણીનાએ જ એને છાપ્યું છે, પણ હવે આ તબક્કે એ સાબિત કરવાની જરૂર રહેતી નથી, કારણ કે આ જ અદાલત સમક્ષ ચાલી ગયેલા ભાટિયા કન્સ્પિરસી કેસમાં બેઉ પ્રતિવાદીઓએ સોગંદ ઉપર કબૂલાત કરી લીધી છે. તે લખાણનાં લખનાર તથા છાપનાર તેઓ પોતે જ છે. પ્રતિવાદીઓ આ બાબતે હજુ પણ માફી માંગીને કે મામૂલી રકમની નુકસાની ભરીને કેસ પૂરો કરવા તૈયાર હોય તો અમારા તરફથી હજુય સમાધાનનાં બારણાં ખુલ્લાં છે અને એવું ન કરવા માગતા હોય તો મારા ક્લાયન્ટે કરેલી ફરિયાદ સાચી છે અને એમના પર થયેલા આક્ષેપો બેબુનિયાદ છે તે પુરવાર કરી આપવાની અમારી પૂરેપૂરી તૈયારી છે. મારા વિદ્વાન મિત્રને આ તબક્કે હું પૂછું છું કે શું તમે આ બદનક્ષીની મૅટર છાપીને પ્રગટ કરવામાં આવી છે તે કબૂલ કરો છો અને પ્રતિવાદીઓ જ એના પ્રકાશક તથા મુદ્રક છે કે કેમ?'

મિસ્ટર બેલીનો સવાલ સાંભળીને તરત જ મિસ્ટર આન્સ્ટી ઊભા થયા અને બોલ્યા, 'હા, હું કબૂલ કરું છું. એ મૅટર છાપીને પ્રસિદ્ધ થઈ છે એમાં કોઈ જ શંકા નથી. પણ આ મૅટરને લગતા જે કંઈ પણ આક્ષેપો મારા લર્નેડ ફ્રેન્ડે યૉર લૉર્ડશિપ્સ સમક્ષ કર્યા છે તે તમામને હું નકારું છું. એ લખાણ બદનક્ષીભર્યું છે એ બાબતને પણ હું નકારું છું. એ લખાણ વાજબી અને હક્કપૂર્વક રીતે વાચકો સાથે સાધવામાં આવેલો સંવાદ છે. માય લૉર્ડશિપ્સ, ઇટ ઇઝ અ પ્રિવિલેજ્ડ, જસ્ટિફાયેબલ કમ્યુનિકેશન.'

ચીફ જસ્ટિસ સર મૅથ્યુ સૉઝે નોંધ્યું કે એકની ઉપર દસ મિનિટ વીતી ગઈ હતી. 'લંચ પછીની સૅશનમાં સાક્ષીઓની ઊલટતપાસ શરૂ થાય તે પહેલાં પ્રતિવાદીઓ વતી તમારે ઓપનિંગ સ્ટેટમેન્ટ કરવાનું છે?'

'નો, યૉર લૉર્ડશિપ્સ. અમે સીધી જ મહારાજ જદુનાથ વતી રજૂ કરવામાં આવનાર સાક્ષીઓની ઊલટતપાસ શરૂ કરવા માગીએ છીએ.' મિસ્ટર આન્સ્ટીએ કહ્યું અને અદાલત બે કલાકના ભોજનવિરામ માટે બરખાસ્ત કરવામાં આવી.

* * *

ભોજનના વિરામ દરમિયાન ગોકળદાસ તેજપાળના રસોડેથી ભાથું આવી ગયું હતું. અદાલતના પ્રાંગણમાં એક ઝાડના છાયા નીચે શેતરંજી પાથરીને નર્મદ, લખમીદાસ, કરસનદાસ અને નાનાભાઈ ગોઠવાઈ ગયા. નર્મદ અને લખમીદાસ ખીમજી સાક્ષી તરીકે આવવાના હોવાથી અદાલતના ખંડમાં તેઓ બેસી શકતા નહોતા. ગોકળદાસ તેજપાળ કોર્ટ તથા કોર્ટની કાર્યવાહીથી દૂર રહીને પોતાના ઘર તથા પોતાની ઑફિસથી જ દોરીસંચાર કરતા રહેશે એવું ગોઠવાયું હતું. ગોકળદાસ શેઠના બે ચાકરોએ સૌના માટે ભોજન પીરસ્યું. જમતી વખતે કરસનદાસે કહ્યું, 'મિસ્ટર આન્સ્ટીએ મને જદુનાથજીના વતી બોલાવવામાં આવેલા સાક્ષીઓની યાદી બતાવી. મને નવાઈ લાગે છે કે મહારાજે એકાદ-બેના અપવાદ સિવાય બીજા કોઈ મોટા માણસોને સાહેદી આપવા બોલાવ્યા નથી.'

નર્મદે કહ્યું, 'આમાં જદુનાથની કોઈ ચાલબાજી હોવાની, હુકમનું પત્તું એ છેક છેલ્લે ઊતરવા માગતા હશે.'

ભોજન આટોપીને થોડી વાર માટે ત્યાં જ આડે પડખે થઈ કરસનદાસે આગલા દિવસના ઉજાગરાને કારણે આંખમાં ઘેરાયેલું ઝેર નીચોવી લીધું. પોણા ત્રણના સુમારે સૌ કોઈ અદાલતખંડમાં પાછા હાજર થઈ ગયા. બરાબર ત્રણના ટકોરે કોર્ટની કાર્યવાહી ફરી શરૂ થઈ.

મિસ્ટર બેલીએ પોતાના અસીલ મહારાજ જદુનાથ વતી સૌ પ્રથમ સાક્ષી જેમ્સ ફ્લીનને બોલાવ્યા અને સાથી વકીલ મિસ્ટર સ્કોબલને સાક્ષીનું બયાન લેવાનું કહ્યું. જેમ્સ ફ્લીને સાક્ષીના કઠેડામાં આવીને બાઇબલ પર હાથ રાખીને સોગંદવિધિ પૂરી કરી એટલે મિસ્ટર સ્કોબલે પૂછ્યું, 'તમારું નામ?'

'જેમ્સ ફ્લીન?'

'હું આ કોર્ટનો ચીફ ટ્રાન્સલેટર અને ઇન્ટરપ્રીટર છું.'

'અદાલતના વડા તરજુમાકાર અને દુભાષિયા તરીકે લાયબલની મૅટર અંગે તમે જે કામગીરી બજાવી છે તેનું વર્ણન કરશો?'

'યસ સર, ૨૧ ઑક્ટોબર ૧૮૬૦ના 'સત્યપ્રકાશ' નામના પત્રમાં 'ધ પ્રિમિટિવ રિલિજ્યન ઑફ ધ હિન્દુઝ ઍન્ડ ધ પ્રેઝન્ટ હેટરોડોક્સ ઓપિનિયન્સ' અર્થાત્ 'હિન્દુઓનો અસલ ધર્મ અને હાલના પાખંડી મતો' એ મથાળા હેઠળ જે મૅટર પ્રગટ થઈ તેનો કોર્ટમાં રજૂ થયેલો તરજૂમો મેં કરેલો છે અને મારી સમજણ પ્રમાણે તે ખરો છે.'

'કોર્ટને તમે આપેલા તરજૂમામાં કોઈ ભૂલ થઈ હોય એવો ખ્યાલ તમને પાછળથી આવ્યો છે?'

'જી ના, સાહેબ. તરજૂમો કરતી વખતે મેં પૂરેપૂરી ચોકસાઈ દેખાડી છે અને કોર્ટને સોંપતી વખતે એમાંનો એક એક શબ્દ હું ફરીથી ચકાસી ગયો છું. મારો અંગ્રેજી તરજૂમો મૂળ ગુજરાતીને વફાદાર છે અને મૂળનો ભાવ તથા શબ્દાર્થ એમાં પૂરેપૂરો ઝિલાયો છે.'

'માય લૉર્ડશિપ્સ, સાક્ષીની આટલી જુબાનીથી અમને સંતોષ છે.' કહીને મિસ્ટર સ્કોબલ બેસી ગયા.

વડા ન્યાયમૂર્તિ સર મૅથ્યુ સૉઝે મિસ્ટર આન્સ્ટી તરફ નજર કરીને કહ્યું, 'સાક્ષીની ક્રૉસ એક્ઝામિનેશન કરવાની તમને તક આપવામાં આવે છે.'

મિસ્ટર આન્સ્ટીએ ઊભા થઈને નામદારસાહેબોનો આભાર માનીને સાક્ષીના કઠેડા તરફ જોઈને પૂછ્યું, 'મિસ્ટર ફ્લીન તમારી માતૃભાષા કઈ છે?

'અંગ્રેજી.'

'અંગ્રેજી તમારી માતૃભાષા છે, બરાબર! તમારી માતૃભાષાના દરેકે દરેક શબ્દથી તમે વાકેફ છો?'

'અંગ્રેજીના દરેકે દરેક શબ્દથી વાકેફ હોવાનો મારો કોઈ દાવો નથી અને હું નથી માનતો કે અંગ્રેજીનો મહાનમાં મહાન પંડિત પણ ઑક્સફર્ડ ડિક્શનરીના દરેક શબ્દના અર્થનો જાણકાર હોય.'

આ તબક્કે મિસ્ટર બેલીએ ઊભા થઈને કહ્યું, 'ઑબ્જેક્શન, માય લૉર્ડ્સ. અહીં સાક્ષીનું અંગ્રેજી ભાષાનું શબ્દભંડોળ ચકાસવાનો કોઈ ઉપક્રમ ન હોવો જોઈએ. સવાલો લાયબલનો મૅટરના તરજૂમા પૂરતા જ મર્યાદિત હોવા જોઈએ?'

'ઑબ્જેક્શન સસ્ટેન્ડ.' ચીફ જસ્ટિસે કહ્યું.

મિસ્ટર આન્સ્ટીએ સવાલોની દિશા બદલીને સાક્ષીને પૂછ્યું, 'લાયબલની મૅટરના છેલ્લા ભાગના તરજૂમામાં તમે જાણે-અજાણે ભૂલ કરી હોય એવું તમને લાગે છે?'

'ના.'

'લાયબલની બીનાના છેલ્લા ભાગના તરજૂમામાં ભૂલ છે એવી પ્લી અમે આ અદાલતને આપી છે એ હકીકતની તમને જાણ છે?'

'જી હા. પ્લી નંબર છમાં તમે તરજૂમાના એ કેટલાક ભાગ સામે વાંધો ઉઠાવ્યો છે.'

'બરાબર છે.' મિસ્ટર આન્સ્ટીએ નામદારસાહેબો તરફ જોઈને કહ્યું, 'યોર લૉર્ડશિપ્સની મંજૂરીથી હું આ અદાલત સમક્ષ મૂળ ગુજરાતી લખાણનો એ ભાગ સંદર્ભ સાથે વાંચી સંભળાવવા માગું છું, અદાલતના ચીફ ટ્રાન્સલેટરે એનો શું તરજૂમો કર્યો છે તે વાંચી સંભળાવવા માગું છું અને તરજૂમાકારે ક્યાં શું ભૂલ કરી છે તે દર્શાવવા માગું છું.'

'ઑબ્જેક્શન, માય લૉર્ડ્શિપ્સ,'

મિસ્ટર બેલીએ વાંધો ઉઠાવતા કહ્યું, 'તરજૂમા વિશે પિષ્ટપેષણ કરીને અદાલતનો

વખત બગાડવાને બદલે સાક્ષીની ઊલટતપાસ પૂરી કરીને નવા સાક્ષીઓ બોલાવવામાં આવે તો કેસ આગળ વધે.'

'યૉર લૉર્ડશિપ્સ,' મિસ્ટર આન્સ્ટીએ સામી દલીલ કરી, 'મારા વિદ્વાન વકીલ સારી રીતે જાણે છે કે બદનક્ષીના દાવાના મૂળમાં જે હકીકત પ્રગટ થઈ હોય તેનો શબ્દેશબ્દ અતિ મહત્ત્વનો છે. આ અદાલતમાં ગુજરાતી ભાષામાં કાર્યવાહી ચાલતી હોત અને આપણે સૌ એ ભાષાના મહારથી હોત તો મારે કેસના પહેલા જ દિવસે તરજૂમામાં બે-ચાર શબ્દ આઘાપાછા કે વત્તાઓછા હોય એ માટે સાક્ષીને આટલી તકલીફ આપવાની જરૂર નહોતી. પણ આ કેસનો આખો આધાર જે મૅટર પર છે તે અંગેની સ્પષ્ટતા આરંભથી જ થઈ જવી જોઈએ એવું હું વિનમ્રપણે માનું છું.'

'ઑબ્જેક્શન ઓવરરૂલ્ડ' કહીને ચીફ જસ્ટિસે મિસ્ટર આન્સ્ટીનો માર્ગ મોકળો કરી આપ્યો.

'થેન્ક્યુ, યૉર લૉર્ડશિપ્સ' કહીને મિસ્ટર આન્સ્ટીએ ટેબલ પરનું એક કાગળ ઉપાડીને કહ્યું : 'જે વાક્યનો તરજૂમો મિસ્ટર ફ્લીને યોગ્ય રીતે નથી કર્યો તેનો સંદર્ભ આપવા માટે મારે તથાકથિત લાયબલની ટાંકવામાં મૅટરમાં ટાંકવામાં આવેલા શ્લોકનું ગોકુળનાથજીએ શું અર્થઘટન કર્યું છે તે જણાવવું જરૂરી છે. 'સત્યપ્રકાશ'ના ૨૧ ઑક્ટોબર ૧૮૬૦ના અંકમાં બ્રહ્મસંબંધ વિશેનો એ શ્લોક ટાંકીને એની નીચે ગોકુળનાથજી મહારાજે કરેલું અર્થઘટન છાપવામાં આવ્યુ છે તે હું ટાંકું છું : 'તે માટે પોતે ભોગવ્યા અગાઉ પોતાની પરણેલી બાયડી પણ (ગોસાઈજી મહારાજને) સોંપવી અને પોતાના બેટાબેટી પણ તેમને સોંપવાં. પરણ્યા પછી પોતે ભોગવ્યા પહેલાં જ (ગોસાઈજી મહારાજને) અર્પણ કર્યા પછી પોતાના કામમાં લેવી.' યૉર લૉર્ડશિપ્સ, આ અર્થઘટન જેને ટીકા અથવા ટિપ્પણ પણ ગુજરાતીમાં કહેવાય છે તેના સંદર્ભમાં લેખના અંતે જે છેલ્લા ફકરામાં લખાણ લખ્યું છે તે હું આપની સમક્ષ પ્રથમ ગુજરાતીમાં ટાંકું છું : 'જદુનાથ મહારાજે 'સ્વધર્મવર્ધક' ચોપાનિયું કાઢવા માંડ્યું છે તેને હમો પૂછીએ છીએ કે તમે કેવી રીતે ધર્મનો વધારો કરવા માગો છો? તમારા વડીલોએ ભોળા લોકોની આંખમાં ધૂળ છાંટીને આંધળા કીધા છે તેઓને દેખતા કરવા માગો છો કે ધરમનું ખોટું અભિમાન ધરીને ભોળા લોકોને વધારે ઠગવા માગો છો? જદુનાથ મહારાજ! તમો જો ધરમનો વધારો અથવા ફેલાવો કરવા માગતા હો તો તમે પોતે સારા આચરણ પકડીને તમારા બીજા મહારાજોને ઉપદેશ કરો. ધર્મગુરુઓ પોતે જાંહાં સુધી વ્યભિચારના સમુંદરમાં ડૂબેલા માલૂમ પડશે તાંહાં સુધી તેઓથી ધરમનો બોધ થઈ શકવાનો નથી. ગોકુળનાથજીએ ઉપર જણાવેલી ટીકા કરીને તમારા વૈષ્ણવ માર્ગને મોટો સાહીનો ડાઘ લગાડ્યો છે તે પ્રથમ કાઢી નાખો. તે ટીકા કરનાર ઉપર ધિક્કાર નાખો. તે ટીકા પ્રમાણે મહારાજો ચાલીને પોતાના સેવકની વહુ દીકરાઓને બગાડો છો તેથી હાથ ઉઠાવો, અને રસમંડળી જેવી અનીતિને એકદમ નાસ પમાડો, જાંહાં સુધી તમો તેમ કરશો નહીં. તાંહાં સુધી તમારાથી ધરમનો ઉપદેશ અને સ્વધર્મનો વધારો થઈ શકવાનો નથી તે સત્ય કરીને જાણ જો.'

મિસ્ટર આન્સ્ટી ગુજરાતીનો એક એક શબ્દ છૂટો પાડીને બને એટલા શુદ્ધ ઉચ્ચાર સાથે બોલી રહ્યા હતા. કરસનદાસે વિચાર્યું કે હવે સમજાય છે કે આન્સ્ટીસાહેબ શા માટે પોતાની પાસે આખા લેખનો નવેસરથી તરજૂમો કરાવવા ઉપરાંત લેખના આ હિસ્સાનું રોમન લિપિમાં રૂપાંતર કરાવ્યું હતું. રોમન લિપિમાં લખાયેલા આ છેલ્લા ફકરાને આન્સ્ટી એટલી સહજતાથી ગુજરાતી ઉચ્ચારોની શુદ્ધિ સાથે વાંચી ગયા કે અદાલતમાં બેઠેલા ઘણા લોકોને નવાઈ લાગી કે એક યુરોપિયન આટલું સારું ગુજરાતી બોલતાં ક્યાંથી શીખ્યો હશે.

મિસ્ટર આન્સ્ટીએ હાથમાંના કાગળિયાં ટેબલ પર પાછા મૂકીને એક નવું કાગળ લીધું, 'યોર લૉર્ડશિપ્સ, આ ફકરાની જે લીટીના અંગ્રેજીમાં તરજૂમા માટે અમને જે વાંધો છે તે તરફ અદાલતનું ધ્યાન દોરું છું. અંગ્રેજી તરજૂમામાં કહેવાયું છે કે : 'ગોકુળનાથજી હેવિંગ કમ્પોઝ્ડ ધ કોમેન્ટ્રી અબોવ મેન્શન્ડ, હેસ અટેચ્ડ ટુ યોર...વૈષ્ણ પર્શ્યુએશન અ ગ્રેટ બ્લોટ ઑફ ઇન્ક. લેટ ધેટ બી ફર્સ્ટ રીમુવ્ડ. સ્કોર્ન ધ રાઇટર ઑફ ધ કોમેન્ટ્રી. (ઓહ, યુ) મહારાજસ, એકટિંગ અપ. ટુ ધેટ કોમેન્ટ્રી. ડિફાઇલ ધ વાઈવ્ઝ ઍન્ડ ડોટર્સ ઑફ યોર ડીવોટીઝ. ડેઝિસ્ટ ફ્રોમ ધેટ ઍન્ડ ડિસ્ટ્રોય એટ વન્સ ઇમ્મોરાલિટી સચ એઝ ધેટ ઑફ ધ કંપની એટ રસ ફેસ્ટિવલ.....,'

મિસ્ટર આન્સ્ટીએ કાગળ પાછું ટેબલ પર મૂકીને કહ્યું, 'યૉર લૉર્ડશિપ્સ, આપ જોઈ શકો છો કે તરજૂમાકારે કૌંસમાં 'ઓહ, યુ' શબ્દો ઉમેરીને એક જનરલ સ્ટેટમૅન્ટને મહારાજ જદુનાથને સામેલ કરવામાં આવતા હોય એ રીતે બદલી નાખવામાં આવ્યું છે. બસ, મારે આટલું જ પુરવાર કરવું હતું.' પછી સાક્ષીના પાંજરામાં ઊભેલા ચીફ ટ્રાન્સલેટર તરફ ફરીને આન્સ્ટીએ કહ્યું, 'મિસ્ટર ફ્લીન, તમે માનો છો કે તમે ઉમેરેલા આ બે શબ્દોને કારણે કોઈ ગેરમાર્ગે દોરવાઈ શકે એમ છે?'

'ના, સર. હું એવું નથી માનતો.'

'મિસ્ટર ફ્લીન, તમારી અંગ્રેજી વાક્યરચના ગુજરાતી કરતાં ઘણી જુદી છે એવું તમે સ્વીકારો છો?'

'જી, સર. હું સ્વીકારું છું કે મારી અંગ્રેજી વાક્યરચના ગુજરાતી કરતાં ક્યારેક જુદી પડે છે કારણ કે દેશી વર્તમાનપત્રોમાં કોમાં, ફુલપોઇન્ટ ઇત્યાદિ ચિહ્નો પ્રત્યે ધ્યાન આપવામાં આવતું નથી. એટલે અંગ્રેજી તરજૂમો કરતી વખતે મારે નક્કી કરવું પડે કે ક્યાં સળંગ વાક્ય છે અને ક્યાં પૂર્ણવિરામ મુકાયા વિના બે અલગ વાક્યો જોડાઈ ગયા છે.'

'મારી ઊલટતપાસ પૂરી થઈ' કહીને મિસ્ટર આન્સ્ટી બેસી ગયા. કોર્ટના ક્લાર્કે મિસ્ટર ફ્લીનને સાક્ષીના કઠેડાની બહાર આવી જવાનું કહ્યું.

કરસનદાસે ઊભા થઈને એક ચિઠ્ઠી મિસ્ટર આન્સ્ટીને સોંપી. આન્સ્ટીએ ચિઠ્ઠી વાંચી. કરસનદાસે લખ્યું હતું : 'મિસ્ટર ફ્લીનના તરજૂમામાં હજુ બીજી ઘણી ભૂલો છે.'

મિસ્ટર આન્સ્ટીએ પેન્સિલ લઈને ચિઠ્ઠીની પાછલી બાજુએ ઝડપી અક્ષરે લખ્યું : 'હું જાણું છું આ ભૂલ સામે પણ આપણે કરવા ખાતર વિરોધ કર્યો છે. તમે બેફિકર

રહો. મહારાજનું ચારિત્ર્ય તમારા લેખમાં જેટલું ઉઘાડું નથી પડ્યું એટલું આ કોર્ટની કાર્યવાહી દરમિયાન છતું થવાનું છે.'

* * *

ચીફ ટ્રાન્સલેટરની જુબાની તથા ઊલટતપાસ પૂરી થયા પછી મહારાજ જદુનાથના વકીલ મિસ્ટર બેલીએ મહારાજ તરફથી વિટનેસ બોક્સમાં બોલાવેલા નવા સાક્ષીને પૂછ્યું,

'તમારું નામ?'

'મારું નામ ગોપાલદાસ માધવદાસ છે અને હું મુંબાઈની બધી વાણીઆઓની નાતના મહાજનનો શેઠ છું.'

'મહાજન એટલે શું એ વિશે સ્પષ્ટતા કરશો?'

'મુંબાઈ મધ્યે ઘણી નાતના વાણીઆઓ વસે છે. સઘળી નાતના વાણીઆઓ ભેગા થાય એને મહાજન કહે છે. આ મહાજનને ભેગું કરીને સભા બોલાવવાની હોય તો મારી રજાની જરૂર પડે છે.'

'મિસ્ટર ગોપાલદાસ, તમે જદુનાથ બ્રિજરત્નજી મહારાજને ઓળખો છો?'

'જી, હા. જદુનાથજી મહારાજને હું ઓળખું છું. મારે હિસાબે તેઓ ૪૦ કે ૪૨ વરસના છે. તેઓ સુરતના રહેવાસી છે અને દસ કે વીસ વરસના આંતરે મુંબાઈમાં રહેવા આવે છે. વાણીઆઓ અને ભાટિયાઓ જદુનાથજી મહારાજ માટે ઘણો આદર ધરાવે છે અને એમને ઘણું માન આપે છે.'

આ તબક્કે મિસ્ટર આન્સ્ટીએ ઊભા થઈને વાંધો લીધો, 'યૉર લૉર્ડશિપ્સ, સાક્ષીના છેલ્લા વાક્યને કાર્યવાહીમાં રદબાતલ કરવું જોઈએ.' પછી ટેબલ પરની થપ્પીમાંના એક પુસ્તકનાં પાનાં ફેરવતાં ઉમેર્યું, 'ટેલર ઓન એવિડન્સના ૩૫૫માં સેક્શન મુજબ ફરિયાદીના ચારિત્ર્ય કે એની વર્તણૂક વિશે કોઈ આક્ષેપ જ્યાં સુધી કરવામાં ન આવે ત્યાં સુધી એ પોતાની ચારિત્ર્ય કે ચાલચલગત વિશે પુરાવાઓ આપી શકતો નથી.'

ન્યાયમૂર્તિ સર આર્નોલ્ડે કહ્યું, 'સાક્ષીને વાદી વિશેનો પોતાનો અભિપ્રાય આપતાં રોકી શકાય નહીં, જુબાની આગળ ચાલે.'

ગોપાલદાસ માધવદાસે કહ્યું, 'જદુનાથજી હમારા મહારાજ તથા ગુરુ છે અને તેઓ મંદિરમાં મૂર્તિની સેવા કરે છે, તેઓ બ્રાહ્મણ છે અને બીજા બ્રાહ્મણો કરતાં ઊંચા છે. ભાટિયા પણ મહારાજને માને છે. પણ ભાટિયાની નાત વાણીઆથી જુદી છે. ભાટિયા અને વાણીઆ એકસરખી રીતે મહારાજને ગુરુ માને છે.'

'તમે પોતે મહારાજનાં દર્શન કરવા કે એમનો ઉપદેશ સાંભળવા જાઓ છો?' મિસ્ટર બેલીએ પૂછ્યું.

'હું વરસમાં ફક્ત ત્રણચાર વખત મંદિરે તેમનાં દર્શન કરવા જાઉં છું. મુંબાઈમાં મહારાજોનાં મંદિર છે અને મુંબાઈમાં કોઈ વખતે બે કે પાંચ કે દસ અથવા તેથી વધારે મહારાજોની પધરામણી થતી હોય છે. આમાંથી જીવણજી મહારાજ જેવાઓ મુંબાઈમાં જ રહે છે. આખા હિન્દુસ્તાનમાં હું ધારું છું કે આશરે ૬૦થી ૭૦ મહારાજો છે. એમાંથી

શ્રીનાથજીના મહારાજ મુખ્ય ગણાય છે. બાકીના મહારાજો જુદાં જુદાં શહેરોમાં વસે છે અને દેશના રાજાઓ તથા સરદારો પણ તેમને માન આપે છે.'

'તમે 'સત્યપ્રકાશ'માં જદુનાથ મહારાજ વિશે વાંચ્યું છે?'

'હું 'સત્યપ્રકાશ' પત્ર ખરીદું છું અને જે બીનાને માટે આ ફરિયાદ માંડવામાં આવી છે તે બીના કદાચ મેં વાંચી હશે.'

'સત્યપ્રકાશ'માં જે લખાયું છે તેવું અગાઉ ક્યારેય તમે સાંભળ્યું હતું?'

'સત્યપ્રકાશ' તથા 'પારસીપંચ'માં વાંચ્યા પહેલાં મેં અમારા લોકોમાં ક્યારેય એવી ફરિયાદ થતી સાંભળી નથી કે મહારાજો પોતાના સેવકોની વહુ-દીકરીઓને બગાડે છે.'

'મારા પક્ષે આટલું પૂરતું છે.' કહીને મિસ્ટર બેલી બેસી ગયા. મિસ્ટર આન્સ્ટીએ સાક્ષીની ઊલટતપાસ શરૂ કરી.

'મિસ્ટર ગોપાલદાસ માધવદાસ, તમે મહારાજોને ગુરુ માનો છો, બરાબર ?'

'જી હા, સાહેબ.'

'શું બધા હિંદુઓ મહારાજોને ગુરુ માને છે?'

'મહારાજો બધા હિંદુઓના ધર્મગુરુ નથી. તેઓ ફક્ત ભાટિયા, વાણીઆ અને બ્રાહ્મણોના ધર્મગુરુ છે. વાણીઆઓની મોટી સંખ્યા મહારાજોને માને છે પણ જે કેટલાક વાણીઆઓ જૈન ધર્મના છે તેઓ મહારાજને માનતા નથી.'

'જેઓ મહારાજને ગુરુ માને છે એમને મન શું મહારાજ ઈશ્વર અથવા ઈશ્વરના અવતાર છે?'

'કોઈ પણ વાણીઓ મહારાજને ઈશ્વર અથવા ઈશ્વરના અવતાર ગણે છે એવું મેં સાંભળ્યું નથી. ભાટિયાઓ એવું માને છે કે નહીં તે હું કહી શકતો નથી. પણ કેટલાક લોકો મહારાજને ઈશ્વરનો અવતાર સમજતા હશે અને કેટલાક લોકો તે પ્રમાણે સમજતા નથી. વલ્લભ પંથના લોકો એવું સમજે છે કે મહારાજો બ્રહ્મા અને વિષ્ણુના અવતાર છે અને તેમની સેવા તેમના સેવકોએ પોતાના તન, મન અને ધનથી કરવી જોઈએ તેવી અમારા લોકોની સમજ છે અને આ પ્રમાણે સેવા ન કરવાથી મોટું પાપ લાગે એમ હું ધારું છું.'

'મહારાજો ઉપર સેવકીએ જારભાવની પ્રીતિ રાખવી જોઈએ એવું શાસ્ત્રોમાં તમે ક્યાંય વાંચ્યું છે?'

'મને ખબર નથી કે એવું પુસ્તકોમાં ક્યાંય લખ્યું છે કે નહીં.'

'અને જો શાસ્ત્રોમાં આ વાત લખી હોય એવું તમને કહેવામાં આવે તો તમે એને અનુસરો?'

'એ વાત જો શાસ્ત્રમાં લખી હોય તો તેને ખરી સમજીને હમારે તે પ્રમાણે ચાલવું જોઈએ.'

'તમે શા પરથી કહી શકો છો કે હિન્દુસ્તાનમાં રાજાઓ અને સરદારો પણ મહારાજોને માન આપે છે. તમે ક્યારેય રૂબરૂ એવું થતાં જોયું છે?'

'મેં જોયું નથી. મેં જે કહ્યું તે ફક્ત સાંભળવા ઉપરથી.'

'મહારાજો નાતજાતની તકરારમાં સુલેહ કરાવવા વચ્ચે પડે ખરા?'

'જી, હા. નાનામોટા કજિયાઓ એમની પાસે લઈ જવામાં આવે ત્યારે તેઓ ચુકાદો આપતા હોય છે.'

'અને વિધવા કે માબાપ વગરનાં છોકરાઓની મિલકતને મહારાજો પચાવી પાડે છે એવી વાત તમે જાણી છે?'

'ના, એવી વાત મારા સાંભળવામાં નથી આવી.'

'મહારાજોનાં મંદિરોમાં વેશ્યાઓને નાચવા માટે બોલાવવામાં આવે છે એ વિશે તમને જો કોઈ જાણકારી હોય તો અદાલતને કહેશો?'

'મુંબાઈમાં મહારાજોનાં મંદિર છે. ક્યારેક લગ્ન કે એવા પ્રસંગોએ આ મંદિરોમાં નાચવા માટે વેશ્યાઓને બોલાવવામાં આવે છે, પણ મંદિરમાં જે ઠેકાણે ભગવાનની મૂર્તિ હોય તે ઠેકાણે નાચગાન થતા નથી. વેશ્યાઓને કોઈ મિજલસમાં પણ નાચગાન માટે બોલાવવામાં આવે છે.'

'યૉર લૉર્ડશિપ્સ, આ મુદ્દો ખાસ નોંધવામાં આવે... હા, તો મિસ્ટર ગોપાલદાસ, તમે મહારાજનાં દર્શને જાઓ છો ત્યારે એમની પૂજા થતાં તમે જોઈ છે? જો જોઈ હોય તો કહેશો કે કેવી રીતે એમની પૂજા થાય છે?'

'મહારાજ મંદિરમાં મૂર્તિની પૂજા કરે છે અને સેવક તથા સેવકીઓ કોઈ કોઈ વેળા મહારાજની પૂજા કરે છે. તેઓ મહારાજને પગે પડે છે. મહારાજને ટીલો કરીને તેમને ફૂલનો હાર પહેરાવે છે. મૂર્તિની પૂજા કરવાની એક રીત અમારામાં એ છે કે મૂર્તિને હીંડોળામાં બેસાડીને ઝુલાવવી. અને હમારી બાયડીઓ પણ મહારાજની એવી જ રીતની પૂજા કરે છે એટલે કે એમને હિંચકા પર બેસાડીને ઝુલાવે છે.'

'મંદિરોમાં થતા ઉત્સવો તમે જોયા છે?'

'જોયા છે, સાહેબ.'

'હોળીના ઉત્સવ વખતે મંદિરોમાં તમે ગયા છો?'

'જી, સાહેબ. ગયો છું.'

'એ વખતે મહારાજો સ્ત્રીઓ સાથે અભદ્ર વર્તન કરે છે તેની તમને જાણ છે?'

'સાહેબ, હોળીના દિવસમાં સેવક તથા સેવકીઓ ઉપર મહારાજો ગુલાલ ઉડાવે છે. એ ગુલાલ દૂરથી ઉડાડવામાં આવે છે અને તે સ્ત્રીઓની ગરદન તથા છાતી ઉપર પડતો હશે. કોઈ સ્ત્રીની છાતીએ ગુલાલ નાંખવો એ હમારામાં વ્યભિચારના જેટલું ખરાબ ગણાતું નથી. જો કોઈ પુરુષ કોઈની બાયડીની છાતી ઉપર ગુલાલ નાખે તો હમારા લોકો તે વાત શરમની અથવા અમર્યાદાની સમજતા નથી. બીજા લોકો એ પ્રમાણે સમજતા હોય કે નહીં તે વાત હું કહી શકતો નથી. કોઈ મહારાજે સ્ત્રીની છાતી દાબી હોય એવું મેં સાંભળ્યું નથી.'

'મિસ્ટર ગોપાલદાસ, હવે તમારો વધારે વખત હું નહીં લઉં.' મિસ્ટર આન્સ્ટીએ

જોયું કે અદાલતની ઘડિયાળમાં પાંચ વાગવા આવ્યા હતા, 'તમે ઓગાર, ચરણામૃત અને જૂઠણની પ્રથા વિશે આ અદાલતમાં પ્રકાશ પાડશો?'

'મહારાજનાં ચાવેલાં પાનસોપારી તેમના સેવકો ખાય છે. એને ઓગાર કહે છે. મહારાજના સ્નાન કર્યા બાદ એમના ધોતિયામાંથી નીચોવેલું પાણી ચરણામૃત કહેવાય છે અને તે વૈષ્ણવો પીએ છે. મહારાજના જમવાના ભાણામાંથી બાકી રહેલો એંઠવાડ જૂઠણ કહેવાય છે જેને સેવકસેવકીઓ ઘણા ભાવથી ખાય છે.'

'ધૅટ્સ ઑલ, યૉર લૉર્ડશિપ્સ. વિટનેસ પાસેથી વધુ કશું મારે જાણવું નથી.' મિસ્ટર આન્સ્ટીએ કહ્યું.

મહારાજ લાયબલ કેસનો પ્રથમ દિવસ પૂરો થયો ત્યારે અદાલત ખંડમાં મહારાજના ટેકેદારોની હકડેઠઠ ભરાયેલી મેદનીમાં સન્નાટો વ્યાપી ગયો હતો. અદાલતની બહાર ચુનંદા યુરોપિયન ઘોડેસવાર પોલીસનો બંદોબસ્ત હતો. સૌ કોઈએ ચૂપચાપ પોતપોતાના ઘરે જતા રહેવાનું પસંદ કર્યું.

પ્રકરણ : ૨૬

બીજા દિવસનો આરંભ જમનાદાસ સેવકલાલની જુબાનીથી થયો. મહારાજ જદુનાથ તરફી સાક્ષીઓમાંનો આ ત્રીજો હતો. જમનાદાસ જરા જક્કી પ્રકારનો સાક્ષી નીકળ્યો જેને કારણે અદાલતે એની સામે કડક હાથે કામ લેવું પડ્યું. મહારાજના વકીલ મિસ્ટર બેલીએ જમનાદાસને પૂછ્યું :

'તમારો ધંધો શું છે અને તમારી જ્ઞાતિ કઈ છે?'

'હું શરાફનો ધંધો કરું છું. જ્ઞાતિએ હું લાડ વાણીઓ છું.'

'તમારી ન્યાતના તમે શેઠ કહેવાઓ છો?'

'જી, ના.'

'વાદીને તમે ઓળખો છો?'

'જી, હા. તેઓ હમારા મહારાજ થાય.'

'એમના વિશે 'સત્યપ્રકાશ'માં લખાયેલું લખાણ તમે વાંચ્યું છે?'

'જી, હા. હું એ પત્ર ખરીદ કરતો હતો અને ૨૧ ઑક્ટોબર ૧૮૬૦ના 'સત્યપ્રકાશ'ની નકલ મારા વાંચવામાં આવી છે. એમાં હિંદુના અસલ ધર્મ વિશે એક લેખ છપાયો છે જેમાં વાદી જદુનાથ મહારાજનું નામ મેં વાંચ્યું છે?'

'વાદી સિવાયના બીજા કોઈ મહારાજનું નામ જદુનાથ હોય એવું તમે જાણ્યું છે?'

'ના, કદી નથી જાણ્યું.'

'તમે મહારાજ જદુનાથને માન આપો છો?'

'બીજા મહારાજો જેટલું જ માન હું વાદીને આપું છું પણ...'

'પણ શું?'

'પણ લાયબલવાળો લેખ 'સત્યપ્રકાશ'માં છપાયા પછી લોકોનો પ્યાર વાદીના ઉપરથી કંઈક ઊતર્યો છે.'

કરસનદાસે નોંધ્યું કે મહારાજની બદનક્ષી થઈ છે એ મુદ્દો પુરવાર કરવામાં સામેવાળા સફળ થઈ રહ્યા હતા. કરસનદાસના ચહેરા પર ચિંતાની લકીરો તણાઈ.

'ધેટ્સ ઑલ, યૉર લૉર્ડશિપ્સ', કહીને મિસ્ટર બેલીએ પોતાના સાક્ષીને પ્રતિવાદીના વકીલ મિસ્ટર આન્સ્ટીને સોંપ્યો. આન્સ્ટીએ ક્ષણભર કરસનદાસ ભણી જોયું. કરસનદાસ હજુ ચિંતામાં હતો. આન્સ્ટી કરસનદાસને કંઈ કહ્યા વગર એક નાનકડું આછું સ્મિત

કરી તરત જ ગંભીર ચહેરે સાક્ષીના કઠેડા પાસે આવી ગયા.

મિસ્ટર આન્સ્ટીએ જાણે સાક્ષી તરફ સહાનુભૂતિ દેખાડતા હોય એવી હૂંફથી પૂછ્યું, 'મિસ્ટર જમનાદાસ સેવકલાલ, આશરે બે વરસ ઉપર આ મહારાજ સુરતથી અહીં આવ્યા હતા એ તો તમને યાદ હશે નહીં?'

'જી, હા. યાદ છે.'

'તમે મળ્યા હતા એમને?'

'હા, મળ્યો હતો.'

'તમારી મુલાકાત વખતે શું તમે મહારાજને એવું બોલતાં સાંભળ્યા હતા કે હાલ લોકો મને અને બીજા મહારાજોને જેટલું માન આપવું જોઈએ એટલું આપતા નથી?'

'ના.'

'તો બીજા કોઈ પાસેથી તમે એવી વાત સાંભળી હતી ખરી?'

'ના.'

'મહારાજ એમના સેવક-સેવકીઓ પર કોઈ પ્રકારે જબરજસ્તી કે જુલમ કરે છે એવું તમે જાણો છો?'

'જુલમ શાનો? મહારાજ કોઈ જુલમ કરતા નથી.'

'બ્રહ્મસંબંધ વખતે જે મંત્ર મહારાજ સંભળાવે છે તેમાં કૃષ્ણની જગ્યાએ આજના જમાનામાં મહારાજને તનમનધન સમર્પિત કરવા એવું તમે માનો છો?'

'કૃષ્ણ ભગવાન છે અને મહારાજ મહારાજ છે.'

'મેં પૂછ્યું કે કૃષ્ણની જગ્યાએ અત્યારે મહારાજને તનમનધન સમર્પિત કરવાનાં એવું તમે સમજ્યા છો?'

'તનમનધન ભગવાન કૃષ્ણને સમર્પિત કરવાનાં હોય.'

'હું ફરીથી તમને પૂછું છું કે ભગવાન કૃષ્ણના સ્થાને અત્યારે મહારાજ છે એવું તમે સ્વીકારો છો કે નહીં?'

'મેં જવાબ આપી દીધો છે.' જમનાદાસે પોતાની વાત પકડી રાખી.

મિસ્ટર આન્સ્ટીએ ન્યાયાસને બેઠેલા બેઉ નામદારસાહેબોને સંબોધીને કહ્યું, 'યૉર લૉર્ડશિપ્સ, સાક્ષી સોગંદ હેઠળ છે અને અદાલત સમક્ષ જે પ્રગટ કરવું જોઈએ તે છુપાવી રહ્યો છે.'

ચીફ જસ્ટિસ મૅથ્યુ સૉઝે સાક્ષીને સંબોધીને કહ્યું,

'તમને સ્પષ્ટ સવાલ પૂછવામાં આવ્યો છે. તમે એ સવાલના જવાબમાં સ્પષ્ટ હા કે ના કહો. છેલ્લી પાંચ મિનિટથી અમે જોઈએ છીએ કે તમે પ્રતિવાદીના સવાલના જવાબમાં ગોળ ગોળ વાતો કરી રહ્યા છો. તમને ચેતવણી આપવામાં આવે છે કે વકીલના સવાલનો સીધો જવાબ આપવાની આનાકાની કરશો તો અદાલત તમને ૧૦૦ રૂપિયાનો દંડ કરશે.'

'નામદાર, ભૂલ થઈ ગઈ,' સાક્ષી જમનાદાસે કહ્યું.

મિસ્ટર આન્સ્ટીએ સાક્ષીને પૂછ્યું, 'શું તમને ડર લાગે છે કે તમે મહારાજ વિરુદ્ધ સાચો જવાબ આપશો તો આવતો જનમ તમારે કૂતરા તરીકે કે સીંચાણા પક્ષી તરીકે લેવો પડશે?'

'ના, મને એવો ડર નથી.' સાક્ષીએ કહ્યું.

આ તબક્કે મિસ્ટર બેલીએ ઊભા થઈને વાંધો લેતાં કહ્યું, 'યૉર લૉર્ડશિપ્સ, અદાલતે આટલા વિસ્તારથી આ બાબતમાં ઊંડે ઊતરવાની જરૂર નથી.'

ચીફ જસ્ટિસે કહ્યું, 'લાયબલની બીનામાં એટલી બધી વાતો આવરી લેવાઈ છે કે એમાં ઊંડા ઊતરવું જરૂરી છે. ઑબ્જેક્શન ઓવરરૂલ્ડ.'

મિસ્ટર બેલીએ ફરી દલીલ કરી, 'યૉર લૉર્ડશિપ્સ, લાયબલનો જે મુદ્દો છે તે પુરવાર કરવા આ દિશાની ઊલટતપાસ પ્રસ્તુત નથી.'

ચીફ જસ્ટિસ મૅથ્યુ સૉઝે મિસ્ટર આન્સ્ટીને પૂછ્યું,

'સવાલ શું છે?'

આન્સ્ટીએ કહ્યું, 'બ્રહ્મસંબંધના મંત્રમાં જેમ કહેવાયું છે કે શ્રીકૃષ્ણ મારો રક્ષણકર્તા છે અને અત્યારે કૃષ્ણના સ્થાને મહારાજ છે એવું આ સાક્ષી સ્વીકારે છે કે નથી સ્વીકારતો?' ચીફ જસ્ટિસે કહ્યું.

'ઑબ્જેક્શન ઓવરરૂલ્ડ, પ્રતિવાદીના વકીલની ઊલટતપાસની દિશા યોગ્ય છે. ચાલુ રાખો.'

મિસ્ટર આન્સ્ટીએ આભાર માનીને સાક્ષી જમનાદાસનો કબજો જાણે પોતાના તાબામાં પાછો આવી ગયો હોય એમ કહ્યું,

'જવાબ આપશો?'

'જી, સાહેબ મારા વિચાર પ્રમાણે મહારાજ કૃષ્ણની જગ્યાએ છે.'

'મહારાજ બ્રહ્મસંબંધ આપતી વખતે જે મંત્ર આપે છે તેનો અર્થ હું તમને વાંચી સંભળાવું છું.' મિસ્ટર આન્સ્ટીએ કહ્યું, 'મને કહેજો કે તમે આ મંત્રનો આ જ અર્થ સમજ્યા છો કે બીજો. મંત્રનો અર્થ છે : 'શ્રીકૃષ્ણ શરણમ્ મમઃ અર્થાત્ શ્રીકૃષ્ણ મારો રક્ષણકર્તા છે. ઓ, હજારો વરસ થયા, કૃષ્ણથી મારો વિયોગ પડવાને લીધે ઉપજેલા તાપ અને દુઃખથી મારો નાશ થયો છે તે માટે મારું તન, મારી ઇન્દ્રિયો, મારો શ્વાસ, મારું દિલ, મારી વૃત્તિ, મારી બાયડી, મારું ઘર, મારાં બચ્ચાં, મારાં સગાં, મારી દોલત અને આ દુનિયા મધ્યેની મારી સર્વે વસ્તુ તથા મારો આત્મા સર્વ સંપૂર્ણ કૃષ્ણને હું અર્પણ કરું છું. હે કૃષ્ણ હું તારો દાસ છું.' આ અર્થ જે મેં વાંચ્યો તે જ તમે સમજ્યા હતા?'

'જી, સાહેબ. હું આ જ અર્થ સમજ્યો છું.'

'શું કેટલાક વાણીઆ મહારાજને ઈશ્વર માને છે?' આન્સ્ટીએ પૂછ્યું.

સાક્ષી જમનાદાસે સીધો જવાબ આપવાને બદલે કહ્યું, 'હમે મહારાજને ગુરુ માનીએ છીએ.'

આ જવાબ સાંભળીને ચીફ જસ્ટિસે કહ્યું, 'સાક્ષીને માલૂમ થાય કે જો સીધો જવાબ

નહીં આપો તો અદાલત તમને જેલની સજા કરવાની સત્તા ધરાવે છે.'

કોર્ટના દુભાષિયાએ નામદારની ચેતવણીનો તરજૂમો કરીને જમનાદાસને કહ્યો. જમનાદાસે પોતે સવાલ ન સમજ્યો હોય એવો દેખાવ કરીને દુભાષિયાને પૂછ્યું, 'સવાલ શું હતો?' દુભાષિયાએ ફરી એને સવાલ સમજાવ્યો. જમનાદાસે જવાબમાં કહ્યું :

'કેટલાક લોકો મહારાજને ઈશ્વરરૂપી ગુરુ ગણે છે.'

'ઈશ્વર કે ગુરુ?' મિસ્ટર આન્સ્ટીએ પૂછ્યું.

જમનાદાસને ચૂપ જોઈએ ચીફ જસ્ટિસ મૅથ્યુ સૉઝે કહ્યું, 'આ વખતે સીધો જવાબ નહીં આપો તો ચોક્કસ જ જેલમાં જશો.' જસ્ટિસ આર્નોલ્ડે પણ કહ્યું, 'એમને જણાવો કે બીજા લોકો શું માને છે તે વિશે એમને પૂછવામાં આવે છે, પોતે શું માને છે એ વિશે નહીં.'

જમનાદાસે કહ્યું, 'બીજાઓ શું માને છે એની મને ખબર નથી. હું એમને માત્ર ગુરુ માનું છું.'

'બીજાઓ કેવા નામે એમની પૂજા કરે છે તે તમે જાણો છો?' આન્સ્ટીએ ઊલટતપાસ ચાલુ રાખી.

'ના, નથી જાણતો.'

'આ મુકદ્દમામાં કોઈ સાક્ષી આપવા માટે ન આવે એવો બંદોબસ્ત થયો હતો એ વિશે તમને ખબર છે?'

'ના, નથી ખબર.'

'મહારાજના એક વકીલ મિસ્ટર લિથ્સની ઑફિસમાં તમારી અવરજવર છે છતાં તે ભાટિયા કન્સ્પિરસી કેસથી વાકેફ નથી?'

'મિ લિથ્સની ઑફિસમાં હું મારા કામકાજને માટે જતો હોઉં છું, મહારાજના કેસ સાથે મારે બીજી કોઈ લેવાદેવા નથી.'

'મિસ્ટર જમનાદાસ, રસમંડળી એટલે શું?'

'મને ખબર નથી.'

'પરણેલી સ્ત્રીઓ અને પુરુષો એકબીજા સાથે ભોગ કરે એવી રસમંડળી વિશે તમે તથાકથિત લાયબલના લેખમાં વાંચ્યું હતું.'

'હા, વાંચ્યું હતું પણ એવી કંઈ પણ વાત હમારી નાતમાં છે નહીં.'

'મહારાજોના ઇતિહાસ વિશે કે વલ્લભાચાર્યના પંથના ઇતિહાસ વિશે તમે શું જાણો છો?'

'મને એટલી જ ખબર છે કે મહારાજો ઊંચી જાતના બ્રાહ્મણ છે. બ્રાહ્મણો પણ તેઓને માને છે.'

'બધા બ્રાહ્મણો એમને ઊંચી જાતના બ્રાહ્મણ માને છે?'

'બધા માને છે કે થોડા એ હું જાણતો નથી.'

'તૈલંગા બ્રાહ્મણોએ કેટલાક સો વરસ ઉપર મહારાજોને ન્યાત બહાર મૂક્યા હતા

તેની તમને ખબર છે?'

'ના, તે વિશે મને કંઈ ખબર નથી.'

'મહારાજનાં દર્શન કરવા માટે તમે કે તમારા કુટુંબના બીજા સભ્યો મંદિરમાં જાઓ છો ?'

'હા, જઈએ છીએ.'

'મહારાજે ચાવેલાં પાનસોપારી તમે કદી ચાખ્યાં છે?'

'ના. ક્યારેય નહીં.'

'મહારાજના ભોજનનો એંઠવાડ તમે ખાધો છે?'

'હા, મેં મહારાજનું જૂઠણ ખાધું છે.'

'તમારી પત્નીએ પણ ખાધું છે.'

'હા, મારી સ્ત્રીએ મહારાજનું જૂઠણ ખાધું છે પણ મહારાજે ચાવેલાં પાનસોપારી નથી ખાધા.'

'શ્રાવણ મહિનામાં મહારાજ હિંડોળા પર બેઠા હોય ત્યારે તમે એમને ઝુલાવ્યા છે?'

'હા, ઝુલાવ્યા છે.'

'તમારી પત્નીએ પણ?'

'હા, મારા ઘરની સ્ત્રી તથા બીજા ઘરની સ્ત્રીઓ પણ ઝુલાવે છે.'

'મહારાજ હોળી વખતે તમારી પત્ની પર ગુલાલ નાખે છે?'

'ફક્ત મારા ઘરની સ્ત્રી પર જ નહીં, હજારો સ્ત્રીઓ પર ગુલાલ નાખે છે. આ ગુલાલ ઠાકોરજીની આગળ ધરાવ્યા પછી ઉડાડવામાં આવે છે,'

'મહારાજ સિવાય બીજું કોઈ તમારી પત્ની ઉપર ગુલાલ ઉડાડે તો તમને કેવું લાગે?'

'એને હું મારું મોટું અપમાન સમજું.'

'ગુલાલ ઉડાડીને સંભોગ માટે આમંત્રણ આપવામાં આવે છે એ વાત ખરી?'

'ગુલાલ ઉડાડવાને સંભોગ સાથે કોઈ લેવાદેવા નથી.'

'મહારાજ તમારી પત્ની પર ગુલાલ નાખે એમાં તમને અપમાન જેવું લાગે?'

'ના, બિલકુલ નહીં.'

'શા માટે નહીં?'

'એમાં સ્ત્રીનું અપમાન નથી થતું.'

'તમને અપમાન જેવું લાગે કે નહીં?'

'મારા પર ક્યાં ગુલાલ ઉડાડવામાં આવે છે કે મને અપમાન જેવું લાગે?'

જમનાદાસને ફરી ગોળગોળ જવાબ આપતાં સાંભળી ચીફ જસ્ટિસે કહ્યું, 'સીધો જવાબ ન આપવા કોર્ટ સાક્ષીને પચાસ રૂપિયાનો દંડ કરે છે. કોર્ટ ઊઠતાં પહેલાં સાક્ષીએ અદાલતની ટ્રેઝરીમાં દંડ ભરી દેવો. ન ભરી શકે તો સાક્ષીને જ્યુડિશ્યલ કસ્ટડીમાં રાખવો. કાર્યવાહી આગળ ચાલે.'

'દૂરથી ગુલાલ ઉડાવવામાં મને અપમાન જેવું નથી લાગતું.' જમનાદાસે કહ્યું.

આન્સ્ટીએ પૂછ્યું, 'મહારાજો હોળી વખતે ગુલાલ નાખતી વેળા સ્ત્રીની છાતી અથવા ગરદન પર હાથ નાખે છે તે તમને ખબર છે?'

'ના.'

'એવી કોઈ ફરિયાદ તમે સાંભળી છે?'

'ના.'

'સત્યપ્રકાશમાં એવી ફરિયાદ વાંચી છે?'

'હા, 'સત્યપ્રકાશ'માં વાંચી છે.'

'અને 'મુંબઈ સમાચાર' તથા 'સમાચાર દર્પણ'માં પણ આવી ફરિયાદ વિશે છપાયું છે તે તમે વાંચ્યું છે?'

'ના, હું 'સત્યપ્રકાશ' તથા 'જામે જમશેદ' સિવાયનાં બીજાં પત્રો વાંચતો નથી.'

'જામે જમશેદ'ના ૨૫ ડિસેમ્બર ૧૮૫૫ના અંકમાં મહારાજને શરમમાં નાખનારી બીના છપાઈ હતી તે તમે વાંચી હતી?'

'ના.'

'વાંચી નહોતી કે પછી વાંચી હોય એવું યાદ નથી?'

'વાંચી હોય એવું યાદ નથી.'

'ધેટ્સ ઓલ, યોર લૉર્ડશિપ્સ.'

ભોજનનો સમય થઈ રહ્યો હતો. આન્સ્ટીએ જમનાદાસ સેવકલાલની ઊલટતપાસ પૂરી કરીને ટેબલ પરની ફાઇલો ગોઠવતાં કરસનદાસ ભણી જોયું. કરસનદાસ પ્રસન્ન હતો.

* * *

લંચ પછીની સેશનમાં મહારાજ જદુનાથ વતી ચોથા સાક્ષીની જુબાની લેવામાં આવી. મહારાજના વકીલ મિસ્ટર બેલીના પૂછવાથી સાક્ષીએ જણાવ્યું,

'મારું નામ વરજીવનદાસ માધવદાસ છે. હું સુલેહનો અમલદાર એટલે કે જસ્ટિસ ઑફ પીસ છું. ન્યાતે વાણીઓ છું. વાદી જદુનાથજી મહારાજને હું ઓળખું છું. બે વરસ પહેલાં તેઓ મુંબાઈ આવ્યા ત્યારથી એમને ઓળખું છું. મારી ન્યાતમાં હું શેઠીઓ છું અને મહાજનનો સભ્ય છું. ભાટિયા, લોહાણા, વાણીઆ, ભણસાલી અને બીજી ન્યાતના લોકો મહારાજને માને છે. વાદી અમારા ગુરુ છે અને ન્યાતે બ્રાહ્મણ છે. સાધારણ બ્રાહ્મણો કરતાં તેઓ ઊંચી પદવીના છે. મહારાજો વલ્લભચાર્યના વંશના છે. મુંબાઈમાં વાદીનું મંદિર નથી. હિંદુઓ મહારાજોને માન આપે છે, ખાસ કરીને હમારા પંથવાળા.'

વરજીવનદાસની જુબાની પૂરી થઈ એટલે મિસ્ટર આન્સ્ટીએ એમની ઊલટતપાસ શરૂ કરી,

'મિસ્ટર વનજીવનદાસ માધવદાસ, આગલા સાક્ષી ગોપાલદાસ માધવદાસના તમે શું થાઓ?'

'અમે સગા ભાઈઓ છીએ.'

'અગાઉ કોઈ કેસમાં તમને સાક્ષી માટે બોલાવ્યા હોય અને તમે ના પાડી હોય

એવું બન્યું છે?'

'ના. નથી બન્યું.'

'એક ડબલ મર્ડર કેસના આરોપી વિરુદ્ધ તમે અદાલતમાં સાક્ષી આપવાની ના પાડી હતી?'

'એમાં એવું હતું સાહેબ, કે પાંચ વર્ષ અગાઉના એ કેસમાં મિસ્ટર ફ્રોર્જેટે જે આરોપોનો કાગળ તૈયાર કર્યો એમાં મારું નામ નહોતું એટલે મારા યુરોપિયન મિત્રોની સલાહથી મેં એ વિશે ઝાઝી ચર્ચા કરવાનું મુનાસિબ સમજ્યું નહીં પણ એક સ્થાનિક વર્તમાનપત્રે આ વાતને મુદ્દો બનાવીને ઉછાળવાની કોશિશ જરૂર કરી હતી.'

'ભલે, શું તમે જાણો છો કે પોરબંદરનો રાણો એક મહારાજની અનીતિથી કંટાળીને શિવમાર્ગી થયો હતો?'

'ના, મને એ વિશે કશી જાણકારી નથી.'

'પોર્ટુગીઝોના સંસ્થાન દમણમાં એક મહારાજને ત્યાંની સરકારે શું કામ ફટકા મારવાની સજા કરી હતી?'

'ના, મને એ વિશે નથી ખબર.'

'જાલણા-પાટણમાં એક મહારાજે ત્યાંના રાજાને ઝેર આપ્યું તે બદલ કેદની સજા થઈ હતી તેની ખબર છે તમને?'

'ના. નથી ખબર.'

'એ મહારાજને છોડાવવા માટે મુંબાઈના લોકોએ અરજી કરી હતી તેની તમને ખબર છે?'

'હા, એ વાત મને યાદ છે.'

'મહારાજો મહાપ્રભુના અવતાર છે એવું તમે માનો છો?'

'મહારાજો મહાપ્રભુના અવતાર છે કે નહીં તે હું કહી શકતો નથી.'

'વલ્લભાચાર્યને તમારા લોકો બીજા ક્યા નામે ઓળખે છે?'

'મહાપ્રભુના નામે.'

'અને મહાપ્રભુનો અર્થ શું થાય?'

'મોટો ઈશ્વર.'

'મહારાજોએ વેપારધંધા ઉપર લાગો નાખ્યો છે?'

'હા, મહારાજાએ દાણાવાળાઓ પર કર નાખ્યો છે અને દાણા વેચનારા ભાટિયાઓ આ કર આપે છે.'

'વેપારીઓ આ કર કોની પાસેથી વસૂલે છે?'

'બાકીની આખી કોમ પાસેથી.'

'મહારાજ વિરુદ્ધ સાક્ષી ન આપવા માટેના ખત પર તમે સહી કરી હતી?'

'ના.'

'તમારા ભાઈએ કરી હતી?'

'મને ખબર નથી.'

'આ કેસને લગતા અન્ય કોઈ લખાણખત પર તમે સહી કરી છે?'

'હા. કોઈ પણ વૈષ્ણવ મહારાજને કોર્ટમાં સાહેદી પૂરવાને બોલાવવો નહીં અને જે બોલાવે તેને નાતબહાર મૂકવો એવા એક ખત ઉપર મેં સહી કીધી છે.'

'આમ છતાં જો કોઈ મહારાજને કોર્ટમાં સાક્ષી માટે બોલાવવામાં આવે તો તમે સૌએ આગળ કયાં પગલાં લેવાનું વિચાર્યું હતું?'

'અમોએ મુંબાઈની સુપ્રીમ કોર્ટના જજોને પણ આ વિશે અરજી કરવાની ધારણા રાખી હતી અને હમારી એ અરજ જજો કબૂલ નહિ રાખત તો ઇંગ્લૅન્ડમાં પ્રીવી કાઉન્સિલ મધ્યે એ બાબત અરજી મોકલવાનો અમે વિચાર કર્યો હતો.'

'આ પ્રકારનાં લખાણ પર તમે બધાએ પોતાની મરજીથી સહીઓ કરી હતી કે તમારામાંના કેટલાકે દબાણ હેઠળ સહી કરી આપી હતી?'

'લખત પર સહી લેવાને વાસ્તે મહારાજોએ ૮ દિવસ સુધી મંદિરો બંધ રાખ્યાં હતાં.'

'તમારા મહારાજો યુરોપિયનોની દુકાનોમાં ખરીદી માટે જાય છે?'

'હા.'

'સ્ટીમરોમાં યોજાતી યુરોપિયન મિજલસોમાં જાય છે?'

'હા.'

'વેશ્યાઓના નાચ જોવા જાય છે?'

'હા.'

'તો પછી એમને કોર્ટમાં આવવાનો શું વાંધો હોય?'

'સાહેબ, એ પ્રાચીનકાળની પરંપરા છે.'

'તમારા પંથને હજુ ૪૦૦ વરસ માંડ થયા છે. એમાં પ્રાચીન કાળની પરંપરા કેવી રીતે ઊભી થઈ?'

'જી, સાહેબ. ૪૦૦ વરસની પરંપરા છે.'

'તમારા એક મહારાજ નામે ગોરધનજી મહારાજ મોટા વેપારી હતા અને પારસી તથા મુસલમાનોના ઘરે જતા-આવતા હતા તેની તમને ખબર છે?'

'હા.'

'અને બીજા એક... વછાલાલજી નામના મહારાજે એક મુસ્લિમ સ્ત્રીને રખાત તરીકે રાખી હતી તે વિશે તમે કંઈ કહેશો?'

'એ વિશે હું કંઈ જાણતો નથી.'

'વૈષ્ણવોનાં મંદિરોમાં દર્શનની ભીડમાં કેટલાક લોકો સ્ત્રીઓની છાતી પર હાથ નાખીને એમની આબરૂ લે છે એની તમને ખબર છે?'

'એવી વાત કોઈ કોઈ વેળા મેં સાંભળી છે.'

'એક છેલ્લો સવાલ. તમે મહારાજની ઘોડાગાડીને કોચમેનની જેમ હંકારી છે?'

'હા. મેં એ રીતે એમની ગાડી હાંકી છે.'

'આવું કરવું તમારા જેવા શેઠિયા માટે શરમજનક અને અપમાનજનક હશે નહીં?'

'ના. તેમાં કાંઈ શરમભરેલું હું સમજતો નથી.'

'ધૅટ્સ ઑલ, યૉર લૉર્ડશિપ્સ મારે વધુ કંઈ પૂછવું નથી.' કહીને મિસ્ટર આન્સ્ટી બેસી ગયા. સાક્ષી કઠેડાની બહાર નીકળવા જાય તે પહેલાં મિસ્ટર બેલીએ ઊભા થઈને અદાલતની પરવાનગીથી સાક્ષીની વધારાની જુબાની લીધી.

'મિસ્ટર વરજીવનદાસ, તમે આબરૂદાર શેઠિયા અને જસ્ટિસ ઑફ પીસ છો તો ડબલ મર્ડર કેસમાં તમારું નામ ઊછળવાને લીધે સરકાર તરફથી કે કોઈપણ શખ્સ તરફથી તમારી આબરૂને નુકસાન પહોંચ્યું હતું ખરું?'

'ના, સાહેબ, એ બટ્ટો પાયા વગરનો હતો.'

'પ્રતિવાદી કરસનદાસ મૂળજીએ 'સત્યપ્રકાશ'માં ક્યારેય તમારા વિશે લખ્યું છે ખરું?'

'જી, હા. ત્રણ-ચાર વખત એમના પત્રમાં મારા પર હુમલો કીધો છે.'

'જવાબમાં તમે શું કર્યું?'

'મેં કોઈ બી દરકાર કીધી નથી. મારે એની સાથે કોઈ અણબનાવ નથી.'

'થૅન્ક્યુ, યૉર લૉર્ડશિપ્સ.' કહીને મિસ્ટર બેલીએ વરજીવનદાસની જુબાની પૂરી કરી ત્યારે કોર્ટનો ઊઠવાનો સમય થઈ ગયો હતો.

* * *

કેસના ત્રીજા દિવસે રણછોડ મનજીને મહારાજની તરફેણમાં જુબાની આપવા બોલાવવામાં આવ્યા. રણછોડ મનજીએ કહ્યું,

'હું વેપારી છું. હિન્દુસ્તાનના જુદા જુદા ભાગમાં જાત્રાને માટે જઈ આવ્યો છું. ગંગા-જમના નદી ઉપરનાં મોટાં શહેરોમાં પણ જઈ આવ્યો છું. ત્યાં ઘણાં શહેરોમાં મહારાજો હતા, કેટલાંક શહેરોમાં નહોતા. હું ધારું છું કે હિન્દુસ્તાનમાં ૪૦ કે ૫૦ મહારાજો છે. બે મહારાજ કાશીમાં હતા. હમારા ધર્મની રીત પ્રમાણે હિંદુઓ તેમ જ રાજાઓ મહારાજને ગુરુ લેખે માન આપે છે.'

રણછોડ મનજીની જુબાની લેવાઈ ગયા પછી મિસ્ટર આન્સ્ટીએ એમની ઊલટતપાસ શરૂ કરી.

'તમે ૮૪ વૈષ્ણવોની વાર્તા અને ૨૫૨ વૈષ્ણવોની વાર્તાની ચોપડીઓ વાંચી છે?'

'અગાઉ વાંચી છે પણ હવે મારી આંખો ઝાંય મારે છે તેથી સાફ દેખાતું નથી અને વાંચી શકાતું પણ નથી.'

'આમાંની જે કોઈ એક વાર્તા યાદ હોય તે નમૂનારૂપે અદાલત સમક્ષ રજૂ કરશો?'

'કૃષ્ણદાસ નામના એક વૈષ્ણવની ગરીબ સ્ત્રી પાસે પૈસા નહોતા. એણે એક વાણિયા પાસે જઈને અનાજ-કરિયાણું લીધું. બદલામાં વાણિયાએ એની સાથે જારકર્મ કરવાની ઇચ્છા પ્રગટ કરી. સ્ત્રીએ કહ્યું કે મારા પતિને જમાડીને રાતે આવું છું. પતિને જમાડ્યા પછી સ્ત્રી રાતના અંધારામાં વરસતા વરસાદમાં બહાર જતી હતી ત્યારે પતિએ એને જોઈ લીધી. પતિને સાચી વાતની ખબર પડી એટલે એણે કહ્યું કે કાદવવાળા રસ્તે તું

ચાલીને જશે તો ગંદી થઈ જશે અને વાણિયો તને સ્વીકારશે નહીં. પતિ પોતાની સ્ત્રીને ખભે બેસાડીને વાણિયાને ત્યાં મૂકી આવ્યો. જારકર્મ કરવા તૈયાર થયેલા વાણિયાએ જોયું કે બહાર વરસાદ છે, માર્ગ કાદવકીચડવાળો છતાં સ્ત્રીની પાની ચોખ્ખીચણાક છે. એણે બહુ આગ્રહ કર્યો એટલે, સ્ત્રીએ કબૂલ કીધું કે એ કેવી રીતે અહીં સુધી આવી. આ સાંભળીને વાણિયા કહ્યું કે આજથી હવે તું મારી દીકરી છે. તારી સાથે મારાથી જારકર્મ ન થાય.'

'આ આખી વાર્તાનો સાર શું?'

'વાર્તામાં ત્રણેય જણનાં વખાણ કરવામાં આવ્યા છે. સ્ત્રીએ પોતાનું વચન પાળ્યું એટલે એનાં વખાણ થયાં છે અને એના ધણીએ તથા વાણિયાએ પોતપોતાની રીતે નિષ્ઠા બતાવી એટલે એનાં વખાણ થયેલાં છે.'

'આ વાર્તાને તમારા લોકો ધર્મની વાર્તા સમજે છે?'

'હા. આ અમારા ધર્મની વાર્તા છે.'

'આવી વાર્તાઓ મૂળ શાસ્ત્રથી તથા ધર્મ અને નીતિથી ઊલટી છે એવું તમને લાગે છે?'

'સાહેબ, હું શાસ્ત્રથી વાકેફ નથી એટલે મને ખબર નથી કે આવી વાતો ધર્મ-નીતિથી ઊલટી કહેવાય કે નહીં.'

'તમે માનો છો કે શાસ્ત્રમાં જે પ્રમાણે લખ્યું હોય તે પ્રમાણે જ તમારે આચરણ કરવું જોઈએ?'

'હા, સાહેબ શાસ્ત્ર પ્રમાણે ચાલવું જોઈએ એ વાત સાચી પણ શાસ્ત્ર પ્રમાણે સર્વે કોઈથી ચલાતું નથી કેમ કે બધાને પેટ લાગેલું છે.'

રણછોડ મનજીની જુબાની પછી હવે જદુનાથ મહારાજ તરફથી બીજા બે સાક્ષી રજૂ કરવાના બાકી હતા.

* * *

મહારાજ જદુનાથ તરફી રજૂ કરવામાં આવેલા છેલ્લા બે સાક્ષીઓ, સાક્ષી નં. ૬ અને સાક્ષી નં. ૭ની જુબાનીમાં કંઈ વિશેષ નહોતું. સાક્ષી નં. ૬ શિવદાસ મોનજી હતો. એણે કહ્યું, 'હું ન્યાતે ભણસાલી છું અને બંદર ઉપર મારા છોકરાઓના નામથી વેપાર ચલાવું છું. વાદી જદુનાથજી મહારાજને હું ઓળખું છું. અમારી ન્યાતના લોકો એને અને બીજા મહારાજોને પોતાના ગુરુ ગણે છે.'

મિસ્ટર આન્સ્ટીની ઊલટતપાસ દરમિયાન શિવદાસ મોનજીએ કહ્યું, 'હમારી ન્યાતમાં ચાર તડાં છે. કચ્છ તરફ હમારી ન્યાય મધ્યે દસ કે પચીસ હજાર લોકો છે. હમારી ન્યાતના લોકો એક પંથના નથી. કેટલાક રામાનંદી, કેટલાક સહજાનંદી ઇત્યાદિ છે. તેઓ મહારાજને પોતાનો ગુરુ ગણતા નથી પણ માન આપે છે ખરા. હમારા પંથના લોકો મહારાજને ઈશ્વર ગણે છે કે નહીં તે હું જાણતો નથી. હમારા પંથના પુસ્તકો મેં કોઈ દહાડે વાંચ્યા નથી અને વંચાતા હોય એવું કોઈ દહાડે સાંભળ્યું પણ નથી. હમારા પંથના સિદ્ધાંતો શું છે તેની મને ખબર નથી. મેં ભાગવત પુરાણ બ્રાહ્મણને મ્હોડે સાંભળ્યું

છે. મહારાજે મને કંઠી બાંધી ત્યારે મને કહ્યું કે સાચે માર્ગે ચાલજો. મારા આખા જન્મારામાં મહારાજ પાસેથી એટલો જ ધર્મ ઉપદેશ મળ્યો છે. હું મહારાજનાં દર્શન કરું છું પણ એમની પૂજા કરતો નથી. એમની લંગોટીમાંથી નીચોવેલું પાણી મેં કદી પીધું નથી. એમનાં ચાવેલાં પાનસોપારી મેં ખાધા નથી.'

મહારાજ તરફી છેલ્લા સાક્ષી ગંગાધર નાનકરામે કહ્યું, 'હું જ્ઞાતે મારવાડી છું અને મહારાજનો ધર્મ પાળું છું. મુંબાઈ મધ્યે મારી ન્યાતના મારવાડીઓ ઝાઝા નથી. બીજા મારવાડીઓ પણ મહારાજોના પંથમાં છે. શ્રીનાથદ્વારામાં અને જોધપુરમાં પણ મહારાજો છે. તેઓને હમે હમારા ગુરુ ગણીએ છીએ.'

મિસ્ટર આન્સ્ટીની ઊલટતપાસ દરમિયાન ગંગાધરે કહ્યું, 'મુંબાઈ મધ્યે હમારી નાતના કેટલા મારવાડી છે તે હું કહી શકતો નથી. કદાચ દસ, વીસ કે પચાસ કુટુંબો હશે. મારવાડ દેશમાં મહારાજને માનનારા કેટલા લોકો છે તે પણ હું કહી શકતો નથી. હમારી ન્યાત મધ્યે બીજા પંથના મારવાડીઓ પણ ઘણા છે. મહારાજને હું મારા ગુરુ સમજું છું. બીજાઓ સમજે છે કે નહીં તે હું કહી શકું એમ નથી. કેટલાટ લોકો મહારાજને ઈશ્વર સમજતા હશે.'

આ સાથે મહારાજ તરફી સાક્ષીઓની જુબાની પૂરી થઈ. હવે પ્રતિવાદીઓ તરફના સાક્ષીઓને રજૂ કરવાનો સમય થઈ ગયો હતો. કરસનદાસના વકીલે કોર્ટ પાસે પોતાના અસીલ સાથે મસલત કરવા માટે પાંચ મિનિટનો સમય માગ્યો. કોર્ટે માગણી મંજૂર રાખી. મિસ્ટર આન્સ્ટીએ ઊભા થઈને કરસનદાસને પોતાની નજીક આવવાનું કહ્યું. થોડીક મિનિટોની મંત્રણા પછી કરસનદાસે સંમતિમાં માથું ધુણાવ્યું.

મિસ્ટર આન્સ્ટીએ કહ્યું, 'યૉર લૉર્ડશિપ્સ, આપની સમક્ષ રજૂ કરવામાં આવેલી અરજી મુજબ અમારી માગણી છે કે આ મુકદ્દમાને નૉન્સ્યૂટ જાહેર કરવામાં આવે, આ કેસ આગળ ન ચલાવતાં એને ખારિજ કરવામાં આવે, રદ જાહેર કરવામાં આવે.'

મિસ્ટર આન્સ્ટીએ પોતાના ટેબલ પર તૈયાર કરેલી નાનકડી અરજીની બે નકલ ન્યાયમૂર્તિઓને મોકલી અને એક નકલ વાદીના વકીલ મિસ્ટર બેલીને સોંપી.

મહારાજ લાયબલ કેસને ઉડાડી મૂકવાની દરખાસ્ત સાંભળીને કોર્ટમાં સૌ કોઈ ચોંકી ઊઠ્યા. અદાલત ખંડમાં ગણગણાટ શરૂ થઈ ગયો. વધુ કોઈ ઊહાપોહ થાય એ પહેલાં ચીફ જસ્ટિસે લાકડાની ગૅવલ ઠોકીને સૌને શાંત થઈ જવાનો આદેશ આપ્યો. પછી મિસ્ટર આન્સ્ટી તરફ જોઈને કહ્યું,

'નૉન્સ્યૂટ માટેની તમારી દલીલો રજૂ કરી શકો છો.'

'મચ ઑબ્લાઇજ્ડ યૉર લૉર્ડશિપ્સ,' મિસ્ટર આન્સ્ટીએ કહ્યું, 'આ કેસ રદબાતલ કરવો જોઈએ એનાં ત્રણ કારણો આપ નામદારસાહેબો સમક્ષ રજૂ કરું છું. વાદીએ કરેલી ફરિયાદમાં જણાવેલી ત્રણ વાતના પુરાવા આપવાની બહુ જરૂર હતી. એક હાલ જે જમાનો ચાલે છે તે કળિયુગના નામે ઓળખાય છે. બે મહારાજો હિંદુ ધર્મના ધર્મગુરુ છે અને વાદી પોતે ઊંચી ન્યાતનો ઊંચો ધર્મગુરુ છે. અને ત્રણ, આ મુકદ્દમામાં વાદી મહારાજ

જદુનાથે પોતાની આબરૂને કેવી રીતે નુકસાન પહોંચ્યું છે તે પણ સાબિત કરી બતાવ્યું નથી.'

ચીફ જસ્ટિસ સર મૅથ્યુ સૉઝે મિસ્ટર બેલી તરફ જોઈને કહ્યું, 'તમારે આની સામે શું કહેવું છે?'

મિસ્ટર બેલીએ તરત ઊભા થઈને દલીલ કરતાં કહ્યું, 'યૉર લૉર્ડશિપ્સ, વાદી ધર્મગુરુ છે. એ વિશેનો પુરાવો પડી ચૂક્યો છે. એક સાક્ષીએ ખુલ્લી રીતે કહ્યું છે કે મહારાજો ધર્મનો બોધ કરે છે. શાસ્ત્ર શું છે અને કળિયુગ શું છે એ વિશેના પુરાવાની અદાલતને કોઈ જરૂર નથી. હિંદુઓનાં પુરાણો અને શાસ્ત્રો તપાસવા માટે આપ નામદારસાહેબો બંધાયેલા નથી. છેલ્લી રહી બદનક્ષીની વાત. તે અંગે કહેવાનું કે લાયબલવાળા લેખનો છેલ્લો ભાગ વાદી તેમ જ બીજા મહારાજોને લાગુ પડે છે. જમનાદાસની સાક્ષી મુજબ તે લખાણ જદુનાથજીને લાગુ પડે છે અને વાદી સિવાય બીજા કોઈ પણ મહારાજનું નામ જદુનાથજી છે એવું તે જાણતો નથી. એ બાબતે સાક્ષીને ઊલટતપાસમાં કંઈ પૂછવામાં આવ્યું નથી. ફક્ત એક જ સાક્ષી વરજીવનદાસ માધવદાસ અંગ્રેજીનો જાણનાર હતો અને તેણે જણાવ્યું કે વાદી ઊંચો બ્રાહ્મણ છે અને બ્રાહ્મણો પણ તેને માન આપે છે. વાદીની તરફથી એવો પણ પુરાવો પડી ચૂક્યો છે કે મુંબાઈમાં અને બીજે ઠેકાણે મહારાજોને ભાટિયા, વાણીઆ, લોહાણા અને બીજાઓ ઊંચા બ્રાહ્મણ લેખે માન આપે છે. વાદી અને બીજા મહારાજો ધર્મગુરુ છે એ વિશે મજબૂત પુરાવો પડી ચૂક્યો છે. લાયબલના લેખના છેલ્લા ભાગમાં 'તમે પોતે સારાં આચરણ પકડો' લખાયું છે તે પરથી વાંચનાર જરૂર એવું અનુમાન લગાવવાનો કે વાદી ખરાબ આચરણનો છે.'

આ તબક્કે ચીફ જસ્ટિસે મિસ્ટર બેલીને અધવચ્ચે રોકીને કહ્યું, 'વાદી ખરાબ આચરણનો છે એવું ક્યાંય જણાવવામાં આવ્યું નથી.'

'યસ, યૉર લૉર્ડશિપ્સ. પણ એ લખાણ વાંચીને યુરોપિયનોનાં મન પર નહીં પણ હિંદુ વાંચનારાઓનાં મન પર આ લેખની કેવી અસર પડે છે એ વિચાર કરવાની જરૂર છે. પ્રતિવાદીઓએ જસ્ટિફિકેશનની એટલે કે પોતાની વાત સાબિત કરી આપવાની જે પ્લી આપી છે તેના ઉપર જ ફક્ત ધ્યાન આપીને વાદીની તરફનો મુકદ્દમો રચવામાં આવ્યો હતો અને તેમાંની કેટલીક નજીવી બાબતો સાબિત કરવાની રહી ગઈ તો તેનો લાભ પ્રતિવાદીઓને આપવો જોઈએ નહીં. આ આખા મુકદ્દમાને ખોટા સંદર્ભના પ્રકાશમાં મૂકવાની તજવીજ થઈ રહી છે. પ્રતિવાદી કરસનદાસ મૂળજી જાણે વાણીઆ ન્યાતનો માર્ટિન લ્યુથર કિંગ જેવો મહાન સુધારક હોય એવી એની છાપ ઉપસાવવાની કોશિશ થઈ રહી છે. હકીકતમાં આ ઠેકાણે ધર્મને લગતો કોઈ સવાલ નથી. સવાલ ફક્ત એટલો છે કે તેણે વાદી વિશે બદનક્ષીભર્યું લખાણ છાપ્યું છે કે નહીં?'

દલીલ પૂરી કરીને મિસ્ટર બેલી પોતાના સ્થાને બેસી ગયા. મિસ્ટર આન્સ્ટીએ ઊભા થઈને કહ્યું,

'વાદીની તરફના સાક્ષીઓએ એટલું જ દેખાડી આપ્યું છે કે તથાકથિત

લાયબલવાળા લેખને તેઓએ ધિક્કારની નજરથી જોયો છે. એક સાક્ષીએ કહ્યું કે એ લેખ છપાયાથી મહારાજ ઉપરનો લોકોનો પ્યાર કંઈક ઘટ્યો છે, પણ એમની આબરૂને મુદ્દલ નુકસાન પહોંચ્યું નથી. તે પ્યાર કેવી રીતે ઘટ્યો, જારભાવનો પ્યાર ઘટ્યો કે બીજી જાતનો પ્યાર ઘટ્યો એ વિશે કોઈ પણ પુરાવા પડ્યા નથી.'

આટલું કહીને મિસ્ટર આન્સ્ટીએ ટેબલ પાસે આવીને પાણીનો ગ્લાસ ઉઠાવીને એક ઘૂંટડો ભર્યો અને દલીલ આગળ ચલાવી,

'વાદીની આબરૂને કેવી રીતે નુકાસન થયું છે તે સાબિત કરી આપવા માટે વાદી બંધાયેલા છે. તથાકથિત લાયબલની જે મૅટર છે તેનો છેલ્લો ભાગ વાદીને લાગુ પડે છે એમ કહેવામાં આવ્યું. પણ ખરેખર જોતાં તે લાયબલ છે જ નહીં. 'જદુનાથ મહારાજ તમો જો ધર્મનો વધારો અથવા ફેલાવો કરવા માગતા હો તો તમે પોતે સારાં આચરણ પકડીને તમારા બીજા મહારાજોને ઉપદેશ કરો.' ઇત્યાદિ. એમાં ન તો મહારાજોના આખા વર્ગ ઉપર અથવા તો કોઈ એક જ વ્યક્તિ પર લાયબલ છે જ નહીં. તેની ટોપી વાદી પોતાને માથે શા માટે પહેરી લે છે? 'તમે પોતે સારાં આચરણ પકડો' એ શું લાયબલ થયું? એમાં બદનક્ષી ક્યાંથી આવી? જો એમ જ હોય તો 'લંડન ટાઈમ્સ'વાળાઓએ ઇંગ્લૅન્ડની નામદાર રાણીના પ્રિન્સ ઑફ વેલ્સને વારંવાર ભલામણ કરી છે કે નીતિ અને સદ્‌ગુણનો માર્ગ પકડો. તો શું પ્રિન્સ ઑફ વેલ્સે 'લંડન ટાઈમ્સ' લાયબલની ફરિયાદ માંડવી જોઈએ? અહીં મહારાજને ઉપદેશ આપવા ભલામણ છે કે તમે એવી ચાલ પકડો જેથી બીજા બધા મહારાજોમાં પ્રકાશી નીકળો. બીજું, વલ્લભચાર્ય સિવાય કળિયુગમાં બીજાં ઘણાં પાખંડ અને ઘણા પંથો ઊભા થયા છે. પણ મહારાજોના પંથ જેવી નફ્ફટાઈ ઇત્યાદિ કોઈ પંથવાળાએ કરી નથી. આ ઉપરાંત, વાદીએ ફરિયાદની અરજીમાં જણાવ્યું છે કે તે પોતે અને બીજા મહારાજો હિંદુઓના ધર્મગુરુ છે, પરંતુ એ વાત કોઈ પણ સાક્ષીની જુબાનીમાં સાબિત કરી આપવામાં આવી નથી. ઊલટાનું એનાથી તદ્દન જુદી જ વાત સાક્ષીઓએ કરી છે. વાદીની તરફથી જે લોકો સાક્ષી તરીકે આવ્યા તેઓએ સાફ કહ્યું છે કે 'અમે અમારા પંથના સિદ્ધાંતો જાણતા નથી.' એક જણાએ કહ્યું, 'શાસ્ત્રમાં શું કહ્યું છે તેની અમને ખબર નથી.' બીજા એકે કહ્યું કે 'મહારાજ અમને કોઈ ધર્મ ઉપદેશ કરતા નથી. અમને ધર્મને લગતું કંઈ પણ જ્ઞાન મળે છે તે ગુજરાતી બ્રાહ્મણો પાસેથી મળે છે.' યૉર લૉર્ડશિપ્સ આપ જાણો છો એમ હિન્દુસ્તાનનાં ઘણા ખરા લોકો હિંદુ ધર્મ પાળે છે અને મહારાજોના મત કે સિદ્ધાંતો તેઓ કબૂલ કરતાં નથી. મહારાજ પોતાના પંથના ધર્મગુરુ છે તે સાબિત કરવા માટે જરૂરી હતું કે તેઓ સેવકોને ધર્મ ઉપદેશ આપે છે એવું સાક્ષીઓ કહે. પણ મહારાજ તરફના સાક્ષીઓએ તે દેખાડી આપ્યું નથી. લાયબલની તકરારમાં વારંવાર લેખનો જે છેલ્લો ભાગ ટાંકવામાં આવ્યો છે તે ફરી ટાંકીને મારી એ અંગેની દલીલ સાથે મારે જે કંઈ કહેવાનું છે તે પૂરું કરું છું. 'સત્યપ્રકાશ'માં લખાયું કે : 'તે ટીકા પ્રમાણે ચાલીને મહારાજો પોતાના સેવકની વહુ-દીકરીઓને બગાડો છો, તેથી હાથ ઉઠાવવો અને રાસમંડળી જેવી અનીતિને એકદમ નાશ પમાડો. જ્યાં સુધી

તમો તેમ કરશો નહીં ત્યાં સુધી તમારાથી ધર્મનો ઉપદેશ અને સ્વધર્મનો વધારો થઈ શકવાનો નથી તે સત્ય કરીને જાણજો.' હવે આ વાક્ય વાદીને કેવી રીતે લાગુ પડે છે તે હું જાણતો નથી. લખનારનો મતલબ અહીં સાફ છે કે તમે મહારાજોએ તમારાં પુસ્તકોમાં વ્યભિચારને ઉત્તેજન આપ્યું છે અને તમે તમારા પંથના લોકોને એ પુસ્તક વાંચવાની તેમ જ એમાં માનવાની છૂટ આપો છો. માટે જ્યાં સુધી આવા મતને તમે રદ નહીં કરો ત્યાં સુધી તમારાથી ધર્મનો વધારો થઈ શકવાનો નથી, એ સત્ય જાણજો. આવી તકરાર અથવા આવું બોલવું કાયદાની હદમાં છે, આમ છતાં વાદી તથાકથિત લાયબલનો લેખ પોતાના માટે છે એવું સમજ્યા હોય તો એમણે એ સાબિત કરવું જોઈતું હતું પણ તેઓ એવું કરી શક્યા નથી માટે આ મુકદ્દમો કાઢી નાખવો જોઈએ. આ કેસને નૉન્સ્યૂટ કરવામાં નહીં આવે તો ઘણાં અઠવાડિયાં સુધી ચાલશે. હું આશા રાખું છું કે મેં રજૂ કરેલી હકીકતોના પ્રકાશમાં આપ નામદારસાહેબો કેસને નૉન્સ્યૂટ જાહેર કરી રદબાતલ કરશો.'

મહારાજ લાયબલ કેસના ત્રીજા જ દિવસે શરૂ થયેલી નૉન્સ્યૂટની દલીલો બીજા બે દિવસ સુધી ચાલી. બુધવારે આ કેસની સુનાવણી બંધ હતી. અગાઉના કેસના અનેક સંદર્ભો અદાલતમાં રજૂ થયા. બેઉ પક્ષના ચારેય વકીલોએ બંને ન્યાયમૂર્તિઓ સમક્ષ દલીલો કરી. કેસના પાંચમાં દિવસના અંતે, શુક્રવાર ૩૧ જાન્યુઆરી ૧૮૬૨ના રોજ કોર્ટ સાંજે છ વાગ્યે ઊઠી. ૧ ફેબ્રુઆરીના શનિવારે નૉન્સ્યૂટની અરજીનો ચુકાદો જાહેર કરવાનું નક્કી થયું.

* * *

શનિવાર, ૧ ફેબ્રુઆરી ૧૮૬૨ના રોજ ચીફ જસ્ટિસ સર મૅથ્યુ સૉઝે નૉન્સ્યૂટની તકરારનો ચુકાદો આપતાં કહ્યું :

'આ મુકદ્દમો નૉન્સ્યૂટ કરવાની અરજ મુખ્ય કરીને બે કારણોસર કરવામાં આવી છે. એક તો, વાદીએ ધર્મગુરુ લેખે ફરિયાદ કરી છે માટે તે ધર્મગુરુ છે એવું એમણે સાબિત કરી આપવું જોઈએ પણ એ વાત સાબિત થયું નથી. બીજું કારણ એ આપવામાં આવ્યું છે કે જે મૅટર માટે ફરિયાદ માંડવામાં આવી છે તે મૅટર લાયબલ નથી. હવે વાદી તરફથી જે સાક્ષીઓ રજૂ થયા છે તે ઉપરથી કોર્ટ માને છે કે લાયબલ માટે મજબૂત તો નહીં પણ પ્રાઇમા ફેસી પુરાવો પડી ચૂક્યો છે. વળી વાદી ધર્મગુરુ છે એવું પણ કેટલેક દરજ્જે દેખાડવામાં આવ્યું છે. છપાયેલી મૅટર લાયબલ છે કે નહીં એ વિશે બેઉ બાજુ તરફની દલીલો સાંભળ્યા પછી એવું માલૂમ પડે છે કે એ મૅટરનો પાછલો ભાગ પ્રથમ દૃષ્ટિએ બદનક્ષીભર્યો જણાય છે. અને તે એવી રીતે કે તેને કારણે વાદીની આબરૂને નુકસાન પહોંચ્યું હોય. કોર્ટ માને છે કે પ્રતિવાદીઓએ હવે પોતાના એ લેખ વિશે સાબિતીઓ રજૂ કરીને દેખાડવું જોઈએ કે તે વાજબી કારણને લીધે છાપીને પ્રગટ કરવામાં આવ્યો છે અથવા વાદીની ફરિયાદમાંની જે વાતોનો પ્રતિવાદીઓએ પોતાની પ્લીમાં વિરોધ કર્યો છે તે સાબિત કરી આપવી જોઈએ. વાદીના સાક્ષીઓની પ્રતિવાદીઓ તરફથી થયેલી

ક્રૉસ એક્ઝામિનેશનમાં ક્યાંય એવું સાબિત થતું નથી કે એ લેખ વાજબી કારણોસર છાપીને પ્રગટ કરવામાં આવ્યો છે. પ્રતિવાદીઓ તરફથી એવું જણાવવામાં આવ્યું છે કે આ મુકદ્દમાને આ તબક્કે રદબાતલ કરવામાં નહીં આવે તો તેની તપાસ ઘણાં અઠવાડિયાં સુધી ચાલશે. પણ અમે ખાતરી આપીએ છીએ કે કોર્ટનો વખત બચાવવા ઘટતી સંભાળ લેવામાં આવશે. લાયબલના લેખનો જે ભાગ વાદીને જ લાગુ પડે છે તેને જ વિશે પુરાવો આપવામાં આવશે એમ હું આશા રાખું છું, અને ગોકુલનાથજીની ટિપ્પણ વિશે જે ટીકા કરવામાં આવી છે તેમાં સખત શબ્દો વાપરવામાં આવ્યા તે વાત સાચી, પરંતુ તે વાજબી ટીકાની હદની બહાર નથી ગયા.'

ચીફ જસ્ટિસના આ વક્તવ્ય પછી જસ્ટિસ મૅથ્યુ આર્નોલ્ડે પોતાના ચુકાદામાં કહ્યું,

'ચીફ જસ્ટિસ સર મૅથ્યુ સૉઝના અભિપ્રાય સાથે હું સંપૂર્ણપણે સહમત થાઉં છું. ગોકુલનાથજીની ટિપ્પણ વિશે થયેલી ટીકામાં લાયબલ નથી કેમ કે એ ટિપ્પણમાં રહેલા કમકમાટ ભરેલા વિચારોને ટેકો આપનારાઓ પર પ્રતિવાદીને જે વાજબી ક્રોધ ઊપજ્યો છે તે ક્રોધ એમણે એક જાહેરમાં લખનારા તરીકે ઘણી સખ્ત રીતે, પ્રામાણિકપણે અને નીતિને અનુસરીને જાહેર કર્યો છે. કોઈ લખાણ ફ્રી, ઓપન અને બોલ્ડ હોય તેને કારણ તે બદનક્ષીભર્યું બની જતું નથી. પછી ભલે ને તે 'પોલાઇટ જર્નલિઝમ'ની મર્યાદા વટાવી જતું હોય, પણ હવે સવાલ એ આવે છે કે લેખના છેલ્લા ભાગમાં વાદી વિશે જે લખાયું છે તે વાજબી છે કે નહીં. વાદીના વકીલે જણાવ્યું છે તે ખરું છે કે આ આખો લેખ વાંચ્યા પછી વગર કેળવાયેલા અને અજ્ઞાની લોકોના મન પર જે અસર થાય તેનો વિચાર કરવો જોઈએ. 'તમે મહારાજો (ગોકુલનાથજીની) તે ટિપ્પણ પ્રમાણે ચાલીને તમારા સેવકોની વહુ-દીકરીઓ બગાડો છો.' જે લાયબલ છે તે આ વાક્યમાં છે. એની સામે સવાલ એ છે કે પ્રતિવાદી શું એવું કહેવા માગે છે કે વાદી તથા બીજા મહારાજો પોતાના સેવકની વહુ-દીકરી બગાડે છે? આ પ્રમાણે લખવાનું વાજબી કારણ શું હતું તે વિશે કોર્ટને કંઈક સાબિતી મળવી જોઈએ અને તે સિવાય બીજી બાબતો વિશે કોર્ટનો વખત રોકવાની કંઈ જરૂર નથી.'

બેઉ નામદાર સાહેબોના વક્તવ્ય પછી પ્રતિવાદીની નૉન્સ્યૂટની અરજીને બહાલ રાખવામાં આવી નહીં. મિસ્ટર આન્સ્ટીએ આ સામે કોઈ પ્રતિક્રિયા આપી નહીં. તેઓ જાણતા હતા કે એમના ભાથામાંનું હજુ તો આ એક જ તીર છોડાયું હતું. કેસને આગળ વધારવા પ્રતિવાદી તરફી સાક્ષીઓને બોલાવવાનું નક્કી થયું. સાક્ષીઓ રજૂ કરતાં પહેલાં પ્રતિવાદીઓના વકીલ મિસ્ટર આન્સ્ટીએ પોતાના ઓપનિંગ સ્ટેટમેન્ટમાં કહ્યું :

'યૉર લૉર્ડશિપ્સ, આ મુકદ્દમામાં પ્રતિવાદીઓ તરફથી જે પુરાવાઓ આપવામાં આવશે તે વિશે જણાવવાની રજા લઉં છું. પ્રતિવાદીઓ તરફથી બોલાવવામાં આવનારા ૩૦ સાક્ષીઓની યાદી આપ નામદાર સાહેબોને તેમ જ સામેવાળાને આપી દેવામાં આવી છે. આપ જોઈ શકો છો એમ આ યાદીમાં પ્રતિવાદીઓ પોતે કરસનદાસ મૂળજી અને નાનાભાઈ રાણીના ઉપરાંત શહેરની મશહૂર વિલ્સન કૉલેજના સ્થાપક ડૉ. જૉન વિલ્સન,

મથુરાદાસ લવજી, ડૉ. ભાઉ દાજી લાડ, લખમીદાસ ખીમજી, ખટાઉ મકનજી, કવિ નર્મદાશંકર લાલશંકર ઇત્યાદિ સહિતના શહેરના નામી અગ્રણીઓ સામેલ છે. આ તમામ સાક્ષીઓ આગામી અઠવાડિયાઓ દરમિયાન કોર્ટમાં જે બાબતો વિશે પ્રકાશ પાડવા ધારે છે તેને ટૂંકમાં હું મારા ઓપનિંગ સ્ટેટમેન્ટમાં આવરી લેવા ધારું છું.

'કોર્ટને મારી અરજ છે કે પ્રતિવાદીએ લખેલો લેખનો છેલ્લો ભાગ જે વાદીને લાગુ પાડવામાં આવ્યો છે, તે તેને લાગુ પડતો નથી એવું જો સાબિત થાય તો તેનો ફાયદો પ્રતિવાદીને આપશો. આ મુકદ્દમાની કેફિયત પરથી જ એવું માલૂમ પડશે કે પ્રતિવાદીએ જે લેખ લખ્યો છે તે વાજબી કારણોસર લખ્યો છે અને આ બાબત પર પ્રતિવાદી મોટો આધાર રાખે છે.

'એટલી વાત તો સાબિત થઈ ચૂકી છે કે પ્રતિવાદી નંબર એક કરસનદાસ વાણીઆ જાતનો છે. તે જાતના કેટલાક લોકો મહારાજોને માને છે અને કેટલાક લોકો શિવને માને છે. આ શિવમાર્ગીઓ અને વિષ્ણુમાર્ગીઓ એકબીજાને નિંદે છે. વાણીઆ સિવાય બીજી જાત ભાટિયા લોકોની છે. મોટા ભાગના ભાટિયાઓ અજ્ઞાની અને વહેમી છે, મહારાજોને માને છે, તેઓને ઈશ્વરનો અવતાર ગણે છે તથા એવું સમજે છે કે એ મહારાજો આ દુનિયામાં ઈશ્વરનો અવતાર લઈને લીલા કરવા આવ્યા છે જે લીલા વાસ્તવમાં અનીતિની રમત છે. કેટલાક લોકો એવું માને છે કે તેઓમાં ઈશ્વરના જેવી શક્તિ છે અને તે એટલી તો મોટી છે કે તેઓએ પોતાનાં પુસ્તકોમાં જે કંઈ લખ્યું હોય, પછી તે ગમે તેવું નિર્લજ્જ કેમ ન હોય, તેને ધર્મની વાત સમજીને કબૂલ રાખવું જ જોઈએ. વાદીના જ એક સાક્ષીએ આવું જણાવ્યું છે.

'આવા નિર્લજ્જ મતોને ઘણા ભાટિયાઓ અંધ ઊલટથી મંજૂર રાખે છે. બીજી જાત કરતાં ભાટિયાની જાત ઉપર મહારાજો પોતાની સત્તા અતિગણી ચલાવી શકે છે. બીજી જાતમાં મહારાજને માનનારાઓની સંખ્યા ઘણી થોડી છે તો પણ એક વાત તો ચોક્કસ છે કે બીજી જાતવાળા સેવકો પણ મહારાજને 'મહાપ્રભુ' એટલે કે મોટા ઈશ્વર કહે છે અને તેઓની સેવાપૂજા ઈશ્વરના જેવી જ કરે છે, જે પ્રમાણે મૂર્તિને હિંડોળામાં ઝુલાવે છે તે પ્રમાણે મહારાજને પણ ઝુલાવે છે, જે પ્રમાણે મૂર્તિને કેસરના પાણીથી નવડાવે છે તે પ્રમાણે મહારાજને પણ પગે પડે છે. વાણીઆ, ભાટિયા સિવાય મહારાજને માનનારાઓમાં કેટલાક દરિદ્રી મારવાડી, થોડાક ભણસાળી અને થોડા બ્રાહ્મણો ગણાય છે. વાદીના મુકદ્દમાને ટેકો આપવા માટે આવી સાક્ષીઓ પડી છે. આ દેશમાં કરોડો હિંદુઓ વસે છે અને તેઓ અસલ હિંદુ ધર્મ પાળે છે. આ તમામ હિંદુઓમાં મહારાજો અસલ હિંદુ ધર્મના ધર્મગુરુઓ છે એવું આપ નામદાર સાહેબોને સમજાવવાની કોશિશ વાદી તરફથી કરવામાં આવી છે અને આ ગંભીર બાબત પર હું અદાલતનું ધ્યાન ખેંચું છું.

'પ્રતિવાદીઓના સાક્ષીઓ તરફથી અદાલતમાં એવું પણ જણાવવામાં આવશે કે વાદી હિંદુઓના ધર્મગુરુ નથી, તથાકથિત લાયબલના લેખથી વાદીને કંઈ પણ નુકસાન થયું નથી અને વાદી ઊંચી ન્યાતના બ્રાહ્મણ પણ નથી. મહારાજો ન્યાત બહાર થયેલા

તૈલંગા બ્રાહ્મણો છે અને વાદી એ જ વંશના છે. પ્રતિવાદીઓની તરફના સાક્ષીઓ તરફથી એવું પણ રજૂ થશે કે તૈલંગા બ્રાહ્મણો મહારાજો સાથે છોકરી આપવા-લેવાનો વહેવાર રાખતા નથી અને જો કોઈ તૈલંગી બ્રાહ્મણ પૈસાની લાલચે છોકરી આપે તો એને એની જાતવાળા તૈલંગી બ્રાહ્મણો ન્યાત બહાર મૂકે છે.

'તથાકથિત બદનક્ષીભર્યો લેખ લખવામાં આવ્યો તેના પહેલાની વાદીની આબરૂ એના લોકોમાં ખરાબ હતી અને તે ખરાબ આબરૂનું કારણ પણ કોર્ટની સમક્ષ રજૂ કરવામાં આવશે. વળી એ લેખ છપાયો તે પહેલાં વાદી પોતે એમ કહેતા હતા કે લોકો જો અમારી પાસે ઉપદેશ લેવા આવે તો ઉપદેશ કરીએ, નહીં તો શું જરૂર છે? વળી, એવું પણ અદાલતને દેખાડવામાં આવશે કે વાદી સેવકોના હાથે આરોગવાના બહાને પોતાના ખાનગી ઓરડાઓમાં જતા હતા અને તે રીતે મળેલી તકનો લાભ લઈને સ્ત્રીઓની સામે જારકર્મ યા વ્યભિચાર કરતા હતા.

'યૉર લૉર્ડશિપ્સ, પ્રતિવાદીઓ તરફથી અદાલતને એવું પણ દેખાડવામાં આવશે કે પ્રતિવાદી સાથે વાદીને પરિચય થયો હતો. વાદીનો સેક્રેટરી ગોરધનદાસ પ્રતિવાદી સાથે સુધારા સંબંધી બાબતો વિશે કાગળ-પત્રનો વહેવાર ચલાવતો હતો. એ પ્રમાણેનો વહેવાર કેટલોક વખત ચાલુ રહ્યો. મોડેથી પ્રતિવાદીને ખબર પડી કે વાદીએ ફક્ત સુધારાનું ડોળ ઘાલ્યું હતું અને સ્ત્રી-કેળવણીના કામમાં ઊલટ લેવાનો દેખાડો રાખ્યો હતો. બીજા મહારાજોના વ્યભિચાર વિશે વાદી વારેઘડીએ ધિક્કાર પ્રગટ કરતો અને કહેતો કે અમારામાં વ્યભિચાર એટલો તો પ્રસરી ગયો છે કે તેનો અટકાવ થઈ શકે તેમ નથી. મહારાજોની અનીતિ ભરેલી ચાલ માટે વાદીએ પોતે જ દિલગીરી દેખાડી છે એવું પણ અદાલતને બતાવવામાં આવશે.

'આ ઉપરાંત એ પણ દેખાડવામાં આવશે કે આ મુકદ્દમામાં વાદીની વિરુદ્ધ કોઈ સાક્ષી ન પૂરે તે માટે વાદી તરફની ઉશ્કેરણીથી બંદોબસ્ત કરવામાં આવ્યો હતો. એ બંદોબસ્ત કરવાની મતલબ એ હતી કે કોર્ટમાં સાક્ષી પુરવાને કોઈ વૈષ્ણવે આવવું નહીં અને આવવું તો સોગંધ ખાઈને જણાવવું કે મહારાજ વ્યભિચાર કરતા નથી. આ વાત વાદીની તરફના એક મુખ્ય સાક્ષીના મોઢેથી જ સાબિત થઈ છે. વળી હું એવું પણ દેખાડી આપીશ કે એ બંદોબસ્ત કરનારાઓમાંના મુખ્ય શખ્સોને આ અદાલતમાં જ ભાટિયા કન્સ્પિરસી કે હેઠળ ચાલેલી કાર્યવાહીમાં સજા થઈ ચૂકી છે.

'વાદી સ્ત્રીકેળવણી અને વિધવા પુનર્વિવાહના કામમાં ઊલટ લેવાનું ડોળ ઘાલતો હતો તે ઠગાઈ ભરેલો પડદો ઘણો જલદી ઊઘડી ગયો. પ્રતિવાદીના મિત્ર કવિ નર્મદાશંકરે વર્તમાનપત્ર મારફતે વાદીને પુનર્વિવાહની તકરાર કરવા બહાર ખેંચ્યા ત્યારે વાદીએ કેવી રીતે પોતાનો ખરો વેશ દેખાડવાની જરૂર પડી તે વિશે પણ અદાલત આગળ રજૂઆત કરવામાં આવશે.

'વાદીએ કવિ નર્મદાશંકરની જાહેર વાદસભામાં હાર ખાધા પછી તરત જ 'સ્વધર્મ વર્ધક' નામનું ચોપાનિયું પ્રગટ કરવા માંડ્યું. વાદીએ 'સત્યપ્રકાશ'ના અધિપતિ વિરુદ્ધ

પોતાના ચોપાનિયામાં એવું લખ્યું હતું કે પ્રતિવાદી અફીણના આધારથી ચાલે છે, તે જમીન પર તૂટી પડશે અને પાછો ઊઠી શકશે નહીં. વાદીએ એમાં પ્રતિવાદી વિશે લખ્યું છે કે તે એક પતંગિયું છે અને અમે સૂરજ છીએ. સૂરજના તેજ આગળ પતંગિયું ટકી શકનાર નથી. તથાકથિત લાયબલની બીના છપાયાના છ મહિના સુધી વાદીને ફરિયાદ માંડવાની સૂઝ પડી નહીં તેનું કારણ શું હોઈ શકે? આટલી બધી ઢીલ શા માટે થવી જોઈએ?

'વાદીએ એક ઠેકાણે બ્રાહ્મણો વિશે જણાવ્યું છે કે બ્રાહ્મણો બીજા ધર્મમાં માનનારાઓ છે અને ઠાકોરજીની સેવા કરતા નથી. વાદીએ તથાકથિત લાયબલની બીના છપાયા પછી પ્રતિવાદી પર તૂટી પડતાં કહ્યું હતું : 'અરે તમો વૈષ્ણવો, જુઓ કે કોની ઠગાઈ છે અને આ કોની લુચ્ચાઈ છે.'

'આની સામે પ્રતિવાદી બિલકુલ એવું સમજતો નહોતો કે એણે વાદીની આબરૂને નુકસાન પહોંચાડ્યું છે. એટલે જ, તથાકથિત લાયબલનો લેખ છપાયાના એક મહિના પછી, ૧૮૬૦ના નવેમ્બરની ૧૮મી તારીખે વાદી જદુનાથજી મહારાજની મુંબાઈ મધેની કારકિર્દી વિશે પોતાના પત્ર મધ્યે પ્રતિવાદીએ વખાણ પણ કર્યાં છે.

'વળી આપ નામદારસાહેબોએ એ વાત પર પણ ધ્યાન આપવું જોઈએ કે વાદીએ પોતે આવીને પોતાના મુકદ્દમાની મુખજુબાની આપવી જોઈતી હતી, તેમ તેણે કર્યું નથી. પ્રતિવાદી તરફથી તેમને સાક્ષી માટે સમન્સ મોકલવામાં આવ્યા હતા અને તે સમન્સ લેતી વખતે તેણે પ્રતિવાદીને બેહદ મહેનત તથા અડચણમાં નાખ્યા હતા અને હવે જ્યારે એમને સાક્ષી સમન્સ પહોંચેલા છે, ત્યારે તે પોતે પોતાનો મુકદ્દમો સાબિત કરવા પહેલવહેલા શા માટે નહીં આવ્યા એ વાત કોર્ટે ધ્યાનમાં લેવા જોગ છે.

'એક બીજી વાત પણ ધ્યાનમાં લેવી જોઈએ કે બધા વૈષ્ણવોમાં ભાટિયાઓ મહારાજને ઘણા જ ભાવથી માનનારા ગણાય છે. આમ છતાં વાદીની તરફનો મુકદ્દમો સાબિત કરવા માટે એક પણ ભાટિયાને સાક્ષી તરીકે બોલાવવામાં આવ્યો નથી. ભાટિયાઓને મહારાજ વિરુદ્ધ સાક્ષી નહીં પૂરવાનો બંદોબસ્ત કર્યો છે અને તે બંદોબસ્ત આ કોર્ટમાં સાબિત થવાથી તેઓ સાક્ષી આપવાને નાલાયક થયા છે.

'જદુનાથ મહારાજ ચાંદીના દરદ જેવા ગુપ્તરોગથી પીડાય છે. તેઓ કહે છે કે ઈશ્વર ઉપર જારભાવની પ્રીતિ રાખવી અને મહારાજ તથા ઈશ્વર એક જ છે. મહારાજો પોતાના સેવકના મરણ વખતે એમને ત્યાં જઈ એ મડદાની છાતી પર પગ મૂકી પૈસા લે છે. આપ નામદારસાહેબો સમક્ષ આ બધી જ વિગતોની સાબિતી આપવા માટે પ્રતિવાદીઓ તરફથી સાક્ષીઓ આવી રહ્યા છે. કોર્ટનો વખત પૂરો થવા આવ્યો છે. હું મારું ઓપનિંગ સ્ટેટમેન્ટ પૂરું કરવાની રજા લઉં છું અને આવતી કાલથી પ્રતિવાદીઓના સાક્ષીઓને કોર્ટમાં રજૂ કરવાની પરવાનગી માગું છું.'

મિસ્ટર આન્સ્ટી શ્વાસ હેઠો મૂકીને બેસવા જતા હતા ત્યાં જ ચીફ જસ્ટિસે પૂછ્યું, 'આવતી કાલે આપના સૌપ્રથમ સાક્ષી કોણ છે?'

'યૉર લૉર્ડશિપ્સ, કરસનદાસ મૂળજી પોતે.'

પ્રકરણ : ૨૭

સવારે સાડા નવ વાગ્યે નાનાભાઈ રાણીના કરસનદાસના મકાન નીચે ઘોડાગાડી લઈને હાજર હતા. કોચવાન કરસનદાસને બોલાવવા ઉપર આવ્યો. કરસનદાસ શ્રીજીબાવાની છબિ સમક્ષ હાથ જોડીને પ્રાર્થના કરી રહ્યો હતો. કોચવાન ચૂપચાપ ઊભો રહ્યો. પ્રાર્થના પૂરી કરીને કરસનદાસે કોચવાનને જોયો.

'આ બેઉ થેલા તમે લઈ જાઓ. ત્રીજો હું લઈને આવું છું.' કરસનદાસે કોચવાનને કહ્યું. કોચવાન પુસ્તકો ભરેલા બે ભારે થેલા લઈને નીકળી ગયો. કરસનદાસે બીજાં થોડાંક પુસ્તકો, ફાઇલ અને થોડાં છૂટાં કાગળિયાં સાથેનો થેલો ઉપાડ્યો ત્યાં જ વિરાજગૌરી રસોડામાંથી વાટકી સાથે આવી.

કરસનદાસ સ્મિત સાથે એની સામે ઊભો રહી ગયો. ગૌરી બોલી,

'આજે તમારી જુબાની છે. શ્રીજીબાવા તમારી સહાય કરે.' ગૌરીએ વાટકીમાંનું દહીં કરસનદાસના મોઢામાં મૂક્યું. કરસનદાસે પ્રસન્નતાથી કહ્યું, 'ખૂબ લાંબી જુબાની થવાની છે. આવતા મોડું થઈ જવાનું. સાંજ પછી બારણાં ભીડેલાં જ રાખજે અને વધારે ડર જેવું લાગે તો બાજુમાં મંગળામાસીને ત્યાં જતી રહેજે. કોઈ પણ અજાણ્યો માણસ ગમે તે સંદેશો લઈને આવે ભરોસો મૂકતી નહીં.'

ગૌરીએ ચૂપચાપ પતિની સૂચનાઓ સાંભળી લીધી. એ સમજતી હતી કે અત્યારે વખત ઘણો કપરો હતો. ભાટિયા કન્સ્પિરસી કેસ પહેલાં અને એ પછી કરસનદાસ પર હુમલો કરવાની કોશિશો થતી હતી. એટલે જ રોજ સવારે કરસનદાસ માત્ર દસ મિનિટ ચાલીને પહોંચી જવાય એટલા અંતરે આવેલી કોર્ટમાં જવા માટે નાનાભાઈની ગાડી વાપરતો. ઘોડાગાડીમાં નાનાભાઈ અને એમના કોચવાન ઉપરાંત બીજો એક માણસ રહેતો. એ પૂરબિયો હતો અને નાનાભાઈએ એને ખાસ પોતાની તથા કરસનદાસની સલામતી માટે રાખ્યો હતો.

કરસનદાસ નીચે ઊતરીને નાનાભાઈની ઘોડાગાડીમાં બેસવા જતો હતો ત્યાં જ એણે પોતાના મકાનમાંથી બૂમ સાંભળી. કરસનદાસે ઉપર જોયું. ગૌરી કહી રહી હતી, 'સાંજે આવતી વેળા બજારમાંથી શાકપાંદડું લેતા આવજો...'

કરસનદાસે માથું ધુણાવીને હા પાડી. નાનાભાઈ પતિ-પત્ની વચ્ચેનો આ સ્નેહ જોઈને બોલ્યા, 'કરસનદાસ, આજે તો કોર્ટનો આખો દિવસ બહુ ભારે જવાનો. તમે કહેતા હો

તો મારા ઘરે સંદેશો મોકલીને શાકપાંદડું મગાવી દઉં?'

'ના, કોર્ટનું કામ કોર્ટમાં થશે અને ઘરનું કામ મારે જાતે જ કરવું પડશે. બીજું કોઈ ખરીદીને આપી જશે તો ગૌરીને એમાં સ્વાદ નહીં આવે!' કરસનદાસે કહ્યું.

બેઉ મિત્રો કોર્ટમાં આવીને મિસ્ટર આન્સ્ટીને મળ્યા. ત્રણ થેલાઓ સાથે આવેલા કરસનદાસને જોઈ આન્સ્ટી બોલ્યા, 'મને લાગે છે કે તમારી જુબાની ઓછામાં ઓછા પૂરા બે દિવસ ચાલવાની. કદાચ ત્રીજો દિવસ થાય તો નવાઈ નહીં. સાક્ષીના કઠેડામાં તમારા માટે બેસવાની વ્યવસ્થા કરવાનું કોર્ટને કહું?'

'જરૂર નથી, આન્સ્ટીસાહેબ, થોડા કલાક ઊભા રહીને બોલવાથી થાક નહીં લાગે. બેસી જઈશ તો આપણાવાળાઓ સૂઈ જશે.'

'ભલે, તમારી મરજી. તમારે જુબાની આપતી વખતે વિરામ જોઈતો હોય કે પાણી પીવું હોય તો નામદાર કોર્ટને સીધું જ કહી શકો છો. તે તમારો કે કોઈ પણ સાક્ષીનો હક્ક છે.'

'ભલે.' કરસનદાસે કહ્યું અને ત્રણેય થેલામાંનાં પુસ્તકો, ફાઇલ તથા કાગળિયાં આન્સ્ટીના ટેબલ પર વ્યવસ્થિત ગોઠવી દીધાં.

મંગળવાર, ૪ ફેબ્રુઆરી ૧૮૬૨ના રોજ બરાબર દસના ટકોરે કરસનદાસ મૂળજીની જુબાની માટેની કોર્ટની કાર્યવાહી શરૂ થઈ. મહારાજ લાયબલ કેસની સુનાવણીનો આ સાતમો દિવસ હતો.

કરસનદાસને સાક્ષીના કઠેડામાં બોલાવીને મિસ્ટર આન્સ્ટીએ પૂછ્યું.

'કરસનદાસ મૂળજી, તમે આ કેસ સાથે કેવી રીતે સંકળાયેલા છો?'

'વાદી મહારાજ જદુનાથની ફરિયાદથી દાખલ કરવામાં આવેલા આ લાયબલ કેસનો હું બેમાંનો એક પ્રતિવાદી છું.'

'તમારી જ્ઞાતિ કઈ?

'જ્ઞાતે હું કપોળ વાણિયો છું અને વલ્લભાચાર્યના ધર્મને માનનારી જાતમાં હું જન્મ્યો છું.'

'તમે મહારાજોને ગુરુ માનો છો કે ઈશ્વર?'

'મહારાજોને હું ગુરુ લેખે માનતો હતો, ઈશ્વર લેખે નહીં.'

'આ કેસને લગતી તથાકથિત લાયબલની બીના તમે લખીને છાપી છે?'

'હા. એ લેખ છપાયો ત્યારે હું 'સત્યપ્રકાશ'નો માલિક અને અધિપતિ હતો. ગયા વરસની શરૂઆતથી એ પત્રને 'રાસ્ત ગોફ્તાર' સાથે જોડી નાખ્યું છે અને ત્યારથી તે 'રાસ્ત ગોફ્તાર તથા સત્યપ્રકાશ' એવા નામથી ઓળખાય છે.'

'એ સામયિક કોણ છાપતું હતું?'

'આ કેસના બીજા પ્રતિવાદી નાનાભાઈ રૂસ્તમજી રાણીના 'સત્યપ્રકાશ'ના છાપનાર હતા.'

'આ સિવાય તમારી બીજી કોઈ લેખનપ્રવૃત્તિ ખરી?'

' 'સ્ત્રીબોધ' નામના ચોપાનિયામાં હું લખું છું અને એનું સંપાદન કરી આપું છું. આ ઉપરાંત કેટલાંક પુસ્તકો તથા નાની પુસ્તિકાઓ મેં લખ્યાં છે.'

'હિંદુ ધર્મ વિશે તમે શું જાણો છો?'

'અસલ હિંદુ ધર્મના મતથી હું થોડોઘણો વાકેફ છું. એ અસલ ધર્મમાંથી આશરે ૧૦૦ પંથો ઊભા થયા છે અને તેમાંથી પણ વળી બીજા અનેક પંથો ઊભા થયા છે. એ તમામ પંથમાંના કેટલાક તો એકબીજાથી સાવ જુદા છે. જેમ કે શિવ અને વિષ્ણુ માર્ગમાં ઘણો ફેર છે. એ બેઉ માર્ગની પૂજા તથા નીતિ જુદી જુદી છે. વલ્લભાચાર્યના મતવાળા વિષ્ણુને માને છે અને શિવ માર્ગવાળા શિવને માને છે. વલ્લભાચાર્યના પંથમાં મનને જીતવાનું અર્થાત્ ઇન્દ્રિયોને વૈરાગ્ય પાળવાનું કહ્યું નથી પણ શિવ માર્ગમાં કહેલું છે. અસલ હિંદુ ધર્મમાં મન જીતવાનું, શરીરને કષ્ટ આપવાનું તથા પાપનો પશ્ચાત્તાપ કરવાનું કહેલું છે.'

'વલ્લભાચાર્યના પંથ વિશે અને એ પંથની પરંપરા વિશે તમે શું જાણો છો?'

'વલ્લભાચાર્યનો પંથ આશરે ૩૭૫ વરસ ઉપર ઊભો થયો છે. વલ્લભાચાર્ય એ પંથના મૂળ પુરુષ હતા અને જ્ઞાતે તેઓ તૈલંગા બ્રાહ્મણ હતા. વલ્લભાચાર્ય તથા એમના પિતા લછમન ભટ્ટને તૈલંગા બ્રાહ્મણોએ ન્યાત બહાર મૂક્યા હતા. 'નિજ વારતા' નામના વ્રજ ભાષામાં લખેલા એક પુસ્તકમાં એવું લખ્યું છે કે વલ્લભાચાર્ય જ્યારે મરણ પામ્યા ત્યારે આગનો મોટો ભડકો થઈને આકાશમાં ચડી ગયા. મહારાજો (ભટ્ટજીના કુટુંબ મધ્યે) માંહોમાંહે પરણે છે. જ્યારે માંહોમાંહે છોકરી નથી મળતી ત્યારે કોઈ ગરીબ તૈલંગા બ્રાહ્મણને પૈસા આપીને તેની છોકરી પરણે. પણ જે તૈલંગો બ્રાહ્મણ મહારાજને છોકરી પરણાવે છે તે ન્યાતબહાર થાય છે. એક મહારાજ એક ગરીબ તૈલંગા બ્રાહ્મણની છોકરી સાથે પરણેલા હતા તેની મને ખબર છે.'

'શું મહારાજો ઊંચા બ્રાહ્મણ છે અને હિંદુઓના ધર્મગુરુ છે?'

'ના. મહારાજો ઊંચા બ્રાહ્મણો નથી અને તેઓનો પંથ પણ અસલનો નથી. તેઓ કોઈ પણ લોકોને અસલ હિંદુ ધર્મનો ઉપદેશ કરતા નથી માટે તેઓ અસલ હિંદુ ધર્મના ધર્મગુરુ કહેવાતા નથી. વૈષ્ણવો પોતાના પંથના મતની વાતો મહારાજો પાસેથી સાંભળે છે અને અસલ હિંદુ ધર્મની વાતો બ્રાહ્મણો પાસેથી સાંભળે છે. બ્રાહ્મણો પ્રગટપણે ધર્મની વાતો બધા લોકોને સમજાવે છે પણ મહારાજો પોતાના પંથની વાતો છુપાવીને રાખે છે. એ વાતો જાહેર કરવાની પંથમાં મના કરી છે.'

'વલ્લભાચાર્યના પંથ વિશે મત પ્રગટ કરવાની તમારી લાયકાત કેટલી?'

'વલ્લભાચાર્યના પંથના મતથી વાકેફ થવાને મેં ઘણું ધ્યાન આપ્યું છે. એ પંથનાં ઘણાંખરાં પુસ્તકો વ્રજ ભાષામાં લખેલાં છે અને હું વ્રજ ભાષા વાંચી-સમજી શકું છું. કેટલાંક પુસ્તકો સંસ્કૃત ભાષામાં છે પણ સંસ્કૃત ભાષા હું જાણતો નથી. એ પંથની વાત જાહેર ન પાડવા વિશે આ પુસ્તકોમાં લખ્યું છે કે જે કોઈ પોતાના ગુરુની અથવા ઠાકોરજીની (મૂર્તિની) ગુપ્ત વાત જાહેર કરશે તે મર્યા પછી ત્રણ જન્મ સુધી કૂતરાનો અવતાર પામશે.

મહારાજના પંથનાં ૧૪ પુસ્તકો હું આ નામદાર કોર્ટ સમક્ષ રજૂ કરું છું.'

'આ બધાં પુસ્તકો વ્રજ ભાષામાં છે?'

'એક ગુજરાતીમાં છે અને બીજાં વ્રજ ભાષામાં તથા સંસ્કૃતમાં છે.'

'આ તમામ પુસ્તકોની યાદી સંભળાવશો? જેથી આ પુસ્તકોને કોર્ટમાં રજૂ કરવાની મંજૂરી આપવી કે નહીં તે વિશે નામદાર સાહેબો નિર્ણય લઈ શકે.'

આ તબક્કે વાદીના વકીલ મિસ્ટર બેલીએ ઊભા થઈને કહ્યું, 'ઑબ્જેક્શન, યૉર લૉર્ડશિપ્સ. પ્રતિવાદી પોતે જે ભાષા સમજતા નથી તે ભાષાનાં પુસ્તકો એ કોર્ટમાં કેવી રીતે રજૂ કરી શકે? ઉપરાંત વ્રજ ભાષા એમને આવડે છે. કોર્ટમાં બીજા કેટલાને આવડે છે? એ જે તરજૂમો કરે એની વિશ્વસનીયતા કેટલી?'

મિસ્ટર આન્સ્ટીએ કહ્યું, 'યૉર લૉર્ડશિપ્સ, બેન્ચ મીટિંગ માટે પરવાનગી આપો તો અપ્રોચ કરું.'

'યુ મે.' ચીફ જસ્ટિસ સર મૅથ્યુ સૉઝે કહ્યું.

બેઉ પક્ષના વકીલો ન્યાયાધીશોની પીઠ પાસે જઈને ઊભા રહ્યા. મિસ્ટર બેલી બોલ્યા, 'યૉર લૉર્ડશિપ્સ, પ્રતિવાદી તરફથી પુરાવાઓ રજૂ થાય એનો વાંધો નથી પણ એ પુરાવાઓનો કોઈ આધાર તો હોવો જોઈએ ને?'

'યૉર લૉર્ડશિપ્સ, કોર્ટની ભાષા સિવાયના જેટલાં ભાષાંતરો અમે રજૂ કરવા ધારીએ છીએ એ બધા તે ભાષાના વિદ્વાનો અને કોર્ટે માન્ય રાખેલા દુભાષિયાઓ પાસે કરાયેલાં છે.' મિસ્ટર આન્સ્ટીએ કહ્યું.

ચીફ જસ્ટિસે પૂછ્યું, 'તમારી પાસે એ સૌએ આપેલા સર્ટિફિકેટ છે કે એ તરજૂમાઓ ખરા અને સાચા છે?'

'નામદારસાહેબ, એ લોકો પોતે જ અદાલતમાં આવીને આ બાબતે સાક્ષી આપશે.' આન્સ્ટી બોલ્યા.

ચીફ જસ્ટિસ સર મૅથ્યુએ જસ્ટિસ આર્નોલ્ડ સાથે થોડી મસલત કરી અને બેલીને પૂછ્યું, 'હવે તમને કોઈ વાંધો છે?'

'ના, યૉર લૉર્ડશિપ્સ.' મિસ્ટર બેલીએ કહ્યું. બેઉ વકીલો બેન્ચ મિટિંગ પૂરી કરી પાછા પોતાના સ્થાને આવી ગયા.

મિસ્ટર આન્સ્ટીએ સાક્ષી કરસનદાસને પૂછ્યું, 'તમે જે ૧૪ પુસ્તકો કોર્ટમાં રજૂ કરવા માગો છો તેનાં નામ કહેશો?'

'જરૂર', કહીને કરસનદાસે પોતાના હાથમાં રાખેલું કાગળિયું વાંચવા માંડ્યું:

'૧. 'સડસઠ અપરાધ' – બનાવનાર : હરરાયજી મહારાજ.

૨. 'અષ્ટાક્ષર ટીકા' – બનાવનાર : ગુસાંઈજી.

૩. 'ચતુશ્લોકી' – બનાવનાર : ગુસાંઈજી.

૪. 'ગુરુસેવા' – બનાવનાર : વલ્લભાચાર્ય.

૫. 'સ્વધર્મવર્ધક અને સંશયછેદક' – બનાવનાર : વાદી જદુનાથજી મહારાજ.

૬. 'પુષ્ટિ પ્રવાહ મર્યાદા ટીકા' – બનાવનાર : હરરાયજી મહારાજ.

૭. 'રસભાવના' – બનાવનાર : ગોકુલનાથજી.

૮. 'વિઠ્ઠલેશ રત્નવિવરણ' – બનાવનાર : દેવકીનંદન.

૯. 'બસો બાવનની વાર્તા' – બનાવનાર : ગોકુલનાથજી.

૧૦. 'ચૌર્યાસી વૈષ્ણવની વાર્તા' – બનાવનાર : ગોકુલનાથજી.

૧૧. 'વચનામૃત' – બનાવનાર : ગોકુલનાથજી.

૧૨. 'સિદ્ધાંત રહસ્ય પરની ટીકા' – બનાવનાર : ગોકુલનાથજી.

૧૩. 'સિદ્ધાંત રહસ્ય' – બનાવનાર : વલ્લભાચાર્ય.

૧૪. 'દસ મર્મ' – બનાવનાર : દ્વારકેશજી.'

'યૉર લૉર્ડશિપ્સ, પ્રતિવાદી આ ૧૪ ગ્રંથોના ઉતારા કોર્ટમાં રજૂ કરવાની પરવાનગી માગે છે.' મિસ્ટર આન્સ્ટીએ કહ્યું.

'પરમિશન ગ્રાન્ટેડ' ચીફ જસ્ટિસે કહ્યું. આન્સ્ટીએ પહેલું પુસ્તક ટેબલ પરથી ઉઠાવીને કરસનદાસના હાથમાં મૂક્યું.

'નામદારસાહેબો, પહેલા પુસ્તકનું નામ છે. 'સડસઠ અપરાધો.' આ પુસ્તક વ્રજભાષામાં છે અને તેના રચયિતા હરરાયજી મહારાજ છે. આ પુસ્તકનાં કેટલાંક વાક્યોનો તરજૂમો રજૂ કરું છું. પુસ્તકમાં જણાવેલો ૮મો અપરાધ છે. 'વૈષ્ણવ થઈને જે કોઈ વૈષ્ણવ નથી તેને માન આપે તો તે મર્યા પછી ત્રણ જન્મ સુધી ચમાર થાય.' ૩૨મો અપરાધ છે : 'જે કોઈ પોતાના ગુરુની અને ઠાકોરજીની એટલે કે ઈશ્વરની વચ્ચે ભેદ અથવા તફાવત સમજે તે મર્યા પછી સીચાના નામનું પક્ષી થાય.' યૉર લૉર્ડશિપ્સ સીચાના પક્ષી એટલે મડદાં ચૂંથીને ખાય એવું સમડી જેવું પક્ષી. ૩૪મો અપરાધ છે : 'જે કોઈ પોતાના ગુરુની આજ્ઞાનું ઉલ્લંઘન કરે તે અસીપાત્રાદી ભયંકર નર્કમાં જાય અને તેની સઘળી સેવા નિષ્ફળ થાય.' ૩૭મો અપરાધ છે : 'જે કોઈ પોતાના ગુરુની અથવા ઠાકોરજીની ગુપ્ત વાતો જાહેર કરે તે મર્યા પછી ત્રણ જન્મ સુધી કૂતરો થાય.' ૩૯મો અપરાધ છે : 'જે કોઈ પોતાના ગુરુની આગળ અથવા ઠાકોરજીની આગળ પલાંઠી મારીને બેસે તે મર્યા પછી સર્પનો જન્મ પામે.' ૫૪મો અપરાધ છે : 'જે કોઈ પોતાના ગુરુ આગળ પોતાની વિદ્યા દેખાડે તે મર્યા પછી ત્રણ જન્મ સુધી મૂંગો થાય અને ત્રણ જન્મ સુધી કૂતરો કે ગધેડો થાય.' ૫૫મો અપરાધ છે : 'જે કોઈ પોતાના ગુરુની આગળ ચાલાકી દેખાડે તે મર્યા પછી જરક પક્ષીનો એટલે કે ચકલીનો જન્મ પામે.' ૫૬મો અપરાધ છે : 'જે કોઈ પોતાના ગુરુની સેવા કર્યા વગર ઠાકોરજીની પૂજા કરે તેની પૂજા નિષ્ફળ જાય.' અને ૫૯મો અપરાધ છે : 'જે કોઈ પોતાના ગુરુને અથવા ઠાકોરજીને પોતાના પગનું તળિયું દેખાડે તે મર્યા પછી દસ જનમ સુધી સર્પનો જન્મ પામે.'

કરસનદાસે 'સડસઠ અપરાધ' પુસ્તક બંધ કરીને એમાંનાં કેટલાંક વાક્યોના તરજૂમાનાં કાગળિયાં મિસ્ટર આન્સ્ટીને સોંપી દીધાં. આન્સ્ટીએ એને નામદાર ન્યાયાધીશો સુધી પહોંચાડવા કોર્ટના ક્લાર્કને આપ્યા અને ક્લાર્કે પ્રોથોનોટરી ઉર્ફે શિરસ્તેદાર તરીકે

ઓળખાતા હેડ ક્લાર્કને આપ્યાં. નામદાર ન્યાયાધીશોએ 'સડસઠ અપરાધો' અને તરજૂમાનાં કાગળિયાં પોતાની ડેસ્ક પર જ રહેવા દઈ કોર્ટની ખાણા સમયની રિસેસ જાહેર કરીને સૌને બે વાગ્યે પાછા આવવાની તાકીદ કરી. કરસનદાસને હવે પાણીની તરસ લાગી હતી અને કકડીને ભૂખ પણ લાગી હતી.

* * *

ભોજનના સમય બાદ કરસનદાસની જુબાની ચાલુ રહી. કરસનદાસે બીજા પુસ્તક ગુસાંઈજી રચિત 'અષ્ટાક્ષર ટીકા'નો કેટલોક ભાગ વ્રજભાષામાંથી તરજૂમો કરીને નામદાર અદાલતને સંભળાવ્યો.

'યૉર લૉર્ડશિપ્સ, આ પુસ્તકમાં લખ્યું છે : 'જુઓ શ્રી ગુસાંઈજી કેવા છે! એમને કોઈ ચીજની ઇચ્છા નથી, કોઈ ચીજની ગરજ નથી. એમની સર્વ ઇચ્છાઓ પૂરી થઈ ગયેલી છે. એ સર્વ ગુણોથી ભરપૂર છે. એ પોતે સાક્ષાત ઈશ્વર છે. સર્વે અવતારોમાં મુખ્ય છે. કરોડો કામદેવ જેવા ખૂબસૂરત છે... પોતાના ભક્તોના મનોરથ પૂર્ણ કરવાની ઇચ્છા રાખે એવા છે. તેમને કોઈ ચીજની ઇચ્છા શા માટે થાય? તેઓ પોતે જ કરોડો દુનિયાના બનાવનાર છે અને કરોડો દુનિયાઓમાં એમની કીર્તિ વ્યાપી રહેલી છે. સઘળાં પ્રાણીઓના પ્રાણના અંતર્યામી છે અને બ્રહ્મા, શિવ, ઇન્દ્ર વગેરે દેવતાઓ એમની સ્તુતિ કરે એવા આ ગુસાંઈજી છે!' '

કરસનદાસે આ બીજું પુસ્તક તથા એના તરજૂમાવાળાં કાગળિયાં વકીલ મિસ્ટર આન્સ્ટી દ્વારા નામદાર અદાલતને પહોંચાડીને આન્સ્ટી પાસેથી ત્રીજું પુસ્તક લીધું : 'વ્રજભાષાના 'ચતુશ્લોકી' પુસ્તકના રચયિતા પણ ગુસાંઈજી છે. લખે છે : '...કળિયુગમાં સેવા સમાન બીજી કોઈ મુક્તિ નથી. એટલે કોઈ માણસ જ્યારે ફક્ત શ્રી આચાર્યજીનો આશરો લે છે ત્યારે તેની સર્વ ઇચ્છા પૂર્ણ થાય છે. આપણે આપણા ગુરુને ઈશ્વર માનવા જોઈએ. એટલું જ નહીં, ગુરુને ઈશ્વર કરતાં પણ વધારે માનવા જોઈએ, કારણકે ઈશ્વર જો ક્રોધ કરે તો ગુરુદેવ આપણું રક્ષણ કરે પણ ગુરુ જો ક્રોધ કરે તો આપણું રક્ષણ કરવાને કોઈ શક્તિમાન નથી.'

કરસનદાસે એક ઔર પુસ્તક લીધું, 'આ ચોથા પુસ્તક 'ગુરુસેવા'ના રચયિતા વલ્લભાચાર્ય છે. આ પુસ્તક પણ વ્રજભાષામાં છે. એમાં પણ લખ્યું છે : 'જ્યારે હરિ ક્રોધ કરે ત્યારે ગુરુ રક્ષા કરે પણ જ્યારે ગુરુ ક્રોધ કરે ત્યારે કોઈ રક્ષા કરી શકે નહીં એટલે વૈષ્ણવે પોતાના તનથી અને વિત્તથી અર્થાત્ દૌલતથી ગુરુની સેવા કરીને એમને રાજી રાખવા... મુખ્ય ગુરુ તો શ્રી આચાર્યજી, ગુસાંઈજી અને સઘળું વલ્લભકુળ અર્થાત્ વલ્લભાચાર્યના વંશજો છે. સર્વોત્તમજીમાં જણાવ્યા પ્રમાણે એ સઘળાઓ ગુરુ છે... માટે ઈશ્વર અને ગુરુની સેવા જરૂર કરવી જોઈએ... જો કોઈ માણસ ઈશ્વરની સેવા કરે તો વૈકુંઠમાં જાય. પણ ઈશ્વરની સેવાથી વૈકુંઠમાં તે જ જાય જેણે ગુરુની સેવા કરી હોય. ઈશ્વરની જેમ જ ગુરુની સેવા કરવી જોઈએ... ગુરુને ભેટ કરવી અને તે ભેટને કોઈ હદ હોતી નથી. જેવી મરજીમાં આવે એવી ભેટ કરવી... એટલો વિચાર તમારે કરવો કે આ

જગતમાં ઘણી જાતનાં પ્રાણી છે તે સઘળામાં અમે વૈષ્ણવો ભાગ્યશાળી છીએ કે શ્રી વલ્લભાચાર્ય તથા શ્રી ગુસાંઈજી તથા તેમના સર્વ બાળક એટલે કે મહારાજો જેઓ શ્રી પુરુષોત્તમરૂપ સાક્ષાત્ ઈશ્વર છે, તેમને શરણે અમે છીએ.' '

આ પછી કરસનદાસે મહારાજ જદુનાથની પ્રેરણાથી 'વૈષ્ણવ ધર્મ પ્રસારક મંડળી'એ શરૂ કરેલા 'સ્વધર્મવર્ધક અને સંશયછેદક' સામયિકના બીજા અંકમાં ૨૭મા પાના પરનું લખાણ વાંચી સંભળાવ્યું :

'એમાં લખ્યું છે : 'પારકી વસ્તુ ભોગવવાનો દોષ તો આ સૃષ્ટિને લાગે. ઈશ્વરને તો પારકું છે જ નહીં. માટે વ્યભિચારનો કાયદો ઈશ્વરે સૃષ્ટિને સારુ શરૂ કરેલો છે... ઈશ્વરને તો પારકું-પોતીકું જેવું છે જ નહીં. માટે વ્યભિચાર દોષ ઈશ્વર પર લાગુ પડતો નથી... સ્ત્રી તથા પુરુષ એ બંને ઈશ્વરમાંથી નીકળ્યા છે. માટે સ્ત્રીપુરુષ એ બે ભેદ ઈશ્વરને નથી. એ બંને ઈશ્વરના આત્મા છે. માટે પોતાના આત્મા સાથે પોતે રમણ કરે એમાં ઈશ્વરને પણ અધર્મ નથી અને આ સૃષ્ટિને પણ અધર્મ નથી... જો જારભાવની પ્રીત ઈશ્વર સાથે રાખવામાં અધર્મ થતો હોય તો વેદમાં પૂર્ણ પુરુષોત્તમને જારભાવ રાખવાનું વરદાન અપાયું જ ન હોત...

' 'વેદની ઘણા કાળની સ્તુતિ સાંભળીને આકાશવાણીથી પ્રભુ બોલ્યા કે હે શ્રુતિઓ, હું તમારા પર પ્રસન્ન થયો છું, તેથી તમારી જે ઇચ્છા હોય તે વરદાન માગો. એ રીતે શ્રીકૃષ્ણે કહ્યું ત્યારે શ્રુતિઓ બોલી : હે પ્રભુ, અમે જેને બ્રહ્મ કહીને વર્ણવીએ છીએ તે સ્વરૂપનાં દર્શન અમને કરાવો. આવું વેદની શ્રુતિઓએ કહ્યું એટલે પૂર્ણ પુરુષોત્તમ કૃષ્ણે તેઓને પોતાનું વૈકુંઠ દેખાડ્યું અને પોતાનાં દર્શન કરાવ્યાં. તે સમયે વેદની શ્રુતિઓને દર્શન થયાં. અને શ્રીકૃષ્ણનું સ્વરૂપ જોઈને તે સ્તુતિ કરવા લાગી કે હે શ્રીકૃષ્ણ, તમારું સ્વરૂપ કોટી કામદેવથી પણ અતિશય સુંદર છે. તે જોઈને અમને કામ ઉત્પન્ન થયો છે. માટે અમે તમારી સાથે સ્ત્રીભાવથી રમણ કરીએ એ અમારો મનોરથ તમે પૂર્ણ કરો. જો તમે વરદાન આપવાની ઇચ્છા કરો છો તો અમે એ જ માગીએ છીએ.

' 'આ સાંભળીને શ્રી પૂર્ણ પુરુષોત્તમ કહે છે : હે શ્રુતિઓ, તમારો આ જે મનોરથ છે તે ઘણો દુર્લભ છે અને સિદ્ધ થવો કઠણ છે. પણ મેં તમારી શરાહની કરી (તમને શરણે લીધી) તેથી એ મનોરથ સત્ય થશે પણ તે હમણાં સિદ્ધ નહીં થાય. સારસ્વત કલ્પ જ્યારે આવશે ત્યારે તમે વ્રજમાં ગોપીઓ રૂપે પ્રગટ થશો. ત્યાં વૃંદાવનમાં રાસમાં હું તમારો મનોરથ પૂર્ણ કરીશ. અને જારભાવની પ્રીત તમારી મારામાં સર્વથી અદકી થશે. તે પ્રીતથી પામીને તમે મને પ્રાપ્ત થશો. એ રીતે શ્રીકૃષ્ણે શ્રુતિઓને જારભાવથી પ્રાપ્ત થવાનું કહ્યું. એ વેદની શ્રુતિઓ ગોપીકા થયા છે અને તેઓનું નામ શ્રુતિરૂપા છે.'

કરસનદાસે એ જ સામયિકમાં છપાયેલી એક વાર્તા અદાલતમાં રજૂ કરી.

' 'કોઈ એક સ્ત્રી સંધ્યાકાળે જાર(યાર)ની પાસે જતી હતી. તે સમયે કોઈ એક ફકીર રસ્તામાં બેઠો ભજન કરતો હતો. પણ અંધારું હતું તેથી તે ફકીરને તે સ્ત્રીએ દીઠો નહીં ને ઠોકર મારતી ચાલી ગઈ. સ્ત્રીને તેની પણ ખબર ન પડી. તે સમયે ફકીર

કંઈ બોલ્યો નહીં, પણ જ્યારે તે સ્ત્રી પાછી આવી ત્યારે તે ફકીરે કહ્યું કે, અરે રાંડ, તું મને ઠોકર મારીને ચાલી ગઈ. પણ તે સમયે હું ઈશ્વરના ધ્યાનમાં હતો તેથી બોલ્યો નહીં. ત્યારે તે સ્ત્રીએ જવાબ દીધો : તું ઈશ્વરના ધ્યાનમાં હોત તો મેં ઠોકર મારી તેની તને ખબર રહેત નહીં. મારી પ્રીત જારમાં હતી તેથી મેં તને દીઠો નહીં અને ઠોકર મારી તેની પણ મને તેના ધ્યાનમાં ખબર રહી નહીં. અરે, તારી ખરી પ્રીત ભગવાનમાં હોત અને તેના પર તારું ધ્યાન હોત તો તને ઠોકર લાગ્યાની ખબર પણ ન પડી હોત. આટલું સાંભળતાં જ ફકીરે પોતાના કાન પકડ્યા અને સ્ત્રીને પગે લાગીને બોલ્યો : માતા, તેં ખરી વાત કહી આજથી મેં તને ગુરુ કરી...'

કરસનદાસે કહ્યું, 'છેલ્લે લખ્યું છે : જે શાસ્ત્રને જાણતો નથી તેને શાસ્ત્રમાં આંધળા કહેલા છે. એમના બતાવ્યા પર ભરોસો રાખીને દેખતા પુરુષે આંખો મીંચીને તેના ખભા પર હાથ મૂકીને ચાલવું નહીં કેમ કે કુસંગી લોકોનો અભિપ્રાય હિંદુ લોકોને વટલાવવાનો છે. માટે જ હરેક પ્રકારે કહીને શાસ્ત્ર ઉપર દૂષણ મૂકીને તેને ખોટું પુરવાર કરીને લોકોને બતાવે છે અને વટલાવે છે. આવો સુધારો મુંબાઈમાં ચાલેલો છે અને બીજા દેશોમાં પણ પ્રવર્ત થયેલો છે.' '

કરસનદાસે 'સ્વધર્મ વર્ધક અને સંશયછેદક' સામયિકનો અંક કોર્ટને સોંપીને એક પછી એક બધાં જ પુસ્તકોના ઉતારા અદાલત સમક્ષ વાંચી સંભળાવ્યા. દરેકમાં ઈશ્વરને ગોપીભાવે પૂજવાની અને ગુરુને ઈશ્વર તરીકે પૂજવાની વાત હતી. 'રસભાવના' પુસ્તકમાંથી એક વાક્ય ટાંકવામાં આવ્યું ત્યારે અદાલતમાં હાજર રહેલા સૌ કોઈ આ અશ્લીલ ભાષા સાંભળીને સમસમી ગયા.

વ્રજભાષાના એ પુસ્તકમાં લખ્યું હતું : 'શ્રી સ્વામીનીજીએ પોતાના શરીરમાંથી કરોડો સખી(બહેનપણી)ઓને પ્રગટ કીધી. તેઓનાં નામ લલિતા, વિશાખા ઇત્યાદિ પાડ્યાં. તેઓમાંથી જે ખૂબસૂરત અને જારભોગ કરવામાં ઘણી ચતુર હતી તેઓને લલિતા કહેતા અને જેઓ ઊંધા આસને (અર્થાત્ શરીરના પાછલા ભાગથી) જારભોગ કરવામાં ચતુર હતી તેઓનું નામ વિશાખા રાખ્યું હતું.'

કરસનદાસે પુષ્ટિ માર્ગના દસ મર્મનું એક પદ વ્રજભાષામાંથી તરજૂમો કરીને રજૂ કર્યું જેમાં ત્રીજો આદેશ હતો : 'લોક તથા વેદને તજીને ગોપીશને શરણે જવું.' કરસનદાસે સમજાવ્યું કે 'ગોપીશ' એટલે ગોપીઓના ઈશ્વર.

૧૪ પુસ્તકોના ઉતારા રજૂ કર્યા પછી કરસનદાસે વૈષ્ણવો જ્યારે મહારાજને ઘરે પધરાવે છે ત્યારે વૈષ્ણવોની સ્ત્રીઓ મહારાજની આગળ જારભાવના જે ગીત ગાય છે તેમાંના ચાર ગીત કોર્ટમાં રજૂ કર્યાં.

એક ગીતના શબ્દો હતાઃ

'મુખડું જોયા વિના પાણી ન પીઉં રે,
રસિક સુંદર વર જોઈ જોઈ જીવું રે...'

બીજાં એક ગીતમાં કહેવાતું હતુંઃ

'મુને આપના ચર્ણની ઇચ્છા ઘણી જો,
આવી વિનંતી કરે છે દાસી ગણી જો,
જો વહેલા આવશો તો દાસી થશે રાજી જો...'

ત્રીજા ગીતમાં આ શબ્દો આવતા હતા:

'એ વાહલાની પાસે થઈને દાસી જો,
લોકોની લાજથી હવે હું નથી બીવાની જો.
હવે બહેની મેંથી ઘરનાં કામ ન થાય રે,
વાહાલાને દેખીને મનડાં મોહી રહ્યાં રે લોલ.
વલ્લભકુળ છે કામણગારા કાનજો.

ચોથા ગીતમાં કહેવાયું હતું:

'દૂર રહે કેમ ચાલશે રે,
કહોજી ક્યાંની રીત.
આજકાલનું કોઈ નહીં,
છેજી પૂર્વની પ્રીત.
રાંક ઉપર શા રૂસણાં રે,
પ્રભુ દીન દયાળ.
દાસ જાણી પોતાતણી,
કરજો સેવકીની સંભાળ...'

કરસનદાસ એક પછી એક સાબિતીઓ નામદાર અદાલતને સોંપ્યે જતો હતો. બપોર ઢળવા માંડી હતી. નામદાર સાહેબોએ જોયું કે કરસનદાસની અસ્ખલિત વાણીથી કોર્ટમાં ગરમી વ્યાપી ગઈ હતી. કોર્ટ ઊઠવાને હજુ બે કલાકની વાર હતી. કોર્ટે પંદર મિનિટ માટેની રિસેસ જાહેર કરી.

* * *

મુંબાઈના ભૂલેશ્વરમાં આવેલી જીવણલાલજી મહારાજની હવેલીના મેડા પર બિરાજેલા મહારાજ જદુનાથને અદાલતમાં અપાઈ રહેલી કરસનદાસની જુબાનીનો આંખે દેખ્યો અહેવાલ કલાકે કલાકે મળી રહ્યો હતો. કરસનદાસની પહેલા દિવસની જુબાની ચાના વિરામ સુધી પહોંચી હતી. ચાર સેવકો બબ્બેની જોડીમાં જઈને અદાલતમાં બોલાયેલા એક-એક શબ્દનો અહેવાલ લાવીને મહારાજ આગળ રજૂ કરતા હતા.

'સાંભળ્યું, જીવણલાલ,' જદુનાથએ કહ્યું, 'આ કરસનદાસે આપણા ધર્મના બધા ગ્રંથો અદાલતમાં રજૂ કર્યા. ગુસાંઈજી અને મહાપ્રભુજીને એ કોર્ટમાં લઈ આવ્યો છે.'

'એનાં પાપ એને નડવાનાં છે.' જીવણલાલે કહ્યું.

'એટલું જ નહીં, ભગવાનની ભક્તિ કરવા માટેનાં ભજનો પણ એણે મારીમચડીને આપણી વિરુદ્ધના પુરાવા તરીકે મૂક્યાં છે.'

'જદુનાથજી, આકરા થવાની કાંઈ જરૂર નથી. જજસાહેબો આવી બધી રમતથી

વાકેફ હોવાના. થોડુંક અહીંથી, થોડુંક ત્યાંથી ઉઠાવીને એમની આગળ જે કંઈ રજૂ કરવામાં આવે એની કડીઓ જોડતાં એમને બરાબર આવડતું હોય છે. અંગ્રેજો આપણા કરતાં વધારે હોશિયાર અને ઈમાનદાર હોય છે તે તો તમે જાણો જ છો.'

જીવણલાલજી અને જદુનાથજી સાંજ સુધી કરસનદાસ અને એની ટોળકીની કોર્ટમાં ચાલી રહેલી ચાલબાજી વિશે ચર્ચા કરતા રહ્યા. મોડી સાંજે બીજા બે સેવકોએ કોર્ટમાં ચાના વિરામ પછી કરસનદાસે રજૂ કરેલા પુરાવાઓ વિશેની નોંધ બતાવી.

જદુનાથ મહારાજે નોંધમાં વાંચ્યું કે એમણે શરૂ કરાવેલા 'સ્વધર્મવર્ધક અને સંશયછેદક' સામયિકના પહેલા અને બીજા અંકમાંથી ઉતારાઓ ટાંકીને જજસાહેબોને પોતાના વિરુદ્ધ ઉશ્કેરવાની કોશિશ કરી હતી. 'ચાબુક'ના છાપખાનામાં છપાવીને જે હેન્ડબિલ કાઢ્યું હતું તે પણ કરસનદાસે કોર્ટમાં રજૂ કરી દીધું હતું. હેન્ડબિલમાં લખ્યું હતુંઃ '...અરેરેરે! હે વૈષ્ણવો, તમે શ્રી મહાપ્રભુજીને શરણે આવ્યા છો માટે અમારે તમને કહેવું પડે છે કે તમે પોતાના માર્ગને સમજો. અગર જો નહીં સમજો તો અંતે તમારા શું હાલ થશે તેનો વિચાર કરો.'

જદુનાથે જોયું કે પોતે કાઢેલા સામયિક અને હેન્ડબિલ ઉપરાંત એમની પ્રેરણાથી કોઈ વૈષ્ણવે શરૂ કરેલા 'વૈષ્ણવ પંચ'માંથી પણ કરસનદાસે ઉતારાઓ કરીને કોર્ટમાં રજૂ કર્યા હતા. આટલું ઓછું હોય એમ કરસનદાસે કોર્ટને જુબાની આપતી વખતે એમના પર તદ્દન બેબુનિયાદ આક્ષેપો કર્યા હતા. સેવકોએ આપેલી નોંધનું કાગળિયું વાંચતા જદુનાથે જીવણલાલને કહ્યું, 'આ જુઓ, માળો બેટો કરસનદાસ કોર્ટને શું કહે છે.'

'શું કહે છે?'

'કરસનદાસ કહે છે કે 'મને નાત બહાર કરવાની કોશિશ કરવામાં આવી હતી પણ નાત બહાર કરનારાઓએ જાણ્યું કે હું તેમના પર ફરિયાદ માંડીશ તેથી તે કોશિશ નિષ્ફળ ગઈ. વાદી મહારાજ જદુનાથ અને તેના માણસોએ કેટલાક વૈષ્ણવોને કહ્યું હતું કે તમારે 'સત્ય પ્રકાશ' ખરીદવું જોઈએ નહીં એવું મને કાનજી નામના એક શખસે જણાવ્યું હતું. આ કોશિશ લાયબલની ફરિયાદ માંડતાં પહેલાં જ થઈ હતી... મહારાજના જુલમને લીધે વૈષ્ણવો એમના તાબામાં રહે છે. જે સેવકની ઉપર મહારાજનો ગુસ્સો થાય છે તેઓનાં દર્શન બંધ કરે છે. સેવકોએ દહાડામાં એક વાર તો દર્શન કરવાં જ જોઈએ. સેવકોના મરણ વખતે તેઓને આ સંસારમાંથી મુક્તિ મળે તે માટે મહારાજો એમની છાતીએ પગ મૂકે છે તે મેં જાતે સગી આંખે દીઠું છે. એ માટે મહારાજને પાંચ રૂપિયાથી લઈને હજાર રૂપિયા સુધીની ભેટ મળે છે. કંઠીના સોગંદ તોડવા બદલ પણ તેઓ દંડ કરે છે. મહારાજો વ્યભિચારી છે એ વાત પ્રસિદ્ધ છે. વાદી મહારાજ જદુનાથ પણ બદચાલનો છે એમ લોકો જાણે છે. મહારાજો વ્યભિચાર કરે છે તેથી લોકોમાં પણ વ્યભિચાર ચાલે છે અને વૈષ્ણવો પણ જાણે તેવા જ થઈ ગયા છે. પરણ્યા પહેલાં જ મહારાજો વૈષ્ણવોની છોકરીઓને પોતાની...' જીવણલાલ, કેવું કેવું બોલ્યો છે આ કરસનદાસ.' કહીને જદુનાથે કાગળિયું ફગાવી દીધું.

'એક વાત કહું, જદુનાથજી. માઠું નહીં લગાડતા.' જીવણલાલ બોલ્યા. 'તમારે આ માણસ પર બદનક્ષીનો દાવો નહોતો કરવો જોઈતો.'

'કેમ વળી?'

'કેસ કરીને તમે એને કોર્ટમાં ખુલ્લો મૂકી દીધો. જુઓ, કેવું તોફાન કરી રહ્યો છે. 'સત્યપ્રકાશ'માં એણે જે કંઈ છાપ્યું એના કરતાં સો ગણી વધારે હાનિકારક વાતો એ અદાલતોમાં લાવી રહ્યો છે.'

'આ બધી વાતો જુઠ્ઠી છે, હળાહળ અસત્ય છે.'

'જદુનાથજી, તમને ખબર છે કે આ બધું જુઠ્ઠું છે, મને ખબર છે કે આ બધું અસત્ય છે. દરેક મહારાજને ખબર છે કે આમાં કંઈ તથ્ય નથી. આ તો બધા કોઈ પેટના બળેલાઓએ કરેલા આક્ષેપો છે. આપણે ભગવાનનું કામ કરીએ છીએ અને એ કામ કરતાં આપણને કોઈ રોકી શકવાનું નથી તે આપણે જાણીએ છીએ. પણ જમાનાને નાસ્તિકોના સુધારાની ગંદી હવા લાગી રહી છે. લોકો પર આ બધાની ખોટી અસર પડવાનો સંભવ છે.'

'જીવણલાલજી, તમારી ચિંતા સાચી પણ તમારી ફરિયાદ ખોટી છે. બે-ચાર શેઠિયાઓ કરસનદાસની પડખે હોય એને કારણે બધા લોકો આપણી સામે પડ્યા છે એવું શું કામ તમે માની લો છો? અમારા વિશેની બદનક્ષી 'સત્યપ્રકાશ'માં છપાઈ એના થોડા જ મહિનામાં એણે 'રાસ્ત ગોફ્તાર' સાથે પોતાનું ચોપાનિયું ભેળવી દેવું પડ્યું. પૈસા વગર એ કેટલું કૂદવાનો? અને હવે તમે જો જો... જોતા રહેજો જીવણલાલ, કે આ માણસ કોર્ટમાં તો મારી સામે હારવાનો જ છે અને એની બાકીની જિંદગી પણ ઝેર ન કરી નાખું તો મારું નામ જદુનાથ મહારાજ નહીં.'

* * *

મોડી સાંજે કોર્ટમાંથી નાનાભાઈ રાણીનાની ઘોડાગાડીમાં પાછા આવતાં કરસનદાસે કહ્યું, 'નાનાભાઈ, અત્યાર સુધીની મારી જુબાની કેવી રહી? પ્રામાણિક અભિપ્રાય આપજો.'

'તમે શું બોલવાના છો અને કયા ગ્રંથો ટાંકવાના છો એ તો વકીલો સાથેની બેઠકોમાં આપણે સાથે હતા એટલે મને ખબર જ હતી. પણ આજે જે હિંમતથી અને જે વિશ્વાસથી તમે આ બધી રજૂઆત કરી એ પછી મને કોઈ શંકા રહી નથી કે ચુકાદો આપણા તરફી જ આવવાનો... પણ...'

'પણ શું?'

'આજે જદુનાથના વૈષ્ણવ ચેલકાઓ જે રીતે ભોંઠા પડીને ઉશ્કેરાયા છે તે જોઈને લાગે છે કે તમારે સંભાળવું જોઈએ...'

'નાનાભાઈ, એ લોકો મારું શું બગાડી લેવાના છે, હં? થઈ થઈને શું થશે?'

'કરસનદાસ, કલ્પના પણ ન કરી શકીએ એવી એ લોકોની તાકાત છે. ધર્મના નામે કંઈ પણ કરાવી શકે.'

'કોર્ટમાં આટઆટલી રીતે ઉઘાડા પડી ગયા પછી પણ તમને લાગે છે કે એમની

પાસે કોઈ તાકાત બચી હોય?'

'કોર્ટની વાતો કેટલા સુધી પહોંચવાની? અને જેમના સુધી પહોંચશે એમાંના કેટલા લોકો પોતાના સમાજની સદીઓ જૂની માન્યતાઓ તોડીને તમારી સાથે આવવાના? ધર્મની વાત છે આ, કરસનદાસ. ભણેલાગણેલા અને શ્રીમંત શેઠિયાઓ પણ મહારાજોની ચુંગાલમાંથી છૂટી શકતા નથી. તમે જોયું નહીં? જદુનાથે કેસ દાખલ કર્યો એ પછી તમારા કેટલા બધા મિત્રો અને તમને ટેકો આપનારા શેઠિયાઓ પાણીમાં બેસી ગયા?'

'એવું તો રહેવાનું જ, નાનાભાઈ. પણ તમે એ જોતા નથી કે આવા વખતમાંય કેટલા બધા મારી પડખે છે. તમે છો, લખમીદાસ ખીમજી છે, ગોકળદાસ તેજપાળ અને નર્મદ...'

'યાદી કરશો તો ઘણી લાંબી થશે. હું જાણું છું કે ઘણા લોકો મારી-તમારી પડખે છે પણ એ બધો ટેકો રજકણ જેવો છે. જદુનાથ મહારાજની એક જ ફૂંકથી...'

'નાનાભાઈ, મારી જુબાની તો પાશેરામાં પહેલી પૂણી છે. આપણા વતી હજુ બીજી પચ્ચીસ જુબાનીઓ કોર્ટમાં પડવાની. જેમ જેમ કોર્ટમાં એ બધું આવતું જશે એમ સમાજમાં એની અસર ફેલાતી જવાની અને આપણા માટેનો સાથ પણ વધતો જવાનો...'

'એવું થાય તો સારું જ છે, કરસનદાસ. પણ વૈષ્ણવ સંપ્રદાયનું ભૂત છેલ્લાં ત્રણસો ચારસો વર્ષથી જે એમના ખભા પર ચડ્યું છે તે આવતાં બીજાં ત્રણસો વર્ષ સુધી ઊતરે એવું લાગતું નથી. મહારાજો અને હવેલીઓની આ પરંપરા આવતી બે-ચાર સદી સુધી દૂર થાય એવું મને તો લાગતું નથી.'

'તમે બહુ નિરાશાવાદી છો... અને આપણે ક્યાં કોઈ પરંપરાને નાબૂદ કરવી છે. બસ, એમાં જે સડો પેઠો છે તે દૂર થાય એટલું જ પૂરતું છે... લો, વાતવાતમાં ઘર ક્યારે આવી ગયું એની સરત પણ ના રહી. આ ચોપડીઓના થેલાઓ તમે જ લઈ જાઓ. કાલે આવો ત્યારે પાછા લેતા આવજો.'

'ભલે, પણ તમે કશું ભૂલતા નથી?' નાનાભાઈએ સૂચક સ્મિત કરીને પૂછ્યું.

કરસનદાસ માથું ખંજવાળવા જતો હતો ત્યાં જ એને યાદ આવ્યું, 'અરે, ઘર માટે શાકપાંદડું લેવાનું તો રહી જ ગયું.' પછી ઉમેર્યું, 'હશે, આજે એના વિના ચલાવી લઈશું.'

'એની જરૂર નથી. હું તમારો ભૂલકણો સ્વભાવ જાણું ને.' નાનાભાઈએ એક થેલી કરસનદાસને પકડાવતાં કહ્યું, 'ચાના વિરામ વખતે જ મેં કોચવાન પાસે મગાવી લીધું છે. જોઈ લેજો, તમારાં ભાવતાં શાક તો છે ને એમાં!'

* * *

બીજા દિવસની જુબાનીમાં કરસનદાસે પહેલા જ કલાકમાં ધડબડાટી બોલાવી દીધી. કરસનદાસે અત્યંત સંયમિત સ્વરે ભારે ઠાવકાઈથી નામદાર અદાલતને જણાવ્યું,

'નામદાર સાહેબોને જણાવવાનું કે, 'સિદ્ધાંતરહસ્ય' વલ્લભાચાર્યે લખેલું છે અને એમના પૌત્ર ગોકુલનાથજીએ તેના પરની ટિપ્પણો લખેલી છે. આ ટિપ્પણો વિશે મને શક પડવાથી મેં ખોળ કીધી તે ઉપરથી મારી ખાતરી થઈ કે એ પંથના ગ્રંથોમાં એવી

અનીતિની વાતો બહુ લખેલી છે. અને તે વાત મેં મારા પત્ર મધ્યે જાહેર કીધી. મને ખબર હતી કે હમારી સ્ત્રીઓ મહારાજોને કૃષ્ણનો અવતાર માને છે અને જે પ્રમાણે ગોપીઓ કૃષ્ણની સાથે લીલા રમી સ્વર્ગ પામી તેવી જ રીતે હમારી ઓરતો પણ વિચારે છે. પણ આ તો ધર્મનાં પુસ્તકોમાં છે એવું મેં ખાતરી કર્યાની આગળ હું માનતો જ નહોતો. મેં જે લેખ લખ્યો તે છપાયાની અગાઉ જુદાં જુદાં કુલ ૨૪ વર્તમાનપત્ર અને ચોપાનિયાંમાં મહારાજો પર હુમલા થયેલા છે અને તે સઘળાં મારી પાસે છે. એ બધાં ૧૮૫૫ થી ૧૮૫૯ સુધી છપાયેલાં છે. એ બધાંનો એક વાક્યમાં સાર એ છે કે મહારાજો વ્યભિચાર કરે છે. એમાંનાં ઘણાં પત્ર તથા હૅન્ડબિલ તે વખતે મારા વાંચવામાં આવ્યાં હતાં અને મારા ઉપરાંત બીજા ઘણા લોકોએ તે વાંચ્યાં હતાં તે પણ હું કહી શકું છું. એમાંનાં કેટલાંક વર્તમાન પત્રો હું નામદાર કોર્ટમાં રજૂ કરવાની રજા લઉં છું.'

આટલું કહીને કરસનદાસે વારાફરતી બેઉ જજો સામે જોયું. ન્યાયાધીશ તરફથી કોઈ વિરોધ ન આવતાં કરસનદાસે સાક્ષીના કઠેડામાંથી હાથ લાંબો કરીને મિસ્ટર આન્સ્ટીએ ધરેલી ફાઇલ હાથમાં લઈ એનું ફીતું છોડ્યું ત્યાં જ વાદી જદુનાથ મહારાજના વકીલ મિસ્ટર બેલીએ ઊભા થઈને કહ્યું,

'ઑબ્જેકશન, યૉર લૉર્ડશિપ્સ.'

'છાપાં-સામયિકો કે હૅન્ડબિલરૂપે છપાયેલાં લખાણોને અદાલતમાં પુરાવારૂપે રજૂ ન કરવા જોઈએ કારણ કે કોઈ નથી જાણતું કે એમાંનું કયું લખાણ પ્રતિવાદીઓએ પોતે જ છાપ્યું કે છપાવ્યું હોઈ શકે છે.'

'ઑબ્જેક્શન ઓવરરૂલ્ડ,' ચીફ જસ્ટિસ સર મૅથ્યુ સૉઝે કહ્યું અને કરસનદાસે ફાઇલમાંનું પહેલું કાગળિયું કાઢીને વાંચવા માંડ્યું.

'આ કતરણ ૨૩ ઑગસ્ટ ૧૮૫૯ના રોજ છપાયેલા 'મુંબાઈ ટાઈમ્સ'નું છે. લખે છે : 'મહારાજોનાં કરતૂક માઠાં છે અને તેટલા વાસ્તે તેઓ અજવાળામાં આવતા નથી અને અંધારાને પસંદ કરે છે. કોર્ટમાં સાક્ષી તરીકે ઊભા રહે તો પોતાનાં માઠાં કરતૂકોનું સઘળું ભોપાળું જાહેર થયા વગર રહે નહીં, તેમના ઉપર દુનિયાનો ફિટકાર પડ્યા વગર રહે નહીં તેમ જ એમનાં તદ્દન અજ્ઞાની અને ભાવકી સેવકોમાં પણ એમની સત્તા અને માન ઘટ્યા વગર રહે જ નહીં. એટલે જ તેઓએ ઠરાવ કીધો છે કે મરવું પડે તો પણ કોર્ટમાં જવું નહીં. તેઓની જિંદગી, તેઓનો અમર્યાદ લોભ, તેઓની ન ખમાય તેવી મગરૂબી, તેઓની સત્તાની ભૂખ, તેઓની સેવકોને છેક ધિક્કારી નાખે એવી ચાલ, તેઓનો પોતે છડેચોક બધાની ઉપર બેઠા હોય એવો કુછંદ – એ સઘળાનું અમે અહીં વર્ણન કરવા નથી માગતા. પણ વાંચનારને એટલું જ જણાવવું બસ છે કે તેઓ ખુદ ઈશ્વર હોવાનો દાવો કરે છે. આટલા પરથી જ વિચારી શકાય એમ છે કે તેઓનો જુલમ કેટલો નાલાયક અને ધિક્કારભરેલો છે.'

કરસનદાસે એક કાગળ પર ચિટકાડેલું 'મુંબાઈ ટાઈમ્સ'નું કતરણ મિસ્ટર આન્સ્ટીના હાથમાં પાછું મૂક્યું. આન્સ્ટી એને નામદાર ન્યાયમૂર્તિઓ સુધી મોકલીને પાછા બેસી ગયા.

કઠેડામાં ઊભેલા કરસનદાસે એક બીજું કતરણ કાઢ્યું અને કહ્યું, ‘આ તંત્રીલેખ તારીખ ૨૧ ડિસેમ્બર, ૧૮૫૫ના રોજ ‘મુંબઈ સમાચાર’માં છપાયેલો છે. ‘સાચો સુધારો’ શીર્ષક હેઠળ આ તંત્રીલેખમાં લખ્યું છે : ‘હમોને જણાવતાં આનંદ થાય છે કે હિન્દુઓની કેટલીક ન્યાતમાં એમના ધર્મના ગુરુઓ દ્વારા થતા જુલમોને રોકવા સારું ઠરાવ થયેલ છે. ઠરાવ આ મુજબ છે : ‘ભાટિયા જ્ઞાતના ઘણા આબરૂવાલા તથા શાણા લોકોએ પોત-પોતામાં એક ખાસ સભા ભરીને મનસૂબો કરવા બાદ હેવો ઠરાવ કર્યો છે કે તેઓના મહારાજો તેઓના ઉપર જે સત્તા ચલાવે છે તે ઘણી વેલા અણઘટતી અને નુકસાનકારક હોય છે. અને તેથી તેઓના પઈસાની નકામી ખરાબી થાય છે તથા તેઓની બુદ્ધિને હીણું લાગે છે. વાસતે એ લોકોએ હેવો વિચાર કર્યો કે બને તાંહાં સુધી હરેક બાબદમાં હિન્દુઓએ એ મહારાજોના મત લેવા નહીં તથા સ્ત્રીઓ ઉંમરે પહોંચ્યા પછી તેઓને મહારાજોના મંદિરે દરસન કરવા જવા દેવી નહીં...’ હમોએ એમ કહેવાની કસી જરૂર નથી કે તેઓના મહારાજોનો હાલનો કાબૂ જો તેઓ ટોડે નહીં તો તેઓને ભવિષ્યમાં પઈસાની આચારની અને કબીલાની આબરૂ સંબંધી ઘણું જ ખમવું પડે છે તેનો ઓર વધારો પસ્તાવો થાશે.’

‘મુંબઈ સમાચાર’ના તંત્રીલેખનું કતરણ નામદાર કોર્ટને પહોંચ્યા પછી કરસનદાસે ‘જામે-એ-જમશેદ’ના ૨૫ ડિસેમ્બર, ૧૮૫૫ના અંકમાં છપાયેલો તંત્રીલેખ વાંચી સંભળાવ્યો :

‘...એ પરમાણે શાણા અને સમજુ હિન્દુઓએ પોતાની ચુક મોડેથી પણ શોહોધી કાહડી છે અને તે માટે કેટલાય લાયક અને ઘટતા બંદોબસ્તો કર્યા છે. તેઓએ પોતપોતામાં એક સભા ભરીને હેવો ઠરાવ કર્યો કે તેઓના ધરમના ઉપાધીઆઓ (ઉપાધ્યાયો) કેટલીક વેળા તેઓની ઉપર અણઘટતી સત્તા ચલાવે છે તથા તેઓના કુટુંબ પરિવારની લાજને ધોક પહોંચે એવાં બુરાં કરમો તેઓ પાસે કરાવે છે. વાસતે હરેક અંગત બાબદમાં જાહાં ધરમના ઉપાધીઆઓનો કસો હક ઈલાકો લાગતો નહીં હોય તે જગોએ એ ઉપાધીઆના મત-મુતલગ લેવાં નહીં. તે સામે સ્ત્રીઓને એક મુકરર વખત પછી તેઓના ધરમના ઉપાધીઆઓના મંદિરમાં દરશને મોકલવી નહીં... (આ હિન્દુઓ) વારેઘડીએ પોતાના કુટુંબની લાજનો બીગાડ કરવાને તે ઉપાધીઆઓને મોટી ખુશીથી છૂટ અને પરવાનગી આપતા હતા એને તેથી પોતાની સાત પહેડીને સ્વર્ગમાં જવા બરાબરનું પણ સમજતા હતા. પણ એ સઘળી મૂરખાઈ આપોઆપ હવે જાહેર થઈ છે... હમારા બોલવાની મતલબ એટલા જ છે કે ધરમના ઉપાધીઆઓના કેટલાક દેખીતા બદનીતિ ભરેલા અને આબરૂદાર કુટુંબની આબરૂ લૂંટનારા અપવીતર અને નાલાએક હુકમો તેઓને કરવામાં આવેચ અને તે હુકમોને માન આપવું એટલે પછાત રહે.’

‘જામ-એ-જમશેદ’નો તંત્રીલેખ રજૂ કર્યા પછી કરસનદાસે ‘સમાચાર દર્પણ’નો ૨૯ નવેમ્બર, ૧૮૫૫નો તંત્રીલેખ નામદાર અદાલત સમક્ષ રજૂ કર્યો. અને એ પછી ક્યારેક મહારાજોની ચાપલૂસી કરનારા તો ક્યારેક શેઠિયાઓની આબરૂને જોખમમાં નાખવાની ધમકી આપીને એમની પાસેથી પૈસા પડાવનાર ‘મુંબાઈના ચાબુક’ નામના ચોપાનિયામાં

છપાયેલો તંત્રીલેખ વાંચવાની શરૂઆત કરી. કોર્ટની કાર્યવાહીનો એક એક શબ્દ નોંધી રહેલા મહારાજ જદુનાથના બે સેવકોએ આપસમાં ગુસપુસ કરી કે 'આ 'ચાબુક'વાળો તો જેનું ખાય છે એનું જ ખોદે છે.'

કરસનદાસે 'મુંબાઈનાં ચાબુક'નો તંત્રીલેખ વાંચવાનું શરૂ કરી દીધું હતું :

'અતરે વઈશનવના ગોશાઈજી મહારાજો ગુરુ થઈને ઉપદેશને બદલે પોતાના સેવકો ઉપર અતીશે વીભીચાર ચાલો ચલાવે છે... એ મહારાજો હિંદુઓને કેવલ ઈશ્વરના અવતાર માલુમ પડે છે પણ તેઓના કામો ઘણા નીચ અને તેઓની દેઆનત પાપથી ભરેલી અને તેઓની ચાલ સનસારની હદથી ઘણી બહાર અને તેઓના આચાર ધરમની વીરૂધમાં જોવામાં આવે છે. એ વિષે એઓના શીશો પોતાના ગુરુઓની એબો જાહેરમાં મુકે છે... અરે શિવ શિવ! એ મહારાજોના મંદિરમાં એઓની મા જેહવી ઘરડી, એઓની બેહેન જેવી જવાન અને એઓની છોકરીઓ જેવી સકુંવાર, એઓને દેવ જાણીને દરશણે આવે છે. અને આ મહારાજો એમના પર કરૂર (ક્રૂર) નજર કરી તેઓને સારા ઉપદેશ આપવાને બદલે પોતાના મધનનો (મદનનો) ભોગ કરે !! ધીક ધીક એ અવતાર. અરે બલેઓ (બળ્યો) વઈશનવ ધરમ. એઓના ધર્મના ઉપાધીઆઓ એવા કરૂર કરમ કરી વીભીચાર કરે, પોતે મહાગુરુ થઈ સેવકો સાથે ખટકરમ કરે. અરે હરિ, એ અવતાર માટીમાં મલો. અરે શિવ, એ ધરમ ભરશટ થાઓ. અરે ભગવાન એ ટોલાંનો ભંગ થાઓ, તો બહેતર !!!'

'મુંબાઈનાં ચાબુક'નો તંત્રીલેખ પૂરો કરીને કરસનદાસે ૨૨ જૂન ૧૮૫૯ના રોજ 'આપ અખતીઆર'માં છપાયેલો અગ્રલેખ વાંચ્યો :

'હિંદુઓના મહારાજનાં મંદિર એક છીનાલવાડો છે. તેઓના (મહારાજોના) દીવાનખાના એક ભરશટ અને બેઆબરૂ કુટણી (વેશ્યા)નું ઘર છે. તેમની દરશટીમાં ફાંકડી રંડીબાજી છે. તેમના અવયવો બુરી હવશનું ઘર છે. તેમના શરીરના રૂંવેરૂંવે અપવીતરાઈ અને ગલીચાઈ છે. દુનિયામાં તેઓ જે ઈશ્વરી અવતાર ગણાય છે તેને બદલે રાખશસના અવતાર અને સેતાનની ઓલાદ છે. આવું સૌને માલુમ પડી ચૂક્યું છે.'

કરસનદાસે 'વૃત્તસાર' નામના એક મરાઠી પત્રના ૧૫ ઑગસ્ટ ૧૮૫૯ના અંકમાં છપાયેલા લેખનો તરજૂમો રજૂ કરતાં કહ્યું, 'મુંબઈની બીજી પ્રજાઓ સુધી આ બદીની વાત ફેલાઈ ચૂકી છે. તે પુરવાર કરે છે બદી કેટલે ઊંડે સુધી વ્યાપેલી છે. 'વૃત્તસાર' લખે છે : 'મહારાજોનાં મંદિરમાં કથા કે ધરમ ઉપદેશ હોવો જોઈએ કે ત્યાં કસબણોનો (વેશ્યાઓનો) નાચ થવો જોઈએ? મહારાજો કસબણોને ઉત્તેજન આપે તે શું તેઓને શોભે છે? એક મહારાજ પોતાના મંદિરમાં એક એવું નાલાયક કામ કરે એટલે તે વિશે બીજા મહારાજોએ તેને પૂછવું જોઈએ કે નહીં? આ સવાલ વિશે વિચાર કરવાને અમે વૈષ્ણવ લોકોને ભલામણ કરીએ છીએ.'

કરસનદાસે ૧૮૫૮માં છપાયેલી 'ગુરુ અને સ્ત્રી વિશે' નામની પુસ્તિકાનો ઉતારો વાંચતાં કહ્યું : 'હમણાંને સમે બહુ થોડા મહારાજો સીધે રસતે ચાલતા હશે. તેઓની મોટી સંખ્યા ગેરરસ્તે ચાલે છે. તેમાં જવાનીઓ લાલો તો બહુ બાંકેલાલ હોય છે. આજના

વલ્લભકુળના બાળકો બાપદાદાના નામને બટો લગાડે છે... સુરતમાં એક વખતે ઉંમરે ન આવેલી એવી કોઈ છોકરીને મહારાજે ગધાબલ વાપરીને તોડી નાખી હતી અને તેથી તે મર્ણતુલ (મરણતોલ) થઈ ગઈ હતી. એવી જ ત્રાસદાએક વાત માંડવીમાં બનેલી છે અને તે બાબતથી તે દેશનો રાજા અને તેની પ્રજા કોઈ અજાણીઉં નથી. આવું ઘણે ઠેકાણે બનેઉં છે. આ જુલમ તે કેવો!! આ છીનાલું તે કેવું! આ ગુરુ તે કેવો. એ આ પાપ તે કેવાં! આવું આવું વધારે લખવાને મને શર્મ લાગે છે. આવા સ્ત્રીછંદમાં હમણાંના ઘણાખરા મહારાજો ઘણા આંધળા થઈ ગયા છે.'

'વીષઈ ગુરુ વિશે' નામની ૧૮૫૯માં પ્રગટ કરવામાં આવેલી એક પુસ્તિકામાંનો ઉતારો વાંચતાં કરસનદાસ બોલ્યો :

'મહારાજો પેલા નઠારા કામને વાસતે ઠેરવેલા સ્ત્રી-પુરુષોની મારફ્ત દર્શન કરવા આવેલીઓમાંથી પસંદ કરેલીને તે વેળા અથવા મોડેથી બોલાવી મંગાવે છે. શૃંગાર સજીને આવેલી કેટલીક ફાટેલ સ્ત્રીઓ હોય છે. એને તો મહારાજો સીધી પોતાની આંખની ઈશારતથી બોલાવી લે છે. મહારાજે બોલાવી એટલે શ્રીકૃષ્ણે બોલાવી અને પોતે હવે પરમપદને પામી ચૂકી એમ સમજીને વેલી વેલી જઈને હર્ખ ભરી ગાભરી ગાભરી રાસલીલા કરી રહેલા મહારાજની ગૂઈનાં (ગુદાનાં) દર્શન કરી પ્રસાદી લે છે... ને એ કર્મ કરવામાં પોતાની ઉંમરને લાયક સ્ત્રી સાથે કામ નથી પાડતા પણ બીચારી નાજુક ઉંમરે ન આવેલી નાહની ઉંમરની અણસમજુ છોકરીઓ પર તે સાંઢીઆઓ જોર કહાડે છે.'

છેલ્લે કરસનદાસે ૧૮૬૦માં છપાયેલા હેન્ડબિલમાં 'હિંદુ મહારાજોને વાસ્તે ચાબકા' શીર્ષક હેઠળનું કટાક્ષકાવ્ય નામદાર કોર્ટ સમક્ષ રજૂ કર્યું :

'જોઈ મેં મહારાજોની ઠગાઈ રે,
હવે કોઈ મંદિર ન જાશો બાઈ.
કાચી ઉંમરની કામિની બોલાવી
આપે પ્રસાદ મીઠાઈ;
પૈસો દેખતાં પ્રેમે બોલાવે,
નહીં તો કરે અદેખાઈ,
ધન જોબન પરનારીનું લૂંટે, જુઓ ગુરુની ભલાઈ રે.
વસંત રૂતમાં ભરી પિચકારી
તાકી ભીજાવે ધાઈ, પાસે ઊભાની લાજ ન વિચારે
માસી જુવે કે માઈ રે.
પાનના બીડાં પોતે ચાવીને
થુકે સોપારી ખાઈ,
પોતાનું થુક તે પર ગલાવે,
જુવો કેવી છે લુચ્ચાઈ રે.'

તમામ પુરાવાઓ રજૂ કરી દીધા પછી મિસ્ટર આન્સ્ટીના પ્રશ્નોના જવાબમાં છેલ્લે

કરસનદાસે કહ્યું :

'આ પુરાવાઓ ઉપરાંત બીજા પણ લખાણો છપાયાં છે. જેમાં મહારાજો પર હુમલા કરવામાં આવ્યા છે. ગુલામી ખતની મને ખબર છે. તેની પર સહી લેવા મહારાજોએ આઠ દહાડા સુધી દર્શન બંધ કીધાં હતાં. એ લખતની મતલબ એવી છે કે મહારાજની વિરુદ્ધ કંઈ લખવું નહીં. અથવા એમને સુપ્રીમ કોર્ટમાં બોલાવવા નહીં તેની બીજી મતલબ એવી પણ હતી કે મને કે નાત બહાર કરવો. પણ તેમાં તેઓ પાર પડ્યા નહીં. એ લખત હજી પણ રદ થયું નથી. અને મેં તેની નકલમાં એવું વાંચ્યું છે કે એ ખતથી જે ઊલટો ચાલે તે પોતાના ધર્મથી ઊલટો ચાલેલો કહેવાય. મંદિરમાં સ્ત્રીઓ મહારાજનાં દર્શન કરે છે. ચરણસ્પર્શ એટલે મહારાજોના પગને હાથ લગાડે છે તે. એ વખતે મહારાજ જે સ્ત્રીઓ પર આશક થાય તેઓના હાથ અંગૂઠાએ દાબે છે તે મેં જોયેલું છે. એવી રીતે હાથ દાબવો તે સોબત કરવાની નિશાની ગણાય છે. સ્ત્રીઓ મહારાજની વહુજીનાં દર્શન કરવા જનાનામાં જાય છે અને મહારાજો તેઓની પૂંઠે જાય છે. મહારાજના ધોતિયાનું નીચોવેલું પાણી વૈષ્ણવોને પીવાને આપે છે તે મેં જોયેલું છે. મહારાજની જુઠણ લોકો ખાય છે તે પણ મેં દીઠું છે.'

કરસનદાસની જુબાની પૂરી થઈ. આખો દિવસ સાક્ષીના કઠેડામાં ઊભા રહીને અને બોલતાં રહીને કરસનદાસ થાક્યો હતો. કોર્ટનો સમય પૂરો થવા આવ્યો હતો. જદુનાથના વકીલ મિસ્ટર બેલી કરસનદાસની ઊલટતપાસ કરવા માગતા હતા. ચીફ જસ્ટિસે ઘડિયાળમાં જોયું કે છમાં દસ કમ હતી. 'પ્રતિવાદીની ક્રૉસ એક્ઝામિનેશન આવતી કાલે શરૂ થશે' નામદાર ચીફ જસ્ટિસ સર મૅથ્યુ બોલ્યા અને જસ્ટિસ આર્નોલ્ડ સાથે ઊભા થયા. અદાલત ખંડમાં હાજર રહેલી દરેક વ્યક્તિએ ઊભા થઈને સહેજ માથું નમાવી બંને નામદાર સાહેબોને માન આપ્યું એ પહેલાં મહારાજ જદુનાથના બે સેવકો હાથમાંની નોંધનાં કાગળિયાંઓ સાથે બહાર સરકી ગયા.

* * *

પૂરા બે દિવસ સુધી જુબાની આપ્યા પછી ત્રીજા દિવસે સવારે કરસનદાસની ઊલટતપાસ શરૂ થઈ ત્યારે કોર્ટમાં સૌ કોઈને ઇન્તેજારી હતી કે મહારાજ જદુનાથના વકીલ હવે એને કેવા કેવા સવાલો પૂછવાના છે. મિસ્ટર બેલીએ શરૂઆત તદ્દન સાદાસીધા પ્રશ્નોથી કરી.

'વાદી મહારાજ જદુનાથને તમે ક્યારથી ઓળખો છો?'

'૧૮૬૦માં હું એમના વિશે જાણતો થયો.'

'વાદીને રૂબરૂ પહેલીવાર ક્યારે મળ્યા?'

'એમની સાથે મારે ક્યારેય રૂબરૂ મુલાકાત કે વાતચીત થઈ નથી.'

'વાદીને તમે મુંબાઈમાં મંદિરમાં ક્યારેય બદફેલી કરતાં જોયા છે?

'વાદીનું મુંબાઈમાં કોઈ મંદિર નથી અને જે મહારાજોનાં મુંબાઈમાં મંદિર નથી તેઓ બીજા મહારાજોનાં મંદિરમાં જાય છે પણ મેં વાદીને ક્યારેય મારી નજરે બદફેલી

કરતાં જોયા નથી.'

'બીજા મહારાજોને જોયા છે?'

'દસ-અગિયાર વરસ પહેલા હું મહારાજોનાં દર્શન કરવા મુંબાઈના મંદિરોમાં જતો હતો ત્યારે બીજા મહારાજોને મેં બદફેલી કરતાં દીઠા છે.'

'બીજા મહારાજોનાં નામ આપી શકો?'

'જીવણજી મહારાજ, મુંબાઈના એ મુખ્ય મહારાજ છે.'

'મંદિરોમાં જવાનું તમે ક્યારથી બંધ કરી દીધું?'

'હું માનું છું કે મારી ૧૬ વર્ષની ઉંમરથી, ૧૮૪૮ની સાલની આસપાસથી.'

'કેમ?'

'કારણ કે મને મહારાજનું આચરણ શુદ્ધ નહોતું લાગતું.'

'શુદ્ધ આચરણ ન લાગ્યું એનો મતલબ?'

'એ વરસોમાં હું અઠવાડિયામાં એક વખત, દર રવિવારે જીવણજીના મંદિરમાં જતો. બીજા મહારાજોના મંદિરોમાં પણ જતો. જીવણજી મહારાજને મેં બદફેલી કરતા જોયા છે.'

'શું જોયું તમે?'

'એ પોતાના અંગૂઠાથી સેવકીઓના હાથ દબાવતા મેં જોયું છે.'

'આવું કરવું બદફેલી કેવી રીતે કહેવાય?'

'સમજાવું તમને. જીવણજી મહારાજના મંદિરના બે ભાગ છે. એક મૂર્તિનાં દર્શન કરવાનો અને બીજો મહારાજને બિરાજવાનો. એ બેઉ ભાગ મેં જોયા છે. મહારાજવાળા ભાગમાં હું એમનાં ચરણસ્પર્શ કરવા જતો ત્યારે મેં ત્રણ-ચાર વખત એમને સેવકીઓનો હાથ દાબતાં જોયા છે. તે વખતે હું પંદરેક વરસનો હોઈશ એટલે એ વાત મેં ધ્યાન રાખીને જોઈ નહોતી. પછીથી મને ખબર પડી કે આવું કરીને જારકર્મ કરવાનો ઇશારો અપાતો હોય છે.'

'જીવણજી મહારાજને તમે હજુ પણ તમારા ગુરુ માનો છો?'

'હા. જીવણજી હમણાં પણ મારા ગુરુ છે પણ એમનાં દર્શન કરવાં હું જતો નથી. એટલું જ નહીં મારી દીકરીને મેં એમની પાસે બ્રહ્મસંબંધ લેવા મોકલી નથી. દીકરીને કોઈ મહારાજ પાસે કંઠી બંધાવી નથી. એને બદલે મેં મારા હાથે એને કંઠી પહેરાવી છે. આજકાલ મુંબાઈના ઘણા વૈષ્ણવો પોતે જ પોતાના છોકરાઓને કંઠી પહેરાવતા થઈ ગયા છે.'

'મહારાજને વ્યભિચારી માનીને ધિક્કારનારા મુંબાઈમાં કેટલા લોકો હશે એવું તમે માનો છો?'

'નાખી દેતાં બસો જેટલા સેવકો તો હશે જ.'

'અને મુંબાઈમાં મહારાજને માનનારા એટલે કે વૈષ્ણવ સંપ્રદાયના હોય એવા કુલ કેટલા લોકો હશે એવો તમારો અંદાજ છે?'

'હું માનું છું કે ત્રીસથી ચાળીસ હજાર.'

'તમે એવું શા પરથી કહો છો કે બધા મહારાજો પોતાના સેવકની વહુ-દીકરીઓને બગાડે છે અને પરણેલી છોકરીને પહેલાં મહારાજ આગળ મોકલે છે?'

'આ વાત ઘણી જ પ્રસિદ્ધ છે અને સૌ કોઈ જાણે છે.'

'સ્ત્રીઓના હાથને પગના અંગૂઠાથી દબાવવા સિવાયની કોઈ હરકતો તમે મહારાજોની જોયેલી છે?'

'હોળીના દિવસોમાં સેવક-સેવકીઓ દર્શન કરવાને એકઠાં થાય છે ત્યારે તેઓની છાતી પર ગુલાલ નાખતાં મેં મહારાજોને દીઠા છે.'

'મહારાજો તરફથી તમને ક્યારેય ધર્મોપદેશ નથી મળ્યો?'

'મારા આખા જન્મારામાં જ્યારે મેં કંઠી બાંધી ત્યારે એક જ વખત મહારાજે મને ધર્મોપદેશ કર્યો છે.'

'કોર્ટમાં તમે મહારાજના પુષ્ટિમાર્ગ તરીકે ઓળખાતા પંથ સંબંધી જે ચોપડીઓ રજૂ કરી તે તમારી પોતાની છે?'

'ના. એ પુસ્તકો મારા બે મિત્રો અને રામલાલ ઠાકરસીદાસની માલિકીનાં છે.'

'એ પુસ્તકોમાંથી જે હિસ્સાઓના ઉતારા તમે કોર્ટમાં રજૂ કર્યા તે બધા તમે શોધેલા છે?'

'એ શોધવામાં મને મારા મિત્ર મથુરાદાસ લવજીની મદદ મળી છે.'

'લાયબલવાળો લેખ લખાયા પછી તમે આ પુસ્તકોના પરિચયમાં આવ્યા?'

'એમાંનાં ઘણાંખરાં પુસ્તકોથી હું તે પહેલાં જ વાકેફ હતો.'

'તમે 'મુંબઈ સમાચાર'માં છપાયેલો તંત્રીલેખ કોર્ટમાં રજૂ કર્યો છે. તમારે અને એ પત્રને શો સંબંધ છે?'

'મારે 'મુંબઈ સમાચાર' સાથે કે એમાં છપાયેલા એ તંત્રીલેખ સાથે કોઈ સંબંધ નથી. એ તંત્રીલેખ એ પત્રના તંત્રીએ લખ્યો છે જે પારસી છે.'

''મુંબાઈ ટાઈમ્સ'માં છપાયેલું લખાણ તમે જ એ લોકોને મોકલ્યું હતું?'

'ના.'

'કોણે મોકલ્યું હતું એની તમને જાણ છે?'

'ના.'

'આ સિવાયનાં પત્રોમાં છપાયેલા લેખો તમારા કહેવાથી કે તમારી ઓળખાણથી છપાયેલાં છે?'

'મારા પોતાના પત્ર સિવાય મહારાજો વિશે બીજે જ્યાં પણ કશું છપાયું છે તેની સાથે મને કોઈ લેવાદેવા નથી.'

'મહારાજ જદુનાથ વિશે બદનક્ષીભર્યું લખાણ લખવાનો તમારો આશય શું હતો?'

'મેં મહારાજ જદુનાથ વિશે નહીં પણ મહારાજોના વર્ગ વિશે એ લેખ લખ્યો છે અને તે બદનક્ષીભર્યું નથી.'

'તમે મહારાજ જદુનાથને તમારી આંખે જારકર્મ કરતાં જોયા છે?'

'ના. પણ સુરતમાં એમણે જબરજસ્તીથી જારકર્મ કીધું હતું એ વાત ઘણી પ્રસિદ્ધ છે અને એમને ચાંદીનું દરદ પણ થયું છે.'

'તમે જાતે તપાસ કરીને જોયું છે કે વાદીને ચાંદીનું દરદ થયેલું છે?'

'મેં નથી જોયું પણ મારા એક મિત્ર પાસેથી એ વાત સાંભળી છે.'

'તમારા એ મિત્રનું નામ નામદાર કોર્ટને જણાવશો?'

'ઑબ્જેક્શન, યૉર લૉર્ડશિપ્સ.' મિસ્ટર આન્સ્ટીએ ઊભા થઈને વિરોધ નોંધાવ્યો. 'પ્રતિવાદીને એના મિત્રનું નામ જાહેર કરવાની ફરજ ન પાડવી જોઈએ. મહારાજ તરફથી કોઈએ સાક્ષી આપવા આવવું નહીં એવો બંદોબસ્ત થયો છે એ હકીકતના પ્રકાશમાં જો નામ ખુલ્લું કરવામાં આવશે તો વાદીના ટેકેદારો તરફથી એમની હેરાનગતિ કરવામાં આવે એવો ડર છે.'

આ સાંભળીને મિસ્ટર બેલીએ વળતી દલીલ કરી, 'નામદાર કોર્ટને માલૂમ થાય કે નામ પૂછવા માટે વાજબી કારણ છે અને એવિડન્સ ઍક્ટની જોગવાઈને પ્રતિવાદીની તરફેણમાં મચડી શકાય નહીં.'

આન્સ્ટીએ ફરી દલીલ કરી, 'નામ જાહેર કરવાથી ન્યાય મેળવવાનો આખો હેતુ માર્યો જાય એમ છે. નામદાર અદાલતને વિનંતી છે કે આ કેસમાં અપવાદ કરીને હુકમ કરવામાં આવે કે એ નામ ખાનગી રાખવું જ જરૂરી છે.'

ચીફ જસ્ટિસ સર મૅથ્યુ સૉઝે કહ્યું, 'આ કિસ્સો નજરે જોનારી વ્યક્તિનું નામ ભલે જાહેર ન થાય, પરંતુ જે મિત્રે પ્રતિવાદીને આ કિસ્સાની જાણકારી આપી છે એનું નામ જાહેર કરવું જરૂરી છે.'

'થૅન્ક્યુ, યૉર લૉર્ડશિપ્સ' મિસ્ટર બેલીએ કહ્યું અને કરસનદાસ તરફ વળીને પૂછ્યું, 'તમારા કયા મિત્રે તમને આ માહિતી આપી હતી?'

'નામદાર, મારે આ જવાબ આપવાનો છે?' કરસનદાસે ન્યાયમૂર્તિનું પૂછ્યું.

ચીફ જસ્ટિસે કહ્યું, 'હા, આપવાનો છે.'

'મારા એ મિત્રનું નામ લખમીદાસ ખીમજી છે.'

'પણ તમે પોતે એ બીના જાતે જોઈ નથી, બરાબર?' મિસ્ટર બેલીએ પૂછ્યું.

'ના, મેં જાતે નથી જોઈ.'

આ તબક્કે ચીફ જસ્ટિસે પોતે કરસનદાસને સવાલ કર્યો, 'મહારાજની સેવકીઓ જનાનામાં જાય છે જ્યાં મહારાજના કુટુંબની સ્ત્રીઓ રહે છે એવું તમે કહ્યું પણ તમે પોતે એ જગ્યાઓ જોઈ છે?'

'ના, નામદાર. સેવકીઓ જનાનામાં થઈને મહારાજના સૂવાના ઓરડામાં જાય છે અને જનાનાની અંદર એકથી વધારે ઓરડાઓ હોય છે એવું મેં જાણ્યું છે પણ રૂબરૂ જોયું નથી.'

કરસનદાસનો જવાબ સાંભળીને ચીફ જસ્ટિસે મિસ્ટર બેલીને પૂછ્યું. 'ક્રૉસ

એક્ઝામિનેશનમાં વધુ કંઈ તમારે પૂછવાનું છે?'

'એક છેલ્લો સવાલ. મિસ્ટર કરસનદાસ મૂળજી, મહારાજોના વ્યભિચારનો એક પણ કિસ્સો તમે જાતે જોયો નથી છતાં લાયબલવાળા લેખમાં તમે એવા આક્ષેપો કર્યા છે શા માટે?'

'જે વેળાએ એ લેખ લખ્યો ત્યારે હું માનતો હતો કે મહારાજો પોતાની સેવકીઓને બગાડે છે, માટે મેં એવું લખ્યું છે.'

'ધૅટ્સ ઑલ, યૉર લૉર્ડશિપ્સ' કહીને મિસ્ટર બેલીએ ઊલટતપાસ પૂરી કરી. કરસનદાસની ફેરતપાસ કરવા માટે મિસ્ટર આન્સ્ટી ઊભા થયા. એમણે પૂછ્યું :

'મહારાજોનો પંથ અસલ હિંદુ ધર્મ પ્રમાણે ચાલે છે એવું તમે માનો છો?'

'મહારાજો સહિતના કોઈ પણ પંથ અસલ હિંદુ ધર્મ પ્રમાણે ચાલતા નથી.'

'મહારાજોના વ્યભિચાર વિશેની વાતો તમને કેવી રીતે ખબર છે?

'મહારાજો જારકર્મ કરે છે તે વાત ઘણી પ્રસિદ્ધ છે. કચ્છના રેસિડન્ટ કૅપ્ટન મૅક્મર્ડોએ મહારાજોનાં જારકર્મ વિશે તથા રસ મંડળી વિશે મુંબાઈની 'લિટરરી સોસાયટી' નામની મંડળીનાં પુસ્તકોમાં લખ્યું છે જેમાંથી ૧૮૨૦ની સાલમાં જે છપાયું છે તેમાંથી હું કેટલુંક વાંચી સંભળાવું છું. પુસ્તકમાં લખ્યું છે : 'ભાટિયાઓ અસલ સિંધના છે. આ કચ્છ દેશમાં તેઓની સંખ્યા ઘણી મોટી છે અને તેઓ પણ ઘણા પૈસાવાળા વેપારી કહેવાય છે. તેઓ ગુસાંઈજી મહારાજની સેવા કરે છે અને હિંદુસ્તાનમાં એવા ગુસાંઈજી મહારાજ ઘણા છે. એ ભાટિયાઓની મિલકતના ધણી મહારાજ કહેવાય છે અને તેનો ઉપયોગ મહારાજ પોતાની મરજી પ્રમાણે કરે છે. મહારાજને ભાટિયા લોકો એટલું બધું તો માન આપે છે કે કેટલાક આબરૂવાળા ગૃહસ્થોની વહુ-દીકરીઓ સાથે મહારાજ જારકર્મ કરે તો તેથી એ લોકો પોતાને માન મળેલું સમજે છે. હિંદુસ્તાનના આ વિસ્તારમાં મુખ્ય મહારાજ ગોપીનાથ નામના છે. એ મહારાજ દારૂ સિવાયનાં સર્વે જાતનાં વ્યસનમાં પડ્યાથી સુકાઈને હાડપિંજર જેવો થઈ ગયો છે. અને ઝાડનાં પાંદડાંની પેઠે ધ્રૂજે છે. તે અફીણ તથા બીજી કૅફી વસ્તુઓ ખાઈને હંમેશ કૅફમાં રહે છે... વૈષ્ણવોમાં પ્રસિદ્ધ થયેલી રસ મંડળી ભાટિયાઓમાં વારંવાર ભરાય છે. આ રસ મંડળીમાં સઘળી જાતના મોટા તથા ગરીબ, સ્ત્રી તથા પુરુષ એકઠાં મળે છે અને ધર્મને નામે તથા ધર્મને પરવાને સર્વે જાતની અનીતિ કરે છે.'

કરસનદાસે પુસ્તકમાંથી વાંચવાનું પૂરું કરીને એને પુરાવા તરીકે મોકલી આપ્યું. સાક્ષીના કઠેડામાં સતત ત્રણ દિવસ જુબાની આપીને અને ઊલટતપાસના પ્રશ્નોનો મારો સહન કરીને કરસનદાસને થાક વર્તાતો હતો. પણ મિસ્ટર આન્સ્ટીએ જોયું કે થાક હોવા છતાં એમના અસીલના ચહેરા પર સાક્ષીના કઠેડામાંનું એનું કામ સારી રીતે પાર પડ્યું હોવાની પ્રસન્નતા પથરાયેલી હતી.

પ્રકરણ-૨૮

૮ ફેબ્રુઆરી, ૧૮૬૨ના શનિવારે મહારાજ લાયબલ કેસની સુનાવણીનો દસમો દિવસ હતો.

'ડૉક્ટર વિલ્સન...'ના નામની હાક પડી જે વારાફરતી ત્રણ જગ્યાએ થઈને બહાર પહોંચી. પાદરીનો લાંબો સફેદ કાંજીકડક ડગલો પહેરેલા ઊંચી કાઠીના એક યુરોપિયનનું આગમન થયું. વય સાઠ સુધી પહોંચી રહી હશે એવું ચહેરા પરથી લાગે પણ ચાલ ટટ્ટાર હતી. 'વૈષ્ણવ ધર્મની બાબતમાં આ ધોળિયાને કરસનદાસ ક્યાંથી ઉપાડી લાવ્યો?' પાછળની પ્રેક્ષકોની હરોળમાંથી કોક બોલ્યું.

ડૉ. જૉન વિલ્સન સ્કૉટલૅન્ડના ફ્રી ચર્ચના મિશનરી હતા. ચર્ચ તરફથી એમને ૧૮૨૯માં હિન્દુસ્તાન મોકલવામાં આવ્યા – પૂર્વની ભાષાઓનો અભ્યાસ કરવા માટે. મુંબાઈ આવીને ડૉ. વિલ્સને ૧૮૩૨માં શહેરની પહેલવહેલી અંગ્રેજી નિશાળ શરૂ કરી અને ચાર વર્ષ બાદ, ૧૮૩૬માં એક કૉલેજ સ્થાપી જે વખત જતાં વિલ્સન કૉલેજના નામે ભારતભરમાં મશહૂર થઈ. ઇંગ્લૅન્ડની એડિનબરો યુનિવર્સિટીમાં આઠ વર્ષ સુધી ભાષાશાસ્ત્ર, તત્ત્વજ્ઞાન અને ખ્રિસ્તી ધર્મશાસ્ત્રનો અભ્યાસ કરતાં કરતાં એમણે હિબ્રુ, ગ્રીક અને લેટિન ભાષાઓ પર માસ્ટરી મેળવી હતી. હિન્દુસ્તાન આવીને એમણે ઉર્દુ, ફારસી, હિન્દી, અરબી તથા પારસી ધર્મગ્રંથો જે ભાષામાં લખાયેલા છે તે ઈરાનીઓની પ્રાચીન ભાષા ઝંદ પર મહારત મેળવી. પારસી ધર્મ વિશે પુસ્તક પણ લખ્યું. હિંદુ ધર્મશાસ્ત્રોનો અભ્યાસ કરવા તેઓ સંસ્કૃત, પ્રાકૃત તથા વ્રજભાષા ઉપરાંત ગુજરાતી પણ શીખ્યા. ભારતની પ્રાચીન સભ્યતાઓ અને હિંદુ ધર્મ વિશે કેટલાક ગ્રંથ પણ લખ્યા.

મિસ્ટર આન્સ્ટીએ ડૉ. વિલ્સનને પૂછ્યું, 'હિંદુ ધર્મ વિશેની તમારી જાણકારી વિશે નામદાર અદાલતને ટૂંકમાં જણાવી શકશો?'

'જરૂર. મારા અભ્યાસ દરમિયાન હું જેટલું સમજ્યો છું તે પ્રમાણે હિંદુ ધર્મનાં સૌથી જૂનાં પુસ્તકો 'વેદ' છે જે 'શ્રુતિ'ના નામે ઓળખાય છે. હિંદુઓ વેદને ઈશ્વરકૃત એટલે કે ઈશ્વરે બનાવેલાં સમજે છે. 'વિષ્ણુ પુરાણ' મેં મૂળ સંસ્કૃતમાં વાંચ્યું છે. એ વેદની રચના પછી ઘણી પાછળથી લખવામાં આવ્યું છે છતાં ઘણા હિંદુઓ 'વિષ્ણુ પુરાણ'ને પણ ઈશ્વરકૃત ગણે છે. મનુના કાયદા ઈસવી સન પહેલાંના બસો વરસ ઉપર રચેલા હોય એવું ધારવામાં આવે છે. વેદ ઈસવી સનની પહેલાં ત્રણ હજાર વરસ ઉપર લખાયેલા હોય

એવું ધારવામાં આવે છે. મનુના કાયદા 'સ્મૃતિ'ના નામે ઓળખાય છે. હિંદુઓનાં જુદાં જુદાં પુસ્તકો પરથી જોવામાં આવે છે કે તેઓમાં ધર્મ તથા આચાર-વિચાર સંબંધી ઘણો ફેરફાર થઈ ગયો છે. જે પંથ ઘણા પાછળથી ઊભા થયા છે તે અસલ ધર્મ સાથે ઓછા મળે છે અને નીતિની બાબતમાં પણ બહુ મળતા નથી. હિન્દુસ્તાનમાં ધર્મ સંબંધી ફેરફાર ઘણા થયા છે, અને હિંદુઓ પોતે કહે છે કે એ ફેરફાર થવાથી અસલ ધર્મ ચૂંથાઈ ગયો છે.'

'વૈષ્ણવ સંપ્રદાય અથવા વલ્લભાચાર્યના પંથ વિશે તમે શું જાણો છો?'

'વલ્લભાચાર્ય પંદરમા સૈકાની આખરે અને સોળમા સૈકાની શરૂઆતે થઈ ગયા. મારા વાંચવામાં આવ્યું છે કે વલ્લભાચાર્ય ઈ.સ. ૧૫૦૦ અથવા ૧૫૦૪માં વિજયનગરના રાજા કૃષ્ણદેવના દરબારમાં ગયા હતા. ત્યાંથી એમને સોનાની મોટી બક્ષિસ મળી હતી. મારા હાથમાં સંસ્કૃત ભાષામાં રચેલું ઘણા જૂના વખતનું, લગભગ સવા બસો વરસ ઉપર લખાયેલું 'પાખંડ ધર્મખંડન' નામનું નાટક છે. એ નાટકમાં વલ્લભાચાર્યના પંથ વિશે વર્ણન કરેલું છે.'

આટલું કહીને ડૉ. જૉન વિલ્સને પોતાના હાથમાંનાં પુસ્તકોમાંનું પહેલું પુસ્તક ઉઘાડ્યું. મિસ્ટર બેલીએ વાંધો લીધો.

'આ નાટક વિશેનો ઉલ્લેખ તમે કોઈ હિંદુ ધર્મપુસ્તકમાં વાંચ્યો છે?

'જી, ના.'

'આ નાટક ભજવાયું હોય એવો તમને ખ્યાલ છે?'

'એ વિશે મને કોઈ જાણકારી નથી પણ વિદ્વાન બ્રાહ્મણોમાં એવો રિવાજ હતો કે એવાં નાટકો સંસ્કૃત ભાષામાં રચીને તેનો ફેલાવો પોતાના બ્રાહ્મણોમાં કરવો.'

'યૉર લૉર્ડશિપ્સ, આ નાટક કોઈ માન્યતાપ્રાપ્ત ધર્મગ્રંથ નથી અને વલ્લભાચાર્યના પંથના ઇતિહાસના પુરાવા રૂપે એને અદાલતમાં રજૂ કરી શકાય નહીં.' મિસ્ટર બેલીએ દલીલ કરી.

ચીફ જસ્ટિસ સર મૅથ્યુ સૉઝે દલીલ માન્ય રાખતાં કહ્યું, 'ઑબ્જેક્શન અપહેલ્ડ.'

ડૉ. વિલ્સને અદાલતને કહ્યું, 'આ નાટકનો સંદર્ભ આપવા પાછળ મારો ઇરાદો એટલો જ છે કે સંપ્રદાયમાં અને તે વખતના હિન્દુસ્તાનના કેટલાક લોકોમાં કેવી પ્રથાઓ પ્રચલિત હતી.'

સર મૅથ્યુએ કહ્યું, 'એ વાતો અત્યારના મુદ્દાઓ સાથે સંબંધ ધરાવતી નથી.'

મિસ્ટર આન્સ્ટીએ ઊભા થઈને કહ્યું, 'સાક્ષીની દલીલની નોંધ રેકર્ડ પર લેવામાં આવે અને સાક્ષીને દસ્તાવેજ ટાંકતા રોકવામાં ન આવે એવી મારી દલીલને પણ રેકર્ડ પર મૂકવી.'

ચીફ જસ્ટિસના કહેવાથી આ નોંધ રેકર્ડ પર લેવાઈ.

'નાટક સિવાયની વાત તમારે આગળ વધારવી હોય તો વધારી શકો છો.' ચીફ જસ્ટિસે કહ્યું.

'થૅન્ક્યુ, યૉર લૉર્ડશિપ્સ.' કહીને ડૉક્ટર વિલ્સને પોતાની જુબાની આગળ લંબાવી,

'આ ઉપરાંત મહારાજો વિશે કચ્છના રેસિડેન્ટ કૅપ્ટન મૅકમર્ડોસાહેબે જે લખ્યું છે તે પણ મારા વાંચવામાં આવ્યું છે. બંગાળની એશિયાટિક સોસાયટીના ૧૬મા વૉલ્યુમમાં એના સેક્રેટરી અને જાણીતા પ્રોફેસર ડૉ. હૉરેસ હૅમૅને વલ્લભાચાર્યના પંથ વિશે જે લખ્યું છે એમાંથી થોડાક ફકરા, જો કોર્ટની અનુમતિ હોય તો હું રજૂ કરવા માગું છું.'

'પ્લેન્ટીફને કોઈ વાંધો છે?' ચીફ જસ્ટિસે પૂછ્યું.

'ના, યૉર લૉર્ડશિપ્સ.' મિસ્ટર બેલીએ અદબભેર કહ્યું.

ડૉ. વિલ્સને પુસ્તક ખોલીને વાંચવા માંડ્યું :

'વલ્લભાચાર્યે જે નવો પંથ ઊભો કર્યો એમાં જે વાતો દાખલ કરી તે બીજા પંથવાળાઓ કરતાં ઘણી જુદી અને નવી તરેહની હતી. એમણે પોતાના પંથના લોકોને એવું જણાવ્યું કે તપ કરીને તથા કષ્ટ ભોગવીને ઈશ્વરને ભજવાની કોઈ જરૂર નથી. આ પંથના ગુરુઓએ તથા સેવકોએ ઠાકોરજીની સેવા સુંદર વસ્ત્રો પહેરાવીને તથા જાત જાતનાં પકવાનો બનાવીને અને દુનિયાની મોજશોખનાં સાધનોથી શણગારીને ભાવપૂર્વક કરવી. એ ગુરુઓ ઘણું કરીને કુટુંબવાળા હોય છે. તેઓ સૌથી સારાં અને સુંદર વસ્ત્ર પહેરે છે અને પોતાના સેવકોની ઉપર તેઓ બેહદ સત્તા ચલાવે છે. સેવકો તેમને ભાતભાતનાં પકવાન ખવડાવે છે. સેવકો એ ગુરુઓને ત્રણ પ્રકારે સમર્પિત થાય છે : તનથી, મનથી અને ધનથી.'

પુસ્તકનાં થોડાં પાનાં ફેરવીને ડૉ. વિલ્સને બીજો એક ફકરો રજૂ કર્યો,

'ગોસાંઈજીનું સૌથી મશહૂર મંદિર શ્રીનાથદ્વારાનું છે જે અજમેર નજીક આવેલું છે. કહેવાય છે કે એ મંદિરમાં જે મૂર્તિ છે તે મથુરાથી લાવવામાં આવેલી છે કારણ કે ઔરંગઝેબે મથુરાના મંદિરને તોડી પાડવાનો આદેશ આપ્યો હતો. અત્યારનું મંદિર આધુનિક છે, મંદિર પાસે ખૂબ પૈસો છે. એના મહારાજ ગોકુલનાથના વંશજ છે અને તેઓ પોતે અતિ શ્રીમંત છે તેમ જ મહારાજોમાં ઘણું મોટું માનપાન ધરાવે છે. વૈષ્ણવ સંપ્રદાયમાં શ્રદ્ધા ધરાવનારાઓ માને છે કે જીવનમાં ઓછામાં ઓછી એક વાર શ્રીનાથદ્વારાના આ મંદિરે દર્શન કરવા જવું જોઈએ. દર્શન કરવા જનારને ગોસાંઈજી તરફથી અહીં આવ્યાનું પ્રમાણપત્ર આપવામાં આવે છે જેના બદલામાં દર્શનાર્થીએ પોતાની શક્તિ મુજબની ભેટ મંદિરને આપવાની હોય છે... આ પંથના લોકોના વિચાર પ્રમાણે ગુસાંઈજી મહારાજને જે માન આપવામાં આવે છે તે એમની પવિત્રતા કે વિદ્યા વિશે કંઈ પણ વિચાર કર્યા વગર ફક્ત વંશપરંપરાને આપવામાં આવે છે. તેઓ મોટેભાગે કોઈ પણ પ્રકારના માનને લાયક હોતા નથી તો પણ તેમના સેવકો પાસેથી એમને માન મળતું રહે છે.'

આ તબક્કે ચીફ જસ્ટિસે ડૉ. વિલ્સનને પૂછ્યું, 'પ્રોફેસર ડૉ. હૉરેસ હૅમૅન આ વિચારો સાથે તમે પોતે સંમત થાઓ છો?'

'યસ, યૉર લૉર્ડશિપ. આ પંથ વિશે મારા વાંચવામાં જે કંઈ આવ્યું છે તે પરથી હું માનું છું કે આ પુસ્તકમાં એ પંથની અપવિત્રતા વિશે જે લખ્યું છે તે ખોટું નથી.'

ચીફ જસ્ટિસને સહેજ કૂણા થયેલા જોઈને મિસ્ટર આન્સ્ટીએ ઊભા થઈને કહ્યું, 'નામદાર અદાલતને વાંધો ન હોય તો પેલા નાટક વિશે સાક્ષીને એક સવાલ પૂછવા માગું છું.'

'ઑબ્જેક્શન, યૉર લૉર્ડશિપ્સ.' મિસ્ટર બેલીએ વાંધો ઊભો કર્યો.

'પહેલાં સવાલ શું છે તે જાણી લો. પછી ઑબ્જેક્શન ઉઠાવી શકો છો.' ચીફ જસ્ટિસે કહ્યું.

'થૅન્ક્યુ.' મિસ્ટર આન્સ્ટીએ પોતાનો રાજીપો છુપાવીને સપાટ ચહેરે કહ્યું અને ડૉ. વિલ્સનને પૂછ્યું, 'તમે જે સંસ્કૃત નાટકનો ઉલ્લેખ કર્યો તેમાં વલ્લભાચાર્યના પંથના મત અને આચરણ વિશે જે કંઈ લખાયું છે તેનો મેળ પ્રોફેસર ડૉ. હૉરેસ હેમૅનના પુસ્તકમાં વ્યક્ત થયેલા વિચારો સાથે થાય છે?'

'ઑબ્જેક્શન.' મિસ્ટર બેલીએ ઊભા થઈને કહ્યું.

'સંસ્કૃત નાટકમાંના વિચારો અને એક વિદ્વાન પ્રોફેસરના વિચારો વચ્ચે મેળ છે કે નહીં તે જાણવામાં અદાલતને રસ છે. ઑબ્જેક્શન ઓવરરૂલ્ડ.' ચીફ જસ્ટિસે કહ્યું.

'થૅન્ક્યુ.' કહીને મિસ્ટર આન્સ્ટી ડૉ. વિલ્સન તરફ વળ્યા અને બોલ્યા, 'તમે જવાબ આપી શકો છો.'

'હા. બેઉ વચ્ચે મેળ થાય છે.'

'સંસ્કૃત નાટકમાં લખેલી વાતો પણ તમને પ્રોફેસર ડૉ. હૉરેસ હેમૅનના પુસ્તકમાંની વાતોની જેમ સાચી લાગે છે?'

મિસ્ટર બેલી ફરી વાંધો ઉઠાવવા જતા હતા. પણ પછી તરત જ અદાલતનો મિજાજ પારખીને ઑબ્જેક્શન ઉઠાવવાનું માંડી વાળ્યું.

'હા. સંસ્કૃત નાટકમાં વલ્લભાચાર્યના પંથના મત અને આચરણ વિશે જે કંઈ લખાયું છે તે બોલેબોલ ખરું છે.' ડૉ. વિલ્સને કહ્યું.

'યૉર લૉર્ડશિપ્સ, એ નાટકમાં જે લખાયું છે તે હકીકતનું જ બયાન છે. એમાં કલ્પના નહીં પણ હકીકતો છે,' આન્સ્ટીએ અદાલતને અરજ કરતાં કહ્યું, 'વલ્લભાચાર્યના પંથનું ખરેખરું ચિત્ર દેખાડવા માટે આખું નાટક રેકર્ડ પર ન લો તો ભલે પણ મારી કોર્ટને વિનંતી છે કે એમાંના માત્ર બે જ નાના ફકરા રજૂ કરવાની પરવાનગી આપવામાં આવે કારણ કે એ ફકરાઓમાં જે આ પંથને લગતી માહિતીનું બયાન થયું છે એના જેવું ખરેખરું ચિત્ર બીજી કોઈ રીતે આપવું શક્ય નથી. આ માહિતી નાટકમાં સંવાદરૂપે નથી આવતી, નાટકના સૂત્રધારને મોઢે બોલાય છે.'

ચીફ જસ્ટિસે જસ્ટિસ આર્નોલ્ડ સાથે તદ્દન ધીમા અવાજે થોડીક ચર્ચા કરી. પછી કહ્યું, 'યુ મે પ્રોસીડ.'

'થૅન્ક્યુ, યૉર લૉર્ડશિપ્સ' કહીને મિસ્ટર આન્સ્ટીએ ડૉ. વિલ્સન તરફ જોયું. ડૉ. વિલ્સને નાટકના પુસ્તકમાંથી એક કાગળ કાઢીને સંસ્કૃતમાંથી અનુવાદ કરેલા બે ફકરા વાંચી સંભળાવ્યા :

'વેદ જતા રહ્યા છે. ક્યાં જતા રહ્યા તેની કોઈને ખબર નથી. હમણાં તો જુવાન સુંદર સ્ત્રીઓ પોતાની ઇન્દ્રિઓનું સુખ પૂરું પાડવા માટે વલ્લભનાં બાળકો પર આશા રાખે છે. વલ્લભકુળનાં બાળકો સ્ત્રીઓને ચૂમનારા છે, દરેક પગલે તેઓમાં મોટી આંખોવાળી રૂપાળી સ્ત્રીઓ માટે વાસના જાગે છે. દરેક માણસે પોતાની વહુ તથા દીકરીઓ મહારાજને અર્પણ કરવી, એથી જ આ સંસારમાંથી મોક્ષ મળશે...

'સ્ત્રીઓ સાથે જારકર્મ કરવું, તેઓની સાથે ભોજન કરવું અને એમની સાથે લીલા કરવી એ જ કૃષ્ણનું મુખ્ય કામ છે. શ્રી ગોકુલ (એટલે કે કૃષ્ણ)ની અમૃત જેવી લીલાના સુખ જેવું બીજું એકેય નથી. જે સ્ત્રીની કૃષ્ણની સાથે રતિ નહીં થાય તેનું જીવતર કીડીના કરતાં પણ તુચ્છ ગણવું જોઈએ.'

ડૉ. વિલ્સને વાંચવાનું પૂરું કરીને પુસ્તક તથા તરજૂમાનું કાગળ નામદાર અદાલતને પુરાવા તરીકે મોકલાવ્યું. ચીફ જસ્ટિસના કહેવાથી એ બંને ફકરા કાર્યવાહીના રેકર્ડ પર લેવાયા.

મિસ્ટર આન્સ્ટીએ ડૉ. વિલ્સનને પૂછ્યું, 'તથાકથિત લાયબલના લેખમાં ટાંકવામાં આવેલી ગોકુલનાથજીની ટિપ્પણ તમે અગાઉ વાંચી છે?'

'જી, વાંચી છે?'

'એ ટિપ્પણનો અર્થ તમે શું સમજ્યા છો?'

'સેવકોએ પોતાની વહુ-દીકરીઓ ભોગવ્યા અગાઉ મહારાજને અર્પણ કરવી.'

ડૉ. જૉન વિલ્સનની જુબાની લેવાનું કામ પૂરું થયું એટલે બેલીએ ઊભા થઈને એમની ઊલટતપાસ લેવાની મંજૂરી માગી. ન્યાયમૂર્તિઓની મંજૂરી મળ્યા પછી બેલીએ ઊલટતપાસમાં ડૉ. વિલ્સનને એક જ સવાલ પૂછ્યો : 'લાયબલના લેખના તરજૂમા વિશે વાદીએ વાંધો ઉઠાવ્યો છે. અંગ્રેજી તમારી માતૃભાષા છે અને ગુજરાતીના પણ તમે જાણકાર છો. મિસ્ટર ફ્લીને લાયબલના લેખના છેલ્લા વાક્યનો અનુવાદ ખોટો કર્યો છે કે સાચો કર્યો છે?'

'એ વાક્યનો અર્થ શક ભરેલો છે અને તેના બેઉ અર્થ નીકળી શકે. હું માનું છું કે ભાટિયાઓ વાંચે તો એ વાક્યનો સંબંધ ગોકુળનાથજીની ટિપ્પણ સાથે છે એવું સમજે. મિસ્ટર ફ્લીને કરેલો તરજૂમો ખોટો છે એમ હું નથી કહી શકતો પણ તે સુધરી શકે એવો છે.'

ડૉ. જૉન વિલ્સનના આ જવાબ સાથે લાંબી વિદ્વત્તાભરી જુબાની પૂરી થઈ. કોર્ટ રવિવારની રજા માટે ઊઠી ત્યારે કરસનદાસના ટેકેદારો ડૉ. વિલ્સનની વાણીથી પ્રભાવિત થઈને એમની સાથે વાત કરવા એમને ઘેરી વળ્યા. જદુનાથના ટેકેદારો આપસમાં ચર્ચા કરવા લાગ્યા કે આવા ખ્રિસ્તી મિશનરીઓને આ દેશમાં હિંદુ ધર્મના વિનાશ માટે જ મોકલવામાં આવ્યા છે.

* * *

ડૉ. જૉન વિલ્સનની જુબાની લેવાઈ ગયા પછી કરસનદાસે કોર્ટમાં જે સંસ્કૃત તથા

વ્રજભાષાનાં પુસ્તકોના ઉતારા પુરાવારૂપે રજૂ કર્યા હતા તેના તરજૂમાકારોની જુબાનીઓ શરૂ થઈ. કાર્યવાહીના અગિયારમા દિવસે, ૧૧ ફેબ્રુઆરી ૧૮૬૮ના સોમવારે બાલાજી પાંડુરંગે પહેલી જુબાની આપી.

'હું આ કોર્ટમાં તરજૂમો કરનાર તથા દુભાષિયો છું. આ પુસ્તકો જે મને દેખાડવામાં આવી રહ્યાં છે તે વ્રજ ભાષાનાં છે. એમાં નિશાની કરેલા ફકરાઓનો તરજૂમો મેં કીધો છે. એ તરજૂમો મારી સમજ પ્રમાણે ખરો છે.'

મિસ્ટર બેલીએ ઊલટતપાસ કરતાં પૂછ્યું, 'વ્રજભાષામાંથી તરજૂમો કરતાં પહેલાં તમે એ ભાષાનો અભ્યાસ કર્યો છે?'

'ના.'

'તો પછી તરજૂમો કેવી રીતે કર્યો?'

'વ્રજભાષાની એક ડિક્શનરી કલકત્તામાં છપાઈ છે. તેમાં મેં કેટલાક શબ્દોના અર્થ જોયા છે. વ્રજભાષામાં કેટલાક શબ્દો સંસ્કૃત અને હિંદી ભાષાના છે જે હું જાણું છું.'

ફેરતપાસમાં મિસ્ટર આન્સ્ટીએ પૂછ્યું, 'તમે જે શબ્દોના અર્થ કર્યા છે તે વિશે તમને શંકા છે?'

'જે ફકરાઓના તરજૂમા મેં કીધા છે તે સારી પેઠે ધ્યાનમાં લઈને કીધા છે, અને જે શબ્દના અર્થ કીધા છે તે વિશે મને કંઈ પણ શક નથી.'

બાલાજી પાંડુરંગ પછી મિસ્ટર આન્સ્ટીએ વિનાયક લક્ષ્મણ શાસ્ત્રીને પોતાના અસીલ તરફી જુબાની આપવા બોલાવ્યા. વિનાયક શાસ્ત્રીએ કહ્યું,

'હું બ્રાહ્મણ છું. સદર અદાલતમાં શાસ્ત્રી છું. હું કોંકણી બ્રાહ્મણ છું.'

આન્સ્ટીએ પૂછ્યું, 'મહારાજો બ્રાહ્મણ કહેવાય છે એ વાત ખરી છે?'

'હા, હું પણ તેઓને બ્રાહ્મણ સમજું છું.'

વિનાયક શાસ્ત્રીનો જવાબ સાંભળીને આન્સ્ટી ઘડીભર છોભીલા પડી ગયા. સહેજ વિચાર કરીને એમણે બીજો પ્રશ્ન પૂછ્યો.

'તમે બ્રાહ્મણો આ મહારાજો સાથે ઊઠવા-બેસવાનો સંબંધ રાખી શકો?'

'હા.'

'અને જમવાનો?'

'એમની પાસે બેસું ખરો પણ જમું નહીં.'

'શું કારણ?'

'કારણ સમજાવી શકું એમ નથી, પણ એવો શિરસ્તો છે.'

આન્સ્ટીએ વિચાર્યું કે ગાડી પાછી પાટે આવી રહી છે એટલે આગળ પૂછ્યું,

'તમે સંસ્કૃત ભાષામાં હિંદુ ધર્મનાં ગ્રંથો વાંચ્યા છે?'

'હા. કેટલાક ગ્રંથો વાંચ્યા છે.'

'મહારાજોનો પંથ અસલ હિંદુ ધર્મથી જુદો છે એવું તમને લાગ્યું છે?'

'સહેજસાજ ફેરફાર હશે પણ હું નથી ધારતો કે વલ્લભાચાર્યનો પંથ અસલ ધર્મથી

જુદો છે.'

આન્સ્ટીએ નોંધ્યું આ સાક્ષી કોઈ અકળ કારણોસર પોતાના વિચારો ફેરવીને બોલી રહ્યો છે. એમણે આગળ પ્રશ્નો પૂછવાનું માંડી વાળ્યું. મિસ્ટર બેલીને સાક્ષીની ઊલટતપાસ લેવાનું કહેવામાં આવ્યું. પણ બેલીને જે મેળવવું હતું તે આન્સ્ટીએ પૂછેલા પ્રશ્નના જવાબમાંથી મળી ગયું. બેલીએ સાક્ષીની ઊલટતપાસ લેવાની ના પાડી.

મિસ્ટર આન્સ્ટીએ પોતાના ભાથામાંનું એક તીર ખોટા નિશાન પર લાગ્યાનો અફસોસ છોડીને નવું તીર કાઢ્યું. વિશ્વનાથ નારાયણ મંડલિક નામના કોંકણી બ્રાહ્મણને સાક્ષીના કઠેડામાં બોલાવવામાં આવ્યા.

'તમે વ્યવસાયે શું કરો છો?'

'હું ઈન્કમ ટૅક્સ સ્પેશ્યલ કમિશનરની ઑફિસમાં સુપરિન્ટેન્ડન્ટ છું.'

'સંસ્કૃત ભાષા જાણો છો?'

'જી, હા.'

'હિંદુ ધર્મનાં પુસ્તકો તમે વાંચ્યાં છે?'

'હા.'

'તમે બ્રાહ્મણ છો અને મહારાજો પણ બ્રાહ્મણ કહેવાય છે તો એમની સાથે તમે સંબંધ રાખો છો?'

'ના.'

'શા માટે નહીં?'

'મનુની સ્મૃતિમાં લખ્યા પ્રમાણે દરેક બ્રાહ્મણે છ કર્મકાંડ કરવા જોઈએ : હોમ કરવા અને કરાવવા, વેદ શીખવા અને શીખવવા તથા દાન લેવું અને દાન કરવું. મહારાજો આમાંથી દાન લેવા સિવાય બાકીનાં પાંચમાંથી કોઈ કર્મકાંડ કરતા નથી. એટલે બ્રાહ્મણ તરીકે અમે એમની સાથે કોઈ સંબંધ રાખતા નથી. અમે એમની સાથે જમતા નથી અને છોકરી લેવા-દેવાનો વ્યવહાર પણ રાખતા નથી.'

'બ્રાહ્મણોમાં મહારાજોને કેટલું માન આપવામાં આવે છે?'

'હું મારી નાતના અનુભવ ઉપરથી કહી શકું છું કે બ્રાહ્મણોમાં મહારાજનું માન નથી. મુંબાઈના મરાઠી વર્તમાનપત્રોમાં મહારાજોની નીતિ વિશે વારંવાર ફરિયાદ થતી હતી અને મારા જાણવા પ્રમાણે મહારાજોની પવિત્રતા તથા નીતિ ઘણી ઊતરતી છે અને એમની બાબતમાં બીજાઓનો અભિપ્રાય પણ ઘણો ઊતરતો છે.'

આન્સ્ટીના પ્રશ્નો પૂરા થતાં જ બેલીએ સાક્ષીની ઊલટતપાસ શરૂ કરી,

'વાદીને તમે ઓળખો છો?'

'એક વખત એમના ઘર આગળ અમારી મુલાકાત થઈ હતી.'

'બીજા કોઈ મહારાજોને તમે ઓળખો છો?'

'બીજા મહારાજોને મેં રસ્તે જતાં આવતાં દીઠા હશે.'

'તમે કહો છો એમ કોઈ મહારાજને તમે ઓળખતા નથી, બરાબર?'

'હા.'

'તો પછી મહારાજો અનીતિ કરે છે એવું તમે કેવી રીતે કહી શકો છો?'

'સાહેબ, એમની અનીતિ જોવા માટે ઓળખાણ કરવી જરૂરી નથી. ૧૮૫૮માં કે ૫૯ની સાલમાં મેં એક મહારાજને અનીતિ કરતાં જોયા છે. જે વાત ધર્મગુરુ લેખે એમને છાજે નહીં એવું કરતાં મેં એમને જોયા છે. જાહેર રસ્તામાં બે મહારાજોને હિંડોળા પર બેસાડીને તેમના સેવક તથા સેવકીઓ ઝુલાવતા હતા અને મહારાજો તેમના પર ગુલાલ ફેંકતા હતા તે મેં દીઠું છે.'

'હોળી પર તો ગુલાલ ઉડાડવાનો રિવાજ છે.'

'મહારાજો ગુલાલ ફક્ત હોળી પર જ ઉડાડતા નથી.'

'ગુલાલ ઉડાડવાને તમે અનીતિ ગણો છો?'

'મહારાજને ઝુલાવવા માટે સેવક તથા સેવકીઓ ભીડમાં એકબીજા સાથે એકઠા થાય અને મહારાજો તેમના શરીર પર ગમે તેવી રીતે ગુલાલ ઉડાડે એને હું અનીતિ ગણું છું.'

'દર્શન માટે ભીડ થાય એમાં મહારાજો શું કરે?'

'સ્ત્રીપુરુષોની આવી ભીડ ઓચિંતાની થતી નથી, પણ એ ચોક્કસ કારણને માટે જાણી જોઈને બધા ભીડમાં પડે છે.'

'તમે કોંકણી બ્રાહ્મણ છો અને મહારાજો તૈલંગા બ્રાહ્મણ છે. તમે તૈલંગા બ્રાહ્મણો સાથે બેસીને જમો છો?'

'હા. તૈલંગા બ્રાહ્મણો સાથે બેસીને અમે જમીએ છીએ પણ મહારાજો સાથે બેસીને જમતા નથી.'

'પ્રતિવાદી કરસનદાસ મૂળજીને તમે ઓળખો છો?'

'હા.'

'કેટલા વખતથી?'

'બે-ત્રણ વરસથી.'

'એમની સાથેની ઓળખાણને કારણે તમે એમના તરફી જુબાની આપવા આવ્યા છો?'

'આ મુકદ્દમામાં મેં ફક્ત એક જાહેર આદમી તરીકે સાક્ષી આપી છે. મારી જાહેરસેવાઓમાં બૉમ્બે રોયલ એશિયાટિક સોસાયટીના અધિકારી તરીકેની મારી સેવાઓનો પણ સમાવેશ થાય છે.'

'પ્રતિવાદી કરસનદાસ મૂળજીની જેમ તમે પણ સુધારાવાળા છો?'

'સુધારાવાળાના બે અર્થ થાય છે માટે કયા અર્થથી મને પૂછવામાં આવે છે તે જાણ્યા વગર હું કહી શકતો નથી કે હું સુધારાવાળો છું.'

બેલીએ જોઈ લીધું કે આગલા સાક્ષીની જેમ આને તોડવાની પોતાની મુરાદ બર આવે એમ નથી એટલે વધુ ઊલટતપાસ કરવાનું મુનાસિબ ન સમજતાં પ્રશ્નો પૂછવાના

બંધ કર્યાં.

ફેરતપાસમાં આન્સ્ટીએ પૂછ્યું, 'સુધારાનો ખરો અર્થ થાય છે કે વધારે સારા થવું. આ અર્થમાં શું તમે સુધારાવાળા છો?'

'હા. એ અર્થમાં હું સુધારાવાળો છું કારણ કે અસલ હિંદુ ધર્મને હું પાછો તાજો થયેલો જોવાની ઇચ્છા રાખું છું.'

આટલું પૂછીને આન્સ્ટી બેસી ગયા. એ પછી કરસનદાસે રજૂ કરેલા સંસ્કૃત ગ્રંથોના ઉતારાઓનો તરજૂમો કરનારા ત્રણ તરજૂમાકારોની જુબાની લેવાઈ. ઝવેરીલાલ ઉમિયાશંકર જે એલ્ફિન્સ્ટન કૉલેજના ફેલો હતા, અને નાનાભાઈ હરિદાસ તથા નારાયણ દીનાનાથજી જે બંને કોર્ટના તરજૂમાકાર તથા દુભાષિયા હતા.

હવે પછીના સાક્ષી મથુરદાસ લવજી હતા જે પ્રતિવાદી પક્ષના સ્ટાર વિટનેસમાંના એક હતા. મૂળ કચ્છ-માંડવીના મથુરાદાસ લવજી ભાટિયા કોમના સુધારક શિરોમણિ હતા. મુંબાઈના એક મોટા સાહસિક વેપારી અને હિંમતવાન અગ્રેસર હતા. જ્ઞાતિના મહાજન, મેળાવડા, નાતના પંચ સમક્ષ આવનારા વાંધા-કજિયા, પંચાતો, ચર્ચા-વાટાઘાટોના ઠરાવ ફેંસલાઓમાં જેમની સહીઓની જરૂર રહેતી એમાં મથુરાદાસ લવજી અગ્રણી હતા. સુધારાવાળાઓના તેઓ આગેવાન. જુનવાણી માનસવાળાઓ તથા મહારાજોના અંધ અનુયાયીઓનો સૌથી વસમો ખોફ એમણે વહોરેલો. પુષ્ટિમાર્ગના કટ્ટા દુશ્મન ગણાતા. મહારાજોના તરફદારો મથુરાદાસના સાથીઓ તથા ટેકેદારોને 'મથરાપંથી' કહેતા. મહારાજ લાયબલ કેસ દાખલ થયો અને શરૂ થયો એ ગાળામાં એમની મારપીટ કરવાના અને એમનો જીવ લેવાના એકથી વધુ પ્રયત્નો થયેલા. પણ સાવચેતીથી અને મિત્રોની તકેદારીથી બચી ગયેલા. તેઓ ચાર ભાષા જાણતા. બહોળું વાચન ધરાવતા.

મથુરાદાસ લવજીને સાક્ષીના કઠેડામાં ઊભા રાખીને મિસ્ટર આન્સ્ટીએ એમને પૂછ્યું,

'તમે વૈષ્ણવ છો?'

'જી, હા.'

'વલ્લભાચાર્યના પંથના છો?'

'જી, હા.'

'તમારા પંથનાં પુસ્તકો તમે વાંચ્યાં છે?'

'હા. મેં 'ગુરુ સેવા', 'પુષ્ટિ પ્રવાહ મર્યાદા ટીકા', 'સિદ્ધાંત રહસ્ય', 'વચનામૃત', 'રસભાવના', 'ચતુરશ્લોકી', 'ચોરાસી વૈષ્ણવની વાર્તા', 'બસો બાવનની વાર્તા' ઇત્યાદિ પુસ્તકો વાંચ્યાં છે અને એમાંના કેટલાક મેં કરસનદાસને કોર્ટમાં રજૂ કરવા માટે પણ આપ્યાં છે.'

'હિંદુ ધર્મ કરતાં વલ્લભાચાર્યનો પંથ ઘણો જુદો છે એવું તમે માનો છો?'

'હા. હું મારા પંથના મતથી અને અસલ હિંદુ ધર્મથી ઘણો ખરો વાકેફ છું. અમારો પંથ અસલ હિંદુ ધર્મથી જુદો છે. અમારા પંથમાં મૂર્તિ પૂજવાની જે રીત છે તે વેદશાસ્ત્ર

પ્રમાણેની નથી પણ વલ્લભાચાર્યે કહી દેખાડી છે તે પ્રમાણેની છે. અમારા પંથના 'બાલબોધ' નામના પુસ્તકમાં કહ્યું છે કે કળિયુગમાં કોઈ વેદ વાંચી શકશે નહીં અને વેદમાં કહેલાં કર્મોથી મોક્ષ મળતો નથી... ગોકુલનાથજીએ 'વચનામૃત'માં જણાવ્યું છે કે બીજાં શાસ્ત્રો પુષ્ટિમાર્ગની આડે આવે છે માટે તે શાસ્ત્રો માનવાં નહીં.'

'વાદી જદુનાથ મહારાજને તમે ઓળખો છો?'

'ઘણી સારી રીતે.'

'એમના 'સ્વધર્મવર્ધક તથા સંશયછેદક' નામના સામયિક વિશે તમે જાણો છો?'

'મુંબાઈમાં એક વખત મારે વાદી સાથે વાત થઈ તે વખતે એમણે મને કહ્યું હતું કે હું સુરત જાઉં ત્યાં સુધી 'સ્વધર્મવર્ધક' ચોપાનિયું લખવાનો બંદોબસ્ત જીવણજી મહારાજ સાથે કરો. એ ચોપાનિયું વૈષ્ણવ ધર્મ પ્રસારક મંડળી તરફથી કાઢવામાં આવે છે. વાદી જદુનાથ મહારાજ એ મંડળીનો પ્રમુખ છે. અને વાદીએ મને કહ્યું હતું કે 'એ ચોપાનિયું હું ગોવર્ધનદાસની સાથે મળીને લખું છું.' એ ચોપાનિયાના ફેલાવા માટે વાદીએ 'ચાબુક'ના છાપખાનામાંથી એક હૅન્ડબિલ કાઢ્યું હતું જે મને મંદિરના દરવાજા આગળ મળ્યું હતું અને મેં એ વાંચ્યું.'

'વાદીની સામે તમે તમારો પોતાનો પંથ ઊભો કરવાની તજવીજ કરી છે એ શું સાચું છે?' આન્સ્ટીએ પોતાના ચહેરા પર ધસી આવતા સ્મિતને કાબૂમાં લઈને મથુરાદાસને પૂછ્યું.

'મને તથા મારા સાથી-મિત્રો-પરિચિતોને અમારા લોકોવાળા 'મથરાપંથ'ના માણસો તરીકે ઓળખે છે એવું મેં સાંભળ્યું છે. એનું કારણ એ છે કે મારા વિચારો મહારાજોની અનીતિ અને વ્યભિચારની વિરુદ્ધ છે. આને લીધે મેં જાણે નવો પંથ ઊભો કીધો હોય એવો પ્રચાર થાય છે, પણ મેં કોઈ નવો પંથ ઊભો કીધો નથી કે એવું કરવાનો મારો કોઈ ઇરાદો નથી.'

સાંજના છ થઈ ગયા હતા. ચીફ જસ્ટિસે જસ્ટિસ આર્નોલ્ડ સાથે મસલત કરીને નક્કી કર્યું કે આ સાક્ષીની જુબાની ઘણી લાંબી ચાલે એમ છે. નામદાર સાહેબોએ સાક્ષી મથુરાદાસ લવજીને આવતી કાલે ફરી હાજર થવાનું ફરમાન કરીને આવતી કાલની સવાર સુધી કોર્ટ મુલતવી રાખી.

* * *

બીજે દિવસે મથુરાદાસ લવજીની જુબાની આગળ ચાલી. અત્યાર સુધીના કોઈ પણ દિવસ કરતાં આજે કોર્ટમાં સૌથી વધારે ભીડ હતી. મિસ્ટર આન્સ્ટીએ મથુરાદાસને પુષ્ટિમાર્ગના અનુયાયીઓ સાથેના પોતાના અનુભવોનું બયાન આગળ વધારવાનું જણાવ્યું.

મથુરાદાસે અદાલતને કહ્યું, 'નામદાર સાહેબો, મહારાજોની અનીતિ વિશે મારા બચપણમાં મને મારા પિતાએ ઉપદેશ કીધો છે. એમણે મને મહારાજોની રીતરસમોમાં માનવાની ના પાડી છે કારણ કે મહારાજોના વ્યવહારો અનીતિભર્યા તેમ જ વ્યભિચારી હોય છે. અમારા સંપ્રદાયના ઘણા લોકોને આ વાતની ખબર છે, પરંતુ ઘણાં કારણોસર

જાહેરમાં એ વિશે બોલતાં અચકાય છે. મને ખબર છે કે મહારાજો કોણ છે. વલ્લભ લક્ષ્મણ ભટ્ટનો પુત્ર હતો. તૈલંગો બ્રાહ્મણ હતો. બીજા તૈલંગા બ્રાહ્મણો મહારાજોની સાથે ન્યાત-વ્યવહાર રાખતા નથી. હમારા પંથમાં વલ્લભને વલ્લભાચાર્ય કે મહાપ્રભુજી કહે છે. એમને, એમના પુત્ર વિઠ્ઠલનાથજી એટલે કે ગુસાંઈજીને અને એમના વંશના સઘળા મહારાજોને પુષ્ટિમાર્ગમાં ઈશ્વરના અવતાર ગણવામાં આવે છે. આમાંથી વલ્લભાચાર્ય તથા વિઠ્ઠલનાથજીને પૂર્ણ પુરુષોત્તમ એટલે કે પૂરા ઈશ્વર કરીને ગણવામાં આવે છે. બાકીના વંશજોમાંના મહારાજો જુદા જુદા નામથી ઓળખાય છે. વલ્લભકુળ, વલ્લભના બાળક, વલ્લભદેવ, પૂર્ણ પુરુષોત્તમ, આચાર્ય અગ્નિરૂપ, ઇત્યાદિ. વલ્લભાચાર્ય અને એમના પુત્ર ૧૦૮ નામથી પણ ઓળખાય છે. ભાટિયા જ્ઞાતિનો મોટો ભાગ મહારાજને ઈશ્વર ગણે છે અને મહારાજની છબિને પણ પૂજે છે. વળી દરેક મહારાજના નામનું સ્મરણ પણ કરવામાં આવે છે. અમારા લોકો ઈશ્વરના સર્વે અવતારોમાં વલ્લભાચાર્યના અવતારને સૌથી સરસ ગણે છે.'

મિસ્ટર આન્સ્ટીએ પૂછ્યું, 'મહારાજોના ધર્મોપદેશ તથા બ્રહ્મસંબંધ વિશે આપ શું જાણો છો?'

મથુરાદાસે કહ્યું, 'કંઠી બાંધીને બ્રહ્મસંબંધ આપતી વખતે મહારાજ જે ધર્મ ઉપદેશ આપે છે તે સિવાય બીજા કોઈ વખતે તેઓ સેવકોને ધર્મ બાબતે ઉપદેશ કરતા નથી.'

'બ્રહ્મસંબંધ આપતી વખતે જે મંત્ર બોલાય છે તે યાદ છે તમને?' આન્સ્ટીએ પૂછ્યું,

'હા, બ્રહ્મ સંબંધ કરાવતી વખતે મહારાજ પોતાના સેવકોને મોઢે આ પ્રમાણે મંત્ર બોલાવે છે કે 'હું કૃષ્ણથી ઘણો વખત થયે જુદો પડ્યો છું...' વચમાંના શબ્દો મને યાદ નથી પણ પછીના યાદ છે કે 'હું મારું, તન, મન, ધન, તથા ઇન્દ્રિ, બાયડી, છોકરાં, ઘરબાર સઘળું કૃષ્ણને અર્પણ કરું છું.' આ મંત્ર છોકરાઓને મોઢે તથા પરણ્યા પછી છોકરીઓને મોઢે સમર્પણ આપતી વખતે બોલાવે છે.'

'તમારા લોકો મહારાજોને કૃષ્ણ માને છે?' આન્સ્ટીએ પૂછ્યું.

'હા.' મથુરદાસે જવાબ આપ્યો.

'અને તમારા લોકો બ્રહ્મસંબંધમાં બોલાવ્યા પ્રમાણે તન, મન, ધન મહારાજોને અર્પણ કરી દે છે?'

'બરાબર જોઈએ તો હમારા લોકો મહારાજોને પોતાની સઘળી દોલત આપી દેતા નથી, પણ સ્ત્રીઓ સાથે મહારાજો જારકર્મ કરે છે ખરા.'

'જારકર્મ એટલે?'

'જારકર્મને અમારા સંપ્રદાયમાં રાસલીલા કહે છે. જારકર્મ એટલે પરસ્ત્રી કે પરપુરુષની સાથે શારીરિક ભોગવટો કરવો અર્થાત્ વ્યભિચાર કરવો.'

આટલું કહીને મથુરાદાસે એક પુસ્તકમાં છપાયેલું ચિત્ર નામદાર અદાલતને બતાવ્યું, 'આ અમારા સંપ્રદાયનો ગ્રંથ છે. આમાં કૃષ્ણ ઝાડ પર બેઠા છે અને ગોપીઓ નીચે નગ્ન

ઊભી છે. આ ચિત્ર ગોપીઓની સાથે કૃષ્ણે કરેલી લીલાનું ચિત્ર છે. આવાં ઘણાં ચિત્રો મહારાજોનાં મંદિરોમાં ટાંગેલાં હોય છે. બીજાં ચિત્રોમાં ગોપીઓ કૃષ્ણ પર ગુલાલ અને કેસુડાંના રંગનું પાણી ઉડાડે છે એવું બતાવ્યું છે. હમારા પંથનાં પુસ્તકોમાં જણાવ્યું છે કે પુષ્ટિમાર્ગના સઘળા પુરુષ તથા સર્વે સ્ત્રીઓ મરણ પછી ગૌલોકમાં એટલે કે સ્વર્ગમાં ગોપી થઈને અવતરશે અને કૃષ્ણની સાથે રાસલીલા રમશે. મહારાજો જ્યારે ઠાકોરજીની આરતી ઉતારે છે ત્યારે ઉપરણો ઓઢે છે અને હંમેશ ચોટલો રાખે છે, તે આ ભાવથી કે તેઓ આ દુનિયામાં ગોપી છે.'

'મિસ્ટર મથુરાદાસ, આજની તારીખે તમે મહારાજોનો આદરસત્કાર કરો છો? એમને માનપાન આપો છો?'

'મહારાજો અનીતિવાન હોવા છતાં હું તથા મારા મિત્રો તેમને માન આપીએ છીએ પણ તે ફક્ત બહારથી જ. છેલ્લાં આઠ-નવ વરસથી હું મારા મિત્રોને મહારાજોની અનીતિ વિશે ઉપદેશ કરતો આવ્યો છું.'

'મહારાજોની ચાલચલગત વિશે તમારી ભાટિયા ન્યાતમાં કોઈ ચર્ચાઓ થઈ છે?'

'૧૮૫૫ની સાલમાં ભાટિયાઓએ એક લખત તૈયાર કીધું હતું. તેમાં બીજા બંદોબસ્તોની સાથે એક બંદોબસ્ત એવો પણ લખવામાં આવ્યો હતો કે શિયાળામાં પાછલી રાત્રે અને અમુક એવા સમયે સ્ત્રીઓને મહારાજોનાં દર્શન કરવા મોકલવી નહીં જેથી વ્યભિચાર રોકી શકાય. તે વખતે નક્કી એવું થયું હતું કે આ લખાણનો અમલ એક વરસ પછી કરવો.'

'એવું શું કામ?'

'તે વખતે મહારાજો અને ભૂલેશ્વરના બ્રાહ્મણો વચ્ચે છપ્પનભોગ અંગે મોટી તકરાર ચાલી રહી હતી. બ્રાહ્મણો મહાદેવના મંદિરમાં છપ્પનભોગની ઉજવણી કરી રહ્યા હતા અને મહારાજો વિરોધ કરતા હતા કે આ બ્રાહ્મણોને છપ્પનભોગ કરવાનો કોઈ હક્ક નથી અને પુષ્ટિ માર્ગના મહારાજો જ છપ્પનભોગ કરી શકે. આ તકરાર ચાલુ હતી તે વખતે જો આ લખત જાહેર કરવામાં આવે તો બ્રાહ્મણોને મહારાજો સામે લડવા માટે એક વધુ હથિયાર મળી જાય એવું વિચારીને ઠરાવ એક વરસ માટે મુલતવી રાખવાનો નિર્ણય લેવાયો હતો.'

'ઠરાવ થયો ત્યારે તમે એ બેઠકમાં હાજર હતા?'

'હા.'

'ઠરાવ થયા પછી મહારાજોની ચાલચલગતમાં શું ફરક પડ્યો?'

'સન ૧૮૫૫ના એ ઠરાવ પછી મહારાજોની ચાલમાં કોઈ સુધારો થયો નથી. આજથી આઠેક વરસ પહેલાંનો એક કિસ્સો મને યાદ છે. એ દિવસે હું ખટાઉ મકનજીની સાથે ગોકળદાસ તેજપાળની વાડીએ ગયો હતો. વાડીના માળીએ અમને જણાવ્યું કે એક મહારાજ ચાર સ્ત્રીઓને સાથે લઈને આવ્યો છે. ગોકળદાસ અને લક્ષ્મીદાસ ખીમજી અમારી અગાઉ વાડીએ આવી ચૂક્યા હતા. એ બેઉએ માળી પાસેથી મહારાજની વાત

સાંભળી એટલે સામેની વાડીમાં જઈને બેઠા. માળીએ કહ્યા છતાં હું અને ખટાઉ શેઠ ગોકળદાસની વાડીની અંદર ગયા. અમને જોઈને લક્ષ્મીદાસ ખીમજી સામેની વાડીમાંથી નીકળીને અમારી પાછળ આવ્યા. ખટાઉ મકનજી જમવાના ખંડમાં ઊભા રહ્યા અને હું બીજા દરવાજેથી બંગલામાં ગયો. બંગલાના દીવાનખાનામાં બે વિધવાઓ બેઠી હતી. તેઓએ મને ના પાડી છતાં હું આગળ ધસ્યો અને અંદરના ઓરડાના બારણાનો આંકડો જે અંદરથી દીધેલો હતો તે મેં છરીથી ઉઘાડ્યો. મેં મહારાજ વચ્છલાલજીને એક સ્ત્રી સાથે જારકર્મ કરતાં દીઠો. બીજી એક સ્ત્રી એ જ ઓરડામાં બેઠી હતી. મને જોઈને મહારાજ શરમાઈ ગયો અને ધોતિયું બાંધવા લાગ્યો.'

'ઑબ્જેક્શન, યૉર લૉર્ડશિપ્સ. સાક્ષી જે કિસ્સાનું વર્ણન કરે છે તેની સાથે વાદી જદુનાથ મહારાજને કોઈ લેવાદેવા નથી.' મિસ્ટર બેલીએ વાંધો લીધો.

મિસ્ટર આન્સ્ટીએ કહ્યું, 'નામદાર સાહેબો, પ્રતિવાદીએ દાખલ કરેલી ૭મી પ્લી પુરવાર કરવા માટે સાક્ષીએ કહેલું આ વર્ણન ચાલુ રહેવું જોઈએ. મારા વિદ્વાન મિત્ર પ્રતિવાદીઓના સાક્ષીને પડકાર આપી ચૂક્યા છે કે તમારામાંથી કોઈએ મહારાજોના અનીતિનાં કર્મોને રૂબરૂ જોયા છે કે નહીં. અને અત્યારે તેઓ જ મારા સાક્ષીને પુરાવો આપતાં રોકી રહ્યા છે. ૭મી પ્લી મુજબ મહારાજ જદુનાથની નહીં મહારાજોની અનીતિભરી ચાલચલગત અમારે સાબિત કરવાની છે જે અત્યારે આ સાક્ષી દ્વારા થઈ રહી છે.'

'ઑબ્જેક્શન ઓવરરૂલ્ડ' કહીને ચીફ જસ્ટિસ મૅથ્યુ સૉઝે વાદીના વકીલના વિરોધને ગેરવાજબી ઠેરવ્યો અને સાક્ષીને એ કિસ્સાનું આગળ વર્ણન કરવાનું જણાવ્યું.

મથુરાદાસ લવજીએ કહ્યું, 'મહારાજે ધોતિયું પહેરવાનું શરૂ કર્યું એટલે મેં એમની સાથે જારકર્મ કરી રહેલી સ્ત્રીને જોઈ. એ ભાટિયા જ્ઞાતિની હતી, પરણેલી હતી, એની ઉંમર આશરે ૨૫-૩૦ વર્ષની હતી.'

મિસ્ટર આન્સ્ટીએ પૂછ્યું, 'મહારાજને સેક્સ્યુઅલ એક્ટ કરતાં જોઈને તમે શું કર્યું?'

'મહારાજે જારકર્મ કરતી વખતે જ્યારે મને જોયો ત્યારે મેં માથું નમાવી, બે હાથ જોડી એમનાં દર્શન કર્યાં હતાં!' મથુરાદાસ બોલ્યા અને કોર્ટમાં સૌના મોઢા પર હળવું સ્મિત ફેલાયું. મથુરાદાસે અદાલતખંડમાં નજર કરીને ખાતરી કરી કે 'દર્શન'નો કટાક્ષ બેઉ પક્ષના ટેકેદારો સુધી પહોંચી ગયો હતો.

'એ પછી શું થયું?'

'એ પછી તરત જ શેઠ લક્ષ્મીદાસ આવી પહોંચ્યા અને શેઠ ગોકળદાસને બોલાવવા માણસ મોકલ્યો.

'મહારાજે ગોકળદાસને મીઠાઈ અને પાનનાં બીડાં પ્રસાદીરૂપે આપ્યાં. પેલી સ્ત્રીઓ જતી રહી. એ બધીઓ જતી હતી ત્યારે એમાંની એકના માથા પર શેઠ ગોકળદાસના એક માણસે ટપલી મારી. મહારાજે શેઠ ગોકળદાસને કહ્યું કે આ વાત ખાનગી રહેવી જોઈએ અને વાત બહાર ન જાય એની જવાબદારી તમારી.'

'પણ તમે એ વાત જાહેર કરી રહ્યા છો.' આન્સ્ટીએ કહ્યું.

'મેં શેઠ ગોકળદાસને પણ કહ્યું હતું કે હું આ વાત છૂપી રાખવાનો નથી.'

'રસ મંડળી વિશે તમે શું જાણો છો?'

'અમારા પુષ્ટિમાર્ગી ભાટિયાઓમાં રસ મંડળીના જે સભ્યો હોય એમને ખૂબ માનપાન મળે છે. તેઓ ભાવકી સેવકો કહેવાય છે કારણ કે તેઓ મહારાજોનો ઘણો આદર કરે છે અને પોતે વધારે વ્યભિચાર કરે છે. આ મંડળીમાં કોઈ અજાણ્યાને પ્રવેશ નથી મળતો.'

'શું 'રસ મંડળી'ના પુરુષ સભ્યો જ એકાંતમાં વ્યભિચાર માટે મળે છે?'

'ના. દરેક પરણેલો પુરુષ પોતાની સ્ત્રીને જોડે લઈને રસ મંડળીમાં આવે છે.'

'તમે આ રસ મંડળી ના અત્યારે સભ્ય છો? કે ભૂતકાળમાં ક્યારેય એના સભ્ય હતા?'

'જી, ના. અત્યારે હું આવી કોઈ રસ મંડળીનો સભ્ય નથી અને ભૂતકાળમાં પણ ક્યારેય નહોતો.'

કોર્ટનો લંચ સમય થઈ રહ્યો હતો. ન્યાયાસનેથી રીસેસ જાહેર થાય તે પહેલાં મિસ્ટર આન્સ્ટીએ બેન્ચ મિટિંગ માટે અનુમતિ માગી. ચીફ જસ્ટિસે હા પાડી એટલે આન્સ્ટી બેઉ જજના ન્યાયાસનની નજીક જઈને ઊભા રહ્યા. બીજી તરફથી વાદીના વકીલ આવ્યા પછી આન્સ્ટીએ કહ્યું, 'લંચ પછીની સેશનમાં મથુરાદાસ લવજીની જુબાની પૂરી થયા પછી પ્રતિવાદીઓ વતી આજે જે સાક્ષીઓને બોલાવવામાં આવ્યા છે એ બંને માટે વધારાના પોલીસ બંદોબસ્તની જરૂર પડશે એવું લાગે છે તો આપ નામદાર...'

'મથુરાદાસ લવજી પછી તો...' ચીફ જસ્ટિસે મેજ પરનું કાગળિયું શોધવા ફાઇલો ઊંચીનીચી કરી.

'...ડૉ. ભાઉ દાજી લાડ અને ડૉ. ધીરજરામ દલપતરામ આવી રહ્યા છે.' આન્સ્ટીએ કહ્યું,

'અત્યારનો પોલીસ બંદોબસ્ત પૂરતો નથી એ બંને માટે?' ચીફ જસ્ટિસે પૂછ્યું.

'પૂરતો છે, યૉર લૉર્ડશિપ્સ. પણ એ બંને તરફથી જે જુબાનીઓ પડવાની છે તે સાંભળીને કોર્ટમાં કે કોર્ટની બહાર વાદીના ટેકેદારો ધમાલ મચાવે એવી દહેશત છે.' આન્સ્ટીએ બેલી તરફ જોતાં કહ્યું.

'એવી કઈ વાતો આ બેઉ ડૉક્ટરો એમની જુબાનીમાં કહેવાના છે? જો ખુલાસાથી વાત કરો તો હું તમારી વિનંતી અંગે નિર્ણય લઈ શકું.' ચીફ જસ્ટિસ બોલ્યા.

આન્સ્ટીએ કહ્યું, 'વાદી મહારાજ જદુનાથના ગુપ્તાંગને થયેલી ચાંદીના રોગની અને એના ઇલાજ વિશે આ બે ડૉક્ટરો જુબાની આપશે એવી અમારી ધારણા છે.'

'ભલે, શહેરના પોલીસ સુપરિન્ટેન્ડન્ટ ચાર્લ્સ ફોર્જેટને કોર્ટ તરફથી હમણાં જ સંદેશો પહોંચી જશે.' ચીફ જસ્ટિસે કહ્યું અને ઉમેર્યું, 'મિસ્ટર ફોર્જેટ હિન્દુસ્તાનમાં જ જન્મ્યા છે અને જન્મથી અહીં જ રહ્યા છે એટલે સ્થાનિક ભાષાઓ પર એમનો કાબૂ છે અને નેટિવોની મેન્ટાલિટી તેઓ સારી રીતે જાણે છે. તેઓ એમની રીતે જાણકારી મેળવીને

નક્કી કરશે કે વધારાના બંદોબસ્ત માટે ફોર્ટની કૉન્સ્ટેબ્યુલરીમાંથી બોલાવેલી પોલીસ પૂરતી થઈ પડશે કે પછી બાકીના બે થાણાં મઝગાંવ અને માહિમથી પણ કુમક મગાવવી પડશે.'

'થેન્ક્યુ. યૉર લૉર્ડશિપ્સ' કહીને આન્સ્ટીએ ઘડીભર નિરાંતનો શ્વાસ લીધો પણ તરત જ ખ્યાલ આવ્યો કે આ બેઉ સાક્ષીઓની જુબાની લેવા માટેના હોમવર્કને આખરી ઓપ આપવામાં જ લંચ અવર પૂરો થઈ જવાનો.

* * *

બપોરના ભોજનના વિરામ બાદ મથુરાદાસ લવજીની જુબાની શરૂ થઈ ત્યારે અદાલતની બહાર ઘોડેસવાર પોલીસનો બંદોબસ્ત ગોઠવાઈ રહ્યો હતો. મથુરાદાસ લવજીએ સાક્ષીના કઠેડામાં ઊભાં ઊભાં ચકોર નજરે નોંધ્યું કે બેમાંથી કોઈ પક્ષના તરફદાર ન હોય એવા દસેક અજાણ્યા ચહેરા અદાલતમાં વિવિધ જગ્યાએ ગોઠવાઈને ભીડમાં ભળી જવાની કોશિશ કરતા. એ સૌના શરીરના બાંધા અને ચહેરા પરના હાવભાવ પરથી લાગતું હતું કે તેઓ સાદા વેશમાં આવેલા પોલીસના માણસો હતા. મિસ્ટર આન્સ્ટીના કહેવાથી મથુરાદાસે બાકી રહેલી જુબાની આપવાનું શરૂ કર્યું,

'સાહેબ, મેં ઘણી વખત સ્ત્રીઓને મહારાજ પાસે આવતાં જોઈ છે. દસથી વીસ મહારાજો એવા ગણાવી શકું જેમની પૂજા સ્ત્રીઓ કરતી હતી. સ્ત્રીઓ મહારાજનાં ચરણોનો સ્પર્શ કરીને પોતાનાં એ આંગળાં પોતાની આંખે અડાડતી હોય છે. મહારાજ જદુનાથની પણ આ રીતે પૂજા થતાં જોઈ છે. ઘણા મહારાજો આવા વખતે પોતાના અંગૂઠાથી સ્ત્રીઓનો હાથ દાબે છે. જદુનાથ મહારાજને એવું કરતાં મેં જોયા નથી. પગના અંગૂઠાથી સ્ત્રીઓનો હાથ દાબવો એ જારકર્મ કરવાની ઇચ્છા પ્રગટ કરવાની નિશાની છે. એ પછી સ્ત્રીઓ જ્યારે મહારાજની સામે જુએ છે ત્યારે મહારાજ પોતાની આંખથી ઇશારત કરે છે. એ ઇશારતથી જ સ્ત્રીઓ ભીતરના ઓરડામાં જાય છે. આ બધું હું મારા પોતાના અનુભવ પરથી કહું છું.'

આ તબક્કે મથુરાદાસે મિસ્ટર આન્સ્ટી પાસેથી એક પડીકું લીધું અને પડીકું ખોલીને નામદાર અદાલત સમક્ષ ધરાવતાં કહ્યું, આ ગુલાબી ભુક્કાને અમારામાં ગુલાલ કહે છે. વસંત પંચમી અને હોળી વચ્ચેના દિવસો દરમિયાન મહારાજો ગુલાલ ઉડાડે છે.' મથુરાદાસે ગુલાલ ચપટીમાં લઈને સહેજ ઉપર હાથ કરીને પાછો પડીકામાં નાખ્યો અને પડીકું વીંટાળીને કોર્ટને પુરાવા તરીકે સોંપી દીધું. પછી કહ્યું, 'જે સ્ત્રીઓ સાથે મહારાજ જારકર્મ કરવાની ઇચ્છા રાખે છે તે સ્ત્રીઓ પર તેઓ વધારે ગુલાલ નાખે છે. રંગવાળા પાણીની પિચકારી પણ એવી સ્ત્રીઓની છાતી પર તાકીને મારે છે. આનો હેતુ પણ એ જ હોય છે. આ સમયે સેવકીઓ મહારાજ સમક્ષ જારભાવ વ્યક્ત કરતી ગરબીઓ ગાય છે. એક ગરબીના શબ્દો છે : *'સુતી જગાઈ, મેરે કુ અધર ઉઠાઈ, તેડી જાય તો હમારો મનડો ઠરે.'* આવું જ એક બીજું ગીત છે *'હું વલ્લભ વરને વરી છું...'* આ મહારાજો વ્યભિચારી છે એ વાત મશહૂર છે. અને બીજા મહારાજો કરતાં વાદી જદુનાથ મહારાજની

આબરૂ સારી નથી. અમારા શાસ્ત્ર પ્રમાણે સ્ત્રીની ઉપર ગુલાલ નાખવો અથવા કોઈ પણ પ્રકારનો સુગંધી ભુક્કો નાખવો એ વ્યભિચાર છે અને તે માટે કઈ શિક્ષા થઈ શકે તે વ્યભિચારના મથાળા હેઠળ નીતિશાસ્ત્રોમાં લખવામાં આવી છે. મહારાજ સમક્ષ જારભાવની ગરબીઓ ગાવી એ પણ નીતિશાસ્ત્રની વિરુદ્ધ છે છતાં સ્ત્રીઓ એ ગાતી હોય ત્યારે એમના પતિ મૂંગે મોઢે જોયા કરતા હોય છે.'

'મહારાજ જદુનાથને તમે ક્યારે અને ક્યાં મળ્યા હતા?' આન્સ્ટીએ પૂછ્યું.

'આશરે ૧૬ મહિના પહેલાં, જીવરાજ બાલુના બંગલે. શેઠ જીવરાજના વંશવારસો અમારા અને શેઠ ગોકળદાસ તેજપાળના પરિચયમાં હતા. જીવરાજ શેઠ તો જોકે, બે દાયકા પહેલા ૭૩ વરસની ઉંમરે ગુજરી ગયા પણ જીવતા હતા ત્યારે ઇસ્ટ ઇન્ડિયા કંપનીને જરૂર પડે ત્યારે એમની પાસેથી રૂપિયા ઊછીના લેતી. આવા આ ભાટિયાશિરોમણિ જીવરાજ બાલુના બંગલે હું મહારાજ જદુનાથને મળ્યો હતો.'

'એ મુલાકાતમાં તમારે શું શું વાત થઈ?' આન્સ્ટીએ પૂછ્યું.

'સ્ત્રીકેળવણી તથા બીજી બાબતો સંબંધી વાતો થઈ. તે વખતે મહારાજ જદુનાથે મને એવું જણાવ્યું કે 'અમે કહીએ તે પ્રમાણે તમારે કરવું જોઈએ, પણ કરીએ તે પ્રમાણે નહીં.' મેં કહ્યું કે, 'તમે જે વાત કરવાને કહો તે વાત જો સારી નહીં હોય તો તમારા કહ્યા પ્રમાણે ચાલવાને અમે બંધાયેલા નથી.' જદુનાથ મહારાજે કહ્યું, 'અમે જે કહીએ તે કરવાને તમે બંધાયેલા છો.' મેં કહ્યું, 'હું તમને પ્રાચીન શાસ્ત્રમાંથી મારી વાતની સાબિતીના દાખલા આપું.' મહારાજે કહ્યું, 'તમે ફુરસદે મારે ઘેર આવજો.' મેં વળી કહ્યું, 'મહારાજોની ફરજ છે કે શાસ્ત્રનો અભ્યાસ કરે તથા પોતાના સેવકોને ઉપદેશ કરે પણ તેમ તેઓ કરતા નથી.' ત્યારે મહારાજે કહ્યું, 'એમ કરવાની કંઈ જરૂરત નથી, પણ અમે કહીએ તેમ તમારે કરવું જોઈએ.' '

'આ સિવાય બીજી કોઈ વાત કરી?' આન્સ્ટીએ પૂછ્યું.

'બીજી વાતમાં મેં શહેરમાં પુસ્તકાલય શરૂ કરવા માટેની જરૂર વિશે કહ્યું, ત્યારે મહારાજે કહ્યું કે, 'મેં એના માટે કોની કોની પાસે ઉઘરાણું થઈ શકે અને યાદી તૈયારી કરી છે. તમે એ મુજબ નાણાં ઉઘરાવી આપો.' મેં કહ્યું, 'નાણાં ઉઘરાવી આપું પણ એ નાણાં તમારી પાસે નહીં રહે.' મહારાજે કહ્યું, 'એ પૈસા તમારા મિત્રોના તાબામાં રાખજો.' '

'મુંબાઈમાં અને મુંબાઈ બહાર બીજા કયા મહારાજોને તમે ઓળખો છો?'

'મુંબાઈમાં હું સાત-આઠ મહારાજોને ઓળખું છું – જીવણજી, ગોકલેશજી, ચીમનલાલજી, મગનલાલજી, દ્વારકાનાથજી... કચ્છ-માંડવી તથા બેટ દ્વારકાના મહારાજો પણ મેં જોયા છે. માંડવીમાં રણછોડજી મહારાજ છે. એમની સાથે અને ત્યાંના માજી મહારાજ એટલે કે અગાઉના મહારાજની વિધવા સાથે મારે ઓળખાણ છે.'

'મંદિરમાં સ્ત્રીઓએ કયા સમયે દર્શન કરવા ન જવું એ વિશેના બંદોબસ્ત અંગે થયેલા લખાણ બાબતે તમારે કોઈ મહારાજો સાથે વાતચીત થઈ છે?'

'આ લખત વિશે મેં પોતે મહારાજોને વિનંતી કરી હતી પણ મહારાજોએ તેને બહાલ

કરવાની ના પાડી. આ વિશે મેં એમની સાથે ઘણી ચર્ચા કરી હતી. જીવણજી મહારાજ સાથે પણ વાત થઈ હતી.'

'શું વાત થઈ હતી?' આન્સ્ટીએ પૂછ્યું.

'તે વાત ખાનગી હતી માટે અહીં જાહેર કરવી યોગ્ય નહીં ગણાય. આમ છતાં કોર્ટ કહેશે તો જાહેર કરવામાં મને વાંધો નથી.' મથુરાદાસે કહ્યું.

ચીફ જસ્ટિસે કહ્યું, 'સાક્ષીએ એ વાત રજૂ કરવી જોઈએ.'

'મેં જ્યારે જીવણજી મહારાજ આગળ જઈને સ્ત્રીઓને દર્શને મોકલવાના સમય વિશે ચર્ચા કરી ત્યારે એમણે મને કહ્યું, 'સહુ પોતપોતાના ઘરના માલિક છે, વ્યભિચાર બહુ વધ્યા છે અને તેને રોકવાનું કામ ઘણું મુશ્કેલ છે. જેઓ મારાથી મોટા છે તેઓને મારાથી કહેવાય નહીં અને કદાચ કહું તો મારી વાત માને પણ નહીં. શ્રીનાથજી તથા શ્રી મથરેશજીવાળા મહારાજો આ કામમાં સામેલ ના થાય ત્યાં સુધી મારાથી કાંઈ થઈ શકવાનું નથી. મહારાજોને મોટી આવક સ્ત્રીઓ પાસેથી ઊપજે છે તેનું મૂળ કાઢી નાખવું ઘણું મુશ્કેલ છે. જેમ દરરોજ એક તોલો અફીણ ખાવાની ટેવ કોઈને પડી હોય તો તે ઝટ દઈને મુકાતી નથી એમ મહારાજોના વ્યભિચારનો એકદમ અટકાવ થઈ શકવાનો નથી.' આટલી વાતચીત થયા પછી જીવણજીએ મને કહ્યું, 'તમે ધીરજ પકડો. હું તેનો બંદોબસ્ત ધીરજથી કરાવી આપીશ.' આ પ્રકારની વાત મારે એમની સાથે એક કરતાં વધારે વાર થઈ છે.'

મથુરાદાસ લવજીએ જુબાની પૂરી કરી એટલે જસ્ટિસે બેઉ પક્ષના વકીલો તરફ જોઈને કહ્યું, 'લંચ દરમિયાન મેં અને મારા બ્રધર જજ જસ્ટિસ આર્નોલ્ડે પ્રતિવાદીની પ્લી ફરી વાંચીને એ વિશે વિચાર કર્યો ત્યારે જણાયું કે સાક્ષીએ વચ્છલાલ મહારાજનો ગોકળદાસ તેજપાળની વાડીવાળો જે કિસ્સો કહ્યો છે તે રેકર્ડ પર મુકાયો હોવા છતાં અમે એને કાઢી નાખીએ છીએ. જે મહારાજ હાજર નથી એમના વ્યભિચારની બારીક વાતો સાહેદીમાં નોંધવી એ ઘણું ગેરવાજબી છે. જોકે, એમની આબરૂ સમાજમાં કેવી છે ને કેવી નહીં તે વિશેની વાતોનો વાંધો નહીં ઉઠાવીએ.'

ચીફ જસ્ટિસે બોલવાનું પૂરું કર્યું એટલે મિસ્ટર બેલીએ મથુરાદાસ લવજીની ઊલટતપાસ શરૂ કરી. બેલીએ પૂછ્યું.

'તમે મહારાજોને ઈશ્વર ગણો છો?'

'ના.'

'તમારા કુટુંબમાં મહારાજોને કોઈ ઈશ્વર ગણે છે?'

'હા. મારો ભાઈ મહારાજોને ઈશ્વર ગણે છે.'

'વાદીને તમે ક્યારેય બદફેલી કરતાં જોયો છે?'

'ના. પણ મેં એ વિશે સાંભળ્યું છે.'

'મહારાજો સાથે તમારે ક્યારેય અણબનાવ કે મનદુખ જેવા પ્રસંગો બન્યા છે?'

'આશરે ચાર વરસ પહેલાં મારી દીકરીનાં લગ્ન હતાં. ત્યારે મારા વેવાઈએ એક

મહારાજને તેડ્યો હતો. એ વેળાએ અમારા કુટુંબમાં થોડા વખત પર કોઈનું અવસાન થવાને કારણે સૂતક ચાલતું હતું. સૂતકમાં શુભ પ્રસંગ કરવા મહારાજે મારી પાસેથી સવાપાંચ રૂપિયાનો દંડ માગ્યો હતો જે મેં આપ્યો નહોતો. પણ મારા વતી એક મિત્રે આપ્યો હતો.'

'રાસલીલાનાં ચિત્રો મંદિરો ઉપરાંત ઘરોમાં પણ જોવા મળે ખરાં?'

'હા. કોઈ ઘરમાં ભીંત પર રાખવામાં આવે. પણ તેમાં સ્ત્રીઓને નગ્ન ચીતરવામાં નથી આવતી. મંદિરનાં ચિત્રોમાં તેમજ ધર્મપુસ્તકમાં છપાતાં ચિત્રોમાં સ્ત્રીઓને નગ્ન ચીતરવામાં આવે છે.'

'ધર્મપુસ્તકોમાં?'

'જી, હા. ભાગવતની ચુરણિકા અર્થાત ભાગવતનો સારાંશ આપતી ચોપડી પાંચેક વરસ પર અમદાવાદમાં છપાઈ છે જેમાં એક-બે ઘણાં જ નાગા ચિત્ર છાપવામાં આવ્યા છે, અને વૈષ્ણવોને એ પુસ્તકમાં આસ્થા છે.'

'મહારાજો સ્ત્રીઓને ઇશારતથી જારકર્મ કરવા આમંત્રે છે એવું તમે કેવી રીતે કહી શકો? એવા ઇશારાઓ જોવાથી તમે કેવી રીતે સાબિત કરી શકો કે સ્ત્રીઓ જનાનામાં થઈને મહારાજોના સૂવાના ઓરડામાં જારકર્મ કરવા જતી હશે?'

'પાંચ-છ વરસ ઉપર મેં ગોકલાધીશજી મહારાજને બે-ત્રણ વખત દર્શન કરવા આવતી સ્ત્રીઓને ઇશારત કરતા દીઠા છે. મંદિરના જે ભાગમાં મહારાજનાં બાયડી-છોકરાં રહે છે તે ઠેકાણે વ્યભિચાર થતો નથી પણ ત્યાંથી ખૂલતા બીજા ઓરડામાં થાય છે. મેં મહારાજનો સૂવાનો ઓરડો જોયેલો છે અને ત્યાં સ્ત્રીઓને જતી દીઠી છે. ગોકલાધીશજીએ મને એક કાર્ય માટે દાન ઉઘરાવવાનું કામ સોંપવા બોલાવ્યો ત્યારે મેં એમનો સૂવાનો ઓરડો જોયો. મહારાજોના સૂવાના ઓરડાની પાસે મોટે ભાગે વિધવા સ્ત્રીઓ ઊભી રહેતી હોય છે, એ જ એમનો ધંધો હોય છે.'

'મિસ્ટર મથુરાદાસ લવજી, યુ આર બીટિંગ અરાઉન્ડ ધ બુશ. ડુ યુ અન્ડરસ્ટેન્ડ મી? તમારી પાસે મહારાજોના ઇશારા વિશેની માત્ર કલ્પનાઓ છે, હકીકતો નહીં. માત્ર કલ્પનાઓના આધારે પુરાવાઓ ઊભા થતા નથી.' મિસ્ટર બેલીએ પોતાનો અવાજ સહેજ ઊંચો કરીને કહ્યું.

'સાહેબ, મહારાજોના ઇશારા વિશે હું કોઈ કલ્પના કરતો નથી. જે મેં જોયું છે તે જ અદાલતને જણાવું છું. આપને મારી પાસેથી મહારાજોના ઇશારાઓ વિશે જાણવું છે ને? નામદાર અદાલત જો શરમમાં ન મુકાય તો મહારાજના અભદ્ર ઇશારા વિશેની તમારી શંકા દૂર કરી આપું, સાહેબ.' મથુરાદાસે મિસ્ટર બેલીને કહ્યું.

ચીફ જસ્ટિસે મથુરાદાસને મંજૂરી આપી.

મથુરાદાસે ઊંડો શ્વાસ લઈને મિસ્ટર બેલીની આંખમાં આંખ પરોવીને કહ્યું,

'સાહેબ, મેં દ્વારકાનાથજી મહારાજને પણ એક વીસેક વરસની પરણેલી સેવકીની તરફ ઇશારત કરતા દીઠા છે. તેઓ પોતાના હાથથી ઇશારો કરતા હતા પણ તેવામાં

મને જોઈને એણે હાથ પાછો ખેંચી લીધો. સ્ત્રી મહારાજ પાસે કોઈ ચીજ માગતી હતી અને મહારાજે પોતાનો હાથ કોણીએથી વાળીને પેલીને જણાવ્યું : આ લે.' આ વખતે મથુરાદાસ ડાબા હાથની મુઠ્ઠી વાળીને પોતાના બે પગ વચ્ચે લઈ ગયા અને રોષથી મિસ્ટર બેલીને તાકી રહ્યા. બેલી ઝંખવાણા પડી ગયા.

બેલીએ પોતાની નોંધમાંનો વધુ એક પ્રશ્ન પૂછીને સાક્ષીને તોડવાની કોશિશ કરી,

'મિસ્ટર મથુરાદાસ, મહારાજો ગુલાલ નાખે એને તમે વ્યભિચાર કહો છો પણ તમે લોકો પોતે સ્ત્રીઓ પર ગુલાલ નથી ઉડાડતા?'

'ઉડાડીએ છીએ.'

'તમે ઉડાડ્યો છે?'

'હા.'

'નામદાર અદાલતને એની વિગતો આપશો?'

'જરૂર આપીશ. બધ્ધેબધ્ધી વિગતો આપીશ. મારી દીકરીના લગ્ન પ્રસંગે તેની સાસુ પર મેં ચપટી ગુલાલ નાખ્યો હતો. અમારા રિવાજ પ્રમાણે વેવાણ પર ગુલાલ નાખીને એમણે પહેરામણી આપવાની હોય. આ વ્યવહાર કરતી વખતે મેં રિવાજ પ્રમાણે કર્યું હતું. મહારાજો જેવી મતલબથી અને જેવી રીતે ગુલાલ ઉડાડે છે તેવી રીતે કે તેવી મતલબથી મેં ગુલાલ નાખ્યો નથી. બેટ-દ્વારકામાં મહારાજો ગુલાલ ઉડાડે છે ત્યારે સ્ત્રીઓને અડકે છે.'

'મહારાજની સામે ગવાતાં ભાવ ગીતોને તમે બિભત્સ કહો છો તો એવાં જ ગીતો તમારા લોકોની સ્ત્રીઓ લગ્ન વખતે નથી ગાતી? ફટાણા કે એવું જ કંઈ કહે છે ને?' બેલીએ પૂછ્યું.

'લગ્નનાં ફટાણામાં અને મહારાજો પાસે ગવાતા જારગીતોમાં ઘણો મોટો ફરક છે. જારગીતોમાં સ્ત્રીઓ મહારાજની સાથે જારકર્મ કરવાનું માગી લે છે અને તે પ્રમાણે વર્તે છે. લગ્નનાં ફટાણામાં સ્ત્રીઓ સામસામે એકબીજાને મજાકમાં અપશબ્દો કહે છે અને હસવા માટે અપમાનજનક વાતો પણ કરે છે. કોઈ ફટાણામાં કામચલાઉ પતિઓની અદલાબદલી કરીએ એવું ગવાતું હોય ત્યારે હકીકતમાં ક્યારેય એવું થતું નથી પણ મહારાજો પાસે ગવાતી ગરબીઓમાં એમાંના ભાવ પ્રમાણેનું વર્તન થતું હોય છે.'

'સ્ત્રીઓને કયા સમયે મંદિરે મોકલવી અને કયા સમયે નહીં એ અંગે તમે ભાટિયાઓએ ૧૮૫૫માં જે સભા ભરી એનો વિગતવાર અહેવાલ તે વખતે 'મુંબઈ સમાચાર' તેમજ જ 'જામ-એ-જમશેદ'માં પ્રગટ થયો હતો. બરાબર?'

'બરાબર.'

'આમ છતાં 'સત્યપ્રકાશ' જે તમારા જ મિત્રનું ચોપાનિયું છે તે 'સત્યપ્રકાશ'માં આ સભાની અછડતી જ માહિતી પ્રગટ થઈ અને એમાંથી સ્ત્રીઓનાં દર્શન માટેના સમયનો તો ઉલ્લેખ પણ નથી એ અહેવાલમાં. બરાબર.'

'બિલકુલ બરાબર.' મથુરાદાસે ભારપૂર્વક કહ્યું.

'ધૅટ્સ ઑલ, યૉર લૉર્ડશિપ્સ.' કહીને બેલીએ ઊલટતપાસ પૂરી કરી.

ફેરતપાસમાં આન્સ્ટીએ મથુરાદાસને પૂછ્યું,

'મુંબઈ સમાચાર' અને 'જામ-એ-જમશેદ'માં જે બાબતનો વિગતવાર અહેવાલ પ્રગટ થાય તે બાબતે 'સત્યપ્રકાશ' મૌન શું કામ રહ્યું એ વિશે તમારી કોઈ ધારણા ખરી?'

'હું માનું છું કે એ ખાનગી ઠરાવ એક વરસ સુધી અમલમાં મૂકવાનો નહોતો એટલે 'સત્યપ્રકાશે' વિવેક જાળવીને પત્રકારત્વની મર્યાદાનું પાલન કર્યું હોઈ શકે.'

'તમારા લોકોમાં લગ્નમાં ફટાણાં હજુય ગવાય છે?'

'હવે ચાલ ઓછો થતો જાય છે.'

'એનું શું કારણ?'

'સત્યપ્રકાશ'માં એના વિરુદ્ધ ઘણું લખાણ છે અને એ ચાલ બદલવાનો જશ 'સત્યપ્રકાશ'ને જવો જોઈએ.'

'મહારાજોએ તમને દંડ કર્યો છે. તેનું શું કારણ?'

'મહારાજોએ એકઠા મળીને મને દંડ કરવાનો નિર્ણય કીધો હતો કારણ કે હું એમની અનીતિની સામે થયો હતો. એ પ્રમાણે મહારાજોએ ઘણી વખત પોતાના સેવકો પાસેથી દંડ લીધેલો છે.'

મથુરાદાસના જવાબ સાથે ફેરતપાસ પૂરી થઈ. મિસ્ટર આન્સ્ટીએ નામદાર અદાલતને કહ્યું, 'મારા નેક્સ્ટ વિટનેસ છે ડૉક્ટર ભાઉ દાજી લાડ.'

પ્રકરણ : ૨૯

મુંબાઈની ગ્રાન્ટ મેડિકલ કૉલેજના સૌ પ્રથમ ડૉક્ટર રામકૃષ્ણ વિઠ્ઠલ લાડને શહેરમાં સૌ કોઈ ભાઉ દાજી તરીકે ઓળખતું. સંસ્કૃતના જ્ઞાતા અને આયુર્વેદના પણ. પશ્ચિમી તબીબી વિજ્ઞાન ભણીને મેડિકલ સર્જન તરીકેની સફળ પ્રૅક્ટિસ કરતા હોવા છતાં એમને ઘણા લોકો માનથી ધન્વંતરી પણ કહેતા. ચાળીસ વર્ષના ડૉ. ભાઉ દાજી લાડે સાક્ષીના કઠેડામાં આવીને જુબાની શરૂ કરી ત્યારે કોર્ટના ખંડમાં ટાંકણી પડે તો પણ સંભળાય એવી શાંતિ પથરાઈ ગઈ હતી.

મિસ્ટર આન્સ્ટીએ એમના મોઢે નામદાર કોર્ટને એમનો પરિચય આપવાનું કહ્યું ત્યારે તેઓ શાંત સ્વરે બોલ્યા,

'હું ડૉક્ટર તરીકે ખાનગી પ્રૅક્ટિસ કરું છું. ૧૮૫૦માં ગ્રાન્ટ મેડિકલ કૉલેજમાંથી ગ્રેજ્યુએટ થયો છું. એ પહેલાં એલ્ફિન્સ્ટન કૉલેજમાં અભ્યાસ કર્યો છે. 'કાઠિયાવાડમાં દીકરીઓની બાળહત્યા' વિષય પરના મારા નિબંધ માટે મને ઇનામ મળ્યું છે. મારા નામે મેં મુંબાઈમાં એક કન્યાશાળા શરૂ કરી છે. મને મારા દેશની પ્રાચીન સંસ્કૃતિની જાળવણી માટે કામ કરવામાં રસ છે. મારા મોટાભાગના દર્દીઓ હિન્દુસ્તાની છે. મુંબાઈના બધા વૈષ્ણવ મહારાજોએ મને એમની સારવાર કરવા માટે નીમ્યો છે. એ પહેલાં તેઓ દેશી વૈદું કરતાં.'

'વાદી જદુનાથ મહારાજને તમે ઓળખો છો?' આન્સ્ટીએ પૂછ્યું.

'હા.'

'ક્યારથી?'

'વરસ-દોઢ વરસ થયું.'

'એમની સાથે રૂબરૂ મુલાકાત થઈ છે?'

'એક કે બે વખત ડૉક્ટર તરીકે એમને મળ્યો છું.'

'એમણે તમને કયા રોગની સારવાર માટે બોલાવ્યા હતા?'

'દર્દી અને ડૉક્ટર વચ્ચેનો સંબંધ ખાનગી હોય છે. એમણે ખાનગીમાં કહેલી પોતાના દર્દ વિશેની વાતને અમારી નીતિમત્તા પ્રમાણે હું જાહેર ના કરી શકું.'

ચીફ જસ્ટિસ મૅથ્યુ સૉઝે આન્સ્ટીને કહ્યું, 'સાક્ષીએ ઉઠાવેલો વાંધો વાજબી છે.'

મિસ્ટર આન્સ્ટીએ અગાઉના ચુકાદાઓ ટાંકીને કહ્યું, 'સાક્ષીએ ઉઠાવેલા વાંધાને

વાજબી ઠેરવી શકાય નહીં અને પ્રતિવાદીએ નોંધાવેલી પ્લીમાં એક ઠેકાણે વાદીને થયેલા રોગનો ઉલ્લેખ છે માટે નામદાર અદાલતે સાક્ષીનો વાંધો મંજૂર ન રાખવો જોઈએ.'

ચીફ જસ્ટિસે બ્રધર જજ જોસેફ આર્નોલ્ડ સાથે મસલત કરીને કહ્યું, 'ઑબ્જેક્શન ઓવરરૂલ્ડ.'

મિસ્ટર આન્સ્ટીએ ફરી પૂછ્યું, 'વાદી જદુનાથ મહારાજના કયા રોગની સારવાર માટે તમને બોલાવવામાં આવ્યા હતા?'

'જદુનાથ મહારાજને સિફિલિસનો રોગ થયો હતો જેને ગુજરાતીમાં ચાંદીનો રોગ કહે છે. આ જાતીય રોગ છે. આમાં ગુપ્તાંગ પર ચાંદાં પડે છે તેને કારણે એ ગુપ્ત રોગ ચાંદીના રોગ તરીકે ઓળખાય છે.'

'તમે જદુનાથ મહારાજના રોગ માટે શું સારવાર કરી?'

'એ દિવસે જદુનાથ મહારાજે મારી પાસેથી કોઈ દવા લીધી નહોતી. એમણે મને કહ્યું હતું કે, 'હું મારા માણસને દવા લેવા તમારા ઘેર મોકલીશ.''

'આ સમયે બીજું કોઈ હાજર હતું?'

'મારા મિત્ર શેઠ લક્ષ્મીદાસ ખીમજી તથા રાવ સાહેબ વિશ્વનાથ નારાયણ તે વખતે હાજર હતા. પણ વાદીએ પોતાના દર્દની વિગતો આપવાનું શરૂ કર્યું કે તરત જ એ બંને ત્યાંથી ઊઠીને બાજુના ઓરડામાં જતા રહ્યા.'

'પછી?'

'પછી મહારાજ જદુનાથે મને કહ્યું કે કાલે હું મારા દર્દની હકીકત તમને મારા માણસ સાથે કહેવડાવીશ. બીજે દિવસે મહારાજે એમના સેક્રેટરી ગોરધનદાસને મારી પાસે મોકલ્યો. ગોરધનદાસે મને કહ્યું કે, 'જદુનાથજી મહારાજને ચાંદી થઈ છે તેના માટે ઓસડ આપો.' અહીં મિસ્ટર બેલીએ વાંધો ઉઠાવતાં કહ્યું, 'સાક્ષીએ આ વિગતોમાં ઊતરવું ન જોઈએ.'

મિસ્ટર આન્સ્ટીએ દલીલ કરીને ફરી કેટલાંક પ્રમાણો ટાંક્યાં. ચીફ જસ્ટિસે સાક્ષીને આગળ વધવાની મંજૂરી આપી.

ડૉ. ભાઉ દાજી લાડે કહ્યું, 'મેં ગોરધનદાસને કહ્યું કે 'સારવાર શરૂ કરતાં પહેલાં મારે એ દર્દ નજરે તપાસવું પડે' આટલું કહીને મેં તાત્કાલિક રાહત માટે મહારાજ સારુ એક મલમ મોકલ્યો. પણ એ પછી મહારાજે મને ક્યારેય તેડાવ્યો નથી.'

'જદુનાથજી સિવાય તમે બીજા કોઈ મહારાજોની આ રોગ માટે સારવાર કરી છે?'

'આ જ દર્દ માટે મેં બીજા ત્રણ મહારાજોની સારવાર કરી છે.'

'જદુનાથ મહારાજની આબરૂ વિશે તમારો શો અભિપ્રાય છે?'

'૧૮૪૯ના ડિસેમ્બરમાં હું સુરત ગયો હતો. ત્યારે હું ત્યાં જદુનાથજીના પિતાને મળ્યો હતો. નીતિ વિશે જદુનાથજીની આબરૂ ઘણી ખરાબ છે એવું મેં સાંભળ્યું હતું અને મારો અંગત અભિપ્રાય પણ એમની નીતિ વિશે ઘણો જ હલકો છે. બધા મહારાજોમાં ફક્ત ભૂલેશ્વરના મોટા મંદિરવાળા જીવણજી વિદ્વાન છે એવું હું જાણું છું.'

'મહારાજોને મળતાં માનપાન તેમ જ એમનાં દર્શને જતા વૈષ્ણવો વિશે તમારા શું વિચારો છે?'

'મહારાજો સાધારણ બ્રાહ્મણોથી ચડિયાતા નથી. મહારાજોને જે માન મળે છે તે એમની વિદ્યાને કારણે નહીં પણ તેઓ વલ્લભવંશવાળા છે એટલે. મહારાજોને એમના સેવકો કૃષ્ણ માને છે અને આ સેવકોને મેં મહારાજની પૂજા કરતાં જોયા છે. વૈષ્ણવો મૂર્તિનાં દર્શન કર્યાં પછી બહાર આવીને મહારાજનાં દર્શન કરે છે. મંદિરમાં મૂર્તિનાં દર્શન કરતી વખતે કોઈ મર્યાદા પાળવામાં આવતી નથી. સ્ત્રી-પુરુષ એકબીજા સાથે ભીડમાં અથડાય છે અને એકબીજાને કોણી મારે છે. મૂર્તિની આગળ એક કઠેડો હોય છે અને એ કઠેડા પર ચડેલા બે માણસો ઊભા રહીને દર્શનાર્થીઓ પર જાડા કપડા વડે ઝાપટ મારે છે. ઝાપટિયાઓના મારથી દર્શન કરનારાઓને ઘણું નુકસાન થાય છે. મારા જાણવામાં એવું આવ્યું છે કે એ મારથી એક-બે જણની આંખો ગઈ છે અને ઘણી સ્ત્રીઓએ ઝાપટના મારથી પોતાનાં ઘરેણાં પણ ખોયાં છે. મહારાજોનું નાહેલું પાણી સેંકડો લોકો લઈને પીએ છે તે મેં નજરે જોયું છે. સ્ત્રીઓ પોતાના હાથે મહારાજના ચરણ સ્પર્શ કરીને તે હાથ પોતાની આંખે લગાડે છે. તેઓના પગની રજ પણ ખાય છે. એકબે પ્રસંગે એક બીજા મહારાજે મારી પાસે સ્ત્રીઓને ગર્ભ ન રહે એવી દવા માગી હતી.'

ડૉક્ટર ભાઉ દાજીની જુબાની પૂરી થતાં જ કોર્ટમાં ફરી એકવાર સન્નાટો છવાઈ ગયો. મહારાજ જદુનાથના ટેકેદારો એકબીજા સાથે શું વાત કરવી એની મૂંઝવણમાં પડી ગયા અને કરસનદાસના ટેકેદારો મનોમન ખુશ થઈ કોર્ટમાં છવાઈ ગયેલી શાંતિનો ભંગ કરી આપસમાં ગુસપુસ કરવા લાગ્યા.

મિસ્ટર બેલીએ ડૉ. ભાઉ દાજીની ઊલટતપાસ કરતાં પૂછ્યું,

'મહારાજ જદુનાથે તમને ચાંદીનું દર્દ થયું એવું કહેવડાવ્યું એમાં તમારા પક્ષે કોઈ ગેરસમજ થઈ હોય એવી શક્યતા ખરી?'

'મને ખાતરી છે કે મહારાજે ચાંદી શબ્દ જ કહેવડાવ્યો હતો.'

'ચાંદી એટલે સિલ્વર નામની ધાતુ એવું તમે જાણો છો?'

'જી, હા. રૂપાને પણ ચાંદી કહે છે.'

'તમે એમનું દર્દ જાતે જોયું હતું?'

'ના.'

'તો પછી મહારાજે કહેવડાવેલા ચાંદી શબ્દ પરથી એમને એ જ દર્દ છે એવું તમે ખાતરીપૂર્વક કેવી રીતે કહી શકો?'

'મહારાજનું દર્દ મેં જાતે નથી જોયું કારણ કે મને દેખાડવામાં નહોતું આવ્યું. પણ મહારાજના અને એમના સેક્રેટરીના કહેવા પરથી હું કહું છું કે એ દર્દ ચાંદીનું હતું.'

'ધૅટ્સ ઑલ, યૉર લૉર્ડશિપ્સ' કહીને મિસ્ટર બેલીએ ડૉ. ભાઉ દાજીની જુબાનીને શંકાના ઘેરામાં નાખ્યાના સંતોષ સાથે ઊલટતપાસ પૂરી કરી. જોકે, બેલીને ખબર નહોતી કે ડૉ. ભાઉ દાજીએ બાંધેલી મહારાજના રોગની વિગતો અંગેની પ્રસ્તાવના હવે પછીના

સાક્ષી દ્વારા ક્યાં સુધી પહોંચવાની છે.

હવે પછીના સાક્ષી ડૉક્ટર ધીરજરામ દલપતરામ હતા. જે જમાનામાં ગુજરાતીઓ શરીરની ચીરફાડથી ડરીને દાક્તરી વ્યવસાયથી આઘા રહેતા એ જમાનામાં ગ્રાન્ટ મેડિકલ કૉલેજમાંથી ગ્રૅજ્યુએટ થઈને ડૉક્ટર બનેલા ધીરજરામ હિન્દુસ્તાનના સૌ પ્રથમ ગુજરાતી ડૉક્ટર હતા. ડૉ. ધીરજરામ દલપતરામે જુબાની આપતાં કહ્યું,

'જદુનાથ મહારાજને હું ૧૮૬૦ના જુલાઈ મહિનામાં મુંબાઈની શેઠ મંગળદાસ નથુભાઈની કન્યાશાળામાં મળ્યો ત્યારથી ઓળખું છું. એમના બોલાવવાથી હું એમના ઘરે પણ ગયો હતો. ૧૮૬૦ના ડિસેમ્બર મહિનામાં જદુનાથજીએ મને એમનું ઓસડ કરવા બોલાવ્યો હતો.'

આ તબક્કે ફરીથી સાક્ષી તરફથી જદુનાથજીને થયેલા દર્દની વિગતો આપવાની વ્યવસાયિક નીતિમત્તાને કારણે ના પાડવામાં આવી. નામદાર અદાલતના કહેવાથી સાક્ષીએ કહ્યું,

'જદુનાથ મહારાજને ચાંદીનું દર્દ થયું હતું.'

મિસ્ટર આન્સ્ટીએ પૂછ્યું, 'તમે એ દર્દ જાતે જોયું હતું?'

'હા. મેં તે દર્દ જાતે તપાસીને મારી નજરે જોયું છે.' ડૉક્ટર ધીરજરામે કહ્યું. મિસ્ટર આન્સ્ટીએ એક ઝડપી નજર મિસ્ટર બેલી તરફ ફેંકીને સાક્ષીને પૂછ્યું, 'વાદી જદુનાથ મહારાજના ચાંદીના એટલે કે સિફિલિસના ગુપ્ત જાતીય રોગની તમે શું સારવાર કરી?'

'જદુનાથ મહારાજે મને કહ્યું હતું કે ત્રણચાર મહિના પહેલાં કોઈ ખરાબ સ્ત્રી સાથે સંગ કરવાથી એમને આ દર્દ થયું હતું જે પાછું ઊપડ્યું છે. મેં એમને ગુપ્તાંગ પર થયેલી ચાંદી મટાડવા એના પર ક્યાલોમલનો બ્લેકવૉશ લગાડવા માટે આપ્યો તથા ખાવા માટે પારાની દવા આપી. વાદીએ કહ્યું કે, 'કેટલાંક વરસ અગાઉ આ જ દર્દ મને થયું ત્યારે મેં જાતે પારાની દવા બનાવીને ખાધી હતી અને દર્દ મટી ગયું હતું.' આ પછી વાદીએ મને પૂછ્યું કે 'જે સ્ત્રીને ચાંદીનું દર્દ ન હોય એવી સ્ત્રી સાથે સંગ કરવાથી આવું દર્દ મટી જાય એવી કોઈ વાત તમારા વૈદકશાસ્ત્રનાં પુસ્તકોમાં તમે વાંચી છે?' મેં કહ્યું, 'ના. એવો વિચાર ભ્રમભરેલો છે.' ત્યારે એમણે મને કહ્યું, 'મેં સુરતમાં બે વખત એ ઇલાજ અજમાવી જોયો છે. એમાં એક વખત એ ઇલાજથી મારું દર્દ મટી ગયું પણ બીજી વખત નહીં મટ્યું, કારણ કે તે વખતે હું ઘણો જ નાકૌવત અર્થાત્ નપુંસક થઈ ગયો હતો.'

સાક્ષી ડૉ. ધીરજરામની જુબાની પૂરી થઈ એટલે મિસ્ટર બેલીએ એમની ઊલટતપાસ શરૂ કરી,

'તમે વાદીને તપાસ્યા પછી કેવી રીતે એવા નિર્ણય પર આવ્યા કે એ દર્દ ચાંદીનું જ હતું. શું તમારા નિદાનમાં કોઈ ચૂક થઈ હોઈ શકે એવું તમને લાગે છે?'

'વાદીને મેં ૧૮૬૦ના ડિસેમ્બર મહિનામાં તપાસ્યા ત્યારે એમનું ચાંદીનું દર્દ થયે

ત્રણેક મહિના થયા હશે એવું અનુમાન મેં લગાવ્યું હતું. એ દર્દ ચાંદીનું જ છે તેવું નિદાન મેં વાદીને જાતે તપાસ્યા હોવાથી તેમ જ વાદીએ દર્દને લગતી જે વિગતો મને કહી તેના પરથી કર્યું છે. એ પછી એક મહિના સુધી મેં એમને આ દર્દની દવા આપી છે.'

'આ ચોક્કસ રોગ વિશે તમારી જાણકારી કેટલી અને એની દવા કરવા માટેનો તમારો અનુભવ કેટલો?'

'ચાંદીના આ દર્દને માટે મેં કેટલાક મોટા માણસોની દવા કરી છે. ચાંદીના દર્દમાં દર્દીને પારાની દવા આપવી કે નહીં તે બાબત ડૉક્ટરોમાં બે મત છે. જે બ્લેકવૉશ મેં વાદીને ચાંદી પર લગાડવા માટે આપ્યો એમાં પણ પારો હતો જ. અને મને આ રોગની સારવાર માટે આ જ ઇલાજ કારગત લાગ્યો છે.'

'તમે વાદીને તપાસ્યા ત્યારે બીજું કોઈ હાજર હતું?'

'ના. વાદી ઓરડામાં એકલા હતા.'

'વાદી સિવાય તમે બીજા કોઈ મહારાજોની દવા કરી છે?'

'ના. પણ વાદીના જ કુટુંબમાં એમની ભત્રીજીની સારવાર કરી છે.'

'પ્રતિવાદી કરસનદાસને તમે કેટલા વખતથી ઓળખો છો?'

'સાત-આઠ વરસથી.'

'તમે કરસનદાસ કે એમના મિત્ર લક્ષ્મીદાસ ખીમજીને કે બીજા કોઈને વાદીના આ દર્દ વિશે વાત કરી છે?'

'ના. ક્યારેય નહીં.'

'વાદીએ તમને ક્યારેય એવું કહ્યું હોવાનું યાદ છે કે આ દર્દ મરચાં ખાવાને કારણે થયું છે?'

'વાદીએ ક્યારેય મને એવું કહ્યું નથી.'

'પરસેવાથી થતી અળઈને કારણે આ દર્દ થયું છે એવું વાદીએ તમને કહ્યું છે?'

'ના, ક્યારેય નથી કહ્યું.'

ઊલટતપાસ પૂરી કરીને મિસ્ટર બેલી બેસી ગયા. ફેરતપાસમાં મિસ્ટર આન્સ્ટી કંઈ પૂછવા માગતા નહોતા, કારણ કે એમણે કરસનદાસ વતી જે કંઈ સાબિત કરવાનું હતું તે કરી આપ્યું હતું. મહારાજ જદુનાથની ચાલચલગત વિશેની હકીકતો હવે છાપરા પરથી બૂમો પાડીને પોકારી રહી હતી. આન્સ્ટીએ પોતાના વધુ એક વિટનેસ લખમીદાસ ખીમજીને સાક્ષીના કઠેડામાં આવવાનું કહ્યું.

* * *

ગોરધન ખવાસ સાંજે જીવણજી મહારાજની હવેલીએ આવ્યો ત્યારે એનું મોઢું પડી ગયું હતું. જદુનાથ મેડા પર આરામ કરી રહ્યા હતા. દિવસ દરમિયાન થયેલી અદાલતી કાર્યવાહીનો અહેવાલ કલાકે કલાકે મળતો રહ્યો હતો. કોર્ટમાં આજે આખો દિવસ ચાંદીના દરદ વિશે જુબાનીઓ પડી હતી. ગોરધને મેડે ચઢીને મહારાજને છેલ્લા એક કલાક દરમિયાન ડૉ. ધીરજરામે આપેલી સાહેદીની વિગતો કહી. જદુનાથે એને આંખના ઇશારાથી

જતા રહેવાનું કહ્યું.

નીચે જીવણજી પણ જાણી ગયા હતા કે આજે કોર્ટમાં શું થયું. જદુનાથજીને અત્યારે સાંત્વનની વધારે જરૂર છે કે એકાંતની, જીવણજીએ વિચાર્યું. પછી નક્કી કર્યું કે એમને એકલા જ રહેવા દેવા. વાત કરીને પણ શું કરવી? ખુલ્લી અદાલતમાં કરસનદાસના સાક્ષીઓએ આવીને જદુનાથનાજીના ધોતિયા તળેની આબરૂ લૂંટી લીધી હતી. જદુનાથજીની જ નહીં સમગ્ર વલ્લભકુળની. જીવણજીને અફસોસ થયો. અગાઉ જ્યારે જ્યારે એમને કહેવામાં આવ્યું કે તમે જદુનાથજીની આવી હરકતો રોકો ત્યારે પોતે કોશિશ પણ નહોતી કરી જદુનાથજીને સમજાવવાની. કોશિશ કરી હોત તો જદુનાથજી માની ગયા હોત એવું નહોતું પણ પોતાને તો સંતોષ મળ્યો હોત કોશિશ કરવાનો. ડૉ. ધીરજરામની સાહેદી પછી જદુનાથજીની રહીસહી આબરૂમાં પણ ઓટ આવતી દેખાઈ રહી હતી. જીવણજીને ફરી અફસોસ થયો : જદુનાથજીએ લાયબલ કેસ શું કામ કર્યો? શું કામ એમણે સામે ચાલીને પોતાના પગ પર કુહાડીનો ઘા ઝીલી લીધો.

મેડા પર લાંબા થઈને સૂતેલા જદુનાથ મહારાજ માથા પરનો ગોળ તકિયો ગોઠવીને પીઠ પર આડા થયા. એમના મનમાં કંઈક બીજી જ ગડમથલ ચાલી રહી હતી. ચાંદીના ગુપ્ત રોગની વાત ખુલ્લી પડી ગયા પછી પણ કોઈ કશું બગાડી નથી શકવાનું એ વિચાર પર તેઓ મગરૂર હતા. આખરે પોતે વલ્લભકુળના બાળક છે. વૈષ્ણવો જશે તોય જઈ જઈને ક્યાં જવાના? હરીફરીને અહીં જ આવવાનું છે એમણે.

પણ અત્યારે ચિંતા કંઈક બીજી હતી. કોર્ટમાં આવી જુબાનીઓ પડ્યા પછી વૈષ્ણવોનાં તન તો નહીં મળે, ધન મળવાનું પણ ઓછું થઈ જશે. કરસનદાસ જેવા જંતુની સામે લડવામાં કોર્ટ-કચેરીનું ઘણું ખર્ચ થઈ ગયું હતું. એ લોકોના આન્સ્ટી કરતાંય મોંઘો વકીલ રોક્યો પણ બેલી સાવ નકામો નીકળ્યો. આવી જુબાનીઓ કોર્ટમાં દાખલ ના થાય એનો કોઈ ઇલાજ એ ગોરા લાટસાહેબને એનાં કાયદાનાં થોથાંમાંથી મળ્યો નહીં? અસીલની બદનામી રોકી ન શકે એવું ગોટપીટ ભણતર કામનું શું? ધોળિયાઓ પર ભરોસો ન મુકાય એવું લોકો કહેતા હતા તે ખરું નીકળ્યું. કેસનો ચુકાદો પોતાના તરફી જ આવવાનો એમાં કોઈ શંકા નહોતી. ચાંદીનું દરદ વૈષ્ણવોની બહેન-દીકરીઓના સંગને કારણે થયું છે એવું કોણ પુરવાર કરવાનું છે. ખરાબ સ્ત્રીનો સંગ હતો. મહારાજો પોતાની જ સેવકીઓ સાથે સંગ કરે છે એવું તો કોઈએ પુરવાર કર્યું નથી. એટલે 'સત્યપ્રકાશ'વાળાએ જે લખ્યું તે તો પુરવાર થવાનું જ નથી.

કેસ જીતવામાં કોઈ વાંધો નથી આવવાનો. પણ ચાંદીના દરદવાળી વાત લોકોએ સાચી માની લીધી તો એ જીતનો કશો મતલબ રહેવાનો નથી. વૈષ્ણવો તરફથી મળતી આવક ઘટી જવાની. કેસનો ચુકાદો આવી જાય એવી રાહ જોઈને બેસી રહેવાનું હવે પરવડે તેમ નહોતું. ચાંદીના દરદ વિશે બે નહીં બસો સાહેદી કોર્ટમાં પડે તો એની સામે માત્ર એક જ અવાજ પૂરતો હતો. પોતે જો કોર્ટમાં જઈને કહે કે એ દરદ ચાંદીનું નથી, મરી-મસાલા ખાવાથી થયેલી ફોડકીઓને લીધે ચાંદાં પડ્યાં છે તો એ બોલને કોણ

ઉથાપી શકવાનું છે. દર્દીને દર્દ કેવી રીતે થયું છે તેની ખબર દર્દીને વધારે પડે કે દાક્તરને? અને કોર્ટમાં કહેલી પોતાની વાતને દાક્તરો માને કે ના માને, જે લોકો ઈશ્વર ગણીને પૂજે છે એમના માટે તો પોતાનો જ શબ્દ આખરી રહેવાનો. જદુનાથે એ નક્કી કર્યું કે આજે જ મિસ્ટર બેલીને પત્ર મોકલીને પુછાવી લઉં કે મારે આ કેસમાં જુબાની આપવા માટે આવવું હોય તો ક્યારે આવવું પડે? જદુનાથે બંધ ઓરડાની બહાર ઊભેલા સેવકને હાક મારીને ગોરધન ખવાસને ઉપર મોકલવાનું કહ્યું. ગોરધને મહારાજ પાસે આવીને એમના કહ્યા મુજબનો પત્ર લખીને પરબીડિયું સીલ કર્યું. ગોરધનને મિસ્ટર બેલીને ત્યાં જતો જોવા માટે જદુનાથ ઊભા થઈને ઓરડાની બહાર નીકળ્યા. ઝરૂખાના કઠેડા પર આવીને પ્રસન્ન વદને મંદ પવનને માણવા લાગ્યા. કોર્ટમાં પોતે શું બોલશે એના શબ્દો ગોઠવવા લાગ્યા. જદુનાથ મહારાજને ખબર નહોતી કે જુબાની આપવાનો વિચાર એમના જીવનની સૌથી મોટી ભૂલ હતી.

પ્રકરણ : ૩૦

બીજે દિવસે ઊઘડતી અદાલતે મિસ્ટર બેલીએ નામદાર સાહેબો સમક્ષ એક અરજી મૂકી કે પોતાના અસીલ વતી વધુ કેટલાક સાક્ષીઓ બોલાવવાની મંજૂરી આપવામાં આવે. અરજીની એક નકલ મિસ્ટર આન્સ્ટીને આપવામાં આવી ત્યારે આન્સ્ટી વિચારમાં પડી ગયા કે કેસ હવે આટોપાઈ રહ્યો છે ત્યારે વાદી તરફથી બીજા કયા સાક્ષીઓ આવવાના હશે. અરજીની નકલને ટેબલ પરની ફાઇલમાં ગોઠવી આન્સ્ટીએ આજના પહેલા સાક્ષી લખમીદાસ ખીમજીને સાક્ષીના કઠેડામાં બોલાવ્યા. આન્સ્ટીએ કહ્યું,

'મિસ્ટર લખમીદાસ ખીમજી, નામદાર અદાલતને આપની ઓળખાણ આપશો?'

'હું કાપડનો વેપારી છું,' લખમીદાસે નમ્રતાપૂર્વક કહ્યું, 'જ્ઞાતે ભાટિયો છું, મહાજનના બાર શેઠિયાઓમાંનો એક છું.'

'જદુનાથ મહારાજને તમે ક્યારથી ઓળખો છો?' આનસ્ટીએ પૂછ્યું.

'દસ-અગિયાર વરસથી અથવા એના કરતાં થોડાક વધારે વખતથી.'

'પહેલી ઓળખાણ ક્યાં થઈ?'

'હું બેટ-દ્વારકાની જાત્રાએ ગયો ત્યારે વાદી જદુનાથ મહારાજ સાથે મારી પહેલી ઓળખાણ થઈ. એ ઓળખાણમાંથી આસ્તે આસ્તે મારે એમની સાથે દોસ્તી થઈ.'

'વાદી સાથેની તમારી પહેલી ઓળખાણ અને તે પછીની દોસ્તી વિશે અદાલતને વિગતે માહિતી આપી શકશો?'

'જરૂર. બેટની જાત્રા વખતે મેં જદુનાથ મહારાજની મારા ઉતારે પધરામણી કરીને ભેટ ધરી હતી. એ પછી બીજી વેળાએ મેં એમને બનાત વગેરેની ભેટ કીધી હતી. બેટ-દ્વારકામાં બીજાં બાર તેર મંદિરોની સાથે લક્ષ્મીજીનું મંદિર છે. ત્યાં મેં જદુનાથને એક વાર જોયા હતા. તે મંદિરમાં કેટલીક સ્ત્રીઓ હતી. વાદીએ મૂર્તિ પર ગુલાલ નાખ્યો હતો. તે પછી વાદીએ બહારના લોકો પર ગુલાલ નાખ્યો અને ગુલાલ ઊડવાથી જે ધુમ્મસ થયું તેવામાં જ તેણે ભાટિયાની ચૌદ વરસની એક જુવાન છોકરીની છાતી પર હાથ નાખ્યો. જેવો વાદીએ તેની છાતી પર હાથ નાખ્યો તેવી તે હસી પડી. બીજા લોકો તે વખતે મંદિરની બહાર ઊભા હતા. હું ચાર કે પાંચ કોરી એટલે કે આશરે પોણા બે રૂપિયાનો લાગો આપીને મંદિરની અંદર દાખલ થયો હતો. મંદિરમાં ત્રણ-ચાર સ્ત્રી હતી બાકીના લોકો જે બહાર હતા એમના પર ગુલાલ નાખ્યા પછી તરત જ વાદીએ પેલી છોકરીની

છાતી પર હાથ નાખ્યો હતો.

'બેટ-દ્વારકામાં વાદીનો જે ઘરે ઉતારો હતો તે ઘરે હું દરરોજ એમનાં દર્શન કરવા જતો હતો. એક વખત હું મારા મામા દામોદર દેવજીની સાથે વાદીનાં દર્શન કરવા ગયો. બપોરના એક વાગ્યાનો સુમાર હતો. વાદી પોતાના બીછાના પર આડા પડ્યા હતા. મારા મામા જઈને એમના પગ ચાંપવા લાગ્યા, હું પણ તેમ કરવા લાગ્યો. ત્યાર પછી લગભગ પા કલાક બાદ, વાદીએ જે છોકરીની છાતી પર હાથ નાખ્યો હતો તે છોકરી એક વિધવાની સાથે ત્યાં આવી. તે વિધવાએ વાદીના કાનમાં કંઈક કહ્યું. વાદીએ અમને બહાર જવાને ફરમાવ્યું એટલે અમે બહાર નીકળ્યા. વિધવા પણ અમારી સાથે બહાર આવી ને પાછી અંદર ગઈ. પેલી છોકરી વાદીના ઓરડામાં જ હતી. મારા મામાએ મને એની મતલબ સમજાવી. ત્યાર પછી એ વિધવાએ બહાર આવીને બારણું બંધ કીધું અને સાંકળ દઈને તે પોતાના હાથમાં પકડી રાખી. એ સઘળો વખત પેલી છોકરી અંદર જ રહી.

'મારા મામાએ મને કહ્યું કે 'તારે રાસલીલાનાં દર્શન કરવાં છે?' મેં હા પાડી. એટલે મારા મામાએ તે વિધવાને કહ્યું અને તેણે સાંકળ ઉઘાડી અમને અંદર જવા દીધા. અંદર ગયા એટલે વાદી તે ચૌદ વરસની છોકરી સાથે જારકર્મ કરતો હતો તે મેં દીઠું. કેટલાક ભાવકી સેવકો એવી રાસલીલાનાં દર્શન કરવાને આતુર હોય છે. વાદીએ મારા મામાને પૂછ્યું, 'તેં દર્શન કરાવવાની કેટલી ભેટ ઠરાવી છે?' મારા મામાએ કહ્યું કે 'હું તમને સારી ભેટ આપીશ.''

આટલું કહીને લખમીદાસ ખીમજી જરા અચકાયા. એમના ચહેરા પર આવી નિર્લજ્જ વાત જાહેરમાં કરવાનો સંકોચ જોઈને જસ્ટિસ સર જોસેફ આર્નોલ્ડે કહ્યું, 'ઇન્સાફના દરબારમાં ખરેખરી વાત કહેવાને શરમાવું જોઈએ નહીં.'

લખમીદાસે વાતનો તંતુ સાંધતા કહ્યું, 'તે વખતે મારી ઉંમર આશરે ૧૮ કે ૧૯ વરસની હતી. ભાવકી સેવકો મહારાજની રાસલીલાનાં દર્શન કરવામાં મોટું પુણ્ય સમજે છે. આ દર્શન કર્યા પછી ગૌલોક પ્રાપ્ત થાય એવું માને છે. પુષ્ટિમાર્ગમાં ગૌલોક સૌથી મોટું સ્વર્ગ છે. તે દિવસે હું શરમાઈને થોડીક વારમાં જ તે ઓરડામાંથી બહાર નીકળી આવ્યો અને મારા મામા અંદર જ રહ્યા.'

મિસ્ટર આન્સ્ટીએ પૂછ્યું, 'રસ મંડળી વિશે તમે શું જાણો છો?'

'આશરે અઢાર વર્ષ પહેલાં હું ગોકુલ-મથુરાની જાત્રાએ ગયો હતો. ત્યાં રસ મંડળીની વાત પહેલીવહેલી વાર મારા સાંભળવામાં આવી.' લખમીદાસ ખીમજીએ કહ્યું, 'બેટ-દ્વારકાની એક રસ મંડળીમાં હું હાજર હતો. ત્યાં આશરે તેરથી પંદર જેટલી સ્ત્રીઓ અને બારથી તેર પુરુષો હતાં. એ રસ મંડળી ત્યાં દરરોજ ભરાતી. એ રસ મંડળીમાં લોકો ભેગા થયા એટલે ૮૪ વૈષ્ણવોની વારતા અને ૨૫૨ વૈષ્ણવોની વારતા વાંચવામાં આવી. વારતાના પુસ્તક ઉપર ફળફળાદિ, સૂકો મેવો, પૌંઆ-મમરા, મીઠાઈ જેવી વસ્તુઓનો ભોગ ધરીને વૈષ્ણવોને વહેંચવામાં આવ્યો. પછી જે બહારના લોકો એ મંડળીમાં ફક્ત વારતા સાંભળવા આવ્યા હતા તે ઊઠીને ચાલતા થયા. હું પણ બહારનો માણસ

ગણાતો. પણ મારા મામા રસ મંડળીના સભ્ય હતા એટલે બીજાઓ ગયા પછી પણ હું એમની સાથે ત્યાં જ બેસી રહ્યો. ઓરડાની બહાર ગાદલાંનો ઢગલો પડ્યો હતો. બહારના લોકો જતા રહ્યા એટલે રસ મંડળીના લોકોએ બહારથી ગાદલાં ઉપાડીને ઓરડામાં હારબંધ પાથરી દીધાં. પછી રસ મંડળીમાંથી કોઈકે મામાને કહ્યું કે 'આને વિદાય કરો.' એટલે હું ત્યાંથી ઊઠ્યો અને જેવો હું બહાર આવ્યો કે તરત જ મેં જોયું કે અંદરના દીવા ઓલવાઈ ગયા.'

'રસ મંડળી વિશે તમારા પુષ્ટિમાર્ગી વૈષ્ણવોમાં કેટલા લોકોને ખબર છે?'

'પાંચ વરસના છોકરાઓ પણ તે જાણે છે. તે એવી રીતે કે એમને ખબર છે કે રસ મંડળીમાં વારતાઓ વંચાય છે. દરેક વારતાનો મતલબ જુદી રીતે સમજાવવામાં આવે છે. એ પછી એકબીજાની સ્ત્રીઓ સાથે જારકર્મ કરવામાં આવે છે એની પણ બધાને ખબર છે. આ મંડળીમાં જે પુરુષ દાખલ થાય તે પોતાની પત્નીને સાથે લઈ જાય છે. ફક્ત વરકૂત લોકો જ સ્ત્રી વગર દાખલ થઈ શકે.'

'વરકૂત લોકો એટલે કેવા લોકો?'

'ગુજરાતીમાં 'વરક' એટલે પરણવા માટે કન્યાની માગણી કરનાર પુરુષ. અહીં વરકૂત એટલે મહારાજોને માટે જે સ્ત્રીઓ લાવી આપે, મહારાજોની જે ભડવાઈ કરે તે લોકો. એક વેળાએ વાદીએ મને કહ્યું હતું કે આ વરકૂત લોકોએ મહારાજોને બગાડ્યા છે.'

'વાદીને બીજી કોઈ વખત તમે વ્યભિચાર કરતાં જોયા છે?'

'બેટ-દ્વારકામાં હું જ્યારે એક દિવસ વાદી પાસે બેઠો હતો ત્યારે એક ભાટિયા સ્ત્રી આવી. મને જોઈને એ શરમાઈ અને એણે મારી લાજ કાઢી. મારા મામાએ કહ્યું કે ચાલો, હવે આપણે જઈએ. વાદી અને પેલી સ્ત્રી અંદરના ઓરડામાં ગયાં અને અમે ચાલતા થયા. આ ઉપરાંત મેં ત્રણ-ચાર વખત વાદીને ચરણસ્પર્શ કરનારી સ્ત્રીઓનો હાથ પોતાના પગના અંગૂઠાથી દબાવતાં જોયા છે. અંગૂઠાથી હાથ દાબવો એ જારકર્મના આમંત્રણની નિશાની છે.'

'વાદીને મુંબાઈમાં તમે ક્યારે મળ્યા?'

'વાદી મુંબાઈમાં આવ્યા પછી બીજે કે ત્રીજે દહાડે હું એમને મળ્યો હતો. તે વખતે એમનો ઉતારો ભાઈખલામાં હતો.'

ચીફ જસ્ટિસે ઘડિયાળ તરફ નજર કરીને જોયું કે સવા છ વાગી ગયા હતા. એમણે લખમીદાસ ખીમજીનું બોલવાનું અટકાવીને વકીલ મિસ્ટર આન્સ્ટીને પૂછ્યું,

'સાક્ષીની જુબાની હજી બહુ લાંબી ચાલવાની છે?'

'યસ, યૉર લૉર્ડશિપ્સ.' આન્સ્ટીએ કહ્યું.

'ઇન ધૅટ કેસ ધ કોર્ટ ઇઝ ઍડજર્ન્ડ ટિલ ટુમૉરો.'

ચીફ જસ્ટિસ સર મૅથ્યુ સૉઝ અને જસ્ટિસ સર જોસેફ આર્નોલ્ડ ઊભા થયા. કોર્ટમાં હાજર રહેલા તમામ લોકો ઊભા થયા. લખમીદાસ ખીમજી સાક્ષીના કઠેડામાંથી બહાર આવીને આન્સ્ટી અને કરસનદાસ સાથે વાત કરતાં કરતાં અદાલત ખંડમાંથી નીકળીને

કોર્ટ મકાનના દાદરા ઊતરી રહ્યા હતા ત્યાં જ નીચેના પગથિયે ઊભેલું ત્રીસેક જણનું ટોળું ઉપર ધસી આવ્યું. આન્સ્ટી અને કરસનદાસ હજુ લખમીદાસને ચેતવવા જાય તે પહેલાં જ બે જણે લખમીદાસનો લાંબો કોટ પકડીને એમને નીચે ઘસડ્યા. ત્રીજા કોઈ માણસે લખમીદાસની પાઘડીને લાત મારીને દૂર ફગાવી દીધી. બાકીના લોકો લખમીદાસ પર ચડીને મારપીટ કરવા જાય તે પહેલાં નાનાભાઈએ આવીને એક જણને બોચીએથી પકડીને લખમીદાસ સુધી પહોંચતાં રોક્યો. કરસનદાસ, આન્સ્ટી, બીજા સહાયક વકીલો અને કરસનદાસના સમર્થકો આંખના પલકારામાં નીચે પડેલા લખમીદાસ ફરતે ગોળાકારમાં ગોઠવાઈ ગયા. આન્સ્ટીએ કોર્ટના પહેરેદારોને બોલાવ્યા પણ ત્યાં સુધીમાં ટોળું વિખેરાઈને દૂર સુધી દોડી ગયું હતું. જતાં જતાં એક જણ મોટેથી બોલતો ગયો, 'લખમીદાસ, કાલે આવ તો ખરો. તારો ટાંટિયો તોડી નાખીશું.'

કરસનદાસે ટેકો આપીને લખમીદાસને ઊભા કરી કોર્ટના પગથિયે બેસાડ્યા. કોઈ પવાલામાં પાણી લઈ આવ્યું. લખમીદાસે કહ્યું, 'જરૂર નથી. કશું થયું નથી.' એ પોતાની જાતે ઊભા થઈ ગયા. આન્સ્ટીએ કહ્યું, 'તમને વાગ્યું છે? પોલીસ ફરિયાદ કરવી છે?'

'ના.' લખમીદાસે એક અક્ષરમાં જવાબ આપ્યો. 'ઘરે જઈને થોડો આરામ કરવો છે. કાલે પોણા દસ વાગ્યે પાછા અહીં મળીએ છીએ.'

'તમારી સાથે ઘર સુધી કોઈને મોકલીએ?' કરસનદાસે પૂછ્યું.

'મારી સાથે મારો કોચવાન છે. બે પૂરબિયા પણ ગાડીમાં સાથે હોય છે. એમની પાસેની લાઠીઓ જોઈને કોઈની હિંમત નહીં થાય નજીક આવવાની.' લખમીદાસે દાદરા પરથી ઊભા થઈને કોર્ટના પ્રાંગણની બાજુની શેરીમાં ઊભેલી પોતાની ઘોડાગાડી તરફ જવા પગ ઉપાડ્યા ત્યાં સુધીમાં એમના પહેલવાન જેવા બે અંગરક્ષકો હાથમાં લાઠી લઈને આવી પહોંચ્યા હતા. 'ક્યા હુઆ, સેઠ?'

'કંઈ નથી થયું, ચાલો.' કહીને લખમીદાસ સૌની વિદાય લઈને દૂર ઊભેલી બે ઘોડાની સિગરામ તરફ ચાલતા થયા.

* * *

બીજે દિવસે ઊઘડતી કોર્ટે મિસ્ટર આન્સ્ટીએ લખમીદાસને થોડીક સૂચનાઓ આપી. લખમીદાસે ગઈ કાલે અધૂરી રહેલી જુબાની આગળ વધારતાં પહેલાં નામદાર અદાલતને કહ્યું, 'ગઈ કાલે સાંજે હું જુબાની આપીને અદાલત ખંડની બહાર નીકળ્યો ત્યાં જ કોર્ટના પગથિયાં પર કેટલાક વાણિયાઓએ મારા પર હુમલો કરીને મને ધમકી આપી.'

ચીફ જસ્ટિસે કહ્યું, 'તમે એફિડેવિટ પર એ હુમલાખોરોનાં નામ લખાવીને કોર્ટને આપશો તો કોર્ટ જરૂર આ બાબતે પગલાં લેશે.'

મિસ્ટર આન્સ્ટીએ કહ્યું, 'યૉર લૉર્ડશિપ્સ, આ હુમલાનો હું સાક્ષી છું.'

લખમીદાસે કહ્યું, 'આ હુમલો કરવામાં કોણ કોણ સામેલ હતા એ હું નથી જાણતો. મને એમનાં નામ ખબર નથી. પણ આમાંના એકે મને આજે જુબાની આપવા આવીશ તો મારો પગ ભાંગી નાખવાની ધમકી આપી હતી.'

ચીફ જસ્ટિસે અદાલતમાં હાજર રહેલ સૌ કોઈને સંબોધીને કહ્યું, 'આપ સૌને ચેતવી દેવામાં આવે છે કે સાક્ષીને જુબાની આપતાં રોકવો કે એને ધાકધમકી આપવી એ ગંભીર ગુનો છે. આવું કરનારને આકરી સજા કે દંડ કે બંને થઈ શકે છે.' ચેતવણી આપ્યા પછી ચીફ જસ્ટિસે સાક્ષીના કઠેડામાં ઊભેલા લખમીદાસને જુબાની આગળ વધારવાનું કહ્યું.

'વાદી મહારાજ જદુનાથ મુંબાઈમાં આવ્યા પછી હું એમને રોજ દિવસમાં બે-ત્રણ વાર મળતો હતો.' લખમીદાસે કહ્યું, 'જદુનાથ મારી સાથે મિત્રાચારી રાખતા હતા.'

'જદુનાથ મહારાજ સાથેના તમારા સંબંધો વિશે વધારે પ્રકાશ પાડી શકો?' આન્સ્ટીએ પૂછ્યું.

'મેં મારા ઘરે જદુનાથજીની પધરામણી કરી હતી. મારા મિત્રો સાથે પણ મેં એમની ઓળખાણ કરાવી હતી અને મહારાજની પધરામણી એમને ત્યાં કરાવવાની ભલામણ પણ કરી હતી.'

'મહારાજને તમે ભેટ-સોગાદો આપી છે?'

'સભા ભરવાને વાસ્તે મેં એમને ખુરશીઓ, શેતરંજીઓ, દીવા તથા સોફાની ભેટ આપી છે.'

'વાદીનાં ચોપાનિયાં છપાવવા માટે તમે એમને કોઈ મદદ કરી છે?'

'વાદીએ બે ચોપાનિયાં પ્રગટ કીધાં છે. એ ચોપાનિયાં છપાવી આપવાનો બંદોબસ્ત મેં વાદીના કહેવાથી ગણપત કૃષ્ણાજીના છાપખાનામાં કરી આપ્યો હતો.'

'એ ચોપાનિયામાંનું લખાણ કોણ લખતું હતું?'

'લખાણ વાદીનું હતું. વાદી જે બોલે તે મુજબ એમનો સેક્રેટરી ગોરધન ખવાસ લખી આપતો. આ વાત ગોરધનદાસે પોતે મને કહી હતી.'

'વાદીનાં ચોપાનિયાના પ્રચાર માટે પણ તમે કામ કર્યું છે?'

'જી, હા. ચોપાનિયાંના ઘરાક કરવા માટે વાદીએ 'ચાબુક'ના છાપખાનામાં જે હૅન્ડબિલ છપાવ્યું તે હૅન્ડબિલ છાપવાની સલાહ મેં જ આપી હતી.'

' 'સત્યપ્રકાશ'માં મહારાજ વિશે તથાકથિત બદનક્ષી કરતો લેખ છપાયા પછી એમણે તમારી સાથે કંઈ વાતચીત કરી હતી?'

'હા. 'સત્યપ્રકાશ'ની ટીકા કરતું એક ચર્ચાપત્ર એમણે ગોરધનદાસ પાસે લખાવીને 'ચાબુક'માં પ્રગટ કરાવ્યું હતું. એ પછી એમણે મને કહ્યું કે 'આ છાપાવાળાઓને કારણે બધા મહારાજો મુંબાઈથી નાસી જાય છે પણ હું આ છાપાવાળાઓ સામે લડવા અહીં આવ્યો છું.' મહારાજ જદુનાથે મને પૂછ્યું હતું કે 'કોર્ટમાં ફરિયાદ કરું તો મારી હાજરી વિના કેસ ચાલે કે નહીં?' મેં એમને કહ્યું કે 'મને એ બાબતે કોઈ જાણકારી નથી.' તે વખતે કરસનદાસ નેણસી નામના એક ભાઈ ત્યાં હાજર હતા. એમણે મહારાજને કહ્યું કે, 'તમારી ગેરહાજરીમાં કેસ ચાલી શકશે.' પછી મહારાજે મને પૂછ્યું કે, 'હું જો મુંબાઈમાં રહું તો કોર્ટ મારા ઘરે આવીને મારી જુબાની લે કે નહીં.' મેં કહ્યું કે, 'એવું કદી બનશે

નહીં. કારણ કે આશરે છ વરસ ઉપર જીવણજી મહારાજ ઉપર સમન્સ નીકળ્યું હતું ત્યારે એમણે પોતાની જુબાની ઘરે આવીને લેવામાં આવે એવી કોર્ટમાં ઘણી તજવીજ કરી પણ કંઈ વળ્યું નહીં.' આ સાંભળીને જદુનાથ મહારાજ મને પૂછે, 'જો હું કોર્ટમાં જઉં તો મને જજની પાસે અને એમનાથી ઊંચી જગ્યા બેસવા માટે મળે કે નહીં?' '

લખમીદાસના શબ્દો સાંભળીને બેઉ નામદાર ન્યાયમૂર્તિઓના ચહેરા પર હળવું સ્મિત ફરકી ગયું.

આન્સ્ટીએ પણ સહેજ હળવા મિજાજમાં લખમીદાસને પૂછ્યું,

'તમે આનો શું જવાબ આપ્યો?'

હસવાનું રોકીને લખમીદાસે કહ્યું, 'મેં કહ્યું કે, મને ખબર નથી કોર્ટમાં તમને જજસાહેબની બાજુમાં એમનાથી ઊંચા આસને બેસવાની સગવડ થાય કે નહીં?'

'આ વાતચીત થયા પછી વાદીની ચાલચલગત કેવી હતી?'

'મને હતું કે જદુનાથ મહારાજના વર્તનમાં કદાચ સુધારો થશે. પણ પછી એમની સાથે કેટલીક મુલાકાતો થઈ એના પરથી ખાતરી થઈ કે એમણે પોતાની જૂની અનીતિની ચાલ છોડી નથી. વચ્ચે થોડાક મહિના એમણે કન્યા કેળવણીના કામને મદદ કરવાનું ડોળ ઘાલ્યું હતું તેથી હું પણ ભુલાવામાં પડી ગયો. પણ મહારાજનો એ દેખાડો હતો.'

'તમે કઈ રીતે કહી શકો છો કે તથાકથિત લાયબલની બીના છપાયા પછી પણ મહારાજની ચાલચલગતમાં સુધારો થયો નહોતો?' આન્સ્ટીએ પૂછ્યું.

'એક દહાડે હું વાદીના મંદિરમાં બેઠો હતો ત્યારે બે સ્ત્રીઓ આવી.' લખમીદાસ બોલ્યા, 'એક પરણેલી હતી. આશરે ૨૫ વરસની. બીજી વિધવા હતી. પરણેલી સ્ત્રી જ્યારે દાદરો ચડીને આવી ત્યારે એના સાડલા હેઠળ રૂપાની એક લોટી ઢાંકેલી હતી તે એણે બહાર કાઢીને દેખાડી. તે જોઈને મહારાજે એને અંદર જવાની ઇશારત કરી. તે ઇશારત પેલી જુવાન સ્ત્રી સમજી નહીં એટલે મહારાજની દાસીએ એ સ્ત્રીને કહ્યું, 'વૈષ્ણવ, માંહે આવો.' એ પછી બેઉ જણીઓ અંદર ગઈ. જદુનાથે મને કહ્યું કે 'તમે જઈને ચોપાનિયું છાપવા વિશે ગણપત સાથે જલદીથી બંદોબસ્ત કરો.' હું નીચે ઓટલા પર ઊતર્યો. પણ મારા મનમાં સંશય પડવાથી હું પાછો ઉપર ગયો અને અગાઉ જ્યાં બેઠો હતો ત્યાં જ જઈને બેઠો. ત્યાં બારણાની બહાર પેલી વિધવા બેઠી હતી. હું આશરે અડધો કલાક બેઠો. પછી મહારાજ બહાર આવ્યા અને મને જોઈને ફિક્કા પડ્યા. એમની પાછળ પેલી સ્ત્રી પણ હસતી હસતી નીકળી. મેં તે વખતે ધાર્યું કે વાદી જદુનાથે તેની સાથે જારકર્મ કર્યું હશે. જુવાન સ્ત્રીના હાથમાં જે રૂપાની લોટી હતી તે નહોતી. એણે વાદીને તે લોટી આપી દીધી હશે. પછી તે વિધવા તથા પેલી જુવાન સ્ત્રી ચાલતી થઈ. વાદીએ મને પૂછ્યું કે, 'તમે પાછા કેમ આવ્યા?' મેં કહ્યું કે, 'મારે હાલ બહાર જવું છે, માટે તમે જ તમારો માણસ ગણપતને ત્યાં મોકલો.' એમ કહીને હું પણ ચાલતો થયો. એ જ સાંજે હું પાછો મહારાજને મળ્યો. એ મને વાત કરવા માટે અંદરના ઓરડામાં લઈ ગયા.'

'અંદરના ઓરડામાં લઈ જઈને મહારાજે તમને શું કહ્યું?' મિસ્ટર આન્સ્ટીએ પૂછ્યું.

'પહેલાં તો મહારાજે મને પૂછ્યું કે 'મુંબાઈમાં છોકરીઓની નિશાળ કાઢવાને સારુ તમે શું બંદોબસ્ત કીધો?' મેં કહ્યું કે, 'મહારાજ, આ બધો તમારો ઢોંગ છે. તમે બહારથી સુધારાની મોટી મોટી વાતો કરો છો અને અંદરથી આવાં કરતૂતો કરો છો.' મહારાજ સમજી ગયા કે મારો ઇશારો રૂપાની લોટી સાથે આવેલી પેલી સ્ત્રી તરફ હતો. એટલે તરત એમણે મને કહ્યું કે, 'એ તો મીઠાઈ અને ફળ ધરાવવા આવી હતી એટલું હું એની સાથે અંદર ગયો હતો.' આટલું કહીને મહારાજે આખી વાત સિફતથી ઉડાવી દીધી. બીજી વેળાએ એ જ બાબત વિશે ફરીથી વાત નીકળી ત્યારે મેં એમને કહ્યું કે 'તમે તો કહેતા હતા કોઈ મીઠાઈ–ફળફળાદિ ધરાવવા આવે તો હવે હું બધાની વચ્ચે, જાહેરમાં જ સ્વીકારું છું. તો તે દહાડે તમે કેમ ભીતર ગયા?' મહારાજે કહ્યું કે, 'એ સ્ત્રીની એવી મરજી હતી એટલે.' મેં પૂછ્યું, 'જો એમ જ હતું તો પછી પેલી વિધવાને કેમ બહાર બેસાડી રાખી?' મહારાજે એનો કોઈ જવાબ ના આપ્યો.'

'મહારાજ જદુનાથના બાપદાદાઓની આબરૂ વિશે તમે શું જાણો છો?' આન્સ્ટીએ પૂછ્યું.

'જદુનાથના બાપદાદાઓમાંના કોઈ એકે ઉદેપુર કે એની આસપાસના વિસ્તારમાં ચોરી કરી હોવાથી એમને એ આખા પ્રદેશમાંથી આજીવન તડીપાર કરવામાં આવ્યા હતા અને એ વિસ્તારમાં પગ પણ મૂકવો હોય તો એમણે આગોતરી પરવાનગી લઈને પાસ કઢાવવો પડે એવો હુકમ થયો હતો.'

'જદુનાથ મહારાજના કોઈ રોગ વિશે તમારી પાસે કંઈ જાણકારી છે?'

'વિધવા સ્ત્રીને બહાર કેમ બેસાડો છો – વાળી વાત થયાના એક અઠવાડિયા પછી મેં જદુનાથને કોઈક ઓસડ પીતાં જોયા. તે ઓસડ તેઓ ગુલાબજળમાં પીતા હતા. તે વખતે હું કંઈ બોલ્યો નહીં. પણ તે જ દિવસે સાંજે હું એમને મળવા ગયો ત્યારે એમના સૂવાના ઓરડામાં મારે એમની સાથે વાતચીત થઈ. મેં એમને પૂછ્યું, 'મહારાજ, આજે સવારે તમે ઓસડ શા માટે પીતા હતા?' એમણે કહ્યું, 'મને ચાંદીના દરદ જેવું જણાય છે.' મેં કહ્યું, 'મહારાજ, મને પૂરી ખાતરી થઈ ગઈ છે કે તમે હજુ સુધર્યા નથી.' એટલે એમણે મને કહ્યું, 'તમે અમારો અંત ના લો. પુરુષોની પાસેથી અમને શું પેદાશ થાય છે? અમારી પેદાશનો અમારી આવકનો મુખ્ય આધાર તમારા લોકોની સ્ત્રીઓ ઉપર છે. અમને પેદાશ કરી આપવાનો બંદોબસ્ત જો તમે કરો તો મહારાજોમાંથી વ્યભિચારની જડ ઉખાડી નાખવાની જવાબદારી હું મારે માથે લઉં. બાકી, વ્યભિચારનું વ્યસન એકદમ છોડી દેવું ઘણું મુશ્કેલ છે. તો પણ મેં મારી ચાલમાં અગાઉના કરતાં ઘણો સુધારો કર્યો છે.' એ પછી એમણે મને કહ્યું કે, 'તમે ડૉક્ટર ભાઉ દાજીને મારી પાસે લઈ આવજો.' એમના કહેવાથી હું ડૉક્ટર ભાઉ દાજીને લઈને એમની પાસે ગયો. તે સમયે કન્યાશાળા કાઢવા બાબત થોડી વાત કર્યા પછી મહારાજે પોતાના દર્દની વાત કાઢી એટલે હું અને રાવસાહેબ વિશ્વનાથ ઊઠીને જરા દૂર જતા રહ્યા. એટલે ડૉક્ટર ભાઉ દાજી સાથે મહારાજે

શું વાત કરી એની મને ખબર નથી. પણ એના થોડા દિવસ બાદ હું મહારાજને મળ્યો ત્યારે એમણે મને જણાવ્યું કે, 'હું ધીરજરામની દવા કરું છું.' એ વખતે મહારાજનું મોઢું આજારીની પેઠે ઊતરી ગયેલું હતું.'

'મહારાજોના વ્યભિચાર વિશે વધુ શું જાણો છો તમે?'

'મહારાજોના વ્યભિચારની વાત ઘણી જ પ્રસિદ્ધ છે અને મને પોતાને આશરે દસ, બાર કે પંદર મહારાજોના વ્યભિચાર વિશે અનુભવ છે. ૧૮૫૫માં ભાટિયાઓની સ્ત્રીઓને પાછલી રાતે દર્શન માટે નહીં મોકલવાનો બંદોબસ્ત કરવા માટે ભાટિયાનું મહાજન મળ્યું હતું. બીજા મહારાજો સાથે પણ અમે આ વ્યભિચાર અટકાવવા સંબંધે વાતચીત કરેલી છે.'

'વિગતો આપીને કહી શકો?'

'જરૂર. જીવણજી મહારાજ સાથે અમારી વાતચીત થઈ છે અને એ વાતચીત વખતે ડૉક્ટર ભાઉ દાજી, વિનાયક વાસુદેવ અને હું ભૂલતો ન હોઉં તો નારાયણ દીનાનાથજી હાજર હતા. વાત કરવા માટે જીવણજી મહારાજે જ અમને બોલાવ્યા હતા. જીવણજીએ કહ્યું કે 'આ છાપાવાળાઓ લડે છે એમાં અમને જુબાની આપવા સાક્ષીના સમન્સ મળ્યા છે.' તે વખતે ડૉક્ટર ભાઉ દાજીએ જીવણજીને કહેલું, 'મહારાજ, તમારી ચાલ સુધારો, નિશાળો કાઢો, તમારા સેવકોને ધર્મોપદેશ કરો, તો તમારી વિરુદ્ધ કોઈ છાપશે નહીં અને તમારી મોટી કીર્તિ થશે.' ડૉક્ટર ભાઉ દાજીએ એ વખતે ઘણો લાંબો બોધ આપ્યો હતો પણ મેં એનો ટૂંકમાં સાર કાઢીને અહીં કહ્યો છે.'

'આ સાંભળીને જીવણજી મહારાજે શું કહ્યું?'

'જીવણજીએ કહ્યું કે, 'બીજા મહારાજો પર મારી કોઈ સત્તા નથી. તેઓની ઘણીખરી પેદાશ સ્ત્રીઓ પાસેથી થાય છે એટલે એ અટકાવવા હું શક્તિવાન નથી.' બીજી એક વેળાએ જીવણજી મહારાજ સાથે મહારાજોના વ્યભિચારની વાતચીત થઈ ત્યારે શેઠ ખરશેદજી નશરવાનજી કામા પણ હાજર હતા. કામા શેઠે પણ જીવણજી મહારાજને ઘણું સમજાવ્યા. તે વખતે જીવણજીએ કહ્યું, 'હું મારા વિશે બંદોબસ્ત કરવા અને વ્યભિચાર છોડવાને તૈયાર છું.' જીવણજીએ આવું કહ્યું એટલે અમે આ બાબતે એક લખાણ તૈયાર કરવાનું કહી તેના પર સહી કરી આપશો કે કેમ એવું પૂછ્યું. પણ એમણે આવું લખાણ કરવાની કે તેના પર સહી કરવાની ના પાડી. ત્યાર પછી જીવણજીએ એક વખત અમને એકાંતમાં ઠપકો આપ્યો અને કહ્યું કે, 'તમોએ ઘરની વાત બહાર કરી તે ઠીક નહીં.' '

આન્સ્ટીએ પૂછ્યું, 'ગયા વરસે સપ્ટેમ્બર મહિનામાં છાપાવાળાઓ તરફથી કોઈ આ કેસમાં સાક્ષી થવા માટે ન આવે એવો બંદોબસ્ત કરવા માટે ભાટિયાનું મહાજન મળ્યું તેમાં તમારી હાજરી હતી?'

'ના.'

'તમને આમંત્રણ આપવામાં આવ્યું હતું?'

'હા. મહાજન બોલાવવા માટે મારી પરવાનગી લેવી જરૂરી હતી.'

'એ પરવાનગી તમે આપી હતી?'

'ના. મારી રજા વગર જ મહાજન બોલાવવામાં આવ્યું હતું.'

'વાદી જદુનાથ મહારાજ સાથે હવે તમારે કેવા સંબંધ છે?'

'ઘણો વખત થયો મેં એમની પાસે જવાનું છોડી દીધું છે.' લખમીદાસે કહ્યું અને આન્સ્ટીએ પોતાના પ્રશ્નો પૂરા થઈ ગયા હોવાનો ઇશારો કરી સાક્ષીને ઊલટતપાસ માટે મિસ્ટર બેલીના હાથમાં સોંપ્યો.

મિસ્ટર બેલીએ પૂછ્યું, 'તમે બેટ-દ્વારકામાં મહારાજ જદુનાથને મળ્યા ત્યારે એમની ઉંમર કેટલી હશે?'

'તે વખતે મારે હિસાબે ૨૮ વર્ષની હશે, અત્યારે એમની ઉંમર આશરે ૪૦ વર્ષની હોવી જોઈએ.'

'એ વખતે તમે એમની સાથે મિત્રાચારી રાખવાનું શરૂ કર્યું હતું, બરાબર?'

'તે વેળાએ જદુનાથ જે ચાલ ચલાવતા હતા તેને હું અમારા ધર્મની વાત સમજતો હતો.'

'એમના વિશેના તમારા વિચાર ક્યારે બદલાયા?'

'ગુલામીખત થયા પછી મારા વિચાર બદલાઈ ગયા.'

'પણ ગુલામીખતમાં તો તમે પોતે પણ સહી કરી છે.'

'એ વખતે કેટલાક સુલેહના અમલદારોએ, જસ્ટિસ ઑફ પીસનો હોદ્દો ધરાવનારાઓએ પણ એના પર સહી કરી એટલે મેં બી કરી.'

'બેટ-દ્વારકામાં તમે જે સ્ત્રી જોઈ તે પરણેલી ભાટિયા સ્ત્રી હતી એવું તમે કેવી રીતે ખાતરીપૂર્વક કહી શકો છો?'

'એ સ્ત્રીના પહેરવેશ પરથી.'

'વાદી કન્યાશાળા કાઢવા માટે બહુ ઉત્સાહી હતા છતાં તમે એમને પૂરતો સાથ નહીં આપ્યો. શું તમે કન્યા કેળવણીના વિરોધી છો?'

'બિલકુલ નહીં. મહારાજ કન્યાશાળા ખોલવાનો ઢોંગ કરતા હતા જેથી એમના દુરાચાર ઢંકાઈ જાય. શેઠ મંગળદાસ નથુભાઈની કન્યા નિશાળમાં જદુનાથ છોકરીઓને ઇનામ આપવામાં આવ્યો ત્યારે એમનો વિચાર એવો હતો કે એ કન્યાશાળામાં ફક્ત વલ્લભાચાર્યના ધર્મની, પુષ્ટિમાર્ગની જ કેળવણી આપવી. તમે સમજી શકો છો કે આનો અર્થ શું થાય. કન્યાઓ કિશોરી બને તે પહેલાં જ એમના કુમળા માનસમાં જદુનાથ ચોક્કસ પ્રકારના વિચારોના બીજ રોપી દેવાની ખ્વાહેશ રાખતા હતા. માટે વિનાયક વાસુદેવજીએ એ વખતે મહારાજના એ વિચારો કરતાં તદ્દન ઊલટો જ વિચાર જણાવ્યો હતો.'

મિસ્ટર બેલીએ ઊલટતપાસના વધુ પ્રશ્નો પૂછવાનું માંડી વાળ્યું. ફેરતપાસણી કરતાં મિસ્ટર આન્સ્ટીએ પૂછ્યું,

'જદુનાથ મહારાજને તમે ધર્મગુરુ માનો છો?'

'જદુનાથ ધર્મગુરુ કહેવાય છે પણ ધર્મગુરુએ જે પ્રમાણે ચાલવું જોઈએ તે પ્રમાણે

તેઓ ચાલતા નથી. તેઓ કદી ધર્મનો ઉપદેશ કરતા નથી, જે એમણે કરવો જોઈએ.'

'ગુલામીખત ઉપર તમે ક્યા સંજોગોમાં સહી કરી હતી?'

'ગુલામીખત ઉપર મને મારી મરજી વિરુદ્ધ સહી કરવાની ફરજ પડી હતી અને અહીં અત્યારે સાક્ષીના કઠેડામાં ઊભા રહીને હું એ લખતથી ઊલટો ચાલી રહ્યો છું.'

આ તબક્કે જસ્ટિસ આર્નોલ્ડે પૂછ્યું, 'મહારાજોની અનીતિ વિશે તમે અત્યાર સુધીમાં બીજા કોઈને વાતો કરી છે?'

'જી, હા નામદાર.' લખમીદાસ બોલ્યા, 'બેટ-દ્વારકામાં મેં મહારાજને અનીતિ કરતાં જોયા તે વિશેની વાત મેં વૉલેસ કંપનીના ભાગીદાર શેઠ ધનજીભાઈ ફરામજીને આશરે ચાર કે પાંચ વરસ ઉપર જણાવી હતી. ત્યાર પછી ગયા વરસે મારા મામા મુંબાઈમાં હતા ત્યારે મેં એ જ વાત એમને શેઠ ગોકળદાસ તેજપાળની વાડીમાં કહી હતી અને તે વખતે ખટાઉ મકનજી, મથુરાદાસ લવજી તથા નરશી જેઠા હાજર હતા. આ ઉપરાંત ગયા વર્ષે મે મહિનામાં હું માથેરાન ગયો ત્યારે શેઠ મંગળદાસ નથુભાઈની પાસે પણ મેં વાદીની અનીતિ વિશે વાત કરી છે.'

લખમીદાસ ખીમજીએ મહારાજોની અનીતિ વિશેની વાતોનો આખો પટારો ખોલીને અદાલતમાં પાથરી દીધો હતો. આટઆટલી વાતો સાંભળ્યા પછી હવે ન તો વાદી કે ન પ્રતિવાદીઓના વકીલોએ એમને કશું પૂછવાનું બાકી હતું, ન જજ સાહેબોએ.

લખમીદાસની જુબાની પૂરી થયા પછી અદાલતે પંદર મિનિટનો વિરામ જાહેર કરીને મિસ્ટર આન્સ્ટીને હવે પછીના સાક્ષીને તૈયાર રાખવાનું કહ્યું.

પ્રકરણ : ૩૧

લખમીદાસ ખીમજીની લાંબી જુબાની પછી કાલાભાઈ લલ્લુભાઈ નામનો છોકરા જેવો દેખાતો જુવાનિયો સાક્ષીના કઠેડામાં હાજર થયો.

'શું ભણો છો તમે?' મિસ્ટર આન્સ્ટીએ પૂછ્યું.

'એલ્ફિન્સ્ટન સ્કૂલમાં અભ્યાસ કરું છું.'

'વાદી જદુનાથ મહારાજને ઓળખો છો?'

'હા.'

'કેવી રીતે?'

'વાદી જદુનાથ મહારાજ મારા પિતાના મિત્ર છે. ત્રણ વરસ પહેલાં સુરતમાં હું એમની પાસે જતો હતો. સુરતમાં પહેલી મુલાકાત વખતે મારે એમની સાથે વિધવા પુનર્વિવાહ વિશે વાતચીત થઈ હતી. એ પછી હું અવારનવાર એમને મળવા જતો હતો. મંદિરના જુદા જુદા ઓરડામાં જુદા જુદા વખતે એમની સાથે મુલાકાત થતી. હું જ્યારે જ્યારે જતો ત્યારે દરેક વખતે જદુનાથ મહારાજ તરફથી મને પ્રસાદીરૂપે પાનનું બીડું મળતું.'

'વાદીના ખરાબ ચારિત્ર્યને વિશે તમને પહેલવહેલી વાર ક્યારે જાણ થઈ?'

'એક દહાડે હું સુરતના ચૌટા પુલ પાસેના મોટા મંદિરમાં પહેલે માળે જદુનાથ પાસે બેઠો હતો તેવામાં એક વાણિયાની છોકરી મહારાજની દાસી સાથે આવી. તે છોકરીની ઉંમર આશરે ૧૪ કે ૧૫ વરસની હતી. આગલા દીવાનખાનામાંથી થઈને તે અંદરના ઓરડામાં ગઈ અને એક વાણિયો જે અમારી સાથે દીવાનખાનામાં બેઠો હતો તે ઊઠીને ચાલતો થયો. ત્યાર પછી જદુનાથ મહારાજ અંદરના ઓરડામાં ગયા. પેલી દાસી દીવાનખાનાના મોટા બારણા આગળ બેઠી. થોડી વાર પછી ચાર-પાંચ સ્ત્રીઓ આવી. દાસી એમની સાથે વાતો કરવા લાગી. મને રોજ પાનનું બીડું મળતું હતું તે એ દિવસે નહીં મળ્યું એટલે હું મહારાજ પાસે અંદરના ઓરડામાં માગવા સારુ ગયો. જેવો અંદરના ઓરડાનું બારણું ઉઘાડીને માંહે જાઉં છું તેવામાં મેં મહારાજને સામેના કોચ પર પેલી ૧૪-૧૫ વરસની છોકરી સાથે બેઠેલા જોયા. બેઉ એકબીજાના ગળામાં હાથ નાખીને કોટી-ચુમ્મી કરતાં હતાં. મને જોઈને મહારાજ ભોંઠા પડ્યા ને એમણે કહ્યું કે 'મેં આજે તને બીડું નથી આપ્યું?' એમ કહીને મારી સાથે બહાર આવ્યા અને પોતાના ખવાસ

પાસે બીડું મગાવીને મને આપ્યું. હું તે લઈને ચાલતો થયો. મહારાજ પાછા અંદરના ઓરડામાં ગયા.'

'મુંબાઈમાં મહારાજને મળ્યા છો તમે?'

'હા. મુંબાઈમાં તેઓ આવ્યા પછી ઘણું કરીને રોજ હું એમને મળવા જતો.'

'તે વખતે મહારાજ જદુનાથ સાથે તમારે શું વાતચીત થતી?'

'એક વેળાએ હું એમની પાસે બેઠો હતો ત્યારે વ્યભિચાર સંબંધી વાતચીત નીકળી. તે વેળાએ બે-ત્રણ ભાટિયાઓ હાજર હતા. મહારાજે કહ્યું કે વ્યભિચારમાં કાંઈ બાધ નથી પણ ઊલટાનું તેથી માણસને કૌવત આવે છે, પુરુષાતન આવે છે અને તેનું લોહી સાફ થાય છે.' એ વિશેનો એક દાખલો પણ એમણે અમને આપ્યો.'

'કેવો દાખલો?'

'તે એ કે ગાયકવાડ સરકારના દરબારમાં કેટલાક મલ્લ હોય છે. તેઓ એક કરતાં વધારે સ્ત્રીઓ રાખે છે અને કુસ્તી રમવા તૈયાર થાય તે પહેલાં તેઓ સંગ કરે છે.'

'આ સિવાય મહારાજ જદુનાથ વિશે તમે શું જાણો છો?'

'બીજી એક વેળા હું મંદિરના ચોકમાં ઊભો હતો ત્યારે બે-ત્રણ વૈષ્ણવ સ્ત્રીઓ એક સ્ત્રીની તરફ આંગળી ચીંધીને બોલતી હતી કે જદુનાથજી મહારાજ આની ઉપર આશક છે. તે સ્ત્રીને મેં ધ્યાનથી જોઈને ઓળખી રાખી. બીજા કોઈક પ્રસંગે મારી સ્કૂલમાં રજા હતી અને બપોરે બે વાગ્યાને સુમારે હું કોઈ કામે જતો હતો ત્યારે તે સ્ત્રીને મેં રસ્તે જતાં જોઈ. મને લાગ્યું કે એ મહારાજના મંદિરે જતી હશે એટલે હું તેની પાછળ ગયો. તે સ્ત્રી મહારાજના મંદિરનાં પગથિયાં ચડી. હું પણ ઉપર ગયો. મહારાજ દીવાનખાનામાં બેઠા હતા. તે સ્ત્રી મહારાજના અંદરના ઓરડામાં ગઈ. હું આવ્યો એની થોડી વાર પછી મહારાજ એ સ્ત્રીની પાછળ ઓરડામાં ગયા. હું બહારના દીવાનખાનામાં બેસી રહ્યો. આશરે અરધે કલાકે મહારાજ બહાર આવ્યા ત્યારે એમની સામે જોઈને મેં હસતું મોઢું કર્યું. મહારાજે પૂછ્યું કે 'તું શું કામ હસ્યો?' ત્યારે મેં કહ્યું : 'તમે સુધારો તો સારો કરો છો!' ત્યાર પછી થોડી વારે પેલી સ્ત્રી બહાર નીકળી અને હસતે મોઢે જતી રહી. તેનો પોશાક ચૂંથાઈ ગયો હતો. એ અંદર ગઈ ત્યારે જેવો અક્કડ હતો તેવો નહીં હતો. તેનાં કપડાં તથા ઘરેણાં પરથી કહી શકું કે એ કોઈ સારા ઘરની સ્ત્રી હતી.'

'મહારાજના ચોપાનિયા વિશે તમે શું જાણો છો?' આન્સ્ટીએ પૂછ્યું.

'એક દિવસ મારે મહારાજ સાથે 'સ્વધર્મવર્ધક અને સંશયછેદક' નામના સામયિક વિશે વાત થઈ ત્યારે એમણે મને કહેલું કે, 'એ ચોપાનિયું મારા તરફથી છપાય છે.' '

'મહારાજનાં દર્શને આવતી સ્ત્રીઓને તમે એમનાં ચરણસ્પર્શ કરતી જોઈ છે?'

'મહારાજ સુરતમાં હતા ત્યારે એક દહાડો એમણે મારા દેખતાં સેવકીઓને ચરણસ્પર્શ કરવાની ના પાડી હતી. મહારાજે કહ્યું હતું કે જનાનામાં જઈને વહુજીને પગે પડો. પાછળથી મહારાજે મને આનું કારણ સમજાવતાં કહ્યું હતું કે, 'સેવકીઓ મને

ચરણસ્પર્શ કરે છે તે જોઈને લોકોને મારા ચારિત્ર્ય વિશે શંકા જાય છે એટલે હું એમને ના પાડું છું.' પણ ત્યાર પછી મહારાજ મુંબાઈ આવ્યા ત્યારે સેવકીઓને ચરણસ્પર્શ કરવા દેતાં મેં એમને જોયા છે.'

'મહારાજ સાથેના આટલા ઘનિષ્ઠ પરિચય પછી તમે એમના વિશે કેવો અભિપ્રાય ધરાવો છો.'

'મહારાજ જદુનાથ ઘણું જુઠ્ઠું બોલે છે. સુરતમાં એમની આબરૂ સારી નથી. એ વ્યભિચારી છે એ વાત ત્યાં પ્રસિદ્ધ છે.'

' 'સત્યપ્રકાશ'માં તથાકથિત બદનક્ષીભર્યો લેખ છપાયા પછી મહારાજની આબરૂમાં ઘટાડો થયો હોય એવું તમે જોયું છે?'

'ના. હું મહારાજ પાસે એ લેખ છપાયો તે પહેલાં અવારનવાર જતો હતો અને એ પછી પણ ઘણી વાર ગયો છું. અગાઉ એમની પાસે જેટલા લોકો આવતા હતા એટલા જ લોકો એ લેખ છપાયા પછી પણ આવતા હતા. અગાઉ એમને જેટલું માન મળતું હતું એટલું માન બદનક્ષીવાળો લેખ છપાયા પછી પણ એમને મળતું હતું એવું મેં જોયું છે.'

'ધૅટ્સ ઑલ, યૉર લૉર્ડશિપ્સ.' મિસ્ટર આન્સ્ટીએ સાક્ષીની જુબાની લેવાનું પૂરું કર્યું.

મિસ્ટર બેલીએ ઊલટતપાસ કરતાં પૂછ્યું,

'મિસ્ટર કાલાભાઈ, તમારી ઉંમર કેટલી છે?'

'૧૬ વરસ.'

'તમારા પિતા લલ્લુભાઈ મુંબાઈની સદર અદાલતના શિરસ્તેદાર છે એ સાચું?'

'જી, સાહેબ, સાચું.'

'અને તમારા પિતા લલ્લુભાઈ, ડૉક્ટર ધીરજરામ દલપતરામ જેઓ અહીં આવીને મહારાજના ચાંદીના રોગ વિશે જુબાની આપી ગયા, એમના ભાઈ થાય તે સાચું?'

'બિલકુલ સાચું, સાહેબ.'

'એટલે કે તમે ડૉક્ટર ધીરજરામના ભત્રીજા થાઓ એમ ને?'

'હા, સાહેબ.'

'તમે ત્રણ વર્ષ પહેલાં સુરતમાં મહારાજને મળ્યા ત્યારે મહારાજ પરણેલા હતા?'

'હા.'

'મહારાજ વિશે તમે જોયું તે અંગે તમે કોઈને વાત કરી હતી?'

'એ જ દિવસે સુરતમાં કવિ નર્મદાશંકરને મળીને મેં મહારાજની બદચાલ વિશે જણાવ્યું હતું.'

'મહારાજ ઘણું જુઠ્ઠું બોલે છે એવું તમે કહ્યું. તમે જુઠ્ઠું નથી બોલતા?'

'ના, સાહેબ, હું જુઠ્ઠું નથી બોલતો.'

'કોઈનું સારું થતું હોય કે ભલા કામ માટે પણ નહીં?'

'ના, સાહેબ, સારા કામ માટે જુઠ્ઠું બોલવામાં પણ પાપ છે એવું હું સમજું છું.'

સાક્ષી ભલે છોકરા જેવો હોય પણ ઊંડી સમજવાળો છે અને તૂટે એમ નથી એવું વિચારી મિસ્ટર બેલીએ ઊલટતપાસ પૂરી કરી.

ફેરતપાસમાં મિસ્ટર આન્સ્ટીએ કાલાભાઈને એક જ સવાલ પૂછ્યો : 'મુંબઈમાં જે સ્ત્રીને તમે જોઈ તે મહારાજની દીકરી હોય એવું બને? તમે ઓળખવામાં ભૂલ કરી હોય એવી શક્યતા ખરી? દીકરી પોતાના પિતાને ઘરે જ જતી હોય અને તમે એની પાછળ પાછળ મહારાજના મંદિર સુધી આવ્યા એવું બને?'

'ના, સાહેબ. એ સ્ત્રી મહારાજની દીકરી નહોતી એની મને પાકી ખાતરી છે.'

કાલાભાઈ લલ્લુભાઈની જુબાની લેવાઈ ગયા પછી ઝડપથી બે સાક્ષીઓ આવી ગયા.

ખરશેદજી મંચેરજીએ કહ્યું : 'હું 'ચાબુક'નો મૅનેજર છું. મહારાજ જદુનાથના મૅનેજરનું કામ કરતા પરભુદાસને હું ઓળખું છું. તે ૨૧ તારીખવાળું હૅન્ડબિલ છપાવવાને લાવ્યો હતો. તેણે એક ગરબીની ચોપડી પણ છપાવી હતી. તેનું બિલ મહારાજના નામનું હતું. મહારાજને ત્યાં છાપેલા હૅન્ડબિલ લઈને હું ગયો ત્યારે મહારાજના માણસે મને જણાવ્યું કે પૈસા પરભુદાસ તમને ચૂકવી આપશે.'

કાનોબા ગણપત નામના સાક્ષીએ કહ્યું, 'ગણપત કૃષ્ણાજીના છાપખાનાનો હું પ્રિન્ટર છું. શેઠ લક્ષ્મીદાસ ખીમજીની મારફતે મહારાજે મારી પાસે 'સ્વધર્મવર્ધક અને સંશયછેદક' સામયિકનાં અંકો છપાવ્યાં હતાં. જદુનાથ મહારાજના માણસો મારી પાસે એમાં છાપવાનું મૅટર લઈને આવતા હતા. મૅટરના બીબાં ગોઠવાઈ ગયા પછી એનાં પ્રૂફનાં કાગળો મહારાજના ઘરે ગોરધનદાસને મોકલવામાં આવતાં. પ્રૂફનાં કાગળિયાં મહારાજના ઘરે ગોરધનદાસને મોકલવાં એવો લેખિત હુકમ મારી પાસે છે જે હું અદાલતને સોંપું છું.'

કાનોબા ગણપતરાવે અદાલતને એ પત્ર સોંપી દીધો એ પછી મિસ્ટર આન્સ્ટીએ કહ્યું, 'ભાટિયા કન્સ્પિરસી કેસ'માં જે પુરાવાઓ પડ્યા છે તે અને નામદાર જજ સાહેબોએ એ કેસમાં જે નોંધ મૂકી છે તેને આ કેસમાં સામેલ કરવાની પરવાનગી માગું છું.'

મિસ્ટર બેલીએ વાંધો ઉઠાવતાં કહ્યું, 'એ કેસની કાર્યવાહીને અત્યારના કેસ સાથે કોઈ લેવાદેવા નથી.'

મિસ્ટર આન્સ્ટીએ લંબાણથી દલીલો કરીને નામદાર અદાલતને સમજાવ્યું કે શા માટે એ કાર્યવાહી આ કેસ સાથે સાંકળવી જોઈએ. આન્સ્ટીએ કહ્યું, 'આ બંને કેસ વચ્ચે ફરક માત્ર એટલો જ છે કે પેલા કેસમાં મહારાજ જદુનાથ વતી કોઈ બીજી વ્યક્તિનું નામ મૂકવામાં આવ્યું હતું. જ્યારે અહીં મહારાજ જદુનાથે પોતાના નામની ફરિયાદ દાખલ કરી છે. આ સિવાય આ બંને કેસ એકબીજા સાથે જડબેસલાક જોડાયેલા છે.'

ચીફ જસ્ટિસે કહ્યું, 'બહેતર એ રહેશે કે એ કેસના સાક્ષીઓને ક્રૉસ-એક્ઝામિન કરીને માત્ર એટલું જ પૂછવામાં આવે કે તેઓએ ગુલામીખત નામે ઓળખાતા કોર્ટમાં સાક્ષી આપવા પરના ભાટિયા મહાજનના પ્રતિબંધ પરના પત્ર નીચે સહી કરી હતી કે નહીં. અમારે હિસાબે ભાટિયા કન્સ્પિરસી કેસમાંથી એટલી જ વાત આ કેસને લાગુ પડે

છે. તે વખતની જજની નોંધને આ કેસમાં રેકર્ડ પર લેવાનું જરૂરી નથી જણાતું.' આટલું કહીને ચીફ જસ્ટિસે પૂછ્યું, 'હવે તમારા તરફથી કેટલા સાક્ષી આવવાના બાકી છે?'

આન્સ્ટીએ કહ્યું, 'હજુ ઘણા સાક્ષી બાકી છે.'

ચીફ જસ્ટિસે કહ્યું, 'આ અદાલતમાં બીજા ઘણા કેસ નિકાલની રાહ જોઈને ઊભા છે. એને ધ્યાનમાં રાખીને અને સમયની બચત કરવાના ઇરાદાથી અમે સૂચન કરીએ છીએ કે અત્યાર સુધી જે કંઈ માહિતી તમારા સાક્ષીઓ તરફથી રેકર્ડ પર આવી ચૂકી હોય તે માહિતીનું સમર્થન કરનારી જુબાનીઓને ફરી ફરી વિધિસર રેકર્ડમાં લેવાની કોઈ જરૂર નથી. એવી જુબાનીઓ આપનારા સાક્ષીઓની માત્ર ઊલટતપાસ રેકર્ડ પર લેવાશે. અલબત્ત, નવી માહિતી કે નવી હકીકતોને પ્રકાશમાં લાવનારા સાક્ષીઓની પૂરેપૂરી જુબાની રેકર્ડ પર લેવાશે.'

મિસ્ટર આન્સ્ટીએ કોર્ટની સૂચનાનું પાલન થશે એવી બાંયધરી આપી. ૨૪ દિવસ સુધી ચાલેલા મહારાજ લાયબલ કેસની ૧૬મા દિવસની કાર્યવાહી ચલાવવા અદાલત શુક્રવાર, તા. ૨૧ ફેબ્રુઆરી ૧૮૬૨ સુધી મુલતવી રહી.

* * *

શુક્રવારે ઊઘડતી અદાલતે મિસ્ટર આન્સ્ટીએ હવે પછીના દરેક સાક્ષી શું શું જુબાની આપવા માગે છે એનો ખ્યાલ નામદાર અદાલતને આપ્યો અને ચત્રભુજ વાલજીને સાક્ષીના કઠેડામાં બોલાવ્યા. મિસ્ટર આન્સ્ટીએ પૂછેલા સવાલના જવાબમાં ચત્રભુજ વાલજીએ કહ્યું,

'હું ભાટિયા છું. પુષ્ટિમાર્ગનો અનુયાયી છું. જદુનાથ મહારાજને હું જાણું છું. મુંબાઈમાં હું અવારનવાર એમની પાસે જતો હતો. એક દિવસ હું એમની પાસે બેઠો હતો ત્યારે એક સ્ત્રી આવી. એ મહારાજના અંદરના ઓરડામાં ગઈ. ત્યાર પછી મહારાજની દાસીએ આવીને મહારાજના કાનમાં કંઈક કહ્યું. મહારાજ જમવાનું બહાનું કરીને અંદર ગયા. અડધા કલાક પછી એ બહાર આવ્યા. પેલી સ્ત્રી પણ તરત જ બહાર આવીને ચાલી ગઈ.'

'સ્ત્રી ઓરડામાં ગઈ અને બહાર આવી એ વખતે એના પોશાકમાં તમે કોઈ ફેરફાર થયેલો જોયો હતો?'

'ના. સ્ત્રીના પોશાકમાં મેં કોઈ ફેરફાર જોયો નહોતો.'

'સ્ત્રી અંદરના ઓરડામાંથી બહાર આવીને ચાલી ગઈ એ પછી શું થયું?'

'એ પછી મહારાજે કહ્યું કે 'હવે હું જમવા જઉં છું' અને એ ફરી અંદરના ઓરડામાં ગયા.'

આન્સ્ટીએ સાક્ષીને વધુ કંઈ પૂછ્યું નહીં. બેલીએ ઊલટતપાસ કરતાં પૂછ્યું,

'તમે મહારાજના રહેવાના સ્થળે જનાનાવાળી જગ્યા જોઈ છે?'

'ના. પણ મેં માત્ર એક વખત એમનો અંદરનો ઓરડો જોયો છે જેમાં જવા આવવા માટે એક જ દરવાજો છે.'

'અંદરનો ઓરડો તમે ક્યારે જોયો?'

'એક દિવસ મહારાજ મારી સાથે ખાનગી વાત કરવા માગતા હતા ત્યારે એમના કહેવાથી હું એમને બે-ચાર પુસ્તક આપવા માટે અંદર ગયો હતો.'

'તમે જે સ્ત્રીને મહારાજના અંદરના ઓરડામાં જતાં જોઈ તેના હાથમાં કશું હતું?'

'ના.'

'પ્રતિવાદી કરસનદાસ મૂળજીને તમે કેવી રીતે ઓળખો છો?'

'આશરે છ વરસ પહેલા કરસનદાસ જ્યારે ગોકળદાસ તેજપાળ વિદ્યાલયના માસ્તર હતા ત્યારે હું દોઢ વરસ એમના હાથ નીચે ભણ્યો હતો.'

'પેલી સ્ત્રી વિશે તમે કરસનદાસ સાથે કોઈ વાતચીત કરી હતી?'

'ના.'

'તમે મંદિરમાં દર્શન કરવા જાઓ છો?'

'હું ભૂલેશ્વરમાં, જીવણજી મહારાજના મોટા મંદિરે જતો હોઉં છું.'

'મહારાજ જદુનાથના તથાકથિત વ્યભિચાર વિશે તમે કોઈનીય સાથે ચર્ચા કરી છે?'

'હા.'

'કોની સાથે?'

'ખુદ જદુનાથ મહારાજની સાથે.'

'શું વાતચીત કરી છે?'

'એક દિવસ કાલાભાઈ લલ્લુભાઈની હાજરીમાં મેં મહારાજને કહ્યું હતું કે 'શાસ્ત્રોમાં વ્યભિચાર કરવાની મના હોવા છતાં મહાન પુરુષો વ્યભિચાર શું કામ કરે છે?' મહારાજે ખુલાસો કરતાં મને કહ્યું હતું કે ''જે ઋષિઓએ વ્યભિચારનો નિષેધ કર્યો છે એમને એનો અનુભવ નહીં હોય. વ્યભિચાર કરવામાં કોઈ પાપ નથી. ઊલટાનું એને કારણે અંગનું કૌવત વધે છે અને લોહી સાફ થાય છે.'' એ પછી મહારાજે ગાયકવાડ દરબારના મલ્લ વિશેનો દાખલો આપતાં કહ્યું હતું કે તેઓ એક કરતાં વધારે સ્ત્રીઓ રાખે છે અને કુસ્તી કરતાં પહેલાં એમની સાથે સંગ કરે છે.'

બેલીએ ઊલટતપાસ પૂરી કરી એટલે આન્સ્ટીએ સાક્ષીની ફેરતપાસ કરતાં પૂછ્યું,

'તમે મહારાજના અંદરના ઓરડામાં ગયા ત્યારે ત્યાં શું જોયું?'

'અંદરના ઓરડામાં એક પથારી હતી.'

'મહારાજ જદુનાથને તમે પુસ્તકો આપ્યાં તે શેના વિશેનાં હતાં?'

'એ પુસ્તકો મહારાજોની વિરુદ્ધમાં લખાયેલાં હતાં.'

ચત્રભુજ વાલજીની સાક્ષી લેવાઈ ગયા પછી આન્સ્ટીએ ખરશેદજી નસરવાનજી કામાની જુબાની લીધી. એ જુબાનીમાં અગાઉ રેકર્ડ પર આવી ગયેલી હકીકતોનું પુનરાવર્તન હોવાથી, ચીફ જસ્ટિસે અગાઉ આપેલા આદેશ મુજબ, એને રેકર્ડ પર લેવાની જરૂર નહોતી. સાક્ષીની ઊલટતપાસ કરતી વખતે મિસ્ટર બેલી પૂછેલા પ્રશ્નોના જવાબમાં ખરશેદજી કામાએ કહ્યું,

'જીવણજી મહારાજના મંદિરમાં એ મહારાજની બીજાઓ સાથે વાતચીત થઈ હતી

ત્યારે હું હાજર હતો. તે વેળાએ એવી કબૂલાત થઈ હતી કે જે કંઈ વાત થાય તે કોર્ટમાં અથવા દરબારમાં અથવા કોઈ બી ઠેકાણે જાહેર પાડવી નહીં. એટલા વાસ્તે એ વાતોને હું જાહેર પાડવાને ખુશી નથી. હું ધારું છું કે લક્ષ્મીદાસ તથા ગોકળદાસની પાસેથી પણ એવી જ કબૂલાત લીધી હતી. જીવણજી મહારાજ સાથે મારે બે વખત વાતચીત થઈ હતી અને ફક્ત બીજી જ વેલાએ લક્ષ્મીદાસ ખીમજી અને બીજાઓ હાજર હતા.'

મિસ્ટર બેલીએ ઊલટતપાસ પૂરી કરી. ચીફ જસ્ટિસે આન્સ્ટીને પૂછ્યું, 'ફેરતપાસમાં તમારે સાક્ષીને એ વાતો જાહેર કરવા માટે કે કયા વિષય પર વાતચીત થઈ એવું પૂછવું છે ?

આન્સ્ટીએ ઊભા થઈને કહ્યું, 'નો, યૉર લૉર્ડશિપ્સ.'

તે પછીના સાક્ષી દામોદર જેઠાએ બેલીની ઊલટતપાસના પ્રશ્નોના જવાબમાં કહ્યું, 'હું ભાટિયા શ્રોફ છું. નાણાંનો ધીરધાર કરવાનો મારો ધંધો છે. વાદી જદુનાથ મહારાજને હું ઓળખું છું. આશરે સવા વરસ ઉપર કરસનદાસ નેણસીના ઘરે મહારાજની પધરામણી થઈ ત્યારે એમનાં દર્શન કરવાને હું ગયો હતો. અમે બધા ભોંય પર બેઠા હતા. મહારાજ કોચ પર બેઠા હતા. તે વખતે કરસનદાસ નેણસીએ એમને પૂછ્યું હતું કે, 'ગોસાઈજીનાં બાળકોમાં કેવી રીતે વ્યભિચાર પેઠો છે?' મહારાજે કહ્યું હતું કે, 'એ પેઠો છે તે વાત હું માનતો નથી પણ જો પેઠો હોય તો એના માટે વરક્ત લોકો જવાબદાર છે. વરક્ત લોકોએ જદુનાથજીને પોતાને બગાડ્યા નથી એવું એમનું કહેવું હતું. આ વરક્ત લોકો વૈષ્ણવોને ત્યાં રહેવા કે પ્રસાદ લેવા જાય છે અને ખરાબ કામો કરે છે અને મહારાજો પાસે પણ એમની નિયમિત અવરજવર હોય છે.'

ફેરતપાસમાં કરસનદાસ નેણસીની ગેરહાજરી વિશે આન્સ્ટીના પૂછવાથી દામોદર જેઠાએ સ્પષ્ટતા કરી કે 'કરસનદાસ નેણસી હાલ મુંબાઈમાં નથી. એની દીકરીનાં લગ્ન કરવાને માંડવી ગયો છે. હું એના પાડોશમાં રહું છું. આ મુકદ્દમામાં પ્રતિવાદી કરસનદાસ મૂળજી તરફથી એમને સાક્ષી આપવા માટેના સમન્સ મળ્યા છે તે હું જાણું છું.'

દામોદર જેઠાની જુબાની પછી મુંબાઈમાં કન્યાશાળા કાઢીને મોટું નામ કાઢનાર શેઠ મંગળદાસ નથુભાઈએ સાક્ષીના કઠેડામાં આવીને કહ્યું,

'હું વાણિયા જ્ઞાતિનો શેઠિયો છું અને વલ્લભાચાર્યના પુષ્ટિમાર્ગમાં માનું છું. હું જ જસ્ટિસ ઑફ પીસ, સુલેહનો અમલદાર છું અને શહેરમાં મોટા ફોજદારી ગુનાઓમાં કેવા આરોપ દાખલ કરવા તે માટે ૨૩ જણની ગ્રાન્ડ જ્યૂરી બોલાવવામાં આવે ત્યારે હું એમાંનો એક સભ્ય હોઉં છું. મેં મુંબાઈ શહેરમાં છોકરીઓની નિશાળ કાઢી છે જે મંગળદાસની કન્યાશાળાને નામે ઓળખાય છે. મેં જદુનાથ મહારાજને આ નિશાળમાં છોકરીઓને એમના હાથે ઇનામ આપવાના સમારંભમાં બોલાવ્યા હતા. જીવણજી મહારાજના ઘરે મહારાજોના વ્યભિચાર વિશે વાત થઈ ત્યારે ડૉક્ટર ભાઉ દાજી વગેરેની સાથે હું પણ ત્યાં હાજર હતો.'

મંગળદાસ નથુભાઈ પછીના સાક્ષીનું નામ બોલાયું ત્યારે કોર્ટમાં સૌ કોઈએ ઊંચી

ડોક કરીને શેઠ ખટાઉ મકનજીને નજીકથી જોવાની તક મેળવી લીધી. મોરારજી ગોકુળદાસના પરમ સ્નેહી અને એમની મોરારજી મિલના ભાગીદાર તથા પોતાની ખટાઉ કૉટન મિલના માલિક બહુ ઓછું બોલતા અને લોકોમાં ઓછું ભળતા. ખટાઉશેઠે જુબાની આપતાં કહ્યું,

'હું જ્ઞાતિએ ભાટિયા છું. વલ્લભાચાર્યના પંથવાળો છું. જીવરાજ બાલુની પેઢીમાં ભાગીદાર છું અને મારી કેટલીક મિલો છે. મેં મારા વિલમાં મારા કુટુંબની કોઈ સ્ત્રી વૈષ્ણવ મંદિરો, હવેલીઓ કે ગુંસાઈજી મહારાજોની બેઠકજીનાં દર્શને નહીં જાય એવી મનાઈ લખાવી રાખી છે. ભાટિયા જ્ઞાતિમાં ઊભી થતી તકરારો અને વાંધાવચકાઓનો ચુકાદો આપવામાં હું શેઠ જીવરાજ બાલુની સાથે હોઉં છું. છ કે આઠ વરસ પહેલાં શેઠ ગોકળદાસ તેજપાળની વાડીમાં એક મહારાજે અનીતિ કરી હતી તે કિસ્સો મને યાદ છે. ૧૮૫૫માં ભાટિયાના મહાજનમાં સ્ત્રીઓને મંદિર દર્શન માટે મોકલવાના સમય બાબતે જે ઠરાવ થયો હતો એમાં હું હાજર હતો. એક વખત એક મહારાજે પૈસા મેળવવા માટે અમને લોકોને એકઠા કર્યા હતા તે પણ મને યાદ છે. ઘણા મહારાજો પૈસા મેળવવા માટે લોકોને એકઠા કરે છે. એક મહારાજને મેં એમના મંદિરના દરવાજા વિશે ફરિયાદ કરી હતી. એમના મંદિરનો દરવાજો એટલો સાંકડો છે કે એમાં સ્ત્રી અને પુરુષને દાખલ કરવા માટે અલગ અલગ વ્યવસ્થા થઈ શકે એમ નથી. આવી ભીડમાં સ્ત્રીઓ અને પુરુષોનો લાભ લેનારું ટોળું ભળી જતું હોય છે એવું મેં સાંભળ્યું છે પણ જાતે આવી કોઈ બદફેલી જોઈ નથી. મહારાજોની પધરામણી વૈષ્ણવોનાં ઘરોમાં થાય છે ત્યારે સ્ત્રીઓને એમની આગળ જારભાવનાં ગીતો ગાતાં મેં સાંભળી છે.'

મિતભાષી ખટાઉશેઠની આટલી જુબાની પૂરતી હતી.

એમના પછી આવેલા સાક્ષી નરશી જેઠાની જુબાની લેવાઈ ગયા પછી મિસ્ટર બેલીએ એની ઊલટતપાસમાં પૂછી નાખ્યું, 'તું અહીં શું સાબિત કરવા આવ્યો છે?' પણ આ સવાલ બેલીને જ ભારે પડ્યો. સાક્ષીએ કહ્યું, 'મને શું ખબર કે તમે શું પૂછવાના છો? પૂછો તેનો જવાબ.' મિસ્ટર બેલીએ કહ્યું, 'ભલે, તો મારે કંઈ પૂછવું નથી.'

પછીના સાક્ષી ઠાકરસી નારણજીએ સાક્ષીના કઠેડામાં આવીને સોગંદ પર કહ્યું, 'હું વેપારી છું અને વાદી જદુનાથ મહારાજને ઓળખું છે. છેલ્લાં અગિયાર કે બાર વરસથી કચ્છ-માંડવીમાં એમની આબરૂ ઘણી ખરાબ છે.'

જસ્ટિસ જોસેફ આર્નોલ્ડે પૂછ્યું, 'કઈ બાબતમાં વાદીની આબરૂ ઘણી ખરાબ છે?'

'વ્યભિચારની બાબતમાં.'

ઠાકરસી નારણજીની સાક્ષી પછી રવજી સુંદરદાસે કહ્યું, 'હું વેપારી છું. વાદી જદુનાથ મહારાજને ઓળખું છું. કચ્છ-માંડવીમાં ચારિત્ર્યની બાબતમાં તેમની આબરૂ ઘણી ખરાબ છે.' મિસ્ટર બેલીની ઊલટતપાસના પ્રશ્નોમાં રવજી સુંદરદાસે કહ્યું, 'સૌ કોઈ જાણે છે કે બધા જ મહારાજો ખરાબ છે. કચ્છમાં મેં સાંભળ્યું હતું કે બીજા મહારાજો કરતાં પણ જદુનાથ મહારાજની આબરૂ વધારે ખરડાયેલી છે. મેં એવું પણ સાંભળ્યું છે કે જદુનાથ

મહારાજ પોતાના ઘરમાં જુગાર રમાડતા હતા.'

પછીના સાક્ષી કહાનદાસ મંછારામે કહ્યું, 'હું સુરતનો વતની છું અને અત્યારે ગૅરિસન ઇજનેરી ખાતામાં આસિસ્ટન્ટ ઇજનેર છું. હું વાદીને ઓળખું છું, ચારિત્ર્ય અને નીતિની બાબતમાં સુરતમાં વાદીની આબરૂ ઘણી જ ખરાબ હતી.'

બેલીની ઊલટતપાસમાં સાક્ષીએ કહ્યું, 'જેઓ સાવ અંધશ્રદ્ધાળુ હોય એવા વૈષ્ણવો સિવાય બીજા કોઈ વૈષ્ણવોનો મહારાજ માટે સારો મત હોય એવું હું માનતો નથી. જદુનાથ મહારાજ એમના રંગીન મિજાજ માટે જાણીતા છે. એમને ઇશ્કનો છંદ છે એવું કહેવાતું.'

આન્સ્ટીની ફેરતપાસમાં સાક્ષીએ કહ્યું, 'સુરતમાં વાદીના મંદિરમાં જનારા લોકો તરફથી મેં સાંભળ્યું હતું કે મંદિરમાં આવતી સ્ત્રીઓની હાજરીમાં વાદી હસીને રમૂજો કરતો અને આનંદપ્રમોદમાં રહેતો.'

એ પછીના સાક્ષી જનાર્દન રામચંદ્રે કહ્યું, 'હું પોસ્ટ માસ્તર જનરલના ઑફિસ ખાતામાં નોકરી કરું છું. અને મેં 'કવિ ચરિત્ર' નામનું મરાઠી પુસ્તક લખ્યું છે જેમાં વલ્લભાચાર્ય પંથ વિશે લખવા માટે મેં કવિ નર્મદાશંકર લાલશંકરે લખેલી હસ્તપ્રતની મદદ લીધી છે.'

હવે પછીના સાક્ષી નર્મદાશંકર લાલશંકર દવે હતા. કવિ નર્મદે સાક્ષીનો કઠેડો પકડીને અદાલત ખંડમાં બેઠેલા કરસનદાસ તરફ જોયું, બાકીના પ્રેક્ષકો તરફ ઊડતી નજર કરી. ન્યાયાસન પર બેઠેલા બેઉ નામદાર સાહેબો તરફ જોયું અને ઊંડો શ્વાસ લઈને મિસ્ટર આન્સ્ટીના પ્રશ્નનો ઉત્તર આપતાં કહ્યું,

'હું નાગર બ્રાહ્મણ છું. હિન્દુ વિધવાઓના પુનર્લગ્નની સમસ્યા ઉકેલવા માટે મેં કેટલુંક કામ કર્યું છે. પુનર્વિવાહ વિશેની જાહેરસભામાં વાદી જદુનાથ મહારાજ સાથે ચર્ચા કરવામાં હું હતો. વાદીએ પુનર્વિવાહની વિરુદ્ધ પોતાનો વિચાર જણાવ્યો હતો. વલ્લભાચાર્યના પંથ વિશે મેં લખેલી હસ્તપ્રત મેં જનાર્દન રામચંદ્રને આપી હતી. વલ્લભાચાર્યના પંથનાં કેટલાંક પુસ્તકો મેં સારી પેઠે વાંચ્યાં છે અને તન, મન, ધન અર્પણ કરવા વિશેના અર્થ અંગે મને કોઈ શંકા નથી. એ અર્પણ કરવામાં બાયડી, છોકરી, છોકરા, ધન-માલ, શરીર, આત્મા વગેરે બધું આવ્યું. જદુનાથ મહારાજની આબરૂ દરેક ઠેકાણે – સુરત, કચ્છ-માંડવી, મુંબાઈ વગેરે ઠેકાણે હલકી બોલાય છે. કાલાભાઈ લલ્લુભાઈ નામના સાક્ષીને હું ઓળખું છું. તેણે સુરતમાં વાદીની અનીતિ વિશે મારી પાસે વાત કરી હતી.'

મિસ્ટર આન્સ્ટીએ નર્મદની તપાસ પૂરી કરી. મિસ્ટર બેલીની ઊલટતપાસના પ્રશ્નોના જવાબમાં નર્મદે કહ્યું,

'સાત વરસ થયાં હું કવિતા બનાવું છું. વલ્લભાચાર્યના પુષ્ટિમાર્ગમાં ચાલતી અનીતિ વિશે હું મારે ઘેર ભાષણ કરું છું તે એવી મતલબથી કે મહારાજોને માનનારા સેવકોની સુધ ઠેકાણે આવે અને નઠારા મહારાજોને તેઓ છોડી દે. મહારાજોમાં એકાદો મહારાજ કદાચ સારો હશે પણ તેમાં હું જીવણજીને ગણતો નથી. શાસ્ત્રીઓએ અને ખુદ વૈષ્ણવોએ

આપેલાં પુસ્તકો તેમ જ બીજી સામગ્રીનો અભ્યાસ કરીને તેના પરથી મેં વલ્લભાચાર્યના પુષ્ટિમાર્ગની વિરુદ્ધની હસ્તપ્રત લખી છે. મેં જે ઘણાં પુસ્તકો વગેરેનો અભ્યાસ કર્યો છે તેના પરથી મારી પાકી ખાતરી છે કે તન, મન અને ધનનું અર્પણ મહારાજોને કરવાનું હોય છે. અનેક શાસ્ત્રીઓએ પુષ્ટિમાર્ગના આવા સિદ્ધાંતોનું મેં કરેલું અર્થઘટન માન્ય રાખ્યું છે. 'સત્યપ્રકાશ'માં તથાકથિત બદનક્ષીભર્યો લેખ છપાયો તે પહેલાં મેં પ્રતિવાદી કરસનદાસ મૂળજીને વાદી જદુનાથ મહારાજની આબરૂ સુરતમાં ખરાબ છે એવું કહ્યું હતું.'

મિસ્ટર આન્સ્ટીની ફેરતપાસના પ્રશ્નોના જવાબ આપતી વખતે કવિ નર્મદે કહ્યું, 'હું અત્યારે મુંબાઈમાં રહું છું એનું કારણ એ કે હાલ હું 'નર્મકોશ' નામની ડિક્શનરી તૈયાર કરી રહ્યો છું અને આ કામમાં રોકાયેલા હોવાથી છેલ્લા એક વરસથી મારે ગામ સુરત જઈ શક્યો નથી.' પછીના સવાલોના જવાબ આપતી વખતે નર્મદે એક એક શબ્દ છૂટો પાડીને ભારપૂર્વક ઘૂંટીને કહ્યું, 'જે શાસ્ત્રીઓએ મારો અર્થ કબૂલ કર્યો છે તે શાસ્ત્રીઓ મહારાજોના ઓશિયાળા છે અને તેઓને નુકસાન ન પુગે તેટલા માટે તેઓનાં નામ લેવાને હું આંચકો ખાઉં છું. વલ્લભાચાર્યના પુષ્ટિમાર્ગના સિદ્ધાંતોમાં કોઈ પણ પ્રકારની નીતિ છે જ નહીં. આ મહારાજો ધર્મગુરુ જ નથી તો પછી પ્રાચીન હિન્દુ ધર્મના ધર્મગુરુઓ તો શાના કહેવાય?'

જુબાની પૂરી કરીને નર્મદે ફરી કરસનદાસ ભણી જોયું. બેઉ મિત્રોએ એકબીજા સામે સંમતિ સૂચક સ્મિત કર્યું. નવા સાક્ષી રામદાસ ભાણજીને કઠેડામાં આવવાનું કહેવામાં આવ્યું.

રામદાસ ભાણજીએ જણાવ્યું, 'હું ભાટિયા છું. પુષ્ટિમાર્ગ પાળું છું. 'સત્યપ્રકાશ'માં જદુનાથ મહારાજની તથાકથિત બદનક્ષીવાળો લેખ છપાયો તે પહેલાં ગુજરાતી વર્તમાનપત્રોમાં મેં મહારાજો વિરુદ્ધ લખ્યું છે. આ વિષય પર મેં અંગ્રેજીમાં 'મુંબાઈ ટાઇમ્સ'માં ચર્ચાપત્રો પણ લખ્યાં છે. આ લખાણોમાં મેં મહારાજોના વ્યભિચારને અને ઈશ્વરના અવતાર હોવાના દાવાને ખુલ્લાં પાડવાની કોશિશ કરી છે.'

ઊલટતપાસમાં રામદાર ભાણજીએ કહ્યું, 'પુષ્ટિમાર્ગમાં કેટલીક અનીતિ રહેલી છે અને એ અનીતિને હું ધિક્કારું છું તો પણ હજી હું પુષ્ટિમાર્ગમાં રહેલો છું. મહારાજો વિશે મેં જે કંઈ લખ્યું તે લખવામાં પ્રતિવાદી કરસનદાસ મૂળજીએ મને કોઈ મદદ કીધી નથી. મેં કોઈ પણ મહારાજને ગાળ દીધી નથી, મેં માત્ર એમની અનીતિઓ ઉઘાડી પાડી છે. હું 'ખોજા દોસ્ત' નામના સામયિકનો અધિપતિ છું. ખોજાઓમાં જે સુધારાવાળાઓ છે તેમનું આ મુખપત્ર છે.'

આ પછી ત્રિભોવનદાસ દ્વારકાદાસે મિસ્ટર બેલી દ્વારા કરવામાં આવેલી ઊલટતપાસ દરમિયાન કહ્યું, 'હું ગોકળદાસ તેજપાળ એન્ગ્લો વર્નાક્યુલર સ્કૂલનો અર્થાત્ જી. ટી. હાઈસ્કૂલનો ફર્સ્ટ આસિસ્ટન્ટ ટીચર છું. આ મુકદ્દમાના પારસી પ્રતિવાદી નાનાભાઈ રાણીનાએ આજે જ સવારે મારા ઘરે આવીને મને કહ્યું કે મારે સુપ્રીમ કોર્ટમાં સાહેદી

આપવા આવવાનું છે. અડધા કલાક પહેલાં જ મને સમન્સ મળ્યા. મેં ગુજરાતી વર્તમાનપત્રોમાં મહારાજોનાં ચારિત્ર્ય અને આચરણ વિશે લેખો લખ્યા છે. હું વલ્લભાચાર્યના પુષ્ટિમાર્ગનો હોવા છતાં છેલ્લાં પાંચ વરસમાં ક્યારેય મહારાજોના મંદિરમાં દર્શન કરવા ગયો નથી.'

હવે છેલ્લા બે સાક્ષી બાકી રહ્યા હતા. મહારાજ જદુનાથ તરફી ગણાતા નાનાભાઈ પેસ્તનજીએ એક જમાનામાં કરસનદાસ અને એમના મિત્રોનું પોતાના ચોપાનિયા દ્વારા નુકસાન કરવાની કોશિશ કરી હતી છતાં આ કેસમાં સાક્ષી આપીને એમણે કબૂલ કર્યું, 'હું 'ચાબુક'નો અધિપતિ છું. 'ચાબુક' મધ્યે ચર્ચાપત્ર છપાવવાને વાસ્તે મહારાજની તરફથી મારા ધારવા પ્રમાણે પ્રભુદાસ આવ્યા હતા.'

છેલ્લા સાક્ષી કરસનદાસના પરમ મિત્ર નાનાભાઈ રૂસ્તમજી રાણીના હતા. એમણે કહ્યું : 'આ મુકદ્દમાનો બીજો પ્રતિવાદી હું છું. હું 'યુનિયન પ્રેસ'નો મૅનેજર તથા એક માલિક છું. 'સત્યપ્રકાશ' હું મારા પ્રેસમાં છાપતો હતો અને મારા સાથી પ્રતિવાદી કરસનદાસ મૂળજી એ ચોપાનિયાના અધિપતિ હતા. એ પત્ર તેના માલિકોને પૈસાનો ફાયદો કરાવી આપવા વાસ્તે નહીં પણ દેશીઓમાં સુધારો લાવવાને વાસ્તે કાઢવામાં આવ્યું હતું. 'સત્યપ્રકાશ' વેચીને જે પેદાશ થતી હતી તેના કરતાં એનો ખર્ચ ઘણો વધારે થતો હતો. જદુનાથ મહારાજના 'સ્વધર્મવર્ધક અને સંશયછેદક' નામના ચોપાનિયાના કેટલાક અંક પણ મેં છાપ્યાં છે. મહારાજના મૅનેજર કે સેક્રેટરી પ્રભુદાસ જે આ કેસ મહારાજ વતી ચલાવી રહ્યા છે તે એ ચોપાનિયામાં છાપવા માટેના લેખોની હસ્તપ્રતો મારી પાસે લાવતા હતા. મહારાજ માટેના આ છાપકામનું બિલ ડાક્ટર ધીરજરામ દલપતરામે મહારાજની વતી અમને ચૂકવી આપ્યું હતું.'

પ્રતિવાદીઓ તરફનો મુકદ્દમો અહીં ખલાસ થયો.

પ્રકરણ : ૩૨

કરસનદાસ તરફના તમામ સાક્ષીઓની જુબાની લેવાઈ ગયા પછી મહારાજના વકીલ મિસ્ટર બેલીએ કોર્ટને વિનંતી કરી :

'યૉર લૉર્ડશિપ્સ, અગાઉ મેં આપને અરજી આપી છે કે પ્રતિવાદીઓએ રજૂ કરેલા પુરાવાઓને ખોટા પુરવાર કરવા માટે અમારે વધુ કેટલાક સાક્ષી બોલાવવા છે.'

'તમારી અરજી મંજૂર રાખવામાં આવી છે.' ચીફ જસ્ટિસે કહ્યું.

'મારી કોર્ટને એટલી જ અરજ છે કે થોડીક જ મિનિટો માટે કોર્ટમાં રિસેસ રાખવામાં આવે જેથી હું વાદીને પુછાવડાવી લઉં કે સાક્ષીઓની જે યાદી બનાવી છે એમાં કોઈ ફેરફાર કરવાની જરૂર છે કે નહીં જેથી નામ બોલાય ત્યારે સાક્ષી હાજર હોય અને અદાલતના સમયનો બગાડ ન થાય.'

આન્સ્ટીએ વાંધો ઉઠાવતાં કહ્યું, 'આ રીતે રિસેસ પાડીને સમય વેડફવા માટે કોઈ વાજબી કારણ નથી અને નામદાર અદાલત જો આવી મંજૂરી આપશે તો અહીંના સ્થાનિક લોકોમાં કોર્ટ માટે ખોટી છાપ ઊભી થાય એવી સંભાવના છે.'

ચીફ જસ્ટિસે સર મૅથ્યુ સૉઝે આન્સ્ટીનો વાંધો ફગાવી દેતાં કહ્યું, 'સમયની બચત કરવા માટે નાની રિસેસ આપવાની અરજી મંજૂર કરવામાં આવે છે. આને કારણે કોર્ટ વિશે જો કોઈ ખોટી છાપ ઊભી થવાની હોય તો તેની પરવા કોઈએ કરવાની જરૂર નથી.'

કોર્ટમાં રિસેસ પડી. વિરામ બાદ મિસ્ટર બેલીએ કહ્યું, 'વાદી તરફી વધારાના સાક્ષીઓને રજૂ કરવા હું તૈયાર છું.'

જદુનાથ મહારાજ તરફના નવા સાક્ષીઓમાં લાલુમલ મોટુમલનું નામ પોકારવામાં આવ્યું. લાલુમલને જોતાં જ મિસ્ટર આન્સ્ટીએ કહ્યું, 'યૉર લૉર્ડશિપ્સ, આ સાક્ષી આ મુકદ્દમો ચાલતો હતો તે દરમિયાન કોર્ટમાં હાજર રહેતો હતો. અદાલતના નિયમ મુજબ સાક્ષીને જુબાની આપવા માટે કોર્ટ સમન્સ મોકલે છે ત્યારે એમાં સ્પષ્ટ લખેલું હોય છે કે સાક્ષીએ જુબાની આપતાં પહેલાં કોર્ટની કોઈ કાર્યવાહીમાં હાજર રહેવું નહીં. એટલું જ નહીં રોજની કાર્યવાહી શરૂ થતાં પહેલાં કોર્ટમાં સૂચના આપવામાં આવે છે કે અહીં જો કોઈ એવી વ્યક્તિ હાજર હોય જેને સાક્ષી આપવાના સમન્સ મળ્યા હોય તો તે કાર્યવાહી શરૂ થતાં પહેલાં જ અદાલત ખંડની બહાર જતી રહે.'

ચીફ જસ્ટિસે લાલુમલ મોટુમલને પૂછ્યું, 'તમે અગાઉની કાર્યવાહી દરમ્યાન એક પણ દિવસ માટે કોર્ટમાં હાજર હતા?'

'ના, હજૂર.' લાલુમલે કહ્યું.

આન્સ્ટીએ વારાફરતી ત્રણ માણસો બોલાવીને એમની પાસે સોગંદ લેવડાવીને સાબિત કરી બતાવ્યું કે 'આ માણસને અમે આ કેસની કાર્યવાહી દરમ્યાન કોર્ટમાં જોયો છે.' આ ત્રણમાંના એકે તો એ પણ કહ્યું કે 'આ માણસ કોર્ટમાં ચાલતી કાર્યવાહીની નોંધ ટપકાવીને જદુનાથ મહારાજના સેક્રેટરી પ્રભુદાસને સરકાવી દેતો હતો તે પણ મેં જોયું છે.'

ચીફ જસ્ટિસે લાલુમલને સોગંદ લેવાનું જણાવ્યું. લાલુમલે સોગંદ લીધા. ચીફ જસ્ટિસે પૂછ્યું,

'આ કેસની કાર્યવાહીમાં તમે હાજર હતા?'

'ના.'

'ફરી એક વાર પૂછું છું. ત્રણ સાક્ષીઓએ સોગંદ ખાઈને કહ્યું છે કે એમણે તમને જોયા છે. તમે હાજર હતા?'

'ના.'

'છેલ્લી તક છે, સાચું બોલવું હોય તો બોલી નાખજો, અન્યથા કોર્ટના હુકમનો અનાદર કરવા બદલ, ખોટું બોલીને સોગંદ તોડવા બદલ અને કોર્ટનું અપમાન કરવા બદલ આકરો દંડ અને જેલની સજા થઈ શકે છે. તમે હાજર હતા?'

'ના.'

ચીફ જસ્ટિસે લાલુમલને સજા કરવા જાય તે પહેલા મિસ્ટર બેલીએ વચ્ચે પડીને કહ્યું,

'કોર્ટના હુકમનો અનાદર કરવા બદલ સાક્ષીને દંડ કરવો હોય તો કરશો પણ સાક્ષીને જુબાની આપતાં અટકાવવાની કોર્ટને કોઈ સત્તા નથી.' બેલીએ પોતાની દલીલના ટેકામાં કેટલાક જૂના દાખલાઓ ટાંક્યા.

મિસ્ટર આન્સ્ટીએ કહ્યું, 'આવા સાક્ષીની જુબાની લેવાની કોઈ પ્રથા ઈંગ્લૅન્ડમાં નથી અને એ પરંપરા અહીં પણ ચાલુ જ છે. નામદાર જજ સાહેબો આ પરંપરાથી ફંટાઈને જો કોઈ નિર્ણય લે તો તે અયોગ્ય હશે. વાદી આ સાક્ષીને અગાઉ રજૂ કરી શક્યા હોત. આ સાક્ષીએ પોતે હાજર નહોતો એવું જુઠ્ઠાણું ચલાવ્યા પછી પણ જુબાની આપશે તો તે વાજબી નહીં લેખાય.'

ચીફ જસ્ટિસે આન્સ્ટીના વાંધાને નામંજૂર કરતાં કહ્યું, 'સાક્ષીને જુબાની આપતાં રોકવાની કોઈ સત્તા કોર્ટ પાસે નથી. ઈંગ્લૅન્ડની કોર્ટના આ સંદર્ભના દાખલા અહીં લાગુ પડતા નથી. લાલુમલ મોટુમલને સાક્ષીના કઠેડામાં આવીને જુબાની આપવાની છૂટ છે. અત્યારે સાડા પાંચ થવા આવ્યા છે. લાલુમલ મોટુમલની જુબાની કાલ પર મુલતવી રાખવામાં આવે છે અને આવતી કાલે એ જુબાની આપવા આવે ત્યાં સુધી એને કોર્ટના

તિરસ્કાર બદલ અને કોર્ટના નિયમોનો ભંગ કરવા બદલ એક રાત હવાલાતમાં રાખવાનો શેરિફને હુકમ કરવામાં આવે છે. ધ કોર્ટ ઇઝ ઍડજર્ન્ડ.'

* * *

કાર્યવાહીના ૧૭મા દિવસે, ૨૨ ફેબ્રુઆરી, ૧૮૬૨ના શનિવારે ઊઘડતી કોર્ટે મિસ્ટર આન્સ્ટીએ કહ્યું,

'લાલુમલ મોટુમલની જુબાનીને રેકર્ડ પર ન લેવા માટે મેં રજૂ કરેલા વાંધાની નોંધ લેવામાં આવે. કોર્ટના તિરસ્કાર બદલ અને કોર્ટના નિયમોના ભંગ બદલ જે સાક્ષી કસૂરવાર પુરવાર થયો હોય એની જુબાની નથી લેવાતી એ વિશેના કેટલાક જૂના દાખલાઓ હું રજૂ કરું છું.'

આન્સ્ટીએ લંબાણપૂર્વક દલીલો કરી પણ છેવટે ચીફ જસ્ટિસે કહ્યું, લાલુમલ મોટુમલને સાક્ષી આપવા માટે કઠેડામાં ઊભો રાખવામાં આવે અને એની જુબાની નોંધવામાં આવે.

આખી રાતના ઉજાગરા પછી લઘરા જેવા દેખાતા સિંધીએ મિસ્ટર બેલીના સાથી વકીલ મિસ્ટર સ્કોબલે પૂછેલા સવાલોના જવાબમાં બયાન આપ્યું :

'મારું નામ લાલુમલ મોટુમલ. હું જ્ઞાતિએ મુલતાની છું. વલ્લભાચાર્યનો પંથ પાળું છું. સંવત ૧૯૦૭માં વાદી જદુનાથજી મહારાજ બેટ-દ્વારકા મધ્યે આવ્યા તે મને યાદ છે. હું રોજ એમનાં દર્શને જતો હતો. તે વેળાએ એમની ઉંમર ૨૩ કે ૨૪ વરસની હશે. ત્યારે એમની વહુજી મરણ પામેલી.

'લખમીદાસ ખીમજીને હું હમણાંથી ઓળખું છું. બેટમાં મેં કદી એમને જદુનાથજી પાસે આવતાં જોયા નથી. બેટમાં જદુનાથજીની આબરૂ ઘણી જ સારી હતી. એમની અનીતિ કે અપવિત્રાઈ વિશે કંઈ બોલવામાં આવતું નહોતું.

'જદુનાથજી વસંતપંચમીએ બેટના લક્ષ્મીજીના મંદિરમાં આવ્યા હતા. એ દહાડાઓમાં મૂર્તિની ઉપર ગુલાલ નાખવામાં આવે છે. લક્ષ્મીજીના મંદિરમાં વૈષ્ણવો પર ગુલાલ નાખવામાં આવતો નથી. બેટમાં હું ગુલાલનો ધંધો કરતો હતો. લક્ષ્મીજીના મંદિરમાં મહારાજ જ્યારે મૂર્તિ પર ગુલાલ નાખે ત્યારે તેમની આસપાસ બીજા ચાર પૂજારીઓ ઊભા રહે છે અને મંદિરમાં પુરુષ તથા સ્ત્રીઓ દૂર જુદાં-જુદાં ઊભાં રહે છે... બેટમાં મેં ક્યારેય રસ મંડળી વિશે સાંભળ્યું નથી. અહીં આવીને જ કોઈ વર્તમાનપત્રમાં એ વિશે વાંચ્યું.'

મિસ્ટર આન્સ્ટીએ ઊલટતપાસ કરતાં પૂછ્યું :

'તમે આ કોર્ટમાં બીજા સાક્ષીઓની જુબાની સાંભળવા બેઠા હતા?'

'હું ફરીથી સોગન ખાઈને કહું છું કે નહોતો બેઠો.'

'તમને જોનારા ત્રણ જણાએ સોગંદ ખાઈને કહ્યું છે તો શું તે ત્રણેએ જુઠ્ઠા સોગંદ ખાધા?'

'મને કેવી રીતે ખબર પડે?'

'સ્પષ્ટ જવાબ આપો. કોર્ટમાં ત્રણ જણાએ સોગંદ ખાઈને કહ્યું છે કે તમે અહીં હાજર હતા. એ લોકોએ ખરા સોગંદ ખાધા કે ખોટા?'

'ખરા સોગંદ ખાધા.'

'મારે વિશેષ કંઈ પૂછવું નથી.' આન્સ્ટીએ કહ્યું.

આ પછી મિસ્ટર સ્કોબલની ફેરતપાસમાં સાક્ષીએ કહ્યું, 'હું આ કાર્યવાહી દરમિયાન ક્યારેય કોર્ટમાં હાજર રહ્યો નહોતો.'

લાલુમલ મોટુમલ કોર્ટના કઠેડામાંથી નીકળીને બહાર આવી રહ્યો હતો ત્યારે જસ્ટિસ જોસેફ આર્નોલ્ડે કહ્યું,

'આ માણસના બોલવા પર કંઈ પણ ભરોસો કરી શકાય નહીં. જ્યાં સુધી મને લાગેવળગે છે ત્યાં સુધી એ જે કંઈ બોલ્યો તેના પર હું કંઈ પણ વજન આપી શકતો નથી.'

જદુનાથ મહારાજ વતી સાક્ષી આપવા આવેલા દેવીદાસ હંસરાજે કહ્યું, 'હું ભાટિયો છું અને દ્વારકાનો રહેવાસી છું. મારા ગુરુ નથુજી મહારાજ મરણ પામ્યા છે. મહારાજ જદુનાથને હું ઓળખું છું અને સંવત ૧૯૦૭માં દ્વારકામાં મારી દીકરીના લગ્ન ઉપર મેં એમને મારે ત્યાં જોયા હતા. નીતિ અને પવિત્રાઈ વિશે એમની આબરૂ ઘણી સારી હતી. મેં એમને એક જુદી ધર્મશાળામાં પાંચેક દિવસ સુધી ઉતારો આપ્યો હતો. લક્ષ્મીજીના મંદિરમાં મેં એમને ક્યારેય ગુલાલ ઉડાડતા જોયા નથી. રસ મંડળી વિશે બેટમાં મેં કંઈ સાંભળ્યું નથી. જો સાંભળ્યું હોત તો એ રસ મંડળીવાળાઓને હું શિક્ષા કર્યા વગર રહેત નહીં. હું દ્વારકાનો કુમાવીસદાર એટલે કે વડો સરકારી કારભારી હતો. બેટના તેર મંદિરમાંથી સાત મંદિર ત્યાંની ગાયકવાડ સરકારને હસ્તક છે, જેમાંનું એક લક્ષ્મીજીનું મંદિર છે.'

આન્સ્ટીએ દેવીદાસની ઊલટતપાસ લેતાં પૂછ્યું,

'ગાયકવાડ સરકારે તમારા પર કોર્ટમાં કામ ચલાવીને ત્રણ વરસ સુધી તમને નજરકેદમાં રાખ્યા હતા એ વાત સાચી છે?'

'હા, સાચી છે.'

'શું ગુનો કર્યો હતો?'

'એમાં એવું હતું કે બીજા રાજની હદમાં જઈને ચોરોને પકડી પાડ્યા હતા એટલે કંપની સરકારના ત્યાંના રેસિડન્ટ મેજર શૉર્ટે મારા ખિલાફ રિપોર્ટ કર્યો હતો.'

'તમને પાંચ હજાર રૂપિયાનો દંડ કરવામાં આવ્યો હતો?'

'ના. મને માત્ર ત્રણ વરસ નજરકેદમાં રાખવામાં આવ્યો હતો.'

'નજરકેદ દરમિયાન તમે મંદિરમાં જતા હતા?'

'ના. નજરકેદને કારણે હું મંદિરમાં જઈ શકતો નહોતો.'

ફેરતપાસમાં મિસ્ટર સ્કોબલના પૂછવાથી સાક્ષીએ કહ્યું, 'મેજર શૉર્ટે મારા પર મુકદ્દમો ચલાવ્યો નહોતો.'

આ તબક્કે ચીફ જસ્ટિસે પૂછ્યું,

'તમને તપાસ માટે મેજર શૉર્ટની સમક્ષ ક્યારેય બોલાવવામાં નથી આવ્યા?'

'ના. મારા વતી મારો માણસ એમની પાસે હાજર થતો હતો.'

પછીના સાક્ષી મીઠારામ પુરુષોત્તમે કહ્યું, 'જદુનાથ મહારાજને હું ઓળખું છું. સંવત ૧૯૦૭ની સાલમાં મેં એમને બેટ-દ્વારકામાં પહેલી વાર દીઠા. હું કુમાવીસદારના ગુમાસ્તાનો કારકુન હતો અને બેટ મધ્યે જે મહારાજો આવતા એમની પાસે મારા સાહેબ મને મોકલતા. જદુનાથજી જ્યારે મંદિરમાં જતા ત્યારે હું એમની સાથે ચાર સિપાઈ લઈને જતો અને એમની પાસે જ રહેતો. જદુનાથજી દ્વારકાનાથજીના મંદિરમાં ઊતર્યા હતા. નીતિ વિશેની એમની આબરૂ ઘણી જ સારી હતી. મહારાજે મને ક્યારેય એમને એકલા છોડીને જવાનું કહ્યું નથી. ગાયકવાડ સરકારના સિપાઈઓ પણ જદુનાથજીની સાથે ને સાથે રહેતા. તેઓ સૂવાના ઓરડામાં કે બીજા કોઈ પણ ઓરડામાં જતા ત્યારે સિપાઈઓ સાથે જ રહેતા. એક પળ બી એમને એકલા છોડીને જતા નહીં. મહારાજના ખવાસ પણ એમને એક પળ માટે રેઢા મૂકતા નહીં.'

રાઘવજી નાથા નામના પુષ્ટિમાર્ગી ભાટિયાની ઊલટતપાસ થઈ ત્યારે મિસ્ટર આન્સ્ટીના પ્રશ્નોના જવાબમાં એણે કહ્યું,

'આ અદાલતમાં મહારાજની વિરુદ્ધ સાક્ષી આપવી કે તેમની ગુપ્ત વાત જાહેર કરવી એ પાપ છે એવું હું માનું છું. મથુરદાસ લવજીએ મહારાજની વિરુદ્ધ સાક્ષી આપવામાં પાપ કીધું છે. આખી દુનિયા કહે છે કે એમણે પાપ કીધું છે. મુસલમાનો પણ કહે છે.'

રાઘવજી નાથાને પૂછવામાં આવ્યું કે મુંબાઈમાં ભાટિયાઓ મહારાજ વિરુદ્ધ સાક્ષી નહીં આપવાનો બંદોબસ્ત કરીને ગુલામીખત પર સહી કરાવવા એકઠા થયા હતા કે નહીં તેનો તમને ખ્યાલ છે? ત્યારે રાઘવજી નાથાએ હા-ના-હા કરીને આડોતેડો જવાબ આપવાની કોશિશ કરી. કોર્ટે એને વીસ રૂપિયાનો દંડ કર્યો અને સાચો જવાબ આપવાની તાકીદ કરી. 'મેં સાંભળ્યું છે કે મુંબાઈમાં ભાટિયાઓનું મહાજન સાક્ષી વિશેનો બંદોબસ્ત કરવા મળ્યું હતું,' રાઘવજીએ કહ્યું, 'મહારાજ વિરુદ્ધ કંઈ વાત હોય તો હું કોર્ટમાં કરું, પણ મહારાજ કદી ખરાબ કામ કરે જ નહીં. એ અમારા ગુરુ છે અને બધી જ બાયડીઓ એમના માટે દીકરી સમાન છે.'

આ પછી પ્રેમજી પૂંજાએ કહ્યું, 'હું પોકરણો (પુષ્કર્ણા) બ્રાહ્મણ છું. બેટમાં રાધાજીના મંદિરમાં મેં પંદર વીસ વરસ ચાકરી કીધી છે. જદુનાથ મહારાજ રાધાજીના મંદિરમાં રોજ બે વખત આવતા અને તેમની સાથે હંમેશાં ખવાસ રહેતા હતા. મેં વાદીને વિશે કોઈ અનીતિની વાત જોઈ અથવા સાંભળી નથી. અમારા મંદિરમાં તથા લક્ષ્મીજીના મંદિરમાં ફક્ત મૂર્તિ પર ગુલાલ નાખવામાં આવે છે. દ્વારકાનાથજીના મંદિરમાં મૂર્તિ પર ગુલાલ છાંટ્યા પછી ફક્ત પૂજારીઓ જ ગુલાલ ઉડાડે છે અને તે પણ ફક્ત ગવૈયાઓ પર જ.'

નારાયણદાસ વ્રજભુખણદાસ નામના સાક્ષીએ કહ્યું, 'હું સુરતનો રહેવાસી છું.

આશરે બે મહિના થયા મુંબાઈ આવ્યો છું. જદુનાથ મહારાજ મારા ગુરુ થાય. હું દરરોજ એમનાં દર્શને જઉં છું. નીતિ વિશેની એમની આબરૂ ઘણી સારી છે. જદુનાથજી મહારાજે સુરતમાં પોતાને ખર્ચે સંસ્કૃત પાઠશાળા કાઢી છે, છોકરીઓની નિશાળ નથી કાઢી.'

મોરારભાઈ વ્રજભુખણદાસે કહ્યું, 'હું મુંબાઈ અને સુરતમાં સરાફનો ધંધો કરું છું. સન ૧૮૫૮માં નામદાર રાણીએ આ દેશનું રાજ પોતાના હાથમાં લીધું ત્યારે નાના કરજદારોનાં કરજ ચૂકવીને મેં એમને જેલમાંથી છોડાવ્યા હતા. જદુનાથજી મહારાજની નીતિ વિશેની આબરૂ ઘણી સારી છે. મુંબાઈમાં કે સુરતમાં એમની અનીતિ વિશે મેં ક્યારેય સાંભળ્યું નથી. હું સુરત ગયો ત્યારે એમણે નિશાળ કાઢી છે એવું મારા સાંભળવામાં આવ્યું નહોતું.'

બાળકૃષ્ણ ઉમેદરામે જુબાની આપતાં કહ્યું, 'હું અમદાવાદનો સરાફ છું. વૈષ્ણવ ધર્મ પાળું છું. સન ૧૮૪૮-૪૯માં જદુનાથ મહારાજ અમદાવાદ આવીને પાંચેક મહિના રહ્યા ત્યારે દર બીજે-ત્રીજે દિવસે એમનાં દર્શન કરવા જતો. નીતિ વિશે એમની આબરૂ ઘણી જ સારી હતી. એમની અનીતિ વિશે મેં ક્યારેય સાંભળ્યું નથી.'

આ સાક્ષીને આન્સ્ટીએ ઊલટતપાસમાં પૂછ્યું, 'અમદાવાદમાંથી એક મહારાજ એક જુવાન નાગર બ્રાહ્મણીને ભગાડીને વડોદરા લઈ ગયા હતા એવું કંઈ તમને યાદ છે?'

'મેં ક્યારેય એવું સાંભળ્યું નથી.' બાલકૃષ્ણ ઉમેદરામે કહ્યું.

પછીના સાક્ષી ભાઈચંદ કેવલે ઊલટતપાસ દરમ્યાન કહ્યું, 'અગાઉ મેં કોઈ પણ મહારાજની અનીતિ વિશે સાંભળ્યું નથી. મારા મહારાજ નાગર બ્રાહ્મણીને ભગાડી ગયા નથી. એ વિશે મેં કશું સાંભળ્યું પણ નથી. અમે મહારાજને ઈશ્વર ગણીએ છીએ. મહારાજને અને મૂર્તિને એક ગણીએ છીએ પણ ઠાકોરજીથી ઊતરતા ગણીએ છીએ.'

ત્યાર બાદ આવેલા સાક્ષી વેલજી મકનજીએ કહ્યું, 'હું સાચોરો બ્રાહ્મણ છું અને પંદર વરસથી જદુનાથજી મહારાજની ચાકરી કરું છું, એમનો ખવાસી છું. હું એમની સાથે દેશાવર ગયો છું અને સઘળો વખત એમની સાથે ને સાથે જ રહ્યો છું. બેટના મંદિરમાં તેઓ જતા ત્યારે હું પણ એમની સાથે જતો અને ચાર સરકારી સિપાઈ તથા કારભારી પણ અમારી સાથે રહેતા. બાયડીઓ બપોરે મહારાજનાં દર્શન કરવા આવતી. સાંજના છ વાગ્યા પછી મહારાજ દર્શન દેતા નહોતા. બેટમાં ફક્ત બે જ ઓરડા હતા. એક રસોઈનો અને બીજો સૂવાનો. બહારની પરસાળમાં લોકો દર્શન કરવા આવતા. મહારાજના ઓરડામાં મેં કદી કોઈ બાયડીને જોઈ નથી. મહારાજને મેં કદી લક્ષ્મીજીના મંદિરમાં ગુલાલ ઉડાડતાં જોયા નથી.'

મિસ્ટર આન્સ્ટીની ઊલટતપાસના સવાલોના જવાબમાં વેલજી મકનજીએ કહ્યું,

'મને મહિને ત્રણ રૂપિયાનો પગાર મળે છે. મહારાજોના બીજા સઘળા ચાકરોને પણ એટલો જ મળે છે. મારું કામ એ કે મહારાજની હજુરમાં રહેવું અને એમને વસ્ત્રો પહેરાવવા તથા ઊતરાવવાં. પાંચ મિનિટ પણ હું મહારાજને એકલા મૂકી શકું નહીં. તેઓ મને થોડી મિનિટ બહાર જવાનું ફરમાવે તો પણ જઉં નહીં. તેઓ પીશાબ કરવા અથવા

ખરચુ માટે વાડામાં જાય તો હું એમની પાછળ જઉં અને સંડાસના બારણા આગળ ઊભો રહું. મને પોતાને ખરચુની હાજત લાગી હોય અને બીજો કોઈ માણસ હાજર નહીં હોય તો હું ખરચુ દાબી રાખું પણ મહારાજને રેઢા મૂકીને ક્યાંય જઉં નહીં. રાત્રે સૂતી વખતે પણ મહારાજના સૂવાના ઓરડાના બારણા આગળ હું સૂઈ જઉં. આમ કરવાની મતલબ એવી નહીં કે અમે એમના પર શક લાવીએ છીએ, પણ એમની સાથે એક માણસ રહેવો જ જોઈએ એવો શિરસ્તો છે. હું તથા બીજા ખવાસો મહારાજને બાયડીઓ મેળવી આપતા નથી. અત્યારે પણ હું મહારાજની સાથે જ આવેલો છું. મહારાજ નીચે ઊભા છે અને એક ચોબો તેમની ચોકી કરે છે.'

મહારાજ તરફી તમામ સાક્ષીઓની જુબાની લેવાઈ ગયા પછી હવે માત્ર એક જ જુબાની લેવાની બાકી હતી – ખુદ જદુનાથ મહારાજની.

પ્રકરણ : 33

'જદુનાથજી બ્રિજરતનજી મહારાજ હાજર થા...ય!'

કોર્ટના દરવાજેથી બૂમ પડી અને અદાલતખંડમાં સૌની નજર દરવાજા ભણી તકાઈ. થોડી મિનિટો પછી એક ટોળા સાથે હાથમાં એક જાડો ચોપડો લઈને આવતા મહારાજ જદુનાથ દેખાયા. લાલ-સોનેરી કિનારીવાળા પિતાંબરમાં તેઓ બીજાઓથી સાવ જુદા તરી આવતા હતા. ન્યાયાસનેથી ચીફ જસ્ટિસ સર મૅથ્યુ સૉઝે જોયું કે પોતે કલ્પના કરી હતી એના કરતાં મહારાજ જદુનાથ વધારે બટકા, વધારે જાડા અને વધારે શ્યામરંગ દેખાતા હતા. ચીફ જસ્ટિસે નોંધ્યું કે પાંત્રીસેક વરસના દેખાતા મહારાજે દાઢી અને થોભિયાં વધારીને પોતાનું વ્યક્તિત્વ પ્રભાવશાળી બનાવ્યું હતું.

અદાલતખંડના પ્રેક્ષકોએ જોયું કે મહારાજની એક બાજુ સુલેહના અમલદાર અને એમના તરફી સાક્ષી આપી ચૂકેલા શેઠ વરજીવનદાસ ચાલતા હતા અને બીજી બાજુએ કેટલાક સેવક હતા. 'મહારાજનો...' કોર્ટમાં કોઈકે મોટા સાદે બૂમ પાડી. 'જય હો...' એકસાથે અનેક સ્વર ગૂંજી ઊઠ્યા. 'હાથી, ઘોડા, પાલખી' બીજો સ્વર ગૂંજ્યો. 'જય કનૈયાલાલ કી' સૌ કોઈ બોલ્યું.

'બોલો, શ્રીનાથજી બાવા કી...'

'જય!' સૌ કોઈ બોલ્યું.

'બોલો, ગોવર્ધનનાથ કી...'

'જય!'

'બોલો, વલ્લભકુલ બાલક કી...'

'જય!'

'મહારાજ જદુનાથજી કી...'

'જય!'

ચીફ જસ્ટિસ અને જસ્ટિસ કોર્ટમાં મચેલો આ ઉધમાત જોતા રહ્યા. અત્યારે આ ભાવુક બની ગયેલાઓના ઝનૂન પર અંકુશ મૂકવાની કોશિશ થશે તો મામલો વગર કારણે હાથ બહાર જતો રહેશે અને થોડી જ વારમાં આ ઉન્માદ શાંત થઈ જશે એમ વિચારીને બેઉ ન્યાયમૂર્તિઓ આ તમાશો જોતા રહ્યા.

મહારાજના સેવકોને જાણે વધારે બળ મળતું હોય એમ સૌ કોઈ ઊભા થઈને

મહારાજ જદુનાથની નજીક આવી બે હાથ અને ઘૂંટણિયે પડીને માથું જમીન પર અડકાડી સાષ્ટાંગ પ્રણામ કરી એમના આશીર્વાદ માટે પડાપડી કરવા લાગ્યા. આ ધક્કામુક્કીમાં મહારાજ સાક્ષીના કઠેડા તરફ જતા હતા ત્યાં કોઈ ગોરા વકીલનો કાળો જભ્ભો મહારાજને અડક્યો.

'અલ્યા, અભડાવ નહીં મને...' મહારાજે તુચ્છકારથી કહ્યું.

એ વકીલ મિસ્ટર આન્સ્ટી હતા. આન્સ્ટીએ કોર્ટના દુભાષિયાને પૂછ્યું, 'આ માણસે મને કંઈ કહ્યું?'

'હા, સાહેબ, પણ જવા દો.'

'શું કહ્યું? મેં બરાબર સાંભળ્યું નહીં.'

'જવા દો ને, સાહેબ. એમાં પડવા જેવું નથી.'

'પણ ખબર તો પડે કે એ શું બોલ્યા?'

'કહ્યું કે મને અભડાવ નહીં... વિચ મીન્સ યુ આર અનટચેબલ, તમે અછૂત છો.'

આન્સ્ટીએ એક ધારદાર નજર જદુનાથ તરફ કરી. પછી ટેબલ પરનાં પોતાનાં પુસ્તકો અને ફાઇલો ગોઠવતાં માત્ર દુભાષિયાને જ સંભળાય તે રીતે સહેજ સ્મિત સાથે કહ્યું : 'એ ગંદા જનાવરને કહી આવ કે હું એને ચીપિયાથીય ન અડું!'

મહારાજને સાક્ષીના કઠેડામાં પ્રવેશતાં જોઈ સૌ કોઈ પોતપોતાના સ્થાને જતા રહ્યા, કોર્ટમાં વગર સૂચનાએ શાંતિ પથરાઈ ગઈ. ચીફ જસ્ટિસે હાથમાં લીધેલી લાકડાની ગૅવલ ઠોક્યા વિના જ પાછી યથાસ્થાને ગોઠવી દીધી. કોર્ટનો બ્રાહ્મણ હાથમાં ગીતાનું પુસ્તક લઈને મહારાજ પાસે આવ્યો અને બોલ્યો,

'સોગંદ ખાઓ કે હું જે કંઈ બોલીશ તે સાચું જ બોલીશ અને સાચા સિવાય બીજું કંઈ નહીં બોલું.'

જદુનાથ મહારાજે કોર્ટના બ્રાહ્મણને કહ્યું, 'અમારે ગીતાનાં સોગંદ ખાવાની શું જરૂર છે? અમે હંમેશાં સાચું જ બોલીએ છીએ.'

બ્રાહ્મણે કહ્યું, 'મહારાજ, સરકારનો ધારો છે. સોગંદ ખાવા જોઈશે.'

મહારાજે કહ્યું, 'અમારે લોકોએ સાચું બોલવાના સોગંદ ન ખાવાના હોય. અમે જે બોલીએ તે બધું સાચું જ હોય.'

ચીફ જસ્ટિસે કોર્ટના દુભાષિયાને પૂછ્યું, 'સાક્ષીને શું તકલીફ છે?'

'સોગંદ લેવાની ના પાડે છે.'

'એમને કહો કે સોગંદ નહીં લો તો તમારી જુબાની લેવામાં નહીં આવે.'

દુભાષિયાના સમજાવ્યા પછી મહારાજે કહ્યું, 'પણ હું મારા જન્મમાં ક્યારેય જૂઠ્ઠું બોલ્યો નથી. આમ છતાં અદાલતની મરજી હશે તો હું સોગંદ લઉં છું.'

મહારાજની સોગંદવિધિ પૂરી થયા પછી એમણે પોતાના વકીલ મિસ્ટર બેલીને નજીક બોલાવીને કાનમાં કંઈક કહ્યું. મિસ્ટર બેલીએ હકારમાં માથું ધુણાવીને ન્યાયમૂર્તિઓને સંબોધીને કહ્યું, 'યૉર લૉર્ડશિપ્સ, મારા અસીલની ઇચ્છા છે કે એમના સામાજિક મોભાને

ધ્યાનમાં રાખીને એમને સાક્ષીના કઠેડામાં ઊભા રાખીને નહીં પણ બેસવાની સગવડ આપીને એમની જુબાની લેવામાં આવે.'

ચીફ જસ્ટિસ મૅથ્યુ સૉઝે જસ્ટિસ જોસેફ આર્નોલ્ડ સાથે એક મિનિટ ચર્ચા કરીને મિસ્ટર બેલીને કહ્યું,

'વાદીના મોભાને નહીં પણ એમની સગવડને ધ્યાનમાં રાખીને કોર્ટ એમના માટે ખુરશીની વ્યવસ્થા કરવાની મંજૂરી આપે છે.'

ન્યાયમૂર્તિનો હુકમ મળતાં જ મહારાજના ચાર સેવકો અદાલતખંડની બહાર દોડી ગયા અને મહારાજના ચોપદારોએ તૈયાર રાખેલા મલમલની લાલ ગાદી અને નંગ-મોતી જડિત પીઠ ધરાવતા વિશાળ કમાનદાર સિંહાસનના ચાર પાયા ખભા પર ઊંચકીને કોર્ટમાં દાખલ થવા ગયા.

આ જોઈને ચીફ જસ્ટિસનો પિત્તો ગયો, 'આ ન્યાયની અદાલત છે. વાદીનો દરબાર નથી. વાદી માટે કઠેડામાં બહાર ઊભેલા સિપાઈ પાસેનું સ્ટૂલ મૂકી આપો...'

મહારાજે આશ્ચર્યથી પોતાના વકીલ તરફ જોયું. વકીલે એમને આંખના ઇશારાથી જણાવી દીધું કે જે સગવડ મળી રહી છે તે લઈ લો. કોર્ટનો ચાકર નાનકડું સ્ટૂલ લઈને સાક્ષીના કઠેડા તરફ જતો હતો ત્યારે મહારાજના એક સેવકે ઊભા થઈને એને રોકીને પોતાના ખેસ વડે ઘસી ઘસીને સાફ કરી આપ્યું.

ચીફ જસ્ટિસ નિશ્વાસ નાખી આખો ખેલ જોતા રહ્યા. 'યુ મે પ્રોસીડ' એમણે બેલીને કહ્યું.

બેલીએ પોતાના અસીલ જદુનાથ મહારાજને કોર્ટના રેકર્ડ ખાતર પૂછ્યું, 'આપની ઓળખાણ આપશો?'

'હું આ મુકદ્દમાનો વાદી છું.'

'આપની ઉંમર?'

'આશરે પાંત્રીસ વરસ.'

'અગાઉ આપ ક્યારે કોર્ટમાં આવ્યા હતા?'

'મારા આખા જન્મારામાં હું કોઈ દહાડે ઇન્સાફની અદાલતમાં ગયો નથી અને હું ધારું છું કે બીજા કોઈ મહારાજ પણ ગયા નથી.'

'આપ કઈ કઈ ભાષા જાણો છો?'

'હું વ્રજ ભાષા, ગુજરાતી, પંજાબી, મારવાડી, હિન્દુસ્તાની અને થોડી ઘણી ઉર્દૂ તથા ઘણીખરી સંસ્કૃત જાણું છું.'

'આપે કયાં પુસ્તકો-ગ્રંથો વાંચ્યા છે?'

'વલ્લભાચાર્યના પંથનાં અગત્યનાં પુસ્તકો મેં જોયેલાં છે.'

'શિક્ષણ ક્ષેત્રે તમે શું શું કાર્યો કર્યાં છે?'

'મેં સુરત મધ્યે મારે ખર્ચે એક સંસ્કૃત અને ગુજરાતી નિશાળ ઉઘાડેલી છે. એમાં એક શાસ્ત્રી સંસ્કૃત શીખવાડે છે અને બીજા પાંચ-છ શિક્ષકો ગુજરાતી શીખવાડે છે.

મુંબાઈ આવ્યા પછી મેં સ્ત્રી કેળવણીનાં કામોમાં ઘણો ઊંડો રસ દેખાડ્યો છે અને ૧૯ મહિના પહેલાં હું મંગળદાસ નથુભાઈની કન્યાશાળા જોવા પણ ગયો હતો.' જદુનાથ મહારાજ ચોપડાનું પાનું ઉઘાડીને એમાંથી વાંચતા હતા.

'આપ સુરત છોડીને ઘણી જગ્યાએ પ્રવાસ કરતા હો છો, સાચું?' બેલીએ પૂછ્યું.

'બિલકુલ સાચું. જાત્રા કરવી એ સઘળા હિંદુઓની ફરજ છે.'

'આપે કઈ કઈ જાત્રાઓ કરેલી છે?'

'જાત્રા એક જાતની નથી હોતી. નાની-મોટી હોય છે.'

'બેટ-દ્વારકાની જાત્રાએ આપ ગયા છો?'

'હા. અત્યારે સંવત ૧૯૧૮ ચાલે છે. હું બરાબર ૧૧ વર્ષ પહેલાં સંવત ૧૯૦૭માં ત્યાં પહોંચ્યો હતો.'

'યુ મીન ઈન ધ યર એઇટીન ફિફ્ટી વન... બેટમાં લક્ષ્મીજીના મંદિરમાં તમે જતા હતા?'

'દિવસમાં બે વખત.'

'ત્યાં તમે ગુલાલ નાખતા હતા અને દર્શનાર્થીઓ સાથે અભદ્ર વ્યવહાર કરતા હતા એવો તમારી પર આક્ષેપ છે. તે અંગે તમારે શું કહેવાનું છે?'

'લક્ષ્મીજીના મંદિરમાં ફક્ત મૂર્તિ પર ગુલાલ નાખવામાં આવે છે. મેં એ મંદિરમાં કોઈ વૈષ્ણવોની ઉપર ગુલાલ ઉડાડ્યો નથી. દ્વારકાનાથજીના મંદિરમાં વૈષ્ણવોની ઉપર ગુલાલ ઊડે છે. રહી વાત અભદ્ર વ્યવહારની તો હું જ્યારે સર્વે સેવકીઓને મારાં બચ્ચાં પ્રમાણે ગણું છું ત્યારે હું કોઈ પણ બાળકીની છાતી ઉપર હાથ કેમ નાખું! મેં કોઈ પણ સ્ત્રીની છાતી પર હાથ નાખ્યો નથી.'

'લખમીદાસ ખીમજીને તમે ઓળખો છો?'

'હા.'

'ક્યારથી ઓળખો છો?'

'બે વરસ અગાઉ મારી પહેલવહેલી ઓળખાણ એની સાથે થઈ.'

'સંવત ૧૯૦૭ના વરસમાં એટલે કે ઈસ્વીસને ૧૮૫૧ની સાલમાં તમે એમને બેટ-દ્વારકામાં જોયેલા?'

'ના.'

'એમણે એવી જુબાની આપી છે કે એમણે તમને બેટમાં જારકર્મ કરતાં આય મીન સ્ત્રી સાથે સેક્સ ભોગવતાં જોયેલા.'

'તેણે મારે વિશે જે કંઈ વાત કહી હશે તે ખોટી છે. મારા વતી સાક્ષી આપવા આવેલો છેલ્લો સાક્ષી વેલજી મારો ખવાસ છે અને એ વખતની જાત્રામાં પણ તે મારો ખવાસ હતો. તે હંમેશ મારી સાથે ને સાથે જ રહે છે. અમારા મહારાજોમાં એવો ચાલ છે કે ઓછામાં ઓછા ત્રણ-ચાર ખવાસો સાથે રાખવા. હું વડોદરે, ગોકુળ, મથુરા, અમૃતસર, માંડવી, મુલતાન અને બીજી ઘણી જગ્યાએ ગયેલો છું અને બધે જ અમારા

ખવાસો અમારી સાથે ને સાથે હોય છે.' મહારાજે ચોપડામાં લખેલાં દરેક સ્થળનાં નામ બોલાઈ ગયાં છે કે નહીં તે તપાસી લીધું.

'ગોકળદાસ તેજપાળને તમે ઓળખો છો?'

'ગોકળદાસ તેજપાળ અને લખમીદાસ ખીમજી મુંબાઈમાં ભાઈખલે મારી પાસે આવ્યા હતા.'

'આપનાં લગ્ન ક્યારે થયાં?'

'હું શિકારપુર ગયો તેની આગમ જ એટલે કે સંવત ૧૯૦૫ કે ૬માં હું પરણ્યો બાર-તેર વર્ષ પહેલાં.'

'આપના પર સુરતમાં કોઈ સ્ત્રીના સાથે જબરજસ્તીથી જારકર્મ કરવાનું આળ આવ્યું એટલે આપ સુરત છોડીને પાંચ વરસ માટે જાત્રાએ જવા નીકળી ગયા એવો આક્ષેપ સાચો છે?'

'બિલકુલ નહીં. આવો આક્ષેપ મારા પર ક્યારેય કોઈએ મૂક્યો હોય એવું મેં સાંભળ્યું નથી.'

'બેટની જાત્રાએ ગયા ત્યારે આપ એકલા હતા કે આપનાં વહુજી આપની સાથે હતા?'

'મારી સ્ત્રી મારી સાથે નહોતી.'

'મુંબાઈમાં આવ્યા ત્યારે પહેલાં આપની ઓળખાણ કોની સાથે થઈ?'

'હું પહેલાં મુંબાઈ આવ્યો ત્યારે ગોકળદાસ તેજપાળ મને મળ્યો હતો. તેણે લખમીદાસ ખીમજી સાથે મારી ઓળખાણ કરાવી હતી. બે વરસ ઉપર જ્યારે હું મુંબાઈ આવ્યો ત્યારે પહેલાં હું ભાઈખલે ઊતર્યો હતો. લખમીદાસે બે વખત મારી પધરામણી કરી હતી. એક વખત તેનો ભાઈ આજારી હતો ત્યારે અને બીજી વખત તેને ઘેર ભાગવત કથા વંચાતી હતી ત્યારે.'

' 'ચાબુક' નામના ચોપાનિયામાં આપે કોઈ લેખ લખાવ્યો છે?'

'એવું થોડું ઘણું મને યાદ છે. પાકી રીતે યાદ નથી.'

'લખમીદાસ ખીમજીને શું આપે એમ કહ્યું હતું કે : છાપાવાળાઓને લીધે મહારાજો નાસી જાય છે અને હું લડવાને વાસ્તે આવ્યો છું?'

'બિલકુલ નહીં. આવું કંઈ મેં લખમીદાસને કે કોઈનેય કહ્યું જ નથી. મેં ફક્ત એને એટલું જ પૂછ્યું હતું કે હું મુંબાઈ નહીં હોઉં અને મેં કોર્ટમાં કેસ કર્યો હોય તો તે મારી ગેરહાજરીમાં ચાલે કે કેમ?'

'મુંબાઈમાં આપે વ્યભિચાર કર્યો હોવાના આક્ષેપ છે.'

'મુંબાઈમાં મેં કોઈ પણ સ્ત્રી સાથે બદફેલી કીધી નથી. વ્યભિચાર કરવાની અમારા શાસ્ત્રમાં મના કરેલી છે. મારા આખા જન્મારામાં કોઈ પણ સ્ત્રી સાથે મેં ક્યારેય વ્યભિચાર કર્યો નથી.' જદુનાથે ચોપડાનું પાનું ફેરવીને એમાંનું લખાણ વાંચતાં કહ્યું.

'કાળાભાઈ લલ્લુભાઈને આપ ઓળખો છો?'

'હા.'

'એમણે પણ તમારા પર વ્યભિચાર કરવાના અને એ વિશે તમારી સાથે વાતચીત થઈ હોવાના દાખલા પોતાની જુબાનીમાં આપ્યા છે.'

'કાળાભાઈ લલ્લુભાઈને મેં મુંબઈમાં અને સુરતમાં જોયો હતો. તેણે મારે વિશે અનીતિની જે વાત કહી તે સઘળી ખોટી છે. દર્શન કરવાને તો મારી પાસે હજારો બાયડી આવે છે. વ્યભિચાર વિશે કાળાભાઈ સાથે મારે વાતચીત થઈ જ નથી. તેણે મારી સાથે શાસ્ત્રો ઈશ્વરના બનાવેલા છે કે નહીં તે વિશે ચર્ચા કરી હતી. કાળાભાઈએ મને કહેલું કે 'સગળાં શાસ્ત્રો ખોટાં છે અને હું નર્મદાશંકરનો પાકો ચેલો થયો છું.' જ્યારે હું માનું છું કે શાસ્ત્રો ખરાં છે. મને લાગે છે કે અમારી વચ્ચેના આ મતભેદને કારણે એ મારે વિશે જુઠ્ઠું બોલ્યો છે.'

'નર્મદાશંકર લાલશંકર દવેને આપ જાણો છો?'

'એ સુરતનો નાગર બ્રાહ્મણ છે અને પોતાની જાતને કવિ કહેવડાવે છે. એના વિચારો મારી વિરુદ્ધ છે.'

'વરક્ત વિશે આપની લખમીદાસ ખીમજી કે બીજા કોઈની સાથે વાત થઈ છે? આપે એ લોકોને એવું કહ્યું છે કે વરક્તોએ મહારાજોને બગાડ્યા છે?'

'લખમીદાસ સાથે કે બીજા કોઈનીય સાથે મારે વરક્ત વિશે ક્યારેય વાતચીત થઈ નથી. વરક્તોએ અમને બગાડ્યા છે એવું પણ મેં કોઈને કહ્યું નથી.'

'મિસ્ટર જદુનાથજી મહારાજ, રસ મંડળી એટલે શું?'

'રસ મંડળી? એટલે શું? મને ખબર નથી. એ નામ તો હું ફક્ત હમણાં જ સાંભળી રહ્યો છું. મને રસ મંડળીનો અર્થ કેવી રીતે ખબર હોય?'

'રસ મંડળી નહીં તો રાસ મંડળી વિશે કંઈ ખબર છે?' બેલીએ પોતાના અસીલને જાણી જોઈને શબ્દ બદલાવીને પૂછ્યું.

'હા, રાસ મંડળી વિશે મને ખબર છે. એ તો મેં પણ ભજવાતાં જોઈ છે. એમાં જુદા જુદા વેશ પહેરીને પાત્રો ભજવાય, કૃષ્ણની લીલાનાં નાટક દેખાડાય અને ભગવાનની વાર્તા નાટ્યરૂપે કહેવામાં આવે. બધાં સાથે બેસીને નિહાળે. એમાં કંઈ અનીતિ નથી હોતી. ઊલટાનું કૃષ્ણનો વેશ ધારણ કરનારો ઊભો થાય ત્યારે અમે પણ ઊભા થઈને એને માન આપીએ છીએ, જ્યારે બીજા જોનારાઓ તો એ વખતે બેસી રહેતા હોય છે.'

'આપ ઈશ્વરના અવતાર છો? વૈષ્ણવો આપને ભગવાનનું સ્વરૂપ માને છે?'

'વૈષ્ણવો મને અને બીજા મહારાજોને ગુરુ માને છે. અમે તો ફક્ત સુખનો અને ઈશ્વરનો માર્ગ દેખનાડનારા છીએ.'

'આપે એવું સાંભળ્યું છે ક્યારેય કે વૈષ્ણવો આપને ઈશ્વર માને છે?'

'એવું તો મેં ક્યારેય નથી સાંભળ્યું.'

'આપને બાળકૃષ્ણની જેમ ઝૂલામાં ઝુલાવે છે?'

'હા. પણ ફક્ત ગુરુ તરીકે ઝુલાવે છે.'

'ઈશ્વર ગણીને ભેટ ધરાવે છે?'

'એ ભેટ અમે લઈને જુદી રાખીએ છીએ.'

'મંદિરની મૂર્તિને ઈશ્વરની મૂર્તિ માનવામાં આવે છે?'

'હા.'

'વલ્લભાચાર્યે પોતાના કોઈ પણ પુસ્તકમાં શું એવું લખ્યું છે કે મહારાજોને ઈશ્વર માનવા?'

'ના. ક્યાંય નથી લખ્યું.'

'ગોકુલનાથજીએ કરેલી બ્રહ્મસંબંધના શ્લોકની ટિપ્પણ આપે વાંચી છે?'

'હા. એમાં પુરુષોત્તમ એટલે કે સર્વ દેવના દેવ, તેને અર્પણ કરવાનું લખ્યું છે. લાયબલની બીનામાં પ્રતિવાદીએ મને તથા બીજા મહારાજોને અર્પણ કરવા વિશે લખ્યું છે. અસલનો અર્થ પ્રતિવાદીએ સાવ ઊલટાવી નાખ્યો છે. ગોકુલનાથજીની ટિપ્પણના પુસ્તકમાં કે હમારા પંથનાં બીજા કોઈ પણ પુસ્તકમાં એવું લખ્યું નથી કે સેવકોએ પોતાની વહુ-દીકરીઓ મહારાજોને અર્પણ કરવી.'

સાંજ પડવા આવી હતી. મહારાજની જુબાની હજુ લાંબી ચાલશે એવું મિસ્ટર બેલીએ કહ્યું. ચીફ જસ્ટિસે નક્કી કર્યું કે મહારાજની જુબાની પૂરી થયા પછી એમની ઊલટતપાસ પણ એટલી જ લાંબી ચાલવાની. કોર્ટ આવતી કાલ પર મુલતવી રાખીને ન્યાયમૂર્તિઓ ઊભા થયા ત્યારે અદાલત ખંડમાં હાજર સૌ કોઈ ઊભું થયું. મહારાજ સિવાય.

* * *

બીજે દિવસે જદુનાથ મહારાજ હાથમાં ચોપડો લઈને અદાલતખંડમાં આવ્યા ત્યારે મિસ્ટર બેલીએ આપેલી સૂચનાને માન આપીને મહારાજના વૈષ્ણવ સેવકોએ કોઈની જય બોલાવી નહીં. મિસ્ટર બેલીના કહેવાથી મહારાજે ન્યાયમૂર્તિઓ આવે તે પહેલાં પોતાનું સ્થાન લઈ લીધું અને ન્યાયમૂર્તિઓ આવ્યા ત્યારે તેઓને ઊભા થઈને માન પણ આપ્યું. ચીફ જસ્ટિસે જોયું કે મહારાજ આગલી હરોળની ખુરશીમાંથી ઊભા થઈને સાક્ષીના કઠેડા તરફ જતા હતા તે વખતે કોઈ સેવક એમના સ્ટૂલ પર ગાદી મૂકી ગયો. ચીફ જસ્ટિસે કોઈ વાંધો લીધો નહીં. મિસ્ટર બેલીએ સાક્ષીની તપાસ આગળ ચલાવી.

'આપ ડૉક્ટર ભાઉ દાજીને ઓળખો છો?'

'હા ઓળખું છું.'

'ડૉ. ભાઉ દાજીને આપ આપના કોઈ દરદની સારવાર માટે મળ્યા હતા?'

'ના.'

'ડૉ. ભાઉ દાજીએ આપને કોઈ દવા, કોઈ ઓસડ આપ્યું હતું?'

'ના. બિલકુલ નહીં.'

'ડૉ. ભાઉ દાજી સાથે થયેલી આપની મુલાકાત અંગે નામદાર અદાલતને વિગતો આપીને સમજાવી શકશો?'

'ડાક્ટર ભાઉ દાજી એક વખત લખમીદાસ ખીમજીની સાથે મને મળવાને આવ્યો

હતો. હું છોકરીઓની નિશાળ જોવા ગયો ત્યાં પણ તેનો મેળાપ થયો હતો. ડાક્ટર ભાઉ દાજી મારે ઘેર આવ્યો હતો ત્યારે મને ફોલ્લી થઈ હતી. અગાઉ હું માંદો પડ્યો ત્યારે મેં ગરમ દવા ખાધી હતી. એને કારણે મને ફોલ્લી થઈ હતી. એ ફોલ્લીનું દરદ મને વારેવારે થઈ આવે છે. એ ગરમ ઓસડ મેં મારી જાતે બનાવેલું હતું અને એમાં કેટલુંક દેશી વૈદોએ બનાવેલું ઓસડ પણ હતું. ડાક્ટર ભાઉ દાજી મારી પાસે આવ્યો ત્યારે પ્રથમ નિશાળ સંબંધી વાત નીકળી હતી. ત્યાર પછી મેં જણાવ્યું કે મેં ગરમ દવા લીધી હતી તેથી મને ચાઠાં પડ્યાં છે.'

'આપે ડૉક્ટર ભાઉ દાજીને ચાઠાં પડ્યા હોવાનું કહ્યું હતું કે ચાંદીનો રોગ થયો હોવાનું કહ્યું હતું?'

'મને ચાંદી થઈ છે એવું મેં ડાક્ટર ભાઉ દાજીને કહ્યું જ નથી. મને ચાંદીનું દરદ કદી થયું જ નથી. મેં તેની પાસેથી ચાઠાંનું ઓસડ માગ્યું હતું.'

'આપે બીજે દિવસે આપના કોઈ માણસને ડૉક્ટર ભાઉ દાજી પાસે દવા લેવા મોકલ્યો હતો?'

'બીજે દહાડે મેં ગોરધનદાસને ડૉક્ટર ભાઉ પાસે મોકલ્યો હતો પણ તે દવા લેવાને નહીં. મેં ડાક્ટર ભાઉને છોકરીઓની નિશાળ બાબતે લખેલી એક ચોપડી જોવાને આપી હતી તે પાછી લાવવાને વાસ્તે મોકલ્યો હતો.'

'આપે ગોરધનદાસ મારફત આપના દરદની હકીકતો ડૉક્ટર ભાઉ દાજીને જણાવી હતી?'

'ના. મેં મારા દરદની કોઈ હકીકત ગોરધનદાસ સાથે કહેવડાવી નહોતી. મેં ગોરધનદાસને ફક્ત એટલું જ કહ્યું હતું કે ભાઉ દાજી કાંઈ દવા આપે તો લઈ આવજે. પણ ભાઉ દાજીનું આપેલું ઓસડ મેં વાપર્યું જ નથી. મેં મારું પોતાનું ઓસડ વાપર્યું હતું.'

'ડૉક્ટર ધીરજરામ દલપતરામને આપ જાણો છો?'

'હા.'

'વિગતો આપીને કહેશો?'

'હું ધારું છું કે મેં મંગળદાસ નથુભાઈની કન્યાશાળામાં એને પહેલીવાર જોયો. બીજી વેળા તે મારે ઘેર આવ્યો ત્યારે મેં તેની પાસેથી ઓસડ લીધું હતું. જેમ ડાક્ટર ભાઉને મેં ફોલ્લી વિશે જણાવ્યું એમ મેં ડૉક્ટર ધીરજરામને પણ જણાવ્યું. તેણે મને થોડીક ગોળીઓ તથા કોઈ ભુક્કો આપ્યો હતો. તે ભુક્કો પાણીમાં નાખવાથી કાળો થઈ ગયો હતો.'

'આપે ડૉક્ટર ધીરજરામને શું એવું કહ્યું હતું કે ખરાબ સ્ત્રી સાથે સંગ કર્યાથી આપને ચાંદી થઈ છે?'

'ના, બિલકુલ નહીં.'

'આપે એમને કહ્યું હતું કે અગાઉ આપને ચાંદી થઈ હતી તે સંગ કરવાથી મટી ગઈ?'

'ક્યારેય નથી કહ્યું.'

'એ પછી ડૉક્ટર ધીરજરામ તમને કેટલીવાર મળ્યા?'

'તે મારી દવા કરવાને વાસ્તે મારી પાસે છ-સાત વખત આવ્યો હશે અને બીજે પ્રસંગે પણ આવ્યો હતો કારણ કે તે વલ્લભાચાર્ય પંથમાંનો છે.'

'નર્મદાશંકર લાલશંકર દવેને આપ કેવી રીતે જાણો છો?'

'નર્મદાશંકરે વિધવા પુનર્વિવાહ વિશે ચર્ચા કરવાને મને ચિઠ્ઠી મોકલી હતી. તે ઉપરથી મેં એક જાહેરસભા બોલાવી હતી. હું એ સભામાં ગયો હતો પણ પુનર્વિવાહની ચર્ચાનું કોઈ છેવટ આવ્યું નહીં કેમકે બીજી આડીતેડી બાબતો પર ગાડી દોડી ગઈ હતી.'

'વિધવા પુનર્વિવાહ બાબતે આપે અને નર્મદાશંકરે એ સભામાં કયા વિચારો પ્રગટ કર્યા હતા તે નામદાર અદાલતને જણાવી શકશો?'

'મેં કહ્યું હતું કે આ ચર્ચા કરવાને વાસ્તે કોઈ પણ હિંદુ શાસ્ત્રનો આધાર લેવો જોઈએ. પણ નર્મદાશંકરે કહ્યું કે 'શાસ્ત્ર જો આપણી વાતોને અનુસરતા હોય તો જ તે પ્રમાણે ચાલવું, નહીં તો નહીં.' મેં કહ્યું કે આપણે બધાં શાસ્ત્રો માનવા જોઈએ અને શાસ્ત્રમાં વિધવા પુનર્વિવાહની છૂટ આપી હોય તો જ પુનર્વિવાહ કરવા, નહીં તો નહીં. પુનર્વિવાહ કરવાની છૂટ શાસ્ત્રોમાં છે એવું મારા દીઠામાં આવ્યું નથી. પણ મને પોતાને પુનર્વિવાહને વાસ્તે કોઈ અડચણ નથી. અમારા પુષ્ટિમાર્ગના કેટલાક વૈષ્ણવો વિધવાના પુનર્વિવાહ કરે છે તેને માટે હું અટકાવ કરતો નથી.'

'લખીમદાસ ખીમજીએ આપના વિરુદ્ધ આ કોર્ટમાં જે જુબાની આપી છે તે હું આપને સંભળાવું છું.' મિસ્ટર બેલીએ એક કાગળ ઊંચકીને લખમીદાસ ખીમજીની જુબાનીના અંશ વાંચી સંભળાવ્યા. પછી જદુનાથ મહારાજને પૂછ્યું, 'લખમીદાસના આ શબ્દો વિશે આપનું શું કહેવું છે?

મહારાજે પોતાના ખોળામાં ઉઘાડી રાખેલા ચોપડાનું પાનું ફેરવ્યું, વાંચ્યું અને કહ્યું, 'ડાક્ટર ભાઉ દાજી મને મળવા આવ્યો ત્યારે લખમીદાસ હાજર હતો એટલે એણે સઘળું સાંભળ્યું હશે. દરદ સંબંધી લખમીદાસ સાથે મારે કોઈ દહાડે વાતચીત થઈ નથી. મેં વ્યભિચાર કીધો કે કરું છું એવું કાંઈ મેં તેની પાસે કબૂલ કીધું નથી. બીજા મહારાજોના વ્યભિચાર વિશે પણ હું તેની પાસે બોલ્યો નથી. કોઈપણ મહારાજના વ્યભિચારની વાત મારા જાણવામાં આવી નથી. લખમીદાસને મેં એવું નથી કહ્યું કે અગાઉ જે પ્રમાણે હું વ્યભિચાર કરતો હતો તે પ્રમાણે હમણાં કરતો નથી. મેં તેને એમ પણ નથી કહ્યું કે મહારાજોની ચાલ ધીમે ધીમે સુધરશે અને એકદમ સુધરશે નહીં. અને મેં એમ પણ નથી કહ્યું કે અમારી મોટી પેદાશ સ્ત્રીઓ પાસેથી થાય છે. મેં તેને કહ્યું હતું કે હું શ્રીનાથદ્વારે જવા ધારું છું પણ ત્યાં જવામાં મારા પર જીવનું જોખમ છે એવું મેં કહ્યું નથી.'

'છેલ્લો સવાલ. આપના મંદિરની આંતરિક રચના વિશે નામદાર અદાલતને ખ્યાલ આપશો?'

'મુંબાઈમાં હું જ્યાં રહું છું તે મંદિરનો નકશો લઈને હું આવ્યો છું.' જદુનાથ મહારાજે ચોપડામાં ગડી રાખેલો નકશો બે હાથ પહોળા કરીને ખોલ્યો અને ન્યાયમૂર્તિઓ તરફ

ધરી મિસ્ટર બેલીને સોંપ્યો. બેલીએ પાછી ગડી કરીને કોર્ટમાં પુરાવા તરીકે મૂક્યો. પછી મહારાજે કહ્યું,

'અમારા મંદિરમાં દર્શન માટે હજારો બાયડીઓ આવે છે. આ બધીઓ દીવાનખાનામાં થઈને જનાનખાનામાં જાય છે. દીવાનખાનામાં બે બારણાં છે. એક બારણું દાદર ઉપર પડે છે અને બીજું જનાનખાનામાં જવાનું છે. દીવાનખાનાની ડાબી બાજુએ એક ઓરડો છે જેમાં મારા કપડાં અને પાણીનો ઘડો રહે છે. થોડે છેટે બીજો ઓરડો છે તેમાં બીજા મહારાજનો સામાન પડ્યો રહે છે અને તે ઓરડો બંધ રહે છે.'

મહારાજના ખુલાસાઓથી સંતોષ પામીને મિસ્ટર બેલીએ પ્રશ્નો પૂછવાનું બંધ કરીને ઊલટતપાસ માટે મિસ્ટર આન્સ્ટીનો માર્ગ મોકળો કરી આપ્યો. કરસનદાસ એકટશે મહારાજને જોઈ રહ્યો હતો. મહારાજ પોતાનામાં મગ્ન હતા, મિસ્ટર આન્સ્ટીએ ઊલટતપાસ શરૂ કરી.

'છેલ્લે તમે જે ઓરડાની વાત કરી તે ઓરડો અત્યારે કોના તાબામાં છે?'

'એ ઓરડો મંદિરના માલિક ચીમનલાલજી મહારાજના સેવકોના તાબામાં છે. ત્યાં બે નિસરણી છે જેમાંની એક બંધ છે અને એ પણ મંદિરના માલિક ચીમનલાલજી મહારાજના સેવકોને હસ્તક છે.'

'તમે ઈશ્વર છો?' આન્સ્ટીએ સીધો સવાલ કર્યો.

'હું માણસ છું, ઈશ્વર નથી.'

'તમે ગુરુ છો?'

'હું માણસ છું અને મને અનુસરતા વૈષ્ણવોનો ગુરુ છું.'

'તમે ઈશ્વરનો અવતાર છો?'

'હું ઈશ્વરનો અવતાર નથી.'

'તમારા ભક્તો, સેવકો, વૈષ્ણવો તમને ઈશ્વરનો અવતાર માને છે?'

'એવું હજુ સુધી મારા જાણવામાં નથી આવ્યું.'

'તમારા પૂર્વજ વલ્લભાચાર્યને તમે ઈશ્વરના અવતાર ગણો છો?'

'હા, વલ્લભાચાર્યજી ઈશ્વરના અવતાર ગણાય, મહાપ્રભુજી કહેવાય.'

'તમે એમના વંશજ છો?'

'હા, અમે એમના બારમી પેઢીના વંશજ છીએ પણ ગુરુ કહેવાઈએ છીએ.'

'કરસનદાસ નેણસી નામના તમારા એક અનુયાયી વૈષ્ણવે તમને એક વખત ઈશ્વર કહીને બોલાવ્યા હોય એવું તમને યાદ છે?'

'ના, એવું મને કંઈ યાદ નથી.'

'તમને અથવા બીજા મહારાજોને તમારી પાસે આવતા વૈષ્ણવો મહાપ્રભુ, પુરુષોત્તમ અથવા દેવ એવા નામથી સંબોધે છે?'

'ના.'

'તો તેઓ તમને કેવી રીતે બોલાવે છે?'

‘અમને ફક્ત મહાપ્રભુના બાળક કરીને બોલાવે છે.’

‘વલ્લભાચાર્ય ઉપરાંત એમના પુત્ર ગુસાઈજી પણ ઈશ્વરના અવતાર ગણાય છે?’

‘હા.’

‘અને ગુસાઈજીનાં બાળકો અર્થાત્ મહારાજો પણ ઈશ્વરના અવતાર ગણાય છે?’

‘ના.’

‘મહારાજોને લોકો બીજી કઈ રીતે બોલાવે છે?’

‘વલ્લભદેવ કહીને બોલાવે છે.’

‘વલ્લભ એટલે?’

‘વહાલા...’

‘અને દેવ એટલે ઈશ્વર?’ આન્સ્ટીએ પૂછ્યું.

મહારાજે કંઈ જવાબ આપ્યો નહીં. આન્સ્ટીએ બે પળ રાહ જોયા પછી પૂછ્યું,

‘ગઈ કાલે એટલે કે મંગળવારે રાત્રે તમારી જુબાનીમાં તમારે કેવી રીતે જવાબ આપવો તે વિશે તમે કોઈની સાથે મસલત કરી હતી?’

‘ના.’

‘તમારા સેક્રેટરી અને તમારી વતી ભાટિયા કન્સ્પિરસી કેસ લડનારા તેમ જ આ કેસની પણ સઘળી વ્યવસ્થા સંભાળનારા પ્રભુદાસે શું તમને એવું નહોતું કહ્યું કે ‘જે શબ્દથી તમે બંધાઈ જાઓ એવું હોય ત્યાં કહેજો કે મને યાદ નથી.’

‘ના.’

‘ભલે, જુઠ્ઠું બોલવામાં પાપ છે એવું તમે માનો છો?’

‘હા, જુઠ્ઠું બોલવામાં પાપ છે.’

‘સારા કામ માટે જુઠ્ઠું બોલવું પડે તો?’

‘એમાં પણ પાપ છે. ગૌ-બ્રાહ્મણનો જીવ ઉગારવા જુઠ્ઠું બોલવું પડે તો એમાં પણ પાપ છે એવું વાક્ય મને ભાગવતમાં દેખાડવામાં આવ્યું છે.’

‘ભાગવતમાં જે જે વાતો લખી છે તે સઘળી વાતોમાં તમે માનો છો?’

‘હા.’

‘વૈષ્ણવ સંપ્રદાયનાં પુસ્તકો અને હિન્દુઓનાં વેદશાસ્ત્ર વચ્ચે કેટલો તફાવત છે?’

‘બેઉ એકબીજા સાથે ઘણાં મળતા આવે છે.’

‘ ‘સ્વધર્મવર્ધક અને સંશયછેદક’ નામનું સામયિક પ્રગટ કરવા પાછળનો તમારો હેતુ શું છે?’

‘એ ચોપાનિયું હું કાઢતો નથી. એ ચોપાનિયું ‘વૈષ્ણવ ધર્મ પ્રસારક સભા’ તરફથી નીકળે છે.’

‘એ સભા કોણે શરૂ કરી છે?’

‘મેં.’

‘અને તમે એ સભાના સ્થાપક ઉપરાંત પ્રમુખ પણ છો?’

'હું અને બીજા સઘળા મહારાજો તેના પ્રમુખ કહેવાઈએ છીએ.'

'તમારા સહિત બધા જ મહારાજો આ સભાના પ્રમુખ ગણાઓ છો?'

'હા.'

'ઠીક છે. તમારા મહારાજોમાંથી ભાગ્યે જ કોઈ મહારાજને પાકે પાયે સંસ્કૃત આવડે છે એ વાત સાચી?'

'હું એ વિશે કંઈ જાણતો નથી.'

'વૈષ્ણવ સંપ્રદાયનાં જે પુસ્તકો મૂળ સંસ્કૃતમાં લખાયેલા હોય એને તમે માનો છો?'

'હા.'

'અને વૈષ્ણવ સંપ્રદાયનાં જે પુસ્તકો વ્રજ ભાષામાં લખાયેલાં છે એને તમે માનો છો?'

'વ્રજ ભાષામાં લખાયેલાં પુસ્તકોને મૂળ પુસ્તકો સાથે મેળવ્યા વગર હું માનતો નથી.'

'તમે સ્વીકારો છો કે વ્રજભાષાનાં પુસ્તકોમાં મૂળ પુસ્તકો કરતાં કેટલીક વાતો વધારે લખાયેલી હોય છે?'

'હા.'

'તમારા ઘરની સ્ત્રીઓ અને છોકરાઓ વૈષ્ણવ સંપ્રદાયનાં પુસ્તકો વાંચે છે?'

'હા.'

'કઈ ભાષામાં?'

'વ્રજ ભાષામાં.'

'અને વૈષ્ણવો?'

'એ પણ વ્રજભાષામાં જ વાંચે છે.'

' 'વચનામૃત' અને વ્રજ ભાષામાં લખાયેલાં બીજાં પુસ્તકો ધર્મનાં પુસ્તકો છે?'

'એ પુસ્તકો ધર્મનાં કહેવાય કે નહીં તે હું કહી શકતો નથી.'

'વ્રજ ભાષામાં તમે વૈષ્ણવ સંપ્રદાયનાં કયાં પુસ્તકો વાંચ્યા છે?'

'એક પણ નહીં.'

'એક પણ નહીં?'

'થોડાક ધોળ અથવા ઈશ્વર સ્તુતિનાં કોઈ ગીત માત્ર વાંચ્યાં હશે.'

'તમે સાચું બોલવાના સોગંદ લીધા છે. હું ફરી તમને પૂછું છું. વલ્લભાચાર્યનાં સિદ્ધાંતોનું પુસ્તક તમે વ્રજભાષામાં વાંચ્યું છે કે નહીં?'

'હું સોગંદ ખાઈને કહું છું કે મેં નથી વાંચ્યું.'

'યાદ કરીને કહો, તમે ખરેખર નથી વાંચ્યું?'

થોડી અસમંજસ પછી મહારાજે કહ્યું, 'હા, હમણાં મને યાદ આવ્યું કે વ્રજભાષામાં ગોકુલનાથજીની ટિપ્પણવાળું પુસ્તક મેં વાંચ્યું છે.'

'મરાઠીમાં તમારા પંથના સિદ્ધાંતનું કોઈ પુસ્તક વાંચ્યું છે?'

'ના.'

'ગોરધનદાસે 'સ્વધર્મવર્ધક અને સંશયછેદક'ના એક અંકમાં જારભાવની પ્રીતિ વિશે

એક લેખ લખ્યો હતો એનો તમને ખ્યાલ છે?'

'હા.'

'એ લેખ તમે લખાવ્યો હતો?'

'ના.'

'એ લેખમાંના વિચારો સાથે તમે સંમત છો?'

'એમાં જણાવેલા ઘણા ખરા વિચારોની સાથે હું મળતો છું.'

'સત્યપ્રકાશ'માં તથાકથિત લાયબલનો લેખ છપાયો તેની સામે અને એક મરાઠી ચોપાનિયામાં જે લેખ લખાયો તેની સામે આ લેખ લખાયો હતો એવું તમે સ્વીકારો છો?'

'મરાઠી ચોપાનિયામાં છપાયેલા લેખની સામે એ લેખ લખ્યો હતો, પણ 'સત્યપ્રકાશ'માં છપાયેલા લાયબલવાળા લેખના જવાબમાં એ લેખ લખાયો હતો કે નહીં તે હું જાણતો નથી.'

'ગોપીઓએ કૃષ્ણને પોતાના ઈશ્વર ગણ્યા અને કૃષ્ણે ગોપીઓને સુખી કરી એ વાત તમારા વૈષ્ણવો સ્વીકારે છે?'

'મને ખબર નથી.'

અહીં આન્સ્ટીએ જારભાવની પ્રીતિ વિશે મહારાજને ઘણા સવાલ કર્યા. દરેકનો જવાબ આપતી વખતે મહારાજે કહ્યું કે ચોપાનિયામાં છપાયેલા એ સવાલોને લગતા લેખો વાંચ્યા વિના મારાથી જવાબ આપી શકાશે નહીં. ઘણી પૂછપરછ પછી મહારાજે કહ્યું,

'જારભાવની પ્રીતિ વિશે જે લેખકે (અર્થાત્ ગોરધનદાસે) લખ્યું છે તે આ વિષયને બરાબર સમજે છે અને હું ધારું છું કે અમારા ધર્મનો જે સિદ્ધાંત એ લેખમાં પ્રગટ કરવામાં આવ્યો છે તે ખરો છે.'

'શાસ્ત્રમાં જે કંઈ કહ્યું હોય તેને તમે કબૂલ રાખો છો?'

'હા.'

આન્સ્ટીએ કોર્ટમાં રજૂ કરવામાં આવેલું ૧૫ નંબરનું ગીત બતાવીને પૂછ્યું.

'આ ગીત સેવકીઓ તમારી સમક્ષ ગાય છે?'

'હા.'

'તમારી સેવકીઓ તમારી સમક્ષ જે ગીતો ગાય છે એમાં તમને કામણગારા કહાન કહે છે?'

'હા.'

'કૃષ્ણની જેમ તમને પણ તમારા વૈષ્ણવો પારણામાં ઝુલાવે છે?'

'કૃષ્ણની મૂર્તિને અમારા લોકો પારણામાં ઝુલાવે છે તે પુત્રભાવે ઝુલાવે છે. મને તથા બીજા મહારાજોને હિંડોળામાં ઝુલાવે છે પણ તે પુત્રભાવે નહીં, ગુરુ ભાવે. અમને અમારા સેવકો ઝુલાવે છે, મા-બહેન પણ અમને ઝુલાવે છે, અમારા બાપા પણ અમને ઝુલાવે છે...'

'બાપાની વાત પડતી મૂકો. હવે જે પૂછું તેનો જવાબ આપજો.' આન્સ્ટીએ સહેજ

કરડાકીથી કહ્યું, 'બે-ત્રણ દિવસ અગાઉ તમે ત્રણ ડૉક્ટરો પાસે તમારી ઇન્દ્રિય દેખાડીને તપાસ કરાવી હતી કે નહીં?'

'હા, કરાવી હતી.'

'એ ડૉક્ટરોમાંના એકે તમારી ઇન્દ્રિય જોઈ ત્યારે તમે તમારું મોઢું કપડાથી ઢાંકી દીધું હતું, બરાબર?'

'ના, મેં મારું મોઢું ઢાંક્યું નથી. ડાક્ટરે મને થોડે છેટે રહીને તપાસ્યો હતો.'

'તમને હવે ચાંદીનું દરદ રહ્યું નથી એવી સાક્ષી આપવાની ડૉક્ટરે ના પાડી હતી, બરાબર?'

'મને ખબર નથી. તેઓ અંગ્રેજીમાં વાત કરતા હતા.'

'આમાંથી ફક્ત બે જ જણાએ તમારા તરફી સાક્ષી આપવાનું કબૂલ કર્યું હતું, બરાબર?'

'મને ખબર નથી.'

'આ ડૉક્ટરોને સુલેહના અમલદાર વરજીવનદાસ માધવદાસ કે એમના ભત્રીજા કલ્યાણદાસ લઈને આવ્યા હતા, બરાબર?'

'મને ખબર નથી. કદાચ તેઓ લઈને આવ્યા હશે, પણ હું જાણતો નથી.'

'આ ડૉક્ટરોએ તમને કન્સ્પિરસીવાળા કેસના રાગુ સામજીની દુકાનમાં તપાસ્યા હતા, ખરું?'

'હા.'

કોર્ટનો સમય પૂરો થયો હોવાથી મહારાજની બાકીની ઊલટતપાસ બીજા દિવસ પર મુલતવી રહી.

* * *

'ગઈ કાલે તમારી જુબાની લેવાયા પછી રાત્રે એક ડૉક્ટરને તમે તમારી શારીરિક તપાસ કરાવવા બોલાવ્યા હતા?' મિસ્ટર આન્સ્ટીએ કાર્યવાહીના ૨૧મા દિવસે, શુક્રવાર ૨૮ ફેબ્રુઆરી, ૧૮૬૨ની સવારે જદુનાથ મહારાજની ઊલટતપાસ ચાલુ રાખતાં પૂછ્યું.

'ના.' મહારાજે જવાબ આપ્યો.

'ડૉક્ટર ધીરજરામને શું તમે કહેવડાવ્યું હતું કે 'કયાલોમલ' નામની દવા એમણે તમને જ્યારે જોઈએ ત્યારે મોકલી આપવી?'

'ના.'

'એ દવા તમે ક્યારેય વાપરી છે?'

'હા.'

'કેવી રીતે ઉપયોગ કર્યો, સમજાવશો જરા?'

'એક વેળાએ મેં 'કયાલોમલ'ને ચૂનાના પાણીમાં નાખીને એનું બ્લૅકવૉશ બનાવીને ઇન્દ્રિય પર લગાડ્યું હતું.'

'એ વખતે ડૉક્ટર ધીરજરામે તમને કોઈ દવા આપી હતી?'

'ડૉક્ટર ધીરજરામે મને દહાડામાં બે વખત એક-એક ગોળી ખાવાને આપી હતી.'

'એ સિવાય ડૉક્ટર ધીરજરામે દવા આપી હતી?'

'હા.'

'શેના માટે?'

'મેં દહાડાની બેને બદલે પાંચ-છ ગોળી લીધી જેને કારણે મારું ગળું સૂઝી આવ્યું. ગળા માટે એમણે મને ટંકણખારના કોગળા કરવાની દવા આપી હતી. પછી મેં આયોડાઇડ ઑફ પોટાસ અને સારસપેરિલા નામની દવાઓ પણ મગાવી હતી.'

'તમારા પોતાના માટે?'

'આયોડાઇડ ઑફ પોટાસ મારા માટે પણ સારસપેરિલા કોઈ બીજાને ઓસડમાં આપી હતી.'

'વિષ્ણુપુરાણ વિશે તમને ખબર છે.' આન્સ્ટીએ એકાએક દિશા બદલી.

'હા.'

'વાંચ્યું છે, તમે?'

'એમાંનાં અહીંતહીંનાં કેટલાંક વાક્યો મારા જોવામાં આવ્યાં હશે.'

'આ વાક્યો 'વિષ્ણુપુરાણ' પુરાણમાં છે? : 'વ્રજની સ્ત્રીઓને કૃષ્ણ વગર દરેક પળ કરોડો વરસ જેવી લાગતી હતી તેથી તેઓએ જ્યારે ગોપીઓની સાથેની રાસલીલાનો નાદ સાંભળ્યો ત્યારે તેઓ મધરાતને સમયે તેમના બાપ, ભાઈ, ભરથારને છોડીને કૃષ્ણની સાથે લીલા કરવા નીકળી.' આવું કોઈ વાક્ય 'વિષ્ણુપુરાણ'માં તમારી નજરે આવ્યું છે?'

'મને ખબર નથી.'

'કૃષ્ણ-ગોપીની લીલા જાણવા માટે વૈષ્ણવો 'વિષ્ણુપુરાણ' વાંચે છે?'

'વૈષ્ણવો 'વિષ્ણુપુરાણ' વાંચે છે તે એટલા માટે નહીં કે એમાં કૃષ્ણ-ગોપીની લીલા લખેલી છે, પણ તે મધ્યે વૈષ્ણવ ધર્મનું સિદ્ધાંત લખેલું છે એટલે વાંચે છે.'

'તમારામાં 'લીલા વિસ્તારવી' એટલે શું?'

'જ્યારે મહારાજ મરણ પામે છે ત્યારે લોકો કહે છે કે તેમણે લીલા વિસ્તારી અથવા તે તેઓ સ્વર્ગવાસી થયા.'

'અને ગૌલોક એટલે?'

'કૃષ્ણ જ્યારે સ્વધામ પધાર્યા ત્યારે ગૌલોક નામના સ્વર્ગમાં ગયા.'

'તમારામાંથી ગૌલોકમાં કોને સ્થાન મળે?'

'જેઓ એકદમ ભાવકી અને પવિત્ર હોય એવા વૈષ્ણવો ગૌલોકમાં જાય.'

'ત્યાં કૃષ્ણ અને વૈષ્ણવો શું કરે?'

'કૃષ્ણ ત્યાં આખો દિવસ વિલાસ કરે, ચમન કરે અને વૈષ્ણવો એમની સેવામાં તત્પર રહે.'

'તમારા પુષ્ટિમાર્ગના કોઈ પુસ્તકમાં શું એવું ક્યાંય લખેલું છે કે વૈષ્ણવો મરણ પામ્યા પછી ગોપીરૂપ થઈને કૃષ્ણની સાથે જારભાવનો સંગ કરે છે?'

'એવું કોઈ પણ પુસ્તકમાં મારા જોવામાં આવ્યું નથી.'

'પણ તમે એવું માનો છો ખરા?'

'ના.'

'તમારા પુષ્ટિમાર્ગમાં એવું મનાય છે?'

'હું જાણતો નથી.'

'ગોપીઓની સાથે કૃષ્ણ ગૌલોકમાં જારભાવનો સંગ કરતા હશે એ વાત તમારા માન્યામાં આવે છે?'

'ના, મારા માન્યામાં નથી આવતી.'

'તો તમારા હિસાબે ગૌલોકમાં કૃષ્ણ ગોપીઓ સાથે શું કરતા હશે?'

'રાસલીલા રમતા હશે.'

'ઑલ રાઇટ. બ્રહ્મસંબંધ વિશે તમારી પાસેથી જાણવું છે. બ્રહ્મસંબંધ આપતી વખતે તમે મહારાજો કયો મંત્ર બોલો છો?'

'એ મંત્ર મારાથી તમારી આગળ ના બોલાય.'

'ભલે. હું બોલું છું.' કહીને આન્સ્ટીએ મૂળ સંસ્કૃત મંત્ર બોલીને એનો ગુજરાતી અર્થ કહ્યો અને પૂછ્યું, 'આ ગુજરાતી અર્થમાં જે કહ્યું છે તે સાચું છે એવું તમે સ્વીકારો છો?'

'જરા ફરીથી એ અર્થ બોલશો?'

'જરૂર. બ્રહ્મસંબંધ વખતે મહારાજો શ્રી કૃષ્ણઃ શરણંમમથી શરૂ થતો જે મંત્ર બોલે છે તેનો ગુજરાતી અર્થ આ પ્રમાણે નીકળે છે 'શ્રી કૃષ્ણ મારો રક્ષણકર્તા છે. હજારો વરસ થયાં કૃષ્ણથી મારો વિયોગ પડવાને લીધે ઉપજેલાં તપ અને દુઃખથી મારો નાશ થયો છે. તે માટે મારું તન, ઇન્દ્રિય, શ્વાસ, દિલ, વૃત્તિ, બાયડી, ઘર, છોકરાં, સગાં, દોલત અને આ સંસાર મધ્યેની મારી સર્વે વસ્તુ અને મારો આત્મા એ સઘળું સંપૂર્ણ હું કૃષ્ણને અર્પણ કરું છું. હે કૃષ્ણ, હું તારો દાસ છું.' મહારાજો કંઠી પહેરાવીને બ્રહ્મસંબંધ આપતી વખતે જે સંસ્કૃત મંત્ર બોલે છે તેનો આ ગુજરાતી અર્થ બરાબર છે, મિસ્ટર જદુનાથ?'

'હા. આ અર્થ ખરો છે. પણ આ મંત્રમાં જે અર્પણ કરવાનું કહ્યું છે તે કૃષ્ણને, મહારાજને નહીં. આ સમર્પણ વેળાએ ગુરુ તો હાજર રહીને કૃષ્ણ તરફ જવાનો માર્ગ દેખાડે છે એટલું જ.'

'ભલે. તમે લખમીદાસ ખીમજીને પૂછ્યું હતું કે તમારી ગેરહાજરીમાં લાયબલનો કેસ થાય કે નહીં?'

'હા.'

'પણ તે વખતે તમે લાયબલનો કેસ કર્યો નહીં. છ મહિના સુધી નહીં કર્યો. અને છ મહિના પછી કર્યો. શું કારણ?'

'હું જ્યારે સુરતથી આવ્યો ત્યારે લાયબલનો કેસ કરવાનો મારો ઇરાદો નહોતો. આ કેસ કરતાં મને છ મહિનાનો વખત લાગ્યો તેનું કારણ એટલું જ કે હું મુંબાઈની રીતભાતથી વાકેફ નહોતો. તેથી એ વિશે વિચાર કરતાં અને સલાહ લેતાં વખત ગુજર્યો.'

'તમે માત્ર ૨૧મી ઑક્ટોબર ૧૮૬૦ના રોજ 'સત્યપ્રકાશ'માં છપાયેલા લેખ વિશે બદનક્ષીની ફરિયાદ કરી છે. આવો જ એક લેખ ૯ સપ્ટેમ્બર ૧૮૬૦ના 'સત્યપ્રકાશ'માં પણ છપાયો હતો.' મિસ્ટર આન્સ્ટીએ 'સત્યપ્રકાશ'ના અંકની નકલ જદુનાથ મહારાજને બતાવી અને પૂછ્યું, 'આ લેખ વિશે તમે ફરિયાદ નથી કરી એનો અર્થ શું એવો થયો કે ૯ સપ્ટેમ્બરવાળા લેખમાં લખાયેલી વિગતોને તમે સ્વીકારો છો?'

જદુનાથે લેખ પર નજર નાખી અને જવાબ આપ્યો,

'૯મી સપ્ટેમ્બર ૧૮૬૦ના આ 'સત્યપ્રકાશ'માં જે લેખ લખાયો છે તેની વિગતો બધા મહારાજોને લાગુ છે તે રીતે લખવામાં આવી છે. તો પછી હું એકલો કેવી રીતે કેસ કરી શકું?'

'૯ સપ્ટેમ્બરવાળા લેખ વિશે તમે તમારા કાઉન્સેલર બૅરિસ્ટર લિથ્સનો મત માગ્યો હતો?'

'મને યાદ નથી.'

'આ લેખ છપાયા પછી મહારાજની સત્તા ઘટી છે એવી વિગતો જણાવતું એક હૅન્ડબિલ છપાયું હતું. એ વિશે પણ તમે કોર્ટમાં ફરિયાદ દાખલ નથી કરી.'

'એવા કોઈ હૅન્ડબિલ વિશે મને જાણકારી નથી.'

' 'સ્વધર્મવર્ધક અને સંશયછેદક'માં પ્રતિવાદી કરસનદાસ મૂળજીના ચોપાનિયા 'સત્યપ્રકાશ'ને 'અસત્યપ્રકાશ' તરીકે ઓળખાવવામાં આવ્યું છે. એવું કરવાનો આશય શું હતો?'

'હું ધારું છું કે તે ભૂલ છાપનારની હશે અને બીબાં ગોઠવતી વખતે ભૂલથી 'અ' અક્ષર અંદર પડી ગયો હશે.'

' 'સ્વધર્મવર્ધક...'ના એ લેખમાં 'સત્યપ્રકાશ'માં છપાયેલા તથાકથિત લાયબલવાળા લેખનો જવાબ આપવામાં આવ્યો છે એવું તમને લાગે છે?'

'એ લેખ વાંચ્યા વિના હું કેવી રીતે કહી શકું કે એમાં 'સત્યપ્રકાશ'ને જવાબ આપવામાં આવ્યો છે?'

'અ' અક્ષરની ઝીણામાં ઝીણી વિગતને યાદ રાખનાર જદુનાથ મહારાજને એ લેખની વિગતો યાદ ન હોય એવું ન બને એમ વિચારીને ચીફ જસ્ટિસ સર મૅથ્યુ સૉઝે દુભાષિયાને કહ્યું, 'મહારાજને કહો કે તમે જે રીતે જુબાની આપો છો એ રીત એવી છે કે કોર્ટને તમારા શબ્દો વિશે હલકો વિચાર ઉપજે છે. જે સવાલ તમને પૂછવામાં આવે છે તે સવાલ વિશેની બધી વાત વાંચ્યા વગર જવાબ આપવાને તમે શક્તિવાન લાગો છો.'

મહારાજે કહ્યું, 'વાંચ્યા વગર મારાથી જવાબ આપી શકાતો નથી.'

ચીફ જસ્ટિસે કહ્યું, 'તમારામાં જવાબ આપવાની શક્તિ છે છતાં પણ તમે ના પાડો છો.'

છેવટે મહારાજે કબૂલ કર્યું, 'એ લેખ 'સત્યપ્રકાશ'ના લાયબલવાળા લેખનો જવાબ હોઈ શકે છે.'

આન્સ્ટીએ ઊલટતપાસ ચાલુ રાખી : 'વિષઈ ગુરુ' નામનું ચોપાનિયું તમે વાંચ્યું છે?'

'હા.'

'એમાં 'રસ મંડળી' વિશે લખ્યું છે.' આન્સ્ટીએ કહ્યું.

મહારાજ ભોંઠા પડી ગયા. છતાં બોલ્યા,

'એ ચોપાનિયું અગાઉ મેં નહોતું વાંચ્યું.'

' 'સત્યપ્રકાશ'માંનો તથાકથિત બદનક્ષીભર્યો લેખ તમે વાંચ્યો છે?'

'હા.'

'એ લેખ તમને લાગુ પડે છે?'

'હા.'

'પણ એમાં તો એમ લખ્યું છે કે 'તમે મહારાજો તમારા સેવકની વહુ-દીકરીઓ બગાડો છો.' આમાં તમારી વાત ક્યાં છે?'

'ભલે મને એકલાને નથી કહ્યું છતાં હું એને મારી બદનક્ષી ગણું છું.'

'એ જ લેખમાં રસ મંડળી વિશે પણ લખ્યું છે. એને તમે બદનક્ષી નથી ગણતા?'

'ના.'

'કેમ?'

'કેમ કે રસ મંડળી એટલે શું તે હું જાણતો નથી.'

' '૮૪ વૈષ્ણવોની વાર્તા' અને '૨૫૨ વૈષ્ણવોની વાર્તા'નાં પુસ્તકો પુષ્ટિમાર્ગના ધર્મગ્રંથો છે?'

'હું એ પુસ્તકોને અમારા સંપ્રદાયનાં ધર્મ પુસ્તકો નથી ગણતો.'

'તમારા સંપ્રદાયના લોકો એને ધર્મ પુસ્તકો માને છે?'

'ના.'

'સુધારાવાળાઓની વિરુદ્ધમાં એક ચોપડી બહાર પડી છે તેમાં એક ચિત્ર છાપવામાં આવ્યું છે.' આન્સ્ટીએ એ પુસ્તકમાંનું ચિત્રવાળું પાનું મહારાજને બતાવ્યું અને કહ્યું, 'આ ચિત્રમાં કેટલાક સુધારાવાળાને ઘોડાવાળી ગાડીની નીચે કચડી નાખ્યા છે અને મહારાજ વિષ્ણુ ભગવાનના સારથિ બનીને ચાબુક મારે છે એવું દેખાડવામાં આવ્યું છે. આ ચોપડી તમે છપાવી છે?'

'ના.'

'તમારા સેક્રેટરી ગોરધનદાસે છપાવી છે?'

'મને ખબર નથી.'

'આ ચિત્રમાં તમે પ્રતિવાદી કરસનદાસની આબરૂને હાનિ પહોંચાડી છે?'

'આમાં એની આબરૂને હાનિ પહોંચવા જેવું શું છે?'

'ચિત્રમાં ઘોડાની ગાડી ઉપર જે મહારાજને બેસાડવામાં આવ્યા છે તે તમે જ છો?'

'ના.'

'તો કયા મહારાજ છે?'

'મને શું ખબર?'

આ તબક્કે મિસ્ટર બેલીએ ઊભા થઈને મહારાજ વતી દલીલ કરતાં કહ્યું, 'આ ચિત્રમાં મહારાજને દાઢી નથી જ્યારે મારા અસીલને દાઢી છે.'

મિસ્ટર આન્સ્ટીએ વળતો પ્રહાર કરતાં મહારાજને પૂછ્યું, 'તમે પહેલેથી જ દાઢી રાખો છો?'

મહારાજે કહ્યું, 'થોડો વખત થયે મેં દાઢી રાખી છે.'

આન્સ્ટીએ મહારાજની નજીક આવીને પૂછ્યું, 'આ દાઢી સાચી છે કે બનાવટી?'

મહારાજ તરત જ સ્ટૂલ પરથી ઊભા થઈને ન્યાયમૂર્તિને સંબોધીને બોલ્યા,

'મને કોઈએ અડકવાનું નહીં.'

ચીફ જસ્ટિસે કહ્યું, 'મેં તો કોઈને જોયા નથી તમને અડકતાં.'

'મને ડર છે કે અહીં હાજર રહેલાઓમાંથી કોઈ મને પછીથી અડકશે.' મહારાજે આન્સ્ટી તરફ જોયું.

આન્સ્ટીએ કહ્યું, 'હું શું કામ તમને અડકું? હું તો તમને ચીપિયાથી પણ ના અડું. પણ બીજું કોઈ શું કામ તમને ન અડે? તમે કંઈ ભગવાન છો?'

ચીફ જસ્ટિસે આન્સ્ટીને ઇશારો કરીને આગળ વધવાનું જણાવ્યું. આન્સ્ટીએ પોતાના ભાથામાંથી વધુ દારૂગોળો કાઢ્યો અને પૂછ્યું,

'તમારા વૈષ્ણવ સંપ્રદાયના પુષ્ટિમાર્ગનું મુખ્ય મંદિર ક્યાં આવેલું છે?'

'નાથદ્વારામાં.'

'નાથદ્વારાના મંદિરમાંથી તમારા બાપદાદાએ મૂર્તિની ચોરી કરી હોવાથી એમને એ વિસ્તારમાં પગ મૂકવાની મના ફરમાવવામાં આવી હતી એટલે તમને નાથદ્વારા જવામાં જાનનું જોખમ લાગી રહ્યું છે અને હજુ સુધી તમે ક્યારેય નાથદ્વારા ગયા નથી. આ વાત સાચી છે.'

'મારા બાપદાદાઓમાંથી કોઈ નાથદ્વારાના મંદિરમાંથી મૂર્તિની ચોરી કરી નથી.'

'તમારા દાદા સુરતની ગાદીએ બેઠા ત્યારે ઘણો મોટો વિવાદ થયો હતો એ વાત સાચી?'

'હા, સાચી.'

'એ વિશે જે કેસ થયો તે છેક ઇંગ્લૅન્ડ સુધી અપીલમાં ગયો હતો એ વાત સાચી?'

'હા.'

'નાથદ્વારા નહીં જવાનું શું કારણ?'

'સાત વરસ સુધી મેં મોટી જાત્રા કરી છે. એ પછી મને નાથદ્વારા જવાનો વખત મળ્યો નથી અને છેક ત્યાં સુધી જવામાં ખર્ચ પણ ઘણો થઈ જાય તે કારણે પણ નથી ગયો.'

'વૈષ્ણવો તરફથી તમને રોકડ ભેટ તથા સોગાદો મળે છે?'

'હા.'

'વૈષ્ણવો પાસેથી તમે દંડ પણ વસૂલ કરો છો?'

'હા'

'એ દંડની રકમનો શું ઉપયોગ કરો છો?'

'તે ઠાકોરજી માટે ઉપયોગમાં લેવાય છે.'

'તમે બ્રહ્મચારી છો?'

'ના.'

'તમે સંન્યાસી છો?'

'ના.'

'તમે પૂર્ણ પુરુષોત્તમ ઈશ્વરને માનો છો?'

'હા.'

'તમને પણ પૂર્ણ પુરુષોત્તમની ઉપમા આપવામાં આવે છે?'

'હા. જે પ્રમાણે ચીફ જસ્ટિસને 'માઈ લૉર્ડ' કરીને કહે છે તે પ્રમાણે મહારાજોને પૂર્ણ પુરુષોત્તમની ઉપમા આપવામાં આવે છે.'

'બીજા ધર્મ-સંપ્રદાયો-પંથના ગુરુઓને પણ મહારાજોની જેમ હિંડોળા પર બેસાડીને ઝુલાવવામાં આવે છે?'

'મને ખબર નથી.'

'વૈષ્ણવો મહારાજની લંગોટીનું પાણી પીએ છે?'

'મેં જોયાં નથી.'

'વૈષ્ણવો મહારાજનું જૂઠણ ખાય છે?'

'જે પ્રમાણે બીજા ગુરુઓનું જૂઠણ એમના સેવકો ખાય છે તે પ્રમાણે અમારું જૂઠણ અમારા સેવકો ખાય છે.'

'શા માટે?'

'બ્રાહ્મણોએ પણ ગુરુનું જૂઠણ ખાવું એવું કહેલું છે એટલે.'

'મનુસ્મૃતિમાં તો એ વિશે મનાઈ કરેલી છે.'

'એની મને ખબર નથી.'

'મહારાજોએ આપેલાં પાનસોપારી થૂંક્યા પછી વૈષ્ણવો એને પ્રસાદ તરીકે આરોગે છે?'

'કેટલાક લોકો ખાતા હશે. બાકી અમે તો અમારાં ચાવેલાં પાન-સોપારી કચરામાં નાખી દેવા માટે વૈષ્ણવોના હાથમાં આપતા હોઈએ છીએ.'

'અવસાન પામેલા વૈષ્ણવના મૃતદેહની છાતી પર તમે લોકો પગ મૂકો તો જ તેને સ્વર્ગ મળે?'

'અમે મહારાજો મૃતદેહ પર નહીં પણ મરવા પડેલા માણસની આંખ પર પગ અડકાડીએ છીએ, છાતી પર નહીં.'

'અને ભેટ મળે તો જ આવું કરો છો?'

'એ માટે મહારાજો કાંઈ ભેટ માગતા નથી.'

'બીજા ધર્મ-સંપ્રદાયો કે પંથમાં પણ આવું થતું હોય છે?'

‘મને ખબર નથી.’

‘સેવક-સેવકીઓ મહારાજને કેસર સ્નાન કરાવે છે એ વાત ખરી છે?’

‘ખરી છે.’

‘તમારા પગની ધૂળ તમે તમારા સેવકોને ખાવા માટે આપો છો?’

‘મારી ચરણરજ હું સેવકોને ખાવા દેતો નથી.’

‘બીજા મહારાજો ખાવા દે છે?’

‘મને ખબર નથી.’

‘ભગવાનની જેમ મહારાજોની પણ આરતી ઉતારવામાં આવે છે?’

‘હા.’

‘શું કારણ એનું?’

‘શાસ્ત્રોમાં લખ્યું છે.’

‘કયા શાસ્ત્રમાં?’

‘મને ખબર નથી.’

‘ ‘ગુરુસેવા’ નામના પુસ્તકમાં એવું લખ્યું છે કે વલ્લભાચાર્યજી, ગુસાંઈજી તથા એમના સઘળા વંશજોને ઈશ્વરના અવતાર ગણવા. આ વાત સાચી છે?’

‘મેં એવું નથી વાંચ્યું.’

‘તમે તમને ઈશ્વર માનો છો?’

‘ના.’

‘તમારી પાસે આવતા વૈષ્ણવોને તમે કહ્યું છે કે તમે ઈશ્વર નથી?’

‘હું પુખ્ત ઉંમરનો થયો ત્યાર પછી મારા સેવકોને કહેતો આવ્યું છું કે અમે કંઈ ઈશ્વર નથી અને અમને ઈશ્વર માનશો મા.’

‘અમને ઈશ્વર નહીં માનતા એવો ઉપદેશ તમે ક્યારેય છપાવ્યો છે?’

‘ના.’

‘મૌખિક રીતે તમે કયા કયા લોકોને આવું કહ્યું હતું?’

‘એમના નામ મને યાદ નથી.’

‘તમે આવો ઉપદેશ આપવાનું શરૂ કર્યું તે પહેલાં લોકો તમને ઈશ્વર માનતા હતા?’

‘હા.’

‘પણ ગઈ કાલે તો તમે મને કહ્યું કે ‘અમારા સેવકો અમને ઈશ્વર ગણે છે કે નહીં તેની મને ખબર નથી.’

‘કહ્યું હશે કદાચ.’

‘તમે સોગંદ લઈને એ કહ્યું છે.’

‘સોગંદ લઈને કહ્યું છે કે નહીં તેની મને ખબર નથી.’

ચીફ જસ્ટિસે વચ્ચે પડીને મહારાજને કહ્યું, ‘તમે કાલે સોગંદ ખાઈને જ કહ્યું છે.’

મહારાજે કહ્યું, ‘મને યાદ નથી.’

ચીફ જસ્ટિસે કહ્યું, 'તમારી યાદશક્તિ કદાચ કાચી હશે પણ તમે કાલે જે કંઈ બોલ્યા તેનો એક-એક શબ્દ કોર્ટના રેકર્ડ પર છે.'

આન્સ્ટીએ આગળ પૂછ્યું, 'શું વૈષ્ણવો એવું માને છે કે એમના પર ઈશ્વર કરતાં ગુરુના ઉપકાર વધારે છે?'

'હા.'

'વૈષ્ણવો મૂર્તિને સ્પર્શી શકે છે?'

'ના.'

'કોણ અડકી શકે?'

'મહારાજ અથવા એ કામને માટે રાખેલા બ્રાહ્મણો મૂર્તિને અડકે છે.'

'બ્રહ્મસંબંધથી અગિયાર ઇન્દ્રિયોનાં પાપ ધોવાઈ જાય છે એવું મનાય છે તે સાચું?'

'હા.'

'આમાંની અગિયારમી ઇંદ્રિય એટલે જાતીય કર્મ માટે વપરાતી ઇંદ્રિય?'

'હા.'

'ગુરુની ગુપ્ત વાત જાહેર કરવી નહીં એવું તમારા પંથમાં કહેવાયું છે?'

'મને ખબર નથી. પણ વૈષ્ણવ થઈને બીજાના દોષ જોવા નહીં એ સારી વાત છે.'

'તમે બ્રાહ્મણ છો?'

'હા.'

'તમારા બાહ્ય દેખાવ પરથી તમે બ્રાહ્મણ જેવા લાગતા નથી.'

'તમને એવું ન લાગતું હોય એ શક્ય છે.'

'તમારા વડીલો તૈલંગા બ્રાહ્મણ કહેવાય છે?'

'હા.'

'એ લોકોને તૈલંગા બ્રાહ્મણોએ નાતબહાર મૂક્યા હતા?'

'ના, એવું નથી.'

'તૈલંગા બ્રાહ્મણો સાથે તમારે રોટીબેટીનો વ્યવાહર ખરો?

'અમે તૈલંગા બ્રાહ્મણની છોકરી લઈએ છીએ પણ તેમને આપતા નથી.'

'જે તૈલંગા બ્રાહ્મણો તમને છોકરી આપે તેઓને નાતબહાર મૂકવામાં આવે છે એ વાત સાચી?'

'ના.'

'તમે લોકો એ લોકોને પૈસા આપીને એમની છોકરીઓ સાથે લગ્ન કરો છો એ વાત સાચી?'

'કોઈ વાર છોકરીનો બાપ ગરીબ હોય ત્યારે અમારે પૈસા આપવા પડે.'

'પૈસા આપીને કોઈની દીકરી લેવી કે પૈસા લઈને કોઈને દીકરી આપવી એ માટે મનુસ્મૃતિના શાસ્ત્રમાં મનાઈ કરી છે તે તમે જાણો છો?'

'હું નથી જાણતો.'

'મહારાજો વ્યભિચાર કરે છે?'

'હું ધારું છું કે મહારાજો વ્યભિચાર કરતા નથી.'

'જો તેઓ વ્યભિચાર કરતા હોય એવું જણાય તો તેઓ ગુરુની પદવીને લાયક નથી એવું તમે માનો છો?'

'હા.'

'તમારા પિતરાઈ કાકા કૃષ્ણરાયજી મહારાજ તૈલંગા બ્રાહ્મણની દીકરી સાથે પરણ્યા હતા?'

'હા.'

'એમને એક વિધવા સાથે સંબંધ હતો એવી વાત તમે સાંભળી છે?'

'ના.'

'એમના દીકરા ગોકળ ઓછવજીને ખરાબ ચાલને માટે એક રાજાએ હદપાર કરીને રાજની બહાર કાઢી મૂક્યો હતો?'

'મને ખબર નથી.'

'વલ્લભજી નામના એક મહારાજને બીજા મહારાજોએ ગાદીએથી ઉઠાડી મૂક્યા હતા એ હકીકત છે?'

'હા.'

'શું કામ એવું પગલું ભરવું પડેલું?'

'વલ્લભજીએ બાપ-દીકરા વચ્ચેની કોઈ ભાંજગડમાં માથું માર્યું હતું એટલે.'

'વલ્લભજી સામે કોઈ ખરાબ કામોને કારણે આવું પગલું ભરાયું હતું?'

'મને એવી કોઈ જાણ નથી.'

'તમે દમણ ગયા છો?'

'હા.'

'દમણ જનારા તમે પહેલવહેલા મહારાજ છો?'

'હા.'

'તમારા અગાઉ કેમ કોઈ મહારાજ દમણ નથી ગયા.'

'મહારાજોએ નક્કી કર્યું હતું કે કોઈપણ મહારાજે દમણ જવું નહીં.'

'શું કારણ?'

'કારણ કે ત્યાંની પોર્ટુગીઝ સરકારે એક મહારાજની ફટકા મારીને હત્યા કરી હતી.'

'શું કામ?'

'મને ખબર નથી.'

'એક ચોરીના અપરાધમાં પકડાયા પછી એ મહારાજને દેહાંતદંડની સજા કરવામાં આવી હતી. એ વાત સાચી?'

'મને ખબર નથી.'

'જાલણાપટણમાં વિઠ્ઠલેશજી મહારાજને નજરકેદમાં રાખવામાં આવ્યા હતા?'

'હા.'

'કયા ગુનાસર?'

'એ મહારાજ મંત્રતંત્ર અને જાદુટોણા કરતા હતા એવો આક્ષેપ હતો.'

'વિઠ્ઠલેશજી મહારાજને ત્યાંના રાજાને ઝેર આપવાના ગુનાસર નજરકેદમાં રાખવામાં આવ્યા હતા તે તમે જાણો છો?'

'મને એની ખબર નથી.'

'વ્રજપાલજી મહારાજે લખપત બંદરના વૈષ્ણવોનાં ઘર લૂંટ્યાં હતાં તે વિશે તમને કેટલી ખબર છે?'

'હું એ વિશે કંઈ જાણતો નથી.'

'સુરત તમારે શું કામ છોડી દેવું પડેલું?'

'સુરત મારે છોડી દેવું પડ્યું નથી. હું સાત વરસ સુધી જાત્રાએ હતો એટલે સુરતના મારા ઘરે પાછો આવી શક્યો નહોતો.'

'સુરતમાં તમારા પર જબરજસ્તીથી એક કન્યા સાથે જારકર્મ કરવાનો આક્ષેપ આવ્યો હતો. તે વખતે ખૂબ હોહા થઈ હોવાને કારણે તમારે સુરત છોડવું પડેલું?'

'આવો આક્ષેપ હું અત્યારે પહેલવહેલી વાર સાંભળું છું.'

'ગઈ કાલે પણ તમને આ વિશે પૂછવામાં આવ્યું હતું.'

'મને યાદ નથી.'

'સુરતમાં પિતાંબર પોપાને તમે ઓળખો છો?'

'હા.'

'પિતાંબર પોપાની છોકરી પર બળાત્કાર કરવાનો આરોપ તમારા પર હતો.'

'એવો કોઈ આરોપ મારા પર નહોતો.'

'બાર ચૌદ વરસ પહેલાં સુરતના મૅજિસ્ટ્રેટે તમારા વિરુદ્ધનો એ કેસ કોર્ટમાં દાખલ કરેલો?'

'ખોટી વાત છે.'

'તે વખતના સુરતના શિરસ્તેદાર એટલે કે કોર્ટના મુખ્ય કારકુનને સાધીને તમે એ મુકદ્દમો ઘરમેળે પતાવી દીધો હતો?'

'એવું કંઈ બન્યું જ નથી.'

'અત્યારે ચાલી રહેલા આ મુકદમામાં તમે તમારા તરફથી એક પણ મહારાજને સાક્ષી તરીકે બોલાવ્યા છે?'

'ના.'

'શું એટલા માટે તમે કોઈ મહારાજને નથી બોલાવ્યા કે એ મહારાજોએ તમને પહેલેથી જ કહી દીધેલું કે તમારા કે એમના પોતાના વ્યભિચારની બાબત અંગે એમને કોર્ટમાં પૂછવામાં આવશે તો એમનાથી એનો ઇનકાર નહીં થઈ શકે કારણ કે એ વાત તો જગજાહેર છે.'

'એવું કંઈ બન્યું જ નથી.'

'તો પછી શા માટે કોઈ મહારાજ તમારી તરફેણમાં સાક્ષી આપવા આવતા નથી.'

'હું તથા એક બીજા મહારાજનો લાલજી – એમનો દીકરો જ – મુંબાઈમાં છીએ. બીજા મહારાજો મુંબાઈ છોડીને જતા રહ્યા છે.'

'તમે સુરતથી મુંબાઈ આવ્યા એટલે જીવણજી મહારાજના મંદિર પાસે કોઈ બખેડો થયો હતો?'

'મને ખ્યાલ નથી.'

'થાવર મૂળજીની દીકરી લક્ષ્મીબાઈને તમે ઓળખો છો?'

'ના.'

'પંદર વરસ પહેલાં તમે એના પરિચયમાં હતા?'

'ના.'

'પુનર્વિવાહની ચર્ચા શરૂ થઈ ત્યાં સુધી પ્રતિવાદી કરસનદાસ સાથે તમારે કેવા સંબંધો હતા.'

'સારા.'

'એમણે 'સત્યપ્રકાશ'માં તમારા વખાણ પણ કર્યા હતા, બરાબર?'

'હા, કર્યા હતા.'

'પણ પછી તમારા વિશે વધારે જાણકારી મળ્યા પછી એમણે તમારા વિરુદ્ધ વિચારો પ્રગટ કરવાનું શરૂ કર્યું એટલે તમે વૈષ્ણવોને 'સત્યપ્રકાશ'નો બહિષ્કાર કરવાનું જણાવ્યું.'

'મેં કોઈને 'સત્યપ્રકાશ' ખરીદવાની મનાઈ કરી નથી.'

'તમે 'સત્યપ્રકાશ' વિરુદ્ધ હૅન્ડબિલ પણ છપાવ્યાં.'

'મેં કોઈ હૅન્ડબિલ છપાવ્યાં નથી.'

'ભાટિયા કન્સ્પિરસી કેસ વિશે તમે સાંભળ્યું છે?'

'હા.'

'અત્યારે ચાલી રહેલા મુકદ્દમામાં જે કોઈ તમારી વિરુદ્ધ સાક્ષી આપે તેનાં દર્શન બંધ કરાવવા માટે તમે બીજા મહારાજો સાથે બંદોબસ્ત કર્યો છે?'

'એવો કોઈ બંદોબસ્ત મેં કર્યો નથી.'

'ભાટિયા કન્સ્પિરસી કેસ તમારો સેક્રેટરી પ્રભુદાસ ચલાવતો હતો એવું એણે તમને કહ્યું છે?'

'મને યાદ નથી.'

'ગોપાળદાસની પાસે પ્રભુદાસ તમારો કંઈ સંદેશો લઈને ગયો હતો એ વિશે ગોપાળદાસે પોતાની જુબાનીમાં કહ્યું છે એવું તમને ખબર છે?'

'હા, મેં એ વાત વાંચી છે, સાંભળી છે અથવા એવી અફવા સાંભળી હતી.'

'ભાટિયા કન્સ્પિરસી કેસની તપાસ વિશે તમારે પ્રભુદાસ સામે કોઈ વાત થઈ છે?'

'મુદ્દલેય નહીં.'

'પ્રભુદાસ તમારી પાસે સુરત આવ્યો ત્યારે એણે ભાટિયા કન્સ્પિરસી કેસ વિશે વાત કરી હતી?'

'હા. કરી હતી.'

'તમે તે વખતે એને શું કહ્યું હતું?'

'મેં પૂછ્યું હતું કે : આ બંદોબસ્ત કરવાનો મતલબ શું છે અને એની જરૂર શું છે?'

'પ્રભુદાસે શું જવાબ આપ્યો?'

'એણે કહ્યું : એ તો બંદોબસ્ત કરનારા જાણે.'

'ભાટિયાઓનો એ મુકદ્દમો ચલાવવા માટે અથવા એ મુકદ્દમામાં મદદ કરવા માટે તમે તમારા વતી પ્રભુદાસને અખ્તિયાર આપ્યો હતો?'

'એવું કંઈ બન્યું જ નથી.'

'એ કન્સ્પિરસી કરનારા નવ ભાટિયાઓએ તમારા ઘરમાં બેસીને ચર્ચાવિચારણા કરી હતી?'

'એવું કંઈ બન્યું નથી.'

'તો શું બન્યું હતું?'

'એમાંના એક-બે જણાએ મારી સાથે આવીને વાત કરી હતી.'

'શું વાત કરી હતી?'

'કોઈક બંદોબસ્ત વિશે વાત કરી હતી.'

'કેવા બંદોબસ્ત વિશે?'

'મને યાદ નથી.'

'એમની સ્ત્રીઓ અને અક્ષતયોનિ દીકરીઓને મહારાજોને અર્પણ કરવા વિશેનો બંદોબસ્ત હતો?

'હોઈ શકે છે.'

'એ બંદોબસ્ત આ લાયબલ કેસને કારણે કરવાનો હતો?'

'કયા કેસને કારણે તે મને ખબર નથી.'

'વાણિયાઓમાં આવો બંદોબસ્ત થઈ રહ્યો છે એની તમને જાણ છે?'

'હા.'

'કેવી રીતે જાણ થઈ?'

'આ કેસ સાંભળવા કેટલાક લોકો કોર્ટમાં આવે છે તેમાંથી કેટલાક લોકોએ મારી પાસે આવીને એ વાત કહી હતી.'

'પ્રભુદાસ એ બંદોબસ્ત કરાવવા ગોપાળદાસ પાસે ગયો એટલે તમે પ્રભુદાસને ઠપકો આપ્યો હતો એ સાચું?'

'બિલકુલ નહીં.'

'તમે શું માનો છો કે પ્રભુદાસે બંદોબસ્ત કરવાની તજવીજ કરી તે સારું થયું કે ખોટું?'

‘આવી કોઈ તજવીજ કરવામાં એણે કંઈ સારું અથવા ખરાબ કર્યું નથી.’

‘લખમીદાસ ખીમજીએ તમારા ચારિત્ર્ય વિશે જે વાતો જણાવી તેની તમને જાણ છે?’

‘હા.’

‘એ વાતો સાચી છે કે ખોટી?’

‘ખોટી જ હોવી જોઈએ કારણ કે હું એવી નઠારી ચાલનો હોત તો લખમીદાસ મારી પાસે આવતો ન હોત.’

‘તમે ક્યારેય વ્યભિચાર કે જારકર્મ કર્યું છે?’

‘મેં જિંદગીમાં ક્યારેય વ્યભિચાર કે જારકર્મ કર્યું નથી.’

‘તો તમને ચાંદીનો રોગ કેવી રીતે થયો?’

‘મને ફોલ્લી થઈ હતી. અમારા વતન તેલંગણના પ્રવાસ વખતે હું હૈદરાબાદમાં માંદો પડ્યો ત્યારે મેં ગરમ દવાઓ લીધી હતી. આ ઉપરાંત ખોરાકમાં સૂંઠ, મરી, મરચાં ખાધાં હતાં. એ બધાને કારણે મને અંદર ગરમી ફૂટી નીકળી હતી.’

‘તમારી જાત્રામાં તમારી પત્ની હંમેશાં તમારી સાથે જ હતાં?’

‘છ કે સાત મહિના સિવાય વહુજી મારી સાથે જ હતી.’

‘તમારાં પત્ની વિના તમે જાત્રા કરી છે?’

‘સંવત ૧૯૦૯ની ચાર-પાંચ વરસ અગાઉ હું વહુજી વિના બહાર નીકળ્યો હતો.’

‘તે વખતે તમે કેમ એકલા હતા?’

‘તે વેળા મારી આગલી વહુજી મરણ પામી હતી.’

આ તબક્કે જસ્ટિસ જોસેફ આર્નોલ્ડે પૂછ્યું, ‘બેટ-દ્વારકાની જાત્રામાં તમારી સાથે તમારી પત્ની હતી?’

‘ના.’

‘કેમ?’

‘તે વખતે હું બીજી વાર પરણેલો પણ મારી વહુજી નવ કે સાડા નવ વરસની જ હતી. એ તેર વરસની થઈ ત્યારે મારી સાથે ઘર માંડીને રહી.’

જોસેફ આર્નોલ્ડે વકીલ આન્સ્ટીને પૂછ્યું, ‘સાક્ષીને ઊલટતપાસમાં વધુ કંઈ તમારે પૂછવાનું બાકી છે?’

‘ના, યૉર લૉર્ડશિપ.’

પછી જસ્ટિસ આર્નોલ્ડે મિસ્ટર બેલીને પૂછ્યું,

‘સાક્ષીની ઊલટતપાસ પૂરી થઈ છે. તમારે ફેરતપાસમાં એમને કંઈ પૂછવું છે?’

‘હા, યૉર લૉર્ડશિપ.’

‘ભલે. ફેરતપાસ પૂરી થયા પછી બેઉ પક્ષના વકીલોનાં ફાઇનલ સ્ટેટમેન્ટ સાંભળીને અમે ચુકાદો આપીશું.’ જસ્ટિસ આર્નોલ્ડે કહ્યું.

પ્રકરણ : ૩૪

જદુનાથ મહારાજે મિસ્ટર આન્સ્ટીએ લીધેલી ઊલટતપાસમાં જે જવાબ આપ્યા એને ફેરવી તોળવાની તક મળે કે એ વિશે ખુલાસાઓ કરીને સ્પષ્ટતા માટેનો મોકો મળે તે માટે એમની ફેરતપાસ કરવી જરૂરી હતી. મિસ્ટર બેલીના સાથી વકીલ મિસ્ટર સ્કૉબલે શનિવાર, ૧ માર્ચ ૧૮૬૨ના રોજ જદુનાથ મહારાજની ફેરતપાસ શરૂ કરી. કોર્ટમાં ચોવીસ દિવસ સુધી ચાલેલા 'મહારાજ લાયબલ કેસ'ની કાર્યવાહીનો આ ૨૨મો દિવસ હતો.

મિસ્ટર સ્કૉબલે જદુનાથ મહારાજની ફેરતપાસ કરતાં પૂછ્યું, 'ત્રણ દિવસ પહેલાંના મંગળવારે આપના ઘરે આ મુકદ્દમા માટે સલાહમસલત કરવા કોઈ સભા મળી હતી?'

'ના.'

'અમારા યુરોપિયનોમાં એકબીજાને મળીએ ત્યારે અમે 'હલ્લો' કહીને કે છૂટા પડતી વખતે 'ગુડબાય'નું અભિવાદન કરીએ છીએ, તમારા હિંદુઓમાં શો રિવાજ છે?'

'અમારા લોકોમાં એકબીજાને મળતી કે છૂટા પડતી વખતે 'રામ, રામ' કે 'પુરુષોત્તમ' કહેવાનો રિવાજ છે.'

'જે બે જણ મળે છે એમાંથી કોઈનું નામ 'રામ' કે 'પુરુષોત્તમ' હોય છે?'

'ના રે ના, આ તો ફક્ત એવું બોલવાનો રિવાજ છે.'

'હવે મને સમજાય છે કે હું વચ્ચે ગુજરાતમાં હતો ત્યારે લોકો મને 'પુરુષોત્તમ' કહીને કેમ સલામ કરતા હતા!' સ્કૉબલે કહ્યું અને પૂછ્યું, 'ગઈકાલે તમને કેટલાક મહારાજોના અપરાધો વિશે પૂછવામાં આવ્યું. અગાઉ તમે ક્યારેય એ મહારાજોના અપરાધો વિશે સાંભળ્યું છે?'

'ના. ગઈકાલે પહેલવહેલી વાર કોર્ટમાં મેં એ મહારાજોનાં નામ સાંભળ્યાં. હા, અગાઉ છાપાંઓમાં ક્યાંક એ વિશે વાંચ્યું હશે પણ એમાં ક્યાંય મહારાજોનાં નામ નહોતાં આવતાં, એ તો મેં ગઈકાલે જ પહેલવહેલી વાર સાંભળ્યાં.'

'છાપાંઓમાં તમારા બાપદાદાઓમાં કે નજીકના સગામાં હોય એવા મહારાજોના અપરાધો કે વ્યભિચાર વિશે ક્યારેય વાંચ્યું છે?'

'ના. જે વાંચ્યું છે તે બીજા મહારાજો વિશે, મારા કુટુંબના એક પણ મહારાજ વિશે તો મેં છાંપાઓમાં પણ એકેય ખરાબ શબ્દ વાંચ્યો નથી.'

' 'વિષયી ગુરુ' નામની ચોપડી તમારા સંપ્રદાયનો ધર્મગ્રંથ છે?'

'બિલકુલ નહીં. એમાં તો મહારાજો વિશે નિંદા કરેલી છે.'

'એ ચોપડીને તમારા સંપ્રદાયમાં કોણ માને છે?'

'અમારા દુશ્મનો.'

'મહારાજો પાસે કોઈ પણ વૈષ્ણવને પુષ્ટિ માર્ગના સંપ્રદાયમાંથી કાઢી મૂકવાની સત્તા છે?'

'હા. પણ એના માટે સંપ્રદાય તરફથી મંજૂરી મળવી જોઈએ. આવી સંમતિ વિના અમે કોઈને સંપ્રદાયમાંથી કાઢી મૂકી શકીએ નહીં.'

'મહારાજના તાબામાં જે મંદિર હોય એ મંદિરમાં દર્શન માટે આવતી કોઈ પણ વ્યક્તિને રોકી શકવાનો તમારી પાસે સત્તાવાર અધિકાર છે?'

'હા. એ અમારો અબાધિત અધિકાર છે અને એની આડે કોઈ આવી શકે નહીં.'

'બધા મહારાજો સંપ કરીને એવો ઠરાવ કરે કે આ ફલાણા શખ્સને કોઈ પણ મંદિરમાં દર્શન કરતાં અટકાવવો તો તે અધિકાર મહારાજો પાસે ખરો?'

'હા. ખરો.'

'એવું ક્યારેક બન્યું છે?'

'ક્યારેય નથી બન્યું.'

મિસ્ટર બેલીના પ્રશ્નો પૂરા થઈ ગયા હતા. આ તબક્કે ચીફ જસ્ટિસ સર મૅથ્યુ સૉઝને લાગ્યું કે મહારાજના મોઢે હજુ કેટલીક સ્પષ્ટતાઓ થાય તે જરૂરી છે. એમણે જદુનાથજીને પૂછ્યું,

'તમે કહ્યું છે કે તમારા સંપ્રદાયનાં શાસ્ત્રો પ્રમાણે વ્યભિચાર કરવો એક ઘણો મોટો ગુનો છે, બરાબર?'

'બરાબર.'

'આમ છતાં 'સ્વધર્મવર્ધક અને સંશયછેદક'ના એક અંકમાં વ્યભિચાર કરવાની ભલામણ થઈ છે તેને તમે મંજૂર રાખો છો?'

'એ લેખમાં વ્યભિચાર કરવાની વાત નથી પણ ઈશ્વર પ્રત્યે વ્યભિચાર જેવી પ્રીતિ રાખવાની ભલામણ કીધી છે, કારણ કે જારભાવની પ્રીતિ અથવા તો વ્યભિચાર ભાવની પ્રીતિ સૌથી મજબૂત હોય છે. માટે એવા જ આવેશથી ઈશ્વરને ભજવવાની વાત એમાં છે. અને શાસ્ત્રોમાં પણ એવું જ કહ્યું છે, બાકી પારકી સ્ત્રી પર પ્રીતિ રાખવી એ તો ખરાબ જ છે.'

'કયા શાસ્ત્રમાં લખ્યું છે કે ઈશ્વર પ્રત્યે જારભાવની પ્રીતિ રાખવી?' ચીફ જસ્ટિસે પૂછ્યું.

'ભાગવતમાં એવાં ઉદાહરણો મળે છે.'

'ગઈ કાલે તમને જ્યારે શાસ્ત્રનું નામ પૂછવામાં આવ્યું ત્યારે તો તમે 'ખબર નથી?' એવું કહ્યું હતું, યાદ છે?'

'મને યાદ નથી.'

મિસ્ટર આન્સ્ટીએ ઊભા થઈને બોલવાની રજા માગીને કહ્યું, 'યૉર લૉર્ડશિપ્સ, એમને વારંવાર પૂછ્યું હતું પણ એમણે કોઈ શાસ્ત્રનું નામ કહ્યું નહોતું.'

'હવે કહી રહ્યો છું,' જદુનાથે કહ્યું, 'ભાગવતમાં કહેલું છે કે ગોપીઓએ ઈશ્વર પર જારભાવની પ્રીતિ રાખી તે પ્રમાણે પ્રીતિ રાખવી જોઈએ.'

જસ્ટિસ આર્નૉલ્ડે આ ચર્ચામાં ઝંપલાવતાં મહારાજને પૂછ્યું, 'આ દુનિયામાં ઈશ્વર માણસ સ્વરૂપે હોય તો તેના પર જારભાવની પ્રીતિ રાખવાનો અર્થ શું એવો થાય કે એની સાથે જારકર્મ કરવું?'

'શાસ્ત્રમાં ઈશ્વર ઉપર જારભાવની પ્રીતિ રાખવાનું કહ્યું છે, ઈશ્વર સાથે જારકર્મ કરવાનું નથી કહ્યું.'

જસ્ટિસ આર્નૉલ્ડે પૂછ્યું, 'જારભાવની પ્રીતિ કર્યા સિવાય શું ઈશ્વરની પ્રાપ્તિ ના થાય?'

'એવું કોણે કહ્યું. કોઈ પણ ભાવથી ઈશ્વરને ભજવાથી ઈશ્વર મળે છે.'

જસ્ટિસ આર્નૉલ્ડે ચીફ જસ્ટિસ તરફ જોયું. ચીફ જસ્ટિસ મૅથ્યુ સૉઝે મિસ્ટર સ્કૉબલને પૂછ્યું, 'વધુ કોઈ ફેરતપાસ કરવાની બાકી છે?'

'ના, યૉર લૉર્ડશિપ્સ.'

'સાક્ષી જઈ શકે છે.' ચીફ જસ્ટિસે જદુનાથ મહારાજ તરફ જોવાને બદલે મેજ પર પોતાની સામે પડેલાં કાગળિયાં ઉથલાવતા કહ્યું.

મહારાજ સ્ટૂલ પરથી ઊભા થયા અને ન્યાયાસન તરફ બેઉ હાથ ઊંચા કરીને નામદાર ન્યાયમૂર્તિઓને સંબોધીને બોલ્યા, 'શ્રીજીબાવા તમારા બેઉનું કલ્યાણ કરે! ગોકુલનાથજી તમારા બેઉની રક્ષા કરે! મારા તરફથી તમને બેઉને આશીર્વાદ આપું છું! ભગવાન તમારું ભલું કરે!'

બંને ન્યાયમૂર્તિઓ અને બેઉ પક્ષના વકીલો આંખો પહોળી કરીને મહારાજને સાક્ષીના કઠેડામાંથી બહાર જતાં જોઈ રહ્યા.

મહારાજની પાછળ અડધી અદાલત ખાલી થઈ ગઈ.

ધમાચકડી શમ્યા પછી ચીફ જસ્ટિસે ગ્લાસમાંથી પાણીનો ઘૂંટડો ભરીને બેઉ પક્ષના વકીલોને પૂછ્યું,

'ફાઇનલ સ્ટેટમેન્ટ્સ માટે તમે લોકો તૈયાર છો?' બંને વકીલોએ હામાં માથું નમાવ્યું.

'મિસ્ટર આન્સ્ટી,' ચીફ જસ્ટિસે પૂછ્યું, 'ફાઇનલ સ્ટેટમેન્ટ કરવા માટે તમને કેટલો સમય જોઈશે?'

'બેએક કલાક, ઓછામાં ઓછા.' આન્સ્ટીએ કહ્યું.

'અને મિસ્ટર બેલી, તમને?'

'મને કલાકથી વધુ નહીં જોઈએ.' બેલીએ કહ્યું.

'ભલે. બેઉ પક્ષોને બે-બે કલાકનો સમય આપીએ છીએ. અત્યારે સાડા ત્રણ વાગ્યા છે. મિસ્ટર આન્સ્ટીનું ફાઇનલ સ્ટેટમેન્ટ પૂરું થયા પછી કોર્ટ આવતી કાલ પર મુલતવી

રહેશે. કાલે ખાણાના સમય સુધીમાં મિસ્ટર બેલીનું ફાઇનલ સ્ટેટમેન્ટ પૂરું થઈ જાય એ રીત કોર્ટનું ટાઇમટેબલ ગોઠવ્યું છે.'

બેઉ વકીલોએ ન્યાયમૂર્તિઓનો આભાર માન્યો. મિસ્ટર બેલીએ પોતાની ખુરશીમાં સ્થાન પાછું લઈ લીધું. મિસ્ટર આન્સ્ટી ઊભા રહ્યા. હાથમાં કાગળની એક પણ ચબરખી રાખ્યા વિના આન્સ્ટીએ ફાઇનલ સ્ટેટમેન્ટ શરૂ કર્યું,

'યૉર લૉર્ડશિપ્સ, છાપાંઓમાં 'મહારાજ લાયબલ કેસ' તરીકે જાણીતા થયેલા આ મુકદ્દમાએ માત્ર આ શહેરમાં જ નહીં, ઠેકઠેકાણે ખૂબ ચર્ચા જગાવી છે. આનું કારણ ધર્મગુરુઓનો વ્યભિચાર નથી, પરંતુ ધર્મમાં આસ્થા ધરાવનારાઓની શ્રદ્ધાને એવા આચરણને લીધે લાગતી ઠેસ છે. આ બેઉ બાબતો જુદી જુદી છે અને હું માનું છું કે ધર્મગુરુઓના વ્યભિચાર કરતાં પણ આસ્તિકોની શ્રદ્ધા તૂટે તે વાત અનેકગણી ગંભીર છે. આ મુકદ્દમાનો ચુકાદો હવે આપ નામદાર સાહેબોના હાથમાં છે અને આપ જે ચુકાદો આપશો, મારા અસીલોની તરફેણમાં તે હશે કે એમની વિરુદ્ધમાં, અમારા માટે તે પવિત્ર અને શિરોમાન્ય હશે.

'પરંતુ આપ ચુકાદો આપો તે પહેલાં કેટલીક બાબતો પ્રત્યે હું આપ નામદાર સાહેબનું ધ્યાન ખેંચવા માગું છું, કેટલાંક તારણો આપની સમક્ષ રજૂ કરવા માગું છું અને અનેક સાક્ષીઓની જુબાનીઓ તથા અનેક પુરાવાઓ હેઠળ દબાઈ ગયેલી વિગતોને બહાર લાવીને એનું મહત્ત્વ સ્થાપવાની કોશિશ કરવા માગું છું.

'સૌથી પહેલાં હું નામદાર અદાલતનું ધ્યાન એ બાબત સુધી ખેંચી જવા માગું છું કે પ્રતિવાદી કરસનદાસ મૂળજી તરફથી પડેલી સાહેદીઓનું ખંડન કરવા માટે વાદી મહારાજ જદુનાથને પોતાના સાક્ષીઓ રજૂ કરવા માટે સારી જોગવાઈ મળી છે. વાદી તરફથી આવેલા નવા સાક્ષીઓની જુબાનીઓને રદિયો આપવા માટે તેમ જ નવા પુરાવાઓને ખોટા પુરવાર કરવા માટે પ્રતિવાદીને કોઈ તક ન મળે એવી ગોઠવણ કરીને આ મુકદ્દમો ઘડાયો છે.

'આ સંજોગોમાં, નામદાર કોર્ટનું હું ધ્યાન દોરવા માગું છું કે પ્રતિવાદી કરસનદાસ મૂળજી તરફથી આવેલા સાક્ષીઓ સમાજના આબરૂદાર, ભદ્ર અને ભણેલાગણેલા વર્ગના છે જેમની અંગત વિશ્વસનીયતા, એમની ભરોસાપાત્રતા ઘણી ઊંચી છે. આની સામે વાદી મહારાજ જદુનાથ જે સાક્ષીઓ લઈ આવ્યા છે તેમાંના મોટા ભાગના લાચાર ભક્તો સમાજના નીચલા સ્તરમાંથી આવે છે અને આ પ્રકારના સાક્ષીઓ ધાકધમકી કે લાલચથી વશ થઈ જતા હોય છે. યૉર લૉર્ડશિપ્સને મારી અરજ છે કે મુકદ્દમાના ચુકાદા વિશે વિચારણા કરતી વખતે કયા સાક્ષીએ શું કહ્યું એની સાથે કયા સાક્ષીની વાતને કેટલું વજન હોવું જોઈએ એ બાબત પણ ગણતરીમાં લેવામાં આવે. પ્રતિવાદી કરસનદાસે 'સત્યપ્રકાશ'માં પોતાનો લેખ લખવા માટે તથા કઠણ ભાષા વાપરવા માટે વાજબી કારણ દેખાડ્યું છે કે નહીં તે વિશે તપાસ થવી જોઈએ. અને ધર્મગુરુ લેખે મહારાજની આબરૂ કેવી છે, બ્રાહ્મણોમાં એમની પદવી કેવી છે તેમ જ એમનો વૈષ્ણવ સંપ્રદાય – પુષ્ટિમાર્ગ,

અસલ હિન્દુ ધર્મ સાથે કેટલો મળતો આવે છે કે કેટલો જુદો છે તે વિશે પણ તપાસવું જોઈએ.

'મહારાજની આગળ ઇશ્કનાં ગીત ગવાય છે તે પણ કબૂલ થયું છે, ક્હાન એટલે કે કૃષ્ણ ભગવાન કરીને સેવકો મહારાજને બોલાવે છે તે પણ કબૂલ થયું છે અને મહારાજે પોતાની સામે સેવકીઓ જે ગીત ગાય છે તે ગીતો પણ બરાબર ઓળખી કાઢ્યાં છે. વાદીના પંથના સિદ્ધાંત પ્રમાણે એ પંથવાળા એ પોતાના ગુરુને ઠાકોરજી એટલે કે ઈશ્વર ગણવા જોઈએ એવું કહેવામાં આવ્યું છે. ખુદ વાદીએ જુબાની આપી છે કે પુષ્ટિમાર્ગના અનુયાયીઓ ઈશ્વરના કરતાં ગુરુનો ઉપકાર મોટો માને છે. ભાઈચંદ રાયલાલ નામના એક સાક્ષીએ કહ્યું છે કે 'હું મહારાજને ઈશ્વરથી ઓછો પણ ભગવાનની મૂર્તિની સમકક્ષ માનું છું.' જમનાદાસ સેવકલાલ અને બીજા સાક્ષીઓએ કહ્યું કે, 'મૂર્તિને પારણામાં કે હિંડોળામાં ઝુલાવીએ એમ અમે મહારાજને પણ ઝુલાવીએ છીએ, તથા મહારાજ કંઈ પણ પાપ કરે જ નહીં.'

'આવા ઘણા જ ખરાબ સિદ્ધાંતોવાળો વૈષ્ણવ સંપ્રદાય અથવા પુષ્ટિમાર્ગ અથવા વલ્લભાચાર્યનો આ પંથ અસલ હિન્દુ ધર્મને ફેરવીને હમણાં ઊભો કરવામાં આવ્યો છે તે વાત પૂરતી રીતે સાબિત થઈ ચૂકી છે. વાદી જદુનાથ મહારાજે પોતે કહ્યું કે 'થોડાક લોકો મને ઈશ્વરનો અવતાર ગણે છે.' પણ પાંચ મિનિટમાં તેઓ પાછા ફરી ગયા કે 'મને તો ફક્ત ગુરુ ગણે છે.' એમણે એમ પણ કહ્યું કે 'મારા સેવકોને મેં એવો બોધ કર્યો છે કે તમારે મને ઈશ્વર નહીં, પણ ગુરુ ગણવો જોઈએ.' પણ આ બોધ એમણે કોઈ ચોપાનિયા, પુસ્તક કે વર્તમાનપત્ર મારફત નથી કર્યો અને આ ઉપદેશ એમણે કયા શખ્સોને કર્યો એમાંથી એકનું નામ પણ તેઓ જણાવી શક્યા નથી.

' 'સ્વધર્મવર્ધક' નામના ચોપાનિયામાંનો 'જારભાવની પ્રીતિ' વિશેનો લેખ વાદી પસંદ કરે છે. એક ચોપાનિયામાં છપાયેલા લેખમાં પ્રગટ થતો એ મત ધિક્કારવાલાયક છે. એવા જ મત જ્યારે ધર્મનાં પુસ્તકોમાં પ્રગટ થાય ત્યારે તો કેટલી ધિક્કારવાલાયક ઘટના બને છે. ચોપાનિયામાં છપાયેલા લેખનો મતલબ ખુલ્લો છે. તે એ કે વ્યભિચાર આ દુનિયા માટે છે. આ સંસારમાં ઈશ્વર અને ઠાકોરજીની સાથે સંગ નથી થઈ શકતો માટે ઈશ્વરરૂપી ગુરુ એટલે કે મહારાજની સાથે સંગ કરવો એ ધર્મનું કામ છે.

'વાદીના કેટલાક સાક્ષીઓએ કહ્યું કે મહારાજની વિરુદ્ધની કોઈ પણ વાત અમે કદી સાચી માનીએ નહીં, કેટલાકે કહ્યું કે મહારાજ વ્યભિચાર કરે જ નહીં અને મહારાજની વિરુદ્ધ સાક્ષી આપવી એ પાપ છે. એક સાક્ષીએ કહ્યું કે મહારાજને હું ઈશ્વર ગણું છું, બીજાએ કહ્યું કે મહારાજને અમે ઈશ્વરનો અવતાર ગણીએ છીએ. એક સાક્ષીએ કહ્યું કે મથુરાદાસ લવજીએ મહારાજની વિરુદ્ધ સાક્ષી આપી તે તેણે પાપ કીધું. બીજો એમ સમજતો હતો કે તેનો ગુરુ મહારાજ મરણ પામ્યો તે ગૌલોક નામના સ્વર્ગમાં ગોપીઓની સાથે લીલાનો એટલે કે ઇશ્કની રમતનો વિસ્તાર કરવા ગયો.

'વાદીના પગ નીચેની ધૂળ લોકો ખાય છે તે સાબિત થઈ ચૂક્યું છે. લોકો મૂર્તિ

કરતાં વધારે માન મહારાજને આપે છે અને બીજા કોઈ પણ હિન્દુ સંપ્રદાય કે પંથવાળા નથી કરતા એવી બીજી કેટલીક તરેહની પૂજા તેઓ મહારાજની કરે છે.

'ડૉક્ટર ભાઉ દાજીએ કહ્યું કે મહારાજના સેવકો તન, મન અને ધન અર્પણ કરે છે તે રીતે બીજા કોઈ પણ હિંદુ પંથવાળા અર્પણ નથી કરતા. ડૉક્ટર ભાઉ દાજીની આ વાતને ખોટી પુરવાર કરવાની કોઈ પણ કોશિશ વાદી કે વાદી તરફીના એકેય સાક્ષીએ કરી નથી. તન, મન, ધન અર્પણ કરવાનો એ મંત્ર મહારાજને માનનારા વૈષ્ણવો મોઢે કરી રાખે છે.

'વાદીના સાક્ષીઓની જુબાની પરથી એવું માલૂમ પડે છે કે મહારાજ વિરુદ્ધ સાક્ષી આપવી પાપનું કામ છે. અને એમના બીજા સાક્ષીઓ પરથી એવું માલૂમ પડે છે કે મહારાજ માટે ખોટી સાહેદી પૂરવી એ ધર્મનું કામ કહેવાય છે.

'એક સાક્ષીએ કહ્યું કે ૮૪ તથા ૨૫૨ વૈષ્ણવોની વાર્તાનાં પુસ્તકો ધર્મની વાર્તાનાં ગ્રંથ ગણાય છે અને વાદી પોતે તે વાતે નામક્કર જાય છે. વાદી જો વિદ્વાન છે તો તે વાત એમનો કોઈ પણ સાક્ષી બતાવી શક્યો નથી. બ્રાહ્મણનો ધર્મ છે કે વેદ ભણવા અને ભણાવવા અને તે પ્રમાણે જે બ્રાહ્મણ ના કરે તેના પર વિશ્વાસ ના થાય.

'વાદી જદુનાથ મહારાજે પોતાની વિદ્વતા અંગે જણાવ્યું કે એમને થોડી સંસ્કૃત અને બીજી બે-ત્રણ ભાષા આવડે છે. પણ તેમની જુબાની પરથી એવું માલૂમ પડી આવ્યું કે આ મુકદ્દમો ચાલ્યા પછી જ એણે કેસમાં જે મુદ્દાઓ વિશે ચર્ચા થવાની હતી તે ધર્મની બાબતો માટે બ્રાહ્મણોની સલાહ લેવા માંડી. આના ઉપરથી તેમનું જ્ઞાન કેટલું છે તે વિશે કોર્ટને વિચાર કરવાની તક મળી.

'વાદી જે જારકર્મ કરતા હતા તે ગુપ્ત રીતે કરતા હતા કે નહીં તે વિશે પ્રતિવાદીઓએ જણાવવાની કંઈ જરૂર નથી. લખમીદાસ ખીમજીએ પોતાની જુબાનીમાં કહ્યું છે કે બેટ-દ્વારકામાં એક વખત એમણે વાદી જદુનાથ મહારાજની ચૌદ-પંદર વર્ષની એક વૈષ્ણવ છોકરી સાથેની રાસલીલાનાં એટલે કે જારકર્મની ક્રિયાનાં દર્શન કર્યાં હતાં અને એ માટે વાદીને કેટલીક ભેટ ધરવામાં આવી હતી. આવી રાસલીલાનાં દર્શન કરાવવાં એ ધર્મનું કામ છે એવું વાદી સમજે છે. ભરોસો રહી શકે એવી સત્તાથી કોર્ટમાં કહેવામાં આવ્યું છે કે વાદી અને બીજા મહારાજો ખુલ્લી રીતે વ્યભિચારના છંદમાં પડ્યા છે.

'વાદીના ચાકરોએ કહ્યું કે 'અમે એમની પાસે જ બેસી રહેતા હતા.' આ ચાકરોની જુબાની યા તો આખે આખી સાચી યા તો આખેઆખી ખોટી સમજવી જોઈએ.

'હવે વાદીની તરફ઼ પડેલી સાહેદી વિશે નામદાર કોર્ટનું ધ્યાન પહોંચાડવા માગું છું. એ દરેક જુબાની યા તો કોર્ટે આખી મંજૂર રાખવી જોઈએ યા તો રદ કરવી જોઈએ. અને નામદાર કોર્ટને એ સાક્ષી રદ કરવાનો ઉપાય લેવો પડશે એમાં કોઈ શક નથી. વ્યભિચાર વિશે વાદીના દરેક સાક્ષીએ કહ્યું છે કે એ વાત બે-ત્રણ મહિના પહેલાં જ એમના સાંભળવામાં આવી, એ પહેલાં ક્યારેય નથી સાંભળી. પ્રતિવાદીઓના કેટલાક સાક્ષીઓએ સોગંદ ખાઈને કહ્યું છે કે છેલ્લાં આઠ વરસથી એ વાતો વર્તમાનપત્રોમાં

પ્રસિદ્ધ થયા કરે છે. વળી પ્રતિવાદીઓ તરફથી જે જુબાનીઓ પડી તેને ખોટી પુરવાર કરવા માટે વાદી તરફથી જે સાક્ષીઓ રજૂ કરવામાં આવ્યા તેઓ પોતાની જુબાની આપતાં લથડાયા હતા. બરાબર જુબાની આપવા માટે કોર્ટે ઘણા સાક્ષીઓને ચેતવણી આપવી પડી છે, કેટલાક સાક્ષીઓને કોર્ટે દંડ કરવો પડ્યો છે, એકને તુરંગમાં મોકલવામાં આવ્યો હતો, એક સાક્ષી ત્રણ વરસ સુધી વડોદરામાં નજરકેદ હતો અને એક સાક્ષીનું નામ સરકારે બેવડાં ખૂનના રિપોર્ટમાં લખ્યું છે! વાદીના સાક્ષીઓ આવી આબરૂ ધરાવે છે. જ્યારે પ્રતિવાદી કરસનદાસ મૂળજી તથા એના સાક્ષીઓ વિશે એક પણ માઠો શબ્દ કોઈ બોલ્યું નથી, બોલવાની કોશિશ પણ થઈ નથી.

'ખોટા સોગંદ ખાવાથી વાદીને શું મોટો ફાયદો નહીં થાય? વાદી જો આ કેસ હારી જાય તો ક્યાં જાય? તેની પદવી કેવી ઊતરી પડે? તેને લોકો હાલ ઈશ્વરી માન આપે છે તે ક્યાં જતું રહે? તેઓનો નિર્લજ્જ દુષ્ટ માર્ગનો પંથ તથા એ પંથવાળાઓ ક્યાંના ક્યાં ઊડી જાય. આ કારણોને લીધે વાદીએ આગળ પડીને પ્રતિવાદીની વિરુદ્ધ સાક્ષી આપી છે.

'આ ઉપરાંત પેલો 'ભાટિયા કેસ' છે. એ કેસમાં જે જુબાની પડી છે તે પરથી માલૂમ પડે છે કે મહારાજની વિરુદ્ધ કોઈએ પણ સાહેદી પૂરવી નહીં એવો બંદોબસ્ત કરવામાં આવ્યો હતો. વળી આ વાત ખુલ્લી છે કે આ મુકદ્દમામાં મહારાજોનો પંથ જોખમમાં છે. એ પંથવાળાઓએ પોતાના ગુરુના ફાયદા માટે બનતી કોશિશ કરી છે અને તેઓએ મુકદ્દમો તથા સાક્ષીઓ પણ ઊભા કર્યા છે.

'ગિબન લખી ગયો છે કે મહમદની આબરૂ વિશે વોલફારે ખાતરી આપી પણ વોલફાર કેવો માણસ છે તેની આબરૂ વિશે કોણ ખાતરી આપી શકે! એ જ વાત મહારાજના સાક્ષીઓને લાગુ પડે છે. સાક્ષીઓએ કહ્યું કે મહારાજ સારો માણસ છે, પણ તે સાક્ષીઓ સારા માણસ છે એવું કોણ કહેશે?

'ડૉ. ભાઉ દાજીએ જુબાની આપી કે વાદીનું ચારિત્ર્ય ખરાબ છે. એમણે ઘણા મહારાજોની અનીતિ ભરેલી ચાલ વિશે સાહેદી પૂરી છે. આવી જુબાની આપવાથી ડૉક્ટર ભાઉ દાજીને કશો ફાયદો નથી થવાનો. ઊલટાની નુકસાની થવાની છે. હિન્દુઓમાં અને વૈષ્ણવ સંપ્રદાયના કુટુંબોમાં એમની ઘણી સારી પ્રૅક્ટિસ છે. મહારાજ વિરુદ્ધ જુબાની આપવાથી આ પ્રૅક્ટિસ જોખમમાં મુકાઈ શકે તેમ છે.

'વાદીના સાક્ષીઓએ એટલું જ જણાવ્યું કે વાદીની આબરૂ સારી છે અને એમના વિશે કોઈ ખરાબ વાત પોતે કદી સાંભળી નથી. કોઈનું ચારિત્ર્ય ખરાબ નથી એવું કહી દેવાથી કોઈનું ચારિત્ર્ય સારું છે એવો પુરાવો ઊભો નથી થતો.

'જીવણજી મહારાજ સાથેની વાતચીત પ્રતિવાદીના બે સાક્ષીઓએ જણાવી. પણ ત્રીજા સાક્ષી શેઠ ખરશેદજી કામા જાણે જીવણજી મહારાજે પોતાના હાથ બાંધેલા છે એમ સમજી કશું બોલ્યા નહીં. એ વાત ખુલ્લી નહીં પાડવા માટે ખરશેદજી કામા જીવણજી મહારાજ સાથે બંધાયેલા છે તે ઉપરથી નામદાર કોર્ટે સમજવું જોઈએ કે પહેલા બે

સાક્ષીઓને આ ત્રીજા સાક્ષીની જુબાનીથી આડકતરો ટેકો મળ્યો છે.

'વાદી જદુનાથ મહારાજને ચાંદીનું દરદ હતું એ બાબત પડેલી સાહેદી ખોટી પુરવાર કરવા માટે કોઈ કોશિશ થઈ નથી. એ દરદની હકીકત વાદીએ બે ડૉક્ટરોને કહી હતી અને બેઉ ડૉક્ટરોએ એ વિશે ખુલ્લી જુબાની આપી છે. આ બાબતે વાદી પોતે એટલું જ જણાવે છે કે એ દરદ ગરમ દવા ખાવાથી થયું હતું. વાદીને થયેલા દરદ વિશેની જુબાની કોર્ટમાં પડ્યા પછી એ દરદનો ડાઘ એમને છે કે નહીં તે બાબત એમને ત્રણ ડૉક્ટરોએ તપાસ્યા હતા પણ તે ત્રણ ડૉક્ટરો ક્યાં છે? વાદીએ મુકદ્દમો બંધ કરી દીધો. પેલા ત્રણ કે ત્રણમાંના બે કે કોઈ એક પણ ડૉક્ટરને જુબાની આપવા શા માટે રજૂ કર્યા નહીં.

'ડૉક્ટર ભાઉ દાજી, ડૉ. ધીરજરામ દલપતરામ અને લખમીદાસ ખીમજીની જુબાનીઓને વાદીએ રદિયો આપ્યો છે, પણ તેના પર કોર્ટ વજન નહીં આપે. તે જ પ્રમાણે વાદીએ જે બીજા રદિયાઓ આપ્યા તેના પર પણ વજન આપવાની જરૂર નથી. ડૉક્ટર ધીરજરામે પોતાની જુબાનીમાં જે વાત કહી છે તે જુઓ. એ વાત સાક્ષીએ જોડી કાઢેલી હોય એવું કદી બની શકે જ નહીં. જો આ ડૉક્ટરોની સાહેદી ખરી માનવામાં આવે તો તેથી શું સાબિત થાય છે? ડૉક્ટર ધીરજરામના કહેવાથી એવું સાબિત થયું કે વાદીએ પોતાનું દરદ મટાડવાને માટે પોતાના વહેમને અનુસરીને બે સ્ત્રીઓ સાથે સંગ કર્યો હતો. આની સામે વાદી પોતાની જુબાનીમાં પોતાની નીતિ વિશે બડાઈ હાંકે છે તે ફોગટ છે. આ મુકદ્દમાનો ઘણો મોટો આધાર વાદીને બે વર્ષ પહેલાં, ૧૮૬૦ની સાલમાં ચાંદીનું દરદ થયું અને તે વખતે વાદીએ પોતાની બદચાલ વિશે કબૂલાત કરી, તેના પર છે. આ સઘળી વાતે નામક્કર જવા વાદીએ જાણી જોઈને ખોટા સોગંદ ખાધા છે.

'વાદીએ પોતાના સંપ્રદાયનાં શાસ્ત્રો થકી પોતાના સ્વાર્થ માટે પોતાનાં જ અનુયાયીઓની આંધળી શ્રદ્ધાનો અને ભોળપણનો દુરુપયોગ કર્યો છે. જે વ્યક્તિનાં આટઆટલાં દુરાચરણો કોર્ટકેસની આ કાર્યવાહી દરમિયાન ઉઘાડાં પડ્યા હોય તે વ્યક્તિ તથાકથિત બદનક્ષી બદલ વળતર માગવાને જરા પણ લાયક નથી. પ્રતિવાદી પોતે વાદીના જ સંપ્રદાયનો છે. એ સંપ્રદાયમાં ચાલતી અનીતિઓ તેમ જ પોતાને ધર્મગુરુ ગણાવનારાઓના દુરાચારો પ્રત્યે નાની ઉંમરથી જ પ્રતિવાદીનું ધ્યાન દોરાયું છે. એને કારણે એણે સંપ્રદાયનાં ધર્મપુસ્તકોનો અભ્યાસ કર્યો, વલ્લભકુળનાં બાળકો એવા મહારાજોના ભૂતકાળ વિશે સંશોધન કર્યું. આ સઘળાના પરિણામે એણે વૈષ્ણવ સંપ્રદાયના આ પુષ્ટિમાર્ગમાં ધર્મને નામે ચાલતી જે પારાવાર દુષ્ટતા જોઈ, જે સડો જોયો, વ્યવસ્થાતંત્રની રાક્ષસી તાકાત જોઈ એ બધું જ ઉઘાડું પાડવાની એણે પોતાની ફરજ સમજી છે.

'પ્રતિવાદીએ પોતે લખેલા લેખનો એક પણ શબ્દ પાછો ખેંચવાની ના પાડી. અને પોતાની વાત સાબિત કરવા માટે સાક્ષીઓ રજૂ કર્યા. આની સામે વાદીના માથે આક્ષેપો થયા એમાંના એક પણ આક્ષેપને વાદી ખોટા પુરવાર કરી શક્યા નથી. જો નામદાર કોર્ટને

પ્રતિવાદીઓની સાક્ષી મજબૂત ભાસે તો વાદીની ચાલ પર સખત ટીકા થવી ઘટે. પ્રતિવાદી ખાતરીથી એવું માને છે કે એમણે વાદી પર જે કંઈ આક્ષેપ મૂક્યા તે ખરા છે અને તે પ્રસિદ્ધ કરવાને વાજબી કારણ હતું.

'વાદી એક ખૂબ જ શક્તિશાળી અને ભારે વગ ધરાવતો તથા સમાજમાં બહોળી માન્યતા ધરાવતો ગુરુ છે. એની સામે પ્રતિવાદીની કોઈ હેસિયત નથી. પ્રતિવાદી આ કેસ હારી જશે તો એ ક્યાંયનો નહીં રહે, રસ્તા પર આવી જશે અને પ્રતિવાદી જો ખોટો પુરવાર થાય તો એની સાથે એવું થવું જ જોઈએ. પણ પ્રતિવાદીએ દરેક બાબતે પોતાની વાત સાચી, વાજબી અને અગત્યની છે તે પુરવાર કરી બતાવ્યું છે. મને પૂરેપૂરી શ્રદ્ધા છે કે યૉર લૉર્ડશિપ્સ પોતાના ચુકાદા દ્વારા છાપાં-સામયિકોની સ્વતંત્રતાને એ ઊંચાઈએ લઈ જઈને પહોંચાડશે જ્યાં આ સ્વતંત્રતા સામે નીતિમત્તાના દુશ્મનો, સમાજની સુખાકારીના દુશ્મનો અને સુધારાની ચળવળના દુશ્મનોના ગંદા હાથ પહોંચી ના શકે.'

મિસ્ટર આન્સ્ટીએ વિવેકપૂર્વક જમણા હાથનો પંજો પોતાની છાતી પર અડાડી, માથું નમાવી નિવેદન પૂરું કર્યું. કોર્ટમાં હાજર રહેલા સૌ કોઈને આન્સ્ટીની સૂઝ, કાયદાનું એમનું જ્ઞાન અને દલીલ કરવાની એમની સભ્ય રીતભાત માટે આદર થયો. અને સૌથી વધારે માન એમની યાદદાસ્ત માટે થયું. આન્સ્ટી હાથમાં કાગળની એક પણ ચબરખી રાખ્યા વિના એકધારું પોણા બે કલાક સુધી બોલ્યા હતા.

આન્સ્ટીના નિવેદન પછી કોર્ટ બીજા દિવસ સુધી મુલતવી રહી. એ પછીનો દિવસ, ૪ માર્ચ ૧૮૬૨નો મંગળવાર કાર્યવાહીનો ૨૩મો દિવસ હતો. કોર્ટ બેઠા પછી મહારાજ જદુનાથના વિદ્વાન અને બાહોશ ધારાશાસ્ત્રી મિસ્ટર બેલીએ ઊભા થઈને પોતાનું ફાઇનલ સ્ટેટમેન્ટ શરૂ કર્યું. હાથમાં રાખેલી કાગળની થપ્પીમાંના સૌથી ઉપલા કાગળ પર નજર નાખીને મિસ્ટર બેલી નામદાર ન્યાયમૂર્તિઓને સંબોધીને બોલ્યા,

'યૉર લૉર્ડશિપ્સ, મારા અસીલ અને આ મુકદ્દમાના વાદી મહારાજ જદુનાથ પર તથા એમના પંથ વૈષ્ણવ સંપ્રદાયના પુષ્ટિમાર્ગ પર જે મોટા અને ગલીચ અપરાધો મૂકવામાં આવ્યા છે એમાંથી એમને મોકળા કરવાની મારી ફરજ છે. આવો કોઈ પણ મુકદ્દમો આજ દિન સુધી ઇન્સાફની અદાલતમાં આવ્યો નથી.

'મારા અસીલ વાદી મહારાજ જદુનાથ પર જે અપરાધ મૂકવામાં આવ્યા છે તે તદ્દન બેબુનિયાદ છે એટલું જ નહીં બેઆબરૂભર્યા છે અને માત્ર ને માત્ર આ મુકદ્દમો જીતવાના ઇરાદાથી ઘડી કાઢવામાં આવેલા છે. પરિણામે નામદાર અદાલતે વાદી માટે અન્ય કોઈ પ્રકારે ચુકાદો આપવાનું શક્ય જ નથી.

'આ મુકદ્દમાની તપાસ ઘણી લાંબી ચાલી છે. કુલ ૬૫ સાક્ષીઓ તપાસવામાં આવ્યા – ૩૩ વાદી તરફી અને ૩૨ પ્રતિવાદી તરફી. પ્રતિવાદીએ જે ૩૨ સાક્ષીઓ બોલાવ્યા તેમાંના ચાર, માત્ર ચાર સાક્ષીઓએ વાદીના ચારિત્ર્ય વિશે આક્ષેપો કર્યા છે. આ ચાર સાક્ષીઓ છે – કાલાભાઈ લલ્લુભાઈ, ડૉ. ધીરજરામ દલપતરામ, લખમીદાસ ખીમજી અને ચત્રભુજ વાલજી. આ ચારમાં ડૉક્ટર ભાઉ દાજીને હું ગણતો નથી, કારણ

કે વાદીના દરદની જાતતપાસ એમણે કરી નથી. હવે આ ચારેય સાક્ષીઓ તો પ્રતિવાદીના દોસ્તાર થાય. તેઓ પોતાની મતલબ પાર પાડવા માટે એકબીજાની સાથે મળી ગયા છે. કાલાભાઈ છોકરો તો ડૉક્ટર ધીરજરામનો ભત્રીજો થાય છે.

'વાદીને ચાંદીનું દરદ થયું હોય કે નહીં હું તેની કંઈ દરકાર કરતો નથી. એ દરદથી પ્રતિવાદીની આખી પ્લી સાબિત થઈ શકતી નથી. પ્રતિવાદી કરસનદાસે પોતે પોતાની આખી જિંદગીમાં વાદીને એક વખત સિવાય ક્યારેય જોયા નથી. દસ-અગિયાર વરસ ઉપર એમણે ફક્ત જીવણજી મહારાજને પગના અંગૂઠાથી સ્ત્રીઓના હાથ દાબતાં જોયા છે. કરસનદાસને પોતાને જદુનાથ મહારાજની અનીતિ વિશે કંઈ ખબર નથી. આ મુકદ્દમાનો ચુકાદો કરવામાં કોર્ટે વાદી તથા પ્રતિવાદીની પદવી પર ધ્યાન પહોંચાડવું જોઈએ. વાદીની પદવી રાજાના જેવડી મોટી છે અને લોકો તેને ઘણું માન આપે છે. બીજા મહારાજોની અનીતિઓ વિશે સાંભળેલી વાતો ઉપરથી પ્રતિવાદી અને એમના સાક્ષીઓએ જે સાહેદી આપી છે તેની સાથે મારા અસીલને કંઈ લાગતુંવળગતું નથી.

'મારા અસીલે તો કોઈ દહાડો પોતાના ધોતિયાનું પાણી સેવકોને આપ્યું નથી, કોઈ સેવકીઓના હાથ પોતાના પગના અંગૂઠાથી દાબ્યા નથી, કોઈ પણ સ્ત્રીની છાતી ઉપર કદી ગુલાલ નાખ્યો નથી તથા મરવા પડેલા કોઈ વૈષ્ણવની છાતી પર પગ મૂક્યો નથી.

'વાદી મહારાજ જદુનાથ ઘણી સમજવાળા આબરૂદાર ધર્મગુરુ છે. તેઓ ધર્મ પાળે છે. પ્રતિવાદી કરસનદાસ મૂળજી ધર્મ પાળતા નથી. વાદી તરફથી જુદાં જુદાં શહેરોના વીસથી બાવીસ સાક્ષીઓએ મુંબઈ આવીને જણાવ્યું છે કે તેઓએ વાદીની અનીતિ વિશે કંઈ પણ વાત અથવા ગપ સાંભળી નથી. વાદી જેવી મોટી પદવીવાળો માણસ અનીતિ કરે તો દુનિયામાં જાહેર થયા વિના ન રહે. પણ એ વીસ-બાવીસ સાક્ષીઓ પરથી સાબિત થયું કે વાદીની આબરૂ ઘણી જ સારી હતી અને સારી જ છે.

'પ્રતિવાદી કરસનદાસ મૂળજીએ 'સત્યપ્રકાશ'માં મહારાજ જદુનાથ વિશેનો જે બદનક્ષીભર્યો લેખ લખ્યો તે કિન્નાખોરીથી અને કપટભરી માનસિકતાથી લખાયેલો છે. જો એવું ન હોત તો વાદી તરફથી લાયબલની નોટિસ મળ્યા પછી તરત જ પ્રતિવાદીએ એ લેખમાંના સઘળા આક્ષેપો પાછા ખેંચી લીધા હોત. પણ પ્રતિવાદીનો આશય વાદીને વધુ બદનામ કરવાનો હતો અને એટલે જ પ્રતિવાદીએ આ મુકદ્દમો થવા દીધો.

'પ્રતિવાદી તરફથી જે સાક્ષીઓ પડી છે તેમાંથી નેવું ટકા તો કોઈકની પાસેથી સાંભળેલી જુબાની ગણાય. કાયદામાં હિયરસેને કે અફવાને કોઈ સ્થાન નથી. ડૉક્ટર વિલ્સન તો ખ્રિસ્તી મિશનરી છે. હિન્દુ ધર્મ વિશેના વિવાદમાં એમની સાક્ષી ઉપર કોર્ટ કંઈ પણ ધ્યાન નહીં આપે એવી હું આશા રાખું છું. કોર્ટનો વખત બચાવવાના હેતુથી વલ્લભાચાર્યના પંથ વિશે હું વધારે બોલતો નથી પણ તે વિશે હું એટલું જ જણાવું છું કે મારા અસીલને જ્યારે પૂછવામાં આવ્યું કે તમે ઈશ્વર છો ત્યારે એમણે સ્પષ્ટ કહી દીધું કે હું તો માણસ છું અને ઈશ્વર હોવાનો મારો કોઈ દાવો નથી.

'પ્રતિવાદીઓએ પુષ્ટિમાર્ગ અને વૈષ્ણવ સંપ્રદાયના પવિત્ર ધર્મગ્રંથોમાંથી વીણી

વીણીને પોતાની મતલબના કેટલાંક વાક્યો શોધી કાઢ્યાં છે અને તે વાક્યોની આસપાસનો સંદર્ભ જોયા વગર કે જાણ્યા વગર રજૂ કર્યા છે. તે સંદર્ભો તપાસ્યા વિના કોર્ટે એ વાક્યો પર ધ્યાન ન આપવું જોઈએ. બીજું, પુષ્ટિમાર્ગના મહારાજો સંસ્કૃત પુસ્તકોને માને છે અને વ્રજ ભાષાનાં પુસ્તકોને સંસ્કૃત સાથે સરખાવ્યા વિના માન આપતા નથી. માટે વ્રજ ભાષાનાં પુસ્તકોના તરજુમા પર કોર્ટે કાંઈ ધ્યાન ના આપવું જોઈએ.

'કાલાભાઈ લલ્લુભાઈની સાક્ષી તો માનવામાં આવે એવી જ નથી. વાદી જેવો મોટી પદવીવાળો માણસ આવા નાના છોકરડા સાથે વ્યભિચાર સંબંધી વાત કરે એવું બને જ કેવી રીતે. વાદીએ પણ સાફ કહ્યું છે કે મેં એની સાથે એ વાત કરી જ નથી. કાલાભાઈની ઉંમર અત્યારે ખાલી ૧૬ વરસની છે. મહારાજની સાથે વાત થઈ ત્યારે તેર કે ચૌદ વરસની હશે. આટલા નાના છોકરા સાથે મહારાજ જેવા મોટા માણસ શું વ્યભિચારની વાતો કરે? અને તે પણ પોતાના વ્યભિચારની?

'પ્રતિવાદીના એક સાક્ષી કવિ નર્મદાશંકરે કહ્યું કે ગોકુલનાથજીની ટિપ્પણમાં તન, મન, ધનને અર્પણ કરવાની જે વાત છે તેમાં મહારાજને એ બધું અર્પણ કરવાનું કહેલું છે. પણ બીજી તરફથી વાદીના સાક્ષી નારાયણ દીનાનાથજીએ આખી ટિપ્પણ પૂરેપૂરી વાંચી છે અને એમણે સાફ કહ્યું છે કે અર્પણ કરવાની વાત માત્ર પુરુષોત્તમને જ લાગુ પડે છે, મહારાજને નહીં.

'વળી રસ મંડળી વિશે તો પ્રતિવાદી તરફથી કોઈ પુરાવો પડ્યો જ નથી. લખમીદાસ ખીમજીએ આપણને એ મંડળી વિશે થોડું જણાવ્યું પણ તે મંડળીવાળાઓએ દીવો ઓલવીને અંધારું કર્યા પછી શું કર્યું તે વિશે તો આપણને અંધારામાં જ રાખ્યા છે.

'વળી 'સ્વધર્મવર્ધક'માં જારભાવ – પ્રીતિ વિશે જે લખાયું તેનો તદ્દન ઊંધો જ અર્થ કરી નાખવાની તજવીજ પ્રતિવાદીઓએ કરી છે. એ લેખ મુજબ ઈશ્વર પર જારભાવ રાખવાનો અર્થ એટલો જ કે ઈશ્વર પર અતિશય પ્યાર રાખવો.

'છેવટે હું એટલું જ જણાવું છું કે પ્રતિવાદીઓએ જે પ્લી આપી છે તે પ્લી જો બરાબર સાબિત ન થાય તો કોર્ટે વાદીના લાભમાં ચુકાદો આપવો ઘટે. બીજા મહારાજો સારા હોય કે નરસા હોય તેની સાથે વાદીને કંઈ લાગતુંવળગતું નથી. વાદી પોતે પોતાની આબરૂનો બચાવ કરવા બહાર પડ્યા છે. તે પોતે સાફ જણાવે છે કે 'મારા પર જે અપરાધ મુકાયો છે તે ખોટો છે.' કોર્ટને ભરમાવવા માટે આ મુકદ્દમામાં કેટલીક આડીઅવળી વાતો પ્રતિવાદીઓ ઘસડી લાવ્યા છે અને કોર્ટે તેના પર ધ્યાન આપવું જોઈએ નહીં.

'બીજી એક ઘણી અગત્યની વાત છે. લાયબલનો લેખ લખાઈને છપાયો ત્યાં લગી પ્રતિવાદીને વાદીની કહેવાતી અનીતિ વિશે કોઈ પણ માહિતી નહોતી. લખમીદાસ ખીમજીએ કહ્યું કે 'મેં વાદીની વાત લાયબલનો લેખ છપાયા પછી પ્રતિવાદીને કહી છે.' ટૂંકમાં, પ્રતિવાદીએ ઊડતી અફવાઓ સાંભળીને એ લેખ છાપી માર્યો છે. આવું કરવાનો એમને કોઈ કરતાં કોઈ અધિકાર નહોતો.

'વાદીને ત્યાં ઘણા સારા સારા ઘરની સ્ત્રીઓ આવતી હોય છે. એમને છોડીને

વાદી ખરાબ સ્ત્રી સાથે સંગ કરે એટલે એમને ચાંદી થાય એવી વાત કોના માન્યામાં આવે? ડૉક્ટર ધીરજરામે વાદી વિશે જે વાત કહી છે તે પગથી માથા સુધી તદ્દન ખોટી છે.

'જે ત્રણ ડૉક્ટરોએ વાદીની થોડા દિવસ પહેલાં તપાસ કરી તે ડૉક્ટરોને એટલા માટે સાક્ષી આપવા નથી બોલાવાયા કે હમણાં જે નિશાની છે તે નિશાની જોઈને આગળ દરદ હતું કે નહીં તે વિશે ખાતરી થઈ શકતી નથી.

'પ્રતિવાદીએ નોંધાવેલી સાત પ્લીમાંથી જો કોઈ એકાદ પ્લી પણ પુરવાર ન થઈ શકે તો આખો ચુકાદો વાદીની તરફેણમાં આવવો જોઈએ. પ્રતિવાદીએ વાદીની આબરૂને કાળો બટ્ટો લગાડવાનું કાવતરું કર્યું છે. વાદી પર વ્યભિચારના ગંભીર અને બેબુનિયાદ આક્ષેપો કરીને ખોટી બનાવટ ઊભી કરવાની તજવીજ કરી છે. પ્રતિવાદીએ માત્ર વાદીને જ નહીં વાદીના પંથને, વલ્લભાચાર્યના વૈષ્ણવ સંપ્રદાયને, પુષ્ટિમાર્ગને પણ ઘોર નુકસાન પહોંચાડવાનું હીણું કામ કર્યું છે. આ બધી વાતો પર કોર્ટે સારી પેઠે વિચાર કરવો ઘટે છે અને એની નસિહતરૂપે કોર્ટે પ્રતિવાદી પાસેથી મારા અસીલને મોટામાં મોટી નુકસાનીની રકમ અપાવવી ઘટે છે.'

મિસ્ટર બેલી પોતાના હાથમાંની કાગળની થપ્પીમાંનું છેલ્લું કાગળ ફરી એક વાર જોઈ ગયા. કોઈ મુદ્દો બાકી રહેતો નહોતો. કોર્ટનો આદર કરીને બેલી બેસી ગયા.

ચીફ જસ્ટિસ સર મૅથ્યુ સૉઝે બ્રધરજસ્ટિસ સર જોસેફ આર્નોલ્ડ સાથે લાંબી ગુફ્તગૂ કરીને જાહેર કર્યું, 'આજે ૪થી માર્ચનો મંગળવાર છે. સાત અઠવાડિયાં પછી મંગળવાર, ૨૨ એપ્રિલ, ૧૮૬૨ના રોજ ચુકાદો જાહેર કરવામાં આવશે.'

પ્રકરણ : ૩૫

પોણા બે મહિના સુધી કરસનદાસ અને એના મિત્રો ઉચાટથી ચુકાદાની રાહ જોતા રહ્યા.

પોણા બે મહિના સુધી મહારાજ જદુનાથ અને એમના વૈષ્ણવ સેવકો આતુરતાથી ચુકાદાની રાહ જોતા રહ્યા.

પોણા બે મહિના સુધી મુંબાઈથી લઈને સુરત, વડોદરા, અમદાવાદ, કચ્છ-માંડવી, બેટ-દ્વારકા અને છેક શ્રીનાથદ્વારામાં રહેતા વૈષ્ણવો અને બીજા મહારાજો મનમાં ગડમથલ સાથે ચુકાદાની રાહ જોતા રહ્યા.

આ ગાળામાં નામદાર ન્યાયમૂર્તિઓ ચીફ જસ્ટિસ સર મૅથ્યુ સૉઝ અને જસ્ટિસ સર જોસેફ આર્નોલ્ડે પરસ્પર ચર્ચા કરીને નક્કી કર્યું કે એક સિવાયના બાકીના તમામ મુદ્દે તેઓ એકબીજાની સાથે સહમત થાય છે. માટે બેઉ સાહેબો અલગ અલગ ચુકાદો લખશે.

* * *

૨૨ એપ્રિલ ૧૮૬૨ની સવારે આખી રાતના ઉજાગરા પછી કરસનદાસ નહાવાની ઓરડીમાં ગયો. રોજનીશીમાં લખેલું છેલ્લું વાક્ય એને રહી રહીને યાદ આવતું હતું : 'જદુનાથની આબરૂની કિંમત પચાર હજાર રૂપિયા તો શું પચાસ કાંકરા જેટલી પણ નથી તે સૌ કોઈ જાણે છે અને જેઓ નથી જાણતા એમને હું જણાવીશ.'

નહાઈને શ્રીજીબાવાની છબિ સમક્ષ દીવો પ્રગટાવીને કરસનદાસ પ્રાર્થના કરતો રહ્યો: 'શ્રીજીબાવા સહાય કરજો. જે સાચું છે તેનો જ વિજય થજો. હું જો ખોટો હોઉં તો મારો સાથ છોડી દેજો. હું જો સાચો હોઉં તો મને તમારા શરણમાં રાખજો, મારી રક્ષા કરજો.'

ગૌરીના હાથે દહીંનું ડબકું મોઢામાં મૂકતાં કરસનદાસે એની આંખોમાં જોયું. પત્નીની તેજસ્વી આંખોમાં અત્યારે ભયભીત હરણીનો ભાવ દેખાઈ રહ્યો હતો. એ જાણતી હતી કે આજના ચુકાદા પછી એના પતિની જ નહીં, એની પોતાની અને નાનકી દીકરીની પણ જીવનદિશા બદલાઈ જવાની હતી.

નીચે નાનાભાઈ રાણીનાની ઘોડાગાડી આવી ગઈ હતી. ગાડીમાં બેઠા પછી નાનાભાઈએ કંઈ બોલ્યા વિના કરસનદાસનો હાથ પોતાની મુઠ્ઠીમાં લઈ દબાવ્યો અને પાછો મૂકી દીધો. બેઉ મિત્રોને લઈને ઘોડાગાડી મુંબાઈની સુપ્રીમ કોર્ટ તરફ આગળ વધી. કોર્ટ નજીક આવતી ગઈ તેમ કરસનદાસે જોયું કે ઘોડેસવાર પોલીસની સંખ્યા વધતી જતી હતી. રસ્તામાં બે વાર પોલીસ દ્વારા એમને અટકાવવામાં આવ્યા. પૂછપરછ કરીને આગળ વધવાની મંજૂરી અપાઈ. કોર્ટની આસપાસના બે માઈલના પરિઘમાં ઠેર ઠેર

પોલીસના સિપાઈઓ દેખાતા હતા. કોર્ટના મકાનની બહાર મોટું ટોળું ઊભું હતું. આજે કોર્ટમાં પ્રવેશ કરવા માટે સૌની પાસે ચોપડામાં નામ લખાવીને પાકું સરનામું નોંધવામાં આવતું હતું. નાનાભાઈએ ઘોડાગાડીને પોર્ચમાં લઈ જવાને બદલે દૂર ઊભી રાખી. કોર્ટનાં પગથિયાં વટાવીને ત્યાં ઊભેલા પોલીસ અધિકારી સાથે વાત કરી. અધિકારીની મંજૂરી મળતાં નાનાભાઈ અને કરસનદાસ કોર્ટના પાછલા દરવાજે આવ્યા. ટ્રેઝરીમાં થઈને એક નિસરણી ઉપર જતી હતી. નીચે બીજી પરસાળના છેવાડે કોર્ટનો ખંડ હતો.

કરસનદાસ અને નાનાભાઈ આગલી હરોળમાં ગોઠવાયા ત્યાં જ મિસ્ટર આન્સ્ટી એમના સાથી વકીલ મિસ્ટર ડનબાર સાથે આવી પહોંચ્યા. આન્સ્ટીએ કહ્યું કે આજના બંદોબસ્તને કારણે ચોપડામાં નામો નોંધવાની વિધિ લાંબી ચાલશે અને કોર્ટ દસને બદલે અગિયાર વાગ્યે શરૂ થશે.

સમય વીતતો ગયો એમ ઘણા દેશીઓ અને યુરોપિયનોથી કોર્ટમાં ઠઠ ભરાઈ ગઈ. કોમોડોર વેલ્સ્લી અને બીજા કેટલાક નામાંકિત અમલદારો પણ ચુકાદો સાંભળવા આવ્યા હતા. મથુરદાસ લવજી, લખમીદાસ ખીમજી, ડૉ. ભાઉ દાજી, ડૉ. ધીરજરામ દલપતરામ, ડૉ. વિલ્સન અને કેસમાં સાક્ષી આપી ચૂકેલા બીજા ઘણા મિત્રો અદાલત ખંડમાં આવી ગયા હતા. જદુનાથ મહારાજના ટેકેદારોનાં ટોળેટોળાં કોર્ટમાં ગોઠવાઈ ગયા. મહારાજ પોતે નિરાંતજીવે મોટા મંદિરમાં બિરાજમાન હતા. કોર્ટના શિરસ્તેદાર અને બીજા કર્મચારીઓએ જોયું કે લોકોની ઠઠ આજે જેટલી હતી તેવી અગાઉના કોઈ મુકદ્દમાની વેળાએ નહોતી.

અગિયારના ટકોરે 'શ સ...સ'. સંભળાયું અને અદાલત ખંડમાં ચાલતો ગણગણાટ શમી ગયો. દરેક જણ ઊભું થઈ ગયું. ચીફ જસ્ટિસ મૅથ્યુ સૉઝ અને જસ્ટિસ જોસેફ આર્નોલ્ડે સ્થાન ગ્રહણ કર્યું. બધા બેસી ગયા.

ચીફ જસ્ટિસ સર મૅથ્યુ સૉઝે હાથમાં કાગળિયાં લઈ ચશ્માં ચડાવીને વાંચવાનું શરૂ કર્યું,

'આ કેસ મુંબાઈથી પ્રગટ થતા 'સત્યપ્રકાશ' નામના ગુજરાતી સામયિકમાં તારીખ ૨૧મી ઑક્ટોબર ઈસ્વીસન ૧૮૬૦ના અંકમાં એક ખોટો અને કિન્નાખોરીવાળો એવો બદનક્ષીભર્યો લેખ છાપવા વિશે છે.

ચીફ જસ્ટિસે એ લેખ આખો વાંચ્યો. પછી કહ્યું, 'આ લેખના ચાર મુદ્દા છે. એક : વલ્લભાચાર્યનો પંથ પાખંડી છે. બીજો : મહારાજો ધર્મગુરુઓ થઈને પાખંડી મત ચલાવે છે. ત્રીજો : મહારાજો ધર્મના નામે અનીતિ કરે છે અને ચોથો : જદુનાથ મહારાજ જેમણે વાદી બનીને આ કેસ દાખલ કર્યો તે પોતે પોતાની સેવકીઓ સાથે વ્યભિચાર કરે છે.

'હવે વાદી એવો દાવો કરે છે કે આ બધા આક્ષેપ ખોટા અને કિન્નાખોરીભર્યા છે અને એના છાપવાથી મહારાજ તરીકેની, બ્રાહ્મણ તરીકેની, ધર્મગુરુ તરીકેની, વલ્લભાચાર્ય પંથના અનુયાયી તરીકેની આબરૂને તેમ જ એમની અંગત આબરૂને નુકસાન થયું છે અને તે માટે એમણે રૂ. ૫૦,૦૦૦ ની નુકસાની માગી છે.

'પ્રતિવાદીઓ કરસનદાસ મૂળજી તથા નાનાભાઈ રાણીના તરફથી વાદીની

ફરિયાદના જવાબમાં જુદી જુદી ૮ પ્લી આપવામાં આવી છે જે આ મુજબ છે :

'૧લી પ્લી : નોટ ગિલ્ટીની છે અર્થાત્ પ્રતિવાદીઓનું કહેવું છે કે લખાયેલી બિના બદનક્ષીભરી નથી એટલે કે આ લેખને કારણે મહારાજ જદુનાથની આબરૂને કોઈ નુકસાન થયું નથી.

'૨જી પ્લી : મહારાજો હિંદુ ધર્મના ધર્મગુરુ નથી.

'૩જી પ્લી : મહારાજો બ્રાહ્મણોમાં મુખ્ય અથવા મોટા નથી.

'૪થી પ્લી : વાદી ઊંચી જ્ઞાતિનો ઊંચો બ્રાહ્મણ નથી તથા હિંદુ ધર્મનો ધર્મગુરુ પણ નથી.

'૫મી પ્લી : વલ્લભાચાર્યનો વૈષ્ણવ સંપ્રદાય અથવા તો પુષ્ટિમાર્ગ અસલના વખતનો કે પુરાતન નથી અર્થાત્ નવો નવો શરૂ થયેલો છે અને અસલ હિન્દુ ધર્મની નીતિરીતિ, સિદ્ધાંતો તથા વ્યવહારની વિસંગત છે.

'૬ઠ્ઠી પ્લી : લાયબલવાળા લેખના છેલ્લા ભાગનો તરજુમો બરાબર નથી.

'સાતમી પ્લી : જે આરોપ પ્રતિવાદીઓએ છાપીને પ્રગટ કર્યા છે તે ખરા છે.

'આઠમી પ્લી : સાતમી પ્લીના જેવી જ છે જે જણાવે છે બદનક્ષીવાળા લેખનો બોલે બોલ ખરો છે.

'અહીં નોંધવું ઘટે કે આખા મુકદ્દમાનો આધાર ૭મી પ્લી ઉપર રહેલો છે અને એ પ્લીના ચુકાદા બાબતે હું અને બ્રધર જજ બેઉ એકબીજાની સાથે સંપૂર્ણપણે સહમત છીએ.

'કોર્ટના રેકર્ડ મુજબ વાદી તરફથી ૩૩ અને પ્રતિવાદીઓ તરફથી ૩૨ સાક્ષીઓની જુબાની લેવામાં આવી છે. જાતિ તથા ધર્મ સંબંધી તકરાર જ્યારે કોર્ટમાં ચાલે છે ત્યારે તેમાં ઘણું કરીને મમત તથા કડવાશ ભળે છે અને તે જ પ્રમાણે આ મુકદ્દમામાં થયું છે, અને તેથી આ મુકદ્દમો ઘણી લાંબી મુદ્દત સુધી ચાલ્યો છે.

'પ્રતિવાદી કરસનદાસ મૂળજીએ સ્વીકાર્યું છે કે આ લેખ એમણે લખ્યો છે એટલે આ કેસ આગળ ચાલ્યો છે. કોર્ટમાં રજૂ કરવામાં આવેલી તરજૂમાકારોની તેમ જ અન્ય સાક્ષીઓની જુબાની પરથી હું કહી શકું છું કે લાયબલવાળા લેખનો કોર્ટમાં રજૂ થયેલો અંગ્રેજી તરજૂમો ખરો છે અને એ તરજૂમા પ્રમાણે તપાસતાં માલૂમ પડે છે કે લાયબલવાળા લેખનો છેલ્લો ભાગ વાદી જદુનાથ મહારાજને લાગુ પડે છે અને એમની આબરૂને નુકસાન કરનારો જણાય છે.

'હવે લખનાર જાણીજોઈને કે ગફલતથી એવું લખે કે જેથી કેટલાક માણસો સંદેહમાં રહે અને કેટલાકને મુદ્દલેય સંદેહ ન રહે કે આ વાક્ય ફલાણાને લાગુ પડે છે, તો એ લખનારે તેનાં ફળ ચાખવાં પડે, અને જે માણસની આબરૂને તેણે નુકસાન પહોંચાડ્યું હોય તેને તે નુકસાનીનો જવાબ આપવો જોઈએ. જે ભાષામાં લાયબલનો લેખ છપાયો હોય તે ભાષાના સાધારણ અર્થ પ્રમાણે જ તે લેખને લાયબલ અથવા વગર લાયબલ તરીકે મૂલવી શકાય. અને તે વાક્યનો અર્થ બીજી રીતે થઈ શકતો હોય તો પણ લખનાર

કે છાપનાર તેના જોખમમાંથી છૂટો થઈ શકતો નથી.

'હવે તપાસવાનું એ છે કે લાયબલવાળો લેખ પ્રતિવાદીઓ કરસનદાસ મૂળજી અને નાનાભાઈ રાણીનાએ સાફ દિલથી પ્રગટ કર્યો હતો કે નહીં. બીજું, તે પ્રગટ કરીને કોઈની અંગત આબરૂ પર હુમલો કરવાને વાજબી કારણ અથવા ઘટતો પ્રસંગ હતો કે નહીં.

'હાલની બાબતમાં પ્રતિવાદીને ધર્મનાં જે મત નીતિથી ઊલટાં માલૂમ પડ્યાં તે વિશે એ ચોખ્ખા દિલથી તકરાર કરવાને બહાર પડ્યો એમાં કોઈ શંકા નથી. અને જ્યાં સુધી એ ધર્મ સંબંધી મત વિશે ટીકા કરી છે ત્યાં સુધી ફરિયાદનું કાંઈ પણ કારણ મારા જોવામાં આવતું નથી. એ વિશે પ્રતિવાદીએ જે ટીકા કરી છે તેમાં એ હદની બહાર ગયા નથી અને એવી ચર્ચાથી લોકોને ફાયદો થાય છે તે વિશે મને સંદેહ નથી.

'પણ હવે એ ધર્મ સંબંધી તકરાર બાજુએ મૂકીને પ્રતિવાદીએ લેખના છેલ્લા ભાગમાં વાદીની પોતાની ચાલ વિશે ટીકા કરી છે અને વાદી પોતાના સેવકોની વહુ-દીકરીઓને બગાડે છે એવો આક્ષેપ મૂક્યો છે. હું એવું સમજતો હતો કે આ બાબતે કાયદો ખુલ્લો છે પણ મારા બ્રધર-જસ્ટિસ આર્નોલ્ડને એ વિશે જરા મારી સાથે મતભેદ પડે છે.

'જદુનાથ મહારાજની આબરૂ પર હુમલો કરવાની અથવા તે વાત છાપીને જાહેર કરવાની કરસનદાસ મૂળજીની કોઈ ફરજ નહોતી. વર્તમાનપત્રનો હરેક અધિપતિ અથવા કોઈ પણ લખનાર કોઈ ખાનગી વ્યક્તિની આબરૂ પર ફક્ત સાંભળ્યાથી અથવા તે વિશે ફક્ત પોતાને ખાતરી હોવાથી ઘટતી પૂછપરછ કર્યા વિના હુમલો કરે એવી છૂટ રાખી હોય તો તે ઘણી નવાઈ જેવી અથવા જોખમ ભરેલી વાત થઈ પડે. આવી છૂટ આપી હોય તો જે કોઈ આક્ષેપ હરકોઈની ખાનગી આબરૂ પર મુકાયા હોય તે વગર સચ્ચાઈએ કબૂલ રાખવા પડે અને જે કાયદાથી ખાનગી આબરૂનો બચાવ થવો જોઈએ તે કાયદો રદ પડે અને તેની ઘટતી દાદ-ફરિયાદ કોઈને ના મળે.

'મારા વિચાર પ્રમાણે તો એ લાયબલનો લેખ છાપીને પ્રગટ કરવાનો બચાવ ફક્ત એ જ છે કે એ લેખમાં જે વાત લખી છે તથા જે અપરાધ મૂક્યા છે તે ખરા છે.

'કોર્ટને એવું જણાવવામાં આવ્યું છે કે પ્રતિવાદી કરસનદાસ મૂળજી વલ્લભાચાર્ય પંથનો હોવાને લીધે આ લેખ છાપીને પ્રગટ કરવાનો એને હક્ક હતો. પણ પ્રતિવાદીને વલ્લભાચાર્ય પંથનો ગણવો કે કેમ તે વિશે મને શક છે. આ તકરારમાં થોડું ઘણું વજન હોય તો પણ એ બિના જે પ્રસંગે છાપીને પ્રગટ કરવામાં આવી છે તે પ્રસંગની હદની બહાર પ્રતિવાદી ગયેલો માલૂમ પડે છે. પ્રતિવાદીએ પોતાના પંથના લોકોની સભા બોલાવીને તેઓની આગળ આ લેખની રજૂઆત કરી હોત અને ત્યાર પછી એને છાપીને પ્રગટ કર્યો હોત તો તે વાત પ્રતિવાદીના બચાવમાં કોઈ રીતે અગત્યની પુરવાર થાત. પણ પ્રતિવાદીએ ઘટતી પૂછપરછ કર્યા વિના આબરૂને નુકસાન પહોંચાડનારો એ લેખ એકદમ પત્રમાં છાપીને ફક્ત વલ્લભાચાર્યના પંથવાળાઓમાં જ નહીં પણ આખી દુનિયાના લોકો સમક્ષ જાહેર કરી દીધો.

'આટલું સમજ્યા પછી આગળ વધીને જોઈએ કે લાયબલના લેખમાં જે હકીકતો

અને મંતવ્યો રજૂ થયાં તે સાચાં છે કે નહીં. આ બાબતે હું અને બ્રધર-જસ્ટિસ આર્નોલ્ડ પરસ્પર સંમત છીએ કે લાયબલવાળા લેખમાં પ્રગટ થયેલો દરેકે દરેક અક્ષર સાચો છે એવું પ્રતિવાદીઓ એમની પોતાની તથા એમના સાક્ષીઓની જુબાનીઓ દ્વારા પુરવાર કરવામાં સફળ થયા છે. આની સામે વાદી જદુનાથ મહારાજ આ લેખની હકીકતો તથા મંતવ્યોને પોતાની જુબાની દ્વારા તેમ જ પોતાના સાક્ષીઓની જુબાની દ્વારા જુઠ્ઠાં પુરવાર કરવામાં સરિયામ નિષ્ફળ ગયા છે. મારા લેખિત જજમેન્ટમાં આ વિશે મેં દરેક મુદ્દાની ખુલાસાવાર ચર્ચા કરી છે જે હું કોર્ટના રેકર્ડમાં સામેલ કરી રહ્યો છું.'

આટલું કહીને ચીફ જસ્ટિસે બાકીના એક કલાક સુધી પોતાનાં વિદ્વતાપૂર્ણ નિરીક્ષણો ખુલ્લી કોર્ટમાં વાંચી સંભળાવ્યા.

ચીફ જસ્ટિસે જજમેન્ટ આપતાં પહેલાં બ્રધર-જસ્ટિસ આર્નોલ્ડને આ કેસમાંના એમનાં નિરીક્ષણો રજૂ કરવાનું કહ્યું.

જસ્ટિસ સર મેથ્યુ આર્નોલ્ડે ચીફ જસ્ટિસના ચુકાદાનાં પાનાં કરતાં પાંચ ગણી જાડી એવી પોતાના ચુકાદાની ફાઇલ ખોલીને વાંચવા માંડ્યું,

'આ ચુકાદો લખતી વખતે મેં જે લંબાણથી અને વિગતવાર દરેક મુદ્દાને તપાસ્યો છે તે દીર્ઘસૂત્રતાનું કારણ છે. આ મુકદ્દમો જેમાં જાહેર જનતાએ પહેલેથી જ ખૂબ ઉત્કંઠા જગાવી છે અને સમાજના એક ઘણા મોટા વર્ગ પર ઊંડી અસર ઊભી કરી છે, તે મુકદ્દમા વિશેના તમામે તમામ પુરાવાઓ તથા જુબાનીઓને ઊંડાણપૂર્વક અમે બંનેએ તપાસ્યા છે, જેથી પ્રજાને આ કેસનો ચુકાદો મેળવીને સંતોષ થાય. પ્રજાને એ જાણવાનો હક્ક છે કે આ કેસની તમામ વિગતોને ધ્યાનમાં લીધા પછી બેઉ ન્યાયાધીશોએ શું વિચારો બાંધ્યા છે.

'એક મુદ્દા સિવાય હું નામદાર ચીફ જસ્ટિસના અભિપ્રાય સાથે સંપૂર્ણપણે સહમત છું. એ એક મુદ્દાને કારણે મુકદ્દમાની મુખ્ય બાબતને જરા સરખો પણ ઘસરકો પડતો નથી. અને આ બાબત માત્ર કાયદાની બારીકીને લગતી જ છે. છતાં પણ તે વિશેના મારા વિચારો સૌપ્રથમ રજૂ કરું છું.

'પ્રતિવાદી કરસનદાસ મૂળજીની એક જાહેર લખનારા તરીકે ફરજ હતી કે કોઈ પણ સમાજમાં જ્યાં કોઈ જગ્યાએ એ બદીઓ જુએ તો તેના પર પ્રકાશ ફેંકીને પોતાના વિચારો પ્રગટ કરે અને પ્રતિવાદીએ શુદ્ધ ભાવનાથી તેમ જ ચોખ્ખા આશયથી તે જ કર્યું છે. કેટલીક પેઢી થઈ – ધર્મગુરુઓ પોતાના સેવકોની દીકરીઓ સાથે છિનાળું કરતા હતા. પ્રતિવાદી એ વાતને સાચી માનતો હતો એટલું જ નહીં, એના સાક્ષીઓએ અદાલતમાં જુબાની આપીને વાદી સહિતના કેટલાક મહારાજોના વ્યભિચારને સાબિત પણ કર્યા છે.

'બાઇબલમાં ઈલાયના છોકરાઓની પેઠે આ ધર્મગુરુઓ મંદિરમાં ખુલ્લે દરવાજે છિનાળું કરતા હતા અને ઈલાયના છોકરાઓની પેઠે જ ધર્મને નામે તથા ધર્મને બહાને છિનાળું કરતા હતા. જે વાતની વિરુદ્ધ પ્રતિવાદી કરસનદાસ મૂળજીએ લખ્યું છે તે આ છિનાળાની વાત છે.

'જાહેરમાં લખનારો લેખક-પત્રકાર એક જાહેર માર્ગદર્શક કે જાહેર શિક્ષક છે

કરસનદાસ મૂળજીએ જોસથી અથવા કડવા શબ્દોમાં અને ગુસ્સામાં લખ્યું હોય તો તેમ લખવામાં, એક જાહેર લખનારા તરીકે, તે પોતાની ફરજ બહાર ગયો નથી. લોકોના ફાયદા માટે આ વાતની જરૂર હતી કે આવું દુષ્ટ કામ હિંમતથી જાહેર પાડીને એકદમ તોડી પાડવું જોઈએ. આવી બાબત ઉપર જોસથી, કડવાશથી અને ક્રોધથી લખવું એ શું લાયબલ કે બદનક્ષી કહેવાય? તો શું અસલના પીર-પયગમ્બરો લાયબલ લખનારા હતા? તો શું ખ્રિસ્તી ધર્મના પહેલવહેલા ધર્મોપદેશકોએ લાયબલ લખ્યું હતું? તો શું આ દુનિયા પેદા થઈ તે વખતના માણસોએ ચોટાઈ અને અનીતિ વિશે ધિક્કાર જણાવ્યો છે તેઓએ પણ લાયબલ લખ્યું હતું? પ્રતિવાદીએ આવી દુષ્ટ વાતની ઉપર હુમલો કર્યો છે.

'હવે એ હુમલો કોની ઉપર કર્યો છે તે તપાસીએ. જે લોકો આવું દુષ્ટ કામ કરે છે તેની ઉપર પ્રતિવાદીએ હુમલો કર્યો છે. મહારાજો અને મહારાજ એટલે કે વાદી પોતે આવું દુષ્ટ કામ કરે છે તેની ઉપર હુમલો કર્યો છે. 'ગોકુલનાથજીએ કરેલી ટિપ્પણ પ્રમાણે ચાલીને મહારાજો પોતાના સેવકની વહુ-દીકરીઓને બગાડો છો' આ લખાણમાં જે મહારાજો દુષ્ટ કર્મ કરે છે તેની ઉપર હુમલો કર્યો છે. વાદી જદુનાથ મહારાજ એમાંના એક મહારાજ છે અને તેમની ઉપર પણ એ વાક્ય લાગુ પડે છે અને તેથી તેમની આબરૂને નુકસાન પહોંચ્યું છે એવું કહેવામાં આવ્યું છે. હું તે કબૂલ કરું છું. પણ હું એમ કહું છું કે તેમ કરવામાં પ્રતિવાદીને વાજબી પ્રસંગ મળ્યો હતો. એ મહારાજોનાં માઠાં કરતૂતોની વિરુદ્ધ થઈને તે જાહેર કરવાથી લોકોને જે મોટો ફાયદો થાય તેની સરખામણીએ એક માણસની આબરૂને નુકસાન થતું હોય તે ગણતરીમાં આવી શકતું નથી. પ્રતિવાદી કરસનદાસ મૂળજીએ જે માઠાં કરતૂતોની વિરુદ્ધ લખ્યું છે તે વાદી જદુનાથ મહારાજની ખાનગી અનીતિની વિરુદ્ધ નહીં પણ મહારાજ તરીકેની એમની જાહેર અનીતિની વિરુદ્ધ લખ્યું છે.

'આ હુમલો કરતી વખતે પ્રતિવાદી આ હકીકત કોની આગળ જાહેર કરે છે? આ હકીકત તે જાહેર લોકોની આગળ મૂકે છે. આવી બાબતની ફરિયાદ કરવાનું તથા તે વાતને પ્રગટ કરવાનું કામ ફક્ત જાહેર લોકો આગળ જ થઈ શકે છે. કારણ કે આવી વાતોમાં જાહેર લોકો સત્તા ધરાવનારા, અમલ ચલાવનારા તથા ઇનસાફ કરનારા ગણાય છે. મહારાજો લાયબલના લેખમાં જણાવ્યા પ્રમાણેની અનીતિ કરે છે અને તે અટકાવવા તેમના પર દીવાની અથવા ફોજદારી અદાલતની સત્તા ચાલી શકતી જ નથી. રજૂ થયેલી જુબાની પરથી માલૂમ પડે છે કે સઘળા મળીને ૬૦ થી ૭૦ મહારાજ છે એમાં શ્રીનાથજીવાળો મહારાજ નામનો જ વડો મહારાજ કહેવાય છે. એ શ્રીનાથજીનું મંદિર મારવાડના રણના એક ખૂણામાં છે. ત્યાંનો વડો મહારાજ મોજશોખમાં પડેલો ઈશ્વર છે. તે બીજા મહારાજોની બાબતે વચ્ચે પડી શકે છે કે નહીં એ વિશે અમને કંઈ પણ જણાવવામાં આવ્યું નથી.

'એક રીતે જોઈએ તો દરેક મહારાજ લાયબલના લેખમાં જણાવ્યા પ્રમાણેની અનીતિ કરે તો તે પોતાના વિચાર પ્રમાણે સારું જ કામ સમજે છે. મેં એક વેળાએ ધાર્યું હતું કે જીવણજી મહારાજ મોટો કહેવાય છે અને બીજા મહારાજોના કરતાં વિદ્યા તથા ચોખ્ખાઈમાં જરા ઠીક છે. તો બીજા મહારાજોમાં વડો હશે. પણ એવું ધારવામાં મારી

ભૂલ માલૂમ પડી. જીવણજી પણ બીજા મહારાજોનો બરોબરીઓ છે એવું માલૂમ પડ્યું છે. કેટલાક આબરૂદાર ગૃહસ્થોએ બીજા મહારાજોનો વ્યભિચાર અટકાવવાને એ મહારાજને વિનંતી કરી ત્યારે એણે કહ્યું કે હું એ વાતમાં કંઈ કરી શકનાર નથી. મહારાજો વ્યભિચાર કરે છે એ વાત પણ તેણે કબૂલ કરી અને એ માટે એણે દિલગીરી જણાવી પણ તેનો અટકાવ કરવા તે વચમાં પડી શક્યો નહીં. તે બોલ્યો, 'બધા પોતાના ઘરના ધણી છે, અહીંના મહારાજો બધા મારા બરોબરીઆ છે, કેટલાક મારાથી ઉંમરે મોટા છે, હું એકલો તે શું કરું?' મહારાજોની આ અનીતિ રોકવા માટે જેમ ધર્મની સત્તા ના ચાલી તેમ દીવાની કે ફોજદારી સત્તા પણ ચાલે તેમ નહોતી. કારણ કે સ્ત્રીઓને બગાડવામાં કંઈ જબરજસ્તી કે ફોસલામણી તો હતી નહીં.

'આ પંથના સેવકોની વહુ-દીકરીઓ પોતાની ખુશીથી, હાથમાં મોટી ભેટ લઈને, કૃષ્ણના અવતારસમા મહારાજો સાથે સંભોગ કરીને બ્રહ્મની સાથે, ઈશ્વરની સાથે, લીન થઈ જવા માટે જતી હતી. અને તે કદાચ તેઓના ધણીની પરવાનગી વિના. એમના ધણીઓ ઘણા ધમપછાડા કરતા હશે પણ તેઓ જાય તો ક્યાં જાય? મહારાજોની આવી અનીતિ વિશે જે ધણીના પેટમાં દુખે તે ધણી એ બાબતે સુધારો કરવા માટે પોતાની દાદ ક્યાં જઈ ગુજારે? તેને હાથ એક જ ઉપાય હતો અને ફક્ત એ એક જ ઉપાય રહ્યો હતો. અને તે એ કે વર્તમાનપત્રની મારફતે લોકોના વિચારને તે વાત સોંપવી. આ પ્રમાણે પ્રતિવાદીએ કર્યું. પ્રતિવાદી વલ્લભાચાર્યના પંથનો હોવાથી તેમ કરવાનો તેનો હક્ક હતો. વર્તમાનપત્રના અધિપતિ તરીકે તેમ કરવાની તેની ફરજ હતી.

'લૉર્ડ ઍલનબરોના શબ્દો ઉછીના લઈને કહું તો : 'આવી ખરાબી જાહેર લોકોની આગળ પ્રગટ કર્યા વગર રહેવા દીધી તો તે હંમેશ સુધી ચાલુ જ રહેવાની.' આવી બાબતો જો વર્તમાનપત્રો કે સામયિકો ના પ્રગટ કરી શકે તો સમજવાનું કે એમની સ્વતંત્રતા છીનવાઈ ચૂકી છે. આવી ખરાબી અટકાવવાના અને તોડવાના ઇરાદાથી જ પ્રતિવાદીએ મહારાજો વિશે લખ્યું અને તેમાં વાદીની આબરૂ પર હુમલો થયો તો એ પ્રમાણે કરવામાં, મારા વિચાર પ્રમાણે તો, જે પ્રસંગ હતો તે વાજબી હતો. જ્યાં સુધી એવું સાબિત ના થાય કે પ્રતિવાદી ઉન્મત્તપણાથી વાદીનું નામ લખીને હદની બહાર ગયો ત્યાં સુધી લાયબલની બિના લાયબલ ગણાતી નથી અને પ્રતિવાદીનું આવું ઉન્મત્તપણું ક્યાંય સાબિત થયેલું દેખાતું નથી.

'છેલ્લે, લાયબલના આ લેખના કેસમાં જે સાહેદી પડી એના પરથી શું કાંઈ પણ કિન્નો-કપટ માલૂમ પડે છે? તેમ કાંઈ પણ વેર માલૂમ પડે છે? અથવા વાદીની આબરૂને નુકસાન પહોંચાડવા સારું દુશ્મનીથી તેનું નામ લીધું હોય એવું માલૂમ પડે છે? મારા જોવામાં આવું કંઈ પણ આવતું નથી. આ કેસ કરીને વાદી જદુનાથ મહારાજ પોતે પોતાની ખુશીથી મહારાજોનો બચાવ કરવા પહેલવાન થઈને બહાર પડ્યા હતા. જે હુમલો કરવામાં આવ્યો છે તે મુખ્ય કરીને મહારાજોના વર્ગને લાગુ પડે છે અને સંજોગ એવો બન્યો છે કે વાદી મહારાજોની વતી પોતે એકલો બહાર પડવાને લીધે તે આ લડાઈમાં હોળીનું નાળિયેર બની ગયો.

'પ્રતિવાદીએ વાદીને અને મહારાજોને અંતઃકરણથી વિનંતી કરી છે કે આ અનીતિ છોડીને પવિત્રપણે ચાલો જેથી કરીને ધર્મનો વધારો થાય. પ્રતિવાદીએ આ અનીતિ અને ખરાબીને કારણે એની પોતાની જાતની આખી પ્રજાની અને સમગ્ર માણસ જાતની કુદરતી આબરૂ પર જે મોટો ડાઘ હતો તે કાઢી નાખવા માટે આ અનીતિની વિરુદ્ધ થઈને દેશહિતકારી ઇચ્છાથી હિંમત દેખાડી છે.

'આટલું કહ્યા પછી હું મારો અભિપ્રાય ચાર જુદા જુદા ભાગ કરીને જણાવું છું. (૧) વલ્લભાચાર્યના પંથના મત અને પુષ્ટિમાર્ગના સિદ્ધાંતો વિશે પડેલી સાહેદીઓ; (૨) એ પંથના લોકો પોતાના ધર્મગુરુ અર્થાત્ મહારાજોને કેવી રીતે માને છે તે વિશે પડેલી સાહેદીઓ; (૩) મહારાજોના વ્યભિચારી આચરણ વિશે પડેલી સાહેદીઓ; અને (૪) વાદી જદુનાથ મહારાજે પોતે કરેલા વ્યભિચાર વિશે પડેલી સાહેદીઓ.'

જસ્ટિસ આર્નોલ્ડે આ ચારેય પ્રકારના સાક્ષીઓ વિશે લંબાણપૂર્વક નિરીક્ષણો રજૂ કર્યાં. બે કલાકના અંતે એમણે વાંચવાનું પૂરું કર્યું એટલે ચીફ જસ્ટિસ સર મૅથ્યુ સૉઝે બેઉના વતીનો સંયુક્ત ચુકાદો સંભળાવતાં કહ્યું :

'પહેલી, બીજી, ચોથી તથા છઠ્ઠી પ્લીનો ચુકાદો વાદી જદુનાથ મહારાજની તરફેણમાં આપવામાં આવે છે.

'ત્રીજી, પાંચમી અને સાતમી તથા આઠમી પ્લીનો ચુકાદો પ્રતિવાદીઓ કરસનદાસ મૂળજી તથા નાનાભાઈ રાણીનાની તરફેણમાં આપવામાં આવે છે.

'પહેલી પ્લીના ચુકાદાને કારણે પ્રતિવાદી કરસનદાસ મૂળજીને પાંચ રૂપિયાનો પ્રતીકરૂપી દંડ કરીએ છીએ.

'વાદી જદુનાથ મહારાજ તથા તેમના તરફથી આવેલા સાક્ષીઓના સોગંદ અમે સાચા માનતા નથી એટલે વાદીએ માગેલી રૂપિયા ૫૦,૦૦૦ ની નુકસાની અમે એમને અપાવતા નથી.

'પ્રતિવાદીઓના લાભમાં જે પ્લીનો ચુકાદો થયો છે તે માટે કરસનદાસ મૂળજીને તથા નાનાભાઈ રાણીનાને આ કેસ લડવા જે કંઈ ખર્ચ થયો તે ચૂકવી આપવાનો જદુનાથ મહારાજને હુકમ કરવામાં આવે છે. કોર્ટ આજના માટે બરખાસ્ત કરવામાં આવે છે.'

કરસનદાસને દંડ થયો એવો ચુકાદો સાંભળીને વધુ કંઈ જાણ્યા વગર મહારાજના ટેકેદારો ગેલમાં આવી ગયા. કોર્ટની બહાર ઢોલનગારાં વાગવા લાગ્યાં. ચાર જણ મહારાજને આ ખુશખબર આપવા દોડી ગયા. 'કરસનદાસ બાપડો ગરીબ છે એટલે કોર્ટે એના પર દયા ખાઈને પાંચ જ રૂપિયા લીધા. બાકી, એની આગળ પૈસા હોત તો કોર્ટે મહારાજને પૂરેપૂરા ૫૦,૦૦૦ અપાવ્યા હોત.' એવી ચર્ચાઓ મહારાજના ટેકેદારો કરી રહ્યા હતા તે સાંભળીને મિસ્ટર બેલીએ મહારાજના સેક્રેટરીઓ ગોરધનદાસ તથા પ્રભુદાસને જઈને કહ્યું, 'આ બેવકૂફોને કહો કે આપણે હારી ગયા છીએ. એ લોકો જઈને મહારાજ આગળ ખોટી વધાઈ ખાય એ પહેલાં તમે મારતી ઘોડાગાડીએ મહારાજ પાસે પહોંચો. હું અહીંની કાગળવિધિ કરીને તમારી પાછળ જ આવું છું.'

મિસ્ટર બેલીએ ચુકાદાની નકલ માટેની અરજી કોર્ટના ક્લાર્કને આપી પોતાનાં કાગળિયાં અને પુસ્તકો મદદનીશને કહી પોતાની ઑફિસે મોકલાવી દીધાં અને મહારાજને રૂબરૂ મળવા મોટા મંદિરે ઊપડી ગયા.

'આ હું શું સાંભળું છું?' મિસ્ટર બેલીને જોતાં જ જદુનાથ અધીરાઈમાં ઊભા થઈને દરવાજા પાસે દોડી ગયા. મહારાજની સાથે ગોરધનદાસ અને પ્રભુદાસ ઊભા થયા પણ પોતાની જગ્યાએ જ રહ્યા.

'સાચું સાંભળો છો, મહારાજ.' બેલીએ કહ્યું.

'પણ કોર્ટે તો આપણા તરફી ચુકાદો આપ્યો છે. પેલાને પાંચ રૂપિયાનો દંડ કર્યો છે.'

'દંડ કર્યો છે પણ તે કંઈ એ લોકો કેસ હારી ગયા છે એનો દંડ નથી. કાનૂનની માત્ર બારીકી તેઓ ચૂકી ગયા એટલે દંડ થયો છે. અને એ બારીકી એટલી જ કે કરસનદાસે આ પહેલી પ્લીમાં કહ્યું હતું કે એણે તમારી બદનામી નથી કરી તેમ જ આ લેખથી તમારી આબરૂને નુકસાન નથી થયું. પણ કોર્ટે એ મંજૂર રાખ્યું નથી.'

'એનો અર્થ એ કે મારી આબરૂને નુકસાન થયું છે, બરાબર? તો પછી મેં માંડેલો દાવો સાબિત થયો કે નહીં?'

'ના. કોર્ટના ચુકાદા પ્રમાણે તમારી આબરૂને નુકસાન થયું છે તે તમારા પોતાના વ્યભિચારોને કારણે જેના માટે તમે જ જવાબદાર છો, કરસનદાસ નહીં, એટલે નુકસાની માંગવાનો તમને કોઈ હક્ક નથી.'

'પણ એ સિવાયની એ લોકોની બીજી ઘણી પ્લીનો ચુકાદો આપણી તરફેણમાં આવ્યો ને?'

'એ બધી મામૂલી પ્લી છે. બીજી પ્લીમાં કહ્યું હતું કે તમે મહારાજો હિંદુ ધર્મના ધર્મગુરુ નથી. પણ કોર્ટે એ વાત નામંજૂર રાખી. તમે ધર્મગુરુ છો એમ કહ્યું. ચોથી પ્લીમાં પણ તમને ધર્મગુરુ તરીકે માન્યતા આપી છે. આવું કરીને ઊલટાનું કોર્ટે તમને વધારે કસૂરવાર ઠેરવ્યા કે ધર્મગુરુ થઈને તમે અનીતિ કરી.'

'અને છઠ્ઠી પ્લી?'

'એમાં તો માત્ર છેલ્લા ફકરાના તરજૂમાની વાત છે એ તરજૂમો ખોટો નથી, સાચો છે એવું કોર્ટને લાગ્યું એટલે એ પ્લીનો ચુકાદો કરસનદાસની વિરુદ્ધમાં ગયો. આ બધી મામૂલી પ્લી હતી.'

'અને એના તરફી જે જે પ્લીનો ચુકાદો થયો તે કઈ હતી?'

'ત્રીજી પ્લી એમના તરફી ગઈ. કોર્ટે માન્ય રાખ્યું કે મહારાજો બ્રાહ્મણોમાં પ્રથમ અથવા મોટા નથી. એ પછીની પાંચમી પ્લીમાં કોર્ટે ઠરાવ્યું કે કરસનદાસની વાત સાચી છે કે વલ્લભાચાર્યનો વૈષ્ણવ સંપ્રદાય અથવા તો પુષ્ટિમાર્ગ અસલના જમાનાનો કે પુરાતન વખતનો નથી અને હિન્દુ ધર્મથી ઘણો અલગ છે. મહારાજ, આખો કેસ સાતમી પ્લીના આધારે ઊભો હતો કે જે કંઈ તમારા વિશે એણે છાપ્યું તે સો ટકા સાચું હતું. એ કોર્ટે કબૂલ રાખ્યું છે.'

બેલીના શબ્દો મહારાજને કડવા વખ જેવા લાગ્યા. એમણે એક ખવાસને બોલાવીને બેલી માટે કેસરવાળા દૂધનો પ્યાલો મગાવ્યો. મહારાજ ચૂપચાપ બેલીને ચાંદીના પ્યાલામાંથી દૂધનો પ્રસાદ લેતાં જોતા રહ્યા. થોડીવાર રહીને મહારાજે કહ્યું,

'ઠીક. હવે આપણે શું કરી શકીએ? ઈંગ્લૅન્ડ જઈને આ ચુકાદા વિરુદ્ધ પ્રીવિ કાઉન્સિલમાં અપીલ કરીએ તો?'

'મારી સલાહ છે કે એવો વિચાર માંડી વાળો.'

'કેમ?'

'તમે આ કેસ કર્યો એને કારણે જે સાહેદીઓ પડી તેમાં તમારા જ નહીં બીજા કેટલાય મહારાજો ખુલ્લા પડ્યા, ધર્મની આડશમાં ચાલતી તમારા પુષ્ટિમાર્ગની અનીતિઓ બહાર આવી. શું તમે માનો છો કે આ વિગતો ખુલ્લી કોર્ટમાં જાહેર થયા પછી તમારા વૈષ્ણવોમાંથી કોઈ તમને ફરી અદાલતમાં જવા માટેના ખર્ચાઓ આપશે?'

મહારાજ વિચારમાં પડી ગયા.

'કાલે ગોરધનદાસને મારી ઑફિસે મોકલજો. મારી ફીની બાકીની રકમનું બિલ એમને આપી દઈશ.' મિસ્ટર બેલીએ મહારાજની વિદાય લીધી.

* * *

કોર્ટના ખંડમાં ઊભેલો કરસનદાસ ખુશ હતો. એના મિત્રો ખુશ હતા. મિસ્ટર આન્સ્ટી અને મિસ્ટર ડનબારે પાસે આવીને કરસનદાસ અને નાનાભાઈ સાથે હાથ મેળવ્યા. કરસનદાસને એકાએક માથા પરથી દસ મણનો બોજો હટી ગયા પછી જે ખાલી ખાલી લાગે એવું થઈ રહ્યું હતું. એ સમજી શકતો નહોતો કે આ હળવાશને કેવી રીતે વ્યક્ત કરવી. ત્યાં જ આન્સ્ટીએ કહ્યું,

'કરસનદાસ, જતાં પહેલાં કોર્ટની ટ્રેઝરીમાં પાંચ રૂપિયાનો દંડ ભરવાનો છે.'

કરસનદાસે ગજવામાં હાથ નાખ્યો. એક સિક્કો નીકળ્યો.

'મારી પાસે અત્યારે આઠ આના જ છે!'

નાનાભાઈએ કહ્યું, 'હું ભરી આવું છું.'

લખમીદાસ ખીમજીએ સ્મિત સાથે કહ્યું, 'નાનાભાઈ, રહેવા દો. પાંચ રૂપિયા જેવી તોતિંગ રકમ ભરવાનો લહાવો તમારા એકલાથી કેવી રીતે લેવાય? તમે આઠ આના કાઢો.' લખમીદાસે પોતાના આઠ આના એમાં ઉમેર્યા. મથુરાદાસ લવજીએ પણ હસીને ખિસ્સામાંથી આઠ આનાનો સિક્કો કાઢ્યો. ડૉ. ભાઉદાજી, ડૉ. ધીરજરામ તથા બાકીનાઓએ પણ આઠ-આઠ આના કરસનદાસના હાથમાં મૂક્યા. કરસનદાસે મોટેથી બોલીને ગણતરી કરી નવ સિક્કા થતા હતા.

'છેલ્લો સિક્કો મારા તરફથી!' કહીને મિસ્ટર આન્સ્ટીએ ગાઉન હટાવીને ખિસ્સામાંથી આઠ આના કાઢ્યા અને કહ્યું, 'લાવો, એ સાડા ચાર રૂપિયા. ટ્રેઝરીમાં લંચની રિસેસ પડે એ પહેલાં જ આપણે રકમ ભરાવી દઈએ.'

॥ શયન ॥

પ્રકરણ : ૩૬

એ દિવસે સાંજનું જમવાનું શેઠ ગોકળદાસ તેજપાળના બંગલે હતું. કરસનદાસ અને એમના મિત્રો મોડી બપોરે કોર્ટથી સીધા બંગલે પહોંચ્યા ત્યારે કરસનદાસને ખબર પડી કે એના ઘરે ઘોડાગાડી મોકલીને ગોકળદાસ શેઠે ગૌરી તથા નાનકીને પણ બંગલે બોલાવી લીધાં હતાં. અત્યારે એ બીજી સ્ત્રીઓ જોડે અંદરના ઓરડામાં હતી. દીવાનખાનામાં ભેગા થયેલા શહેરના અગ્રણીઓ ગોકળદાસનો સંદેશો મળતાં જ સાંજનું પોતપોતાનું કામકાજ પડતું મુકીને આ પ્રસંગને ઊજવવા આવી પહોંચ્યા હતાં. કોર્ટના ચુકાદાની જાણ થયા પછી શેઠ ગોકળદાસે તાત્કાલિક માણસો દોડાવીને સૌને આમંત્રણો મોકલ્યાં હતાં. અને આ બાજુ ઘરના રસોડે રસોઈની તડામાર તૈયારીઓ કરાવી હતી. સાંજના સાત વાગી ગયા હતા. રસોઈ તૈયાર થાય તે પહેલાં ડાઇનિંગ રૂમના લાંબા ટેબલ પર સૌના બેસવાની વ્યવસ્થા ગોઠવાઈ રહી હતી. પણ એ પહેલાં દીવાનખાનામાં એકઠા થયેલા પચાસેક મહેમાનો સમક્ષ ગોકળદાસ કંઈક કહેવા માગતા હતા.

‘શેઠિયાઓ, મિત્રો અને મારા યુરોપિયન સાહેબો,

‘આજનો દિવસ માત્ર કરસનદાસ મૂળજી કે નાનાભાઈ રાણીના માટે જ નહીં, મુંબાઈના ભાટિયા-લોહાણા કે કપોળ સમાજ માટે જ નહીં, પરંતુ દેશ-દેશાવરમાં વસેલા તમામ ગુજરાતીઓ માટે, બલ્કે તમામ હિન્દુઓ માટે સોનેરી દિવસ છે. ૨૨ એપ્રિલ ૧૮૬૨નો આ મંગળવાર આપણા સનાતન હિન્દુ ધર્મના ઇતિહાસમાં સદાને માટે યાદ રહેશે.

‘આજની આ મિજલસ મારા મિત્ર કરસનદાસને પોંખવા માટે નથી ગોઠવી. આટલા નાના મેળાવડામાં એમનું સન્માન કરીએ તો આપણે ઓછા લાગીએ. એમના જાહેર સન્માન માટે એક સ્વાગત સમિતિની રચના કરીને આવતા રવિવારે, ૨૭મી એપ્રિલના રોજ ટાઉનહૉલ ખાતે એક ભવ્ય સમારંભનું આયોજન કરી રહ્યા છીએ. આપ સૌને તો એમાં આમંત્રણ છે જ. આપના મિત્રો-કુટુંબીઓને પણ એમાં સામેલ કરજો.

‘આજે આ ઉતાવળે ગોઠવાયેલા પ્રસંગ પાછળનું કારણ તમને સૌને સમજાવું. કરસનદાસે ‘સત્યપ્રકાશ’ થકી સુધારાની લડતમાં જે વિજય મેળવ્યો છે તેનો જશ ખાટવા આ પ્રસંગ ઊભો નથી કીધો. મારી શરમિંદગી દૂર કરવા અને જાહેરમાં મારી કબૂલાત કરવા આપ સૌને અહીં એકઠા કર્યા છે. કદાચ આ વાત હું મારા ઘરે જ કહી શકું એમ છું. ટાઉનહૉલના સમારંભમાં પણ કબૂલ કરતાં મને સંકોચ નહીં થાય પણ મને

ડર છે કે એટલા બધાની વચ્ચે કદાચ મારી જીભ નહીં ઊપડે.'

ગોકળદાસ શેઠે બે ડગલાં આગળ વધીને કરસનદાસનો હાથ પકડી પોતાની પાસે બોલાવ્યા અને પછી એમના ખભે હાથ મૂકીને કહ્યું,

'તમે મારા કરતાં ઉંમરમાં નાના છો, માત્ર ઉંમરમાં જ, પણ મારા પ્રિય મિત્ર છો. મને ખબર છે કે તમને, તમારા મિત્રોને તેમ જ આપણા વકીલોને અચંબો થતો હતો કે શેઠ લખમીદાસ ખીમજી, શેઠ મથુરાદાસ લવજી અને શેઠ ખટાઉ મકનજી જેમ આ ગોકળદાસ કેમ તમારા તરફી જુબાની આપવા ના આવ્યો.' ગોકળદાસે ઊંડો શ્વાસ લીધો. કરસનદાસે જોયું કે ગોકળદાસના અવાજની જેમ એમની આંખો પણ ભીની થઈ રહી હતી. કોઈકે ધરેલા પાણીના ગ્લાસમાંથી એક ઘૂંટડો લઈ ગળું ખંખેરી ગોકળદાસે ફરી ટટ્ટાર અવાજે બોલવાનું શરૂ કર્યું,

'મિત્રો, મને આ મારી કહેવાતી પ્રતિષ્ઠા આડે આવી. પેઢીઓથી અમારા કુટુંબના વડીલો પુષ્ટિમાર્ગની સેવા કરી રહ્યા છે, એ પરંપરા આડે આવી. આ ધાર્મિક સંસ્કારોને કારણે જ મને ખૂબ નાની ઉંમરે મારા કાકાનો મોટો વારસો મળ્યો હોવો છતાં હું કોઈ એલફેલમાં ના પડ્યો. આ ઉપરાંત ભાટિયા કન્સ્પિરસી કેસમાં મેં જુબાની આપી એ પછી કેટલાક લોકોનું દબાણ હતું જેને માટે પારિવારિક કારણોસર વશ થવું પડ્યું.

'પણ ધાર્મિક પરંપરા કરતાં સામાજિક નિસબત ઘણી વધારે અગત્યની છે એ વાત મને મારા મિત્ર લખમીદાસ ખીમજીએ સમજાવી છે, આવો લખમીદાસ.' ગોકળદાસે હાથ લાંબો કરીને લખમીદાસ ખીમજીને પોતાની પાસે બોલાવ્યા અને પોતાના કોટના ખિસ્સામાંથી એક સિલબંધ પરબીડિયું કાઢીને એમના હાથમાં મૂક્યું.

'આ પરબીડિયું તમને યાદ હશે, લખમીદાસ. યાદ છે?'

'હા, બરાબર યાદ છે.' લખમીદાસે કહ્યું.

'ક્યારે સીલ કર્યું હતું એ દિવસ યાદ છે?'

'કેવી રીતે ભુલાય?'

'ઑક્ટોબરની એકવીસમી તારીખ હતી. ૧૮૬૦ના એ જ દિવસે સવારે 'સત્યપ્રકાશ'નો નવો અંક તમારા હાથમાં આવ્યો હતો.'

'અને એ અંકમાં કરસનદાસે મહારાજો વિશે અને મહારાજોના પંથ વિશે જે લખ્યું તેની મારા પર ઊંડી અસર પડી. એ લેખ વિશે બદનક્ષીનો દાવો છ મહિના પછી મંડાયો પણ એકવીસમીએ સાંજે મેં મારા વસિયતનામામાં એક કલમ ઉમેરી હતી. લખમીદાસનું નામ મેં મારા વિલનો અમલ કરનારાઓમાં પહેલેથી જ લખ્યું છે. વિલ નીચેની સહી મારી જ છે એવી સાક્ષીરૂપે લખમીદાસની સહી પણ છે. પણ કાનૂન મુજબ એમાંની વિગતો એમને જણાવવાની જરૂર નથી રહેતી એટલે મેં કઈ કલમ ઉમેરી છે એની એમને જાણ નહોતી. મારી વિનંતી છે કે લખમીદાસ આ વસિયતનામાના પરબીડિયાનું સીલ ખોલીને હું જે કાગળિયા પરનો ફકરો વાંચવાનું કહું તે આપ સૌની વચ્ચે જાહેરમાં વાંચી સંભળાવે.'

લખમીદાસે પરબીડિયા પરનું સીલ નખથી કોતરીને ખોલ્યું વિલ ગોકળદાસના

હાથમાં મૂક્યું. ગોકળદાસ વસિયતનામાનાં પાનાં ફેરવતાં ગયા અને છેલ્લેથી બીજા પાના પરના પહેલા ફકરાને ચીંધીને કહ્યું,

'આટલી લીટીઓ વાંચીને સંભળાવો.'

લખમીદાસે એક એક શબ્દ ધ્યાનથી વાંચીને હાજર રહેલા સૌને સંબોધતાં કહ્યું : 'શેઠ ગોકળદાસે એમના વસિયતનામાના સત્તરમાં પાને પહેલા ફકરામાં લખ્યું છે: 'મેં અગાઉ લખેલી સખાવતો માટેની રકમનો એક પણ પૈસો ધર્મ-સંપ્રદાયનાં કામોમાં ન વાપરતાં એ સઘળી ધર્માદાની રકમને, વિલનો અમલ કરનારાઓએ પોતાની સૂઝબૂઝ મુજબ માત્ર સમાજને ઉપયોગી થાય એવાં કામોમાં વાપરવી. આ વિલ આખું શેઠ મથુરાદાસ લવજીના હસ્તાક્ષરમાં છે અને આટલી વિગતો શેઠ ગોકળદાસ તેજપાળે પોતાના અક્ષરોમાં લખીને ઉમેરી છે.' લખમીદાસે બોલવાનું પૂરું કર્યું અને હાજર રહેલા સૌ મહેમાનોએ તાળીઓના ગડગડાટથી શેઠ ગોકળદાસની આ ઉમદા વૃત્તિને સમર્થન આપ્યું.

'મિત્રો, આ તાળીઓનો હું હક્કદાર નથી.' ગોકળદાસે કહ્યું, 'હું આપ સૌના ફિટકારનો હક્કદાર છું કારણ કે ધર્મ-સંપ્રદાયમાં ચાલી રહેલા ખરાબ કામને જાણતો હોવા છતાં, ક્યારેક મારી પોતાની વાડીનો મારા માણસો દ્વારા મહારાજો અનીતિ માટે ઉપયોગ થયો હોવા છતાં, મારા પરિવાર ઉપર આ મહારાજોની એટલી મોટી છાયા છે કે હું એમાંથી બહાર આવીને અદાલતમાં સાક્ષીના કઠેડામાં ઊભો રહીને કશું બોલી શક્યો નહીં. આ પ્રાયશ્ચિત્ત, આ કબૂલાત મારે સૌની સમક્ષ કરવી હતી જેથી ભવિષ્યમાં આવું કંઈ બને તો ત્યારનો ગોકળદાસ ચૂપ ના બેસી રહે અને ભવિષ્યના લખમીદાસ, મથુરાદાસ કે ખટાઉની હરોળમાં ઊભો રહીને આવતી કાલના કોક કરસનદાસની પડખે રહે. આપ સૌની ક્ષમા માગું છું.' કહીને ગોકળદાસે બે હાથ જોડ્યા. એમની આંખમાંથી આંસુની ધારા વહેતી હતી. ગોકળદાસની આંખો હજુય બંધ હતી. ગોકળદાસના જોડાયેલા હાથ પકડીને કરસનદાસે એમને પૂછ્યું, 'હું બે મિનિટ લઉં!' ગોકળદાસ કંઈ કહે તે પહેલાં કરસનદાસે મહેમાનો તરફ જોઈને કહ્યું,

'શેઠ ગોકળદાસ તેજપાળે આપણા સૌની ક્ષમા માગવાની કોઈ જરૂર નથી. ઉદાર દિલના આ મારા વડીલ મિત્રે સુધારા માટે શું શું નથી કર્યું? શેઠ લખમીદાસ ખીમજી અને શેઠ મથુરાદાસ લવજીની પ્રેરણાથી ગોકળદાસ શેઠે સુધારાના કામ માટે નાણાંની કોથળી ખુલ્લી મૂકી દીધી. એટલું જ નહીં ક્યારેય એમણે અમને કોઈને જતાવ્યું નથી કે તેઓ અમને ટેકો આપીને અમારા પર ઉપકાર કરી રહ્યા છે. ઊલટાનું એમની સહાય લઈને અમે એમના પર ઉપકાર કરી રહ્યા છીએ એવી ભાવના દેખાડી છે. 'સત્યપ્રકાશ' શરૂ કરવા માટે કે 'મહારાજ લાયબલ કેસ'માં મિસ્ટર આન્સ્ટી અને મિસ્ટર ડનબાર જેવા ટોચના વિદ્વાન ધારાશાસ્ત્રીઓની મદદ લેવા માટે ગોકળદાસ શેઠે ક્યારેય પાછળ વળીને જોયું નથી. એમની આર્થિક મદદ ઉપરાંત અનેકગણો મહત્ત્વનો એમનો નૈતિક ટેકો રહ્યો છે.

'ગોકળદાસ શેઠ અમારી લડતમાં અમારી સાથે છે. એવી ખાતરી હોવાને કારણે અમે આ કેસમાં મોટામાં મોટા અને સૌથી પ્રતિષ્ઠિત એવા સાક્ષીઓની જુબાની લાવી

શક્યા છીએ. આ તમામ સાહેદીઓની કોર્ટના ચુકાદા પર ઊંડી અસર પડી છે. છેલ્લે હું એટલું જ કહીશ કે અમારી માફી માગીને આપ અમને સૌને શરમિંદા કરી રહ્યા છો. આપ સૌના વતી હું શેઠ ગોકળદાસનો તેમ જ શેઠ લખમીદાસ, શેઠ મથુરાદસ તેમજ ખટાઉ શેઠનો પણ ખૂબ ખૂબ ઓશિંગણ છું.'

રાતના આઠ થવા આવ્યા હતા. રસોડામાંથી ઉમદા વાનગીઓની – લાડુ, પૂરી, ગગનગાંઠિયા, પાપડ-પાપડી, દાળ અને જાતજાતની તરકારીઓની – મિશ્ર સોડમ ખાણાના ઓરડા સુધી આવી રહી હતી. એક નોકર આવીને ઈશારો કરી ગયો કે જમવાનો સમય થઈ ગયો છે.

* * *

'જદુનાથજી, બપોરથી તમે કંઈ લીધું નથી. છ વાગી ગયા. અત્યારે તો થોડો પ્રસાદ લઈ લો.' મોટા મંદિરમાં જીવણજી મહારાજ કહી રહ્યા હતા.

'ભૂખ નથી.' જદુનાથ મહારાજ માત્ર આટલું જ બોલ્યા. જીવણજીએ ફરી આગ્રહ કરવાને બદલે રસોડામાં કહેવડાવી દીધું કે જેને જમવું હોય તે જમી લે. થોડીવાર રહીને જદુનાથે કહ્યું,

'જીવણજી, કાલે સુરત પાછા જવું છે. તૈયારી કરાવો.'

'કાલે ને કાલે પાછા જવાની શું ઉતાવળ છે. હજુ થોડા દિવસ રહી જાઓ તો સારું.'

'અહીં રહીને હવે શું કરવું છે? કોને દર્શન આપું? કોને મોઢું બતાવું?'

'તમે આજે પણ કોઈને મળ્યા નથી. કેટલા બધા વૈષ્ણવો તમારાં દર્શન વિના પાછા ગયા છે.'

'ભલે ગયા. મારે એમના સવાલોના જવાબ નથી આપવા. શું જવાબ આપું એમને?'

'કોઈ તમને કશું પૂછવા નથી માગતું. સૌને તમારા પર અપાર શ્રદ્ધા છે.'

'એ બધાં ઠાલાં આશ્વાસનો છે, જીવણલાલજી મહારાજ.'

'એમ કેમ કહો છો, જદુનાથજી? કોર્ટનો ચુકાદો આવ્યા પછી સેંકડો લોકો મંદિરના ચોગાનમાં ભેગા થયા હતા.'

'મને ખબર છે. સૌ કોઈ તમાશો જોવા ભેગા થયા હતા.'

'તમાશો જોવા નહીં, જદુનાથજી. તમારાં ચરણસ્પર્શ કરવા, તમને ભેટ ધરવા.'

'હવે શેની ભેટ? બધું પૂરું થઈ ગયું. હવે કોઈ શું કામ ભેટ લઈને આવે?'

'કોઈ નહીં, બધા જ. બધા જ નાની-મોટી ભેટ લઈને આવ્યા હતા. મોટા મોટા શેઠિયાઓથી માંડીને નાનામાં નાના માણસો પોતાના ગજા પ્રમાણે આજે ભેટ લઈને આવ્યા હતા.'

'હવે શું મળવાનું છે મારી પાસેથી?'

'આશીર્વાદ. તમારી કૃપા વિના એમને ઈશ્વરની પ્રાપ્તિ નથી થવાની એની ખબર છે સૌ કોઈને.'

'તમે મને સારું લગાડવા કહી રહ્યા છો. હું સમજું છું. કાલે મારા સુરત જવાની

તૈયારી કરો. ખવાસોને કહો કે સામાન બાંધે.' હંમેશાં પોતાના પદના અભિમાનના વાદળો પર ઊડતા જદુનાથ મહારાજના પગ આજે પહેલવહેલી વાર ધરતી પર મૂકાતા હોય એવી નરમાશ એમના અવાજમાં હતી.

'જદુનાથજી, આપ મારા કરતાં મોટા છો. પણ એક વખત મારી વાત માનો અને નીચે મંદિરના તોશાખાનામાં આવીને જુઓ કે આજના ચુકાદા પછી પણ વૈષ્ણવો તમારા માટે કેવી કેવી ભેટ લઈને આવ્યા છે.'

જીવણજી આગ્રહ કરીને જદુનાથજીનો હાથ પકડીને પાછળની નિસરણી ઊતરી મંદિરના પાછલા દરવાજે આવ્યા. એક ઓરડા પર આગળિયો મારીને મોટું તાળું લટકતું હતું. ખવાસ પાસે ચાવી મગાવીને જીવણજીએ દરવાજો ઉઘાડ્યો. બીજો ખવાસ હાથમાં બે દીવા પકડી રાખી ઊંબરા પર ઊભો રહ્યો. જદુનાથ મહારાજે જોયું કે એક ખૂણામાં ચાંદીનાં વાસણોનો ઢગલો હતો.

જીવણજીએ કહ્યું, 'આ બધી આજે જ આવેલી ભેટો છે. આ પેટીમાં રોકડ રકમ છે.' જીવણજીએ મોટી પેટી ઉઘાડી. સિક્કા અને નોટોથી છલકાતી પેટી જોઈને જદુનાથને આશ્ચર્ય થયું, 'વૈષ્ણવોનો આટલો બધો ભાવપ્રેમ!' જીવણજીએ એક પટારો ઉઘાડ્યો, 'આમાં ઝવેરાતના જે ડબ્બાઓ છે તે બધા જ આજે શેઠિયાઓ જાતે આવીને આપી ગયા છે. દરેક ડબ્બામાં કિંમતી રત્નો અને નંગ જડેલા સોનાના ભારે દાગીનાઓ છે, જુઓ.' જીવણજી એક ડબ્બો લઈને ઉઘાડવા જતા હતા ત્યાં જ જદુનાથે એમને રોક્યા.

'રહેવા દો. મને ખાતરી થઈ ગઈ.'

જીવણજીએ જોયું કે જદુનાથજી કંઈક ગડમથલમાં હતા. તોશાખાનાની બહાર આવીને જીવણજીએ તાળું ફરી વાસી દીધું અને ચાવી જદુનાથજીના હાથમાં સોંપીને કહ્યું, 'આ લો, આ તમારી અમાનત છે.'

જદુનાથજીએ ચાવી લઈને ધોતિયાના છેવાડે બાંધી દીધી. પછી જીવણજીને કહ્યું, 'આજે આરતીનાં દર્શન પછી મંદિરના ચોકમાં શહેરના બધા વૈષ્ણવોને ભેગા કરો. મારે એમને કંઈક કહેવું છે. અને આવતી કાલે રાજભોગનો પ્રસાદ લેવા માટે સૌને આમંત્રણ આપો. મંદિરમાં ફરી પાછા ચાર દિવસ પછીના રવિવારે છપ્પનભોગ થવાનો છે. તૈયારીઓ શરૂ કરી દો. કોઈ કમી ના રહેવી જોઈએ.'

'પણ જદુનાથજી, છપ્પનભોગ તો કારતક સુદ એકમ વિના...'

'અમારા માટે આ જ દિવાળી છે અને આ જ બેસતું વરસ છે. તમે તૈયારીઓ શરૂ કરો. ખરો ઓચ્છવ તો આજથી જ શરૂ થાય છે.'

'જેવી આજ્ઞા.'

મોટા મંદિરમાં સાંજની આરતી ખુદ મહારાજ જદુનાથના હાથે પાર પડી. મંદિરમાં અંદર-બહાર ચિક્કાર ભીડ હતી. મંદિરના ચોકમાં ફાનસો લગાવીને અજવાળું કરવામાં આવ્યું હતું. આરતી પૂરી થયા પછી આશકા માથે ચડાવી મહારાજ જદુનાથ ઊંચા ઓટલા પર પાથરેલા ગાદી-તકિયા પર બિરાજમાન થયા. વૈષ્ણવો ઠાકોરજીનાં દર્શન પૂરાં થયાં

એટલે એક પછી એક કરી બહાર આવી મહારાજનાં ચરણસ્પર્શ કરી મંદિરના ચોકમાં ગોઠવાતા ગયા. ચોકની બહાર સુધી ભીડ જમા થઈ ગઈ હતી. આજુબાજુનાં મકાનોના ઝરૂખાઓમાં ભીડ કરીને લોકો ગોઠવાઈ ગયા હતા.

જદુનાથ મહારાજે એક હાથ પોતાના ઘૂંટણ ભર રાખીને બેઠાં બેઠાં જ બોલવાનું શરૂ કર્યું,

'વૈષ્ણવો,

આજનો દિવસ પુષ્ટિમાર્ગ માટે ઓચ્છવનો દિવસ છે. વૈષ્ણવ સંપ્રદાયની અને વલ્લભકુળનાં બાળકોની નામોશી કરવા નીકળેલાઓને આજે મુંબાઈની કોર્ટમાં રૂપિયા પાંચનો દંડ કરેલો છે. મેં કરેલા કેસના ચુકાદા વિશે આવતી કાલે કે હવે પછીના દિવસોમાં ઘણી બધી વાતો છાપાંઓમાં વાંચવાના છો. પણ કોઈ તમને કહેવાનું નથી કે મારી સામે પડનારાઓને કોર્ટે કેટલો દંડ, શું કામ કર્યો છે. કોર્ટે એ લોકોને દંડ કર્યો કારણ કે એ લોકોએ મારી ખોટી બદનક્ષી કીધી, મારા પર અને બીજા મહારાજો પર ગલીચ આક્ષેપો મૂક્યા. ધર્મને ભ્રષ્ટ કરવાની ચાલ ચાલનારાઓ આજે પોતે જ ઊંધે માથે પછડાયા છે.'

'દંડ ચૂકવ્યા પછી પણ એ લોકો કેસ જીતી ગયાના દેખાડા ચાલુ રાખવાના છે. મારે એમને જઈને પૂછવાનું છે કે જો તમે જીતી ગયા હો તો કોર્ટ શું કામ તમને દંડે? કોર્ટ કોઈ દિવસ સાચા મણસને દંડે? હા કે ના?'

ચારે તરફથી પોકારો ઊઠ્યા 'ના...ના...'

'કોર્ટ સાચાને દંડે કે ખોટાને દંડે?'

'ખોટાને...ખોટાને...'

'ખોટા માણસો આજે ભરી અદાલતમાં ઠાકોરજીની સામે ઝૂકી ગયા છે. વલ્લભાચાર્યના પવિત્ર પંથમાંથી લોકોની આસ્થા દૂર કરવાના કાવતરાને જો આ ભૂમિની અદાલત માફ ન કરી શકતી હોય તો ઈશ્વરની અદાલત કેવી રીતે માફ કરવાની છે એમને? એ સૌના ઉપર ભગવાનની એવી લાઠીઓ પડશે કે એના સોળ જિંદગી આખી એમને ચચર્યા કરશે.

'વૈષ્ણવો, સુરતથી અહીં આવે ઘણા મહિનાઓ થઈ ગયા. તમારી જેમ મને પણ મારું ઘર, મારો લાલો યાદ આવે છે. પણ લાલો ક્યાં નથી? એ તો સર્વત્ર છે. આપ સૌના આગ્રહથી અમે હજુ થોડો વખત અહીં જ રોકાવાનું નક્કી કર્યું છે. છેલ્લાં ઘણાં અઠવાડિયાંઓથી કોર્ટ કેસની બાબતે ઘણું કામ રહેતું હતું. પણ હવે એમાં ફત્તેહ મળ્યા પછી આપ સૌના આગ્રહને માન આપીને કાલથી વૈષ્ણવોના ઘરે અમારી પધરામણી શરૂ થશે. ગોરધનદાસ પાસે યાદી છે કે ક્યારે કોને ત્યાં જવાનું અમને આમંત્રણ છે. ઠાકોરજીની સત્તાને કોઈ મગતરાં નડ્યાં નથી અને ભવિષ્યમાં પણ નડવાનાં નથી. બોલો, ગોવર્ધનનાથ કી...'

'...જય!' ગગનભેદી જયકાર થયો.

'યમુને મહારાણી કી...'

'...જય!'

'લાડલે લાલ કી...'

'...જય!'

'ગિરિરાજ ધરણ કી...'

'...જય!'

'આજ કે આનંદ કી...'

'જય!'

* * *

મોડી રાત્રે ગોકળદાસ શેઠના બંગલેથી પાછા ફરીને કરસનદાસ અને ગૌરી પથારીમાં પડ્યાં. બેમાંથી કોઈને ઊંઘ નહોતી આવતી. નાનકી ક્યારની સૂઈ ગઈ હતી. ગૌરીએ પતિની છાતીમાં માથું નાખી દીધું. કરસનદાસ ગૌરીના લાંબા વાળને સહેલાવતો રહ્યો. થોડીવારે ગૌરીએ પૂછ્યું,

'કાલથી તમે પાછા બહુ કામમાં લાગી જવાના નહીં?'

'હાસ્તો, કામ તો કરવું જ પડવાનું.'

'હવે તમે આ મહારાજો વિશે ખૂબ લખી શકશો. હવે તો કોર્ટ પણ તમારી પડખે છે.'

'એ કામ પૂરું થઈ ગયું. હવે આગળ વધવાનું. મારે હિંદુઓના અસલ ધર્મ વિશે પુસ્તક લખવું છે. મહારાજોએ સુધરવું હોય તો સુધરે, ના સુધરવું હોય તો ભગવાન એમનું ભલું કરે. હું આપણા લોકોને સમજાવવા માગું છું કે વૈદિક ધર્મ શું છે. આ સંપ્રદાયો કંઈ અસલ ધર્મ નથી...'

'તમે લખજો. બધું જ લખજો. હવે કોઈ ચિંતા નથી.'

'ચિંતા ફક્ત એક જ છે કે મૂળજીબાપાને આજના ચુકાદાના સમાચાર મળશે ત્યારે એ મારાથી ખુશ થવાના છે કે નારાજ થવાના.'

'ખુશ જ થશે ને વળી. એ શું કામ નારાજ થાય?'

'એમને નાતીલાઓની બહુ પડી છે. નાતીલાઓ એમને ચડાવતા રહે છે કે એમનો દીકરો વૈષ્ણવોનો દુશ્મન છે.'

'હવે તો નાતીલાઓ પણ તમને માનતા થઈ જવાના.'

'પણ મારે ફરી એક વાર એ લોકોને નારાજ કરવા પડશે.'

'એવું શું કામ?'

'મારે હવે ખૂબ લખવું છે અને લખવાની સાથે ખૂબ ભટકવું છે. ગુજરાતમાં ઠેકઠેકાણે ફરવું છે અને નસીબ જો સાથ આપે તો ઈંગ્લૅન્ડની મુસાફરી પણ કરવી છે.'

'નસીબ કેમ સાથ નહીં આપે? શ્રીજીબાવાની ઇચ્છાથી બધી કામના પૂરી થશે.'

'પણ વિલાયત જઈશ તો પાછા આવ્યા પછી આ લોકો આપણને નાત બહાર મૂકશે, ખૂબ સતાવશે. નાનકીને મોટી થયા પછી પરણાવવા માટે નાતમાં સારું ઠેકાણું પણ ગોતવા નહીં દે.'

'ત્યારની વાત ત્યારે. તમને મનમાં જે ઇચ્છા થાય એ પૂરી કરજો. પણ પહેલાં એક નાનકડું કામ કરી નાખજો.'

'શું?'

'આ નાનકીને ક્યાં સુધી નાનકી કહીને બોલાવ્યા કરીશું. એનું નામ તો પાડો.'

'એનું નામ મેં ઘણા વખતથી વિચારી રાખ્યું છે. આજના દિવસની જ રાહ જોતો હતો.'

'શું નામ વિચાર્યું છે?'

'આપણે એનું નામ 'સત્ય' રાખીશું?'

'હા, સરસ નામ છે – સત્ય!'

'અને નાનકીનો ભાઈ જે નવ મહિના પછી આવવાનો છે એનું નામ શું પાડીશું ખબર છે?' કરસનદાસે ગૌરીને પડખામાં લઈને જોરથી ભીંસી.

'શું?' ગૌરીએ પૂછ્યું.

'નાનકીના ભાઈનું નામ પાડીશું – પ્રકાશ!'

કરસનદાસ અને ગૌરી મળસ્કા સુધી એકબીજામાં ખોવાયેલાં રહ્યાં.

સમાપ્ત

આફ્ટરવર્ડ : ધ એન્ડ પછીની કથા

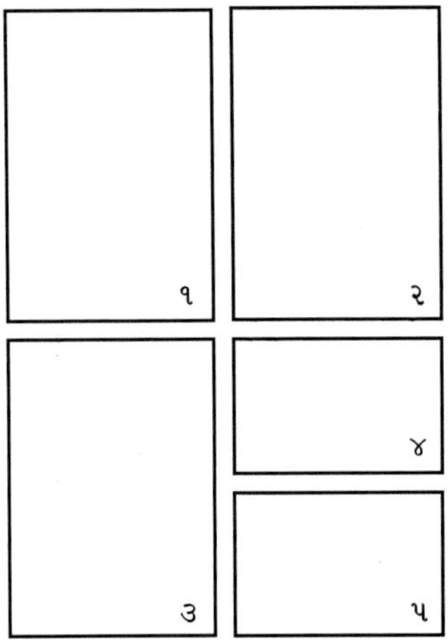

૧. **કરસનદાસ મૂળજી :** પારસી મિત્રોની સંગતમાં રહીને આ કપોળ વૈષ્ણવનો ફૉર્મલ પહેરવેશ આ પ્રકારનો હતો. હંમેશાં બૂટ-મોજાં પણ પહેરતા.

૨. **હસ્તાક્ષર :** કરસનદાસ મૂળજીના ગુજરાતી હસ્તાક્ષર અપ્રાપ્ય છે. આ અંગ્રેજી પત્ર એમણે કવિ દલપતરામને નહીં પણ એ જ નામધારી અન્ય પરિચિતને લખ્યો છે.

૩. **મુંબઈની સુપ્રીમ કોર્ટ :** ૨૫૦ વર્ષ જૂનું આ મકાન આજે પણ અડીખમ છે, પ્રવૃત્તિઓથી ધમધમે છે. હવે અહીં અદાલત નથી, પ્રાઇવેટ ઑફિસીઝ અને શોરૂમ્સ છે.

૪. **ઐતિહાસિક પુરાવા :** મકાનના પ્રવેશદ્વાર પરની તકતીમાં એનો ભૂતકાળ બોલે છે.

૫. **યુનિયન પ્રેસ :** નાનાભાઈ રાણીનાએ શરૂ કરેલા યુનિયન પ્રેસમાં કરસનદાસ મૂળજીનું 'સત્યપ્રકાશ' છપાતું. 'મહારાજ લાયબલ કેસ'માં પ્રતિવાદી તરીકે કરસનદાસ ઉપરાંત નાનાભાઈનું નામ પણ મહારાજ જદુનાથના વકીલોએ ઉમેર્યું હતું. યુનિયન પ્રેસ તે વખતે ધોળીતળાવ, મેટ્રો સિનેમા પાસે હતું. અત્યારે હૉર્નિમન સર્કલ, 'મુંબઈ સમાચાર' કાર્યાલય નજીક છે.

'મહારાજ' લાયબલ કેસના ચુકાદા પછીની કરસનદાસ મૂળજીની જિંદગી

'મહારાજ લાયબલ કેસ'નો ચુકાદો આવ્યા પછી એ જ વર્ષે કરસનદાસ મૂળજીના જીવનમાં એક ટ્રેજેડી બની. ૧૮૬૨ની સાલના ઉત્તરાર્ધમાં એમની એકની એક દીકરી બીમાર પડી, મૃત્યુ પામી. સંજોગો જુઓ, આ પછી એમને ચાર દીકરા જન્મ્યા, ચારેય એમના મૃત્યુ પછી હયાત હતા. આમાંના એક પુત્ર મંગળદાસે ૧૮૯૩માં પિતાના મિત્ર સોરાબજી શાપુરજી બંગાળીએ લખેલા લેખોનું એક પુસ્તક પ્રગટ કર્યું : 'એક્કો નર.' દીકરીની ખોટ પુરાઈ ખરી પણ કેવી રીતે? કરસનદાસના અવસાન સમયે એમનાં પત્ની પ્રેગ્નન્ટ હતાં. દીકરી પિતાના ગુજરી ગયાના થોડાક મહિના બાદ જન્મી.

૧૮૬૬માં, ચુકાદાનાં ચાર વર્ષ પછી, કરસનદાસે 'વેદ ધર્મ તથા વેદ પછીનાં ધર્મ પુસ્તકો' નામની નાની કિતાબ લખી. એક્ચ્યુઅલી તો એમણે આ વિશે લખવા ધારેલા એક વિશાળ ગ્રંથનો આ મુસદ્દો હતો. કરસનદાસની માન્યતા હતી કે વેદ કાળનો ધર્મ અસલ હિન્દુ ધર્મ છે અને તેને આર્ય ધર્મના નામે ઓળખવો જોઈએ. કરસનદાસની વાત સાચી હતી. વેદની રચનાનાં હજારો વર્ષ પછી પુરાણો રચાયાં જે અસલ ધર્મથી હટીને હતાં. પુરાણોમાં જે વાતો ઉપમા અને અલંકારોથી સમજાવવામાં આવી એનું અર્થઘટન પુષ્ટિમાર્ગમાં એના ભાવાર્થને છોડીને શબ્દાર્થમાં કરવામાં આવ્યું અને એનો ઉપયોગ મહારાજોના અંગત સ્વાર્થ માટે થયો. ભાગવતના બાર અધ્યાયોમાંથી પણ પુષ્ટિ માર્ગે માત્ર દસમો અધ્યાય સ્વીકાર્યો જેમાં કૃષ્ણને વિષ્ણુના આઠમા અવતાર ગણાવીને કૃષ્ણ વિશે ઉટપટાંગ વાતો જોડીને એમના જીવનનો 'ઇતિહાસ' લખવામાં આવ્યો છે કે એ રાધાના પ્રિયતમ હતા, ગોપીઓ જોડે રાસલીલા કરતા, એમને ૧૬,૦૦૮ રાણીઓ હતી. 'મહાભારત'ના ઓરિજિનલ પ્રતાપી, વિચક્ષણ અને આધ્યાત્મિક કૃષ્ણ કરતાં આ કૃષ્ણ સાવ નોખા છે. દરેક સાચા શ્રદ્ધાળુને એ ઓરિજિનલ કૃષ્ણ સાથે જ નિસબત હોવાની.

આ ૧૬,૦૦૮ નો મતલબ શું થાય ખબર છે? એને ૩૬૦ થી ભાગી નાખો. ૪૪ થી ૪૫ વર્ષ સુધી માણસ રોજ એક નવી સ્ત્રી સાથે સંગ કરે એવી એ જમાનાના કોઈ પર્વર્ટ માણસની કલ્પના આ કહેવાતા ધર્મગ્રંથમાં ઘુસાડેલી છે. જે જમાનામાં મનુષ્યની આવરદા ૬૦ વર્ષથી વધુ નહીં હોય એ જમાનાની આ કલ્પના છે. માણસ પ્રથમ વાર સ્ત્રીસંગ કરે એ પછી મરતાં સુધી દરરોજ એને એક નવી નવી સ્ત્રી મળતી રહે એવી, બીજી ઘણી પોર્નોગ્રાફિક ફૅન્ટસીઓને ધર્મનાં પુસ્તકોમાં લખવામાં આવેલી છે. રસ મંડળી ઉર્ફે ઑર્ગી (orgy) અથવા તો સામૂહિક સંભોગની વાત પણ ભાગવતના આધારે રચાયેલા વૈષ્ણવ સંપ્રદાયના તથાકથિત ધર્મગ્રંથોમાં ચાલાકીથી મૂકી દેવામાં આવી. વલ્લભાચાર્યનો જન્મ ઇસ્વી સન ૧૪૭૯માં થયો (કેટલાક ઠેકાણે આ સાલ બે-ચાર વર્ષ આઘીપાછી થયેલી જોવા મળે છે). સોળમી સદીના આરંભમાં એમણે પોતાનો પંથ સ્થાપ્યો, જે પાછળથી પુષ્ટિમાર્ગ તરીકે ઓળખાયો, ત્યારે હિન્દુ ધર્મના ત્રણ મુખ્ય ફાંટા હતા : વિષ્ણુને માનનારા, શિવને માનનારા અને શક્તિને માનનારા. વિષ્ણુને માનનારા વૈષ્ણવોમાં તે વખતે ઑલરેડી ઓછામાં

ઓછા વીસ ફાંટા હતા જેમાં એક નવો ઉમેરાયો – વલ્લભ સંપ્રદાય અથવા તો પુષ્ટિમાર્ગ. આમ, કૃષ્ણને ભજનારા તમામ વૈષ્ણવો પુષ્ટિમાર્ગી જ હોય કે વલ્લભાચાર્યના પંથના અનુયાયી જ હોય તે જરૂરી નથી.

૧૮૬૯માં કરસનદાસ મૂળજીએ બીજું એક મહત્ત્વનું કામ કર્યું. પુષ્ટિમાર્ગના વ્યભિચાર સંબંધી કટાક્ષ કરતું ૨૩૨ વરસ પહેલાં લખાયેલું એક સંસ્કૃત નાટક ટ્રાન્સલેટ કર્યું. ૧૮૬૯માં છપાયેલા અનુવાદના પહેલા પાને લખ્યું છે કે 'રેવાકાંઠાના દામોદરે સંસ્કૃત ભાષામાં સંવત ૧૬૯૩માં એટલે ૨૩૨ વરસ ઉપર રચેલું.' પ્રગટ કરનાર : કરસનદાસ મૂળજી. ટાઉન પ્રેસ, મુંબઈમાં ૧૮૬૯માં છાપ્યું. નાટકનું નામ : 'પાખંડ ધર્મખંડન'.

આજે લગભગ પોણા ચારસો વરસ થવા આવ્યાં એ મૂળ સંસ્કૃત નાટક લખાયે, અને પુષ્ટિમાર્ગની સ્થાપનાને વધુમાં વધુ પાંચસો વર્ષ થયાં. ટૂંકમાં, પુષ્ટિમાર્ગની સ્થાપનાની શતાબ્દી પૂરી થઈ એ ગાળામાં જ એના કેટલાક આચાર અને એની કેટલીક નીતિ વિરુદ્ધ સમાજમાં ખળભળાટ શરૂ થઈ ગયો હતો.

કરસનદાસે આ મૂળ નાટકની સંસ્કૃત પ્રત 'મહારાજ લાયબલ કેસ'ના એક પુરાવા તરીકે કોર્ટમાં રજૂ કરી હતી. નાટકની પ્રસ્તાવનામાં કરસનદાસ લખે છે : 'એમાં દર્શાવેલી તે સમેની સ્થિતિ અને હમણાની સ્થિતિમાં કંઈ ફેર પડ્યો હોય એમ જણાતું નથી. જે અનીતિ વિશે હાલ ફરિયાદ થાય છે તે ઉપર દામોદરે ધ્યાન પહોંચાડેલું માલમ પડે છે; અને નાટકરૂપે તે અનીતિ ઉઘાડી પાડી છે.'

કરસનદાસ જણાવે છે કે કોર્ટ કેસમાં ડૉ. જૉન વિલ્સનની જુબાની લેવાઈ ત્યારે આ નાટકમાંના ત્રણ-ચાર વાક્યો એમાં ટાંકવામાં આવ્યાં હતાં. કરસનદાસ તે જ વખતે આ પુસ્તકનું ગુજરાતીમાં ભાષાંતર કરાવવા માગતા હતા. પણ સંસ્કૃતના જ્ઞાતા હોય એવા તમામ બ્રાહ્મણો વલ્લભપંથના મહારાજોથી અને એમના 'દ્રવ્યમાન સેવકો'થી ડરતા હતા એટલે કોઈએ આ કામ કરી આપ્યું નહીં. કરસનદાસ પોતે સંસ્કૃત પંડિત નહોતા. એમણે એક બ્રાહ્મણની 'સાહ્યતાથી' આ ભાષાંતર કર્યું છે. 'પાખંડ ધર્મખંડન' નાટકની પ્રસ્તાવનામાં છેલ્લે કરસનદાસ લખે છે : 'આ પુસ્તક જેઓ ધ્યાન દઈને વાંચી જોશે તેઓને ખાતરી થશે કે તેમાં વૈષ્ણવ ધર્મની, અગત્ય કરીને વલ્લભાચાર્યના મહારાજોની નીતિ, ૨૫૦ વરસ થયે માઠી હાલતમાં આવેલી છે. લોકનીતિમાં અને ગૃહસ્થોનાં ઘરમાં જે અનીતિ ધર્મના નામથી પેઠી છે તે અઢીશેં વરસમાં ઓછી થઈ હોય એમ જણાતું નથી. અનીતિના મોહમાં પડેલા ધર્મગુરુઓ પોતે પોતાની મેળે સુધરે એવી આશા કદી રાખી શકાતી નથી, કેમ કે અનીતિ ઉપર જ તેઓના ઠાઠમાઠ ટકી રહ્યા છે, અને અનીતિને જ તેઓની ઇન્દ્રિયો વશ થઈ ગયેલી છે. આ વાતનો વિચાર વિચારવંત વૈષ્ણવોએ પોતે જ કરવો જોઈએ અને અનીતિસંબંધી બેહેર પામી ગયેલી લાગણીઓને જાગ્રત કરી પોતાનાં કુટુંબોમાં ધર્મના નામે પેઠેલી અનીતિનો અંત લાવવાને યોગ્ય ઉપાય લેવો ઘટે છે.'

છેક છેલ્લા પૅરેગ્રાફમાં કરસનદાસે વૈષ્ણવ પ્રજાની 'ઊગતી ઓલાદ' યાને કે નવી પેઢીને સંબોધીને લખ્યો છે. વૈષ્ણવોની આજની ઊગતી ઓલાદોએ પણ એ વાંચવા જેવો છે :

'અનીતિમાં લંપટ થયેલા ધર્મગુરુઓનું સેવન કરવામાં અને તેઓની સેવામાં પોતાના કુટુંબની સુંદરીઓને મોકલવામાં વિચારવંત લોકોમાં અપકીર્તિ છે, એટલું જ નહીં, પણ તેથી તેઓનાં કુટુંબને લાંછન છે એવા, 'મહારાજ લાયબલ કેસ'માં બે પ્રખ્યાત ન્યાયાધીશોએ ૭ વરસે આપેલા જજમેન્ટને, આ ૨૩૨ વરસ ઉપર લખાયેલું જૂનું પુસ્તક ટેકો આપે છે. આ ખાતરીપૂર્વક(નો) પુરાવો ઊગતી ઓલાદની લાગણીઓ ઉપર ભારે અસર કર્યા વગર તો રહેશે જ નહીં. હાલની વૈષ્ણવ પ્રજાની બેહેર પામી ગયેલી ઇન્દ્રિયો ઉપર થોડી ઘણી અસર (આ નાટક) કરશે એવી આશા રાખી એ

વાંચવાની વિચારવંત વૈષ્ણવોને તથા સત્યશોધક વિદ્યાર્થીઓને વિનંતી કરવામાં આવે છે.'

મારી પાસે આ નાટકની પ્રથમ આવૃત્તિના મૂળ પુસ્તકની ફોટો કૉપી છે. ચારસો વર્ષ પહેલાંના જૂનવાણી સમાજમાં આવા બોલ્ડ સબ્જેક્ટ પર નાટક લખાય તે ક્રાંતિકારી વાત છે. એક કૃતિ તરીકે એનું વાંચન કંટાળાજનક છે. સામાન્ય વાચક બોર થઈ જાય. સંશોધન અને અભ્યાસનો જીવ હોય તો એના માટે આ દુર્લભ ચીજ ગણાય.

કરસનદાસ મૂળજીએ 'મહારાજ લાયબલ કેસ'નો ચુકાદો આવ્યા પછી બે મહત્ત્વના નિર્ણયો કર્યા. કરસનદાસના કેટલાક મિત્રોએ જદુનાથ મહારાજ પર કોર્ટમાં સોગંદ ખાઈને જુઠ્ઠું બોલવાનો કેસ કરવાની સલાહ આપી. જદુનાથ સોગંદ ખાઈને ખોટું બોલતા રહ્યા એવું બેઉ ન્યાયમૂર્તિઓએ ચુકાદામાં નોંધ્યું છે. જદુનાથ પર પર્જરીનો કેસ થઈ શક્યો હોત. પણ કરસનદાસે એવી કિન્નાખોરીમાં પડ્યા વગર જીવનમાં આગળ વધવાનો નિર્ણય લીધો.

મહીપતરામ રૂપરામ નીલકંઠ અને કવિ નર્મદ સહિતના કેટલાક સુધારાવાદી મિત્રો ચાહતા હતા કે આ કેસ પછી હવે કરસનદાસ પુષ્ટિમાર્ગની સુધારેલી આવૃત્તિ બનાવે, એનો પ્રચાર કરે અને એની આગેવાની લે. કરસનદાસે ન્યુ-ઇમ્પ્રુવ્ડ પુષ્ટિમાર્ગના 'મહારાજ' બનવાની પણ ના પાડી.

આ બેઉ નિર્ણયોમાં કરસનદાસની સમજદારી પ્રગટ થાય છે. ખુદ 'મહારાજ' બનવાને બદલે કરસનદાસે 'વેદ ધર્મ તથા વેદ પછીનાં ધર્મપુસ્તકો' વિશે લખ્યું. 'પાખંડ ધર્મખંડન' નાટકનો તરજુમો કર્યો અને શબ્દકોષ રચવાનું જે કામ શરૂ કર્યું હતું તે આગળ વધાર્યું.

'મહારાજ લાયબલ કેસ' જીત્યા પછી વિલ્સન કૉલેજના સ્થાપક અને કરસનદાસ તરફી જુબાની આપનારા એક મહત્ત્વના સાક્ષી ડૉ. જૉન વિલ્સનના પ્રમુખપદે ૩,૦૦૦ની મેદની વચ્ચે મુંબઈના ટાઉનહૉલમાં કરસનદાસનું જાહેર સન્માન થયું. આજે એ ટાઉનહૉલ એશિયાટિક લાયબ્રેરી તરીકે ઓળખાય છે. એનાં ફેમસ લાંબાં પગથિયાં ઘણી હિન્દી ફિલ્મોમાં તમે અદાલતના દાદરા તરીકે જોયાં હશે.

મહારાજ જદુનાથને આ કેસ પાછળ વકીલોની ફી તેમજ અન્ય બાબતે રૂ. ૫૦,૦૦૦ કરતાં વધારે ખર્ચ થયો. કરસનદાસ પાસે એમણે જેટલી નુકસાની માગી હતી એટલો ખર્ચ મહારાજે પોતે કરવો પડ્યો. કરસનદાસને જે ખર્ચ થયો તેમાંનો મોટાભાગનો ખર્ચ કોર્ટના ચુકાદા મુજબ જદુનાથ મહારાજે આપવો પડ્યો અને બાકીનો ખર્ચ કરસનદાસના મિત્રોએ વહેંચી લીધો. આ ખર્ચ અંગેના બે જુદા જુદા ઐતિહાસિક વર્ઝન છે. એક કહે છે કે કરસનદાસે પણ રૂ. ૫૦,૦૦૦ થી વધુ ખર્ચ કરવો પડ્યો. બીજું વર્ઝન તેર હજાર રૂપિયાના ખર્ચનું છે. બીજું વર્ઝન વધુ વિશ્વસનીય છે.

કરસનદાસના પિતા મૂળજીબાપા દીકરાની આ જીતથી ખુશ નહોતા. કરસનદાસ જે નાતના હતા તે કપોળ જ્ઞાતિ પણ આ કેસના ચુકાદાથી નાખુશ હતી. મૂળજીબાપા દીકરા સાથે નહીં પણ નાત સાથે હતા.

ચુકાદા પછી, એ જ વર્ષમાં, ચુકાદાની સંપૂર્ણ વિગતો આપતાં બે પુસ્તકો પ્રગટ થયાં. એક અંગ્રેજીમાં, બીજું ગુજરાતીમાં. બંને પુસ્તકો એકબીજા સાથે સરખાવતાં ખબર પડે છે કે અંગ્રેજીમાં જે વિગતો છે એમાંની કેટલીક ગુજરાતીમાં નથી અને ગુજરાતીમાં થોડીક એવી વિગતો છે જે અંગ્રેજી વર્ઝનમાં નથી. ગુજરાતીમાં અડધોએક ડઝન ઠેકાણે તરજુમાની ભૂલો પણ મેં નોંધી છે. અંગ્રેજીમાં ગુજરાતી વ્યક્તિઓનાં તથા કેટલાંક સ્થળનાં નામના ઉચ્ચારો જુદી રીતે થયા છે જે સમજતાં વાર લાગે. દાખલા તરીકે ઉદયપુર કે ઉદેપુરની જોડણી અત્યારે Udaypur તરીકે પ્રચલિત છે. તે વખતે Oodepawr જેવી જોડણી કરવામાં આવતી. (કાનપુર વગેરેમાં એ જમાનામાં અંગ્રેજીમાં એવી જ જોડણી થતી) ચુકાદાના બેઉ વર્ઝનને કોર્ટે સત્તાવાર માન્યતા આપેલી છે. એ બન્નેને સાથે રાખ્યા

હોય તો જ કોર્ટની કાર્યવાહીનું કરેક્ટ ચિત્ર ઊપસે.

કરસનદાસે ચુકાદા પછી અંગ્રેજીમાં 'હિસ્ટરી ઑફ ધ સેક્ટ ઑફ મહારાજસ' પુસ્તક લખીને વલ્લભાચાર્યના પંથનો આખો ઇતિહાસ લખ્યો. આ પુસ્તક ખૂબ જાણીતું થયું.

૧૮૬૩ના માર્ચની ૧૩મીએ કરસનદાસ પ્રથમ વાર ઈંગ્લૅન્ડ ગયા. બે-ત્રણ વર્ષ રહેવાનો ઈરાદો હતો. પણ તબિયત બગડતાં સપ્ટેમ્બરમાં જ પાછા આવી જવું પડ્યું. આવીને ફરી 'સ્ત્રીબોધ' માસિક એડિટ કરવા લાગ્યા.

૧૮૬૫માં એમણે 'ઈંગ્લૅન્ડના પ્રવાસનું વર્ણન' નામનો સાડાચારસો પાનાંનો ગ્રંથ લખ્યો. ખૂબ ચિત્રો પણ મૂક્યાં. બે વર્ષમાં જ એ પુસ્તકની બીજી આવૃત્તિ પ્રગટ થઈ. ૧૮૬૩ના સપ્ટેમ્બરમાં ઇંગ્લૅન્ડથી પાછા આવ્યા ત્યારે કરસનદાસને જે ભીતિ હતી તે જ થયું. કપોળ જ્ઞાતિએ એમને ન્યાતબહાર કાઢી મૂક્યા. જે જ્ઞાતિને કરસનદાસ મૂળજી જેવા અગ્રણી સુધારાવાદી માટે ગૌરવ થવું જોઈએ તે જ્ઞાતિમાંથી એમને આઉટ કરવામાં આવ્યા. એટલું જ નહીં કેટલાક મિત્રોએ જ્ઞાતિના મહાજનને વિનંતી કરીને એમને પાછા ન્યાતમાં લેવાની વિનંતી કરી ત્યારે કપોળ મહાજનના એક શેઠિયાએ કહેવડાવ્યું, 'કરસનદાસ અમારી સામે હાજર થઈને એક શેર ઓગાળેલું સીસું પેટમાં રેડે તો અમે એને પાછો લઈએ.' કરસનદાસનું અપમાન કરવાની આ રીત હતી. નાતબહાર હોવાને કારણે કરસનદાસની પત્ની-છોકરાંઓને પણ ખૂબ આપદા પડી. બીજાં કપોળ કુટુંબોમાં ઘરકામ કરવા જતા નોકરો પણ કરસનદાસને ત્યાં વાસણ-કપડાં માટે આવી શકતા નહીં.

મહીપતરામ રૂપરામ ૧૮૬૦-૬૧ના ગાળામાં ઈંગ્લૅન્ડ ગયા તે વખતે કરસનદાસ પણ એમની સાથે જ ઈંગ્લૅન્ડ જવાના હતા એવી વાત હતી. કદાચ, મહારાજ તરફથી લાયબલનો કેસ આવી રહ્યો છે એ જાણીને ઇંગ્લૅન્ડનો પ્રવાસ એમણે તે વખતે ન કર્યો હોય એવું બને.

૧૮૬૪માં મુંબઈમાં બૅક-બે રેક્લેમેશનની યોજના શરૂ થઈ અને કેટલાકે એ કંપનીના શેર મોંઘા ભાવે વેચીને ખૂબ મોટો હાઇપ ઉભો કર્યો. આ હાઇપમાં તણાઈને ઘણા લોકો બરબાદ થયા. એ કાળનું તે હર્ષદ મહેતા ટાઇપનું કૌભાંડ હતું. આપણા કરસનદાસ પણ એમાં ભેરવાયા. ખૂબ પૈસા ગુમાવ્યા. એમના પારસી મિત્રોએ આ દેવામાંથી એમને ઉગાર્યા. નર્મદે આ જ ગાળામાં 'ડાંડિયો' શરૂ કરેલું. આ શેર કૌભાંડ વિશે નર્મદે એમાં ઘણીવાર ખૂબ આકરી કલમે લખ્યું છે. છેવટે તે ગાળા પુરતી આ બૅક-બેની યોજના ખોરંભે પડી. વીસમી સદીમાં બૅક-બેની યોજના પૂરી થઈ. આજે એ ભરણીની જમીન પર ઍર-ઇન્ડિયા તથા ઇન્ડિયન એક્સપ્રેસનાં મકાનો છે, ઑબરોય હૉટેલ અને તાતા-એન.સી.પી.એ.નાં ભવ્ય સભાગૃહો તથા નાટ્યશાળાઓ છે.

કરસનદાસે એક જમાનામાં ચાઇનીઝ કાપડ વેચવાની દુકાન પણ કરેલી. (ગુજરાતી લેખકોને કાપડનો ધંધો કરવાનું આટલું આકર્ષણ કેમ હશે? કરસનદાસના જમાનાના સો વર્ષ પછી હરકિસન મહેતાએ પણ 'ચિત્રલેખા' છોડીને વિક્રોલીમાં 'તુષાર ટેક્સ્ટાઇલ્સ'ના નામે કાપડની લૂમ નાખેલી. એ પણ કપોળ જ હતા. કાપડના ધંધામાં ખોટ ખાઈને હરકિસનભાઈ વજુ કોટકના મૃત્યુ બાદ પાછા 'ચિત્રલેખા'માં જોડાઈ ગયા હતા). કરસનદાસ મૂળજીએ ઈંગ્લૅન્ડ જવા માટે એમના એક મિત્ર સાથે બે આની ભાગીદાર તરીકે ધંધો શરૂ કર્યો હતો અને ઇંગ્લૅન્ડમાં એ ધંધાનો વિકાસ કરવાનો ઇરાદો હતો. કરસનદાસ અમેરિકા પણ જવા માગતા હતા જે ક્યારેય બન્યું નહીં.

ઈંગ્લૅન્ડનો પ્રવાસ કર્યા પછી લખાયેલા પુસ્તકના અંતે કરસનદાસ લખે છે : 'પેહેલ કાહાડનાર ઉપર જુલમ પડ્યાથી કંઈ સુધારો અટકશે નહીં. વિલાયત જનાર પેહેલા થોડાએક ગૃહસ્થો ઉપર દુઃખ પડ્યાથી વિલાયતનો રસ્તો બંધ પડશે એમ તમે કદી માનશો ના. ભાઈ મહિપતરામ ઉપર આ બાબતમાં દુઃખ પડ્યું તે જોઈને જેમ હું અટક્યો નહીં, તેમ મને જોઈને બીજાઓ અટકશે નહીં

એમ હું માનું છઉં ઇંગ્રેજી કેળવણીથી ઇંગ્રેજી છુટાપણાંનો ખરો વિચાર જ્યારે આપણા દેશીઓમાં આવશે ત્યારે દરએક ગૃહસ્થને એમ જ લાગશે કે 'મેં મારું છુટાપણું (અર્થાત્ મારી સ્વતંત્રતા) મારી જ્ઞાતને વેચ્યું નથી. ને હું કંઈ તેનો ગુલામ થયો નથી. જે કામ મને રૂડું અને જરૂરી લાગે તે કરવાથી મને કોઈ અટકાવે અથવા માથા હાથપગ બાંધી રાખે તો તેવી સ્થિતિમાં રેહેવું તે કરતાં મરવું ભલું' – છુટાપણાંનો આવો જુસ્સો જ્યારે આપણા દેશીઓમાં આવશે ત્યારે જ જ્ઞાતનો જુલમ અને દસ્ત ટૂટી જશે અને ત્યારે જ સુધારાના દરવાજા ઉઘાડા થશે. હું છેલ્લીવાર ફરીથી કહું છું કે મારા પ્રવાસ વિશે લોકો ગમે તેમ બોલો પણ તેનું ફળ રૂડું જ નીપજશે એવી હું આશા રાખું છઉં. 'હો ઈશ્વર! તું આ આશા વહેલી પૂરી પાડ! અને મારા દેશીભાઈઓને જ્ઞાતના બંધનમાંથી જલદી છોડાવ! તથાસ્તુ.'

તમે નોંધ્યું? પ્રાર્થના પણ એમણે કરી અને તથાસ્તુ પણ એમણે કહ્યું. સેલ્ફ મેડ માણસ આવું જ કરે!

૧૮૬૭માં કરસનદાસ મૂળજીએ 'કુટુંબ મિત્ર' નામનું નાટક પ્રગટ કર્યું. પુસ્તકરૂપે પ્રગટ કરતાં પહેલાં એ ૧૮૫૫ થી ૧૮૬૧ના ગાળામાં 'સત્યપ્રકાશ'માં તથા 'સુધર્મબોધક' તેમ જ 'પાખંડ ખંડક'માં પણ પ્રગટ થઈ ચૂક્યું હતું. તે જમાનાના ખોટા રિવાજો વિશે એમાં કટાક્ષ છે. લગ્ન પ્રસંગે ખોટા ખર્ચાઓ કરનારાઓનો એમાં ઊધડો લીધો છે. ચાપલૂસી કરતા, નિંદા કરતા અને મોજશોખમાં રચ્યાપચ્યા રહેતા લોકોની પણ એમાં ટીકા છે. આ નાટકમાંનાં પાત્રો મુંબઈમાં ગ્રાંટ રોડની નાટકશાળામાં નાટક જોવા જાય છે. નાટકમાંના નાટકમાં ગડગડલાલ મહારાજ અને પાખંડ ભટનાં પાત્રો છે. આ બે પાત્રો વચ્ચેનો સંવાદ :

*'**ગડગડલાલ** : પણ છાપાવાળાં સાથે કોઈ પણ રીતે આપણે ફાવી શકતા નથી. હાલ આપણી તથા ગોસાંઈજીના વડીલોની વધારે નિંદા થવા માંડી છે.*

*'**પાખંડ ભટ્ટ** : જે પેલો સતપ્રકાશવાળો બંધ પડે તો પછી બધી ટકટક ટળી જાય કેમ કે તે જ છાપાવાળો આપણા પંથમાંનો છે. એ બંધ થાય તો પછી પારસી છાપાવાળાંઓની ચિંતા નહીં તેઓ આપણે વિશે ઘણું જ થોડું જાણે છે. હું એમ ધારું છું કે વૈષ્ણવ પાસેથી એક મોટી રકમ ઉઘરાવીને તેને આપશું તો તે નિંદા કરતો બંધ પડશે. તે પોતાના પેટને વાસ્તે છાપું ચલાવતો હશે માટે તેને પેટ જેટલું મળ્યું તો છાપવાની એને શી જરૂર છે?*

*'**ગડગડલાલ** : હું પણ પ્રથમ એમ જ ધારતો હતો. પણ તજવીજ કરતાં માલમ પડ્યું કે તે તો સ્વતંત્ર છે અને તેનો ધંધો પણ બીજો છે. છાપું તો માત્ર સુધારા ખાતર ચલાવે છે અને તેમાં તે કંઈ પણ રીતની લાલચ રાખતો નથી. વળી મેં એમ પણ સાંભળ્યું છે કે એક વખત જીવણજી મહારાજે કહેવડાવ્યું હતું કે તું અમારે વિશે છાપવાનું બંધ કરે તો તને આટલી રકમ આપીએ. પણ આ વાત તેણે કબૂલ રાખવાની ચોખી ના પાડી. તેટલા માટે હું ધારું છું કે કંઈ બીજી તદબીર કરવી જોઈએ. આપણે તેની સામે એક છાપું કહાડશું તો તે જરા નરમ પડશે. તે જો આપણે વિશે નિંદા કરશે તો આપણે પણ તેનો ખૂબ ઊધડો લેશું.'*

અને આ રીતે નાટકમાંનું નાટક આગળ ચાલે છે.

૧૮૬૭ની માર્ચ માસની આખરે કરસનદાસ બીજી વાર ઈંગ્લેન્ડ ગયા. પાલીતાણાની જાત્રાએ જતા શ્રાવકો અને પાલીતાણાના ઠાકોર સાહેબની વચ્ચે એ ડુંગર સંબંધી મોટો વાંધો પડ્યો. શ્રાવકોએ સરકારમાં ઠાકોર સાહેબ ઉપર ફરિયાદ માંડી. કાઠિયાવાડના પોલિટિકલ એજન્ટનો ફેંસલો આપ્યો અને મુંબઈ સરકારે ઠરાવ કર્યો પણ શ્રાવકો એનાથી નારાજ હતા. તેઓ વિલાયત સુધી લડ્યા. ઈંગ્લેન્ડમાં

હિંદ ખાતાના રાજ્યમંત્રીને અરજી આપવા અમદાવાદના નગરશેઠ પ્રેમાભાઈ હીમાભાઈ મારફત કરસનદાસને જૈન શ્રાવકોએ વિલાયત મોકલ્યા. શાહ વીરચંદ દીપચંદની મહેનતથી કરસનદાસ સાથે આ કામગીરી કરવા માટેના મહેનતાણા અંગે યોગ્ય કરાર થયા. નગરશેઠે શ્રાવકો વતી કરસનદાસ માટે જમણવાર રાખ્યો. વિલાયત જતાં પહેલાં કરસનદાસ અમદાવાદ ગયા અને નગરશેઠે એમને પોતાને ત્યાં ઉતારો આપ્યો.

કરસનદાસ અગાઉ જ્યારે અમદાવાદ જતા ત્યારે મહીપતરામને ત્યાં ઊતરતા. કરસનદાસનો સ્વભાવ મોજીલો હતો. કરસનદાસ મહીપતરામના સાવ નાના દીકરાને ખૂબ રમાડતા અને લવિંગને દીવામાં સળગાવીને પોતાના મોઢામાં મૂકી બાળકને અચરજ પમાડતા.

કરસનદાસ પહેલી વખત વિલાયતથી પાછા આવીને મુંબઈથી અમદાવાદની મુલાકાતે ગયા ત્યારે કવિ દલપતરામ ડાહ્યાભાઈએ એમને પોતાને ઘેર જમવા તેડ્યા હતા. બીજી વખત પણ શિયાળો બેસતાં પહેલાં કરસનદાસ સ્વદેશ પાછા આવી ગયા.

તે વખતે મુંબઈ શહેરની ગાઈડ જેવાં પુસ્તકો પ્રગટ થતાં: 'મુંબઈ શહેરનું વર્ણન', 'મુંબઈનો ભોમિયો', 'મુંબઈનો બહાર'. આમાંના એક પુસ્તકના પ્રકાશન માટે કરસનદાસ મૂળજીની સક્રિય મદદ મળી છે એવો ઉલ્લેખ એ પુસ્તકની પ્રસ્તાવનામાં છે.

બીજી વાર ઇંગ્લૅન્ડની મુસાફરી કર્યા બાદ, ૧૮૬૭ની ૨૦મી ડિસેમ્બરે કરસનદાસે કાઠિયાવાડમાં બહુ ઊંચા પગારની (મહિને રૂ. ૫૦૦) સરકારી નોકરી લીધી. રાજકોટની ગાદીએ એ વેળા બાળરાજા હતો. સંસ્થાનનો કારભાર પોલિટિકલ એજન્ટ મારફત ચલાવવાનો ઠરાવ સરકારે કર્યો હતો. મુંબઈ સરકારે કરસનદાસને આસિસ્ટન્ટ સુપરિન્ટેન્ડન્ટ નીમીને સંસ્થાનનો કારભાર એમને સોંપ્યો. આ હોદ્દો નાયબ દીવાન અથવા તો મુતાલિક જેવો ગણાય.

કોઈ એમ ધારે કે ન્યાતના જુલમથી ત્રાસીને કરસનદાસે મુંબઈ છોડ્યું. સગાંવહાલાંથી વેગળા હોવાથી અને વિવાહ પ્રસંગે કે જમણવારમાં ન્યાતબહાર હોવાથી સામેલ ન થઈ શકવાને લીધે કરસનદાસનાં પત્નીનું મન હિજરાતું. જોકે, કેટલાકનું માનવું છે કે ન્યાતથી ગભરાઈને કાયર થઈને નાસી જાય એવું એમનું હાડ નહોતું.

રાજકોટમાં કરસનદાસ અને બીજા કેટલાક અગ્રણીઓની મદદથી ૧૮૬૮ના એપ્રિલમાં 'વિજ્ઞાન વિલાસ' માસિકનો પાયો નખાયો. આ ચોપાનિયામાં કરસનદાસે પોતે જોકે ઘણું ઓછું લખ્યું. રાજકોટમાં પોતાની કપોળ જ્ઞાત કરતાં ઘણા વિશાળ મહાજનમાં તેઓ ઊઠબેસ કરતા થયા. સૌની સાથે જમવાનો વહેવાર થયો.

કરસનદાસને એકાંતવાસ બહુ ગમતો. એમનું રહેવાનું મકાન શહેર બહાર એક ખુશનુમા બગીચામાં હતું. ત્યાં એકાંતમાં રહેવા સારુ એક ભભકાદાર બંગલી બંધાવી હતી. બંગલીના મેડે એકાંત ઓરડામાં એકલા બેસી રહેતા, લખતા. હોદ્દાની રૂએ એમના માથે કોર્ટમાં લવાદ બનીને બેઉ પક્ષો વચ્ચે સમાધાન કરાવવાની જવાબદારી આવતી.

રાજકોટ પછી કરસનદાસની કામગીરી લીંબડી ટ્રાન્સફર થઈ. ત્યાંના એક ગામના લોકોએ ફંડફાળો કરીને 'કરસનદાસ લાઇબ્રેરી' નામનું પુસ્તકાલય શરૂ કરવાની પરવાનગી એમની પાસે માગી. કરસનદાસે ગામ લોકોનો આભાર માનીને એમને એ લાઇબ્રેરીનું નામ પોતાના નામે નહીં પણ 'નેટિવ લાઇબ્રેરી' એવું રાખવાનું કહ્યું.

લીંબડીની ગુસાંઈજીની હવેલીમાં કરસનદાસ ક્યારેક જતા. એક વખત હવેલીના કોઈ કામ માટે ફાળો થતો હતો ત્યારે થોડી રકમ પણ એમણે દાનમાં આપી હતી. કરસનદાસે રકમ આપતી વખતે કહ્યું હતું, 'મહારાજોની સાથે મારે કંઈ વેર નથી. હું તો તેમનો શુભેચ્છક છું.'

તે વખતે લીંબડીમાં તાર ઑફિસ નહીં. એ માટે સાત ગાઉ દૂર વઢવાણ જવું પડતું. કરસનદાસે

વઢવાણથી લીંબડી સુધી તાર લાવવાની મંજૂરી કરાવી આપી.

રાજકોટના વાણિયા મહાજને કરસનદાસની પ્રેરણાથી ઠરાવ કર્યો કે જ્ઞાતિજનો વિલાયત જશે તો એમને ન્યાત બહાર મૂકવામાં નહીં આવે.

૧૮૭૧ની બીજી મે. એ દિવસે કરસનદાસે કપોળ સમાજનો ફરી એક વાર ખોફ વહોરીને ધનકોર નામની વિધવા સન્નારીનાં લગ્ન મુંબઈના એક વ્યાપારી માધવદાસ રૂગનાથદાસ સાથે કરાવવામાં ખૂબ મોટો ભાગ ભજવ્યો. ધનકોરનું કન્યાદાન પણ કર્યું. આ આખીય થ્રિલર જેવી દિલધડક સત્યકથા માધવદાસે 'એક પુનર્વિવાહની કહાણી' પુસ્તકમાં વિગતવાર ફર્સ્ટ પર્સનમાં નરેટ કરી છે.

૨૮ ઑગસ્ટ ૧૮૭૧. સવારના સાત વાગે કરસનદાસે પોતાના પારસી દાક્તર અને બીજા મિત્રોને બોલાવીને કહ્યું : 'મારા મરણની ક્રિયા મારા કુટુંબીઓ જે પ્રમાણે કરવા માગે તે પ્રમાણે કરવામાં તમે વાંધો લેશો મા. મારે ગુસાંઈ મહારાજોની સાથે કે વૈષ્ણવોની સાથે કંઈ પણ વેર નથી. મેં ફક્ત તેમના અને વૈષ્ણવ ધર્મના ભલાને સારુ તથા સુધારા સારુ તનમનથી આટલી રંજ ખેંચી છે. આના બદલામાં એ લોકોએ મને સંતાપવામાં કંઈ પણ ખામી રાખી નથી. આ તેમના અપકાર માટે હું તેને માફી આપું છઉં, તથા મારા અંતઃકરણમાં કંઈ પણ લાવતો નથી. મારા મરણ પછવાડે તમે આ જાહેર કરજો.'

બે કલાક પછી, નવ વાગ્યે કરસનદાસ મૂળજીએ છેલ્લા શ્વાસ લીધા. ૧૮૩૨ની ૨૫મી જુલાઈએ જન્મેલા આ મહાન ગુજરાતી યુગપુરુષે ૩૯ વર્ષની ટૂંકી ઉંમરે જીવનકર્મ આટોપી લીધું. સ્મશાનયાત્રામાં ત્રણ હજાર માણસોની મેદની ઊમટી. આખું લીંબડી એ દિવસે બંધ રહ્યું. દેશ-દેશાવરથી એમને ભવ્ય અંજલિઓ મળી. એમની સ્મૃતિમાં 'કરસનદાસજી મૂળજી મેમોરિયલ ફંડ' ઊભું કરવા માટે લક્ષ્મીદાસ ખીમજીના અધ્યક્ષપદે સમિતિ રચાઈ જેમાં વકીલ ટી.સી. આન્સ્ટી, દ્વારકાદાસ વસનજી, રાજકોટના પોલિટિકલ એજન્ટ કર્નલ ડબ્લ્યુ. ડબ્લ્યુ. એન્ડરસન, પ્રેમાભાઈ હેમાભાઈ, ડૉ. ભાઉ દાજી, ખરશેદજી નસરવાનજી કામા, સોરાબજી શાપુરજી બંગાળી, વીરચંદ દીપચંદ, રામદાસ ભાણજી ઇત્યાદિ હિંદના પ્રતિષ્ઠિત નાગરિકો તેમ જ મોભાદાર બ્રિટિશરો હતા.

કુલ રૂ. ૩૨૬૫ના આ ફંડમાંથી બૉમ્બે યુનિવર્સિટીને રૂ. ૩,૦૦૦ આપવામાં આવ્યા જેના વ્યાજમાંથી દર વર્ષે સામાજિક સુધારાને લગતા નિબંધોની સ્પર્ધા કરીને શ્રેષ્ઠ નિબંધને રૂ. ૧૦૦નું ઇનામ મળે એવી તજવીજ થઈ.

કરસનદાસ મૃત્યુ પામ્યા ત્યારે એમની પાસે રૂ. ૨૩,૦૦૦ ની રકમ હતી. એક લેખક-પત્રકાર તરીકે આ રકમ એ જમાના પ્રમાણે ઘણી મોટી કહેવાય. પણ રાજકોટ તથા લીંબડીના ઍડમિનિસ્ટ્રેટર તરીકે ફરજ બજાવી ચૂકનાર વ્યક્તિ માટે આ તદ્દન મામૂલી રકમ ગણાય. કરસનદાસ મૃત્યુ પામ્યા ત્યારે એમની પત્નીની ઉંમર ૨૬ વર્ષની હતી. મૃત્યુના દોઢ વર્ષ પછી કરસનદાસના પારસી મિત્રો શેઠ સોરાબજી બંગાળી અને શેઠ ડોસાભાઈ ફ્રામજી કરાકાની જહેમત પછી કપોળ મહાજને દંડ લઈને અને નાસિકમાં ગોદાવરી નદીના કિનારે ગોમૂત્ર-છાણની ગોળીઓ ખવડાવી પ્રાયશ્ચિત્ત કરાવીને કરસનદાસનાં પત્ની, ચાર પુત્રો તથા એક દીકરીને ન્યાતમાં પાછાં લીધાં.

કાઠિયાવાડમાં પણ કરસનદાસની સ્મૃતિમાં સદ્કાર્યો થયાં. એક પારસી સદ્‌ગૃહસ્થે મુંબઈની ડૉ. ભાઉ દાજી ગર્લ્સ હાઈસ્કૂલમાં કરસનદાસના નામે સ્કૉલરશિપ ચાલુ કરી. કરસનદાસના મિત્રો, ચાહકોએ એક ફંડ ઊભું કરી માથેરાનમાં એમના નામે એક પબ્લિક લાઇબ્રેરી ઊભી કરી. માથેરાન સ્ટેશનેથી લૉર્ડ્ઝ હૉટેલ જવાના મુખ્ય બજાર રસ્તે ચાલતાં તમારા જમણે હાથે નજર રાખજો. ઘોડાવાળાઓના સ્ટૅન્ડ નજીક 'કરસનદાસ મૂળજી પુસ્તકાલય'નું રૂપકડી બંગલી જેવું આ મકાન આજે પણ તમને જોવા મળશે.

મુંબઈની સુપ્રીમ કોર્ટ અને કરસનદાસ મૂળજીના મિત્રો

એ દિવસ અમારા માટે ઐતિહાસિક દિવસ હતો. અમે કરસનદાસ મૂળજી પર મુંબઈની જે સુપ્રીમ કોર્ટમાં મહારાજ લાયબલ કેસ ચાલ્યો હતો તે અદાલતનું મકાન જોવા ગયા. સી.એસ.ટી. ઊતરીને એશિયાટિક લાઇબ્રેરી જતાં તમને આવડે? ઓકે, તો ચર્ચગેટ ઊતરીને ફ્લોરા ફાઉન્ટન જતાં તો આવડેને? ત્યાંથી હોર્નિમન સર્કલ અને સામે જ એશિયાટિક લાઇબ્રેરી દેખાય.

એશિયાટિક લાઇબ્રેરીથી ચાલીને રીગલ સિનેમા જતાં ઓલ્ડ કસ્ટમ્સ હાઉસ, ચિત્તા ગેટ વગેરે વટાવો તો રીગલ આવે એ પહેલાં જ સામેની સાઇડ પર તમને એક મકાનના પ્રવેશદ્વાર પર અર્ધગોળાકારમાં 'ગ્રેટ વેસ્ટર્ન બિલ્ડિંગ' લખેલું દેખાશે. આ નામની નીચે એક બાજુ લખ્યું છે કે અગાઉ આ મકાન એડમિરલ્ટી હાઉસ તરીકે ઓળખાતું. બીજી બાજુ લખ્યું છે ભૂતકાળમાં અહીં બૉમ્બે હાઈકોર્ટ હતી.

બૉમ્બે હાઈકોર્ટનું અત્યારનું મકાન ૧૮૭૯માં બંધાયું. બૉમ્બે હાઈકોર્ટની સ્થાપના ૧૮૬૨માં થઈ. ૬૨ થી ૭૯ દરમિયાન, હાઈકોર્ટનું નવું મકાન તૈયાર થાય એ ગાળામાં, હાઈકોર્ટ આ 'એડમિરલ્ટી હાઉસ' ઉર્ફે 'ગ્રેટ વેસ્ટર્ન બિલ્ડિંગ'માં બેસતી. બૉમ્બે હાઈકોર્ટની સ્થાપના થઈ તે પહેલાં એ બૉમ્બેની સુપ્રીમ કોર્ટ તરીકે ઓળખાતી. કરસનદાસ મૂળજી પરનો મુકદ્દમો આ સુપ્રીમ કોર્ટના છેલછેલ્લા કેસમાંનો એક. એપ્રિલ ૧૮૬૨માં 'મહારાજ લાયબલ કેસ'નો ચુકાદો આવ્યાના થોડા જ મહિનામાં, ૧૪ ઑગસ્ટ ૧૮૬૨ના રોજ આ જ મકાનમાં, એ જ તમામ ઇન્ફ્રાસ્ટ્રકચર અકબંધ રાખીને સુપ્રીમ કોર્ટનું પાટિયું બદલીને બૉમ્બે હાઈકોર્ટનું પાટિયું લાગ્યું. સુપ્રીમ કોર્ટના ચીફ જસ્ટિસ સર મૅથ્યુ સૉઝ આ બૉમ્બે હાઈ કોર્ટના સૌ પ્રથમ ચીફ જસ્ટિસ બન્યા. ૧૮૬૬માં સર મૅથ્યુ સૉઝ નિવૃત્ત થયા ત્યારે એમના સાથી જજ (કાયદાની અંગ્રેજીમાં બ્રધર જજ કહે) સર જોસેફ આર્નોલ્ડને ચીફ જસ્ટિસ બનવાની તક મળતી હતી પણ સર જોસેફે એ જવાબદારી લેવાની ના પાડી. આ બેઉ નામદાર સાહેબોની હાજરીમાં 'મહારાજ લાયબલ કેસ' ચાલ્યો હતો.

આ ઐતિહાસિક ઇમારતનાં પગથિયાં ચડતાં થ્રિલ થઈ. એક જમાનામાં કરસનદાસ અને જદુનાથ અને એ બંનેના ટેકેદારો આ પગથિયાં ચડીને કોર્ટમાં જતા હશે. કરસનદાસ માટે સાક્ષી આપનારા શેઠિયાઓની બગીઓ પણ આ જ રસ્તા પર ઊભી રહેતી હશે. એમાંથી મથુરાદાસ લવજી, લખમીદાસ ખીમજી અને ખટાઉ મકનજી ઊતરતા હશે. નર્મદ અને ડૉ. ભાઉ દાજી લાડ પણ આ જ પગથિયાં ચડીને કોર્ટમાં આવતા હશે. બેઉ પક્ષના વકીલો મિસ્ટર આન્સ્ટી અને મિસ્ટર બેલી અને એમના સાથી વકીલો તથા એમના આસિસ્ટન્ટ્સ પણ કાયદાનાં થોથાં અને જાડી ફાઇલો લઈને કાળા ગાઉન પહેરીને આ પગથિયાં ચડતા હશે. ન્યાયમૂર્તિઓ મૅથ્યુ સૉઝ અને જોસેફ આર્નોલ્ડ સ્વાભાવિક રીતે જ આ મુખ્ય પ્રવેશદ્વારથી નહીં આવતા હોય. જજ સાહેબોની અવરજવર માટેનો રસ્તો અને એમના માટેનાં પગથિયાં-નિસરણી જુદાં હોય છે. આજની તારીખે પણ આરોપીઓ,

સાક્ષીઓ, વકીલો અને આમ જનતા સાથે સીધો સંપર્ક ન થાય અને એમનાં માનમર્યાદા જળવાય એ માટે અને સિક્યુરિટી માટે જજ સાહેબોની અવરજવર માટે અલગ પ્રવેશદ્વાર હોય છે.

ચીફ જસ્ટિસ મેથ્યુ સૉઝ અપરિણીત હતા. ૧૮૬૬માં ન્યાયતંત્રમાંથી નિવૃત્તિ લીધા પછી પરણ્યા.

મુંબઈની સુપ્રીમ કોર્ટના આ મકાનનું નામ 'ગ્રેટ વેસ્ટર્ન બિલ્ડિંગ' કેવી રીતે પડ્યું? ૧૮૭૯ સુધી આ મકાન 'હૉર્નબી હાઉસ' અને તે પહેલાં 'ઍડમિરલ્ટી હાઉસ' તરીકે ઓળખાતું. આ ત્રણેય નામ તબક્કાવાર આવ્યાં અને એ ત્રણેય ગાળાનો ઇતિહાસ ઇન્ટરેસ્ટિંગ છે.

આજથી અઢીસો વર્ષ પહેલાં, ૧૭૬૪માં આ મકાન બંધાયું. ૧૭૯૨ સુધી અહીં બ્રિટિશ ઇસ્ટ ઇન્ડિયા કંપનીના ઍડમિરલનું નિવાસસ્થાન હતું. ૧૮૦૦થી આ મકાનનો કોર્ટ તરીકે ઉપયોગ કરવાનું શરૂ થયું. ૧૮૨૪માં અહીં મુંબઈની સુપ્રીમ કોર્ટ સ્થપાઈ. એ પહેલાં ૧૭૭૧માં ઇસ્ટ ઇન્ડિયા કંપનીએ વિલિયમ હૉર્નબીને મુંબઈના ગવર્નર બનાવ્યા. હૉર્નબી આ મકાનમાં રહેતા એટલે એ 'હૉર્નબી હાઉસ' તરીકે ઓળખાયું. વિલિયમ હૉર્નબીએ થોડાં વર્ષ પછી પોતાનું સત્તાવાર નિવાસસ્થાન પરેલ ખસેડ્યું. ૧૭૮૩માં હૉર્નબી ઈંગ્લૅન્ડ પાછા ગયા. એમની યાદમાં હૉર્નબી રોડ બન્યો જેનું નામ અત્યારે દાદાભાઈ નવરોજી રોડ છે – સી.એસ.ટી.થી શરૂ થઈને ફ્લોરા ફાઉન્ટન જતો ડી.એન. રોડ.

મુંબઈની આ સુપ્રીમ કોર્ટ માટે એક વાયકા એવી છે કે ત્રીસ વરસ સુધી આ કોર્ટમાં એક ભૂત રહેતું જે બે ભાષામાં વાત કરતું અને જ્યારે જ્યારે અદાલતમાં મર્ડર ટ્રાયલ ચાલતો ત્યારે એ દેખા દેતું. ખૂન કેસ ન ચાલતો હોય ત્યારે આ ભૂત શું કરતું અને ક્યાં જતું એ વિશેની કોઈ વાયકા નથી!

મહારાજ લાયબલ કેસ પછી આ કોર્ટમાં અનેક મુકદ્દમા ચાલ્યા જેમાંનો સૌથી ફેમસ કેસ આગા ખાન કેસ અથવા તો ખોજા કેસ તરીકે ઓળખાય છે. ૧૮૫૦માં મુંબઈમાં ઈસ્માઈલી અને સુન્ની ખોજાઓ વચ્ચે ધર્મસ્થાનમાં જ રમખાણો થયાં. મોહર્રમના છેલ્લા દિવસે ચાર સુન્ની ખોજાઓની કતલ થઈ. ૧૯ ઈસ્માઈલીઓ પર કેસ થયો જેમાંથી ચારને ફાંસીએ લટકાવવામાં આવ્યા. એ પછી કેટલાક ઈસ્માઈલી ખોજા સુન્ની ખોજાઓ સાથે ભળવા માગતા હતા. આગા ખાને હુકમ કરીને એમને એવું કરતાં રોકવાની કોશિશ કરી. ૧૮૬૬માં ખોજાઓના સુધારક જૂથે આગા ખાન પર કેસ કર્યો. સર જોસેફ આર્નોલ્ડે આ કેસનો ચુકાદો આપીને આગા ખાનને ઈસ્માઈલી ખોજાઓના ધર્મગુરુ તરીકે કાયદેસરની માન્યતા આપી. સર જોસેફ આર્નોલ્ડ આ ચુકાદાના ત્રણ વર્ષ પછી, ૧૮૬૯માં નિવૃત્ત થયા અને ઈંગ્લૅન્ડ પાછા ગયા. મશહૂર કવિ રોબર્ટ બ્રાઉનિંગ જોસેફ આર્નોલ્ડના મિત્ર હતા. જોસેફ આર્નોલ્ડના અવસાન પછી આ જજ સાહેબના ભાઈના દીકરાને ત્યાં દીકરો જન્મ્યો જે વિખ્યાત અભિનેતા લૉરેન્સ ઓલિવિયર બન્યો. સર લૉરેન્સ ઓલિવિયરે 'ગૉન વિથ ધ વિન્ડ'ની હીરોઈન વિવિયન લી સાથે લગ્ન કરેલાં અને ડિવોર્સ પણ કરેલા. લૉરેન્સ ઓલિવિયર ઓસ્કર ઍવોર્ડ્સ માટે ૧૨ વાર નોમિનેટ થયેલા, જેમાંથી બે વાર ઍવોર્ડ મળ્યા. આમાંનો એક ૧૯૪૮માં 'હેમ્લેટ' ફિલ્મ માટે બેસ્ટ ઍક્ટર તરીકે મળ્યો. ૧૯૭૨માં ઍન્થની શેફરના મિસ્ટરી નાટક 'સ્લ્યુથ' પરથી બનેલી ફિલ્મમાં લૉરેન્સ ઓલિવિયર અને માઇકલ કેન હતા. એ જ નાટક પરથી પ્રવીણ જોષીએ ગુજરાતીમાં 'ખેલંદો' બનાવ્યું જેમાં અરવિંદ જોષી એમની સાથે હતા.

૧૮૭૯માં મુંબઈ હાઈકોર્ટને નવું મકાન મળ્યા પછી 'એડમિરલ્ટી હાઉસ' ઉર્ફે 'હૉર્નબી હાઉસ'નું મકાન બ્રિટિશ સરકારે વેચી નાખ્યું અને આ પ્રોપર્ટી રૂસ્તમજી જીજીભોયે ખરીદી, એમણે સાસૂન ફૅમિલીને વેચી. ૧૮૮૩માં આ મકાન ફરી વેચાયું અને ત્યાં 'ગ્રેટ વેસ્ટર્ન હૉટેલ' બનાવવામાં આવી. આ દરમિયાન રસ્તો પહોળો કરવા માટે મકાનની આગળનો પોર્ચનો ભાગ તોડી નાખવો

પડ્યો. ૧૮૯૦ના દાયકામાં આ જ મકાનની પાછળ આ જ નામે પાંચ માળની નવી વિંગ ઉમેરાઈ. આ ઉપરાંત ત્રણ માળની હજુ એક નાની વિંગ પણ ઉમેરાઈ.

મૂળ મકાન અઢીસો વર્ષથી અડીખમ ઊભું છે. 'ગ્રેટ વેસ્ટર્ન હૉટેલ' બંધ થયા પછી આ મકાનમાં ઑફિસો અને શો રૂમ્સ ખૂલ્યાં. આમાંની એક મશહૂર ઑફિસ રવિ ગુપ્તાએ સ્થાપેલી 'ત્રિકાયા' ઍડ એજન્સીની, જે થમ્સ-અપની જાહેરખબરો બનાવતી. આજે 'ત્રિકાયા-ગ્રે' બનીને એ એજન્સીની ઑફિસ લોઅર પરેલમાં ખસેડાઈ છે અને અહીંની જૂની જગ્યા રવિ ગુપ્તાના વારસદારો વાપરે છે. એક જમાનામાં જ્યાં 'મહારાજ લાયબલ કેસ' ચાલ્યો ત્યાં અત્યારે ફૅશન ડિઝાઈનર્સ તરુણ તહિલાની 'એન્સેમ્બલ'ના નામે તથા અનિતા ડોંગરે 'ઍન્ડ' નામે ફૅશનેબલ કપડાં વેચે છે.

શહીદ ભગતસિંહ રોડ પર આવેલી, ગ્રેટ વેસ્ટર્ન હૉટેલમાં ફેરવાઈ ગયેલી, મુંબઈની સુપ્રીમ કોર્ટથી હોર્નિમન સર્કલ તરફ પાછા આવો તો એક રસ્તાના ફાંટા પર તમને નાનાભાઈ રૂસ્તમજી રાણીનાનું 'યુનિયન પ્રેસ' દેખાય. એ જમાનામાં આ પ્રેસ મેટ્રો નજીક ધોબી તળાવ પાસે હતું. પણ અહીં આવ્યે સો કરતાં વધારે વરસ થયાં હશે. હૉર્નિમન સર્કલ ત્યારે બૉમ્બે ગ્રીન તરીકે ઓળખાતું. એશિયાના સૌથી જૂના દૈનિક 'મુંબઈ સમાચાર' (સ્થાપના: ૧ જુલાઈ ૧૮૨૨)નું પ્રેસ તથા કાર્યાલય અહીં જ છે.

નાનાભાઈ રાણીના અને કરસનદાસ મૂળજી 'મહારાજ લાયબલ કેસ'ના પ્રતિવાદી. ગ્રેટ વેસ્ટર્ન બિલ્ડિંગમાં પ્રવેશીને જમણી તરફની મોટી નિસરણી ચડીને વિચાર આવ્યો કે આ બંનેય તો કદાચ આ નિસરણી નહીં ચડ્યા હોય કારણ કે કોર્ટ ભોંયતળિયે હતી. પણ ચીફ જસ્ટિસ મૅથ્યુ સૉઝ અને જસ્ટિસ જોસેફ આર્નોલ્ડ પોતપોતાની ચેમ્બરમાંથી બહાર આવીને આ જ સીડીથી અદાલતખંડમાં પ્રવેશતા હશે. મકાનની પાછળ મોટું ચોગાન છે. સવાસો વર્ષ પહેલાં ત્યાં બીજી બે વિંગ્સ ઉમેરાઈ એટલે ચોગાન હવે ઘણું નાનું લાગે છે. પણ ત્યાં ઘણાં જૂનાં ઝાડ છે. આમાંના જ કોઈ એક વિશાળ વૃક્ષની છાયામાં કોર્ટના લંચ સમયે કરસનદાસ અને એમના સાથીઓ નાનાભાઈ, શેઠ લખમીદાસ ખીમજી, શેઠ મથુરાદાસ લવજી વગેરે ગોકળદાસ તેજપાળના ઘરેથી ઘોડાગાડીમાં આવતું ટિફિન જમતા હશે.

શેઠ ગોકળદાસ તેજપાળ સદ્ભાગી કે શેઠ લખમીદાસ ખીમજી સાથે એમની મૈત્રી થઈ. તે વખતે ભાટિયા કોમ ચુસ્તપણે વલ્લભાચાર્યના પુષ્ટિમાર્ગને ફૉલો કરે. ગોકળદાસ તેજપાળ પોતે જુનવાણી અને એમની લાઇફ સ્ટાઇલ પણ એવી જ. ગોકળદાસ તેજપાળને ૧૭ વર્ષની ઉંમરે જ છ લાખ રૂપિયાનો વારસો મળી ગયો હતો છતાં એમનો હાથ છૂટો નહોતો. પાછળથી કરોડો કમાયા છતાં ઉડાઉ બનીને પૈસા વાપરતા નહોતા. એ જમાનાની રસમ પ્રમાણે કચ્છમાં અને નાથદ્વારામાં કૂવા-ધર્મશાળા બનાવવામાં થોડા પૈસા ખર્ચ્યા પણ નવાં સદ્કાર્યોમાં દાનધર્માદા થઈ શકે એવી કોઈ ઝાઝી સૂઝ નહીં. લખમીદાસ ખીમજીની સોબતથી ગોકળદાસ તેજપાળનું માનસ પલટાયું. લખમીદાસને કારણે કરસનદાસ મૂળજી, નર્મદ, ડૉ. ભાઉ દાજી વગેરે સુધારાવાળાઓ સાથે ગોકળદાસની ઊઠબેસ શરૂ થઈ. તેઓ લાખો રૂપિયાના દાનધર્માદા કરવા લાગ્યા – સ્કૂલો, હૉસ્પિટલ, સંસ્કૃત પાઠશાળા, બોર્ડિંગ વગેરે આધુનિક જમાનાની જરૂરિયાતો ઊભી કરવામાં ઘણી મૂડી ખર્ચી.

મુંબઈની આજની મશહૂર જી.ટી. હૉસ્પિટલ (ક્રાફર્ડ માર્કેટ પાસે) બાંધવા માટે એ જમાનામાં ૫૦,૦૦૦ રૂપિયા જેટલી મોટી રકમ ગોકળદાસ તેજપાળે દાનમાં આપી હતી. એ પછી પોતે જેમને બહુ માનતા એ શેઠ મોરારજી ગોકુળદાસના કહેવાથી રકમ ત્રણગણી કરી નાખી – દોઢ લાખ રૂપિયા આપ્યા. આ બધીય સખાવતોમાં, ચૅરિટીઝમાં લખમીદાસ ખીમજીની પ્રેરણા મુખ્ય. 'મહારાજ લાયબલ કેસ'માં મિસ્ટર આન્સ્ટી જેવા, તે જમાનામાં હિન્દુસ્તાનમાં પ્રથમ પંક્તિના ગણાતા કાબેલ એટર્નીની અને

વકીલોની બાકીની ફોજની ફીના તેમ જ કેસને લગતા બીજા ખર્ચાઓ પોતાને માથે ઉપાડી લેનારા કરસનદાસના મિત્રોમાં શેઠ ગોકળદાસ તેજપાળ મુખ્ય હતા. બૅરિસ્ટર એચ.સી. આન્સ્ટીની પ્રેક્ટિસ એટલી ધીકતી હતી કે ફિરોઝશા મહેતા વિલાયતથી કાયદાની મોટી ડિગ્રી લઈને મુંબઈ પાછા આવ્યા ત્યારે એમને કોઈ નવા મોટા ક્લાયન્ટ મળતા નહીં. 'સત્યપ્રકાશ' પણ ગોકળદાસ તેજપાલની જ પ્રેરણાથી શરૂ થયું હતું અને જી. ટી. હાઈસ્કૂલમાં કરસનદાસને હેડમાસ્ટરની નોકરી પણ એમણે જ આપી હતી. 'ભાટિયા કન્સ્પિરસી કેસ'માં ગોકળદાસ તેજપાળે જુબાની આપી હતી છતાં 'મહારાજ લાયબલ કેસ'માં એમણે કરસનદાસ વતી જુબાની આપીને જાહેરમાં આવવાનું ટાળ્યું હતું.

એ જમાનામાં શેઠિયાઓ દાનધર્માદા કરતા તો માત્ર પોતાની જ કમ્યુનિટીને ફાયદો થાય એવાં કામ કરતા. પણ નાતજાતના ભેદભાવ વિના, જનરલ પબ્લિકને ફાયદો થાય એવાં દાન ગોકળદાસ શેઠે કર્યાં. જીવતે જીવ પાંચેક લાખ ખર્ચ્યા અને જતી વખતે વિલમાં આઠ લાખ રૂપિયા ચેરિટીઝ માટે મૂકતા ગયા. ૧૮૬૭માં ગુજરી ગયા. આઠ લાખ રૂપિયામાંથી કયા પ્રકારનાં દાન કરવાનાં છે તેની પાકી ગાઇડલાઇન્સ લખીને ગયા. આ બધું શેઠ લખમીદાસની પ્રેરણાથી. પણ ગોકળદાસ તેજપાળના અવસાન પછી ફૅમિલી પ્રૉબ્લેમ્સને લઈને વિલનો અમલ – વહીવટ વરસો સુધી ખરાબે ચડ્યો. છેવટે છેક ૧૩ વર્ષ પછી ૧૮૮૦માં હાઈકોર્ટે મૂળ વિલ મુજબ જ સખાવતનાં કાર્યો થશે એવો ચુકાદો આપ્યો અને એના અમલ માટે શહેરના અગ્રણીઓની સમિતિ નીમી. આ સમિતિએ ૧૮૬૭ની ૮ લાખની રકમ, જે ૧૮૮૦માં ૧૬ લાખ કરતાં વધુ બની ગઈ હતી તેનો, એવો સરસ વહીવટ કર્યો કે આજે પણ ગોકળદાસ તેજપાળની સ્મૃતિમાં શરૂ થયેલી સંસ્થાઓ આમ પ્રજાના આશીર્વાદ મેળવે છે. ગોકળદાસ તેજપાળના પિતા તેજપાળ ખટાઉ ૩૧ વર્ષની નાની ઉંમરે ગુજરી ગયા હતા. તેજપાળ ખટાઉના ભાઈ નાનજી ખટાઉ. નાનજીભાઈને સંતાન નહીં. ગોકળદાસને દીકરાની જેમ ઉછેર્યા અને નાનજીકાકા ગુજરી ગયા ત્યારે ગોકળદાસને છ લાખ રૂપિયાનો વારસો સોંપતા ગયા જેમાં ભાઈ તેજપાળ ખટાઉએ કમાયેલી ત્રણેક લાખની મૂડી સામેલ. ગોકળદાસે અને એમની પછીની પેઢીઓએ તેજપાળને સરનેમ તરીકે અપનાવી.

ગોકળદાસ તેજપાળ કરતાં લખમીદાસ ખીમજી આઠેક વર્ષ નાના અને લખમીદાસ કરતાં કરસનદાસ મૂળજી બે વર્ષ નાના. 'મહારાજ લાયબલ કેસ'ના સ્ટાર વિટનેસમાંના એક લખમીદાસ ખીમજીએ સોલાપુરની લક્ષ્મી કૉટન મિલ, ડૉન (DAWN)મિલ, શ્રીરામ મિલ સ્થાપી. મુંબઈની મોરારજી મિલ્સમાં પણ શેઠ મોરારજી ગોકુળદાસની સાથે શરૂમાં એમનો ભાગ હતો.

'મહારાજ લાયબલ કેસ'માં જેમની જુબાની લેવાઈ તે શેઠ મથુરાદાસ લવજી પણ લખમીદાસની જેમ ગોકળદાસ તેજપાળના મિત્ર. ગોકળદાસ તેજપાળના લાખો રૂપિયાનાં દાનવાળા વસિયતનામાના એક્ઝિક્યુટરોમાં લખમીદાસ ખીમજી ઉપરાંત મથુરાદાસ લવજી પણ હતા. એ વિલ ખુદ મથુરાદાસ લવજીના હસ્તાક્ષરમાં લખાયું હતું.

'ભદ્રંભદ્ર'ના રચયિતા રમણભાઈ નીલકંઠના પિતા અને એક જમાનામાં 'સત્યપ્રકાશ'માં કરસનદાસ મૂળજીના સહાયક મહીપતરામ રૂપરામ નીલકંઠે લખ્યું છે : 'બે મોટા લખેશરી, શૂરા અને મોભાવાળા શેઠ નામે લખમીદાસ ખીમજી તથા ગોકળદાસ તેજપાળ અને તેમના મિત્રોની સહાય ન હોત તો કોઈ ભાટિયો (મહારાજ લાયબલ કેસમાં) અદાલત આગળ સાચી સાક્ષી આપી શકત નહીં. ભાટિયામાં સુધારાનો પાયો નાખનાર મથુરાદાસ લવજીની તથા આ શેઠોની મદદ ન હોત તો કરસનદાસ માર્યા જાત.'

શેઠ લખમીદાસ ખીમજી એક ઇન્ટરેસ્ટિંગ રિયલ લાઇફ કૅરેક્ટર હતા. ધર્મે મૂળે ચુસ્ત પુષ્ટિમાર્ગી વૈષ્ણવ પણ વાચનમનનથી ધર્મ અને નીતિના ક્ષેત્રમાં ઉદાર વિચારવાળા થઈ સમાજસેવાની

ધગશવાળા સુધારક બનેલા. વિદેશગમન અને વિધવા પુનર્વિવાહને ટેકો આપતા કામોમાં સક્રિય મદદ કરતા. મસ્કત વગેરે દેશાવરમાં વસતા ભાટિયાઓ પોતાની સ્ત્રીઓને ત્યાં ન લઈ જઈ શકે એવું બંધન જ્ઞાતિઓના મહાજને મૂકેલું તે એમણે તોડાવ્યું.

લખમીદાસ ખીમજીએ ભાટિયા નાતના મહાજનનું મંત્રીપદ ૨૬ વરસ સુધી સંભાળેલું. પછી ચત્રભુજ મોરારજી નામનો એક માણસ એમની પાછળ પડી ગયો. ચત્રભુજ મોરારજી ભારે દ્વેષીલો. એના ત્રાસે લખમીદાસે મંત્રીપદ છોડ્યું. ચત્રભુજ મોરારજી ચતા બાંગડના નામે જાણીતો. 'મહારાજ'ના શરૂઆતનાં પ્રકરણમાં આ ચતા બાંગડની વાત આવે છે. ચતો બાંગડ મહારાજ જદુનાથનો માણસ હતો અને કરસનદાસનું અહિત કરવા જદુનાથે એને સાધ્યો હતો. ચતા બાંગડની ધાકને લીધે, તે જમાનાના શેઠિયાઓ વિલાયત જતા ડરતા.

ચતો બાંગડ મહારાજોને ખૂબ નાણાં અપાવતો. પોતે પણ ચુસ્ત પુષ્ટિમાર્ગી વૈષ્ણવ. સુધારાવાળાઓને ખૂબ ભાંડે. અંગૂઠાછાપ અને જુબાનનો તોછડો. આખો વખત ગાળગલોચ કરતો રહે. મુકાદમીનું મોટું કામ. ગોદીના મજૂરો સાથે રાત-દિવસ ધમાધમ કરે. પૈસો ધૂમ કમાય પણ ભારે ઘમંડી, ચડાઉ, દ્વેષીલો. પાછળ પડી જાય તો પજવવામાં બાકી ન રાખે. એક વાર કોઈ બાઈનો દાગીનો દબાવવા અંગે એક મહારાજ પર જડતી આવી. મહારાજની જડતીમાં બાઈના દાગીના સાથે દારૂની બાટલીઓ પણ નીકળી. ચતા બાંગડે જડતીવાળાઓને તો ગાળો આપી જ, મહારાજને પણ એટલી જ ભૂંડી ગાળો આપી. ચતો બાંગડ મહારાજોને વહાલા થવાનું કામ કરતો ત્યારે મહારાજો એને ચતુર શેઠ કહેતા.

આ ચતુર શેઠ ઉર્ફે ચત્રભુજ મોરારજી ઉર્ફે ચતો બાંગડ ભાટિયા મહાજનના વહીવટમાં નાણાં અંગે ગોટાળા કરવામાં પણ બદનામ થયેલો.

ચતા બાંગડના ફૅમિલીનો ઇતિહાસ પણ રંગીન છે. એના દીકરા ચરણદાસે નાદારી નોંધાવેલી. ચતાના ભાઈ નાનજીનો દીકરો આણંદજી ઘોડાદોડનો ભારે શોખીન. રેસિંગ માટે સુરતના ઘોડા રાખતો અને મોટી બેટિંગો કરતો. આ લતે ચડનારા ભાટિયાઓમાં એ કદાચ સૌથી પહેલો. પછી તો ઘણા એમાં ગયા અને ખુવાર થયા. ચતો બાંગડ કરસનદાસ મૂળજી કરતાં ઉંમરમાં બે વરસ નાનો. ૧૯૦૯ની સાલમાં ૭૫ વર્ષનું આયુષ્ય ભોગવીને ચતો ગુજરી ગયો. સ્વામી આનંદે 'કુળ કથાઓ'માં ચતા બાંગડ ઉપરાંત કેટલાક ભાટિયા શેઠોનાં જીવનચરિત્રો લખ્યાં છે.

લખમીદાસ ખીમજી ૧૯૦૧માં ગુજર્યા તે વખતે વાલકેશ્વરમાં તીન બત્તી નજીક ડુંગરશી રોડવાળો જે વિસ્તાર છે ત્યાં એમનો બંગલો હતો. મૃત્યુના પચાસેક વરસ અગાઉ કાઠિયાવાડના ખંભાળિયાથી ધંધો વેપાર કરવા મુંબઈ આવ્યા ત્યારે ગિરગામ પાસે ગણેશવાડીમાં રહેતા. મુંબઈમાં તે વખતે કાયદો-વ્યવસ્થાની સ્થિતિ નબળી. મુંબઈમાં ૧૮૬૦ સુધી કોટ એટલે કે ફોર્ટ એટલે કે કિલ્લો હતો. આ જગ્યા ખાલી કરવા અને રસ્તા લાંબા પહોળા કરવા નવા પ્લાનિંગ મુજબ કિલ્લાની દીવાલો તૂટી. કોટ હતો ત્યારે કોટ બહારના – મસ્જિદ બંદર તથા કાલબાદેવી જેવા વિસ્તારોમાં વેપારીઓ અને મજૂરો રહેતા અને ગિરગામ જેવા વિસ્તારોમાં નોકરિયાતો રહેતા. એ સૌએ પાણી ભરવા માટે કોટમેદાનમાં જવું પડતું. ત્યાં વહેલી સવારના અંધારામાં ચોર બદમાશો સ્ત્રીઓને લૂંટી લેતા. બંદરમાં તેમ જ ડૉક વિસ્તારમાં માધુ મોરાર ઉર્ફે માધિયો નામનો એક ડાકુ લૂંટારા સાગરીતોની ટોળી રાખીને ધોળે દહાડે માલગોદામની વખારો તોડાવતો ને છડેચોક મોટી લૂંટચોરીઓ કરાવતો. નાના વેપારીઓને દમદાટી દઈ પૈસા કઢાવતો. બંદરમાં આવતાં વહાણો પાસેથી લાગો ઉઘરાવતો. લખમીદાસ ખીમજીએ એના વિરુદ્ધ ખબર આપી પોલીસ કાર્યવાહી કરાવી અને માધિયાને પકડાવી જેલમાં નખાવ્યો. એના સાગરીતોને પણ પકડાવ્યા. વેપારી આલમ અને શહેરની એ વિસ્તારની વસ્તી

માટે લખમીદાસે મોટી રાહત મેળવી આપી. એ સમયે મુંબઈમાં જુગારના અડ્ડાઓ ઠેકઠેકાણે ચાલતા. એ બધાનાં ઠેકાણાં મેળવીને લખમીદાસે ત્યારના પોલીસ કમિશ્નર ફૉર્જેટને માહિતી આપી અને એ બદી પણ દૂર કરી. આ પોલીસ અમલદારની યાદમાં નાનાચોકથી તાડદેવ જતાં આવતી ભાટિયા હૉસ્પિટલની સામેની ટેકરી ફૉર્જેટ હિલ અને એ તરફનો રસ્તો ફૉર્જેટ સ્ટ્રીટ તરીકે આજે પણ ઓળખાય છે.

૧૮૯૦ના અરસામાં જૂનાગઢ સ્ટેટના પ્રભાસ પાટણમાં મુસ્લિમોએ કોમી રમખાણ કરીને ૧૧ હિન્દુઓની કતલ કરી અને મંદિર તોડ્યું. મુસ્લિમો દ્વારા ગૌહત્યા પૂરજોશમાં થતી હતી. આ બધાનો વિરોધ કરવા મુંબઈના અગ્રણી શહેરીઓ તથા મોટા વેપારીઓએ 'ગોપાલન ઉપદેશક મંડળી' સ્થાપી જેના પ્રથમ પ્રમુખ લખમીદાસ ખીમજી હતા. અફવા ચાલી કે આ મુસ્લિમો મુંબઈના હિન્દુઓ પર ત્રાટકવાની તૈયારી કરી રહ્યા છે. તે વખતે જે કોમી છમકલાં થયાં તેમાં લખમીદાસ ખીમજીએ હિન્દુઓને બહુ મોટી હિંમત આપી. પણ ત્યારના સેક્યુલરોએ લખ્યું કે લખમીદાસ ખીમજીએ ગૌહત્યાનો વિરોધ કરીને મુસ્લિમોને ઉશ્કેર્યા અને આવી ઉશ્કેરણી ન થઈ હોત તો રમખાણો ન થયાં હોત.

લખમીદાસને કરસનદાસની જેમ હિન્દુઓના અસલ વેદકાળના ધર્મની પુનઃસ્થાપના કરવાની મોટી હોંશ હતી. મહારાજ લાયબલ કેસ પૂરો થયા પછી કરસનદાસે વેદ ધર્મ વિશે પુસ્તક લખ્યું. લખમીદાસે એ ક્ષેત્રનું કામ આગળ ચલાવ્યું. દયાનંદ સરસ્વતીનું નામ હજુ કોઈએ સાંભળ્યું નહોતું. ૧૮૬૦ના દાયકાના અંતમાં દયાનંદ સરસ્વતી ૨૫ વર્ષનાં તપ-આરાધના પૂરાં કરીને સમાજના મુખ્ય પ્રવાહમાં આવ્યા. ૧૮૭૦ના દાયકાની શરૂઆતમાં તેઓ મુંબઈ આવ્યા ત્યારે એમને સહાય કરનારાઓમાં લખમીદાસ ખીમજી પણ હતા. ૧૮૭૫માં લખીમદાસ સહિતના ટેકેદારોની મદદથી મુંબઈમાં દયાનંદ સરસ્વતીએ આર્ય ધર્મના ઉદ્ધાર માટે આર્ય સમાજની સ્થાપના કરી તેના દાયકા પહેલાં કરસનદાસ આર્ય ધર્મ અને વૈદિક ધર્મની મહત્તા વિશે પુસ્તક લખી ચૂક્યા હતા. કરસનદાસની પ્રેરણાથી લખમીદાસે જાહેર પડકાર ફેંક્યો હતો કે વૈદિક ધર્મોમાં મૂર્તિપૂજા થતી હતી એવું જો કોઈ પુરવાર કરી બતાવશે તો એને રૂ. ૫,૦૦૦ નું ઇનામ આપશે. કોઈ પુરવાર કરી શક્યું નહીં. ૧૮૫૫માં 'સત્યપ્રકાશ'ના પ્રથમ અંકનું પ્રકાશન થયાના છેક વીસ વરસ પછી દયાનંદ સરસ્વતીએ 'સત્યાર્થ પ્રકાશ' નામનું પાછળથી બહુ જાણીતું થયેલું પુસ્તક પ્રગટ કર્યું.

'મહારાજ લાયબલ કેસ'માં લખમીદાસ ખીમજી પહેલાં ડૉ. ભાઉ દાજીની જુબાની પડી. ડૉ. ભાઉ દાજી ૧૮૬૯માં મુંબઈના સૌપ્રથમ હિન્દુસ્તાની શૅરિફ બન્યા. ૧૮૭૧માં ફરી શૅરિફ બન્યા. આઝાદી પછી મુંબઈનું શૅરિફપદ સત્તાધીશોની ચાપલૂસી કરનારાઓને મળતું થઈ ગયું પણ એ જમાનામાં શૅરિફનું મહત્ત્વ ઘણું મોટું હતું. ડૉ. ભાઉ દાજીના નામે આજે માટુંગામાં એક મોટો રસ્તો છે અને રાણીબાગ સ્થિત મ્યુઝિયમને રિનોવેશન પછી એમનું નામ આપવામાં આવ્યું છે. ડૉ. ભાઉ દાજીએ જિંદગી આખી જે કમાણી કરી તે સમાજસેવાનાં કાર્યોમાં ખર્ચી નાખી. ૧૮૭૩માં એમને પૅરેલિસિસનો ઍટેક આવ્યો. એના એક વરસ પછી ૫૨ વર્ષનું આયુષ્ય પૂરું કરીને એ ગુજરી ગયા. મુંબઈના આ મહાન સમાજસેવકે જિંદગીનાં આ પાછલાં વર્ષો આર્થિક સંકડામણમાં કાઢ્યાં.

આજના મુંબઈના સી.પી. ટેન્કમાં સિક્કાનગર છે જેના દરવાજે બેસતો ગોલ્ડન ભેળવાળો દાયકાઓથી પ્રખ્યાત છે. આ સિક્કાનગર બન્યું તે જમીન પર એક જમાનામાં ચીનાબાગના હુલામણા નામે ઓળખાતો ભવ્ય વિશાળ બંગલો હતો. ચીનના માળીઓ આ બંગલાના બગીચાની માવજત માટે રાખેલા એટલે ચીનાબાગ. મોરારજી ગોકુળદાસ નામના પ્રતિષ્ઠિત ભાટિયા શ્રીમંતનો એ બંગલો. રાજા-મહારાજાઓ અને અંગ્રેજ ઉમરાવો આ બંગલામાં મહેમાન બનીને રહે. તે કાળના કરોડપતિ

અને ઉદારદિલ શેઠ મોરારજી ગોકુળદાસ ચુસ્ત પુષ્ટિમાર્ગી, મરજાદી, ખાનપાન અને આચાર-રહેણીકરણીમાં વૈષ્ણવ સંપ્રદાયની પરંપરા ડગલે ને પગલે ટપકે. પણ મરતી વખતે વિલમાં આદેશ આપીને ગયા કે પોતાના કુટુંબની વહુદીકરીઓમાંથી કોઈ ગુસાંઈજી મહારાજોની બેઠક, હવેલી કે મંદિરે દર્શન કરવા નહીં જાય તેમ જ કોઈ પણ મહારાજની ઘરે પધરામણી પણ નહીં કરે.

મોરારજી શેઠનાં દસ સંતાનોમાંનાં એક દીકરી ગોકીફોઈ તરીકે પાછળથી જાણીતાં થયાં. મોરારજી શેઠના અકાળે અવસાન થયા બાદ ગોકીનાં લગ્ન મૂળજી જેઠા (એમ.જે. માર્કેટવાળા)ના પૌત્ર ભગવાનદાસ સાથે થયાં. મોરારજી ગોકુળદાસ અને મૂળજી જેઠા બેઉ પરિવારો ચુસ્ત મરજાદી વૈષ્ણવ અને મોરારજી શેઠની જેમ શેઠ મૂળજી જેઠા પણ લખી ગયેલા કે એમના કુટુંબના કોઈએ ગુસાંઈજી મહારાજોની હવેલી-બેઠકો વગેરેમાં જવું નહીં કે તેમની પધરામણી ઘરઆંગણે કરવી નહીં. ગોકીનાં લગ્ન વખતે વેવાઈવાળામાંથી કોઈ વડીલે હઠ પકડી કે ગુસાંઈજી મહારાજના હાથે જ હસ્તમેળાપ થવો જોઈએ. એક બાજુ વિલમાંનો આદેશ બીજી બાજુ શુભ પ્રસંગે કોઈ વડીલની હઠ.

શું થયું હશે કલ્પના કરી શકો? એક ગુસાંઈજી મહારાજનાં પત્નીને બે-ત્રણ મહિનાનો ધાવણો પુત્ર હતો. જેમ પ્રિન્સ ચાર્લ્સનો બે દિવસનો પૌત્ર પણ ભવિષ્યનો કિંગ ગણાય, ('હિસ હાઇનેસે સુ સુ કર્યું' એવું કહેવાય), એમ બે-ત્રણ મહિનાનું આ બાળક પણ મહારાજ જ ગણાય. એટલે એને હાથમાં તેડીને કોઈ વ્યક્તિ હસ્તમેળાપ વખતે માયરામાં લઈ આવે અને માંડવાની જમીનને ક્યાંય બાળકનો પગ ન અડકે એ રીતે એનો હાથ વરકન્યાના હાથને અડાડીને હસ્તમેળાપ કરાવી આપે એવું ગોઠવાયું.

બીજા એક પ્રતિષ્ઠિત ભાટિયા શેઠ ખટાઉ મકનજી (ખટાઉ કૉટન મિલ્સવાળા)એ પણ 'મહારાજ લાયબલ કેસ' દર્જ થયો તે પછી પોતાના વિલમાં શેઠ મોરારજી ગોકુળદાસની જેમ જ મહારાજોને ત્યાં જવું નહીં, મહારાજોને બોલાવવા નહીં આવી મતલબની વિગતવાર સૂચના વારસદારોને આપી હતી. એમના દીકરા ગોરધનદાસ શેઠ પણ ચુસ્ત પુષ્ટિમાર્ગી હોવા છતાં વૈષ્ણવ મહારાજો પરની એમની આસ્થા ઘટી ગયેલી. શેઠ ગોકળદાસ તેજપાળે પણ કરસનદાસ મૂળજીના મિત્રો શેઠ લખમીદાસ ખીમજી તથા શેઠ મથુરાદાસ લવજી સાથેનો પરિચય મૈત્રીમાં પરિણમ્યા પછી પોતાના કુટુંબની દાયકાઓ જૂની ચુસ્ત પુષ્ટિમાર્ગી પરંપરા બાવજૂદ કરસનદાસના સુધારાનાં કાર્યોમાં ભરપૂર સાથ આપ્યો હતો એટલું જ નહીં, મૃત્યુ પછી પોતાની મિલકતોને ધર્મના કામમાં ન વાપરતાં સમાજ ઉપયોગનાં કામોમાં વપરાય એવી જોગવાઈ કરી હતી.

લેખકની જુબાની

નવલકથામાં જે કંઈ કહેવાનું હોય તે કહી દીધા પછી નવલકથાના અંતે લેખકે બીજું શું કહેવાનું હોય?

ઘણું બધું.

મુદ્દાસર થોડીક વાત કરું.

(૧) જન્મે હું વૈષ્ણવ છું. આંખ બંધ કરીને જ્યારે જ્યારે ઈશ્વરનું સ્મરણ કરું છું, દુ:ખમાં-સુખમાં, ત્યારે ભગવાનનું એક જ સ્વરૂપ નજર સામે આવે છે – શ્રીજીબાવાનું સ્વરૂપ. અને મા સરસ્વતીના આશીર્વાદથી કલમ ચલાવું છું એટલે કર્મે બ્રાહ્મણ છું. અને સ્વભાવે હું ક્ષત્રિય છું. મારી કલમને તલવાર બની જતાં મારા વાચકોએ અનેકવાર જોઈ છે. પણ મારું ધ્યેય શૂદ્ર બનવાનું છે. દેશમાં, સમાજમાં, ધર્મમાં, મારામાં – જ્યાં જ્યાં મેં ગંદકી જોઈ છે ત્યારે એનું મેલું માથે ઉપાડીને હું ઉકરડામાં નાખતો રહ્યો છું. 'મહારાજ' નવલકથાનું સર્જન મારું આવું જ એક શૂદ્ર કાર્ય છે.

(૨) 'મહારાજ'નાં બાકીનાં તમામ પ્રકરણો લખાઈ ગયા પછી વાર્તાનાં અંતિમ પ્રકરણો લખતી વખતે મારી માનસિકતા એ નહોતી રહી જે પહેલું પ્રકરણ લખતી વખતે હતી. ઈશ્વર વિશે, ધર્મ વિશે, સંપ્રદાયો વિશે, ધર્મગુરુઓ વિશે અને આ સૌમાં કે આમાંથી કેટલાકમાં આસ્થા ધરાવનારાઓ વિશે હું નવેસરથી વિચારતો થયો. મારા માટે આ નવલકથા માત્ર નવલકથા રહી નહીં, ભવિષ્યના જીવનનો નકશો તૈયાર કરવા માટેની માર્ગદર્શિકા બની ગઈ. ખાસ કરીને મુંબઈની તે વખતની સુપ્રીમ કોર્ટમાં 12047 of 1861ના નંબરથી દર્જ થયેલા 'મહારાજ લાયબલ કેસ'ની સુનાવણીનાં પ્રકરણો નવલકથા માટે લખવાનાં શરૂ થયાં ત્યારથી.

'સત્યપ્રકાશ'માં કરસનદાસ મૂળજીએ લખેલા લાયબલવાળા લેખમાં જે કંઈ લખ્યું હતું તે તો માત્ર ટિપ ઑફ ધ આઇસબર્ગ જેવું હતું. વાદી અને પ્રતિવાદોની જુબાનીઓ ઉપરાંત બેઉ પક્ષના પાંચ ડઝનથી વધુ સાક્ષીઓની જુબાનીઓ આંખ ખોલી નાખનારી હતી. બંને પક્ષના વકીલોનાં ફાઇનલ સ્ટેટમેન્ટ્સ પછી બે ન્યાયમૂર્તિઓની બૅન્ચે જે ચુકાદો આપ્યો તે ચુકાદાથી મનમાંની ઘણી ગૂંચવણો દૂર થાય એવું હતું.

હું માનું છું કે આ પ્રકરણો લખતી વખતે હું જે માનસિક પ્રક્રિયામાંથી પસાર થયો એવા જ કોઈ મનોમંથનમાંથી આ નવલકથા વાંચનાર દરેક વાચક પસાર થયા હશે અને જેમ એ મનોમંથનના અંતે શુભ પરિણામરૂપે ભગવાન માટેની તેમ જ ધર્મ માટેની મારી શ્રદ્ધા તથા લાગણી વધારે દઢ થઈ એવું જ તમારી બાબતમાં થયું હશે. અસલ ધર્મને તથા ભગવાનની કન્સેપ્ટને નવા નવા શરૂ થતા સંખ્યાબંધ સંપ્રદાયો સાથે કોઈ લેવાદેવા નથી. આ વાત હું સમજ્યો છું, તમે પણ સમજ્યા હશો. કોઈ પણ ધર્મ કે ધર્મના ફાંટામાં વ્યક્તિના કે વ્યક્તિસમૂહના વેસ્ટેડ ઇન્ટરેસ્ટ ભળે છે ત્યારે ધાર્મિકતા જીવન માટેની એક ઉદાત્ત ભાવના ન રહેતાં ધરમધંધો બની જાય છે અને ધર્મનો ધંધો કરવા માટે જે દેખાડાઓ કરવા પડે

તેને કારણે બીજાં અનેક દૂષણો અને અનીતિઓ એમાં ઘૂસી જતાં હોય છે. આ રીતે ડહોળાયેલા સંપ્રદાયો પ્રૅક્ટિક્લી દુનિયાના દરેક ધર્મમાં જોવા મળવાના.

(૩) મને આનંદ એ વાતનો છે કે 'મહારાજ' નવલકથા ધારાવાહિકરૂપે પૂરી થવા આવી ત્યારે તે હજુ આગળ લંબાવી હોત તો સારું થાત એવા સંદેશા મને મળતા હતા. નવલકથા ખેંચાયા કરે અને હવે ક્યારે પૂરી કરો છો એવા પ્રત્યાઘાતો મળતા થાય તે પહેલાં એનો અંત આવી જવો જોઈએ. નવલકથાનું સ્વરૂપ એવું છે કે એમાં જો કોર્ટની જુબાનીઓ બહુ લાંબી ચાલી હોત કે બેઉ વકીલોનાં ફાઇનલ સ્ટેટમેન્ટ્સ હજુ લાંબા મુકાયાં હોત તો વાંચનારાઓનો રસ એમાંથી ઓછો થવા માંડ્યો હોત.

બેઉ ન્યાયમૂર્તિઓનાં, ખાસ કરીને જસ્ટિસ આર્નોલ્ડના ચુકાદાનાં સહેલાઈથી થોડાંક વધુ પ્રકરણો થઈ શક્યાં હોત, પણ નવલકથા એવો ભાર ખમી શકે નહીં. જસ્ટિસ આર્નોલ્ડે સાક્ષીઓના મુદ્દાને, એમની જુબાનીઓને જે રીતે મૂલવી છે તે બેમિસાલ છે. સામસામા મત વ્યક્ત કરતી બે જુબાનીઓમાંથી કઈ સાચી તે કેવી રીતે નક્કી કરવું, કયા પુરાવાને કેટલું વજન આપવું, કઈ હકીકતો ગળે ઊતરે એવી છે અને કઈ હકીકતો સોગંદ ખાઈને કહેવાઈ હોવા છતાં બેબુનિયાદ છે – આ બધી વાતો જસ્ટિસ આર્નોલ્ડે વિગતે પોતાના ચુકાદામાં કરી છે. ચુકાદાની આવી અનેક મહત્ત્વની વિગતો તેમ જ કેટલીક જુબાનીઓ ઉપરાંત બીજી ઘણી વાતો નવલકથાના સ્વરૂપની મર્યાદાને કારણે મેં છોડી દીધી છે અથવા ટૂંકાવી દીધી છે. આ બધું જ તેમ જ બીજી કેટલીક અન્ય વિગતો પણ નવલકથાના પુસ્તકમાં પૃષ્ઠમર્યાદાને લીધે સમાવી શકાઈ નથી. ભવિષ્યમાં 'કરસનદાસ મૂળજી : આજના જમાનાનાં સંદર્ભમાં' પ્રકારનું કોઈ પુસ્તક લખીશું ત્યારે એમાં આ બધું જ, ખાસ કરીને જસ્ટિસ આર્નોલ્ડના ચુકાદાનો સંપૂર્ણ પાઠ, મૂકીશું.

(૪) 'મહારાજ' ધારાવાહિક સ્વરૂપે છપાતી હતી ત્યારે વાચકોની પ્રતિક્રિયા મને ઇમેલ દ્વારા મળતી હતી. 'મુંબઈ સમાચાર'માં છપાયેલા પત્રો પણ મેં વાંચ્યા છે. ઇમેલ પર બે સિવાયના બાકીના તમામ પત્ર લખનારાઓને આ વાર્તા ગમી હતી. એટલું જ નહીં તેઓએ ઉમળકાથી વધાવી અને નવાં પ્રકરણો માટે ખૂબ આતુરતા પણ દેખાડી. આ સૌ વાચકોનો આભાર. નવલકથા વિશે વિરુદ્ધ મત પ્રગટ કરનાર પ્રથમ ઇમેલ સ્પષ્ટપણે બેનામી હતો એટલે હું એને ઝાઝું વજન નથી આપતો. બીજો ઇમેલ 'મુંબઈ સમાચાર'માં પ્રગટ થયેલા એક વાચકના સમર્થનમાં હતો અને સ્પષ્ટપણે સાચી ઓળખ સાથે મોકલાયેલો હતો એટલે મારે મન એનું વજન છે. આ ઇમેલમાં અને એમાં 'મુંબઈ સમાચાર'માં છપાયેલા જે પત્રનો ઉલ્લેખ છે તેમાં, ફરિયાદ છે કે ૧૮૬૨ની ઘટનાને હવે ફરી તાજી કરવાનો શું અર્થ છે? જે થઈ ગયું તે થઈ ગયું. નવેસરથી જૂનું જૂનું ખોતરીને શું કામ વાતાવરણ બગાડો છો?

આવી દલીલ મારા એક-બે ચુસ્ત પુષ્ટિમાર્ગી મિત્રોએ પણ અંગત વાતચીત દરમિયાન કરી હતી. આનો ખુલાસો આ પુસ્તકના પાછલા પૂંઠા પર તો છે જ. અહીં જરા વિગતે કહું.

સ્ટીવન સ્પીલબર્ગે અબ્રાહમ લિંકન પર બનાવેલી ફિલ્મ તમે જોઈ છે? ૨૦૧૨માં એક ડઝન ઑસ્કર નોમિનેશન્સ એને મળ્યા. બસો વરસ પહેલાંના એ અમેરિકામાં બ્લૅક આફ્રિકન પ્રજાને ગોરાઓ ગુલામ તરીકે રાખતા. આજના અમેરિકનો માટે એમનો એ ઇતિહાસ શરમજનક છે. લિંકનને કારણે ગુલામીની પ્રથા દૂર થઈ. સ્ટીવન સ્પીલબર્ગે શું આ ફિલ્મ બનાવીને સારું કર્યું કે ખોટું કર્યું? ૧૯૭૫ની ઇન્દિરા ગાંધીની ઇમરજન્સી વખતના કાળની ફિલ્મો બને તો શું તે ખોટું કહેવાય? આઝાદીની લડત દરમિયાન કે ૧૮૫૭ના પ્રથમ

સ્વાતંત્ર્યસંગ્રામ દરમિયાન ક્યાં ક્યાં આપણી ભૂલો થઈ એવું બતાવતી ફિલ્મો કે નવલકથાઓ ન લખાવી જોઈએ? ઇસ્લામના ઘણા અનુયાયીઓ અસહિષ્ણુ છે એટલે એમના ધર્મનો વિષય પડતો મૂકીએ પણ ક્રિશ્ચેનિટીની ટીકાઓ કરતી તેમ જ ખ્રિસ્તી ધર્મના માઇનસ પોઇન્ટ્સ પ્રગટ કરતી કેટકેટલી ફિલ્મો અને નવલકથાઓ આવી ગઈ જેને શ્રદ્ધાળુઓએ પણ વખાણી. હિંદુ તરીકે આપણે જો સહિષ્ણુ પ્રજા હોઈએ અને ભૂતકાળની ભૂલોમાંથી શીખીને આગળ વધવાની દાનત ધરાવતા હોઈએ તો 'મહારાજ લાયબલ કેસ' શું કામ થયો તે સમજવાની કોશિશ કરીએ. બાકી, ઇસ્લામના કેટલાક ઝનૂની અનુયાયીઓએ જેમ સલમાન રશ્દીનો વિરોધ કર્યો એમ કોઈએ સમજ્યા-જાણ્યા વિના માત્ર વિરોધ જ કરવો હોય તો એમના માટે મારા તરફથી માત્ર પ્રાર્થનાઓ અને દુવાઓ જ હોય, ચર્ચા નહીં. 'મહારાજ' માટે મને આવેલા તમામ ઇમેલ તથા હવે પછી આવનારી પ્રતિક્રિયાઓ હું મારા બ્લૉગ પર મૂકી રહ્યો છું. ફુરસદ મળે તો જોશો. બ્લૉગ પર મૂકાતી નવી પોસ્ટ્સની માહિતી તમને ફેસબુકના મારા પેજ પરથી મળતી રહેશે : www.facebook.com/saurabh.a.shah

(૫) જસ્ટિસ આર્નોલ્ડે પોતાના ચુકાદામાં એક જગ્યાએ લખ્યું છે : 'એક જુવાન હિંદુ મહારાજ, સંન્યાસી નહીં પણ પુષ્ટિમાર્ગ એટલે કે મોજીલા પંથનો ધર્મગુરુ, જે પંથમાં કામણગારા કાનની પેઠે પૂજાય – રાસલીલાનો સાગર ગણાય – તે શખ્સ પોતાની ભરજુવાનીના જોશમાં ચાર વરસ કોઈ પણ સ્ત્રી સાથે સંગ કર્યા વગર રહે એ વાત માન્યામાં જ આવતી નથી.'

આર્નોલ્ડે આ વાક્યમાં પુષ્ટિમાર્ગ વિશે જે નિરીક્ષણ કર્યું છે તે વાંચીને મારે 'ભગવદ્ગોમંડળ કોશ' જોવો પડ્યો. કોશના છઠ્ઠા ભાગમાં પૃ. ૫૭૪૮ પર પુષ્ટિ શબ્દના બે ડઝન કરતાં વધુ પ્રચલિત અર્થ આપ્યા છે. આમાંનો નવમો અર્થ છે 'કૃષ્ણની કૃપા' અને પચ્ચીસમો અર્થ છે 'વિષય-વાસના.'

(૬) 'મહારાજ'ના વાચકોને જો વધુ જિજ્ઞાસા હોય તો હું એમને શ્રીનાથજીના મંદિરની ઑફિશ્યલ વેબસાઇટની મુલાકાત લેવાની ભલામણ કરું છું. નાથદ્વારાનું મંદિર વૈષ્ણવ સંપ્રદાયના પુષ્ટિમાર્ગનું હેડ ક્વાર્ટર્સ ગણાય છે અને દેશના સૌથી શ્રીમંત મંદિરોમાંનું એક છે. www.nathdwaratemple.orgમાં તમને શ્રીજીબાવાના આ મંદિરનાં આઠેય દર્શન વિશેની સચિત્ર માહિતી મળશે. દિવસના અંતિમ દર્શન 'શયન'નાં ગણાય. ચૈત્રી નવરાત્રિના પહેલા દિવસથી આસો નવરાત્રિના છેલ્લા દિવસ સુધી 'શયન'નાં દર્શન ન થાય કારણ કે આ ગાળામાં ભગવાન વ્રજ જઈને વ્રજવાસીઓને દર્શન આપવા જાય છે એવી કલ્પના છે. 'શયન' દર્શન વિશે વેબસાઇટ પર લખ્યું છે :

'...શ્રીનાથજી સૂવાની તૈયારી કરે છે માટે એમના માટે કેટલીક વ્યવસ્થા થાય છે. એમના શયનખંડમાં ભાથાનો (ભોજન-નાસ્તાનો) ડબ્બો, પાણીનો કૂંજો તથા પાનનાં બીડાં મુકાય છે. ધારણા એવી છે કે રાત્રે શ્રી રાધા એમની પાસે આવશે એટલે રાધાજીનાં વસ્ત્રો તથા ઘરેણાં પણ મુકાય છે.'

ભગવાન એમની પ્રિય ગોપીઓ સાથે રાત્રે રાસલીલા કરશે એવા મતલબનો ઉલ્લેખ પણ એમાં છે. આની સાથે જે ચિત્રજી છે તેમાં બૅકગ્રાઉન્ડમાં શ્રીનાથજીના શયનના શણગાર સાથેની છબિ છે અને ફોરગ્રાઉન્ડમાં મોટા પલંગમાં સૂતેલા બાળકૃષ્ણ છે. એક સ્ત્રી (રાધા કે ગોપી) એક હાથ એમના ઘૂંટણની ઉપરની તરફ અને બીજો હાથ ઘૂંટણની નીચેની તરફ રાખીને ચરણસેવા કરી રહી છે. બાળકૃષ્ણની ઉંમર ૭ વર્ષથી વધુ નથી હોતી. પણ ચિત્રજીમાં બાળકૃષ્ણનું કદ અને સ્ત્રીનું કદ લગભગ એકસરખું છે. આ વેબસાઇટ પર દરેક દર્શનની

વિગત છે. આમાં માત્ર 'ગ્વાલ'ના દર્શનમાં બાળકૃષ્ણ એમના સખાઓ સાથે જોવા મળે છે. બાકીનાં તમામ દર્શનનાં ચિત્રજીમાં – મંગળા, શૃંગાર, રાજભોગ, ઉત્થાપન ભોગ, આરતી તથા શયન – એક યા એકથી વધુ સ્ત્રી સાથે ભગવાનને બતાવવામાં આવ્યા છે.

(૭) 'મહારાજ'નાં ક્લાઇમૅક્સનાં ચૅપ્ટર્સ લખતાં લખતાં ઘણીવાર ધર્મ વિશે ફરી એકવાર વિચારતો થઈ ગયો. દિવસો સુધી વિચાર્યા પછી ત્રણ મુદ્દાઓ માટેની સ્પષ્ટતા થઈ છે જે તમારી સાથે શૅર કરું છું.

પહેલી વાત. ધર્મ માટેની મારી આસ્થા સહેજ પણ ઓછી થતી નથી. હિન્દુ ધર્મ મને ગમે છે કારણ કે આ ધર્મ કૃત્રિમ રીતે સર્જાયેલો નથી. એની સ્થાપના કોઈ એક મહાપુરુષને કારણે થઈ નથી. બીજા ધર્મોમાં સ્થાપક તરીકે કોઈ ને કોઈ મહામાનવનાં નામ આપવામાં આવે છે. હિન્દુ ધર્મમાં એવું નથી. કારણ કે આ ધર્મ આપોઆપ ઊગ્યો છે અને કોઈનુંય ધર્માંતરણ કરાવ્યા વિના ફૂલ્યોફાલ્યો છે. આ ભૂમિની જીવનશૈલીરૂપે પ્રગટ્યો છે. હિન્દુ ધર્મ ક્યારેય બીજા ધર્મોમાં આસ્થા ધરાવનારાઓ પ્રત્યે અણગમાથી જોતો નથી. કોઈને કાફિર કહેતો નથી. હિન્દુ ધર્મ કોઈને લાલચ આપીને એનું ધર્મપરિવર્તન કરાવતો નથી. હિન્દુ ધર્મમાં તો ધર્મમાં નહીં માનનારા નાસ્તિક હિન્દુઓને પણ હિન્દુ ગણવાની છૂટ છે, એમના માટેનો આદર પણ છે.

હિન્દુ ધર્મની સૌથી મોટી ખૂબી એ છે કે તમે કોઈ પણ સ્વરૂપે ભગવાનની કલ્પના કરી શકો છો. મહાદેવ, રામ, કૃષ્ણ, ગણપતિ, દુર્ગા, કાલી – અગણિત ચૉઇસ છે. આમ છતાં આ તમામ ભગવાનો એક જ ઈશ્વર છે. હિન્દુ ધર્મમાં આસ્થા ધરાવનારાએ કોઈ ચોક્કસ આચારસંહિતા પાળવાની જરૂર નથી. મંદિરે જાઓ તો સારું, ન જાઓ તો કોઈ પૂછવાવાળું નથી. ધર્મગ્રંથોમાંથી જેનો અભ્યાસ કરવો હોય તેની છૂટ. એક પણ ધર્મગ્રંથનું એકેય પાનું ન વાંચ્યું હોય તો ય તમે ઊતરતી કક્ષાના હિન્દુ થઈ જતા નથી. ભગવાનની કે ભગવાન સાથે સંકળાયેલી અનેક કન્સેપ્ટ્સ (આત્મા, પુનર્જન્મ, સ્વર્ગ, મોક્ષ વગેરે)ની કલ્પનાઓ તમે તમારી રીતે કરી શકો છો. કોઈ તમારી સાથે ઝઘડો કરવા નથી આવતું કે ધર્મગ્રંથોમાં આત્મા એટલે તો આવું લખ્યું છે, તમે તમારી નવી વ્યાખ્યા વળી ક્યાંથી લઈ આવ્યા? કોઈ તમારા પર ફતવાઓનાં બંધન નથી લાદતું. હિન્દુ ધર્મમાં કોઈ મહાસત્તા નથી, વેટિકન નથી.

તમારી દૃષ્ટિ જેટલી વિશાળ હશે એટલો જ હિન્દુ ધર્મ તમને વિશાળ લાગશે. ધર્મના નામે અહીં તમારી આંખે ઘોડાના ડાબલા બાંધી દેવામાં આવતા નથી. વિધર્મીઓ ગમે એટલો કકળાટ કરે પણ મને હિન્દુ ધર્મ સૌથી વધુ સહિષ્ણુ અને સૌથી વધુ કરુણામય લાગ્યો છે. હિન્દુ ધર્મના નામે થતાં ખોટાં કામ કરનારાઓ વિશે જાણ્યા પછી પણ ધર્મ માટેની મારી આસ્થા ઘટતી નથી. ખોટાં કામ કરનારાઓ તો કયા ધર્મમાં નથી અને એ સૌ એમની સમજ-ગેરસમજ પ્રમાણે જીવશે. એવા લોકો તો કોર્ટમાં ગીતાના સોગંદ લઈને પણ જુઠ્ઠું બોલશે. ગીતાને બદલે બાઇબલ કે કુરાન પર હાથ મૂકીને ખોટા સોગંદ લેનારાઓ પણ ક્યાં ઓછા છે?

બીજી વાત, ધર્મના બાહ્ય આડંબરો માટેનો મારો ગમો-અણગમો હવે ઠરીને સ્થિર થતો જાય છે. જાહેર હોમ-હવન-પૂજા વગેરેની નિરર્થકતા મને સમજાય છે. આમ છતાં લોકોનાં ઘરોમાં ભગવાનની સમક્ષ પ્રગટાવાતા ઘીના દીવાનો ઉજાસ મને ગમે છે. આસ્થા સાથે પ્રગટાવેલી એકાદ ધૂપસળીની સુગંધ પણ ગમે છે. દૂરના કોઈ નાનકડા મંદિરમાં થતા ઘંટનાદનો ધ્વનિ પણ ગમે છે. પણ ભીડભર્યા, ગંદકીના ધામ જેવાં મંદિરોમાં જવું હવે નથી

ગમતું. હવે અર્થાત્ ? ક્યારેક ગમતું હતું. હવે નથી ગમતું. મિત્રોને રાજી રાખવા હું હજુય એમના ધાર્મિક પ્રસંગોમાં જઈશ. 'દીવાર'ના વિજયની જેમ લંચ બૉક્સ લઈને મંદિરની સીડીના નીચલા પગથિયે બેસી રહીશ એવી મારી કોઈ જીદ નથી. પણ મેં કલ્પના કરેલા ગણપતિમાં, મારી આંખ સામેની, મારી ડેસ્ક પરની અડધા ઈંચની ગણેશજીની મૂર્તિમાં અને સિદ્ધિવિનાયક કે લાલબાગમાં થતા તમાશાઓમાં આભજમીનનો ફરક છે એની મને ખબર છે અને હવે સમજાયું છે કે કેટલો ફરક છે.

જેમ શિક્ષણ કે આરોગ્યના કે મકાનબાંધકામના ધંધાઓ સાથે સંકળાયેલાઓને ખબર છે કે માણસની આ જરૂરિયાતો છે માટે એમને નીચોવીને જે કંઈ ખંખેરાય એટલું ખંખેરી લો, લોકોનો હાથ મચેડીને તમે ધારો એટલા પૈસા પડાવી શકશો; એમ ધર્મના ધંધાદારીઓને પણ ખબર છે કે માણસની આસ્થાનો ભરપૂર લાભ લઈ શકાય છે, ધારો એટલા પૈસા એની પાસેથી પડાવી શકાય છે. હું ધર્મના આ ધંધાદારીઓની જાળમાં ફસાવા નથી માગતો. દૂરથી પણ એમનાં દર્શન કરવા નથી માગતો.

અને ત્રીજી વાત. દરેક ક્ષેત્રમાં કેટલાંક એવાં તત્ત્વો ઘૂસી જવાનાં જેઓ એ ક્ષેત્રનો દુરુપયોગ કરવા માગતો હોય. ધર્મના ક્ષેત્રમાં પણ હોવાનાં. દરેકેદરેક ધર્મમાં એવાં તત્ત્વો મળવાનાં. પણ ૧૮૬૨માં મુંબઈની અદાલતમાં પુષ્ટિમાર્ગને લગતાં જે સંખ્યાબંધ પુસ્તકો રજૂ થયાં તે જોઈને કોઈને પણ આઘાત લાગે. હું માનું છું કે કોઈપણ સંપ્રદાયમાં વ્યભિચારને આ રીતે, પુસ્તકોમાં લખીને, માન્યતા આપવામાં નહીં આવી હોય. વ્યભિચારીઓ તો બધે જ હશે, પણ આવી ઑડેસિટીથી આવી ખુલ્લેઆમ નિર્લજ્જતાથી, કોઈપણ સંપ્રદાયના સ્થાપકના વંશજોએ ધર્મપુસ્તકોમાં આવું નહીં કહ્યું હોય. આવાં પુસ્તકોને માન્યતા આપવાને બદલે, એનો વધુ પ્રચાર કરવાને બદલે કે એનો અભ્યાસ કરવા કે કરાવવાને બદલે જરૂરી છે કે સંપ્રદાયના ટોચના ધર્માત્માઓ સંગઠિત થઈને જાહેર કરે કે એ ધર્મપુસ્તકોનો અમે નાશ કરીએ છીએ. વેસ્ટેડ ઇન્ટરેસ્ટવાળાઓ જો આવું ન કરી શકે તો ભણેલાગણેલા અને સમજુ- પ્રગતિશીલ વૈષ્ણવોએ વ્યક્તિગત ધોરણે પણ આ કાર્ય કરવું જોઈએ.

વૈષ્ણવ સહિતના સંપ્રદાયોમાં ધર્મના નામે જે કંઈ ખરાબીઓ ચાલી તેને કારણે હિન્દુ ધર્મ સહેજ પણ ખરડાતો નથી. ૧૮૬૨ની સાલમાં અદાલતમાં જે પુરાવાઓ રજૂ થયા એમાં વારંવાર કહેવાયું કે અસલ હિન્દુ ધર્મ કરતાં આ સંપ્રદાયો ઘણા વેગળા છે, ઘણીય બાબતોમાં તો તદ્દન સામેના છેડે છે. વૈષ્ણવોએ વૈષ્ણવ સિવાયનાઓને માન ન આપવું કે વેદ વગેરે શાસ્ત્રો ન વાંચવા એવું સંપ્રદાયનાં ગ્રંથોમાં લખાતું હોય તે કોઈ સાચા હિન્દુને કેવી રીતે સ્વીકાર્ય બને?

નરસિંહ મહેતાવાળા વૈષ્ણવો તો ઑલરેડી ભગવાનને શરણે છે, એના માટે બ્રહ્મસંબંધ લઈને કંઠી બાંધવાની કોઈ જરૂર નથી. વૈષ્ણવ જન તો તેને રે કહીએનું રિમિક્સ્ડ વર્ઝન બનાવવાની જરૂર નથી.

(૮) આ સંપૂર્ણ નવલકથા 'મુંબઈ સમાચાર'માં ધારાવાહિક સ્વરૂપે પ્રગટ કરવા બદલ 'મુંબઈ સમાચાર'નું કલેવર જેમણે સંપૂર્ણપણે બદલીને વધુ લોકભોગ્ય બનાવ્યું છે તે કાર્યકારી તંત્રી નીલેશ દવેનો હું આભારી છું. એમના ઉત્સાહભર્યા આમંત્રણથી 'મહારાજ' શરૂ કરી એ પછી દરેક તબક્કે એમણે આ નવલકથાને બિરદાવીને મારી કલમનું જોમ વધાર્યું છે. યુવાન અને પ્રગતિશીલ વિચારધારા ધરાવતા નીલેશ દવેને લીધે આ નવલકથા 'મુંબઈ સમાચાર'ના લાખો વાચકો સુધી પહોંચતી રહી. ૧૯૯૭માં 'મહારાજ'નાં શરૂઆતનાં પ્રકરણ પ્રગટ કરવા

માટે 'નેટવર્ક' સાપ્તાહિકના માલિક યોગેશ શાહ તેમ જ તે વખતે 'નેટવર્ક' સાથે સંકળાયેલા મારા પત્રકારમિત્રો વિક્રમ વકીલ, ભિખેશ ભટ્ટ તથા કિન્નર આચાર્યનો આભારી છું.

દૈનિક ધારાવાહિક નવલકથા પ્રગટ કરવા માટે લેખકની સાથે ડેડ-લાઇન જાળવવા જે જબરદસ્ત દોડધામ કરવી પડે તેનો મને અંદાજ છે. આ તમામ ધમાચકડીને હસતે મોઢે પહોંચી વળવા માટે સદાય તત્પર એવા 'મુંબઈ સમાચાર'ના તંત્રી વિભાગ તેમ જ ટાઇપસેટિંગ અને લેઆઉટ-ખાતાના મારા તમામ મિત્રોનો હું આભારી છું. ડેડલાઇન જાળવવાની આવી જ દોડધામ પ્રકાશક આર. આર. શેઠની કંપનીના ટાઇપસેટિંગ વિભાગના કમલ થોભાણી તથા એમની ટીમે કરી છે. સૌનો આભાર.

'મહારાજ' નવલકથા માટેની પાયાની રિસર્ચ મુંબઈના ઘરેણા જેવી કામા લાઇબ્રેરી વિના ના થઈ શકી હોત. કામા લાઇબ્રેરીના સંચાલકો તથા સ્ટાફનો આ માટે આભારી છું. મારા માટે આ રેફરન્સ લાઇબ્રેરીના દરવાજા ખોલી આપનાર તથા સંપૂર્ણ નવલકથાને ઉત્સાહથી પ્રગટ કરનાર 'મુંબઈ સમાચાર'ના માલિકો કામા પરિવારનો, મંચેરજી કામા, હોરમસજી કામા અને મહેરવાનજી કામાનો આભારી છું.

'મહારાજ' નવલકથાના હાર્દ સમી કાર્યવાહીના રેકૉર્ડ્સ મેળવી આપવા બદલ શાહ ઍન્ડ સંઘવી સૉલિસિટર્સના સ્થાપક અને મારા વડીલ મિત્ર સ્વ. જશુભાઈ શાહ તથા એમના પુત્ર સૉલિસિટર પરેશ શાહનો આભારી છું.

'મહારાજ'ની રિસર્ચનો પાયો જેમની મદદથી નખાયો, જેમણે મને કામા લાઇબ્રેરીની દિશા સૂચવી અને સંશોધન તથા લેખન દરમિયાન જેમણે સતત પોતાનો કિંમતી સમય મારા માટે ફાળવ્યો તે ગુજરાતી ભાષાના અગ્રણી સંશોધનકાર તથા વિવેચક પ્રો. ડૉ. રમેશ મ. શુક્લનો આભારી છું. સુરતનિવાસી શુક્લસાહેબ આજે ૮૩ વર્ષની ઉંમરે યુવાનોને પણ શરમાવે એવા ઉત્સાહ અને એવી મહેનતથી પોતાના સંશોધનકાર્યમાં વ્યસ્ત રહે છે.

'મહારાજ' લખવાની શરૂઆત કરી તે પહેલાં, તે દરમ્યાન અને તે પછી આ સૌ મિત્રો, વાચકમિત્રોએ મને સંશોધન દરમ્યાન વિવિધ કડીઓ જોડવામાં મદદ કરી છે : કે. એન. પંડ્યા, બચુભાઈ ઠક્કર, પન્નાલાલ ર. શાહ, ઉમેશ મહેતા, કિશોર પારેખ, નલિની માડગાંવકર, દીપક દોશી, મંજુ ઝવેરી, ગોપાલ મેઘાણી, કાદમ્બરી ઠક્કર, અમૃત ગંગર, રાજેશ દોશી અને દીપક મહેતા. સૌનો હૃદયથી આભાર.

'મુંબઈ સમાચાર'માં જેમના પત્રો છપાયા છે તે તમામ વાચકમિત્રો તેમજ મને ઇમેલ પર પ્રતિભાવ મોકલનારા વાચકમિત્રોનો આભારી છું. અહીં હું વિશેષ ઉલ્લેખ ફરીદસુરતી૭૮૬ની ઇમેલ આઇ.ડી.થી પ્રતિભાવ આપનારા મારા મુસ્લિમ વાચકમિત્રનો ખાસ ઉલ્લેખ કરવા ધારું છું. ફરીદભાઈ ઉર્દૂના જ્ઞાતા છે. મારી ઉર્દૂ જોડણીઓ સુધારવા ઉપરાંત 'મહારાજ'નું દરેકે દરેક પ્રકરણ વાંચીને એમના હિસાબે એ પ્રકરણનું રેટિંગ ફાઇવ સ્ટાર્સમાંથી કેટલું છે તે લખતા રહ્યા છે. છેલ્લે છેલ્લે એમણે સ્ટાર રેટિંગને બદલે ૧૦૦ માર્ક્સમાંથી કેટલા માર્ક્સ તેઓ એ પ્રકરણને આપે છે એવી સિસ્ટમ ચાલુ કરી. આભાર ફરીદસુરતી૭૮૬નો.

(૯) 'મહારાજ લાયબલ કેસ'નો ચુકાદો આવ્યા પછી 'ટાઇમ્સ ઑફ ઇન્ડિયા' સહિતનાં પત્રોએ આ ચુકાદા વિશે શું કહ્યું, બીજાં ગુજરાતી, અંગ્રેજી, મરાઠી વર્તમાનપત્રો-સામયિકોએ શું કહ્યું તે વિશેનો અલગ પીસ લખ્યો છે. કરસનદાસ મૂળજી વિશેના મારા ભવિષ્યના પુસ્તકમાં તમને તે વાંચવા મળશે. આ ઉપરાંત મેં નાથદ્વારા મંદિરના ઇતિહાસ વિશે તેમ જ કવિ નર્મદના

સુધારાવાદીઓ માટેના વિચારોના યુ-ટર્ન વિશે વિગતે લખ્યું છે. કરસનદાસ મૂળજી રચિત 'હિસ્ટરી ઑફ ધ સેક્ટ ઑફ મહારાજ્સ' તેમ જ એમનાં બીજાં કેટલાંક પુસ્તકો વિશે વિગતે લખી રહ્યો છું. આ તમામ સામગ્રી પણ તમને કરસનદાસ મૂળજી વિશેના મારા પુસ્તકમાં જોવા મળશે.

'મહારાજ' નવલકથા પરથી મુંબઈની રંગભૂમિના ટોચના નિર્માતાઓ કૌસ્તુભ ત્રિવેદી અને સંજય ગોરડિયા યુવાન અને તેજસ્વી દિગ્દર્શક વિપુલ મહેતા સાથે મળીને આ જ નામનું નાટક ભજવી રહ્યા છે જેને પ્રેક્ષકોનો ખૂબ ઉમળકાભર્યો રિસ્પોન્સ મળી રહ્યો છે.

'મહારાજ' નવલકથાના પ્રકાશન માટે ગુજરાતી પુસ્તકોના અગ્રણી પ્રકાશક આર. આર. શેઠની કંપનીના માલિકો ભગતભાઈ શેઠ, ચિંતન શેઠ અને રત્નરાજ શેઠનો આભારી છું. 'મહારાજ' નવલકથા પ્રગટ કરવી કેટલી રિસ્કી છે એની તેમને ખબર છે અને આ જોખમ ખેડવા તેઓ તૈયાર થયા છે.

આપ સૌ વાચકોની પ્રતિક્રિયાની રાહ જોઉં છું.

G-701, Jay Vayu Vihar **સૌરભ શાહ**
Powai, Mumbai 400076 hisaurabhshah@gmail.com